ધ પાવર ઑફ હેબિટ

સરશ્રી દ્વારા રચિત શ્રેષ્ઠ હિન્દી ભાષામાં પુસ્તકો

૧. આ પુસ્તકો દ્વારા આધ્યાત્મિક વિકાસ કરીએ.

- વિચાર નિયમ - ધ પાવર ઓફ હેપી થોટ્સ (ગુજરાતી)
- નિ:શબ્દ સંવાદનો જાદૂ - જીવન કી ૧૧૧ જિજ્ઞાસાઓનું સમાધાન (ગુજરાતી)
- કર્મયોગ નાઈન્ટી - હર એક કી ગીતા અલગ હૈ
- The મન - કેવી રીતે બને મન : નમન, સુમન, અમન અને અકંપ (ગુજરાતી)
- સંપૂર્ણ ધ્યાન - ૨૨૨ સવાલ
- ધ્યાન દીક્ષા - ધ્યાન કા દાન - સ્વસાક્ષી કે બાવન સાધન
- કૈસે લેં ઈશ્વર સે માર્ગદર્શન - જો કર હઁસકર કર
- કર્માત્મા ઔર કર્મ કા સિદ્ધાંત - કર્મ કરને કી કલા
- ગુરૂર સે મુક્તિ - મન કો અપના ગુરૂ ન બનાએં
- ઑરગૈનિક અનુભવ - અપની ક્ષમતા પહચાનો

૨. આ પુસ્તકો દ્વારા સ્વમદદ કરીએ.

- એ ટુ ઝેડ ૨૬ સબક - એ ટુ ઝેડ ટીચિંગ
- સૂક્ષ્મ વિકારોં પર વિજય - અમોહ, અમન ઔર ઉત્સાહ વરદાન
- સચ્ચા સોના - સો મત જાના
- શાંતિ કી શક્તિ - આપકા લક્ષ્ય
- નીંવ નાઈન્ટી - નૈતિક મૂલ્યોંની સંપત્તિ (ગુજરાતી)
- સ્વસંવાદ કા જાદૂ - પોતાનું રિમોટ કંટ્રોલ કેવી રીતે પ્રાપ્ત કરવું (ગુજરાતી)
- સંપૂર્ણ લક્ષ્ય - સંપૂર્ણ વિકાસ કેવી રીતે કરવો (ગુજરાતી)
- સંપૂર્ણ સફલતા કા લક્ષ્ય
- નિર્ણય ઔર જિમ્મેદારી - વચનબદ્ધ નિર્ણય ઔર જિમ્મેદારી કૈસે લે

૩. આ પુસ્તકો દ્વારા દરેક સમસ્યાનું સમાધાન મેળવીએ.

- પ્રાર્થના-બીજ - એક અદ્‌ભુત શક્તિ (ગુજરાતી)
- સ્વાસ્થ્ય ત્રિકોણ - સ્વાસ્થ્ય સંપન્ન
- પૈસા - રાસ્તા હૈ મંજિલ નહીં
- રિશ્તોં મેં નઈ રોશની
- સ્વીકાર કા જાદૂ - તુરંત ખુશી કૈસે પાએ (ગુજરાતી)

૪. આ આધ્યાત્મિક ઉપન્યાસો દ્વારા જીવનના ગહન (ઊંડા) સત્યો જાણીએ.

- પૃથ્વી લક્ષ્ય - મૃત્યુ કા મહાસત્ય (ગુજરાતી)
- જીવન કી નઈ કહાની મૃત્યુ કે બાદ - G1 કા પાર્ટ ટૂ
- દુ:ખ મેં ખુશ ક્યોં ઔર કૈસે રહેં - અપના લક્ષ્ય કૈસે પ્રાપ્ત કરેં
- સ્વયં કા સામના - હરક્યુલિસ કી આંતરિક ખોજ (ગુજરાતી)
- કૈસે કરેં ઈશ્વર કી નૌકરી - એક જિમ્મેદાર ઈંસાન કી કહાની, સમજ મિલને કે બાદ
- કર્મજીવન સરશ્રી ઔર આપ - કર્મ પથ પર જીવન કી અમર કહાની
- તનાવ કા ડૉકટર આપકે અંદર - નયા જીવન, નઈ રાહેં

ધ પાવર ઑફ હેબિટ

આપણે જે પણ કરીએ છીએ તે શા માટે કરીએ છીએ અને તેને કેવી રીતે બદલીશું

THE POWER OF HABIT

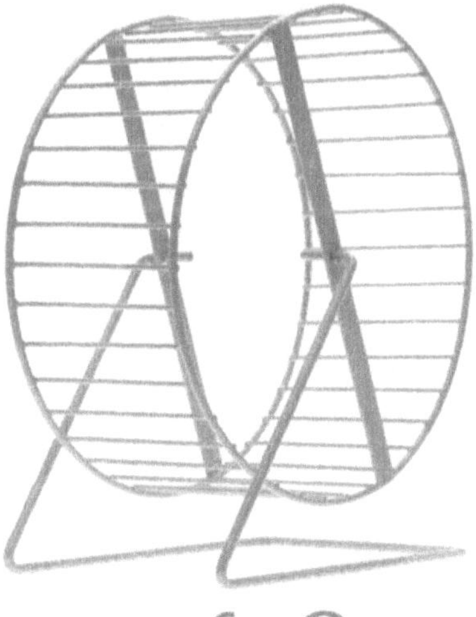

ચાર્લ્સ ડુહિગ

ધ પાવર ઑફ હૅબિટ

આપણે જે પણ કરીએ છીએ તે શા માટે કરીએ છીએ અને તેને કેવી રીતે બદલીશું

'The Power of Habit' એ મૂળ અંગ્રેજી પુસ્તકનો ગુજરાતી અનુવાદ

પ્રકાશક : વૉવ પબ્લિશિંગ્સ પ્રા. લિ., પુણે

મુદ્રક : વિક્રમ પ્રિન્ટર્સ પ્રા. લિ., પુણે

કંપોઝ-અક્ષરાંકન : મીડિયા સપોર્ટ યુનિટ, અમદાવાદ-૫૧.

પ્રથમ આવૃત્તિ : October 2020

અનુવાદ : કાશ્યપી મહા

ISBN : 978-81-947801-6-8

The Power of Habit

by Charles Duhigg

અર્પણ

ઑલિવર, જૉન હેરી,
જૉન અને ડોરિસ
તથા
હંમેશા અમારી લિઝ માટે સમર્પિત

અનુક્રમણિકા

ભાગ – ૨

ભાગ – ૩

આદતોનો ઉપચાર

પ્રસ્તાવના

તે વૈજ્ઞાનિકોની પ્રિય સહભાગી હતી.

ચોંત્રીસ વર્ષીય લીસા એલનની ફાઈલ અનુસાર, તેણે સોળ વર્ષની ઉંમરે જ શરાબ અને ધૂમ્રપાન કરવાનું શરૂ કરી દીધું હતું અને તેના જીવનનો મોટાભાગનો સમય સ્થૂળતાની સામે ઝઝૂમવામાં વીત્યો. જ્યારે તે 25 વર્ષની હતી, ત્યારે તેના જીવનમાં એક એવો તબક્કો આવ્યો જ્યારે તેના પર દસ હજાર ડોલર્સનું દેવું થઈ ગયું હતું. દેવું વસૂલ કરનારી એજન્સીઓ હાથ ધોઈને તેની પાછળ પડી હતી. આજ સુધી પોતાના જીવનમાં લીસા ક્યારેય કોઈ નોકરીમાં લાંબા સમય સુધી ટકી નહોતી. તેના બાયોડેટા પ્રમાણે તેનો સૌથી લાંબો કાર્યકાળ એક વર્ષ કરતાં પણ ઓછો હતો.

પણ આજે સંશોધકોની સામે જે મહિલા બેઠી હતી, તે એક દૂબળી-પાતળી પણ તંદુરસ્ત શરીરવાળી મહિલા હતી, જેના પગ કોઈ દોડવીરની માફક મજબૂત હતા. ચાર્ટમાં તેની જે તસવીરો લગાવવામાં આવી હતી, તેની સરખામણીએ તે આજે દસ વર્ષ નાની દેખાતી હતી અને તેને જોઈને એવું લાગતું હતું કે તે એ ઓરડામાં બેઠેલા દરેકને વ્યાયામ બાબતે સરળતાથી પછાડી શકે છે. તેની ફાઈલમાં જોડવામાં આવેલા છેલ્લા રિપોર્ટ પ્રમાણે લીસા પર કોઈ દેવું નહોતું, તે શરાબ પીવાનું છોડી ચૂકી હતી અને છેલ્લા 39 મહિનાઓથી સફળતાપૂર્વક એક ગ્રાફિક ડિઝાઈન કંપનીમાં કામ કરી રહી હતી.

'તમે છેલ્લી વાર સિગારેટ ક્યારે પીધી હતી ?' પ્રશ્નોની એક લાંબી યાદી આગળ મૂકીને એક ડૉકટરે લીસાને પૂછ્યું. અમેરિકાના મેરીલેન્ડના બેથસ્ડામાં સ્થિત આ પ્રયોગશાળામાં આવીને લીસા દરેક વખતે આ પ્રશ્નોના જવાબ આપતી હતી

લીસાએ ડૉકટરના પ્રશ્નના જવાબમાં કહ્યું, 'લગભગ ચાર વર્ષ પહેલા. ત્યારથી હું મારું 60 પાઉન્ડ વજન ઉતારી ચૂકી છું અને હવે તો હું મેરેથોનમાં પણ દોડું છું.' તેણે માસ્ટર્સની ડિગ્રી લેવા માટે પણ અભ્યાસ શરૂ કરી દીધો હતો અને સાથે જ પોતાના માટે

એક ઘર પણ ખરીદી લીધું હતું. આ લીસાના જીવનનો સૌથી રોમાંચક સમય હતો.

એ ઓરડામાં બેઠેલા વૈજ્ઞાનિકોમાં ન્યૂરોલોજિસ્ટ (તંત્રિકા વિજ્ઞાની), સાઈકોલોજિસ્ટ (મનોવૈજ્ઞાનિક), જેનેટિસિસ્ટ (અનુવંશિકી વિજ્ઞાની) અને સોશિયોલોજિસ્ટ (સમાજવિજ્ઞાની) સામેલ હતા. નેશનલ ઈન્સ્ટિટ્યૂટ ઑફ હેલ્થમાંથી મળનારી મદદની રકમથી આ વૈજ્ઞાનિક છેલ્લા ત્રણ વર્ષોથી લીસા અન તેના જેવા બે ડઝનથી વધારે લોકોની સાથે સવાલ-જવાબ કરી રહ્યા છે. તેમાં ધૂમ્રપાનની લતથી ગ્રસ્ત રહી ચૂકેલા લોકોની સાથે-સાથે વધારે પડતો ખોરાક, શરાબ અને વધારે પડતી ખરીદી જેવી અન્ય લતોથી ગ્રસ્ત લોકો પણ સામેલ હતા. આ બધા સહભાગીઓમાં એક વાત સમાન હતી કે તેમણે અપેક્ષાકૃત ખૂબ જ ઓછા સમયમાં પોતાના જીવનને એક નવી દિશા આપી હતી. સંશોધકો તેમની આ સફળતાનું કારણ જાણવા ઈચ્છતા હતા. તેથી તેમણે આ લોકોના વાઈટલ સાયન્સ (જીવનસૂચક લક્ષણો) નું મૂલ્યાંકન કર્યું, તેમની દિનચર્યા જાણવા માટે તેમના ઘરોમાં કેમેરા લગાવ્યા અને તેમના ડીએનએના કેટલાક ભાગોને એક ક્રમમાં મૂકી દીધા. પછી તેમણે પ્રયોગ દરમિયાન સહભાગીઓને સ્વાદિષ્ટ ભોજન અને સિગરેટના ધુમાડાની તેજ સુગંધ જેવી લાલચ આપી અને બરાબર તે જ સમયે તકનીકી મદદથી તેમના માથાની અંદર જોયું અને મસ્તિષ્કમાં સંચાલિત રક્ત અને વિદ્યુત આવેગો પર ધ્યાન કેન્દ્રિત કર્યું. સંશોધક એ સમજવા ઈચ્છતા હતા કે ન્યૂરોલોજિકલ લેવલ એટલે કે તાંત્રિક સ્તર પર આ આદતો કેવી રીતે કામ કરે છે અને તેને પરિવર્તિત કરવા માટે શું કરવું પડશે.

પ્રશ્નોની એક યાદી સામે મૂકતાં ડૉક્ટરે લીસાને પૂછ્યું, 'તેં આ વાર્તા ઘણી વાર જણાવી છે, પણ મારા ઘણા સહકર્મીઓએ તારી વાર્તા તારા મોંઢે સાંભળી નથી. જો તને વાંધો ન હોય, તો શું તું અમને જણાવી શકે છે કે તેં ધૂમ્રપાનની આદત કેવી રીતે છોડી ?'

'તેની શરૂઆત મિસરની રાજધાની કાયરોમાં થઈ હતી,' લીસાએ જણાવ્યું. તેના કહેવા પ્રમાણે ત્યાં રજાઓ વીતાવવાનો નિર્ણય ઉતાવળમાં લેવામાં આવ્યો હતો. થોડાક મહિના પહેલા જ એક દિવસ લીસાનો પતિ જ્યારે નોકરી પરથી પાછો ફર્યો ત્યારે તેણે લીસાને જણાવ્યું કે તે બીજા કોઈને પ્રેમ કરે છે અને તેથી તે લીસાને છૂટાછેડા આપી રહ્યો છે. લીસાને પોતાના પતિ તરફથી થયેલા વિશ્વાસઘાત અને છૂટાછેડાનો સ્વીકાર કરવામાં ઘણો સમય લાગી ગયો. પહેલા થોડા દિવસો સુધી તે ખૂબ દુઃખી રહી. પછી તે પતિની જાસૂસીથી માંડીને તેની પ્રેમિકાનો આખા શહેરમાં પીછો કરવા માંડી અને અડધી રાત્રે તેને ફોન કરીને કશું બોલ્યા વિના ફોન કાપી નાખવો જેવી હરકતો કરતી રહી. પછી એક સાંજે નશામાં ધૂત થઈને તે પોતાના પતિની પ્રેમિકાના ઘરે પહોંચી ગઈ અને તેનો દરવાજો ખખડાવતા, જોર-જોરથી બૂમો પાડીને તેનું ઘર બાળી નાખવાની ધમકી આપવા માંડી.

'તે મારા જીવનનો સૌથી ખરાબ સમય હતો,' લીસાએ જણાવ્યું. 'હું હંમેશા મિસરના પિરામિડ જોવા ઈચ્છતી હતી, પણ ત્યાં સુધીમાં મારા ક્રેડિટ કાર્ડસની વધુમાં વધુ જે મર્યાદા હતી તે પૂરી થઈ ગઈ હતી...'

મિસરની રાજધાની કાયરોમાં પહેલા દિવસે સવાર-સવારમાં પાસેની મસ્જિદમાંથી આવતા અઝાનના અવાજથી લીસાની ઊંઘ ઊડી ગઈ. તેના હોટલના ઓરડામાં અંધારું હતું. વિમાનયાત્રાથી થાકેલી લીસા અંધારમાં જ સિગરેટ શોધવા માંડી.

તે સમયે તે માનસિક રીતે એટલી અસ્થિર હતી કે જ્યારે તેને પ્લાસ્ટિક બળવાની વાસ આવવા માંડી ત્યારે તેને ખબર પડી કે તે સિગરેટને બદલે પેન બાળી રહી છે. છેલ્લા ચાર મહિનામાં લીસા ઘણીવાર રડી હતી. તે મનને ખુશ રાખવા માટે આખો વખત ખાતી રહેતી અને બરાબર ઊંઘી શકતી નહોતી. આ દરમિયાન તે ખૂબ શરમ, અસહાય, ઉદાસ અને ક્રોધનો અનુભવ કરતી હતી. આ બધો વિચાર કરતાં તેને પથારીમાં પડ્યા-પડ્યા જ રડવું આવી ગયું. તે ખૂબ ખરાબ રીતે તૂટી ગઈ હતી. લીસા કહે છે, 'મારા પર ઉદાસીની લહેર છવાઈ ગઈ હતી. જીવનમાં મેં જે કંઈપણ ઈચ્છ્યું, તે બધું તૂટીને વિખેરાઈ ચૂક્યું હતું. મારી હાલત એટલી ખરાબ હતી કે હું એક સિગરેટ પણ બરાબર સળગાવી શકતી નહોતી.'

લીસા આગળ જણાવે છે, 'પછી હું મારા પહેલા પતિ વિશે વિચારવા લાગી. મને લાગ્યું કે પાછા જઈને મારા માટે નવી નોકરી શોધવી ખૂબ મુશ્કેલ બની જશે અને મને જે કામ મળશે, તે કદાચ મને જરાય ગમતું નહીં હોય. હું આખો વખત પોતાની જાતને અસ્વસ્થ અનુભવું છું. આ બધા વિચારોમાં ખોવાયેલી હું મારી પથારીમાંથી ઉઠી અને અચાનક પથારી પાસેના ટેબલ પર મૂકેલા પાણીના જગને મારો હાથ અડ્યો અને તે જમીન પર પડીને તૂટી ગયો, આ જોઈને હું હજુ વધારે રડવા માંડી. મને ખૂબ બેચેની અને નિરાશાનો અનુભવ થવા માંડ્યો. મને લાગ્યું કે મારે મારી જિંદગીને બદલવી પડશે અથવા ઓછામાં ઓછી એક એવી બાબતને તો બદલવી જ પડશે, જે મારા નિયંત્રણમાં હોય.'

લીસા નહાઈને તે હોટલમાંથી બહાર નીકળી. કાયરોની ખાડા-ખૈયાવાળા કાચા રસ્તે ચાલતા જતાં લીસાએ એક ટેક્સી પકડી, જે થોડા જ સમયમાં મુખ્ય માર્ગ પર પહોંચી ગઈ. સ્ફિંક્સ, ગીઝાના પિરામિડ અને એ વિશાળ, અંતહીન અફાટ રણમાંથી પસાર થતી લીસાને ક્ષણભર માટે પોતાની જાતની જ દયા આવી ગઈ. તેને લાગ્યું કે તેણે જીવનમાં એક નિશ્ચિત લક્ષ્ય બનાવવાની જરૂર છે. કોઈ એવું લક્ષ્ય જે હાંસલ કરવા માટે તેણે ખરેખર કામ કરવું પડે.

એ ટેક્સીની અંદર બેઠા-બેઠા જ લીસાએ નિર્ણય લીધો કે તે એકવાર ફરી મિસર પાછી આવશે અને આ રણમાં ટ્રેકિંગ (પગપાળા યાત્રા) કરશે.

લીસા જાણતી હતી કે આ એક સનકી વિચાર હતો. તેનું વજન ખૂબ વધારે અને શરીર ભારેખમ હતું. તેનું બેંક ખાતું પણ ખાલી થઈ ચૂક્યું હતું. તે તો એ પણ જાણતી નહોતી કે જે રણ તેની આંખોની સામે છે, તેનું નામ શું છે અને તેની પગપાળા યાત્રા શક્ય છે કે નહીં. જો કે લીસા માટે આમાંની કોઈ જ વાત મહત્ત્વની નહોતી, કારણ કે તેને તો બસ કંઈક એવું જોઈતું હતું, જેના પર તે પોતાનું ધ્યાન કેન્દ્રિત કરી શકે. લીસાએ પોતાને તેની તૈયારી કરવા

માટે એક વર્ષનો સમય આપ્યો. લીસા જાણતી હતી કે આ મુશ્કેલ અભિયાનને પૂર્ણ કરવા માટે તેણે ત્યાગ કરવો પડશે.

સૌથી મહત્ત્વની વાત કે તેણે ધૂમ્રપાન છોડવું પડશે.

આ ઘટના બન્યાના અગિયાર મહિના પછી લીસા એ રણની યાત્રા કરી રહી હતી. જો કે આ યાત્રા અન્ય છ વ્યક્તિઓની સાથે એક ઍર કંડિશન ગાડીમાં કરવામાં આવી હતી અને હા, તેમની ગાડીમાં એટલો બધો સામાન હતો જેમ કે પાણી, ખાવાનું, ટેંટ, નકશા, જીપીએસ અને ટુવ-વે રેડિયો વગેરે કે તેમાં સિગરેટનું એક બોક્સ મૂકી દેવાથી કોઈ ફેર પડવાનો નહોતો.

પણ ટેક્સીમાં બેઠેલી લીસા આ બધું જાણતી નહોતી. પ્રયોગશાળામાં વૈજ્ઞાનિકો માટે પણ લીસાની આ યાત્રાની વિસ્તૃત જાણકારી મહત્ત્વની નહોતી. કારણ કે તેમની રુચિ તો બસ લીસાની આદતોમાં હતી અને હવે ધીરે-ધીરે તે સમજવા લાગ્યા હતા કે એ દિવસે કાયરોમાં ધૂમ્રપાન છોડવાનો નિર્ણય લઈને લીસા પોતાના સ્વભાવમાં એવું પરિવર્તન લાવવામાં સફળ થઈ ગઈ, તેનાથી તેના જીવનમાં પરિવર્તનોનો એક સિલસિલો શરૂ થઈ ગયો. જેનો સકારાત્મક પ્રભાવ તેના જીવનના દરેક પાસામાં સ્પષ્ટ દેખાવા માંડ્યો. પછીના છ મહિનામાં લીસાની ધૂમ્રપાનની આદતનું સ્થાન રોજ સવારની જોગિંગે લઈ લીધું. તેનાથી તેની ખાવા-પીવાની, ઊંઘવાની અને કામ સાથે જોડાયેલી આદતો પણ બદલાઈ ગઈ. હવે તો લીસા પૈસાની બચત પણ કરવા માંડી હતી. હવે તે રોજે પોતાની એક કાર્ય-યોજના પણ બનાવતી હતી અને સાથે જ પોતાનું ભવિષ્ય સુનિયોજિત કરવાની યોજનાઓ પણ બનાવવા માંડી હતી. આ પછી લીસાએ પહેલા હાફ-મેરેથોનમાં ભાગ લીધો અને પછી તે ફૂલ-મેરેથોનમાં પણ દોડવા માંડી. તેણે પોતાનું ઉચ્ચ શિક્ષણ પૂરું કરીને એક ઘર પણ ખરીદી લીધું અને પછી એક સારા છોકરાની સાથે તેની સગાઈ પણ થઈ ગઈ. આખરે તેને વૈજ્ઞાનિકોના અભ્યાસ માટે પસંદ કરવામાં આવી. સંશોધકોએ લીસાના મગજની તસવીરોનું પરીક્ષણ કર્યું, તો તેમને કેટલીક ઉલ્લેખનીય વાતો જણાઈ : તેની ન્યૂરોલોજિકલ (તંત્રિકા સંબંધી) પેટર્ન્સ એટલે કે તેની જૂની આદતોનું સ્થાન કેટલીક નવા પ્રકારની પેટર્ન્સ એટલે કે નવી આદતોએ લઈ લીધું હતું. તે હજુ પણ તેની જૂની આદતોની ન્યૂરલ એક્ટિવિટીઝ (તંત્રિકા સંબંધિત પ્રવૃત્તિઓ) જોઈ શકતા હતા. પણ હવે તેની જૂની ઈંપલ્સેઝ (મનોવેગો) પર નવા અર્જેસ (આવેગ) હાવી હતા. જેમ-જેમ લીસાની આદતો બદલાઈ, તેનું મસ્તિષ્ક પણ બદલાઈ ગયું.

વૈજ્ઞાનિકોનું માનવું હતું કે લીસામાં આવેલા આ પરિવર્તનનું કારણ કાયરોની તે યાત્રા નહોતી અને ના તેનો સંબંધ લીસાના છૂટાછેડા કે રણની યાત્રા સાથે હતો. લીસાએ સૌથી પહેલા ધૂમ્રપાનની આદત બદલવા પર ધ્યાન કેન્દ્રિત કર્યું અને એ જ તેની અંદર આવેલા પરિવર્તનનું મુખ્ય કારણ હતું. આ અભ્યાસમાં ભાગ લેનારા અન્ય સહભાગી પણ

બરાબર આ જ પ્રકારની પ્રક્રિયામાંથી પસાર થયા હતા. માત્ર પોતાની એક પેટર્ન – જેને 'મુખ્ય આદત' કહેવામાં આવે છે – તેના પર ધ્યાન કેન્દ્રિત કરીને લીસા પોતાના જીવનના અન્ય રૂટિન્સ એટલે કે નક્કી કરેલી આદતોને બદલવાનું પણ શીખી ગઈ હતી.

એવું નથી કે આવા પરિવર્તન માત્ર વ્યક્તિગત સ્તર પર જ શક્ય છે. જો કોઈ સંગઠન પણ પોતાની આદતો બદલવા પર ધ્યાન કેન્દ્રિત કરે છે, તો તેમાં પરિવર્તન શક્ય છે. પ્રોક્ટર એન્ડ ગેમ્બલ, સ્ટારબક્સ, એલ્કોઆ અને ટારગેટ જેવી કંપનીઓએ આ અંતર્દષ્ટિને સારી રીતે સમજી છે. તેથી હવે આ કંપનીઓ પોતાના ગ્રાહકો અને કર્મચારીઓની દરેક પ્રકારની આદતોને પ્રભાવિત કરવામાં સક્ષમ થઈ ગઈ છે, જેમ કે કામ કેવી રીતે પૂર્ણ થાય, કર્મચારીઓ સાથે સંવાદ કેવી રીતે થાય અને ગ્રાહકને જાણ થાય તે વિના તેની ખરીદારીને પ્રભાવિત કેવી રીતે કરી શકાય વગેરે.

'હું તમને તમારો હાલમાં જ લેવામાં આવેલો સ્કેન દેખાડવા ઈચ્છું છું,' લીસાના પરીક્ષણના અંતમાં એક સંશોધકે તેને કહ્યું. તેણે કોમ્પ્યુટર સ્ક્રીન પર લીસાને તેના મસ્તિષ્કની તસવીરો દેખાડી અને મસ્તિષ્કના મધ્ય ભાગ તરફ ઈશારો કરતાં જણાવ્યું,'આ તમારા મગજનો એ ભાગ છે, જે ભૂખ અને તૃષ્ણા સાથે સંબંધિત છે અને હજુ પણ સક્રિય છે.' તમારું મસ્તિષ્ક હજુ પણ એવી ઈચ્છાઓ પેદા કરતું રહે છે, જે તમને વારંવાર વધારે ખાવા માટે પ્રેરિત કરે છે.'

એ પછી તેણે લીસાના માથાની નજીક આવેલા એક ભાગની તરફ ઈશારો કરતા કહ્યું,'પણ આ સ્થળ પર નવી ગતિવિધિઓ દેખાઈ રહી છે. અમારું માનવું છે કે અહીં વ્યવહાર-નિયંત્રણ અને આત્મ-શિસ્તની આદતોનું નિર્માણ થાય છે. જ્યારથી તમે આ પ્રયોગશાળામાં આવવા લાગ્યા છો, ત્યારથી તમારી આ ગતિવિધિઓ હજુ વધારે સ્પષ્ટ થઈ ગઈ છે.'

લીસા વૈજ્ઞાનિકોની પ્રિય સહભાગી હતી કારણ કે તેના મસ્તિષ્કની તસવીરો એ સમજવામાં ખૂબ ઉપયોગી હતી કે માનવીય વર્તન સાથે જોડાયેલી પેટર્ન્સ કે આદતોનું નિર્માણ મસ્તિષ્કના ક્યા ભાગમાં થાય છે. ડૉકટરે તેને જણાવ્યું, 'આ રીતે તમે એ સમજવામાં અમારી મદદ કરી રહ્યા છો કે કોઈ એક નિર્ણય માનવનો સ્વચાલિત વ્યવહાર કેવી રીતે બને છે.'

એ ઓરડામાં બેઠેલી દરેક વ્યક્તિને એ અનુભવ થવા માંડ્યો હતો કે તે એક ખૂબ જ મહત્ત્વની શોધ પૂર્ણ થવાના આરે ઊભા છે, અને તે સાચા હતા.

★★★

આજે સવારે ઉઠીને તમે સૌથી પહેલા શું કર્યું ? શું તમે સૌથી પહેલા નહાવા ગયા અથવા પછી પહેલા તમે ઈ-મેઈલ જોયા અથવા પછી રસોડામાં ઘૂસીને કંઈ ખાવા માટે લઈ

આવ્યા ? તમે તમારા દાંત નહાતા પહેલા સાફ કર્યા હતા કે પછી. જૂતા પહેરતી વખતે તમે તમારું જમણું જૂતું પહેલા પહેર્યું હતું કે ડાબું ? ઘરમાંથી નીકળતી વખતે તમે તમારા બાળકોને શું કહ્યું ? તમે ઓફિસ જવા માટે ક્યો રસ્તો પસંદ કર્યો ? ઓફિસમાં પોતાની કેબિનમાં પહોંચીને તમે સૌથી પહેલા પોતાના ઈ-મેઈલ જોયા, સહકર્મી સાથે વાત કરી કે સીધા આખા દિવસના કાર્યોની યાદી બનાવવામાં લાગી ગયા ? બપોરના જમવામાં તમે સલાડ ખાધું કે હેમ્બર્ગર ? સાંજે ઘરે પાછા પહોંચ્યા પછી તમે તમારા સ્પોર્ટ્સ શૂઝ પહેરીને દોડવા નીકળી ગયા કે ટી.વી.ની સામે બેસીને ખાવા લાગ્યા ?

1982માં વિલિયમ જેમ્સે લખ્યું હતું કે 'આપણું સંપૂર્ણ જીવન માત્ર આદતોનું પરિણામ છે.' આખા દિવસમાં આપણે જે કંઈપણ પસંદગી કરીએ છીએ, તેમાંથી મોટાભાગના સમજી-વિચારીને લેવામાં આવેલા નિર્ણય લાગી શકે છે, પણ વાસ્તવમાં એવું નથી. તે બસ આપણી આદતો છે. આપણે શું ખાઈએ-પીએ છીએ....રાત્રે સૂતાં પહેલાં પોતાના બાળકોને શું કહીએ છીએ...પૈસા ખર્ચ કરીએ છીએ અથવા બચાવીએ છીએ...કેટલો વ્યાયામ કરીએ છીએ....અને પોતાના વિચારો અને કામ સાથે જોડાયેલી નક્કી કરેલી આદતોને કેવી રીતે નિયોજિત કરીએ છીએ....આ બધી શરૂઆતમાં નાની-મોટી આદતો લાગી શકે છે પણ સમયની સાથે આ નાની આદતોનો આપણા સ્વાસ્થ્ય, ઉત્પાદકતા, આર્થિક સ્થિરતા અને આનંદ પર ઊંડો પ્રભાવ પડે છે. 2006માં ડ્યુક વિશ્વવિદ્યાલયના એક સંશોધક દ્વારા પ્રકાશિત સંશોધનમાં જણાવવામાં આવ્યું કે લોકો આખા દિવસમાં જેટલા કાર્ય કરે છે, તેમાંથી 40 ટકા કાર્ય તેમના નિર્ણયો દ્વારા નહીં બલકે તેમની રોજબરોજની આદતોના કારણે હોય છે.

અરસ્તુથી માંડીને ઓપેરા વિન્ફ્રે જેવા અનેક લોકોની જેમ જ વિલિયમ જેમ્સે પણ પોતાના જીવનનો લાંબો સમય એ સમજવામાં લગાવી દીધો કે આદતોનું અસ્તિત્વ શા માટે હોય છે. જો કે પાછલા બે દાયકાઓથી વૈજ્ઞાનિકો અને વિક્રેતાઓને સમજાવાનું શરૂ થઈ ગયું છે કે આદતો કેવી રીતે કામ કરે છે અને સૌથી મહત્ત્વપૂર્ણ વાત એ છે કે આદતોને કેવી રીતે બદલી શકાય છે.

આ પુસ્તકને ત્રણ વિભાગમાં વહેંચવામાં આવ્યું છે. પહેલા ભાગમાં તમે જાણશો કે લોકોના વ્યક્તિગત જીવનમાં આદતો કેવી રીતે વિકસે છે. તેમાં આદતોના નિર્માણની ન્યૂરોલોજી (તંત્રિકા વિજ્ઞાન) વિશે જણાવવામાં આવ્યું છે અને સાથે જ એ પણ સમજાવવામાં આવ્યું છે કે જૂની આદતો બદલીને, નવી આદતો વિકસિત કરવાની પ્રણાલી શું છે. ઉદાહરણ માટે કેવી રીતે વિજ્ઞાપન ક્ષેત્રમાં સક્રિય એક વ્યક્તિએ, ટૂથબ્રશ જેવી મામૂલી વસ્તુને વેચવા માટે આદતોનો ઉપયોગ કરીને દાંતોની સફાઈને રાષ્ટ્રીય ઝનૂનમાં ફેરવી નાખી. કેવી રીતે પ્રોક્ટર એન્ડ ગેમ્બલ કંપનીએ ગ્રાહકોની આદતોનો ફાયદો ઉઠાવીને માત્ર ફેબ્રીજ નામના એક સ્પ્રેથી જ કરોડો ડૉલર કમાવી લીધા. આ જ રીતે એલ્કોહલ એનોનમસ વ્યસનની મૂળ આદત પર પ્રહાર કરીને કેવી રીતે શરાબના વ્યસની લોકોનું જીવન સુધારે છે અને કેવી રીતે

ફૂટબોલ કોચ ટોની ડંગીએ મેદાનમાં ઉપયોગી સૂક્ષ્મ ઈશારાઓને ખેલાડીઓની સ્વચાલિત પ્રતિક્રિયાઓ સાથે જોડીને નેશનલ ફૂટબોલ લીગની સૌથી નબળી ટીમનું ભાગ્ય પલટાવી દીધું.

બીજા ભાગમાં, સફળ કંપનીઓ અને સંગઠનોની આદતો વિશે જણાવવામાં આવ્યું છે. તેમાં વિસ્તારથી જણાવવામાં આવ્યું છે કે કેવી રીતે ટ્રેઝરી સેક્રેટરી બનતા પહેલા પોલ ઓ'નેલે સંગઠનની મૂળ આદત પર ધ્યાન કેન્દ્રિત કરી નુકસાનમાં જઈ રહેલી એલ્યુમિનિયમ કંપનીનું પુનર્નિર્માણ કરવાની સાથે તેને ડોવ જોન્સ ઈન્ડસ્ટ્રિયલ એવરેજની યાદીમાં સૌથી ઊંચા સ્થાન પર પણ પહોંચાડી દીધી. આ જ ભાગમાં તમે એ પણ વાંચશો કે કેવી રીતે સ્ટારબક્સે હાઈસ્કૂલમાં અભ્યાસ છોડી ચૂકેલી એક વ્યક્તિને ઈચ્છાશક્તિ મજબૂત કરવાની આદતો શીખવીને એક શ્રેષ્ઠ મેનેજર બનાવી દીધો. આ જ ભાગમાં એ પણ જણાવવામાં આવ્યું છે કે કેવી રીતે એક હોસ્પિટલની સંગઠનાત્મક આદતો ખરાબ હોવાને કારણે એક પ્રતિભાવાન સર્જન પણ દર્દીઓના ઓપરેશનમાં મોટી ભૂલો કરી શકે છે.

ત્રીજા ભાગમાં સમાજની આદતો પર પ્રકાશ પાડવામાં આવ્યો છે. તેમાં જણાવવામાં આવ્યું છે કે અમેરિકાના અલ્બામા રાજ્યના મોન્ટગોમેરીના સમાજની અંતર્નિહિત આદતોમાં પરિવર્તન લાવીને કેવી રીતે માર્ટિન લ્યુથર કિંગ જુનિયર અને નાગરિક આંદોલનને સફળતા પ્રાપ્ત થઈ અને આ પદ્ધતિનો ઉપયોગ કરીને એક યુવા પાદરી રિક વોરેને કેવી રીતે સૈડલબેક ઘાટીમાં દેશનું સૌથી મોટું ચર્ચ બનાવી દીધું. અંતે કેટલાક પેચીદા નૈતિક પ્રશ્નો પર પણ ચર્ચા થઈ, જેમ કે જો બ્રિટનનો કોઈ હત્યારો ઠોસ તર્ક આપીને એ વિશ્વાસ અપાવી દે કે તેની આદતોના કારણે જ તેનાથી હત્યા થઈ છે, તો શું તેને છોડી મૂકવો જોઈએ ?

દરેક પ્રકરણ આ જ વિષયની આસપાસ ફરે છે કે જો આપણે એ જાણી લઈએ કે આદતો કેવી રીતે કામ કરે છે, તો આદતોને બદલી શકાય છે.

આ પુસ્તક સો કરતાં પણ વધારે શૈક્ષણિક અધ્યયનો, ત્રણસો કરતાં પણ વધારે વૈજ્ઞાનિકો અને અદિકારીઓના ઈન્ટરવ્યૂ તથા ઘણી બધી કંપનીઓ પર કરવામાં આવેલા સંશોધનો પર આધારિત છે. (સ્રોતોની સૂચિ જોવા માટે – નામની વેબસાઈટ પર લોગ-ઈન કરો.) આ પુસ્તક આદતોની તકનીકી પરિભાષા પર ધ્યાન કેન્દ્રિત કરે છે : આદતો એ પસંદગી છે, જે આપણે બધા કોઈ એક સમયે સમજી-વિચારીને કરીએ છીએ અને પછી લગભગ દરરોજ સમજ્યા-વિચાર્યા વિના એ પસંદગીનું પુનરાવર્તન કરતા રહીએ છીએ. આપણે કોઈ એક બિંદુ પર ચેતન મનથી એ નિર્ણય લીધો હતો કે આપણે કેટલું ખાઈશું, ઓફિસમાં કઈ બાબતો પર ધ્યાન આપીશું, કેટલી શરાબ પીશું અથવા કેટલી વાર જોગિંગ માટે જઈશું. હવે આપણે આ બધું કરવા માટે વિચાર કરવો પડતો નથી. હવે આ બધું આપણા સ્વચાલિત વ્યવહારનો હિસ્સો બની ગયો છે. આ આપણી ન્યૂરોલોજી (તંત્રિકા પ્રણાલી) નું સ્વાભાવિક પરિણામ છે. આ પ્રણાલીની કામ કરવાની રીતને સમજીને આપણે પોતાની આદતોને

પોતાની જરૂરિયાત પ્રમાણે હિસાબથી પુનર્નિર્મિત કરી શકીએ છીએ.

★★★

હું લગભગ આઠ વર્ષ, પહેલાં ઈરાકના બગદાદમાં એક અખબારના રિપોર્ટર તરીકે કામ કરતો હતો. આદતોના વિજ્ઞાન પ્રત્યે મારી રુચિ અહીંયા વધી. ઈરાકમાં અમેરિકન સેનાની પ્રવૃત્તિઓને નજીકથી જોઈને મને અહેસાસ થયો કે આદતોના નિર્માણનો આ ઈતિહાસનો સૌથી મોટો પ્રયોગ છે. પ્રશિક્ષણ દરમિયાન સૈનિકોની અંદર એવી ઘણી આદતો વિકસિત કરવામાં આવે છે, જેને ખૂબ બારીકીની સાથે સમજી-વિચારીને ડિઝાઈન કરવામાં આવી હોય છે, જેમ કે યુદ્ધમાં કેવી રીતે વિચારવાનું છે, અંદરોઅંદર કેવી રીતે વાત કરવાની છે અને દુશ્મન પર કેવી રીતે ગોળીબાર કરવાનો છે. યુદ્ધના મેદાનમાં દરેક આદેશ પર સૈનિકોની પ્રતિક્રિયા આ જ સ્વભાવોનું પરિણામ હોય છે, જેને સ્વચાલિત આદત બનવા સુધી સતત પુનરાવર્તિત કરવામાં આવે છે. સેનાનું આખું સંગઠન છાવણી બનાવવા, કૂટનીતિક પ્રાથમિકતાઓ નક્કી કરવા અને હુમલાની સ્થિતિમાં પોતાની પ્રતિક્રિયા નક્કી કરવા જેવી ક્રિયાઓ પર જ નિર્ભર હોય છે. ઈરાક-યુદ્ધના શરૂઆતના દિવસોમાં વિદ્રોહ સતત ફેલાતો જતો હતો અને મૃતકોની સંખ્યા પણ ઝડપથી વધી રહી હતી. એ સમયે સેનાના ઓફિસર એવી આદતોની ઓળખ કરવાના પ્રયત્નમાં લાગેલા હતા, જે સૈનિકો અને ઈરાકીઓને આ રીતે પ્રભાવિત કરી શકે, જેનાથી શાંતિ નિર્માણ થઈ શકે.

મને ઈરાક આવ્યે બે જ મહિના થયા હતા, જ્યારે મેં બગદાદથી 90 માઈલ દૂર દક્ષિણમાં વસેલા એક નાનકડા શહેર કુફાના એક સમાચાર સાંભળ્યા. ત્યાં એક સેના અધિકારી આદતોમાં પરિવર્તન લાવવા માટે એક કાર્યક્રમ ચલાવી રહ્યો હતો. તે અધિકારી એક મેજર હતો, જેણે ત્યાં હાલમાં થયેલા તોફાનોના વીડિયોઝ જોઈને એક પેટર્નની શોધ કરી હતી કે સામાન્ય રીતે હિંસાની શરૂઆત ઈરાકીઓની ભીડ દ્વારા પ્લાઝા કે એવી જ અન્ય કોઈ ખુલ્લી જગ્યાએ થાય છે. સૌથી પહેલા થોડાંક જ કલાકોમાં ઈરાકીઓના કેટલાક દળ ત્યાં પહોંચતા હતા, પછી ખાદ્ય-પદાર્થ વિક્રેતાઓનું આગમન થતું હતું અને દર્શકોનો પણ મોટો સમૂહ એકઠો થઈ જતો હતો. એ પછી આ ભીડની આડમાંથી કોઈ પથ્થર કે બોટલ ફેંકતું અને પછી દરેક જણ બેકાબૂ થઈ જતું.

મેજરે કુફાના નગરપાલિકા અધ્યક્ષને મળીને એક વિચિત્ર નિવેદન કર્યું કે કે પ્લાઝામાં ખાદ્ય-પદાર્થ વિક્રેતાઓના આવવા પર પાબંદી લગાવી દેવામાં આવે. નગરપાલિકા અધ્યક્ષે મેજરનું આ નિવેદન સ્વીકારી લીધું. થોડા જ અઠવાડિયા પછી કુફાની સૌથી મોટી મસ્જિદ, મસ્જિદ-અલ-કુફાની આસપાસ થોડી ભીડ એકઠી થઈ ગઈ અને આખા દિવસમાં આ ભીડ ખૂબ વધી ગઈ. પછી આ ભીડમાં સામેલ કેટલાક લોકો ભડકાઉ નારા લગાવવા માંડ્યા. આ જોઈને ઈરાકી પોલીસને સ્થિતિ બગડવાની આશંકા થઈ અને તેમણે અમેરિકી સૈન્ય છાવણીમાં ફોન કરીને સૈનિકોને તૈયાર રહેવા માટે કહી દીધું. પણ સાંજ થતાં-થતાં ભીડ વ્યાકુળ થવા

માંડી કારણ કે લોકોને ભૂખ લાગવા માંડી હતી અને તે કબાબ વિક્રેતાઓને શોધી રહ્યા હતા, પણ ત્યાં એકપણ કબાબ વિક્રેતા નહોતો. થોડાક જ સમયમાં, ભીડમાં દર્શક તરીકે આવેલા લોકો એક-એક કરીને જવા માંડ્યા અને થોડાક જ સમયમાં મોટાભાગના ત્યાંથી ચાલ્યા ગયા. આ જોઈને ભડકાઉ નારા લગાવનારાઓનું મનોબળ ઓછું થઈ ગયું. સાંજના આઠ વાગ્યા સુધી બધા પોત-પોતાના ઘરે જઈ ચૂક્યા હતા.

જ્યારે હું કુફાની છાવણીમાં પહોંચ્યો, તો મારી મુલાકાત મેજરની સાથે થઈ. તેમણે મને એક વાત જણાવી કે 'સામાન્ય રીતે જ્યારે પણ આપણે એક મોટી ભીડ જોઈએ છીએ, તો લોકોની વ્યક્તિગત આદતો પર વિચાર કરતા નથી. જ્યારે તે ઘણી મહત્ત્વની હોય છે.' મેજરનું સંપૂર્ણ કેરિયર આદતના નિર્માણનું મનોવિજ્ઞાન સમજવામાં જ વીત્યું હતું.

તેમને પ્રશિક્ષણ શિબિરમાં ઘણી ઉપયોગી આદતો શીખવવામાં આવી હતી, જેમ કે બંદૂકમાં ગોળીઓ કેવી રીતે ભરવાની છે, યુદ્ધ ક્ષેત્રમાં પૂરતી ઊંઘ કેવી રીતે લેવાની છે, યુદ્ધના કોલાહલમાં પણ પોતાના કામ પર એકાગ્ર કેવી રીતે રહેવાનું છે, ખરાબ રીતે થાક્યા-માંદા હોય ત્યારે યોગ્ય નિર્ણય કેવી રીતે લેવાનો છે વગેરે. તેની સાથે જ તેમણે એવા વર્ગોમાં પણ ભાગ લીધો હતો, જ્યાં તેમને પૈસા બચાવવા, નિયમિત વ્યાયામ કરવો, પોતાના બંકરમાં સાથે સૂનારા સાથીઓ સાથે વાતો કરવા વિશે શીખવવામાં આવ્યું હતું. જેમ-જેમ તેમની પસંદગી ઊંચા પદો માટે થતી ગઈ, તેમને સંગઠનાત્મક આદતોનું મહત્ત્વ પણ સમજાવા લાગ્યું કે કેવી રીતે નીચલા સ્તર પર કામ કરી રહેલા અધિકારી નિર્ણય લેવા માટે દરેક વખતે ઉચ્ચ અધિકારીઓ પર નિર્ભર ન રહે અને કેવી રીતે યોગ્ય દિનચર્યા એ લોકોની સાથે કામ કરવાનું પણ સરળ બનાવી દે છે, જેનો ચહેરો પણ તમે જોવા ન ઈચ્છતા હો. હવે તે એક યુદ્ધગ્રસ્ત દેશને ફરીથી ઊભો કરનારા અધિકારી તરીકે જોઈ શકતા હતા કે ભીડ અને સમૂહ કેવી રીતે સમાન નિયમો અને આદતોના ગુલામ હોય છે. તે જણાવે છે, 'દરેક સમૂહ એ હજારો લોકોની આદતોનો જ એક સંગ્રહ હોય છે, જે તેનો હિસ્સો છે. તે કઈ વાતથી પ્રભાવિત છે, એનાથી જ નક્કી થાય છે કે તે હિંસા કરશે કે શાંતિ જાળવી રાખશે.' મેજરે ખાદ્ય પદાર્થ વિક્રેતાઓ પર પાબંદી લગાવવા ઉપરાંત બીજા પણ ઘણા એવા પ્રયોગ કર્યા હતા, જેનાથી ત્યાંના સ્થાનિક લોકોની આદતોને પણ પ્રભાવિત કરી શકાય. મેજરના આગમન પછી ત્યાં ફરીથી તોફાનો ન થયા.

મેજર જણાવે છે કે 'સેનામાં હું જે સૌથી મહત્ત્વની વાત શીખ્યો છું, તે છે આદતોને સમજવી. આનાથી દુનિયાને જોવાના મારા દૃષ્ટિકોણમાં પણ પરિવર્તન આવ્યું છે. જેમ કે જો તમે રાત્રે જલદી સૂવા ઈચ્છો છો અને સવારે ઉઠીને તરોતાજા અનુભવ કરવા ઈચ્છો છો, તો તમારે તમારા સૂવા અને જાગવાના સમયની આદતો પર ધ્યાન આપવું પડશે. ધ્યાન આપો કે સવારે ઉઠતાંની સાથે જ તમે સ્વચાલિત રીતે શું કરો છો? એ જ રીતે જો તમે દોડવાની આદત વિકસિત કરવા ઈચ્છો છો, તો એવા પ્રેરકોને શોધો, જે તેને તમારું રૂટીન

બનાવી શકે. હું મારા બાળકોને પણ આ બધું જણાવતો રહું છું. મેં અને મારી પત્નીએ પણ અમારા લગ્નજીવન માટે પણ એવી ઘણી આદતો નક્કી કરી રાખી છે, જે અમારા સંબંધોને મજબૂત બનાવે છે. અમારી અધિકારીક બેઠકોમાં પણ અમે આદતોના વિષય પર જ ચર્ચા કરીએ છીએ. કુફાનો કોઈપણ વ્યક્તિ એ અંદાજ ન લગાવી શકતો કે માત્ર કબાબ વિક્રેતાઓને હટાવી દેવાથી આપણે ભીડને આ રીતે પ્રભાવિત કરી શકીશું કે તેને ઉગ્ર થતાં રોકી શકે. જ્યારે તમે ભીડને આદતોના સમૂહના રૂપમાં જુઓ છો, તો તમારું કામ સહેલું થઈ જાય છે. આ એવું છે, જાણે તમને એક સબ્બલ (લોખંડનું એક મોટું સાધન જે ભારે ચીજો ઉઠાવવાના કામમાં આવે છે) અને ટોર્ચ આપી દેવામાં આવી હોય અને બસ હવે તમારે કામે લાગવાનું હોય.'

સેનામાં ભરતી થતાં પહેલા મેજર જોર્જિયા રાજ્યમાં રહેનારા એક સામાન્ય વ્યક્તિ હતા. તે કાં તો હંમેશા સૂરજમુખીના બીજ ચાવતા રહેતા અથવા તમાકુ થૂંકતા રહેતા હતા. તેમણે મને જણાવ્યું કે સેનામાં આવતા પહેલા તેમના માટે કેરિયરનો સૌથી સારો વિકલ્પ હતો કે કાં તો તે ટેલિફોન લાઈનો સરખી કરવા લાગે અથવા પછી કદાચ ડ્રગ્સ વેચવાનું શરૂ કરી દે. તેમના હાઈસ્કૂલના ઘણા સહપાઠીઓએ કેરિયર માટે આ જ વિકલ્પ પસંદ કર્યો હતો. પણ તે સેનામાં ભરતી થઈ ગયા અને આજે તે દુનિયાના સૌથી પ્રગતિશીલ યુદ્ધ સંગઠનમાં આઠસો સૈનિકોની ટુકડીના પ્રમુખ છે.

'વિશ્વાસ રાખો, જો મારા જેવો મૂર્ખ આ બધું શીખી શકે છે, તો કોઈપણ શીખી શકે છે,' તે ભારપૂર્વક જણાવે છે. 'હું મારા સૈનિકોને હંમેશા કહું છું કે જો તમે પોતાની અંદર યોગ્ય આદતો વિકસિત કરો, તો દુનિયામાં એવું કશું જ નથી, જેને તમે હાંસલ ન કરી શકો.'

પાછલા એક દાયકામાં આદતોની ન્યૂરોલોજી (તંત્રિકા પ્રણાલી) અને સાઈકોલોજી (મનોવિજ્ઞાન) વિશે આપણી સમજ અને આપણા જીવનમાં, સમાજમાં, સંગઠનોમાં પેટર્ન કેવી રીતે કામ કરે છે, એની સમજ એટલી વધારે વધી ગઈ છે, જેની આપણે પચાસ વર્ષ પહેલા કલ્પના પણ કરી શકતા નહોતા. હવે આપણે જાણીએ છીએ કે આદતો શા માટે બહાર આવે છે, કેવી રીતે બદલાય છે અને તેની પાછળનું વિજ્ઞાન શું હોય છે. આપણે જાણીએ છીએ કે આદતોને બદલીને કેવી રીતે તેને પોતાની જરૂરિયાત પ્રમાણે પુનર્નિર્મિત કરી શકાય છે. આપણે એ પણ જાણીએ છીએ કે કઈ આદતોથી લોકો ખાવાનું ઓછું કરી શકે છે, નિયમિત વ્યાયામ કરી શકીએ છીએ અને નિપુણતાથી કામ કરીને એક સ્વસ્થ જીવન જીવી શકીએ છીએ. જો કે આદતોને બદલવી સહેલી નથી હોતી અને તેને તરત બદલી પણ શકાતી નથી.

પણ આદતોને બદલવી શક્ય છે અને હવે આપણે જાણીએ કેવી રીતે !

ભાગ
૧

લોકોની વ્યક્તિગત આદતો

1

આદતોનો ફંદો

આદતો કેવી રીતે વિકસે છે

1

ઈ.સ 1993ની શરદ ઋતુમાં અમેરિકામાં સેનડિઆગો શહેરની એક પ્રયોગશાળામાં એક વ્યક્તિ કોઈને મળવા માટે પહોંચે છે. આ એ જ વ્યક્તિ છે, જે આદતો વિશે આપણી સમજ બદલવાની હતી. તે વાદળી રંગનું શર્ટ પહેરેલી, છ ફૂટ લાંબી વૃદ્ધ વ્યક્તિ હતી. તેના સફેદ વાળનો જથ્થો એટલો હતો કે કોઈ મહાવિદ્યાલયના પચાસમા પુર્નમિલન સમારંભમાં સૌના મનમાં ઈર્ષા પેદા કરે. સાંધાની સમસ્યાને કારણે તે થોડો લંગડાતો હતો. પોતાની પત્નીનો હાથ પકડીને તે પ્રયોગશાળાના હોલમાં ધીમી ગતિએ ચાલી રહ્યો હતો, જાણે તે જાણતો જ ન હોય કે આગળ શું થવાનું છે.

લગભગ એક વર્ષ પહેલાંની વાત છે. યુજીન પૉલી ઉર્ફ ઈ.પી. (ડૉકટરી વિશ્વમાં તેઓ આ નામથી જ જાણીતા હતા)

'કોણ માઈકલ છે ?' યુજીને પ્રશ્ન કર્યો.

'તમારો દીકરો. જેને આપણે પાળીપોષીને મોટો કર્યો છે.' તેની પત્ની બેવરલીએ નવાઈ પામતા કહ્યું.

પણ તેમ છતાં યુજીને ભાવશૂન્ય દૃષ્ટિએ એકવાર ફરી એ જ પ્રશ્ન કર્યો. 'માઈકલ કોણ છે ?'

તેમ છતાં બીજા જ દિવસે યુજીનના પેટમાં દુઃખાવો શરૂ થઈ ગયો અને તે પીડાથી અમળાવા લાગ્યો. તેને ઊલટીઓ પણ થવા લાગી. પછીના ચોવીસ કલાકમાં જ તે એટલો નબળો થઈ ગયો કે બેવરલી ગભરાઈને તેને હોસ્પિટલ લઈ ગઈ. તે સમયે યુજીનને 105

ડિગ્રી તાવ હતો અને હોસ્પિટલમાં તેની પથારી પરસેવાથી લથબથ થઈ ગઈ. તે બેભાન થઈ ગયો. જ્યારે તે ભાનમાં આવ્યો ત્યારે તે એટલો આક્રમક થઈ ચૂક્યો હતો કે જ્યારે પણ કોઈ નર્સ તેના હાથમાં સલાઈન લગાવવા આવતી તો તે તેને ધક્કો મારીને બૂમો પાડવા લાગતો. આખરે ડૉકટરોએ તેને બેહોશીની દવા આપી શાંત કર્યો. આ પછી ડૉકટરોએ તેની કમરમાંથી, કરોડરજ્જુના જોડાણમાં એક લાંબી સોય નાખી તેના મસ્તિષ્કમેરુ પ્રવાહી (Cerebrospinal Fluid)ના કેટલાક ટીપાં મેળવ્યા જેથી તેની તપાસ કરી શકાય.

મસ્તિષ્કમેરુ પ્રવાહી (Cerebrospinal Fluid) કાઢતી વખતે જ ડૉકટર્સ સમજી ગયા કે કંઈક તો ગરબડ છે. વાસ્તવમાં મસ્તિષ્ક અને કરોડની નસોની આસપાસ ફેલાયેલું આ દ્રવ્ય સંક્રમણ અને ક્ષતિથી બચાવવાનું કામ કરે છે. એક સ્વસ્થ માનવમાં આ પ્રવાહી એકદમ સાફ હોય છે અને સોયમાં રેશમની જેમ વહી શકે છે. પણ યુજીનના મેરુદંડમાંથી પ્રાપ્ત નમૂનો માટિયાળ હતો અને સોયમાંથી ધીરે-ધીરે ટપકતું હતું, જાણે રેતીના સૂક્ષ્મ કણોથી ભરેલો હોય. તપાસનું પરિણામ આવતા યુજીનના ડૉકટર્સને તેની બીમારીનું કારણ સમજાયું. યુજીનને મસ્તિષ્કનો તાવ હતો. તેને આ બિમારી અપેક્ષાકૃત ઓછા જોખમી મનાતા એક વાયરસની ઝપટમાં આવવાથી થઈ હતી, જે મોંમાં ચાંદી, તાવના ફોલ્લા અને ત્વચામાં સંક્રમણ જેવી સમસ્યાઓ પેદા કરે છે. પણ કેટલીક દુર્લભ પરિસ્થિતિઓમાં આ વાયરસ માનવના મગજમાં પ્રવેશી જાય છે. જે એ માનવના વિચારો અને સપનાઓ સંબંધિત કોમળ ભાગને નષ્ટ કરી દે છે, જેને ઘણા લોકો આત્માનું નિવાસ સ્થાન પણ માને છે. તેનાથી ઘણું નુકસાન પહોંચે છે.

યુજીનના ડૉકટર્સે બેવરલીને જણાવ્યું કે 'યુજીનના મગજને જે નુકસાન પહોંચ્યું છે તેને સુધારવાનો કોઈ ઉપાય નથી. પણ આ વાયરસને હજુ વધારે ફેલાતો અટકાવવા માટે યુજીનને એન્ટીવાયરસનો એક મોટો ડોઝ આપી શકાય તેમ છે.' આ એન્ટીવાયરસ આપ્યા પછી યુજીન કોમામાં ચાલ્યો ગયો અને દસ દિવસો સુધી મોત સામે ઝઝૂમતો રહ્યો. પણ ધીરે-ધીરે દવાઓએ પોતાની અસર દેખાડવાનું ચાલુ કરી દીધું અને આખરે તેનો મગજનો તાવ મટી ગયો. તે કોમામાંથી બહાર પણ આવી ગયો. જો કે યુજીનનું જીવન બચી ગયું હતું પણ તે ખૂબ જ નબળો થઈ ગયો હતો. તેને કંઈ પણ ગળવામાં તકલીફ થઈ રહી હતી. પ્રયત્ન કરવા છતાં પણ તે એક પૂરું વાક્ય પણ બોલી શકતો નહોતો. ક્યારેક-ક્યારેક તો તે અચાનક એટલો હાંફવા માંડતો કે જાણે થોડીક ક્ષણો માટે તે શ્વાસ લેવાનું ભૂલી જ ગયો હોય.

થોડા જ દિવસોમાં યુજીનનું સ્વાસ્થ્ય સારું થવા લાગ્યું. ડૉકટર્સે એકવાર ફરીથી તેની તપાસ કરી. આ તપાસના પરિણામ જોઈ ડૉકટરને ખૂબ નવાઈ લાગી કારણ કે યુજીનનું તંત્રિકા તંત્ર (Nervous System) અને શરીરનો એક મોટો હિસ્સો વાયરસના આક્રમણથી સુરક્ષિત હતા. તે પોતાના અંગોનો ઉપયોગ સહજતાથી કરી શકતો હતો અને અવાજ તથા

પ્રકાશ વગેરે પ્રત્યે યોગ્ય પ્રતિક્રિયા આપી રહ્યો હતો. જો કે તેના મગજની તપાસના પરિણામ ચિંતાજનક હતા. સ્કેનિંગ રિપોર્ટમાં ડૉક્ટર્સને તેના મગજની વચ્ચોવચ એક ધબ્બો દેખાયો. વાસ્તવમાં માનવની કરોડ અને ખોપડી (Cranium) જે બિંદુએ મળે છે, યુજીનના શરીરના એ ભાગના તંતુઓને વાયરસે નષ્ટ કરી નાખ્યા હતા.

'બની શકે કે યુજીન પહેલા જેવો ન રહે' એક ડૉક્ટરે તેની પત્ની બેવરલીને સાવધાન કરી, 'અને એ પણ શક્ય છે કે તમે તમારા પતિને ગુમાવી દો.'

યુજીનને હોસ્પિટલના બીજા ભાગમાં લઈ જવામાં આવ્યો. પહેલું અઠવાડિયું પૂરું થતા સુધીમાં તે ખાવા-પીવા લાગ્યો. બીજા અઠવાડિયે તે સામાન્ય રીતે વાતો પણ કરવા લાગ્યો અને ખોરાકમાં મીઠું અને જેલ-ઓ (જેલીથી બનેલો ગળ્યો પદાર્થ) વગેરે માંગવા લાગ્યો. તેની સાથે જ તે ટી.વી.ની ચેનલ્સ બદલી-બદલીને નીરસ ધારાવાહિકો વિશે ફરિયાદો પણ કરવા લાગ્યો. પાંચ અઠવાડિયા પછી યુજીનને હોસ્પિટલમાંથી રજા આપીને પુનર્વાસ કેન્દ્ર (Rehabilitation Centre) માં મોકલી દેવામાં આવ્યો. એ વખતે યુજીન આરામથી હરવા-ફરવા માંડ્યો હતો અને સાથે જ નર્સોને વણમાંગી સલાહ આપવા લાગ્યો હતો. જેમ કે અઠવાડિયાના અંતની રજા વીતાવવા માટે તેમણે ક્યાં જવું જોઈએ.... વગેરે.

'મેં પહેલી વાર આ માંદગીથી ગ્રસ્ત કોઈ દર્દીને સ્વસ્થ થતા જોયો છે, હું તને કોઈ ખોટી આશા બંધાવવા માંગતો નથી, પણ આ ખરેખર અદ્‌ભુત છે.' યુજીનના ડૉક્ટરે બેવરલીને કહ્યું.

પણ બેવરલીની ચિંતાનો અંત આવ્યો નહી. પુનર્વાસ કેન્દ્ર (Rehabilitation Centre) માં જ આ વાત સ્પષ્ટ થઈ ગઈ હતી કે આ બીમારીથી યુજીનની અંદર કેટલાક અસામાન્ય પરિવર્તન આવી ગયા છે. જેમ કે, યુજીન અઠવાડિયાના દિવસો ભૂલી જતો હતો. વારંવાર કહેવા છતાં પણ તે પોતાના ડૉક્ટર્સ અને નર્સોના નામ યાદ રાખી શકતો નહોતો. એક દિવસ જ્યારે ડૉક્ટર યુજીનની તબિયત વિશે પૂછ્યા પછી તેના ઓરડામાંથી બહાર નીકળી ગયા ત્યારે યુજીને પોતાની પત્ની બેવરલીને પૂછ્યું, 'આ લોકો મને આવા પ્રશ્નો કેમ પૂછ્યા કરે છે ?'

ઘરે પાછા ફર્યા પછી પણ યુજીનમાં ઘણા ફેરફાર દેખાય. તેને પોતાના મિત્ર યાદ નહોતા. લોકો સાથે વાત કરતી વખતે તે અચાનક બધું જ ભૂલી જતો હતો. ઘણીવાર સવાર-સવારમાં જ ઊંઘ ઊડી જતા તે સીધો રસોડામાં ચાલ્યો જતો અને પોતાના માટે ઈંડા અને બેકન[1] બનાવીને ખાઈ લેતો. પછી પોતાના ઓરડામાં પાછો આવી પથારીમાં આડો પડતો અને રેડિયો સાંભળવા લાગતો. પછી ચાલીસ મિનિટ પછી તે ફરીથી આ વાતનું પુનરાવર્તન કરતો – ઉઠીને પોતાના માટે ઈંડા અને બેકન બનાવતો, તેને ખાઈને પાછો

---

[1] સંરક્ષિત માંસથી બનાવવામાં આવતો એક પદાર્થ જે હંમેશા નાસ્તામાં ખાવામાં આવે છે

ફરીથી પથારીમાં સૂઈ જતો અને રેડિયો સાંભળવા લાગતો. થોડા જ સમય પછી તે ફરીથી આ બધી બાબતનું પુનરાવર્તન કરતો.

તેના આ વિચિત્ર વર્તનથી ગભરાઈને બેવરલીએ તરત વિશેષજ્ઞોનો સંપર્ક કર્યો. આ વિશેષજ્ઞોમાં સેનડિઆગોની કેલિફોર્નિયા વિશ્વવિદ્યાલયના એક સંશોધક પણ સામેલ હતા. તેઓ એ સમયે યાદદાસ્ત ગુમાવવાના કારણો પર સંશોધન કરતા હતા. એક દિવસ યુજીન અને બેવરલી વિશ્વવિદ્યાલયના પરિસરમાં પહોંચી ગયા. તે એકબીજાનો હાથ પકડીને મુખ્ય હોલમાંથી પસાર થતા આગળ વધ્યા. તેમને એક પરીક્ષણ-કક્ષમાં બેસવા માટે કહેવામાં આવ્યું. યુજીન ત્યાં બેઠેલી એક યુવતી સાથે વાતો કરવા લાગ્યો, જે કમ્પ્યુટર પર કામ કરી રહી હતી.

યુજીને કમ્પ્યુટરની તરફ ઈશારો કરતા કહ્યું કે 'મારા યુવાનીના દિવસોમાં આ મશીનનું કદ આ ઓરડા કરતાં પણ મોટું રહેતું અને તેને મૂકવા માટે છ-છ ફૂટના ઘણા રેક્સની જરૂર પડતી હતી. મેં ઈલેક્ટ્રોનિક્સના ક્ષેત્રમાં ઘણા વર્ષ કામ કર્યું છે અને હવે આ મશીનને આટલા નાના કદમાં જોવું એ ખરેખર આશ્ચર્યજનક છે.'

તે યુવતી યુજીનની વાત પર ધ્યાન આપ્યા વિના કમ્પ્યુટર પર કામ કરતી રહી. અચાનક યુજીનના ચહેરા પર હાસ્ય આવી ગયું.

'આ બધી પ્રિંટેડ સર્કિટ્સ, ડાયોડ્સ અને ટ્રાયોડ્સ કેટલા અદ્દભુત છે. જ્યારે હું ઈલેક્ટ્રોનિક્સના ક્ષેત્રમાં સક્રિય હતો, તે સમયે એને મૂકવા માટે પણ છ-છ ફૂટના ઘણા રેક્સની જરૂર પડતી હતી.'

ત્યારે જ એક વૈજ્ઞાનિકે ઓરડામાં પ્રવેશ કર્યો. તેણે પોતાનો પરિચય આપ્યો અને યુજીનને તેની ઉંમર પૂછી.

'મારી ઉંમર ? ઓગણસાઠ કે સાઠ વર્ષ હશે કદાચ !' યુજીને ઉત્તર આપ્યો. જ્યારે વાસ્તવમાં તેની ઉંમર એકોત્તેર વર્ષ હતી.

તે વૈજ્ઞાનિક કમ્પ્યુટર પર કંઈક ટાઈપ કરવા લાગ્યો. યુજીને હસતાં-હસતાં એકવાર ફરી કહ્યું, 'આ ખરેખર અદ્દભુત છે. જાણો છો, જ્યારે હું ઈલેક્ટ્રોનિક્સમાં હતો ત્યારે આ મશીનને છ-છ ફૂટના ઘણા રેક્સમાં મૂકવામાં આવતા હતા.'

આ વૈજ્ઞાનિક હતા બાવન વર્ષીય લૈરી સ્કાયર. તે વ્યવસાયે એક પ્રોફેસર હતા, જે પાછલા ત્રણ દાયકાઓથી યાદદાસ્ત સાથે સંબંધિત તંતુઓની રચના (neuroanatomy) નું અધ્યયન કરતા હતા. તેમનો અભ્યાસ મુખ્યત્વે એ વાત પર કેન્દ્રિત હતો કે માનવના મગજમાં ઘટનાઓનો ભંડાર કેવી રીતે થાય છે. તે તેના વિશેષજ્ઞ હતા. યુજીનની આ બીમારીને કારણે ટૂંક સમયમાં જ લૈરી સ્કાયર અને સેંકડો અન્ય સંશોધકોની સામે એક

બિલકુલ નવા જ સંસારના દ્વાર ખૂલવાના હતા. અત્યાર સુધી આદતો અંગે આપણી જે પણ જાણકારી કે સમજ હતી, તે આ જ સંશોધકોના અનેક અભ્યાસોને કારણે ઘડાઈ હતી. સ્કાયરના પ્રયોગોથી જાણવા મળ્યું કે જે માનવી પોતાની ઉંમર અને એવી અનેક સામાન્ય વાતો પણ યાદ રાખી શકતો નથી, તેની અંદર પણ આશ્ચર્યજનક રીતે જટિલ આદતો વિકસિત થતી રહે છે. પછી તમને અનુભૂતિ થાય છે કે દરેક માનવી રોજિંદું જીવન વીતાવવા માટે સમાન તંત્રિકા-પ્રક્રિયાઓ પર જ નિર્ભર હોય છે. સ્કાયર અને અન્ય સંશોધકોના અભ્યાસથી અચેતન મનની કાર્યપ્રણાલીને સમજવામાં ઘણી મદદ મળી. આ કાર્યપ્રણાલીનો પ્રભાવ આપણી રોજિંદી અગણિત પસંદગી પર પડે છે, જે આપણને તાર્કિક તો લાગે છે પણ વાસ્તવમાં આપણી એ તીવ્ર ઈચ્છાઓથી પ્રભાવિત હોય છે, જેનાથી આપણે લગભગ અજાણ હોઈએ છીએ.

સ્કાયરે યુજીનને મળતાં પહેલાં ઘણા અઠવાડિયાઓ સુધી, તેના મગજના સ્કેન્સનો અભ્યાસ કર્યો હતો. આ સ્કેન્સથી સ્પષ્ટ થયું કે વાયરસનો બધો પ્રભાવ યુજીનના મગજના મધ્ય ભાગમાં પાંચ સેન્ટીમીટરના એક સીમિત ક્ષેત્રમાં થયો છે. આ વાયરસે તેમના મગજના મધ્યવર્તી ભાગમાં (Medial Temporal Lobe)ને પૂર્ણપણે નષ્ટ કરી દીધો હતો. વૈજ્ઞાનિકોનું માનવું હતું કે તંતુઓનો આ નાનકડો સંઘ બધા પ્રકારના સંજ્ઞાનાત્મક કાર્ય (Cognitive Tasks) જેમ કે ભૂતકાળ યાદ રાખવો, ભાવનાઓ પર નિયંત્રણ રાખવું વગેરે કરે છે. પણ સ્કાયર યુજીનના મગજ પર થયેલા આ વિનાશકારી પ્રભાવથી ચકિત નહોતા. તે જાણતા હતા કે આ પ્રકારના વાયરસના તંતુઓ અત્યંત ક્રૂર અને સુનિશ્ચિત રીતે નષ્ટ કરે છે. સ્કાયરને બસ એક જ વાતની નવાઈ લાગતી હતી કે એક અન્ય વ્યક્તિના સ્કેન્સ યુજીનના સ્કેન્સની સાથે હૂ-બહૂ મળતા આવતા હતા.

હેનરી મોલોયઝન 'એચ.એમ.'નું ઉદાહરણ

ત્રીસ વર્ષ પહેલાં જ્યારે સ્કાયર એમઆયટીમાંથી પી.એચ.ડી. કરી રહ્યા હતા, ત્યારે તેમણે એક સમૂહની સાથે મળીને ડૉકટરી ઈતિહાસના સૌથી જાણીતા દર્દી 'એચ.એમ.'નો અભ્યાસ કર્યો હતો. એચ.એમ.નું અસલી નામ હેનરી મોલોયઝન હતું. જ્યારે એચ.એમ. સાત વર્ષનો હતો ત્યારે સાઈકલ પરથી પડવાને કારણે તેના માથા પર ઊંડો ઘા થયો હતો. તેના થોડા જ સમય પછી તેને હુમલા આવવા માંડ્યા, જેનાથી તે બેભાન થઈ જતો હતો. સોળ વર્ષની ઉંમરે તેને એટલો ગંભીર હુમલો આવ્યો કે તેની અસર તેના આખા મગજ પર થઈ. આ પછી તે દિવસમાં દસ વાર કરતાં પણ વધારે વખત બેભાન થવા માંડ્યો.

સત્યાવીસ વર્ષનો થયો ત્યાં સુધીમાં એચ.એમ. પૂર્ણપણે હતાશ થઈ ગયો હતો. હુમલા ઓછા કરવાની દવાની તેના પર અસર થતી નહોતી. તે પોતાના માતા-પિતાની સાથે તેમના ઘરમાં જ રહેતો હતો. એચ.એમ. એક સામાન્ય જીવન જીવવા ઈચ્છતો હતો તેથી તેણે એક ડૉકટરની મદદ લીધી, જેનામાં નવા પ્રયોગ કરવાની ઊંડી જિજ્ઞાસા હતી

અને તે ઈલાજમાં ભૂલ કરવાથી ડરતો નહોતો. ત્યાં સુધી વિવિધ અભ્યાસોથી એ જાણ થઈ ગઈ હતી કે મગજના એક હિસ્સા હિપ્પોકેમ્પસ (Hippocampus) નો સંબંધ હુમલો આવવા સાથે હોય છે. જ્યારે ડૉક્ટરે એચ.એમ.ના મગજનું ઓપરેશન કરી તેના મગજની સામેના હિસ્સાને ઉઠાવીને એક નાની નળી દ્વારા હિપ્પોકેમ્પસ અને તેની આસપાસ ફેલાયેલા તંતુઓને બહાર ખેંચવાનો પ્રસ્તાવ મૂક્યો, તો એચ.એમ. તરત સહમત થઈ ગયો.

1953માં એચ.એમ.નું ઓપરેશન થયું. ઓપરેશન પછી તે જેમ-જેમ સ્વસ્થ થતો ગયો, તેને આવતા હુમલાની સંખ્યા પણ ઘટતી ગઈ. પણ તેની સાથે જ એ વાત પણ જાણવા મળી કે એચ.એમ.નું મગજ મૌલિક રીતે પરિવર્તિત થઈ ચૂક્યું હતું. એચ.એમ. પોતાનું નામ જાણતો હતો અને તેને એ પણ યાદ હતું કે તેની મા આયરલેન્ડની હતી. તેને 1929માં શૅર માર્કેટનું ધ્વસ્ત થવું અને દ્વિતીય વિશ્વ યુદ્ધમાં ફ્રાન્સના નોરમંડી પર થયેલું આક્રમણ પણ યાદ હતું. પણ તે એ પછીની લગભગ એક દાયકાની બધી યાદો, અનુભવ, સંઘર્ષ, બધું જ ભૂલી ચૂક્યો હતો. જ્યારે એચ.એમ.ની યાદદાસ્તની તપાસ કરવા માટે એક ડૉક્ટરે તેને અંકોની એક યાદી અને પત્તા રમીને દેખાડ્યા, ત્યારે તેને સમજાઈ ગયું કે હવે એચ.એમ. કોઈપણ નવી જાણકારીને વીસ સેકન્ડથી વધારે સમય યાદ રાખી શકતો નથી.

એચ.એમ.ના ઓપરેશનથી માંડીને ઈ.સ.2008માં તેના મૃત્યુ સુધી, તેના માટે દરેક વ્યક્તિ, દરેક ગીત, દરેક ઓરડો, દરેક વસ્તુ પૂર્ણપણે એક નવો અનુભવ હતો. તેનું મગજ સમયના કોઈ એક બિંદુ પર અટકી ગયું હતું. તે રોજે આ વાત પર આશ્ચર્ય વ્યક્ત કરતો કે કાળા રંગના એક નાનકડા ચોરસ ડબ્બાથી, જેને રિમોટ કહે છે તેનાથી ટી.વી.ની ચેનલ્સ બદલી શકાય છે. દિવસમાં કેટલીયે વાર તે ડૉક્ટર્સ અને નર્સોને પોતાનો પરિચય આપતો હતો.

સ્કાયર કહે છે કે 'એચ.એમ. ના મગજનો અભ્યાસ કરવાનું મને ખૂબ સારું લાગ્યું કારણ કે મગજના અભ્યાસમાં, યાદદાસ્ત એક ઠોસ અને રોમાંચક માર્ગ છે. હું અમેરિકાના ઓહિયોમાં ઉછર્યો છું. મને યાદ છે, જ્યારે હું પહેલા ધોરણમાં હતો અને અમારી ટીચર અમને બધાને મીણની રંગબેરંગી પેન્સિલ (Crayons) વહેંચી રહી હતી. મને જેટલા પણ રંગોની પેન્સિલ મળી, મેં તેને કાગળ પર એકસાથે એક જગ્યાએ ઘસીને એ જાણવાનો પ્રયત્ન કર્યો કે આનાથી કાળો રંગ બનશે કે નહીં. મને એ ઘટના તો સારી રીતે યાદ છે, પણ મારી એ અધ્યાપિકાનો ચહેરો કેમ યાદ નથી ? મારા મગજે એ યાદને અન્ય ઘટનાઓ કરતાં વધારે મહત્ત્વ શા માટે આપ્યું ?'

સ્કાયર એ જોઈને આશ્ચર્યચકિત હતા કે યુજીનના સ્કેન્સ એચ.એમ. ને કેટલા મળતા આવતા હતા. બંનેના મગજના મધ્ય ભાગમાં અખરોટના આકારના ધબ્બા હતા. એચ.એમ.ની જેમ જ યુજીનની પણ યાદદાસ્ત જતી રહી હતી.

એચ.એમ. અને યુજીનમાં ફેર

આ પછી જ્યારે સ્કાયરે યુજીનના અન્ય કેટલાક પરીક્ષણ કર્યા તો જાણવા મળ્યું કે એચ.એમ. અને યુજીનમાં ઘણું અંતર છે. જેમ કે એચ.એમ.ને મળતાં જ ખબર પડી જતી હતી કે તે અસ્વસ્થ છે. જ્યારે યુજીન સામાન્ય વાતચીત કરવાથી માંડીને અન્ય ઘણા કાર્યો સુધી, બધું જ એટલા આરામથી કરી લેતો હતો કે સામાન્ય રીતે તેને જોઈને તેની અસલી સ્થિતિની જાણ થતી જ નહોતી.

ઓપરેશને એચ.એમ.ને એટલો નબળો બનાવી દીધો હતો કે એ પછી તેણે આજીવન હોસ્પિટલમાં જ રહેવું પડ્યું. બીજી તરફ, યુજીન પોતાની પત્નીની સાથે પોતાના ઘરમાં રહેતો હતો. એચ.એમ. કોઈ એક વિષય પર લાંબા સમય સુધી વાતચીત કરી શકતો નહોતો. જ્યારે યુજીન દરેક વાતચીતને ચતુરાઈથી ઉપગ્રહો કે પછી ઋતુ જેવા વિષયો તરફ લઈ જતો હતો કારણ કે આના વિશે તે સ્વયં લાંબા સમય સુધી વાત કરી શકતો હતો. જો કે તે એક અંતરિક્ષ પ્રૌદ્યોગિકી કંપનીમાં ટેકનિશિયન હતો તેથી તેના માટે આ વિષયો પર વાત કરવી સહેલી હતી.

યુજીનનું પરીક્ષણ

પરીક્ષણની શરૂઆતમાં સ્કાયરે યુજીનને તેની કિશોરાવસ્થા વિશે પૂછ્યું. યુજીને મધ્ય કેલિફોર્નિયાના એક શહેર વિશે જણાવ્યું, જ્યાં તેનો ઉછેર થયો હતો. સાથે જ તેણે મર્ચેન્ટ મરીન્સના પોતાના અનુભવો વિશે જણાવતાં, ઓસ્ટ્રેલિયાની એક યાત્રા વિશે પણ જણાવ્યું. તેને પોતાના જીવનની 1960ના પહેલાની લગભગ બધી ઘટનાઓ યાદ હતી. તેનાથી આગળના દાયકાઓ વિશે પૂછતાં યુજીને નમ્રતાથી વિષય બદલતા કહ્યું કે 'કેટલાક કારણોથી મને હાલની જ ઘટનાઓને યાદ કરવામાં મુશ્કેલી થઈ રહી છે.'

યુજીનની બુદ્ધિમત્તાનું પરીક્ષણ કરતાં સ્કાયરે જોયું કે છેલ્લા ત્રણ દાયકાઓ વિશે કશું જ યાદ ન હોવા છતાં યુજીનની બુદ્ધિ પ્રખર છે. ત્યાં સુધી કે યુજીનમાં યુવાનીના સમયની બધી આદતો જળવાઈ રહી હતી. તેથી જ્યારે કોઈ વખત સ્કાયર યુજીનને પાણીનો ગ્લાસ આપતા અથવા કોઈ વિશેષ જવાબ વિસ્તારથી આપવા માટે યુજીનની પ્રશંસા કરતા, તો યુજીન તેમને ધન્યવાદ આપતા અને બદલામાં તેમની પ્રશંસા પણ કરતા. જ્યારે પણ કોઈ તેમના ઓરડામાં પ્રવેશ કરતું, તો યુજીન ઉઠીને તેને પોતાનો પરિચય આપતો અને તેના હાલચાલ જરૂર પૂછતો.

પણ જ્યારે યુજીનને અંકોની કોઈ શ્રેણી અથવા પ્રયોગશાળાની બહારના વરંડા વગેરે વિશે યાદ કરી તેનું વર્ણન કરવાનું કહેવામાં આવ્યું, તો ડૉક્ટર્સને કેટલીક નવી વાતો જાણવા મળી. જેમ કે યુજીન કોઈપણ નવી જાણકારીને વધારેમાં વધારે એક મિનિટ કરતાં વધારે સમય સુધી યાદ રાખી શકતો નહોતો. યુજીનને જ્યારે તેના પૌત્ર-પૌત્રીઓની તસવીરો

દેખાડવામાં આવી, ત્યારે તે તેમને ઓળખી શક્યો નહીં. જ્યારે સ્કાયરે યુજીનને તેની બીમારી વિશે પૂછ્યું ત્યારે જાણવા મળ્યું કે તેને બીમાર પડવા કે હોસ્પિટલમાં દાખલ થવા વિશે કશું જ યાદ નહોતું. વાસ્તવમાં યુજીન પોતાની યાદદાસ્ત ગુમાવવા વિશે કશું જ જાણતો નહોતો. તે પ્રમાણે તેને કોઈ ઈજા પહોંચી નહોતી અને તેણે પોતાની યાદદાસ્ત પણ ગુમાવી નહોતી. આથી યુજીન માટે એ કલ્પના કરવી પણ મુશ્કેલ હતી કે તે અસ્વસ્થ છે.

યુજીનને મળ્યાના કેટલાક મહિના પછી સ્કાયરે તેની યાદદાસ્ત ચકાસવા માટે કેટલાક નવા પ્રયોગ કર્યા. આ દરમિયાન યુજીન અને બેવરલી લોસ એન્જિલસના સમુદ્ર કિનારે વસેલા પ્લાયા દેલ રેને છોડીને પોતાની દીકરીના ઘરની નજીક સેનડિઆગોમાં રહેવા ચાલ્યા ગયા. અહીં સ્કાયર ઘણીવાર તપાસ માટે તેમના ઘરે આવતા હતા. એક દિવસ તેમણે યુજીનને કહ્યું કે તે પોતાના ઘરનો નકશો બનાવે. યુજીને પ્રયત્ન કર્યો પણ તેને સફળતા મળી નહીં. 'તું સવારે ઉઠ્યા પછી ઘરના અન્ય ઓરડામાં કેવી રીતે જાય છે ?' સ્કાયરે યુજીનને પૂછ્યું.

'સાચું કહું તો મને ખબર નથી.' યુજીને જવાબ આપ્યો.

સ્કાયર પોતાના લેપટોપ પર યુજીનની ટિપ્પણીઓ વિશે નોટ્સ બનાવવા લાગ્યા. આ દરમિયાન યુજીનનું ધ્યાન બીજે કશે ચાલ્યું ગયું. તે ઓરડામાં આમ-તેમ જોવા લાગ્યો. પછી તે ઉઠીને વરંડા તરફ ગયો અને પછી શૌચાલયમાં ચાલ્યો ગયો. થોડીક મિનિટો પછી શૌચાલયમાંથી ફ્લશનો અવાજ આવ્યો અને પછી નળમાંથી પાણી વહેવાનો. પોતાની પાટલૂન પર હાથ લૂછતાં યુજીન એકવાર ફરી સામેના ઓરડામાં સ્કાયરની બાજુમાં આવીને બેસી ગયો અને નિશ્ચિંત થઈને પછીના પ્રશ્નની રાહ જોવા લાગ્યો.

એ સમયે આ વાત પર કોઈનું ધ્યાન ન ગયું કે જે માણસ પોતાના ઘરનો નકશો બનાવી શકતો નથી, તેણે આટલી સરળતાથી ઘરનું શૌચાલય કેવી રીતે શોધી લીધું ? આગળ જતાં આ પ્રશ્ન અને એના જેવા અન્ય ઘણા પ્રશ્ન અમને નવી શોધોના એક એવા માર્ગ પર લઈ ગયા, જેણે આદતોની શક્તિ વિશે અમારી સમજને પૂર્ણપણે બદલી નાખી. આનાથી એક એવી વૈજ્ઞાનિક ક્રાંતિ શરૂ થઈ, જેના કારણે આજે હજારો સંશોધકો પહેલી વાર આ વિશે સંશોધન કરી રહ્યા છે કે માનવના જીવન પર આદતોની કેવી અસર પડે છે.

ખુરશી પર બેઠેલા યુજીનની નજર સ્કાયરના લેપટોપ પર પડી.

'આ ખરેખર અદ્ભુત છે. જ્યારે હું ઈલેક્ટ્રોનિક્સના ક્ષેત્રમાં કામ કરતો હતો, ત્યારે આ મશીનને મૂકવા માટે છ-છ ફૂટના ઘણા રેકની જરૂર પડતી હતી.

★★★

નવા ઘરમાં આવ્યા પછી કેટલાક અઠવાડિયા સુધી બેવરલી રોજ યુજીનને બહાર ફરવા માટે લઈ જવાનો પ્રયત્ન કરતી હતી. ડૉક્ટર્સે બેવરલીને યુજીન પાસે વ્યાયામ કરાવવાની સલાહ આપી હતી. આ ઉપરાંત એક વાત એ પણ હતી કે જ્યારે યુજીન આખો દિવસ ઘરે જ રહેતો, ત્યારે આખો દિવસ બેવરલીને વારંવાર એક જ પ્રકારના સવાલ પૂછતો રહેતો, જેનાથી બેવરલી હેરાન થઈ જતી. તેથી બેવરલી રોજ સવાર-સાંજ યુજીનને ફેરવવા માટે ચાર રસ્તા સુધી લઈ જતી હતી. તે બંને રોજે સાથે એ જ રસ્તેથી ચાર રસ્તા સુધી પહોંચતા હતા.

ડૉકટરે બેવરલીને યુજીન પર નજર રાખવા માટે કહ્યું હતું. તેમણે બેવરલીને ચેતવી હતી કે જો કોઈ દિવસ યુજીન ઘરમાં નીકળીને રસ્તો ભૂલી ગયો, તો તે જાતે રસ્તો શોધી શકશે નહીં અને કોઈની પાસેથી મદદ પણ લઈ શકશે નહીં. અચાનક એક દિવસ સવારે-સવારે કંઈક એવું જ થયું. વાસ્તવમાં એ દિવસે યુજીનને ફરવા માટે લઈ જવા બેવરલી તૈયાર જ થઈ રહી હતી કે યુજીન અચાનક ઘરની સામેના દરવાજામાંથી બહાર ચાલ્યો ગયો. જો કે તેને ઘરના એક ઓરડામાંથી બીજા ઓરડામાં ફરવાની આદત હતી તેથી થોડા સમય સુધી બેવરલીને સમજાયું જ નહીં કે યુજીન ઘરમાં નથી. જેવી તેને આ વાતની ખબર પડી, તે દોડતી ઘરમાંથી બહાર નીકળી અને ગભરાઈને યુજીનને આસપાસ બધે શોધવા માંડી. જો કે મહોલ્લાના બધા ઘર એકસરખા જ દેખાતા હતા એટલે બેવરલીને શંકા ગઈ કે ક્યાંક યુજીન ભૂલથી કોઈ પડોશના ઘરમાં તો ઘૂસી ગયો નથી ને. તે પાડોશીઓના ઘેર-ઘેર જઈ અધીરાઈપૂર્વક તેમના દરવાજાની ઘંટડી વગાડવા લાગી. પણ યુજીન કોઈ પાડોશીના ઘરે મળ્યો નહીં. બેવરલી એટલી ગભરાઈ ગઈ કે તેણે રડવું આવી ગયું. તે ફરીથી રસ્તાની તરફ દોડી અને રડતાં-રડતાં બૂમો પાડતી યુજીનને બોલાવવા લાગી. બેવરલીના મનમાં જાત-જાતના ખરાબ વિચાર આવવા માંડ્યા, 'ક્યાંક યુજીન ટ્રાફિકમાં ફસાઈને કોઈ ગાડીની નીચે ન આવી જાય....કોઈને પૂછતાં તે ઘરનું સરનામું કેવી રીતે જણાવશે...' આ બધું વિચારતા જ બેવરલી ગભરાઈ ગઈ. યુજીનને શોધતાં-શોધતાં પંદર મિનિટ કરતાં વધારે સમય થઈ ચૂક્યો હતો. જ્યારે યુજીનના કોઈ સમાચાર ન મળ્યા ત્યારે આખરે બેવરલી પોલીસને ફોન કરવા માટે ઘરની તરફ દોડી.

તે ઉતાવળમાં દરવાજો ખોલીને ઘરની અંદર આવી અને જોયું કે યુજીન સામેના ઓરડામાં આરામથી બેસીને ટી.વી. પર 'હિસ્ટ્રી ચેનલ' જોઈ રહ્યો છે. બેવરલીને રડતી જોઈ તેને નવાઈ લાગી. જ્યારે બેવરલીએ યુજીનને પૂછ્યું કે 'તું ક્યાં હતો ?' તો તેણે જણાવ્યું કે 'હું ઘરમાંથી બહાર ક્યારે નીકળ્યો અને ક્યાં ગયો, મને કશું જ યાદ નથી.' તે સમયે યુજીન એ પણ સમજી શકતો નહોતો કે બેવરલી શા માટે નારાજ થઈ ગઈ છે. પછી બેવરલીએ મેજ પર પડેલો દેવદારના શંકુઓનો ઢગલો જોયો. તેને યાદ આવ્યું કે જ્યારે તે યુજીનને બહાર શોધી રહી હતી, ત્યારે આવો જ ઢગલો તેણે તેના એક પડોશીના આંગણામાં પણ જોયો હતો. તેણે નજીક આવીને યુજીનના હાથ જોયા. તેના હાથ પર એ શંકુનો ચીકણો

રસ લાગેલો હતો. બેવરલીને સમજાઈ ગયું કે યુજીન તેને છોડીને એકલો જ ફરવા ચાલ્યો ગયો હશે અને કદાચ ચાર રસ્તા સુધી ફરીને પાછા આવતી વખતે શંકુ ઉઠાવી લાવ્યો હશે.

સૌથી મોટી વાત એ હતી કે યુજીન સુરક્ષિત પાછો ફર્યો હતો.

એ પછી યુજીન રોજ સવારે એકલો જ ફરવા જવા માંડ્યો. બેવરલી તેને રોકવાનો પ્રયત્ન કરતી, પણ આ પ્રયત્ન નિષ્ફળ સાબિત થયો.

બેવરલી જણાવે છે કે 'હું યુજીનને ઘરની અંદર રહેવા માટે કહું, તો પણ થોડીક મિનિટો પછી તે એ વાત ભૂલી જતો હતો. ઘણીવાર તો આ ડરના કારણે તેનો પીછો પણ કર્યો કે તે ક્યાંક ખોવાઈ ન જાય. પણ દર વખતે તે સુરક્ષિત રીતે પાછો આવતો હતો. ક્યારેક તે દેવદારના શંકુ તો ક્યારેક પથ્થર ઉઠાવી લાવતો હતો. એકવાર તો તે રસ્તા પર પડેલો કોઈનો બટવો ઉઠાવી લાવ્યો હતો અને આ રીતે એકવાર તે ગલૂડિયું પણ લઈ આવ્યો હતો. પણ યુજીનને ક્યારેય યાદ રહેતું નહોતું કે આ બધી વસ્તુઓ ક્યાંથી આવી.'

જ્યારે સ્કાયર અન તેના સહાયકોને યુજીનના ફરવા વિશે જાણવા મળ્યું તો તેમને ખૂબ નવાઈ લાગી. હવે તેમને સંશય થવા માંડ્યો કે યુજીનના મગજમાં તેની ચેતન સ્મૃતિ ઉપરાંત બીજું પણ કશુંક છે, જે સક્રિય છે. તેમણે એક નવા પ્રયોગનો નમૂનો તૈયાર કર્યો. પછી સ્કાયરનો એક સહાયક યુજીનના ઘરે આવ્યો અને તેણે યુજીનને પોતાના મહોલ્લાનો નકશો બનાવવા માટે કહ્યું. યુજીન એમ કરી શક્યો નહીં. પછી તેણે યુજીનને તેના મહોલ્લાનો એક નકશો દેખાડ્યો અને તેમાં તેનું પોતાનું ઘર શોધવા માટે કહ્યું. યુજીન થોડા સમય સુધી તો આડી-અવળી રેખાઓ દોરતો રહ્યો, પછી તે ભૂલી ગયો કે તેને શું કરવા માટે કહેવામાં આવ્યું હતું.

પછી જ્યારે સહાયકે તેને પૂછ્યું કે 'ઘરમાં રસોડું કઈ બાજુ છે ?'

'હું નથી જાણતો,' યુજીને ઓરડામાં ચારેય તરફ જોતા કહ્યું.

'જ્યારે તને ભૂખ લાગે છે, તો તું શું કરે છે યુજીન ?' સહાયકે એક બીજો પ્રશ્ન પૂછ્યો.

આ સવાલના જવાબમાં યુજીન ઊભો થયો, ચાલીને રસોડા સુધી ગયો અને ઉપરના કબાટમાં મૂકેલો મગફળીનો ડબ્બો લઈ આવ્યો.

એક અન્ય સહાયક યુજીનના ફરવાના સમયે તેની સાથે ગયો. દક્ષિણ કેલિફોર્નિયાના ક્યારેય ન બદલાનારા વસંતની ખુશનુમા ઋતુમાં તે બંને બોગનવેલ (સુગંધિત ફૂલોવાળી ઝાડી) ની સુગંધથી મહેકતી હવાઓની વચ્ચે લગભગ પંદર મિનિટ સુધી ફરતા રહ્યા. યુજીને વધારે વાતચીત કરી નહીં, પણ તે પૂરા આત્મવિશ્વાસની સાથે આગળ વધીને સ્કાયરના

સહાયકને માર્ગ દેખાડી રહ્યો હતો. તેને કોઈને પણ રસ્તો પૂછવાની જરૂર પડી નહીં. પાછા ફરતી વખતે જ્યારે તે યુજીનના ઘરની નજીક જ હતા, એ સહાયકે યુજીનને તેના ઘરનું સરનામું પૂછ્યું. 'મને બરાબર યાદ નથી' યુજીને જવાબ આપ્યો. તે પછી એ ફૂટપાથ પર ચાલતો સીધો પોતાના ઘરે ગયો અને બેસીને ટી.વી. જોવા લાગ્યો.

હવે સ્કાયરને સમજાઈ ગયું હતું કે યુજીનનું મગજ નવી જાણકારી ગ્રહણ કરી રહ્યું છે. પણ પ્રશ્ન એ હતો કે આ જાણકારી તેના મગજમાં આખરે ક્યાં નોંધાઈ રહી છે ? આ કેવી રીતે શક્ય છે કે જે માણસ એ પણ જણાવી શકતો નથી કે તેના ઘરમાં રસોડું ક્યાં છે, તે તેના રસોડામાં જઈને મગફળીનો ડબ્બો આરામથી શોધી લાવે છે. એવી જ રીતે પોતાના ઘરનું સરનામું ન જાણતો હોવા છતાં તે પાછો ઘરે કેવી રીતે પહોંચી જાય છે. આ પ્રશ્નોએ સ્કાયરને આશ્ચર્યમાં મૂકી દીધા હતા. તે એમ વિચારીને નવાઈ પામતા હતા કે આખરે યુજીનના ક્ષતિગ્રસ્ત મગજમાં આ નવા પેટર્ન કેવી રીતે બની રહ્યા છે.

2

મેસાચ્યુસેટ્સ ઈન્સ્ટિટ્યૂટ ઑફ ટેકનોલોજીના 'મસ્તિષ્ક અને બોધ વિજ્ઞાન વિભાગ' (Brain and Cognitive Sciences department) ની ઈમારતની પ્રયોગશાળાઓમાં કેટલાક સર્જિકલ થિએટર પણ હતા. આમ તો લોકોને આ થિએટર રમકડાંવાળા ઓરડા જેવા દેખાઈ શકતા હતા. અહીં એક ચર્તુર્થાંશ ઈંચ કરતા પણ નાના કદની છરીઓ, ડ્રિલ અને આરી પણ હાજર હતી, જે એક મશીની હાથ સાથે જોડાયેલી હતી. ત્યાં સુધી કે સર્જરીની મેજ પણ એટલી નાની હતી કે જાણે ઠીંગણા ડૉક્ટર્સ માટે બનાવવામાં આવી હોય. આ ઓરડાઓનું તાપમાન હંમેશા 15 ડિગ્રી સેલ્સિયસ જ રાખવામાં આવતું હતું. ઓરડાના ઠંડા વાતાવરણને કારણે સર્જરી કરતી વખતે સંશોધકોની આંગળીઓ સ્થિર રહેતી હતી. આ પ્રયોગશાળાઓની અંદર તંત્રિકા વિજ્ઞાની (Neurologist) બેભાન કરેલા ઉંદરોના મગજમાં નાના સેન્સર લગાવતા હતા. જેનાથી તે ઉંદરોના મગજમાં થનારી નાનામાં નાની હરકતો પણ જાણી લે છે. ભાનમાં આવવા છતાં પણ ઉંદરોને જોઈને એવું લાગતું નહોતું કે તે જાણે છે કે તેમના મગજમાં તારોનું જાળું લગાવી દેવામાં આવ્યું છે.

આ પ્રયોગશાળાઓ આદતો વિકસિત થવાની પ્રક્રિયાની પાછળ છુપાયેલા વિજ્ઞાનને સમજવાનું મુખ્ય કેન્દ્ર બની ચૂકી છે. આ પ્રયોગોને કારણે જ જાણવા મળી શક્યું કે યુજીન, આપ અને હું, આપણે સૌ, રોજિંદા જીવનમાં આવશ્યક આદતોનો વિકાસ કેવી રીતે કરીએ છીએ. સવારે દાંત સાફ કરતી વખતે અથવા પાર્કિંગમાંથી ગાડી બહાર કાઢતી વખતે, આપણા મગજમાં કઈ જટિલ ગતિવિધિઓ ચાલતી રહે છે, તે પ્રયોગશાળાના આ ઉંદરો દ્વારા સામે આવ્યું. સ્કાયર માટે આ પ્રયોગ યુજીનનો કોયડો ઉકેલવાના કામમાં

આવ્યા. આ પ્રયોગો દ્વારા તે જાણી શક્યા કે યુજીન નવી જાણકારીને આખરે ક્યારથી ગ્રહણ કરી રહ્યો છે.

1990માં એમ.આય.ટી.ના સંશોધકોએ આદતો પર સંશોધન શરૂ કર્યું. યુજીન પણ આ દરમિયાન બીમાર પડ્યો હતો. તે સંશોધકોના કુતૂહલનું કેન્દ્ર હતું, મગજનો તે નાનકડો હિસ્સો જેને બેસલ ગૈંગ્લિયા (Basal Ganglia) કહે છે. મગજની તુલના જો ડુંગળી સાથે કરવામાં આવે – જેની રચના એકની ઉપર એક બનેલા તંતુઓના પડ જેવી હોય છે – તો ક્રમિક વિકાસ મૂલક (evolutionary) દૃષ્ટિકોણથી જોઈએ તો કહી શકાય છે કે માથાની ચામડીની નજીકની બહારનું પડ સૌથી નવું છે. જ્યારે તમે કોઈ નવી શોધ વિશે વિચારો છો અથવા પોતાના કોઈ મિત્રની જોક સાંભળી હસો છો, તો મગજના આ બાહ્ય આચરણ જ સક્રિય થાય છે.

મગજના અંદરના હિસ્સામાં મગજની દાંડી (brain stem) ની પાસે – જ્યાં તે કરોડને મળે છે, સૌથી જૂની સંરચના હોય છે. આપણા સહજ સ્વભાવ સાથે જોડાયેલી વસ્તુઓ, જેમ કે શ્વાસ લેવો, ગળવું અથવા કોઈ અચાનક ઝાડીઓની પાછળથી આવી જાય અને આપણને પળભર માટે ડરાવે ત્યારે આપણું ચોંકી ઉઠવું, આ બધાનું નિયંત્રણ આ જ સૌથી જૂની સંરચનાઓ કરે છે. મગજની વચ્ચોવચ્ચ ગોલ્ફના દડાના આકારનો તંતુઓનો એક ગોળો હોય છે, જે પાણીમાં રહેનારા, જમીન પર ઘસડાતા અને સ્તનધારી જીવોમાં જોવા મળે છે. આને જ બૈસલ ગૈંગ્લિયા (Basal Ganglia) કહે છે. વર્ષો સુધી વૈજ્ઞાનિક તંતુઓના આ અંડાકાર સમૂહ વિશે વધારે કશું જાણી શક્યા નહોતા. વૈજ્ઞાનિકોને શંકા હતી કે પાર્કિન્સન રોગ માટે બેસલ ગૈંગ્લિયા જવાબદાર હોય છે, પણ આ વાતની પુષ્ટિ કોઈ કરી શક્યું નહોતું.

ઈ.સ.1990માં એમ.આઈ.ટી.ના સંશોધકોના મનમાં એ સવાલ ઉઠવા લાગ્યો કે શું બેસલ ગૈંગ્લિયા માનવની આદતો માટે અનિવાર્ય છે ? તેમણે નોંધ્યું કે તેમના પ્રયોગોના જે જંતુઓનો ગૈંગ્લિયા ક્ષતિગ્રસ્ત છે, તેમને ભૂલભૂલામણી પાર કરવા અથવા ખાદ્ય પદાર્થનો ડબ્બો ખોલવા જેવી સહજ સ્વભાવ સાથે જોડાયેલી વસ્તુઓમાં મુશ્કેલી પડી રહી છે. તેમણે પોતાની આશંકા દૂર કરવા માટે નક્કી કર્યું કે આનું પરીક્ષણ થવું જ જોઈએ. આ માટે તેમણે પ્રયોગશાળાના ઉંદરો માટે એક નવો પ્રયોગ તૈયાર કર્યો. આ પ્રયોગમાં નવી માઈક્રો-ટેકનોલોજીનો ઉપયોગ કરવામાં આવ્યો. આ નવી માઈક્રો-ટેકનોલોજીની મદદથી વૈજ્ઞાનિક ઉંદરોની દરેક સૂક્ષ્મ હરકત દરમિયાન તેમના મગજમાં થનારી ગતિવિધિઓને જાણી શકતા હતા. સર્જરી દ્વારા ઉંદરના મગજમાં કંટ્રોલ લીવર અને ડઝનબંધ નાના-નાના તાર લગાવી દેવામાં આવ્યા. આ પછી આ ઉંદરોને અંગ્રેજી અક્ષર 'ટી' (T) આકારની એક ભૂલભૂલામણીમાં છોડી દેવામાં આવ્યા, જેના બીજા છેડે એક ચોકલેટ મૂકી દેવામાં આવી.

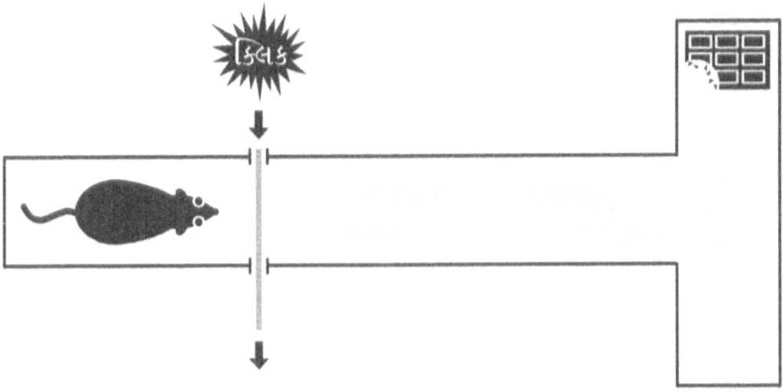

ભૂલભૂલામણીમાં ઉંદરોને એક દરવાજાની પાછળ રાખવામાં આવતા હતા. આ દરવાજો 'ક્લિક'નો અવાજ થયા પછી ખૂલતો હતો. શરૂઆતમાં દરવાજો ખૂલતા ઉંદરો ભૂલભૂલામણીની વચ્ચેની ગલીમાં ખૂણાઓ સૂંઘતા અને દીવાલો ખોતરતા ધીરે-ધીરે આગળ વધતા હતા. 'ટી'(T) આકૃતિવાળી આ ભૂલભૂલામણીની ઉપરની બાજુ પર પહોંચતા ઉંદર હંમેશા ચોકલેટની વિપરીત દિશા એટલે કે જમણી બાજુ જઈને પછી ડાબી બાજુ જતા હતા. આવું કરતી વખતે ઉંદર હંમેશા કોઈ કારણ વિના જ અચાનક થોડીક ક્ષણો માટે અટકી જતા હતા. પણ આખરે લગભગ બધા ઉંદર પોતાના ઈનામ એટલે કે એ ચોકલેટ સુધી પહોંચી જતા હતા. વૈજ્ઞાનિકોને ઉંદરોના આ રીતે ફરવામાં સમજવા યોગ્ય કોઈ વિશેષ પેટર્ન દેખાઈ નહીં. સામાન્ય રીતે જોઈને એવું લાગતું હતું કે જાણે ઉંદર શાંતિથી ફરવા નીકળ્યો હોય.

પણ ઉંદરોના મગજમાં લાગેલા સેન્સર કંઈક અલગ જ વાત જણાવતા હતા. ભૂલભૂલામણીમાંથી પસાર થતી વખતે દરેક ઉંદરના મગજ અને ખાસ કરીને તેના બેસલ ગૈંગ્લિયાની ગતિવિધિમાં ખૂબ ઝડપ આવી જતી હતી. દરેક વખતે જ્યારે ઉંદર કશુંક સૂંઘતો અથવા દીવાલ ખોતરતો હતો, ત્યારે તેના મગજની ગતિવિધિઓમાં તોફાન આવી જતું હતું. એ ભૂલભૂલામણીમાં કોઈ વિશેષ ઉદ્દેશ વિના ફરતો ઉંદર વાસ્તવમાં ઘણી બધી નવી જાણકારી ગ્રહણ કરી રહ્યો હતો.

આ પ્રયોગ વૈજ્ઞાનિકોએ વારંવાર પુનરાવર્તિત કર્યો અને દરેક પાસાની તપાસ કરી. જેમાં જાણવા મળ્યું કે દરેક વખતે ભૂલભૂલામણીમાંથી પસાર થતી વખતે ઉંદરોની મગજની ગતિવિધિઓમાં ફેરફાર પણ થાય છે. ધીરે-ધીરે પરિવર્તનની એક શ્રેણી સામે આવી. ઉંદરોએ ખૂણામાં સૂંઘવાનું અને ખોટા રસ્તા પર વળવાનું બંધ કરી દીધું. હવે રોજે-રોજ ઉંદર ભૂલભૂલામણીને ઝડપથી પાર કરવા લાગ્યા. સાથે જ, તેમના મગજમાં પણ એવું કંઈક થયું, જેની આશા નહોતી. ઉંદર જેમ-જેમ ભૂલભૂલામણી પાર કરવાનું શીખતા ગયા, તેમની મગજની ગતિવિધિઓ ઓછી થતી ગઈ. ભૂલભૂલામણી પાર કરવાનું જેટલું સહજ થતું ગયું, ઉંદરોના મગજની વિચાર પ્રક્રિયા પણ એટલી જ ઓછી થતી હતી. શરૂઆતમાં

ઉંદર ભૂલભૂલામણીની તપાસ કરતા હતા અને એ સમયે નવી જાણકારી ગ્રહણ કરવા માટે તેમના મગજને વધારે કામ કરવું પડતું હતું. પણ હવે ઘણા દિવસો સુધી એ જ માર્ગ પરથી વારંવાર પસાર થયા પછી હવે ઉંદરો માટે ખૂણા સૂંઘવા અને દીવાલો ખોતરવાનું જરૂરી નહોતું રહ્યું. તેથી સૂંઘવા અને ખોતરવાની પ્રક્રિયા સાથે જોડાયેલી બધી મગજની ગતિવિધિઓ બંધ થઈ ગઈ. ઉંદરોને હવે એ નિર્ણય લેવાની પણ જરૂર નહોતી રહી કે તેમણે 'ટી'(T) આકૃતિવાળી આ ભૂલભૂલામણીને પાર કરીને ચોકલેટ સુધી પહોંચવા માટે તેમણે કઈ દિશામાં જવાનું છે. તેમને તો બસ ચોકલેટ સુધી પહોંચવાનો સૌથી ઝડપી માર્ગ યાદ કરવાની જરૂર હતી. તેથી તેમના મગજના નિર્ણય લેનારા કેન્દ્રોની ગતિવિધિઓ પણ અટકી ગઈ. તેના એક અઠવાડિયાની અંદર જ તેમના મગજમાં યાદદાસ્ત સાથે જોડાયેલા હિસ્સાની ગતિવિધિઓ પણ બંધ થઈ ગઈ. ઉંદરો ભૂલભૂલામણીને એટલું ઝડપથી પસાર કરવાનું શીખી ગયા હતા કે હવે તેમને એ વિશે વિચાર કરવાની પણ જરૂર પડતી નહોતી.

ઉંદરોના મગજમાં લાગેલા સેન્સરથી જાણવા મળ્યું કે ભૂલભૂલામણી ઝડપથી પસાર કરવી બેસલ ગૈંગ્લિયા પર નિર્ભર હતું. જેમ-જેમ ઉંદર ઝડપથી દોડવા માંડ્યા અને તેમની મગજની ગતિવિધિઓ ઓછી થવા માંડી, તેમ-તેમ આ પ્રક્રિયા આ નાનકડી ન્યૂરોલોજિકલ સંરચનાના નિયંત્રણમાં આવી ગઈ. આદતો વિકસિત થવામાં બેસલ ગૈંગ્લિયાની કેન્દ્રીય ભૂમિકા હતી. ટૂંકમાં કહીએ તો જ્યારે આપણું બાકીનું મગજ આરામ કરી રહ્યું હોય છે, ત્યારે પણ બેસલ ગૈંગ્લિયા આદતોને સંગ્રહિત કરી રહ્યું હોય છે.

બેસલ ગૈંગ્લિયાની ક્ષમતાઓને જોવા માટે અહીં આપવામાં આવેલો ગ્રાફ જુઓ. પહેલા ગ્રાફમાં ઉંદરની એ સમયની મગજની ગતિવિધિઓ દેખાય છે, જ્યારે તે પહેલી વાર ભૂલભૂલામણીની અંદર ગયા હતા. શરૂઆતમાં તેનું મગજ સતત મહેનત કરી રહ્યું હતું –

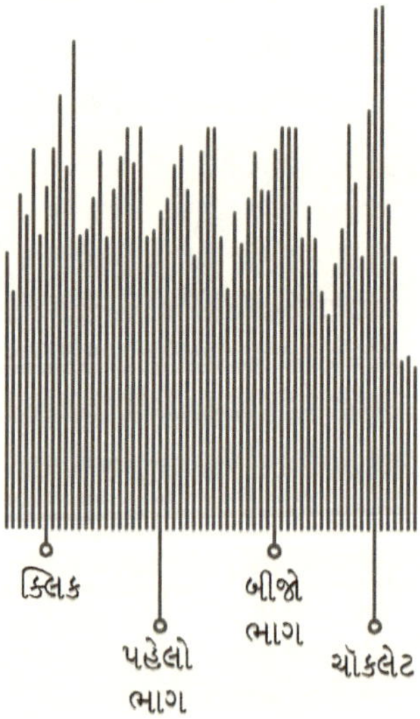

એક અઠવાડિયા સુધી અભ્યાસ કર્યા પછી ઉંદરો ભૂલભૂલામણીના રસ્તાથી પરિચિત થઈ ગયા અને તેથી હવે તેમની મગજની ગતિવિધિઓમાં ઘટાડો થઈ ગયો.

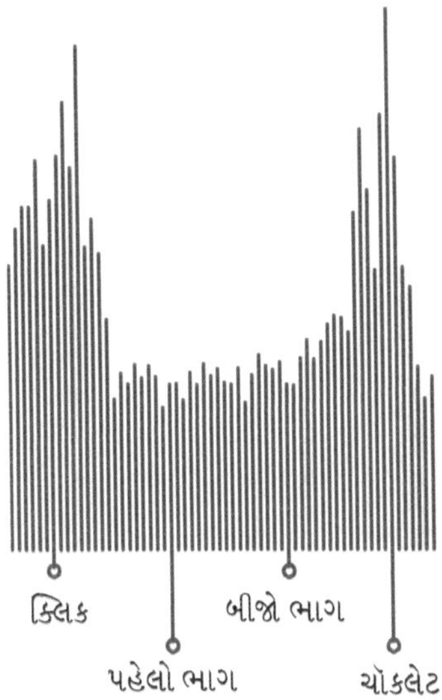

આ પ્રક્રિયામાં મગજ નિયમિત ક્રિયાઓને સહજ વ્યવહાર કે આદતોમાં પરિવર્તિત કરી દે છે અને તેને 'ચંકિંગ' કહે છે. આ પ્રક્રિયા આપણી અંદર વિકસિત થનારી આદતોનું મૂળ છે. પોતાના રોજિંદા જીવનમાં મનુષ્ય આવા ડઝનબંધ સહજ વ્યવહારો એટલે કે આદતો પર નિર્ભર હોય છે. જેમ આપ દરરોજ સવારે પોતાના દાંત સાફ કરવા માટે કોઈ રોબોટની જેમ સ્વચલિત રીતે સૌથી પહેલા ટૂથબ્રશ પર ટૂથપેસ્ટ લગાવો છો અને પછી ટૂથબ્રશને મોંમાં નાખો છો. આ જ રીતે બીજી પણ કેટલીક આદતો છે, જે સરખામણીએ જટિલ છે, જેમ કે રોજ સવારે સ્કૂલ, કોલેજ કે ઓફિસ માટે તૈયાર થવું, કપડાં પહેરવા કે બાળકો માટે ખાવાનું બનાવવું વગેરે.

અન્ય કેટલીક પ્રક્રિયાઓ એટલી જટિલ હોય છે કે માનવના શરીરમાં સદીઓ પહેલા વિકસિત થયેલો તંતુઓનો એક નાનકડો ગોળો એ નિયમિત ક્રિયાઓને આદતોમાં પરિવર્તિત કરી દે છે. આ ખરેખર આશ્ચર્યની વાત છે. ઉદાહરણ તરીકે દરરોજ પોતાની કારને ઘરના પાર્કિંગમાંથી બહાર કાઢવી. જ્યારે તમે નવું-નવું ગાડી ચલાવવાનું શીખ્યા હતા, ત્યારે તમારે દરેક જગ્યાએ, ભલે તે ઘરનું પાર્કિંગ હોય કે બહારના રસ્તા, ગાડી ચલાવતી વખતે ખૂબ ધ્યાન આપવું પડતું હતું. આ સ્વાભાવિક પણ હતું કારણ કે ત્યારે તમારે અનેક ક્રિયાઓ કરવી પડતી હતી, જેમ કે પાર્કિંગમાં જવું...ગાડી ખોલવી...ગાડીની સીટને પોતાની જરૂરિયાત પ્રમાણે સરખી કરવી...કાચને બરાબર કરવો અને તેમાં જોઈને એ નક્કી કરવું કે

રસ્તામાં કોઈ અવરોધ તો નથી ને...બ્રેક પર પોતાનો પગ મૂકવો...ગાડીને રિવર્સ ગિયરમાં નાખવી...બ્રેક પરથી પગ હટાવવો...મનમાં જ પાર્કિંગથી રસ્તાનું અંતર માપવું...પૈડાને સીધા રાખીને એ અંદાજ લેવો કે રસ્તામાં કોઈ બીજી ગાડી તો આવતી નથી ને...મનમાં ને મનમાં એ હિસાબ માંડવો કે કાચમાં દેખાતા તમારા ઘરની બહાર પડેલ કચરાના ડબ્બા વાસ્તવમાં ગાડીથી કેટલા અંતરે છે...આ દરમિયાન તમારી બાજુની સીટ પર બેઠેલા બાળકને રેડિયો સાથે રમવાની ના પાડવી...આ પછી ધીરે-ધીરે એક્સિલેટર અને બ્રેકને સંતુલિત કરવી...અને પછી ગાડીને આગળ વધારવી...વગેરે.

પણ થોડાક જ દિવસોમાં તમને આ બધી નિયમિત ક્રિયાઓની આદત પડી જાય છે અને તમે કોઈ વિચાર કર્યા વિના, ખૂબ આરામથી દરરોજ પોતાની ગાડી પાર્કિંગમાંથી બહાર કાઢી લો છો.

દરેક સવારે કરોડો લોકો આ મુશ્કેલ કાર્ય કરે છે અને આ માટે તેમને જરાપણ વિચાર કરવાની જરૂર પડતી નથી. તેનું શ્રેય બેસલ ગૈંગ્લિયાને જ જાય છે. જેવી તમે તમારી ગાડીઓની ચાવીઓ હાથમાં લો છો, તમારું મગજ તરત આ આદતને ઓળખી લે છે. જ્યારે તમે પહેલી વાર ગાડીને પાર્કિંગમાંથી બહાર કાઢતા હતા, તે સમયની બધી ક્રિયાઓને બેસલ ગૈંગ્લિયાએ સંગ્રહિત કરી લીધી હતી. આ રીતે આપણી આદતો પોતાનું કામ શરૂ કરી દે છે અને આપણા મગજનો બાકીનો ભાગ અન્ય વિચારો માટે તૈયાર રહે છે. એ જ કારણ છે કે ગાડીને પાર્કિંગમાંથી બહાર કાઢતી વખતે તમને હંમેશા અન્ય બાબતો યાદ આવી જાય છે જેમ કે તમારો દીકરો પોતાનો નાસ્તાનો ડબ્બો ઘરે જ ભૂલી ગયો છે.

વૈજ્ઞાનિકોના અનુસાર કોઈપણ કાર્ય કરવા માટે આપણું મગજ આખો વખત સૌથી ઓછી મહેનતવાળી રીત શોધતું હોય છે. તેનાથી જ આદતોનું નિર્માણ થાય છે. મગજ દરેક પ્રક્રિયાને આદત બનાવી શકે છે કારણ કે આનાથી મગજના બાકીના ભાગને આરામ મળે છે. મહેનત ઓછી કરવાની આ પ્રવૃત્તિ ખૂબ ફાયદાકારક હોય છે. એક કુશળ મગજ ઓછી જગ્યા રોકે છે, જેનાથી માથાનું કદ નાનું રહે છે. આનાથી બાળકના જન્મમાં પણ સરળતા રહે છે અને નવજાત શિશુ અને માના મૃત્યુદરના આંકડા ઘટે છે. એક કુશળ મગજ હોવાને કારણે જ આપણે આ પ્રકારની વસ્તુઓ વિશે વારંવાર વિચાર કરવો પડતો નથી કે આપણે શું ખાવું છે, કેવી રીતે હરવું-ફરવું છે કે ક્યાં ઉઠવું-બેસવું છે. આનાથી આપણી માનસિક શક્તિ અન્ય મહત્ત્વના કામોમાં ઉપયોગમાં લેવાય છે. તેથી મનુષ્ય ભાલાથી માંડીને સિંચાઈ યંત્રો સુધી અને આગળ જતાં વિમાનથી માંડી વીડિયો ગેમ સુધીની શોધ કરી શક્યો છે.

પણ મગજની આ જ શક્તિને કારણે વિપરીત પરિણામ પણ આવી શકે છે. જો મગજ પૂર્ણપણે કાર્યરત ન હોય, તો આપણે કેટલીક મહત્ત્વપૂર્ણ જાણકારીઓ ગ્રહણ નહીં કરી શકીએ એટલે કે કેટલીક વસ્તુઓ પર ધ્યાન નહીં આપી શકીએ. જેમ કે જો આપણું મગજ

પૂર્ણપણે કાર્યરત ન હોય તો આપણે ઝાડીઓની પાછળ છુપાયેલા હુમલાખોર પર અથવા રસ્તાની બીજી બાજુએથી ઝડપથી આવી રહેલી ગાડી પર ધ્યાન નહીં આપી શકીએ. જેનું પરિણામ ઘાતક આવી શકે છે. આવી દુર્ઘટનાઓથી બચવા માટે આપણા બેસલ ગૈંગ્લિયાએ એક કારગર તંત્ર વિકસિત કર્યું છે જેથી એ સમજી શકાય કે આદતોએ ક્યારે પોતાનું કામ શરૂ કરવાનું છે. આ તંત્ર ત્યારે સક્રિય થાય છે જ્યારે કોઈ આદત પોતાનું કાર્ય શરૂ કે બંધ કરે છે.

આ તંત્રની કાર્ય-પ્રક્રિયાને સમજવા માટે ઉંદરોના બીજા ગ્રાફને બીજીવાર જુઓ. આપ જોશો કે ભૂલભૂલામણીની શરૂઆતમાં 'ક્લિક'નો અવાજ આવતા જ દરવાજો ખૂલતા અને અંતે ચોકલેટ મળતા ઉંદરોની મગજની ગતિવિધિઓમાં એક ક્ષણિક પરિવર્તન આવે છે.

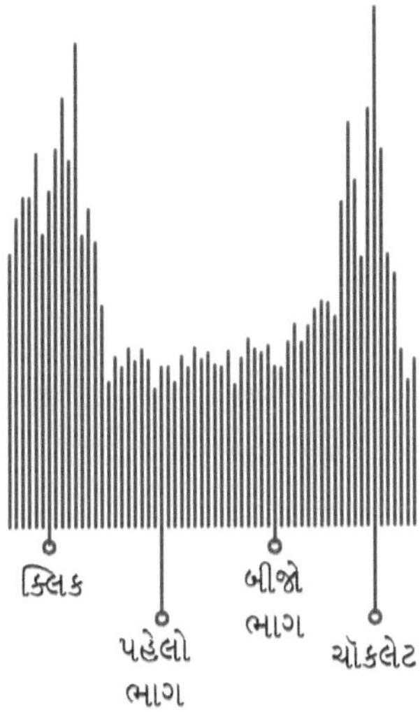

આ ક્ષણિક પરિવર્તનો દરમિયાન મગજ એ નક્કી કરે છે કે ક્યારે, કઈ આદતનો ઉપયોગ કરવાનો છે. ઉદાહરણ માટે દરવાજાની પાછળ ઊભેલો ઉંદર એ નથી જાણતો કે દરવાજાની બીજી તરફ એક જાણીતી-ઓળખીતી ભૂલભૂલામણી છે અથવા કોઈ નવું કબાટ છે, જેમાં કોઈ બિલાડીના હોવાની આશંકા છે. આ સંદિગ્ધતાને દૂર કરવા માટે પ્રક્રિયાની શરૂઆતમાં ઉંદરનું મગજ વધારે મહેનત કરીને બધી જાણકારી ગ્રહણ કરે છે, જેનાથી એ નિશ્ચિત થઈ શકે કે હવે કઈ આદત ઉપયોગમાં લેવાની છે. દરવાજાની પાછળ ઊભેલા ઉંદરને જેવો 'ક્લિક' અવાજ સંભળાય છે, તેનું મગજ ફરી તરત જ ભૂલભૂલામણીની આદતને કાર્યરત કરી દે છે. આ પ્રક્રિયાના અંતમાં ઈનામ મળતા મગજ પોતાની આરામની અવસ્થામાંથી નીકળી ફરીથી એ પાકું કરે છે કે બધું અપેક્ષા પ્રમાણે થયું છે કે નહીં.

આપણા મગજની અંદર થનારી આ પ્રક્રિયાના ત્રણ તબક્કા હોય છે. પહેલો તબક્કો છે 'ઈશારો'. આ તબક્કામાં મગજની સ્વચાલિત અવસ્થા સક્રિય થઈ જાય છે અને તેને એ

સૂચના મળે છે કે કઈ આદતનો ઉપયોગ કરવાનો છે. પછીનો તબક્કો છે 'સહજ વ્યવહારનો'. જે શારીરિક, માનસિક કે ભાવાત્મકમાંથી કંઈપણ હોઈ શકે છે. અંતિમ તબક્કો છે 'ઈનામ'. જેમાં તમારું મગજ એ નિર્ણય લે છે કે આ રસ્તાને ભવિષ્ય માટે યાદ રાખવાનો છે કે નહીં.

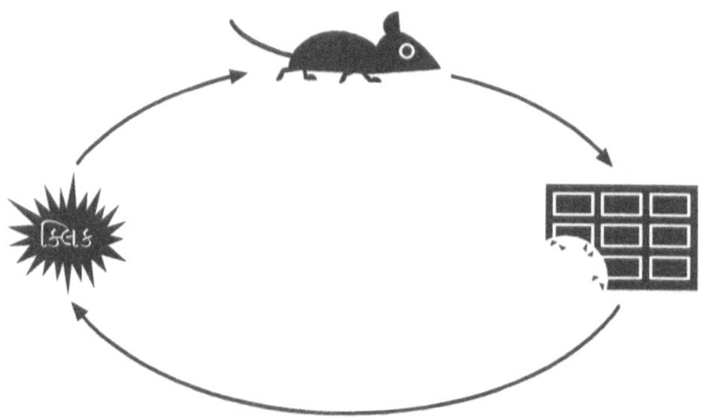

આદતોનો ફંદો

સમયની સાથે, ઈશારો-સહજ વ્યવહાર-ઈનામનો આ માર્ગ વધારે ને વધારે સ્વચાલિત બનતો જાય છે. ઈશારો અને ઈનામ એકસાથે મળીને પૂર્વાનુમાન અને ઈચ્છા જગાડે છે. પછી આખરે એમ.આય.ટી.ની ઠંડી પ્રયોગશાળામાં કે આપના ઘરના પાર્કિંગમાં એક આદતનું નિર્માણ થાય છે.

★★★

આદતો નિયતિ નથી. પછીના બે પ્રકરણોમાં આ વાતને સ્પષ્ટ કરવામાં આવી છે કે આદતોને નજરઅંદાજ પણ કરી શકાય છે, બદલી પણ શકાય છે અને એક આદતના બદલે બીજી આદતનું નિર્માણ પણ કરી શકાય છે. પણ આદતના માર્ગની શોધ આટલી મહત્ત્વપૂર્ણ હોવાનું કારણ એ છે કે આનાથી એક મૂળ સત્ય સામે આવે છે. જ્યારે કોઈ આદત નિર્મિત થાય છે અને મગજ તેનો ઉપયોગ કરે છે, તો નિર્ણય લેવાના કાર્યમાં મગજ પૂર્ણપણે સામેલ થતું નથી. એ સમયે મગજ વધારે મહેનત કરતું નથી અને અન્ય કાર્યો પર ધ્યાન આપવા માંડે છે. તેથી જ્યાં સુધી તમે કોઈ આદતને છોડવાનો પ્રયત્ન નથી કરતા અને તેની સાથે સંબંધિત દિનચર્યામાં પરિવર્તન લાવતા નથી, ત્યાં સુધી જૂની આદતો સ્વચલિત રીતે પોતાનું કામ ચાલુ રાખે છે.

પણ આદતો કેવી રીતે કામ કરે છે, તે સમજવાથી અને આદતના ફંદાની સંરચના વિશે જાણી લેવાથી તેમને નિયંત્રિત કરવાનું સરળ થઈ જાય છે. જો તમે જૂની આદતોને ટુકડાઓમાં વહેંચીને જોશો તો તેનું પુનર્નિર્માણ પણ કરી શકાય છે.

બેસલ ગૈંગ્લિયા પર અનેક પ્રયોગો કરી ચૂકેલી એમ.આય.ટી.ની વૈજ્ઞાનિક એન્ન ગ્રેબિઅલે જણાવ્યું, 'પહેલા અમે ઉંદરોને એ વાત માટે પ્રશિક્ષિત કર્યા કે તેમની અંદર ભૂલભૂલામણીને ઝડપથી પસાર કરવાની આદત વિકસિત થઈ જાય. એ પછી અમે ચોકલેટ એટલે કે તેમના ઈનામના સ્થાનને બદલીને આ આદતનો પણ અંત લાવ્યા. પછી કેટલાક દિવસો પછી ચોકલેટને ફરીથી જૂના સ્થાને મૂકવામાં આવી, જેનાથી અંત આવી ગયેલી જૂની આદત ફરીથી ઉપસી આવી. વાસ્તવમાં આદતોનો ક્યારેય પૂર્ણપણે અંત આવતો નથી. એ સારું જ છે કે આદતો આપણા મગજમાં ઊંડાણ સુધી ઉતરી જાય છે. તેનો આપણને ઘણો ફાયદો થાય છે. નહીં તો વિચારો, જો દરેક વખતે રજા પરથી પાછા આવ્યા પછી તમારે ગાડી ચલાવવાનું શીખવું પડતું, તો શું થતું ? બસ આદતોની એક જ મુશ્કેલી છે કે તમારું મગજ સારી અને ખરાબ આદતોમાં કોઈ ફેર પાડી શકતું નથી. તેથી, તમારી ખરાબ આદતો હંમેશા તમારા મગજના યોગ્ય ઈશારા અને ઈનામની રાહમાં રહે છે.'

એનાથી સ્પષ્ટ થાય છે કે આપણે નિયમિત વ્યાયામ કરવા કે ખાણીપીણીની જૂની આદતો છોડીને નવી આદતો પોતાની અંદર સરળતાથી શા માટે વિકસાવી શકતા નથી. જ્યારે આપણે મેદાનમાં દોડવાને બદલે ઘરે આરામથી બેસી રહીએ છીએ અથવા મીઠાઈનો ડબ્બો દેખાતા જ તેમાંથી એક ટુકડો ઉપાડીને ખાઈ લઈએ છીએ, તો આપણું મગજ એ સમયે આ ક્રિયાઓનો સંગ્રહ કરી રાખે છે. પણ આ વસ્તુઓનો યોગ્ય ઉપયોગ કરી આપણે પોતાની આદતોનું નિયંત્રણ પોતાના હાથોમાં લઈ શકીએ છીએ. જરા લીસા એલનની વાર્તાને યાદ કરો, જે પુસ્તકની શરૂઆતમાં આપને જણાવવામાં આવી હતી. કાયરોની જેમ યાત્રા પછી લીસા એલને આદતના માર્ગને સમજીને પોતાના જીવનનું પુનર્નિર્માણ કર્યું. લીસા એલનની જેમ આપણે પણ એવું કરી શકીએ છીએ, બસ જરૂર છે નવા પેટર્ન્સને શીખવાની, જે જૂની આદતો પર હાવી થઈ શકે. પ્રયોગોથી સમજાયું છે કે તમે જો એકવાર નવી પેટર્ન્સ કે આદતો શીખી લો, તો રોજ સવારે દોડવા અને વ્યાયામ કરવા અથવા મીઠાઈના ડબ્બાને નજરઅંદાજ કરવાની આદત પણ વિકસાવી શકાય છે.

જો આદતોનો ફંદો ન રહે તો, રોજિંદા જીવનની બારીકીઓ સાથે ઝઝૂમવાના દબાણને કારણે આપણું મગજ કામ કરવાનું બંધ કરી દેશે. જે લોકોનું બેસલ ગૈંગ્લિયા કોઈ દુર્ઘટના કે બીમારીથી ક્ષતિગ્રસ્ત થઈ જાય છે, તે માનસિક રીતે પંગુ થઈ જાય છે. તેમને દરવાજો ખોલવો અને જૂતાની લેસ બાંધવા જેવી સામાન્ય ક્રિયાઓથી માંડીને શું ખાવું કે પીવું છે, જેવા રોજબરોજના નિર્ણય લેવામાં પણ મુશ્કેલી પડવા લાગે છે. તે નાની-મોટી કે મામૂલી વસ્તુઓને નજરઅંદાજ કરવાની યોગ્યતા પણ ગુમાવી બેસે છે. એક અભ્યાસ પ્રમાણે, ક્ષતિગ્રસ્ત બેસલ ગૈંગ્લિયાવાળા લોકો બીજાના ચહેરાના હાવ-ભાવ વાંચવામાં નિષ્ફળ રહે છે, તેમાં ડર અને ઘૃણાના ભાવ પણ સામેલ છે. આવું એટલા માટે થાય છે કારણ કે તે એ નિશ્ચિત કરી શકતા નથી કે તેમણે સામેવાળાના ચહેરાના ક્યા ભાગ પર પોતાનું ધ્યાન કેન્દ્રિત કરવું જોઈએ. બેસલ ગૈંગ્લિયા વિના આપણે પોતાની એ અસંખ્ય આદતોને ભૂલી

જઈશું, જે દરરોજ આપણા કામમાં આવે છે.

શું આજે સવારે જૂતા પહેરતી વખતે તમારે આ વાતનો વિચાર કરવો પડ્યો હતો કે પહેલા જમણું જૂતું પહેરવાનું છે કે ડાબું ? શું તમને એ વાતનો નિર્ણય લેવામાં મુશ્કેલી અનુભવાતી હતી કે તમારે નહાતા પહેલા દાંત સાફ કરવા જોઈએ કે પછી ?

નિઃસંદેહ તમારો જવાબ 'ના' જ હશે. કારણ કે રોજિંદા આવા નિર્ણય લેવા એ આપણો સહજ સ્વભાવ હોય છે. બેસલ ગૈંગ્લિયા સ્વસ્થ છે અને તેને મળનારા ઈશારાઓમાં નિરંતરતા છે, ત્યાં સુધી તો ઠીક છે, ત્યાં સુધી આદતો પર નિર્ભર આ બધી બાબતો યોગ્ય રીતે થતી રહેશે. (જો કે જ્યારે તમે ક્યાંય રજાઓ ગાળવા જાઓ છો, ત્યારે અજાણતાં જ તમારા નહાવા, મોં ધોવા અને તૈયાર થવા વગેરેમાં પરિવર્તન આવી શકે છે.)

પરંતુ આદતો પર મગજની આ નિર્ભરતા ઘાતક પણ સિદ્ધ થઈ શકે છે. આદતો માટે જેટલું મોટું વરદાન હોય છે, એટલો જ મોટો શાપ પણ.

ઉદાહરણ માટે યુજીન, જેની યાદદાસ્ત ગુમાવ્યા પછી પણ આદતોને કારણે તેનું જીવન ઘણી હદે સહજ બની રહ્યું, પરંતુ પછી આ જ આદતોએ યુજીન પાસેથી તેનું બધું જ છીનવી પણ લીધું.

3

યાદદાસ્ત વિશેષજ્ઞ લૈરી સ્કાયરે, યુજીનની સાથે જેટલો વધારે સમય વીતાવ્યો, તેમનો આ વિશ્વાસ એટલો જ વધી ગયો કે તેમનો દર્દી કોઈ ને કોઈ રીતે નવી આદતો શીખી રહ્યો છે. યુજીનના મગજને સ્કેન કરતાં જાણવા મળ્યું કે તેનો બેસલ ગૈંગ્લિયા વિષાણુઓનો હુમલો થવા છતાં પણ સુરક્ષિત બચી ગયું છે. વૈજ્ઞાનિક વિચાર કરવા લાગ્યા કે શું આ શક્ય છે કે ક્ષતિગ્રસ્ત હોવા છતાં પણ યુજીનનું મગજ 'ઈશારો-ક્રિયા-ઈનામ'ના માર્ગનો જ ઉપયોગ કરે ? શું આ પ્રાચીન તંત્રિકા પ્રક્રિયા સ્પષ્ટ કરી શકે છે કે યુજીન બજારમાં ફરીને સુરક્ષિતપણે ઘરે પાછો કેવી રીતે ફરી શકે છે અથવા રસોડામાં મૂકેલો મગફળીનો ડબ્બો કોઈની મદદ વિના કેવી રીતે શોધી લાવે છે ?

યુજીનના મગજમાં નવી આદતોનું નિર્માણ થઈ રહ્યું છે કે નહીં, એ જાણવા માટે સ્કાયરે એક પ્રયોગ કર્યો. તેમણે અલગ-અલગ આકારના પ્લાસ્ટિકના ટુકડાઓ અને ભડકીલા રંગના રમકડાંઓને એક ચોરસ કાર્ડબોર્ડ પર ચોંટાડી દીધા. તેમણે આ કાર્ડબોર્ડસને 'એ' અને 'બી' નામની આઠ જોડીઓમાં વહેંચી દીધું. દરેક જોડીમાં કાર્ડબોર્ડના કોઈ એક ટુકડાની નીચે એક સ્ટીકર લગાવી દીધું, જેના પર 'સાચું' લખેલું હતું.

યુજીનની સામે એક ટેબલ પર આ જોડીઓને મૂકવામાં આવી. તેને દરેક જોડીમાંથી એકની પસંદગી કરવાનું કહેવામાં આવ્યું. સાથે જ એ જોવાનું પણ કહેવામાં આવ્યું કે તેના

દ્વારા પસંદ કરેલા ટુકડાઓની નીચે 'સાચું' લખેલું સ્ટીકર લાગેલું છે કે નહીં. આ યાદદાસ્તની કસોટી કરવાની એક સામાન્ય રીત છે. જો કે આ પ્રયોગમાં કાર્ડબોર્ડના માત્ર સોળ ટુકડા છે, જે જોડીઓમાં વહેંચાયેલા છે તેથી માત્ર એક-બે વાર પ્રયોગ કરીને પણ મોટાભાગના લોકો આ યાદ રાખી શકે છે કે તેમાંથી કોની નીચે 'સાચા'નું સ્ટીકર લાગેલું છે. ત્યાં સુધી કે એક વાંદરો પણ આઠ-દસ દિવસના અભ્યાસ પછી સાચા કાર્ડબોર્ડને યાદ રાખી શકે છે.

યુજીન અઠવાડિયામાં બે વાર આ પ્રયોગ કરતો હતો, પણ ઘણીવાર પ્રયોગ કરવા છતાં પણ તે 'સાચા' કાર્ડબોર્ડને યાદ રાખી શકતો નહોતો.

પ્રયોગ શરૂ થયાના કેટલાક અઠવાડિયા પછી એક દિવસ એક સંશોધકે યુજીનને પૂછ્યું, 'શું તું જાણે છે કે આજે તને અહીં શા માટે લાવવામાં આવ્યો છે ?'

'ના, હું નથી જાણતો,' યુજીને જવાબ આપ્યો.

'હું તને કેટલીક વસ્તુઓ દેખાડવાનો છું. જાણે છે કેમ ?'

યુજીનના આ સવાલથી સ્પષ્ટ હતું કે તેને યાદ નહોતું કે આના પહેલાં પણ તે ઘણીવાર આવા સત્રોમાં સામેલ થઈ ચૂક્યો છે.

પણ જેમ-જેમ સમય વીતતો ગયો, યુજીનના પ્રદર્શનમાં સુધારો થતો ગયો. 28 દિવસોના પ્રશિક્ષણ પછી યુજીન 85 ટકા પ્રસંગોએ 'સાચા'ની પસંદગી કરવા માંડ્યો હતો. 36 દિવસ પછી તે 95 ટકા પ્રસંગોએ 'સાચી' વસ્તુઓ પસંદ કરવા લાગ્યો. એકવાર આ પ્રયોગમાં ભાગ લીધા પછી યુજીને સંશોધકને આશ્ચર્યચકિત થઈને પૂછ્યું, 'હું આ બધું ક્યારથી કરી રહ્યો છું ?'

'મને જણાવ કે તારા મગજમાં શું ચાલી રહ્યું છે,' સંશોધકે યુજીનને પૂછ્યું. 'શું વસ્તુઓ ઉઠાવતી વખતે તને એવું લાગે છે કે આ બધું તું પહેલા પણ કરી ચૂક્યો છું ?'

'ના,' યુજીને જવાબ આપ્યો. પછી પોતાના મગજની તરફ ઈશારો કરતાં કહ્યું કે 'લાગે છે કે આ બધું મારા મગજમાં પહેલેથી જ વસેલું છે. કદાચ એટલે જ મારો હાથ આપોઆપ જ આ વસ્તુઓ તરફ આગળ વધવા માંડે છે.'

સ્કાયરને પોતાનો જવાબ મળી ગયો હતો. યુજીનને ઈશારો મળી રહ્યો હતો એટલે કે વસ્તુઓની એક જોડી જે હંમેશા સમાન રહેતી હતી. આ એક નિયમિત ક્રિયા હતી. કાર્ડબોર્ડ શા માટે ફેરવવાનું છે, એ ન જાણવા છતાં પણ યુજીન તેને ફેરવીને નીચે લાગેલા સ્ટીકરને જોતો હતો. આ ક્રિયામાં યુજીન માટે દરેક વખતે એક ઈનામ હતું – 'સાચા'નું સ્ટીકર મળતા તેને મળનારો સંતોષ. આખરે આદતોનો એક ફંદો ફરીથી સામે હતો.

યુજીનની આદતનો ફંદો

આ પછી સ્કાયરે એક બીજો પ્રયોગ કર્યો જેથી એ નક્કી કરી શકાય કે આ પેટર્ન બીજું કશું નથી બલકે એક આદત જ છે, તેણે બધી સોળ વસ્તુઓ યુજીનની સામે મૂકી.

યુજીન સમજી શકતો નહોતો કે ક્યાંથી શરૂઆત કરે. 'હે ભગવાન, કેવી રીતે યાદ કરું ?' તે ચિંતિત થઈ ગયો. તેણે એક વસ્તુ તરફ હાથ લંબાવ્યો અને તેને ફેરવીને જોવા લાગ્યો. પ્રયોગકર્તાએ તેને રોકીને સમજાવ્યો કે તેણે માત્ર 'સાચી' વસ્તુઓને તારવીને અલગ કરવાની છે. તે તેને ફેરવી શા માટે રહ્યો છે ?

'કદાચ મને આની આદત થઈ ગઈ છે,' યુજીને જવાબ આપ્યો.

યુજીન આ પ્રયોગને પૂરો કરી શક્યો નહીં. જેવી એ વસ્તુઓને યુજીનના આદતના ફંદામાંથી બહાર રાખવામાં આવી, તે મૂંઝાઈ ગયો.

સ્કાયર આ જ જોવા ઈચ્છતા હતા. યુજીનની અંદર નવી આદતો નિર્મિત કરવાની યોગ્યતા હતી, ભલે તેમાં એવી ક્રિયા કે વસ્તુઓ સામેલ થાય, જેને તે થોડીક ક્ષણોથી વધારે યાદ રાખી શકતો નહોતો. તેનાથી સ્પષ્ટ થઈ ગયું કે યુજીન રોજ સવારે એકલો ફરવા કેવી રીતે ચાલ્યો જાય છે. વાસ્તવમાં રોજ સવારે બહાર જતાં તેને જે ઈશારા મળતા હતા, તે હંમેશા એકસરખા રહેતા, જેમ કે રસ્તાની બાજુ પર આવેલા વૃક્ષ કે ટપાલના ડબ્બાનું સ્થાન વગેરે. તેથી પોતાનું ઘર યાદ ન હોવા છતાં પણ તેની આ આદતો તેને સુરક્ષિતપણે ઘરે પહોંચાડી દેતી હતી. તેનાથી એ પણ સ્પષ્ટ થઈ ગયું કે ભૂખ ન હોવા છતાં પણ યુજીન દિવસમાં ત્રણ-ચાર વાર નાસ્તો શા માટે કરતો હતો. જ્યારે પણ તેને સ્પષ્ટ ઈશારા મળતા, જેમ કે રેડિયોનો અવાજ કે બારીમાંથી આવતો તડકો તો તે પોતાની બેસલ ગૈંગ્લિયા પ્રમાણે આદતોનું પુનરાવર્તન કરવા માંડતો.

યુજીનની આદતોના આ ફંદા વિશે જાણવા મળ્યા પછી હવે એવી ડઝનબંધ આદતો સામે આવવા માંડી, જે પહેલા વણજોઈ રહી જતી હતી. ઉદાહરણ તરીકે, યુજીનની દીકરી હંમેશા પોતાના માતા-પિતાને મળવા માટે તેમના ઘરે આવતી હતી. તે આવતાંની સાથે જ સૌથી પહેલા સામેના ઓરડામાં બેઠેલા યુજીનની સાથે થોડો સમય વાતચીત કરતી. તેના પછી થોડા સમય સુધી રસોડામાં પોતાની મા સાથે વાતો કરતી અને પછી બંનેને 'આવજો' કહીને નીકળી જતી હતી. દીકરી જાય ત્યાં સુધીમાં તો યુજીન ભૂલી જતો હતો કે તે બંને વચ્ચે કોઈ વાતચીત થઈ છે અને તેથી તે એ વાતથી બેહદ ગુસ્સે થઈ જતો હતો કે તેની દીકરી તેને મળ્યા વિના જ ચાલી ગઈ. પછી થોડા જ સમય પછી તેને એ પણ યાદ રહેતું નહોતું કે તેને કઈ વાતનો આટલો ગુસ્સો આવ્યો છે. પણ હવે તેની અંદર આ ભાવનાત્મક આદત નિર્મિત થઈ ચૂકી હતી. તેથી તેનો ગુસ્સો જળવાઈ રહેતો હતો, જે તેની સમજની બહાર હતું.

બેવરલીના કહેવા પ્રમાણે,'તે ગુસ્સામાં ક્યારેક-ક્યારેક ટેબલ પર હાથ પછાડવા લાગતો અને મહેણાં મારવાનું શરૂ કરી દેતો. તેના આ વર્તનનું કારણ પૂછતાં તેનો જવાબ રહેતો કે મને નથી ખબર કે કારણ શું છે પણ હું ખૂબ જ ગુસ્સામાં છું.' યુજીન ગુસ્સામાં આવીને ખુરશીને લાત મારતો અથવા જો કોઈ તેના ઓરડામાં આવે તો તે તેના પર બૂમો પાડવા માંડતો. અને પછી થોડીક જ મિનિટો પછી બધું જ ભૂલીને હસવા માંડતો અને અહીં-તહીંની વાતો કરવા લાગતો. 'યુજીનને એકવાર ગુસ્સો આવ્યા પછી જ્યાં સુધી તે હિંસાત્મક રીતે પોતાનો ગુસ્સો કાઢી લેતો નહીં, ત્યાં સુધી શાંત થઈ શકતો નહોતો.'

સ્કાયરના નવા પ્રયોગથી એક બીજી વાત સામે આવી કે આદતો આશ્ચર્યજનક રીતે ખૂબ જ નાજુક હોય છે. યુજીનના કિસ્સામાં જો આદતોના ફંદાના ઈશારાઓમાં નાનકડો ફેરફાર થઈ જતો તો તે ખરાબ રીતે મૂંઝાઈ જતો. જેમ કે જ્યારે પણ યુજીન ફરવા જતો, તે સમયે જો રસ્તા પર ક્યાંક કશું સમારકામનું કામ ચાલી રહ્યું હોય કે આગલી રાત્રે આવેલા તોફાનને કારણે વૃક્ષોની ડાળીઓ ફૂટપાથ પર પડી હોય, તો તેની આદતોના ફંદાના ઈશારાઓમાં પરિવર્તન આવી જતું હતું. આવી સ્થિતિમાં, ઘરની બિલકુલ નજીક હોવા છતાં પણ યુજીન ગેરમાર્ગે દોરાતો અને એવી નોબત આવી જતી કે કોઈ પડોશીની મદદ વિના તે ઘરે પહોંચી શકતો નહીં. આ રીતે જો યુજીનની દીકરી તેના ઘરે પાછા ફરતાં પહેલાં તેની સાથે દસ સેકન્ડ માટે પણ વાતચીત કરી લે, તો યુજીનની ગુસ્સો કરવાની આદત ઉપસી આવતી નહીં.

સ્કાયરે યુજીન પર જે પ્રયોગ કર્યાં, તેના કારણે વૈજ્ઞાનિકોમાં મગજની કાર્યપ્રણાલી અંગે ક્રાંતિકારી પરિવર્તન આવ્યા. સ્કાયરે પોતાના પ્રયોગોથી એ સાબિત કરી દીધું હતું કે યાદદાસ્ત વિના પણ અચેતન મન નવી જાણકારી શીખી અને સમજી શકે છે. યુજીનના કિસ્સાથી સ્પષ્ટ હતું કે આપણા વ્યવહાર પર આપણી યાદદાસ્ત ઉપરાંત આપણી આદતોનો

પણ ઊંડો પ્રભાવ પડે છે. આપણે એ ભૂલી જઈએ છીએ કે આપણી આદતો કઈ ઘટના કે અનુભવથી નિર્માણ પામી છે. પરંતુ આદતોનો ફંદો એકવાર નિર્મિત થયા પછી હંમેશા યાદ રાખે છે. ત્યાં સુધી કે ઘણીવાર આપણો વ્યવહાર વાસ્તવમાં આદતોનું જ પરિણામ હોય છે અને આપણને ખબર પણ પડતી નથી.

★★★

યુજીનની આદતો પર સ્કાયરનું પહેલું સંશોધન છપાયા પછી 'આદત નિર્માણનું વિજ્ઞાન' એક એવા વિષય તરીકે ઉભરી આવ્યું છે કે, જેનો દરેક પ્રતિષ્ઠિત સંસ્થામાં અભ્યાસ કરવામાં આવે છે. ડ્યૂક, હાર્વર્ડ, યુ.સી.એલ.એ., યેલ, યુ.એસ.સી., પ્રિંસટન, ધ યુનિવર્સિટી ઑફ પેન્સિલવેનિયા, યુનાઈટેડ કિંગડમ, જર્મની અને નેધરલેન્ડના મહાવિદ્યાલયોના સંશોધકો ઉપરાંત પ્રોક્ટર એન્ડ ગેમ્બલ, માઈક્રોસોફ્ટ, ગૂગલ અને એવી જ સો કરતાં પણ વધારે કંપનીઓના વૈજ્ઞાનિક ન્યૂરોલોજી, આદતોનું મનોવિજ્ઞાન, આદતોના ગુણ અને દોષ તથા આદતો શા માટે બને છે અને તેને કેવી રીતે બદલી શકાય છે, જેવા વિષયોનો અભ્યાસ કરી રહ્યા છે.

સંશોધકો હવે એ જાણી ચૂક્યા છે કે આદતોના ફંદાના ઈશારા કોઈપણ પ્રકારના હોઈ શકે છે. તે પ્રગટ ઈશારા પણ હોઈ શકે છે, જેમ કે કોઈ ચોકલેટ, મીઠાઈ કે ટીવી પર આવતા વિજ્ઞાપન. આ ઉપરાંત પણ ઘણા અન્ય પ્રકારના ઈશારા હોય છે, જેમ કે કોઈ ખાસ સ્થાન, દિવસનો કોઈ વિશેષ સમય, કોઈ ભાવના, વિચારોની શૃંખલા કે કેટલાક વિશેષ લોકોનો સાથ વગેરે. નિરંતર ચાલનારી ક્રિયાઓ ખૂબ જટિલ કે ખૂબ સહજ પણ હોઈ શકે છે. (જેમ કે ભાવનાત્મક ઈશારાઓ સાથે જોડાયેલી આદતો મિલીસેકન્ડમાં માપવામાં આવે છે) એવી જ રીતે ઈનામ પણ અલગ-અલગ પ્રકારના હોઈ શકે છે. તેમાં શારીરિક અનુભૂતિ જગાવનારા ખાદ્યપદાર્થ કે ડ્રગ્સથી માંડી પ્રશંસાની સાથે આવનારી ગર્વની ભાવના સુધી બધાનો જ સમાવેશ થાય છે.

અન્ય સંશોધકોએ આ વિષય પર જે પણ પ્રયોગ કર્યા, તેનો નિષ્કર્ષ સ્કાયર દ્વારા યુજીન પર કરવામાં આવેલા સંશોધનના નિષ્કર્ષ જેવો જ હતો કે આદતો શક્તિશાળી પણ નાજુક હોય છે. આદતો આપણા ચેતન મનથી બહાર વિકસિત થઈ શકે છે અને સાથે જ તેને સમજી-વિચારીને, પ્રયત્ન કરીને પણ વિકસિત કરી શકાય છે. આદતો ઘણીવાર આપણી આજ્ઞા વિના જ વિકસિત થઈ જાય છે, પણ તેને નાના-નાના અંશોમાં વિભાજિત કરી આપણે તેને પોતાની તરફથી એક નવું રૂપ આપી શકીએ છીએ. આપણા જીવન પર આદતોનો ઊંડો પ્રભાવ પડે છે. આદતો શક્તિશાળી હોય છે અને ઘણીવાર આપણી વ્યવહારિક બુદ્ધિ પર હાવી પણ થઈ જાય છે.

ઉદાહરણ માટે નેશનલ ઈન્સ્ટિટ્યૂટ ઑફ આલ્કોહોલ એબ્યૂઝ એન્ડ એલ્કોહલિઝમ સાથે જોડાયેલા સંશોધકોએ ઉંદરો પર આ જ બાબતનો અભ્યાસ કર્યો. તેમણે ઉંદરોને

ઈશારો મળતાં જ એક લીવર દબાવવા માટે પ્રશિક્ષિત કર્યા. લીવર દબાવવાની આ ક્રિયા ઉંદરોની આદત બની જાય એટલા માટે લીવર દબાયા પછી દરેક વખતે તેમને ઈનામ તરીકે ખાદ્યપદાર્થ આપવામાં આવ્યા. પછી વૈજ્ઞાનિકોએ એ ખાદ્યપદાર્થમાં એક ઝેર ભેળવી દીધું જેથી તેને ખાવાથી ઉંદર હિંસક રીતે બીમાર પડી જાય અને સાથે જ એવી વ્યવસ્થા પણ કરી દીધી કે ખાદ્યપદાર્થની તરફ જનારા માર્ગ પર પગલું મૂકતાં જ ઉંદરોને વીજળીના ઝાટકા લાગે. થોડા જ સમયમાં ઉંદરોને એ ઝેરીલા ખાદ્યપદાર્થ અને વીજળીના ઝાટકા આપનારા માર્ગની ખબર પડી ગઈ. પછી જ્યારે તેમને સામાન્ય પરિસ્થિતિઓમાં એ જ ખાદ્યપદાર્થને વાટકીમાં આપવામાં આવ્યો અથવા જ્યારે પણ તેમને પિંજરાનો તે રસ્તો દેખાડવામાં આવ્યો, જે વીજળીના ઝટકા આપે છે, તો તે એનાથી દૂર જ રહેતા. તેમ છતાં જેવો ઉંદરોને લીવર દબાવવાનો 'ઈશારો' મળતો, તો તે પોતાને રોકી શકતા નહોતા. તે ઝેરીલા ખાદ્યપદાર્થ ખાઈને બીમાર થવાનો કે વીજળીના ઝટકા ખાવાના ડર છતાં લીવર દબાવીને ખાદ્યપદાર્થની તરફ જવાનો પ્રયત્ન કરતા. આ આદત ઉંદરોમાં એટલી ઊંડાણ સુધી પેસી ગઈ હતી કે જોખમ જાણવા છતાં પણ તે પોતાને રોકી શકતા નહોતા.

માનવોની વચ્ચે પણ આવા અનેક ઉદાહરણ રોજ મળે છે. ઉદાહરણ માટે ફાસ્ટ-ફૂડ ખાવાની આદતનો વિચાર કરો. જેમ કે જો તમે આખા દિવસની મહેનત પછી થાક્યા-પાક્યા ઓફિસથી ઘરે પાછા ફરી રહ્યા છો અને ઘરે પણ તમારા બાળકો ભૂખ્યા છે, તો એવી પરિસ્થિતિમાં ક્યારેક-ક્યારેક મેકડોનાલ્ડ કે બર્ગર કિંગ આગળ ઊભા રહી કશું ખરીદી લો તો તેમાં કશું ખોટું નથી. આખરે મહિનામાં એકવાર પ્રોસેસ્ડ માંસ, તળેલી નમકીન વસ્તુઓ અને ગળ્યા ઠંડાપીણાંનું સેવન કરવાથી ભલા શું નુકસાન થવાનું હતું ? એવું તો નથી કે તમે રોજ આ જ બધું ખાઓ છો.

પરંતુ આદતો આપણી આજ્ઞા વિના જ વિકસિત થઈ જાય છે. આ વિષય પર થયેલા ઘણા સંશોધનો પરથી જાણવા મળ્યું છે કે રોજે ફાસ્ટ-ફૂડ ખાવાની આદતની પાછળ કોઈપણ પરિવારનો એ ઉદ્દેશ નથી હોતો કે તેમને એની આદત પડી જાય. વાસ્તવમાં થાય છે એવું કે મહિનામાં એકવાર ફાસ્ટ-ફૂડ ખાવું, ઈશારો અને ઈનામને કારણે, હંમેશા અઠવાડિયમાં બે વાર ફાસ્ટ-ફૂડ ખાવાની આદતમાં તબદીલ થઈ જાય છે. પછી થોડા જ સમયમાં તમારા બાળકો હજુ વધારે માત્રામાં બર્ગર અને તળેલી નમકીન વસ્તુઓ ખાવા લાગે છે. યુનિવર્સિટી ઑફ નોર્થ ટેક્સાસ અને યેલ યુનિવર્સિટીના સંશોધક જાણવા ઈચ્છતા હતા કે ઘણા પરિવારોમાં વધારે ને વધારે ફાસ્ટ-ફૂડ ખાવાની આદત કેમ વધી રહી છે. પોતાના સંશોધનથી તેમને આદતોના નવા ફંદાની જાણ થઈ. વાસ્તવમાં આ પરિવાર સમજી જ શક્યા નહીં કે તેમને એવા ઈશારા અને ઈનામ મળી રહ્યા હતા, જેનાથી આદતોના આ નવા ફંદાનું નિર્માણ થઈ રહ્યું હતું.

ઉદાહરણ માટે મૈકડોનલ્ડ્સ કંપનીની દરેક રેસ્ટોરાં એકસરખી જ દેખાય છે. કંપનીનો પ્રયત્ન રહે છે કે દરેક આઉટલેટની બનાવટ, ત્યાંના કર્મચારીઓની ગ્રાહકોની સાથે વાત

કરવાની રીત વગેરે એકસરખી હોય. જેથી દરેક વસ્તુમાં એવા ઈશારા આપી શકાય, જે ગ્રાહકની અંદર નિયમિત રીતે કંપનીના ઉત્પાદનોનું સેવન કરવાની આદત વિકસિત કરે. મૈકડોનલ્ડ્સની જેમ અન્ય ઘણી ફૂડ ચેન કંપનીઓએ પણ પોતાના ખાદ્યપદાર્થોને વિશેષ રીતે આ પ્રકારે તૈયાર કર્યા છે, જેનું સેવન કરતાં જ ગ્રાહકને તરત ઈનામ મળવાનો અહેસાસ થાય. જેમ કે 'ફ્રેંચ ફ્રાઈઝ'ને વિશેષ રીતે એ રીતે બનાવવામાં આવે છે કે તેને મોં માં મૂકતાં જ તમને તરત ચીકાશયુક્ત નમકીન સ્વાદ મળે. આ એવો સ્વાદ છે, જે તમારા મોં માં જતાની સાથે જ તમારા મગજના આનંદ કેન્દ્રોને સંકેત મોકલે છે, જેનાથી મગજ આ ઈનામને યાદ કરી લે છે અને પછી વારંવાર આ જ ઈનામ મેળવવાની આદતનો ફંદો તૈયાર કરી લે છે.

જો કે આ આદતો કાચી જ હોય છે. જેમ કે જો કોઈ વિસ્તારનું કોઈ ફાસ્ટ-ફૂડ રેસ્ટોરાં બંધ થઈ જાય, તો એ વિસ્તારમાં રહેનારો તે પરિવાર જે એ રેસ્ટોરાંમાં નિયમિત રીતે જતો હતો, તે એ વિસ્તારથી દૂર જઈને કોઈ બીજી રેસ્ટોરાં શોધવાને બદલે ફરીથી ઘરના ખાવાને પ્રાથમિકતા આપવા માંડે છે. ત્યાં સુધી કે એક નાનામાં નાનો ફેરફાર પણ આવી આદતોના ફંદાને તોડી શકે છે. પણ આ ફંદા નિર્મિત થતી વખતે આપણને ખબર જ નથી પડતી કે આપણા મગજના કોઈ ખૂણામાં આવું કશું થઈ રહ્યું છે, તેથી આપણે એ જાણી શકતા નથી કે આપણે આ આદતોને કેવી રીતે નિયંત્રિત કરવી જોઈએ. પણ ઈશારો અને ઈનામ પર ધ્યાન આપી આપણે પોતાની આદતોમાં પરિવર્તન લાવી શકીએ છીએ.

4

યુજીનની બીમારીના સાત વર્ષ પછી, ઈ.સ.2000 સુધી, તેના જીવનમાં એક પ્રકારનું સંતુલન આવી ગયું હતું. તે રોજ સવારે ફરવા જતો હતો, પોતાની મરજીનો ખોરાક ખાતો હતો અને ઘણીવાર તો તે દિવસમાં પાંચ-છ વાર ખાતો હતો. યુજીનને આ વાતથી કોઈ ફેર પડતો નહોતો કે ટી.વી. પર તેની પસંદગીની 'હિસ્ટ્રી ચેનલ' પર નવો કાર્યક્રમ આવી રહ્યો છે કે કોઈ જૂના કાર્યક્રમનું ફરીથી પ્રસારણ થઈ રહ્યું છે. તેની પત્ની જાણતી હતી કે જ્યાં સુધી 'હિસ્ટ્રી ચેનલ' ચાલી રહી છે, ત્યાં સુધી યુજીન પોતાની મખમલની ખુરશી પર આરામથી બેસીને બેઠો-બેઠો ટીવી જોતો રહેશે.

પણ જેમ-જેમ યુજીનની ઉંમર વધતી ગઈ, તેની આદતોની તેના જીવન પર ખરાબ અસર પડવા માંડી. ટી.વી. પર ચાલી રહેલા કાર્યક્રમમાં તેનું મન લાગેલું રહેતું હતું તેથી તે આખો દિવસ ટી.વી.ની સામે નિષ્ક્રિય બેસી રહેતો હતો. યુજીનની આ આદતને કારણે ડૉક્ટર્સને પણ ચિંતા હતી કે ક્યાંક તેને હૃદયની બીમારી ન થઈ જાય. ડૉક્ટરોએ બેવરલીને જણાવ્યું કે તેણે યુજીનને હળવો અને સ્વાસ્થ્યવર્ધક ખોરાક ખવડાવવો પડશે. બેવરલીએ ડૉક્ટર્સની સલાહ માનવાનો પ્રયત્ન પણ કર્યો, પણ યુજીન ક્યારે શું ખાશે, એ નક્કી કરવું અને તેના ખોરાક પર નિયંત્રણ રાખવું મુશ્કેલ હતું. બેવરલીની ચેતવણીઓ અને વઢને

યુજીન પળવારમાં ભૂલી જતો હતો. માંસ અને ઈંડા પકાવીને ખાવા યુજીનની આદત બની ચૂકી હતી. તેથી ભલે ફ્રિજ ફળ અને શાકભાજીઓથી ભરેલું હોય પણ યુજીન હંમેશા માંસ અને ઈંડા જ ખાતો હતો. ઉંમર વધવાની સાથે-સાથે યુજીનના હાડકાં પણ નબળા પડવા માંડ્યા. ડૉક્ટર્સે તેમને સંભાળીને ચાલવાની સલાહ આપી, પણ મુશ્કેલી એ હતી કે યુજીન પોતાની અસલી ઉંમર કરતાં પોતાને વીસ વર્ષ નાનો માનતો હતો. તેથી તેના મનમાં સાચવીને ચાલવાનો વિચાર પણ આવતો નહોતો.

સ્કાયરના અનુસાર, 'યાદદાસ્ત એવો વિષય છે, જે મને હંમેશા આકર્ષિત કરતો રહ્યો છે. જ્યારે મારી મુલાકાત ઈ.પી. સાથે થઈ તો મેં જાણ્યું કે ભલે આપણી યાદદાસ્ત નબળી પડી જાય અથવા આપણને કશું જ યાદ ન રહે, તેમ છતાં પણ જીવન ખૂબ સુંદર હોય છે. આપણા મગજમાં એક અનોખી ક્ષમતા છે કે ભલે આપણી યાદદાસ્ત ચાલી જાય, પણ છતાં આપણું મગજ ખુશી શોધી જ લે છે.'

'પણ અંતે મગજની આ જ ક્ષમતા યુજીન પર ભારે પડી ગઈ.'

બેવરલીને આદતોની જેટલી સમજ હતી, એ હિસાબે તેણે યુજીનને મદદ કરવાનો ઘણો પ્રયત્ન કર્યો. બેવરલી સમજવા લાગી હતી કે કેટલાક નવા ઈશારાઓની મદદથી તે યુજીનની હાનિકારક આદતોને બદલી શકે છે. જેમ કે, જો તે ફ્રિજમાં માંસ ન રાખે તો યુજીન વારંવાર માંસ ખાતો નહોતો. જો બેવરલી યુજીનની ખુરશીની બાજુમાં સલાડ મૂકી દે, તો તે માંસ ભૂલીને સલાડ ખાઈ લેતો હતો. ધીરે-ધીરે યુજીનને માંસ અને ઈંડાની જગ્યાએ સલાડ ખાવાની આદત પડી ગઈ અને આ રીતે તેની ખાણી-પીણીની આદતોમાં સુધારો આવી ગયો.

જો કે આમ છતાં યુજીનની તબિયત બગડતી ગઈ. એક દિવસ યુજીને અચાનક બૂમ પાડી. બેવરલી દોડતી આવી. યુજીન પોતાની છાતી પર હાથ રાખી પીડાથી કણસતો હતો. બેવરલીએ તરત જ એમ્બ્યુલન્સ બોલાવી. હોસ્પિટલમાં જણાવવામાં આવ્યું કે યુજીનને હૃદયરોગનો હુમલો થયો હતો. પીડા ઓછી થતા યુજીને હોસ્પિટલની પથારીમાંથી ઊભા થવાનો પ્રયત્ન કર્યો, પણ તે નિષ્ફળ રહ્યો. આખી રાત હોસ્પિટલની પથારીના બીજા ખૂણે સૂવાના પ્રયત્નમાં તે પોતાના શરીર પર લગાવવામાં આવેલા મશીનોના તાર અને સલાઈનની ટ્યૂબ વગેરેને ખેંચીને કાઢવાનો પ્રયત્ન કરતો રહ્યો. તેના કારણે વારંવાર એલાર્મ વાગ્યું અને નર્સને દોડીને તેના ઓરડામાં આવવું પડ્યું. નર્સ યુજીનના શરીર પર લગાવવામાં આવેલા સેન્સરને ફરીથી સરખા કરતી, તેને વધારે હલન-ચલન કરવાની ના પાડતી અને પાછી ચાલી જતી. છતાં પણ જ્યારે વારંવાર યુજીન એ બધું જ પુનરાવર્તિત કરતો રહ્યો, ત્યારે તેની સંભાળ રાખનારી નર્સે યુજીનને ચેતવણી આપી કે 'જો તમે આ બધું બંધ ન કર્યું તો, તમને દોરડાથી બાંધી દેવામાં આવશે.' પણ યુજીન પર આ ચેતવણીની કોઈ અસર થઈ નહીં કારણ કે તે થોડીક જ ક્ષણોમાં બધું ભૂલી જતો હતો.

પછી યુજીનની દીકરી કૈરલ રાએદ એ એક માર્ગ શોધ્યો. તેણે નર્સને યુજીનની પ્રશંસા કરવાનું કહ્યું. તેણે નર્સને કહ્યું કે જ્યારે પણ તે યુજીનના ઓરડામાં જાય, તો આ વાત માટે તેની પ્રશંસા કરે કે તે શાંત બેસવાનો પૂરો પ્રયત્ન કરી રહ્યો છે. કૈરલે યુજીનને કહ્યું કે તે આ વાત યુજીનને વારંવાર કહે. કૈરલના અનુસાર 'અમે ઈચ્છતા હતા કે યુજીન માટે તે તેના અભિમાનનો વિષય બની જાય. અમે તેમને વારંવાર કહેતા હતા કે પાપા આ બધા તારો અને સેન્સરને બરાબર લગાવીને તમે વિજ્ઞાનનું ભલું કરી રહ્યા છો.' આખરે નર્સે કૈરલની વાત માનીને યુજીનની પ્રશંસા કરવાનું અને તેની સાથે સ્નેહપૂર્ણ રીતે વર્તવાનું શરૂ કર્યું. યુજીનને આ બધું ખૂબ સારું લાગ્યું. તે એટલો ખુશ રહેવા લાગ્યો કે હવે તે નર્સની કહેલી દરેક વાત માનવા લાગ્યો. તેના એક અઠવાડિયા પછી જ યુજીનને હોસ્પિટલમાંથી ઘરે પાછા જવાની પરવાનગી મળી ગઈ.

પછી ઈ.સ.2008ની શરદ ઋતુમાં પોતાના ઘરમાં જ ચાલતી વખતે યુજીન અંગૂઠાની ઠોકર લાગવાથી પડી ગયો. આ દુર્ઘટનામાં તેનું થાપાનું હાડકું ભાંગી ગયું. યુજીનને હોસ્પિટલમાં દાખલ કરતા સ્કાયર અને તેના સહકર્મીઓને ચિંતા થઈ કે હવે કદાચ યુજીન એ યાદ નહીં રાખી શકે કે તે ક્યાં છે, જેના કારણે તેને પેનિક એટેક આવવાનું જોખમ છે. આ સમસ્યાને ઉકેલવા માટે તેમણે યુજીનની પથારીની બાજુમાં ચિઠ્ઠીઓ મૂકવાનું શરૂ કરી દીધું, જેના પર એ લખેલું રહેતું તે ક્યાં છે અને તેને શા માટે ત્યાં રાખવામાં આવ્યો છે. તેની સાથે જ હોસ્પિટલમાં યુજીનના ઓરડાની દીવાલો પર તેના બાળકોની તસવીર પણ લગાવી દીધી. યુજીનની પત્ની અને બાળકો તેને રોજે મળવા માટે હોસ્પિટલમાં આવતા હતા.

જો કે યુજીનને ક્યારેક આ અંગે કોઈ ચિંતા ન થઈ. તેણે એકવાર પણ પૂછ્યું નહીં કે તે હોસ્પિટલમાં શા માટે છે. સ્કાયરના અનુસાર 'યુજીને કદાચ હવે પોતાના જીવનની અનિશ્ચિતતાઓ સાથે સમજૂતી કરી લીધી હતી. યુજીનને યાદદાસ્ત ગુમાવ્યે પંદર વર્ષ વીતી ચૂક્યા હતા. હવે કદાચ તેનું મગજ એ જાણી ચૂક્યું હતું કે તેના જીવનની કેટલીક એવી વાતો છે, જેને તે ક્યારેય સમજી શકશે નહીં અને આ માનસિક સમજૂતીએ તેને એક અલગ જ શાંતિનો અનુભવ કરાવ્યો.'

યુજીનની પત્ની બેવરલી રોજ હોસ્પિટલ આવતી હતી. બેવરલીના અનુસાર, 'હું તેની સાથે મોડે સુધી વાતો કરતી રહેતી અને તેને યાદ અપાવતી કે હું તેને કેટલો પ્રેમ કરું છું. હું તેને અમારા બાળકો વિશે પણ જણાવતી અને સાથે જ એ યાદ અપાવતી કે આપણે પોતાનું જીવન કેટલી સારી રીતે વિતાવ્યું છે. હું તેને જૂની તસવીરો દેખાડતી અને યાદ કરાવતી કે બધા તેને કેટલો પ્રેમ કરે છે. અમારા લગ્નને 57 વર્ષ વીતી ગયા હતા, જેમાંના પહેલા 42 વર્ષ સુધી અમારું વૈવાહિક જીવન કોઈપણ અન્ય યુગલ જેટલું જ સહજ અને સામાન્ય હતું. ક્યારેક-ક્યારેક મને જૂના દિવસોની એટલી યાદ આવતી હતી કે હું એ દુર્ઘટનાના પહેલાવાળા યુજીનની કામના કરવા લાગી હતી. ત્યારે આ બધું અચાનક ખૂબ

મુશ્કેલ લાગતું હતું. પણ હું જાણતી હતી કે કંઈ નહીં તો યુજીન ખુશ તો છે અને મારા માટે એટલું જ પૂરતું હતું.

થોડા અઠવાડિયા પછી યુજીનની દીકરી તેને મળવા આવી. તેના આવતાની સાથે જ યુજીન તેને પૂછવા લાગ્યો, 'પ્લાન શું છે ? પિતાની આ વાત સાંભળી તે યુજીનને વ્હીલચૅર પર બેસાડીને હોસ્પિટલના બગીચામાં લઈ ગઈ, જ્યાં યુજીને અચાનક કહ્યું, 'કેટલો સરસ દિવસ છે આજે ! ઋતુ પણ કેટલી સરસ છે નહીં !' તેની દીકરીએ તેને પોતાના બાળકો વિશે જણાવ્યું અને પછી તે બંને ત્યાંના પાલતુ કૂતરા સાથે રમતા રહ્યા. કૈરલને લાગી રહ્યું હતું કે કદાચ યુજીનને થોડા જ સમયમાં ઘરે પાછા ફરવાની પરવાનગી મળી જશે. સૂર્યાસ્ત થવાનો હતો એટલે કૈરલ યુજીનને હોસ્પિટલમાં અંદર લઈ જવા માંડી.

યુજીને તેની તરફ જોયું.

'હું ખૂબ ભાગ્યશાળી છું કે મને તારા જેવી દીકરી મળી.' યુજીને કહ્યું. કૈરલને આશ્ચર્ય થયું. તેને યાદ ન આવ્યું કે યુજીને છેલ્લી વાર તેને આવી કોઈ વાત ક્યારે કહી હતી.

તેણે યુજીનને જવાબ આપ્યો, 'હું ભાગ્યશાળી છું કે આપ મારા પિતા છો.'

'કેટલો સરસ દિવસ છે ને આજે. નહીં ?' યુજીને ફરીથી એ જ વાત શરૂ કરી દીધી.

એ રાત્રે એક વાગ્યે બેવરલીને હોસ્પિટલમાંથી ફોન આવ્યો. ડૉક્ટરે કહ્યું કે યુજીનને હૃદયરોગનો હુમલો આવ્યો હતો. ડૉક્ટરે તેને બચાવવાનો પૂરો પ્રયત્ન કર્યો, પણ તે નિષ્ફળ રહ્યા. યુજીનનું મૃત્યુ થઈ ચૂક્યું હતું પણ મૃત્યુ પછી પણ સંશોધકો યુજીનના યોગદાનની પ્રશંસા કરતા રહ્યા. ઘણી પ્રયોગશાળાઓ અને મેડિકલ સ્કૂલોમાં તેના મગજના સ્કેન રિપોર્ટ્સનો અભ્યાસ કરવામાં આવ્યો.

બેવરલીના કહેવા પ્રમાણે, 'યુજીને વિજ્ઞાનની પ્રગતિ માટે જે કંઈપણ કર્યું છે, તેના વિશે જાણીને તે ખૂબ ગર્વ અનુભવતો. અમારા લગ્નના થોડા સમય પછી એક દિવસ તેણે મને કહ્યું હતું કે તે પોતાના જીવનમાં કોઈ મહત્ત્વપૂર્ણ કામ કરવા ઈચ્છે છે, કંઈક એવું જેનાથી સંસારના દરેક માણસને લાભ થાય અને આખરે તેણે એવું કરી દેખાડ્યું. બસ ફેર માત્ર એટલો જ છે કે આ બધું તેને યાદ ન રહ્યું.'

2

મસ્તિષ્કની ઈચ્છા

નવી આદતો કેવી રીતે વિકસાવશો

1

1900ના પૂર્વાર્ધમાં અમેરિકામાં એક પ્રતિષ્ઠિત કાર્યકારી અધિકારી ક્લાઉડ સી. હોપકિંસનો તેમના એક જૂના મિત્રએ સંપર્ક કર્યો. એ મિત્રની પાસે એક નવા વ્યવસાયની યોજના હતી. વાસ્તવમાં તેને એક એવા ઉત્પાદન (પ્રોડક્ટ) વિશે જાણવા મળ્યું હતું, જે અદ્‌ભુત હતું અને તેને પૂરો વિશ્વાસ હતો કે આનો વ્યવસાય ખૂબ જ ફાયદાકારક સાબિત થશે. આ ઉત્પાદન બીજું કશું નહીં પણ પિપરમિંટની સ્વાદવાળી ઘટ્ટ ટૂથપેસ્ટ હતી, જેનું નામ હતું 'પેપ્સોડેંટ'. આ યોજનામાં કેટલાક સંદિગ્ધ ચરિત્રવાળા રોકાણકાર પણ સામેલ હતા. તેમનામાંથી એક રોકાણકારના ઘરે જમીનના સોદા અંગે ઘણીવાર છાપા પડી ચૂક્યા હતા અને એક અન્ય રોકાણકારના અપરાધી જૂથો સાથે સંબંધ હતા. તેમ છતાં આ મિત્રએ હોપકિંસને આશ્વાસન આપ્યું કે જો તે આ ઉત્પાદનનું વિજ્ઞાપન કરવાના પ્રકલ્પમાં તેમનો સાથ આપશે તો તે ખૂબ જ ફાયદાકારક સાબિત થશે.

એ દિવસોમાં હોપકિંસ વિજ્ઞાપનના વ્યવસાયમાં શિખર પર હતા. આ વ્યવસાય થોડા દાયકા પહેલાં જ અસ્તિત્વમાં આવ્યો હતો અને હવે ખૂબ ઝડપથી ઉભરી રહ્યો હતો. તે હોપકિંસ જ હતા, જેમણે શ્લીટ્‌જ બીયર(Schlitz beer)નું વિજ્ઞાપન કરીને આખા અમેરિકાને તેનું ઘેલું લગાડી દીધું હતું. શ્લીટ્‌જ બિયરના વિજ્ઞાપનમાં હોપકિંસે લોકોને જણાવ્યું કે આ કંપની પોતાની બોટલોને સાફ કરવા માટે 'લાઈવ સ્ટીમ' તકનીકનો ઉપયોગ કરે છે. જ્યારે વાસ્તવમાં આ કોઈ અનોખી તકનીક નહોતી કારણ કે એ જમાનામાં બીયર બનાવનારી દરેક કંપની પોતાની બોટલો આ જ તકનીકથી સાફ કરતી હતી. પણ હોપકિંસે પોતાના વિજ્ઞાપનમાં આ તથ્યને દૂર કરી દીધું.

આ જ રીતે તેમણે અમેરિકાની લાખો મહિલાઓને 'પૉમઓલિવ' સાબુ ખરીદવા માટે એમ કહીને આકર્ષિત કર્યા કે સ્વયં ક્લિઓપેટ્રા (પ્રાચીન મિસરની પ્રસિદ્ધ રાણી, જેને વિશ્વની સૌથી સુંદર સ્ત્રી માનવામાં આવતી હતી) પણ આ જ સાબુથી નહાતી હતી. તેમના આ દાવાનો ઘણા બધા ઈતિહાસકારોએ વિરોધ પણ કર્યો, પણ તેમ છતાં મહિલા ગ્રાહકોની વચ્ચે 'પૉમઓલિવ' સાબુની લોકપ્રિયતા ઓછી ન થઈ.

આ જ રીતે તેમણે ઘઉંના મમરાને એમ કહીને જાણીતા બનાવી દીધા કે તેને બનાવવા માટે ઘઉંના દાણાને તેના અસલી આકાર કરતાં 'આઠ ગણો મોટો થાય ત્યાં સુધી બંદૂકથી ડામ દેવામાં આવે છે.'

આ જ પ્રકારની એક ડઝનથી પણ વધારે વસ્તુઓ, જેમ કે ક્વૉકર કંપનીના ઓટ્સ, ગુડઈઅર કંપનીના ટાયર્સ, બિસેલ કંપનીની કારપેટ સ્વીપર, વૉન કેમ્પ કંપનીના પોર્ક અને બીન્સ વગેરે હોપકિંસના કારણે જ ગ્રાહકોમાં જાણીતા થયા. પહેલા આ વસ્તુઓ વિશે કોઈ જાણતું પણ નહોતું, પણ હોપકિંસે તેને ઘેર-ઘેર પહોંચાડી દીધી. આ પ્રક્રિયામાં હોપકિંસને એટલો નફો થયો કે તેમણે પોતાની આત્મકથા – 'માય લાઈફ ઈન એડવર્ટાઈઝિંગ' માં ઘણી જગ્યાએ વિસ્તારપૂર્વક લખ્યું છે કે વધારે પૈસા ખર્ચ કરવામાં કેવી-કેવી મુશ્કેલીઓનો સામનો કરવો પડે છે.

ક્લાઉડ હોપકિંસ ગ્રાહકોની અંદર નવી આદતો વિકસિત કરવા માટે જાણીતા હતા. આ માટે તેમણે કેટલાક નવા નિયમોની શોધ પણ કરી હતી. આ નિયમોએ અનેક વ્યવસાયોને પૂર્ણપણે બદલીને મૂકી દીધા અને કાળાંતરે આ બધા નિયમ વિક્રેતાઓ, શિક્ષણ ક્ષેત્ર સાથે જોડાયેલા સુધારકો, સાર્વજનિક સ્વાસ્થ્યકર્મીઓ, નેતાઓ અને કંપનીઓના સીઈઓ માટે સામાન્ય જ્ઞાન બની ગયા. આજે પણ આપણે સાફ-સફાઈ માટે જે ઉત્પાદન પસંદ કરીએ છીએ અથવા બીમારીઓમાંથી ઉગરવા માટે સરકારો જે પગલાં ભરે છે તેમાં હોપકિંસના નિયમોનો પ્રભાવ સ્પષ્ટ જોઈ શકાય છે. કોઈપણ નવું રૂટીન (દિનચર્યા કે નિયમિત ક્રિયાઓ) બનાવવાની પ્રક્રિયામાં આ નિયમ સૌથી મહત્ત્વના હોય છે.

પણ જ્યારે હોપકિંસના મિત્રએ તેમની સામે પેપ્સોડેંટનો પ્રસ્તાવ મૂક્યો, ત્યારે આ વિજ્ઞાપન ગુરુએ આ પ્રસ્તાવમાં વધારે રસ દાખવ્યો નહીં. જો કે અમેરિકન લોકોના નબળા થતા દાંત હવે કોઈ રહસ્યની વાત રહી ગયા નહોતા. અમેરિકા આર્થિક રીતે જેટલું સમૃદ્ધ થતું ગયું, અહીંના નિવાસીઓની વચ્ચે વધારે મીઠા અને પ્રોસેસ્ડ ખાદ્ય પદાર્થ એટલા જ જાણીતા થતા ગયા. પરિણામે પ્રથમ વિશ્વ યુદ્ધના સમયે જ્યારે અમેરિકન સરકારે નવા સૈનિકોની ભરતી શરૂ કરી, ત્યારે જાણવા મળ્યું કે આ નવા સૈનિકોમાંથી મોટાભાગના દાંત ખૂબ જ નબળા છે. ત્યારે અમેરિકાના અધિકારીઓએ લોકોના દાંતના કથળતા જતા સ્વાસ્થ્યને રાષ્ટ્રીય સુરક્ષા માટે જોખમ ગણાવ્યું હતું.

તેમ છતાં વિજ્ઞાપન ગુરુ હોપકિંસ અનુસાર ટૂથપેસ્ટ વેચવી આર્થિક દૃષ્ટિએ આત્મહત્યા જેવું હતું. એ સમયે સેલ્સમેનોની એક આખી ફોજ હતી, જે ઘરે-ઘરે જઈને સંદિગ્ધ ગુણવત્તાવાળા ટૂથપાઉડર અને દાંત સાફ કરવાની પારંપરિક દવાઓ વગેરે વેચવાના પ્રયત્નમાં ખોટ કરતા હતા.

મુશ્કેલી એ હતી કે ખરાબ સ્વાસ્થ્ય રાષ્ટ્રીય સમસ્યા ભલે બની ગઈ હોય, પણ તેમ છતાં કોઈપણ વ્યક્તિ ટૂથપેસ્ટ ખરીદવા ઈચ્છતી નહોતી કારણ કે એ સમયે દાંત સાફ કરવા એ લોકોની દૈનિક-ક્રિયામાં સામેલ નહોતું.

તેથી હોપકિંસે પોતાના મિત્રના પ્રસ્તાવ પર વિચાર તો કર્યો, પણ તેમનો જવાબ નકારાત્મક જ રહ્યો. તેમણે કહ્યું કે તેમના માટે સાબુ અને ખાદ્યપદાર્થનું વિજ્ઞાપન કરવું જ શ્રેષ્ઠ રહેશે. પોતાની આત્મકથામાં તે જણાવે છે કે 'મને સમજાતું નહોતું કે સામાન્ય લોકોને ટૂથપેસ્ટ જેવી વસ્તુના તકનીકી ફાયદા કેવી રીતે સમજાવવામાં આવે.' તેમના નકારાત્મક જવાબ છતાં તેમના મિત્રએ પોતાની જીદ છોડી નહીં. તે વારંવાર આવીને હોપકિંસને આ બાબતે પુનર્વિચાર કરવા માટે કહેતો રહ્યો અને તેમના અહંને પોષતો રહ્યો. આખરે વિજ્ઞાપન ગુરુએ પોતાના મિત્રનો પ્રસ્તાવ સ્વીકાર કરવો જ પડ્યો.

હોપકિંસ લખે છે, 'અંતે હું ટૂથપેસ્ટની વિજ્ઞાપન ઝુંબેશ ચલાવવા માટે માની જ ગયો, પણ મારી શરત એ હતી કે તે મને કંપનીના શૅર્સ છ મહિનાના બ્લોક (વધારે માત્રામાં શૅર્સને વેચવા કે ખરીદવા) નો વિકલ્પ આપશે.' તેમના મિત્રએ તેમની આ શરત તરત જ માની લીધી.

હોપકિંસનો આ નિર્ણય તેમના માટે આર્થિક દૃષ્ટિએ ખૂબ સમજદારીભર્યો સાબિત થયો. આ ભાગીદારીથી હોપકિંસે માત્ર પાંચ વર્ષોમાં પેપ્સોડેંટને વિશ્વની સૌથી જાણીતી ટૂથપેસ્ટ બનાવી દીધી. તેની સાથે જ તેમણે અમેરિકન લોકોમાં નિયમિત રીતે દાંત સાફ કરવાની આદત પણ વિકસિત કરી દીધી. ટૂંક સમયમાં જ આ આદત આશ્ચર્યજનક રીતે આખા અમેરિકામાં ફેલાઈ ગઈ. એ પછી તે શર્લી ટેંપલથી માંડીને ક્લાર્ક ગેબલ જેવા બધા ફિલ્મ કલાકાર પોતાના 'પેપ્સોડેંટ મલકાટ'ની શેખી મારવા માંડ્યા. ઈ.સ.1930 સુધી પેપ્સોડેંટ ચીન, દક્ષિણ આફ્રિકા, બ્રાઝિલ, જર્મનીથી માંડીને દરેક એ દેશમાં પહોંચી ગઈ, જ્યાં હોપકિંસ વિજ્ઞાપન ઝુંબેશ ચલાવી શકતા હતા. પેપ્સોડેંટની પહેલી જાહેરખબર ઝુંબેશના એક દાયકા પછી થયેલા સર્વેક્ષણોથી જાણવા મળ્યું કે નિયમિત રીતે દાંત સાફ કરવા એ લગભગ અડધાથી પણ વધારે અમેરિકન જનસંખ્યાની આદત બની ચૂકી છે. હોપકિંસે દાંત સાફ કરવાને લોકોની દિનચર્યાનો હિસ્સો બનાવી દીધો હતો.

આગળ જતાં હોપકિંસે પોતાની આ સફળતાનું રહસ્ય જણાવ્યું કે તેમને કેટલાક એવા ઈશારા અને ઈનામ મળ્યા, જે લોકોની અંદર એક વિશેષ આદત વિકસિત કરવાની તીવ્ર

ઈચ્છા જગાડી શકતા હતા. આ એટલી શક્તિશાળી પ્રણાલી છે કે આજે પણ વીડિયો ગેમ ડિઝાઈનર, ખાદ્યપદાર્થ બનાવનારી કંપનીઓ, હોસ્પિટલ અને દુનિયાભરના લાખો સેલ્સમેન તેનો ઉપયોગ કરે છે. એક તરફ ત્યાં યુજીન પોલીએ આપણને આદતોના ફંદાની જાણકારી આપી, ત્યાં બીજી તરફ ક્લાઉડ હોપકિંસે આપણને દાખવ્યું કે આદતોને કેવી રીતે વિકસિત કરી શકાય છે.

તો હોપકિંસે આખરે એવું શું કર્યું ?

વાસ્તવમાં તેમણે લોકોની અંદર ઈચ્છા જગાવી. ઈશારા અને ઈનામ આ જ ઈચ્છાથી સક્રિય થાય છે. ઈચ્છાથી જ આદતોના ફંદાનું નિર્માણ થાય છે.

★★★

પોતાની સમગ્ર કારકિર્દીમાં ક્લાઉડ હોપકિંસની સૌથી જાણીતી રીત હતી – આવા ઈશારાઓની શોધ કરવી, જેનાથી લોકો તેમના દ્વારા વેચવામાં આવતી વસ્તુઓનો દરરોજ ઉપયોગ કરવા માંડે. ઉદાહરણ માટે તેમણે ક્કોકર કંપનીના ઓટ્સના વિજ્ઞાપનમાં જણાવ્યું કે તેને નાસ્તા તરીકે ખાવાથી તમે આખો દિવસ પોતાને ઉર્જાવાન અનુભવશો, પણ આવું માત્ર ત્યારે જ શક્ય બનશે, જ્યારે તમે દરરોજ એક વાટકી ઓટ્સ ખાશો. એ જ રીતે તેમણે પેટનો દુખાવો, સાંધાનો દુખાવો, ખરાબ ત્વચા અને મહિલાઓની સમસ્યાઓ માટે પણ એમ કહીને ખૂબ મોટા પ્રમાણમાં ટોનિક વેચ્યા કે બીમારીના શરૂઆતના લક્ષણ દેખાતા જ તમારે આ ટોનિક પીવું પડશે. આ પછી ખૂબ ટૂંકા સમયમાં લોકોએ સવારના નાસ્તામાં ઓટ્સ ખાવાનું શરૂ કરી દીધું. આ જ લોકો જરાક થાક અનુભવતા જ હોપકિંસ દ્વારા વેચવામાં આવેલું ટોનિક પણ પીવા લાગ્યા, જ્યારે દિવસમાં એક-બે વાર થાકનો અનુભવ થાય એ સામાન્ય વાત છે.

પેપ્સોડેંટ ટૂથપેસ્ટ વેચવા માટે હોપકિંસને આવા ઈશારાની જરૂર હતી, જેનાથી ગ્રાહકોને દરરોજ તેનો ઉપયોગ કરવા માટે પ્રોત્સાહિત કરી શકાય. આના માટે હોપકિંસે દાંતના સ્વાસ્થ્ય સાથે જોડાયેલા ઘણા પુસ્તકોનો અભ્યાસ પણ કર્યો. આ વિશે તેમણે લખ્યું છે કે 'આ પુસ્તકો જરાય રસપ્રદ નહોતા. છતાં પણ એક પુસ્તકમાં મને મ્યુસિન પ્લેક (દાંતોના ખૂણાઓમાં જામી જતા મેલનું પડ જે સૂક્ષ્મજીવોની દેન હોય છે) ની જાણકારી મળી. આગળ જતાં મેં તેને 'આવરણ'નું નામ આપ્યું. આનાથી મને એક લોકપ્રિય થવા લાયક વિચાર આવ્યો. મેં આ ટૂથપેસ્ટને સૌંદર્ય વધારનારી વસ્તુ તરીકે પ્રચારિત કરવાનો નિર્ણય લીધો એટલે કે એક એવી ટૂથપેસ્ટ જેનાથી દાંતોના મેલા આવરણને દૂર કરી શકાય છે.

આ આવરણની વાત કરતી વખતે હોપકિંસે આ તથ્યને પૂર્ણપણે બાજુ પર મૂકી દીધું કે દાંતો પર આ આવરણ આવવું તો સામાન્ય વાત છે. આવું હંમેશાથી થતું આવ્યું છે અને તેનાથી ક્યારે કોઈને કોઈ મુશ્કેલી થઈ નથી. તમે ગમે તે ખાઓ અથવા ભલે ગમે તેટલી

વાર દાંત સાફ કરો, આ આવરણ દાંતો પર આવી જ જાય છે. આનાથી પહેલા લોકોએ ક્યારેય તેના પર ધ્યાન આપ્યું નહીં કારણ કે આ અંગે ધ્યાન આપવા લાયક કોઈ કારણ પણ નહોતા. આ આવરણને તો એક સફરજન ખાઈને, દાંત પર આંગળીઓ ફેરવીને કે પછી કોગળો કરીને સરળતાથી સાફ કરી શકાય છે. આ આવરણને દૂર કરવા માટે ટૂથપેસ્ટ કોઈ વિશેષ કામ નથી કરતી. ત્યાં સુધી કે એ સમયે દાંતોના ઘણા મુખ્ય સંશોધકોએ પણ કહ્યું હતું કે ટૂથપેસ્ટ અને ખાસ કરીને પેપ્સોડેંટ બેકાર છે.

પણ આ બધા કારણ મળીને પણ હોપકિંસને રોકી શક્યા નહીં અને તેમણે આવરણની પોતાની જાણકારીનો પોતાના ફાયદા માટે ઘણો ઉપયોગ કર્યો. તેમને સમજાઈ ગયું હતું કે આવરણ વિશે વાત કરીને ગ્રાહકોને એવો ઈશારો આપી શકાય છે, જેનાથી તેમની અંદર આદત વિકસિત થઈ શકે. થોડા જ સમયમાં ઘણા શહેરોમાં ચારેય તરફ પેપ્સોડેંટની વિજ્ઞાપન દેખાવા માંડી.

આ વિજ્ઞાપનમાં લખ્યું હતું – 'પોતાની જીભને દાંતો પર ફેરવો. શું તમને પણ એ આવરણનો અનુભવ થયો ? આ જ એ આવરણ છે, જેના કારણે તમારા દાંત ધૂંધળા દેખાય છે અને તેનાથી જ તમારા દાંતોને નુકસાન પણ પહોંચે છે.'

પેપ્સોડેંટના એક અન્ય વિજ્ઞાપનમાં હસતી સુંદર મહિલાઓની તસવીર હતી અને લખેલું હતું,'જરા ધ્યાન આપો કે તમારી ચારેય તરફ એવા કેટલા લોકો છે, જેમના દાંત સુંદર છે. આજે લાખો લોકો પોતાના દાંતોને સાફ કરવા માટે આ નવી રીતનો ઉપયોગ કરી રહ્યા છે. ભલા કઈ મહિલા ઈચ્છશે કે તેના દાંતો પર મેલનું આવરણ ચઢેલું હોય. પેપ્સોડેંટ આ આવરણને દૂર કરે છે.'

આ જાહેરખબરોની ખૂબી એ હતી કે આ બધા એક ઈશારા પર નિર્ભર હતા – દાંતો પર ચઢેલું મેલું આવરણ. આ એક વૈશ્વિક બાબત હતી અને તેણે વણજોઈ કરવી અશક્ય હતું. કોઈને પોતાના દાંતો પર જીભ ફેરવવાનું કહેતાની સાથે જ લોકો તરત એવું કરતા હતા અને તેમને હંમેશા પોતાના દાંત પર એક આવરણનો અનુભવ થઈ જતો હતો. હોપકિંસે એક બેહદ સહજ ઈશારો શોધી કાઢ્યો હતો. આ એવો ઈશારો હતો, જે સદીઓથી હાજર હતો અને એટલો સહજ હતો કે એક સામાન્ય વિજ્ઞાપનને જોઈને લોકો જાતે જ તેને માની લેતા હતા.

હોપકિંસે આના માટે જે ઈનામની કલ્પના કરી હતી, તે તો હજુ વધારે આકર્ષક હતું. ભલા વિશ્વમાં એવું કોણ છે, જે પોતાની સુંદરતા વધારવા ઈચ્છતું નથી ? કોણ નથી ઈચ્છતું કે પોતાનું હાસ્ય હજુ વધારે સુંદર થઈ જાય ? ખાસ કરીને ત્યારે, જ્યારે આ માટે તમારે માત્ર પેપ્સોડેંટથી પોતાના દાંત સાફ કરવાના હોય.

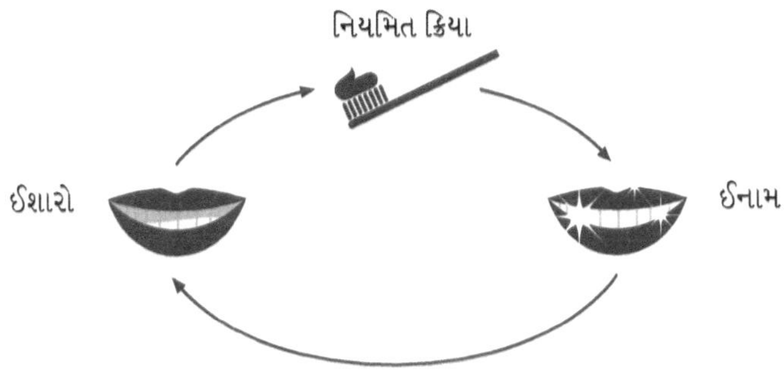

હૉપકિન્સ દ્વારા આપવામાં આવેલી
પેપ્સોડેંટની આદતના ફંદાની સંકલ્પના

આ વિજ્ઞાપન ઝુંબેશ શરૂ થયા પછી પહેલું અઠવાડિયું વીતી ગયું, પણ કંઈ ખાસ થયું નહીં. પછી બીજા અઠવાડિયામાં પણ ગ્રાહકોની કોઈ ખાસ પ્રતિક્રિયા જણાઈ નહીં. પણ જેવું ત્રીજું અઠવાડિયું આવ્યું, પેપ્સોડેંટની માંગ આકાશને આંબવા માંડી. માંગ એટલી વધારે હતી કે કંપની માટે સમયસર તે પૂરી કરવી પણ શક્ય થતી નહોતી. પછીના ત્રણ વર્ષોમાં પેપ્સોડેંટ આંતરરાષ્ટ્રીય રીતે જાણીતી બની ગઈ અને હોપકિંસ અંગ્રેજી ઉપરાંત સ્પેનિશ, જર્મન તથા ચીની ભાષામાં પણ તેના વિજ્ઞાપન બનાવવા માંડ્યા. એક દાયકાની અંદર જ પેપ્સોડેંટ દુનિયામાં સૌથી વધારે વેચાતા ઉત્પાદનોની સૂચિમાં સામેલ થઈ ગયું. અમેરિકામાં તો આ પછીના ત્રણ દાયકાઓ સુધી સૌથી વધારે વેચાતા ઉત્પાદન તરીકે ઉભરી આવ્યું.

પેપ્સોડેંટ બજારમાં આવતા પહેલા અમેરિકામાં માત્ર 7 ટકા લોકો ટૂથપેસ્ટનો ઉપયોગ કરતા હતા અને તે પણ દવા તરીકે. હોપકિંસ દ્વારા દેશભરમાં ચલાવવામાં આવેલી વિજ્ઞાપન ઝુંબેશ પછી આ સંખ્યા વધીને 65 ટકા થઈ ગઈ. બીજા વિશ્વયુદ્ધમાં નવા સૈનિકોની ભરતી કરતી વખતે સેનાના અધિકારીઓ માટે દાંતોના સ્વાસ્થ્યનો મુદ્દો ચિંતાનો વિષય ન રહ્યો. કારણ કે હવે મોટાભાગના સૈનિક રોજ પોતાના દાંત સાફ કરતા હતા.

પેપ્સોડેંટના બજારમાં આવ્યાના કેટલાક વર્ષ પછી હોપકિંસે લખ્યું, 'હું પેપ્સોડેંટથી લાખો ડોલર કમાયો અને મારી આ સફળતાનું રહસ્ય એ હતું કે મેં માનવીય મનોવિજ્ઞાન વિશે યોગ્ય બાબત શીખી લીધી હતી.' આ મનોવિજ્ઞાન બે સહજ નિયમો પર આધારિત હતું.

પહેલું, એક સહજ અને સ્પષ્ટ ઈશારો શોધો.

બીજું, ઈનામની સ્પષ્ટ વ્યાખ્યા કરો.

હોપકિંસને વિશ્વાસ હતો કે જો આ બંને બાબતો યોગ્ય રીતે કરવામાં આવે, તો જાદુઈ પરિણામ મળી શકે છે. પેપ્સોડેંટનું ઉદાહરણ લો, તો હોપકિંસે તેના વિજ્ઞાપનોમાં દાંતો પર

જામેલા આવરણ તરીકે એક સહજ અને સ્પષ્ટ ઈશારો આપ્યો હતો. ત્યાં ઈનામ પણ બિલકુલ સ્પષ્ટ હતું. આ રીતે તે લાખો લોકોની દિનચર્યાનો એક ભાગ બની ગયું. આજે પણ હોપકિંસના આ નિયમ માર્કેટિંગના પુસ્તકો અને લાખો વિજ્ઞાપન ઝુંબેશોની બુનિયાદ છે.

આ જ નિયમોનો ઉપયોગ કરીને લોકોની અંદર અન્ય હજારો આદતો વિકસિત કરવામાં આવી છે અને સામાન્ય રીતે મોટાભાગના મામલાઓમાં લોકોને અંદાજ પણ નહોતો કે હોપકિંસના નિયમ તેમને કેટલા ઊંડાણ સુધી પ્રભાવિત કરી રહ્યા છે. જે લોકો નિયમિત વ્યાયામ કરવાની આદત સફળતાપૂર્વક વિકસિત કરી ચૂક્યા હતા, તેમનો અભ્યાસ કરતા જાણવા મળ્યું કે લોકો વ્યાયામને દિનચર્યા બનાવવામાં ત્યારે સફળ થાયે છે, જ્યારે તે એક સ્પષ્ટ ઈશારા અને ઈનામની પસંદગી કરી લે છે. આ ઈશારો ગમે તે હોઈ શકે છે, જેમ કે ઓફિસથી ઘરે આવ્યા પછી તરત દોડવા નીકળી જવું. આ જ રીતે ઈનામ પણ ગમે તે હોઈ શકે છે, જેમ કે એક બીયર પીવી અથવા બધી ચિંતા છોડીને થોડો સમય ટી.વી. જોતા મનોરંજન કરવું. સંતુલિત આહાર અંગે થયેલા સંશોધનોથી જાણવા મળ્યું છે કે પૂર્વનિર્ધારિત ઈશારા જેમ કે ખાવાનું મેનુ પહેલેથી નક્કી કરવું અને ઉદ્દેશ પૂરો થતાં સહજ ઈનામ મળવું, આહારની નવી આદતો વિકસિત કરવા માટે આવશ્યક છે.

હોપકિંસ લખે છે, 'હવે એ સમય આવી ગયો છે, જ્યારે વિજ્ઞાપન નિર્માણ કેટલાક વિશેષ લોકોના હાથમાં હોવાથી વિજ્ઞાનના સ્તર પર પહોંચી રહ્યું છે. એક સમય હતો જ્યારે વિજ્ઞાપન બનાવવું કોઈ જુગાર કરતાં ઓછું નહોતું, પણ હવે આ એક સુરક્ષિત વ્યાપાર બની ચૂક્યો છે.'

આ ખરેખર ગૌરવની વાત છે, પણ આખરે આ વાત સ્પષ્ટ થઈ કે હોપકિંસ દ્વારા બનાવવામાં આવેલા બે નિયમ પૂરતા નથી. એક ત્રીજો નિયમ પણ છે, જેના વિના લોકોમાં આદત વિકસિત કરવી શક્ય નથી. આ એટલો સૂક્ષ્મ નિયમ છે કે હોપકિંસ પણ આના પર નિર્ભર હતા, બસ તેમને એની જાણ નહોતી. આ નિયમ એ વાતની વ્યાખ્યા કરે છે કે આપણા માટે મીઠાઈના ડબ્બાને વણજોયો કરવાનું મુશ્કેલ કેમ હોય છે અને દરરોજ સવાર-સવારમાં દોડવા જવું એક નિયમિત આદત કેવી રીતે બની શકે છે.

2

પ્રોક્ટર એન્ડ ગેમ્બલ કંપનીના વૈજ્ઞાનિક અને માર્કેટિંગ અધિકારી એક બારી વગરના નાનકડા ઓરડામાં મૂકેલા એક ટેબલની આજુબાજુ બેઠા હતા. તે બધા એક એવી મહિલાના ઈન્ટરવ્યૂની પ્રતિલિપિ વાંચી રહ્યા હતા, જેની પાસે નવ બિલાડીઓ હતી. પછી તેમનામાંથી એકે એ વાત કહી દીધી, જે બધાના મગજમાં ઘુમરાઈ રહી હતી.

'જો આપણને નોકરીમાંથી બરખાસ્ત કરી દેવામાં આવે, તો આપણી સાથે કેવો વ્યવહાર થશે ?' મહિલાએ પૂછ્યું. 'શું ગાર્ડને બોલાવીને આપણને બહાર કાઢી મૂકવામાં આવશે

અથવા આપણને પહેલા ચેતવણી આપવામાં આવશે ?'

ડેક સ્ટિમસન, જે એક સમયે કંપનીનો ઉભરતો સ્ટાર હતો, તેણે આ સહકર્મી તરફ જોયું.

'ખબર નહીં શું થશે,' સ્ટિમસને કહ્યું. તેના વાળ વિખરાયેલા હતા અને આંખોમાં થાક સ્પષ્ટ દેખાતો હતો. 'મેં ક્યારેય વિચાર્યું નહોતું કે પરિસ્થિતિ આટલી ખરાબ થઈ જશે. મને તો જણાવવામાં આવ્યું હતું કે આ પ્રોજેક્ટને ચલાવવો પદોન્નતિ જેવું છે.' તેણે પોતાની સહકર્મીને જવાબ આપ્યો.

આ ઈ.સ 1996ની વાત છે. ક્લાઉડ હોપકિંસના દાવાઓ છતાં એ જૂના ટેબલની આસપાસ બેઠેલા આ સમૂહને હવે એ સમજાવા લાગ્યું હતું કે કોઈ વસ્તુ વેચવાની પ્રક્રિયા કેટલી અવૈજ્ઞાનિક હોઈ શકે છે. તે બધા જે કંપની માટે કામ કરતા હતા, તે ઉપભોક્તા સામાનની વિશ્વની સૌથી મોટી કંપનીઓ પૈકીની એક હતી. પ્રિંગ્લસ ચિપ્સ, ઓઈલ ઑફ ઓલે, બાઉન્ટી પેપર ટોવેલ્સ, કવરગર્લ કોસ્મેટિક્સ, ડૉન, ડૉની અને ડ્યુરાસેલ જેવી ડઝનો બ્રાંડ આ કંપની ધરાવતી હતી. પી એન્ડ જી (પ્રોક્ટર એન્ડ ગેમ્બલ) ની વિજ્ઞાપન ઝુંબેશ જટિલ સાંખ્યિકીય પદ્ધતિઓ પર આધારિત રહેતી. આના માટે પી એન્ડ જી એટલો વધારે ડેટા એકઠો કરતી હતી, જેટલો વિશ્વમાં ભાગ્યે જ કોઈ અન્ય કંપની કરતી હોય. વસ્તુઓને બજારમાં કેવી રીતે વેચવામાં આવે, તેનો ઉપાય શોધવામાં આ કંપનીને મહારત હાંસલ હતી. જો માત્ર કપડાંના ધુલાઈના બજારની વાત કરીએ તો અમેરિકામાં કપડાં ધોનારી દરેક બીજી લોન્ડ્રીમાં પી એન્ડ જી કંપનીના જ ઉત્પાદનોનો ઉપયોગ કરવામાં આવતો હતો. પી એન્ડ જી નો નફો દર વર્ષે 35 બિલિયન ડૉલર કરતાં પણ વધારે હતો.

હવે પી એન્ડ જી બજારમાં એક નવું ઉત્પાદન લાવવાની હતી, જેનાથી સૌને ઘણા મોટા નફાની આશા હતી. સ્ટિમસન અને એની ટીમને આ જ ઉત્પાદન માટે વિજ્ઞાપન ઝુંબેશ કરવાની જવાબદારી સોંપવામાં આવી હતી, પણ તે નિષ્ફળતાના આરે ઊભા હતા. વાસ્તવમાં કંપનીએ લાખો ડૉલર ખર્ચ કરીને એક એવો સ્પ્રે બનાવ્યો હતો, જે લગભગ દરેક પ્રકારના કપડાંની વાસ દૂર કરી શકતો હતો. પણ તેને ગ્રાહકોને કેવી રીતે વેચવામાં આવે, એ વાત બારીઓ વગરના એ નાનકડાં ઓરડામાં બેઠેલા આ સંશોધકોને સમજાતું નહોતું.

આ સ્પ્રેનું નિર્માણ લગભગ ત્રણ વર્ષ પહેલા ત્યારે થયું, જ્યારે પી એન્ડ જીનો એક કેમિસ્ટ (રસાયણશાસ્ત્રી) પ્રયોગશાળામાં હાઈડ્રોક્સીપ્રોપિલ બીટા સાઈક્લોડેક્સ્ટ્રિન અથવા એચ.પી.બી.સી.ડી. નામના પદાર્થ પર કામ કરી રહ્યો હતો. જો કે આ કેમિસ્ટ (રસાયણશાસ્ત્રી) ધૂમ્રપાન પણ કરતો હતો તેથી તેના કપડાંમાંથી હંમેશા સિગારેટની વાસ

આવતી રહેતી. એક દિવસ તે પ્રયોગશાળામાં એચ.પી.બી.સી.ડી.નો ઉપયોગ કરીને ઘરે પાછો ફર્યો. તેની પત્નીએ દરવાજો ખોલ્યો.

'શું તે ધૂમ્રપાન કરવાનું છોડી દીધું ?' તેની પત્નીએ પૂછ્યું.

'ના.' તેણે જવાબ આપ્યો. તેની પત્ની વર્ષોથી તેની ધૂમ્રપાનની આદત છોડાવવા ઈચ્છતી હતી. પત્નીનો સવાલ સાંભળીને કેમિસ્ટ (રસાયણશાસ્ત્રી) ને શંકા ગઈ કે ક્યાંક તેની સાથે રિવર્સ સાઈકોલોજી (વિપરીત મનોવિજ્ઞાન) ની ચાલ તો રમાઈ રહી નથી ને.

'હું તો બસ એટલા માટે પૂછતી હતી કારણ કે આજે તારા કપડાંમાંથી સિગરેટની વાસ આવતી નથી,' તેની પત્નીએ કહ્યું.

આ સાંભળ્યા પછી બીજા જ દિવસે એ કેમિસ્ટ (રસાયણશાસ્ત્રી) એ પ્રયોગશાળામાં એચ.પી.બી.સી.ડી. અને વિવિધ ગંધના નમૂના લઈને પ્રયોગ કરવાનું શરૂ કરી દીધું. થોડા જ સમયમાં તેની પાસે ભીના કૂતરાની, સિગરેટની, પરસેવાથી તરબતર મોજાંની, ચાઈનીઝ ખાવાની, પડી રહેલા શર્ટની અને મેલા ટુવાલના નમૂનાની સો કરતાં પણ વધારે શીશીઓ હતી. જ્યારે તેણે એચ.પી.બી.સી.ડી. ને પાણીમાં ભેળવીને વાસ આવતાં કપડાંના આ નમૂનાઓ પર છાંટ્યું તો તેની વાસ આ રસાયણના અણુઓ તરફ આકર્ષિત થવા માંડી. જ્યારે આ રાસાયણિક પ્રક્રિયાથી બનેલું પ્રવાહી છાંટ્યું, તો કપડાંની વાસ જતી રહી હતી.

એ કેમિસ્ટ (રસાયણશાસ્ત્રી)એ જ્યારે પી એન્ડ જીના અધિકારીઓને પોતાના આ સંશોધન વિશે જણાવ્યું, તો તે ખૂબ ખુશ થયા. વાસ્તવમાં છેલ્લા કેટલાક વર્ષોમાં બજાર અને ગ્રાહકો પર ઘણા સર્વેક્ષણ કરવામાં આવ્યા હતા. આ સર્વેક્ષણોના પરિણામોથી એ સ્પષ્ટ થઈ ચૂક્યું હતું કે હવે ગ્રાહક કોઈ એવું ઉત્પાદન ઈચ્છે છે, જેનાથી કપડાંની વાસ છુપાવાને બદલે પૂર્ણપણે દૂર થઈ જાય. સંશોધકોના એક સમૂહે ગ્રાહકોનો ઈન્ટરવ્યૂ લેતાં જાણ્યું કે રાત્રે દારૂખાના કે કોઈ પાર્ટીઓમાં જનારા મોટાભાગના લોકો બીજા દિવસે સવારે પોતાના એ કપડાંને તડકામાં મૂકી દેતા હતા, જે પહેરીને તે ત્યાં ગયા હતા. એક મહિલાએ જણાવ્યું કે 'મારા કપડાંમાંથી હંમેશા સિગરેટની વાસ આવવા માંડે છે પણ હું દર વખતે કોઈ પાર્ટીમાંથી પાછા ફર્યા બાદ મારા કપડાંને ડ્રાય ક્લિનિંગ કરાવવાનો ખર્ચ ઉઠાવવા માંગતી નથી.'

પી એન્ડ જીએ તકનો ફાયદો ઉઠાવ્યો અને એક ખાનગી પરિયોજના શરૂ કરી, જેનો ઉદ્દેશ હતો એચ.પી.બી.સી.ડી.ને એક વ્યવહારિક ઉત્પાદન તરીકે વિકસિત કરવું, જેને બજારમાં વેચી શકાય. કંપનીએ લાખો રૂપિયા ખર્ચ કરીને એક રંગહીન અને ગંધહીન પદાર્થ બનાવ્યો, જે લગભગ દરેક પ્રકારની વાસને પૂર્ણપણે નષ્ટ કરી શકતો હતો. આ સ્પ્રેને

બનાવવા માટે જે વૈજ્ઞાનિક પદ્ધતિઓનો ઉપયોગ કરવામાં આવ્યો, તે એટલા ઉચ્ચ સ્તરની હતી કે પછીથી અમેરિકાની સ્પેસ એજન્સી 'નાસા' એ અંતરિક્ષમાંથી પાછા ફર્યા બાદ પોતાના યાનોની સફાઈમાં આનો જ ઉપયોગ કર્યો. સૌથી સારી વાત એ હતી કે આ સ્પ્રેનો ઉત્પાદન ખર્ચ ખૂબ ઓછો હતો અને તેને કોઈપણ વસ્તુ પર નાખતા તેના કોઈ ડાઘ-ધબ્બા પડતા નહોતા. આ સ્પ્રે વાસ મારતાં ફર્નિચરથી માંડીને જૂના કપડાં અને કારની અંદરની ગંદી વાસ દૂર કરવામાં સક્ષમ હતો. કંપની માટે આ પરિયોજના એક મોટો દાવ રમવા જેવી વાત હતી. પણ બજારની દૃષ્ટિએ વ્યવહારિક ઉત્પાદન બનાવવામાં સફળતા મેળવ્યા પછી હવે પી એન્ડ જી આનાથી અરબો ડૉલર કમાવવા માટે પૂર્ણપણે તૈયાર હતી. હવે તેમને જરૂર હતી, તો માત્ર એક સારી અને પ્રભાવશાળી વિજ્ઞાપન ઝુંબેશની.

પી એન્ડ જી એ પોતાના આ સ્પ્રેનું નામ રાખ્યું 'ફેબ્રીઝ'. જે સમૂહ આની વિજ્ઞાપન ઝુંબેશ ચલાવવાનું હતું, તેનું નેતૃત્વ કરવાની જવાબદારી સ્ટીમસનને આપવામાં આવી, જે એ સમયે માત્ર 31 વર્ષના હતા. સ્ટીમસન વિલક્ષણ પ્રતિભા સંપન્ન વ્યક્તિ હતા અને તેમને ગણિત તથા મનોવિજ્ઞાનનું સારું જ્ઞાન હતું. સ્ટીમસન કદમાં ઊંચા અને દેખાવમાં સુંદર હતા. તેમના અવાજમાં વિનમ્રતા અને વાતોમાં દૃઢતા હતી. તે સારું ખાવાના પણ ખૂબ શોખીન હતા. એકવાર તેમણે પોતાના એક સહકર્મીને કહ્યું હતું કે 'મૅકડોનલ્ડ્સ'માં ખાવા કરતાં સારું એ હશે કે મારા બાળકો ચરસ પીએ. પી એન્ડ જી માં નોકરી કરતા પહેલા તે લગભગ પાંચ વર્ષ સુધી વૉલ સ્ટ્રીટમાં સક્રિય હતા અને યોગ્ય શૅર પસંદ કરવા માટે એક ગણિત આધારિત મોડેલ વિકસિત કરતા હતા. આ પછી તે અમેરિકાના સિનસિનાટી શહેરમાં આવી ગયા. પી એન્ડ જીનું મુખ્યાલય પણ સિનસિનાટીમાં જ આવેલું હતું. અહીં તેમણે ઘણા મહત્ત્વપૂર્ણ વ્યવસાયોમાં પોતાની સેવાઓ આપી, જેમ કે 'બાઉન્સ ફેબ્રિક સોટનર' અને 'ડૉની ડ્રાયર શીટ્સ' વગેરે. પણ ફેબ્રીઝ આ બધા કરતાં બિલકુલ અલગ હતું. આ એક એવી શ્રેણીનું ઉત્પાદન હતું, જેનું પહેલા કોઈ અસ્તિત્વ જ નહોતું. સ્ટિમસને બસ એટલું શોધવાનું હતું કે ફેબ્રીઝને એક આદતમાં કેવી રીતે ફેરવવામાં આવે. બસ આ પછી તે ચપટી વગાડતાં જ વેચાવા લાગતું. ઉપરછલ્લી રીતે જોવા જઈએ, તો આ કામ ખૂબ મુશ્કેલ પણ નહોતું.

સ્ટિમસન અને તેના સહકર્મીઓએ તપાસ માટે કેટલાક નમૂના બજારમાં ઉતારવાનો નિર્ણય લીધો. આ માટે તેમણે અમેરિકાના ફિનિક્સ, સોલ્ટ લેક સિટી અને બોઈઝ નામના શહેરોની પસંદગી કરી. તેમણે આ ત્રણ શહેરોમાં જઈને લોકોને ફેબ્રીઝના મફત નમૂના વહેંચ્યા અને સાથે જ આ મફત નમૂનાઓની ઉપયોગિતા પારખવા માટે એ લોકોના ઘરે આવવાની પરવાનગી પણ લઈ લીધી. પછીના બે મહિનામાં સ્ટિમસન અને તેમના સાથી સો કરતાં પણ વધારે લોકોના ઘરે ગયા. તેમને પોતાના ઉત્પાદનનો અસલી પ્રભાવ પહેલી વાર ત્યારે જોવા મળ્યો જ્યારે તે એક મહિલાના ઘરે પહોંચ્યા. આ 27 વર્ષીય મહિલા એક

પાર્ક રેંજર (વિશાળ પાર્કનું ધ્યાન રાખનાર) નું કામ કરતી હતી અને એકલી રહેતી હતી. પાર્ક રેંજર તરીકે તેનું કામ હતું, રણમાંથી બહાર નીકળી આવેલા જાનવરોને પકડવા. આ જાનવરોમાં વરુ, રકૂન અને ક્યારેક-ક્યારેક તો પહાડી ચિત્તાનો પણ સમાવેશ થતો હતો. પણ ત્યાં સૌથી વધારે માત્રામાં સ્કંક નામનું જાનવર મળી આવતું હતું, જે પકડાઈ જતાં મોટાભાગે પાર્ક રેંજરો પર પેશાબ કરી દેતું હતું. જ્યારે સ્ટીમસન અને તેના સહકર્મી આ પાર્ક રેંજર મહિલાના ઘરે ગયા, તો તેણે તેમને પોતાની કથા જણાવી.

'હું અવિવાહિત છું, પણ હું ઈચ્છું છું કે મારે પણ કોઈ જીવનસાથી હોય, જેની સાથે હું ઘર વસાવી શકું. હું ઈચ્છું છું કે મારો પણ એક હર્યો-ભર્યો પરિવાર હોય. આ માટે હું અવારનવાર ડેટ્સ પર જતી હોઉં છું અને મારું માનવું છે કે હું આકર્ષક અને સમજદાર બંને છું. મને લાગે છે કે મારામાં એટલી ખૂબીઓ છે કે હું લોકોને પસંદ આવી શકું.'

તેમ છતાં તેને જીવનસાથી અંગે આજ સુધી નિરાશા જ હાથ લાગી હતી. એ મહિલાના કહેવા પ્રમાણે આવું એટલા માટે હતું કારણ કે તેના જીવનની દરેક વસ્તુમાંથી સ્કંક નામના જાનવરની વાસ આવતી હતી. તેનું ઘર, તેની ગાડી, તેના કપડાં, જૂતા, ઘરના પડદા, પથારી અને ત્યાં સુધી કે તેના હાથમાંથી પણ સ્કંકની વાસ આવતી હતી. તે દૂર કરવા માટે તે ઘણી રીતો અપનાવી ચૂકી હતી. તેણે ઘણા અલગ-અલગ પ્રકારના સાબુ અને શેમ્પૂનો ઉપયોગ કર્યો, સુગંધિત મીણબત્તીઓ ખરીદી, ઘરના ગાલીચા સાફ કરવા માટે મોંઘા મશીન ખરીદ્યા, પણ આટલું બધું કરવા છતાં પણ તેને સ્કંકની વાસથી છૂટકારો મળ્યો નહીં.

તેણે જણાવ્યું કે 'જ્યારે પણ હું કોઈની સાથે ડેટ પર જઉં છું અને એ સમયે જો મારી કોઈપણ વસ્તુમાંથી સ્કંકની જરાપણ વાસ આવી જાય, તો પછી મારું બધું જ ધ્યાન તેમાં જ લાગેલું રહે છે. હું વિચારવા માંડુ છું કે જે વ્યક્તિ મારી પાસે બેઠી છે, શું તેને પણ આ વાસ આવતી હશે ? જો હું તેને મારા ઘરે લઈ જઉં અને તે આ વાસથી કંટાળીને પાછો ચાલ્યો જશે તો ? ગયા વર્ષે હું એક છોકરા સાથે ચાર વાર ડેટ પર

ગઈ. તે છોકરો મને ઘણો જ પસંદ હતો તેથી મેં તેને ઘણા લાંબા સમય સુધી મારા ઘરે ન બોલાવ્યો. પછી આખરે એક દિવસ તે મારા ઘરે આવ્યો. મને લાગ્યું કે તેને મારા ઘરે આવીને આનંદ થયો હશે. પણ બીજા જ દિવસે તેણે મને કહ્યું તે મારી સાથે સંબંધ રાખવા ઈચ્છતો નથી. જો કે તેણે આ બધું ખૂબ વિનમ્રતાની સાથે કહ્યું, તેમ છતાં આજે પણ હું જ્યારે તેના વિશે વિચારું છું તો મનમાં એ જ સવાલ ઉઠે છે કે શું તેણે એ નિર્ણય સ્કંકની વાસ આવવાને કારણે લીધો હતો ?'

'મને ખુશી છે કે તમને ફેબ્રીઝ વાપરવાની તક મળી. શું આપને ફેબ્રીઝ પસંદ આવ્યું ?'

સ્ટિમસનનો આ સવાલ સાંભળતા જ તે મહિલા ભાવુક થઈને રડી પડી.

'હું તમને ધન્યવાદ આપવા ઈચ્છું છું. આ સ્પ્રેએ ખરેખર મારી જિંદગી બદલી નાખી.' તે ભાવુક થઈને જણાવવા લાગી.

તે મહિલા બે મહિના પહેલા ફેબ્રીઝનો નમૂનો ઘરે લઈને આવી હતી. તેણે ઘરના પડદા, ગાલીચા, પથારી, સોફાની સાથે-સાથે પોતાના કપડાં, યુનિફોર્મ અને ગાડીના અંદરના ભાગ પર બધે ફેબ્રીઝ છાંટ્યું. પહેલી બોટલ ખલાસ થયા પછી તે બજારમાંથી બીજી બોટલ લઈ આવી અને બાકીની બધી વસ્તુઓ પર પણ ફેબ્રીઝ છાંટી દીધું.

તેણે સ્ટિમસનને જણાવ્યું કે આ પછી તેણે પોતાના બધા મિત્રોને ઘરે બોલાવ્યા. 'કોઈને પણ સ્કંકની વાસ આવી નહીં. આખરે મને એ તકલીફદાયક વાસથી છૂટકારો મળી ગયો.'

આ બધું જણાવતાં તે ભાવુક થઈને એટલું રડી કે સ્ટિમસનનો એક સહકર્મી તેના ખભે હાથ ફેરવવા માંડ્યો. તેણે સ્ટિમસન અને તેમના સહકર્મીઓને ધન્યવાદ આપતા કહ્યું, 'આપનો ખૂબ-ખૂબ ધન્યવાદ. હું જણાવી શકતી નથી કે હું હવે કેટલો મુક્ત અનુભવ કરી રહી છું. આ સ્પ્રે ખરેખર ખૂબ મહત્ત્વપૂર્ણ વસ્તુ છે.'

સ્ટિમસને એક ઊંડો શ્વાસ લીધો. તેમને ત્યાં કોઈપણ પ્રકારની વાસ આવી નહીં. હવે તે સમજી ચૂક્યા હતા કે ફેબ્રીઝથી તે બધાને ઘણો નફો થવાનો છે.

★★★

સ્ટિમસન અને તેમના સહકર્મી પી એન્ડ જીના મુખ્ય કાર્યાલયે પાછા ફર્યા અને ફેબ્રીઝની વિજ્ઞાપન ઝુંબેશની તૈયારીમાં લાગી ગયા. એ લોકોએ નક્કી કર્યું કે એ પાર્ક રેંજર મહિલાને ફેબ્રીઝના ઉપયોગથી જે રાહત મળી છે, એ જ રાહતને પોતાની વિજ્ઞાપન ઝુંબેશનો પાયો બનાવવામાં આવે. તે ઈચ્છતા હતા કે ફેબ્રીઝના ગ્રાહક એવી જ રાહત અનુભવે. તેમણે નક્કી કર્યું કે તે ફેબ્રીઝને લોકોની સામે એ રીતે લઈ આવશે કે લોકો તેને શરમજનક વાસથી છૂટકારો મેળવવાના ઉપાય તરીકે જોશે. તે બધા ક્લાઉડ હોપકિંસ દ્વારા જણાવવામાં આવેલા નિયમોથી પરિચિત હતા. તે સમય સુધી આ નિયમ વ્યાપારનું શિક્ષણ આપનારી સંસ્થાઓના પાઠ્ય પુસ્તકોનો હિસ્સો બની ચૂક્યા હતા. સ્ટિમસન અને તેમની ટીમ ફેબ્રીઝના વિજ્ઞાપનોનો એટલો સરળ ખ્યાલ ધરાવતી હતી કે તેમને દરેક વ્યક્તિ સમજી શકે અને તેના માટે જરૂરી હતું, એક સ્પષ્ટ ઈશારો અને ઈનામ શોધવામાં આવે, પછી એ જ પ્રમાણે વિજ્ઞાપન બનાવવામાં આવે.

તેમણે ટી.વી. માટે બે વિજ્ઞાપન બનાવ્યા. પહેલા વિજ્ઞાપનમાં એક મહિલા રેસ્ટોરાંના ધૂમ્રપાન ઓરડા વિશે વાત કરતી દેખાડવામાં આવી. જ્યારે પણ તે એ રેસ્ટોરાંમાંથી ખાવાનું ખાઈને પાછી ફરતી, ત્યારે તેના કપડાંમાંથી સિગરેટની વાસ આવવા માંડતી. પછી તેની

બહેનપણી તેને કહે છે કે 'ફેબ્રીઝના ઉપયોગથી તે આ વાસથી છૂટકારો મેળવી શકે છે.' આ વિજ્ઞાપનનો ઈશારો હતો, સિગરેટની વાસ અને ઈનામ હતું, ગ્રાહકોના કપડાંમાંથી આ વાસનું દૂર થવું. બીજા એક વિજ્ઞાપનમાં એક મહિલા પોતાના કૂતરાથી ચિંતિત હતી. તેના કૂતરાનું નામ સોફી હતું. તે આખો વખત સોફા પર બેસી રહેતો હતો. વિજ્ઞાપનમાં તે મહિલા કહે છે કે, 'મારા સોફાની ગંધ હંમેશા સોફી જેવી જ રહેશે, પણ ફેબ્રીઝને કારણે હવે મારા ઘરના સોફાની ગંધ સોફી જેવી નહીં રહે.' આમાં ઈશારો હતો, પાલતુ જાનવરોની ગંધ જે અમેરિકામાં પાલતુ જાનવર રાખનારા લગભગ 70 લાખ ઘરોની સમસ્યા હતી. જ્યારે ઈનામ હતું, એવું ઘર જે પાલતુ જાનવરોની ગંધથી મુક્ત હોય.

સ્ટિમસન અને તેના સહકર્મીઓએ જે શહેરોમાં ફેબ્રીઝના મફત નમૂના વહેંચીને તપાસ કરી હતી, તે જ શહેરોમાં ઈ.સ.1996માં, આ બંને વિજ્ઞાપન પ્રદર્શિત કરવામાં આવ્યા. તેમણે નમૂના વહેંચ્યા, લેટર બોક્સમાં વિજ્ઞાપનના કાગળ નાખ્યા અને વિક્રેતાઓને કેશ રજિસ્ટરની બાજુમાં ફેબ્રીઝની બોટલોનો પહાડ ઊભો કરવા માટે અલગથી પૈસા પણ આપ્યા. આ પછી તે આરામથી એ વિચારવા લાગ્યા કે ફેબ્રીઝમાંથી થનારા નફાનો તે કેવી રીતે ખર્ચ કરશે.

પહેલું અઠવાડિયું વીતી ગયું. પછી બીજું અઠવાડિયું વીત્યું અને પછી ત્રીજું. જોત-જોતામાં બે મહિના વીતી ગયા પણ સ્ટીમસન અને તેના કર્મચારીઓની રાહનો અંત આવ્યો નહીં. શરૂઆતના તબક્કામાં ફેબ્રીઝનું જેટલું વેચાણ થયું હતું, બે મહિના વીત્યા પછી તે વેચાણ હજુ ઓછું થઈ ગયું હતું. કંપનીના અધિકારી ચિંતિત થઈ ગયા. તેમણે આનું કારણ જાણવા માટે સંશોધકોને બજારમાં મોકલ્યા. દુકાનોમાં ફેબ્રીઝની બોટલો જેમની તેમ મૂકેલી હતી. કોઈ તેમને અડ્યું પણ નહોતું. પછી તે એ મહિલાઓને મળવા ગયા, જેમને તેમણે મફત નમૂના આપ્યા હતા.

પી એન્ડ જી સંશોધક અનેક મહિલાઓને તેમના ઘરે જઈને મળ્યા. તેમાંથી એકે કહ્યું, 'અરે હા, તે સ્પ્રે મને યાદ છે. થોભો હું જોઉં છું.' પછી તે મહિલા પોતાના રસોડામાં ગઈ અને રસોડાના સિંકની નીચેના કબાટમાંથી સામાન ખસેડવા માંડી. પછી તે ઊભી થઈ અને કહેવા લાગી કે, 'મેં થોડા દિવસો સુધી એ સ્પ્રેનો ઉપયોગ કર્યો, પણ પછી હું તેના વિશે સાવ જ ભૂલી ગઈ. કદાચ તે ઉપરના કબાટમાં મૂક્યું હશે.' તેણે સાફ-સફાઈના સામાનવાળું કબાટ ખોલ્યું, જ્યાં થોડા ઝાડુ મૂકેલા હતા. તેણે એ ઝાડુઓ ખસેડીને જોયું. 'આ રહ્યું. મળી ગયું. અહીં આ ઝાડુઓની પાછળ રાખેલું હતું. આ હજુ પણ લગભગ આખી ભરેલી છે. શું તમારે આ પાછી જોઈએ છે ?'

ફેબ્રીઝ નિષ્ફળ થઈ ચૂક્યું હતું.

સ્ટિમસન માટે આ એક મોટી મુસીબત હતી. બીજા વિભાગોના પ્રતિસ્પર્ધી

અધિકારીઓને સ્ટિમસનની હારમાં પોતાના માટે એક તક દેખાવા માંડી. સ્ટિમસને એ પણ સાંભળ્યું કે તેમના પ્રતિસ્પર્ધી ફેબ્રીઝને પૂર્ણપણે ખલાસ કરવા ઈચ્છે છે જેથી સ્ટિમસનને નિકી ક્લોક કંપનીના વાળની સંભાળ સાથે સંબંધિત ઉત્પાદનો પર ફરીથી કામ કરવા માટે મજબૂર થવું પડે. ઉત્પાદનોની દુનિયામાં નિકી ક્લોક કંપનીની વાળની સંભાળ સાથે સંબંધિત ઉત્પાદનો પર કામ કરવું એ એવું કંઈક હતું જાણે કોઈ અધિકારીને કામ કરવા માટે સાઈબીરિયાના સૂના બર્ફીલા મેદાનોમાં મોકલવો.

પી એન્ડ જી ના પ્રભાગીય અધ્યક્ષે એક તાત્કાલિક બેઠક બોલાવી. તેમણે બધાને જણાવ્યું કે કંપનીના બોર્ડ મેમ્બર્સ સવાલ ઉઠાવવાનું શરૂ કરી દે તે પહેલાં તેમણે ફેબ્રીઝથી થયેલા નુકસાનને ભરપાઈ કરવું પડશે. આ સાંભળતાની સાથે જ સ્ટિમસનના બોસ ઊભા થયા અને નિવેદન કરતાં કહ્યું, 'ફેબ્રીઝની કિસ્મત હજુ પણ પલટાવી શકાય તેમ છે. બસ એકવાર અમને પી.એચ.ડી.સંશોધકોની સલાહ લેવા દો. આખરે ખબર તો પડે કે સમસ્યા શું છે ?' વાસ્તવમાં ત્યારે જ પી એન્ડ જી એ સ્ટેનફોર્ડ અને કારનેગી મેલોન વગેરે પાસેથી એ વૈજ્ઞાનિકોને કંપનીમાં ભરતી કર્યા હતા, જે ગ્રાહક-મનોવિજ્ઞાનના વિશેષજ્ઞ મનાતા હતા. પ્રભાગીય અધ્યક્ષે તેમના નિવેદનનો સ્વીકાર કર્યો અને ફેબ્રીઝને હજુ થોડો સમય આપવા માટે માની ગયા.

આ રીતે સ્ટિમસનના સમૂહમાં નવા સંશોધકોનો એક સમૂહ સામેલ થઈ ગયો. હવે તે બધા અપેક્ષાકૃત ગ્રાહકો સાથે વાતચીત કરવા લાગ્યા જેથી એ સમજી શકાય કે ફેબ્રીઝના મામલામાં ક્યાં ગરબડ થઈ રહી છે. ગ્રાહકો સાથે વાતચીત કરવા અંગે તે ફિનિક્સના બાહ્ય વિસ્તારમાં રહેનારી એક મહિલાના ઘરે ગયા. અહીં તેમને પહેલી વાર ફેબ્રીઝની નિષ્ફળતાનું કારણ સમજાયું. તેમના ઘરમાં પ્રવેશ કરતાં પહેલા જ સ્ટિમસન અને તેમના સહકર્મીઓને એ મહિલાની નવ પાલતુ બિલાડીઓની વાસ આવવા માંડી. પણ તેના ઘરની અંદર બધું જ ખૂબ જ સાફ અને વ્યવસ્થિત દેખાતું હતું. તે મહિલા રોજે સાફ-સફાઈ કરતી હતી અને તીવ્ર હવાને કારણે બહારની ધૂળ ઉડીને તેના ઘરની અંદર ન આવે, એ માટે તે ઘરની બારીઓ પણ ખોલતી નહોતી. સ્ટિમસન અને તેમની ટીમના વૈજ્ઞાનિક ઘરની અંદર પહોંચ્યા. જ્યાં બધી બિલાડીઓ સામેના ઓરડામાં જ રહેતી હતી. આ એક ઓરડામાં બિલાડીઓની વાસ એટલી તીવ્ર હતી કે સ્ટિમસનના એક સહકર્મીનો તો શ્વાસ રુંધાવા માંડ્યો.

તેમની ટીમના એક વૈજ્ઞાનિકે તે મહિલાને પૂછ્યું કે, 'તમે બિલાડીઓની વાસ દૂર કરવા માટે શું કરો છો ?'

'આ વાસ એવી સમસ્યા નથી, જે હંમેશા ઉદ્ભવતી હોય.' એ મહિલાએ જવાબ આપ્યો.

'તમને ક્યારે એવું લાગે છે કે આ વાસ સમસ્યા બનતી જાય છે ?'

'મહિનામાં એકાદ વાર.'

સંશોધકો એક-બીજા તરફ જોવા લાગ્યા.

પછી એક અન્ય વૈજ્ઞાનિકે પૂછ્યું, 'શું આ સમયે તમને બિલાડીઓની વાસ આવી રહી છે ?'

'ના.' એ મહિલાએ જવાબ આપ્યો.

એ પછી સંશોધકો એવા ઘણા ઘરોમાં ગયા, જ્યાં પાલતુ જાનવરોની વાસ ખૂબ તીવ્રપણે આવતી હતી. આ બધા ઘરોમાં સંશોધકોનો અનુભવ એક સરખો રહ્યો. સામાન્ય રીતે જે વાસ રોજે આવે છે, ત્યાં રહેનારાઓને તેની આદત પડી જાય છે અને પછી તેના પર તેમનું ધ્યાન જતું નથી. નવ બિલાડીઓની સાથે રહેવાને કારણે તે મહિલા બિલાડીઓની વાસ પ્રત્યે અસંવેદનશીલ થઈ ગઈ હતી. એ જ રીતે ધૂમ્રપાનથી પણ માનવની સૂંઘવાની ક્ષમતા પ્રભાવિત થાય છે અને એ જ કારણ છે કે નિયમિત ધૂમ્રપાન કરનારાઓને તેની વાસ આવવાનું બંધ થઈ જાય છે. ગંધ ભલે ગમે તે પ્રકારની હોય, તેની એક વિચિત્ર વિશેષતા હોય છે કે ભલે તે ગમે તેટલી તીવ્ર હોય, પણ સતત આવવાને કારણે તેની તીવ્રતાનો ઓછો અનુભવ થાય છે. તો હવે સ્ટિમસનને સમજાયું કે લોકો ફેબ્રીઝનો ઉપયોગ કેમ નથી કરતા. વાસ્તવમાં લોકો તે ઈશારો જોઈ જ શકતા નહોતા, જેનાથી તેમની અંદર ફેબ્રીઝ ખરીદવા અને ઉપયોગ કરવાની આદત વિકસિત થાય. સામાન્ય રીતે લોકો પોતાની આસ-પાસની વાસ વિશે જાણી જ શકતા નહોતા તેથી આ ઈશારો તેમની અંદર આદત વિકસિત કરવામાં નિષ્ફળ રહ્યો. તેના પરિણામ સ્વરૂપ ફેબ્રીઝ લોકોના કબાટમાં સૌથી પાછળના ખૂણામાં પડ્યું રહેતું હતું અને લોકો તેની ભૂલી જતા હતા. બધું મળીને જે લોકોના ઘરોમાં ફેબ્રીઝની આવશ્યકતા સૌથી વધારે હતી, તે આનાથી પૂર્ણપણે અજ્ઞાન હતા.

સ્ટિમસન અને તેના સહકર્મી કંપનીના મુખ્યાલય પાછા ફર્યા. તે નવ બિલાડીઓવાળી મહિલા સાથે થયેલી વાતચીતની એક લિખિત પ્રતિલિપિ લઈને તેને એ બારીઓ વિનાના ઓરડામાં ભેગા થયા. તેમાંથી એક મનોવિજ્ઞાનીને પૂછ્યું કે જો તેમને નોકરીમાંથી કાઢી મૂકવામાં આવે, તો તેમની સાથે કેવો વ્યવહાર થશે ? આ સાંભળી સ્ટિમસન પોતાનું માથું પકડીને બેસી ગયા અને વિચારવા લાગ્યા કે જો તે નવ બિલાડીઓવાળી એ મહિલાને ફેબ્રીઝ વેચવામાં સફળ ન થયા, તો ભલા બીજા કોઈને તે આને ખરીદવા માટે કેવી રીતે રાજી કરશે ? જો કોઈ એવો ઈશારો જ ન હોય જેનાથી ફેબ્રીઝના ઉપયોગની આદત વિકસિત કરી શકાય તો ? જેને આની સૌથી વધારે જરૂર છે, જો તેને જ તેના ઉપયોગથી ઈનામ મળવાની અનુભૂતિ ન હોય, તો ભલા ગ્રાહકોમાં નવી આદત કેવી રીતે વિકસિત થશે ?

3

કેમ્બ્રિજ યુનિવર્સિટીના ન્યૂરોસાયન્સ (તંત્રિકા વિજ્ઞાન) વિભાગના પ્રોફેસર વોલ્ફ્રમ શુલ્જની પ્રયોગશાળા હંમેશા એટલી ગંદી અને અસ્તવ્યસ્ત રહેતી હતી કે તેમના સહકર્મી તેમની મેજને બ્લેક હોલ કહેતા હતા, જેમાં કોઈપણ દસ્તાવેજ હંમેશા માટે ગુમ થઈ શકે છે. તે એને એવી જગ્યા માનતા હતા, જ્યાં જાત-જાતના સૂક્ષ્મજીવ વર્ષો સુધી કોઈ બાધા વિના વિકસી શકે છે. ક્યારેક-ક્યારેક ભૂલથી શુલ્જને સફાઈ કરવાનું મન થઈ પણ જાય, તો તે સાબુ કે સ્પ્રે વગેરેનો ઉપયોગ કરતા નહોતા. તે તો બસ પેપર ટોવેલને પાણીથી પલાળીને મેજ પર ઘસી નાખતા હતા. તેમનું ધ્યાન એ વાત પર ક્યારેય જતું નહોતું કે તેમના કપડાંમાંથી સિગરેટની કે તેમની પાલતુ બિલાડીની વાસ આવી રહી છે. બની શકે કે એવું એટલા માટે પણ બને કારણ કે તેમને આ વાતની પરવા જ નહોતી.

તેમ છતાં છેલ્લા વીસ વર્ષોમાં શુલ્જે ક્રાંતિકારી પ્રયોગ કર્યા હતા. ઈશારા, ઈનામ અને આદતો કેવી રીતે કામ કરે છે, એ જાણવાની પ્રક્રિયામાં શુલ્જના પ્રયોગ વિશેષ મહત્ત્વ ધરાવે છે. શુલ્જે જ અમને જણાવ્યું કે કેટલાક વિશેષ ઈશારા અને ઈનામ વધારે પ્રભાવી કેમ હોય છે ? પેપ્સોડેંટની વૈશ્વિક સફળતાની પાછળ શું કારણ હતું, તે પણ શુલ્જે જ સ્પષ્ટ કર્યું. તેની સાથે જ તેમના પ્રયોગોથી એ પણ સમજાય છે કે કેવી રીતે કેટલાક લોકો ખૂબ સરળતાથી પોતાના વ્યાયામ અને ખાવા-પીવાની આદતોમાં ફેરફાર કરે છે. તે શુલ્જ જ હતા જેમણે ફેબ્રીઝને વેચવાની રીત જણાવી.

ઈ.સ.1980માં શુલ્જ વાંદરાના મગજનો અભ્યાસ કરતા એક સમૂહના સભ્ય હતા. આ વાંદરાઓને લીવર ખેંચવું અને હુક ખોલવા જેવી કેટલીક વિશેષ ક્રિયાઓ શીખવવામાં આવી હતી અને આ ક્રિયાઓ દરમિયાન તેમના મગજની તપાસ કરવામાં આવી. આ વૈજ્ઞાનિકોનું લક્ષ્ય એ જાણવાનું હતું કે જ્યારે આપણે નવી ક્રિયાઓ કરીએ છીએ, તો તેના માટે મગજનો ક્યો ભાગ જવાબદાર હોય છે.

શુલ્જનો જન્મ જર્મનીમાં થયો હતો. અંગ્રેજીમાં વાત કરતી વખતે તેમનો અવાજ જાણીતા હોલિવુડ અભિનેતા અરનોલ્ડ શ્વાર્જનેગર જેવો લાગતો હતો. શુલ્જના અનુસાર,'એક દિવસ મારું ધ્યાન એક અનોખી વસ્તુ તરફ ગયું. અમે જે વાંદરાઓ પર પ્રયોગ કરી રહ્યા હતા, તેમાંથી કેટલાકને સફરજનનો રસ ગમતો હતો અને કેટલાકને દ્રાક્ષનો. આનાથી મારી અંદર વિચાર આવ્યો કે આખરે આ વાંદરાઓને આ પસંદગી દરમિયાન તેમના મગજમાં શું ચાલતું હશે અને અલગ-અલગ ઈનામ તેમના મગજ પર અલગ-અલગ પ્રભાવ કેમ પાડે છે ?'

અનેક પ્રયોગ કર્યા પછી આખરે શુલ્જે એ જાણી લીધું કે ઈનામ ન્યુરોકેમિકલ સ્તર પર કેવી રીતે કામ કરે છે. ઈ.સ.1900માં તકનીકી વિકાસની સાથે શુલ્જની પાસે તે યંત્ર પણ આવી ગયા, જેનો ઉપયોગ એમ.આય.ટી.ના સંશોધક કરતા હતા. પણ પ્રયોગ માટે શુલ્જનો

રસ ઉંદરોને બદલે વાંદરાઓમાં હતો. તેમના એક વાંદરાનું નામ જૂલિયો હતું અને તે મકાક પ્રજાતિનો હતો. તેની આંખો બદામી અને વજન આઠ પાઉન્ડ હતું. તેના મગજમાં એક ખૂબ જ પાતળો ઈલેક્ટ્રોડ (વીજળીનો તાર) નાખી દેવામાં આવ્યો, જેની મદદથી શુલ્જ તેની ન્યૂરોનલ (તંત્રિકા સંબંધી) ગતિવિધિઓનું નિરીક્ષણ કરી શકતા હતા.

એક દિવસ શુલ્જ જૂલિયોને એક એવા ઓરડામાં લઈ ગયા, જ્યાં પ્રકાશ ઓછો હતો. ત્યાં તેમણે જૂલિયોને ખુરશી પર બેસાડી દીધો. જૂલિયોની સામે એક કમ્પ્યુટર હતું, જેની સ્ક્રીન પર જૂલિયોની પીળી, લાલ કે વાદળી રંગની વાંકી-ચૂકી રેખાઓ દેખાડવામાં આવી. અહીં જૂલિયોને પ્રશિક્ષણ આપવામાં આવ્યું કે આ રંગીન રેખાઓ જોતા જ તે પોતાની સામે રહેલા લીવરને ખેંચી નાખે. ઓરડાની છતમાંથી એક નળી લટકાવવામાં આવી હતી, જેનો બીજો છેડો આ વાંદરાના હોઠ પાસે હતો. લીવર ખેંચતા જ આ નળીમાંથી જાંબુનો રસ વહીને આવતો હતો.

જૂલિયોને જાંબુનો રસ ખૂબ ભાવતો હતો.

પ્રયોગના શરૂઆતના તબક્કામાં જૂલિયો કમ્પ્યુટર પર વધારે ધ્યાન આપતો નહોતો. તેણે પોતાનો બધો સમય ખુરશીમાંથી ઊભા થવાના પ્રયત્નમાં જ ખર્ચ કરી નાખ્યો. પણ જાંબુના રસનો પહેલો ખોરાક મળતાં જ જૂલિયોએ પોતાનું ધ્યાન કમ્પ્યુટર સ્ક્રીન પર કેન્દ્રિત કરી લીધું. આ ક્રિયાને ડઝનેક વાર પુનરાવર્તિત કર્યા પછી જૂલિયો સમજી ગયો કે કમ્પ્યુટર પર દર્શાવવામાં આવતી રેખાઓ વાસ્તવમાં ઈશારા છે અને આ ઈશારો મળતાં જ લીવર ખેંચવાની ક્રિયા કરતાં ઈનામ તરીકે જાંબુનો રસ મળે છે. એ સમજાઈ જતાં જ જૂલિયો એકાગ્ર ચિત્ત થઈને કમ્પ્યુટરની

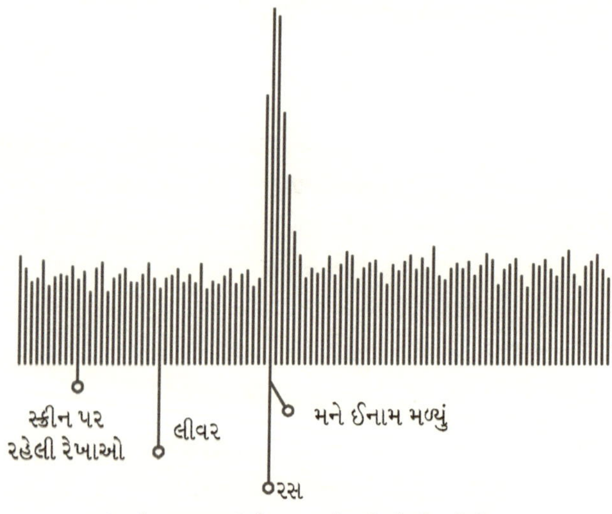

જાંબુનો રસ મળતાં ઈનામ પ્રત્યે જૂલિયોની પ્રતિક્રિયા

સ્ક્રીન પર જોવા લાગ્યો. આ પછી તેનું ધ્યાન એક પળ માટે પણ બીજી તરફ ન ગયું. સ્ક્રીન પર પીળી રેખા જોતાં જ તે લીવરની તરફ ઝપટ મારતો હતો, પછી જેવી જ વાદળી રેખા સ્ક્રીન પર આવતી હતી, તે લીવર ખેંચી નાખતો અને નળીમાંથી જાંબુનો રસ આવતા તેને ખૂબ રસ લઈને ચાટતો રહેતો.

શુલ્જ જૂલિયોના મગજમાં થઈ રહેલી આ ગતિવિધિઓ પર નજર રાખીને બેઠા હતા. તેમણે જોયું કે તેમાં એક પેટર્ન બની રહી છે. ઈનામ મળતાં જ જૂલિયોના મગજની ગતિવિધિઓથી જાણવા મળતું હતું કે તે ખુશી અનુભવી રહ્યો છે. આ ન્યૂરોલોજિકલ (તંત્રિકા સંબંધી) ગતિવિધિની પ્રતિલિપિ એ દર્શાવી રહી હતી કે એ સમય શું થાય છે, જ્યારે આ વાંદરાનું મગજ કહે છે કે 'મને ઈનામ મળ્યું છે.'

શુલ્જે જૂલિયોની સાથે આ પ્રયોગને ઘણીવાર પુનરાવર્તિત કર્યો અને દરેક વાર તેની ન્યૂરોલોજિકલ (તંત્રિકા સંબંધી) ગતિવિધિઓ નોંધી. જૂલિયોને રસ મળતાં જ કમ્પ્યુટર સ્ક્રીન પર દેખાતું હતું કે તેના મગજમાં 'મને ઈનામ મળ્યું છે'ની પેટર્ન ઉપસી રહી છે. ન્યૂરોલોજિકલ (તંત્રિકા સંબંધી) દૃષ્ટિકોણથી જોઈએ તો ધીરે-ધીરે જૂલિયોનો વ્યવહાર

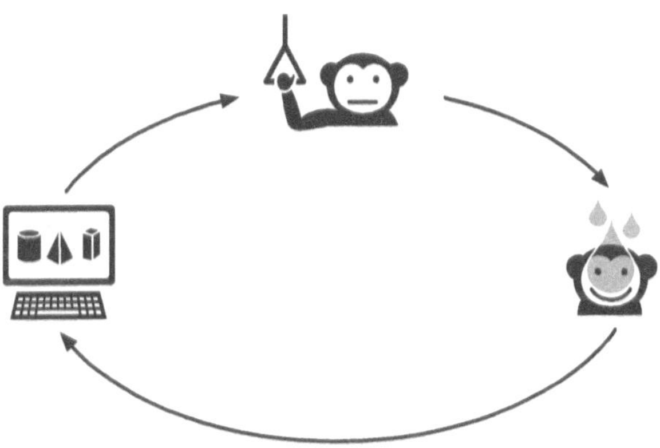

આદતમાં ફેરવાઈ ગયો હતો.

શુલ્જ માટે સૌથી રસપ્રદ વાત એ હતી કે જેમ-જેમ પ્રયોગ આગળ વધી રહ્યો હતો, તેમ-તેમ તેમાં પરિવર્તન આવી રહ્યા હતા. પ્રયોગને વારંવાર પુનરાવર્તિત કરવાથી જૂલિયો આ ક્રિયાઓમાં કુશળ થતો જતો હતો, જેના કારણે આ વ્યવહારથી બનેલી તેની આદતો દૃઢ થતી જઈ રહી હતી. હવે જૂલિયોનું મગજ જાંબુના રસની આશા રાખવા માંડ્યું હતું. શુલ્જે જોયું કે નળીમાં રસ આવતા પહેલા, સ્ક્રીન પર રેખાઓને જોતાં જ જૂલિયોના મગજમાં 'મને ઈનામ મળ્યું છે'ની પેટર્ન ઉપસવા લાગે છે.

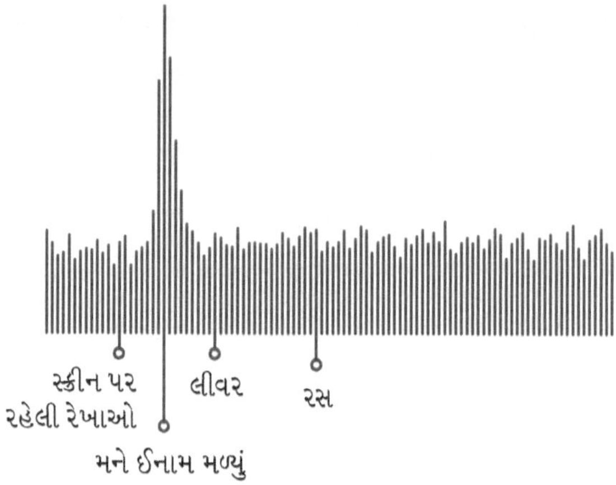

હવે જૂલિયો જાંબુનો રસ મળતાં પહેલા જ ઈનામ પ્રાપ્તિની પ્રતિક્રિયા આપવા માંડ્યો.

બીજા શબ્દોમાં કહેવામાં આવે તે સ્ક્રીન પર દર્શાવવામાં આવતી રેખાઓ માત્ર લીવર ખેંચવા માટે નહીં પણ જૂલિયોના મગજમાં આનંદની અનુભૂતિ જગાડવાનો ઈશારો પણ બની ગઈ. સ્ક્રીન પર લાલ-પીળી રેખાઓ દેખાતા જ જૂલિયો ઈનામની અપેક્ષા રાખવા માંડતો હતો.

આ પછી શુલ્જે પોતાના પ્રયોગમાં કેટલાક ફેરફાર કર્યા. પહેલા લીવર ખેંચતા જ જૂલિયોને રસ મળી જતો હતો. પણ હવે દરેક વખતે એવું બનતું નહોતું. ક્યારેક-ક્યારેક રસ મોડો આવતો અને ક્યારેક એ રસમાં એટલું પાણી ભેળવેલું રહેતું કે તેની મીઠાશ ઓછી રહેતી. ઘણીવાર તો જૂલિયો આખો પ્રયોગ બરાબર કરતો હતો, તેમ છતાં તેને રસ આપવામાં આવતો નહીં.

જ્યારે રસ બિલકુલ ન આવતો અથવા મોડો આવતો અથવા પછી પાણી ભેળવેલો હોવાને કારણે ઓછો ગળ્યો રહેતો, તો જૂલિયો નારાજ થઈ જતો. તે મોં ફુલાવીને અલગ-અલગ પ્રકારના અવાજ કાઢતો અને પોતાની નારાજગી વ્યક્ત કરતો. આ પછી શુલ્જે જોયું કે જૂલિયોના મગજમાં નવી પેટર્નનું નિર્માણ થઈ ગયું છે અને તે પેટર્ન ઈચ્છાની છે. જ્યારે જૂલિયો રસની આશા રાખતો અને તેને રસ ન મળતો ત્યારે તેના મગજમાં ઈચ્છા અને નિરાશા સાથે જોડાયેલી એક નવી પેટર્ન બનવા લાગતી. ઈશારો દેખાતા જ જૂલિયોના મગજમાં રસ મળવાની અપેક્ષાને કારણે આનંદનો સંચાર થવા લાગતો. પણ પછી જ્યારે રસ ન મળતો તો આ જ આનંદ ઈચ્છામાં ફેરવાઈ જતો. જ્યારે આ ઈચ્છા શાંત ન થતી, ત્યારે જૂલિયોના મગજમાં ગુસ્સો અને નિરાશાના ભાવ જનમવા લાગતા.

અન્ય પ્રયોગશાળાઓમાં સંશોધકોને આવા જ પરિણામ મળ્યા. વાંદરાઓને એ રીતે શિક્ષિત કરવામાં આવ્યા કે જેવી તેમને સ્ક્રીન પર રેખાઓ દેખાતી, તે તરત જ રસ મળવાની

આશા રાખવા માંડ્યા. પછી વાંદરાઓનું ધ્યાન બીજે દોરવાનો પ્રયત્ન કરવામાં આવ્યો. જેમ કે પ્રયોગશાળાનો દરવાજો ખુલ્લો મૂકી દેવામાં આવતો જેથી વાંદરો બહાર નીકળીને અન્ય વાંદરાઓની સાથે હળીમળી શકે. પ્રયોગશાળાના કોઈ એક ખૂણામાં ખાદ્યપદાર્થ મૂકવામાં આવતા હતા જેથી જો તે પ્રયોગ છોડીને આમ-તેમ જવા ઈચ્છે તો જઈ શકે.

જે વાંદરાઓમાં આ આદત દઢતાથી વિકસિત નથી થઈ, તે આ વસ્તુઓ તરફ તરત આકર્ષિત થઈ જતા હતા. આવા વાંદરા પોતાની ખુરશીમાંથી ઉઠીને, ઓરડામાંથી બહાર ચાલ્યા જતા અને પ્રયોગશાળાની તરફ એકવાર વળીને પણ જોતા નહીં. તેમનામાં રસ પ્રાપ્તિની ઈચ્છા પેદા થઈ નહોતી. પણ જે વાંદરાઓમાં આ આદત દઢતાથી વિકસિત થઈ ગઈ, તેમને કોઈપણ લાલચ આપવામાં આવે, તે તેના તરફ આકર્ષિત થતા નહોતા. આ વાંદરા કલાકો સુધી એકાગ્રતાની સાથે સ્ક્રીન તરફ જોતા રહેતા અને લીવર ખેંચતા રહેતા. તેમના પર ઈનામ પ્રાપ્તિની આશા અને ઈચ્છા એવી જ રીતે હાવી હતી, જેમ કોઈ જુગારી પર પૈસા હાર્યા પછી ફરીથી દાવ લગાવીને પૈસા પાછા જીતવાની ઈચ્છા હાવી થઈ જાય છે.

આ ઉદાહરણથી સ્પષ્ટ થઈ જાય છે કે આદતો આટલી પ્રભાવક કેમ હોય છે – આદતો ન્યુરોલોજિકલ (તંત્રિકા) સ્તર પર ઈચ્છા પેદા કરે છે. ઘણીવાર આ ઈચ્છા એટલી ધીમી ગતિથી પેદા થાય છે કે લોકો લાંબા સમય સુધી તેના અસ્તિત્વથી અજાણ રહે છે. પરિણામ સ્વરૂપ તેનો પ્રભાવ પણ લોકોને સમજાતો નથી. પણ જ્યારે આપણે કેટલાક ઈશારાઓની સાથે ઈનામોને પણ જોડી દઈએ છીએ, તો આપણા અચેતન મનમાં ઈચ્છા પેદા થઈ જાય છે અને આદતના નવા ફંદાનું નિર્માણ થવા લાગે છે. કોરનેલના એક સંશોધકે જ્યારે આ વાત પર ધ્યાન આપ્યું કે અલગ-અલગ શોપિંગ મોલમાં 'સિનબોન બેકરી' નો સ્ટોલ ક્યા સ્થળે ખોલવામાં આવ્યો છે, ત્યારે તેને સમજાયું કે ખાદ્યપદાર્થોની ગંધથી કેટલી પ્રભાવી ઈચ્છા પેદા થઈ શકે છે. મોટાભાગે ખાદ્યપદાર્થ-વિક્રેતા શોપિંગ મોલમાં પોતાના સ્ટોલ ફૂડ-કોર્ટની અંદર જ લગાવે છે. પણ સિનબોન બેકરી જાણીજોઈને પોતાનો સ્ટોલ અન્ય ખાદ્ય-વિક્રેતાઓના સ્ટોલથી દૂર લગાવે છે. તેની પાછળ એક વિશેષ કારણ છે. વાસ્તવમાં સિનબોનના અધિકારી એમ ઈચ્છે છે કે તજના રોલ્સની સુગંધ સિવાય કોઈ અન્ય ગંધની મેળવણીના કે કોઈ અંતરાય વિના મોલમાં ખરીદી કરી રહેલા ગ્રાહકો સુધી પહોંચે. જેથી ગ્રાહકોના અચેતન મનમાં ઈચ્છા પેદા થઈ શકે. આ રીતે જ્યારે તે ગ્રાહક અન્ય વસ્તુઓની ખરીદી કરતા-કરતા આખરે સિનબોનના સ્ટોલ પર પહોંચે છે, તો તેની ઈચ્છા એટલી તીવ્ર હોય છે કે તેનો હાથ આપોઆપ જ તેના બટવા તરફ જાય છે અને તે તરત તજના રોલ્સ ખરીદી લે છે. અહીં આદતનો ફંદો એટલા માટે તૈયાર થઈ જાય છે કારણ કે એક ઈચ્છા પેદા થઈ ચૂકી હોય છે.

શુલ્જ કહે છે, 'આપણા મગજમાં એવું કશું હોતું નથી, જે સ્વાદિષ્ટ ડોનટ્સના ડબ્બો દેખાતા આપણને ખાવા માટે ઉત્તેજે. પણ જ્યારે આપણા મગજને એ જાણ થાય છે કે આ

ડબ્બામાં કોઈ મીઠી વસ્તુ કે કાર્બોહાઈડ્રેડવાળી કોઈ અન્ય વસ્તુ મૂકી છે, તો આપણી અંદર તેનો ગળ્યો સ્વાદ લેવાની ઈચ્છા પેદા થઈ જાય છે. આપણું મગજ આપણને ડબ્બાની તરફ આગળ વધારે છે અને જો એ પછી પણ આપણે ગળ્યું ન ખાઈએ, તો આપણી અંદર નિરાશાનો ભાવ પેદા થતો જાય છે.'

આ વાતને સારી રીતે સમજવા માટે આપણે જૂલિયોનું ઉદાહરણ લઈ શકીએ છીએ અને એ જોઈ શકીએ છીએ કે તેની અંદર આદત કેવી રીતે વિકસિત થઈ. સૌથી પહેલા કમ્પ્યુટરની સ્ક્રીન પર કેટલીક રેખાઓ દેખાઈ :

થોડા સમય પછી જૂલિયોને સમજાયું કે રેખાઓ દેખાવાનો અર્થ છે કે તેણે લીવર ખેંચવાનું છે.

આ ક્રિયા કરવાથી જૂલિયોને ઈનામ સ્વરૂપે જાંબુના રસના થોડા ટીપાં મળ્યા.

આ સામાન્ય પ્રશિક્ષણ હતું. ઈશારો દેખાતા જ્યારે જૂલિયોના મનમાં જાંબુનો રસ મળવાની ઈચ્છા પેદા થાય છે, ત્યારે આદત વિકસિત થવા લાગે છે. એકવાર ઈચ્છા પેદા

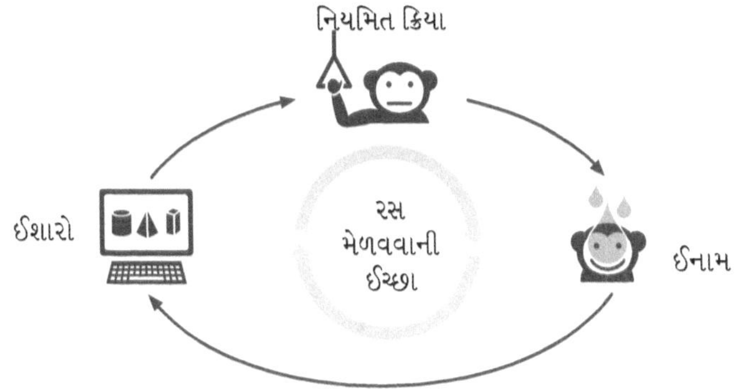

જૂલિયોની આદતનો ફંદો

થતાં જૂલિયો જાતે જ ક્રિયા કરવા માંડે છે. આ આદત સહજ અને સ્વચલિત હોય છે :

નવી આદતો આ રીતે વિકસિત થાય છે – ઈશારો, ક્રિયા અને ઈનામને એકસાથે જોડવામાં આવે છે અને પછી એવી ઈચ્છા પેદા થાય છે, જેનાથી આદતનો ફંદો સક્રિય થઈ જાય. ઉદાહરણ તરીકે ધૂમ્રપાનની આદત. ધૂમ્રપાન કરનારા માણસને જેવો ઈશારો મળે છે એટલે કે એને સિગરેટની ડબ્બી દેખાય છે, તેનું મગજ નિકોટીનની આશા રાખવા માંડે છે.

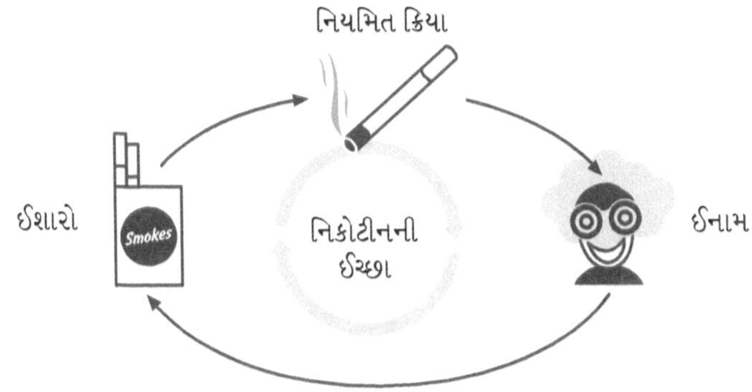

સિગરેટ પર માત્ર એક નજર પડતાંની સાથે જ મગજમાં નિકોટીનની ઈચ્છા પેદા થઈ જાય છે. જો એ પછી નિકોટીન ન મળે, તો આ ઈચ્છા એટલી વધી જાય છે કે માનવનો હાથ આપોઆપ જ સિગરેટની તરફ ચાલ્યો જાય છે.

એ જ રીતે ઈ-મેઈલનું ઉદાહરણ લઈ લો. જ્યારે તમારો મોબાઈલ નવો મેસેજ મળવાને કારણે વાઈબ્રેટ થાય છે તો તમારું મગજ ક્ષણભરમાં જ મનોરંજનની અપેક્ષા કરવા લાગે છે, જે નવો ઈ-મેઈલ જોવાથી મળે છે. જો આ અપેક્ષા પૂરી ન થાય, તો તે એટલી વધી જાય છે કે પછી લોકો ઓફિસમાં મીટિંગ દરમિયાન પણ મેજની નીચે છુપાઈને મોબાઈલ

પર આવેલા મેસેજ જોવા માંડે છે, ભલે તે સારી રીતે જાણતો હોય કે આ બધા મેસેજમાં એવું કશું જ ખાસ નથી, જેને તાત્કાલિક જોવું જરૂરી હોય. (જ્યારે જો તમે તમારા મોબાઈલને

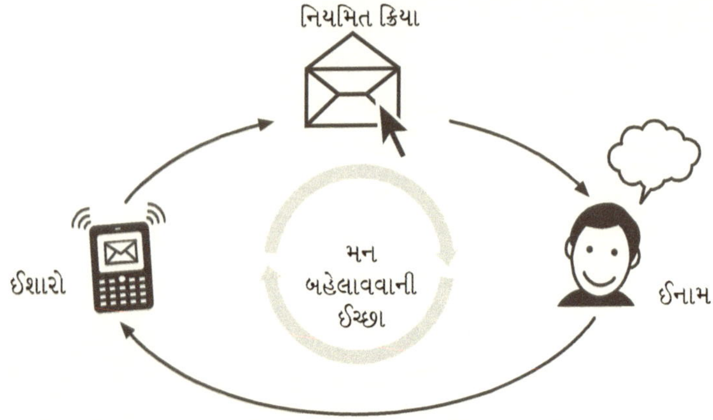

સાઈલેંટ મોડ પર મૂકી દો અને તેને વાઈબ્રેશન બંધ કરી દો, તો આ ઈશારો હટતા જ તમે મોબાઈલ વિશે વિચાર્યા વિના કલાકો સુધી કામ કરી શકો છો.)

વૈજ્ઞાનિકોએ દારૂ અને ધૂમ્રપાનની લતના શિકાર અને વધારે પડતું ખાનારની મગજની તપાસમાં જોયું કે જ્યારે તેમની અંદર કોઈ ઈચ્છા ખૂબ ઊંડાણ સુધી બેસી જાય છે, તો તેમના મગજનું સ્વરૂપ અને તેના ન્યૂરોકેમિકલ (તંત્રિકા રસાયણ)માં ફેરફાર થવા માંડે છે. મિશિગન યુનિવર્સિટીના બે સંશોધકો લખે છે કે અમારી કેટલીક શક્તિશાળી આદતો વ્યસન જેવી પ્રતિક્રિયા પેદા કરે છે, જેનાથી અમારી ઈચ્છાઓ ઝનૂનની હદ સુધી જનારી ઈચ્છામાં ફેરવાઈ જાય છે. એવી ઈચ્છાને કારણે આપણું મગજ ઓટો પાયલટ મોડમાં ચાલ્યું જાય છે એટલે કે જાતે જ ક્રિયાઓ કરવા લાગે છે, ભલે પ્રતિષ્ઠા, નોકરી, ઘર અને ત્યાં સુધી કે પરિવારને ગુમાવવાની નોબત આવી જાય.

છતાં પણ આ ઈચ્છાઓ આપણા પર પૂર્ણપણે હાવી થઈ શકતી નથી. પછીના પ્રકરણમાં તમે આવી પ્રક્રિયાઓ વિશે જાણશો, જેની મદદથી આપણે આ પ્રલોભનોને વણજોયા કરી શકીએ છીએ. પણ આદતને નિયંત્રિત કરવા માટે સૌથી પહેલા એ સમજવું જરૂરી છે કે આપણી કઈ ઈચ્છાથી ક્યો વ્યવહાર સક્રિય થાય છે. જે રીતે શોપિંગ મોલમાં ખરીદી કરતા-કરતા લોકો અજાણતાં જ સિનબોન બેકરીના સ્ટોલમાં ઘૂસી જાય છે, જાણે તેમને કોઈ અદશ્ય શક્તિ ખેંચી રહી હોય, એ જ રીતે તમે પણ પોતાની ઈચ્છાઓ વિશે સજાગ ન થતાં અનાયાસે જ એવી બાબતો કરો છે, જે કાં તો આપના માટે હાનિકારક છે અથવા બિનજરૂરી.

★★★

આદતોના નિર્માણમાં ઈચ્છાનું મહત્ત્વ સમજવા માટે વ્યાયામની આદત વિકસિત થવાની પ્રક્રિયા પર ધ્યાન આપવું જરૂરી છે. ઈ.સ.2002માં ન્યૂ મેક્સિકો સ્ટેટ યુનિવર્સિટીના સંશોધક જાણવા ઈચ્છતા હતા કે કેટલાક લોકો આદતવશ વ્યાયામ કેવી રીતે કરે છે ? આ સંશોધકોએ એવા 266 લોકોનો અભ્યાસ કર્યો, જેમાંથી મોટાભાગના લોકો અઠવાડિયામાં ઓછામાં ઓછો ત્રણ વાર વ્યાયામ જરૂર કરતા હતા. આ અભ્યાસથી જાણવા મળ્યું કે આમાંથી ઘણા લોકોએ બસ મોજ માટે દોડવાનું કે વજન ઊંચકવાનું શરૂ કર્યું હતું. કેટલાક એવા લોકો પણ હતા કે, જેમની પાસે ઓફિસ અને ઘરના કામ પૂરા કર્યા પછી દરરોજ ખાલી સમય બચી જતો હતો, તેથી એ સમયે આ લોકો વ્યાયામ કરવા માંડ્યા. આ ઉપરાંત કેટલાક લોકો એવા હતા, જે પોતાના જીવનમાંથી તણાવ દૂર કરવા વ્યાયામ કરવા લાગ્યા અને જ્યારે તણાવ દૂર થઈ ગયો, ત્યારે પણ તેમણે વ્યાયામની ક્રિયા ચાલુ જ રાખી, જે ધીરે-ધીરે એક આદતમાં ફેરવાઈ ગઈ. વ્યાયામની ક્રિયા ચાલુ રાખવાની પાછળનું કારણ એ હતું કે આ લોકોમાં વિશેષ ઈનામ મળવાની ઈચ્છા પેદા થવા માંડી હતી.

આમાંથી 92 ટકા લોકોએ વ્યાયામની આદત વિકસિત થવાનું કારણ જણાવતા કહ્યું કે તેમને વ્યાયામ કરવાથી 'સારો અનુભવ થાય છે'. વાસ્તવમાં વ્યાયામ કરવાથી શરીરમાં એન્ડોર્ફિન અને અન્ય ન્યૂરોકેમિકલ્સ (તંત્રિકા સંબંધી રસાયણ) નો સંચાર થાય છે અને આ લોકોની અંદર આ ન્યૂરોકેમિકલ્સના સંચારની ઈચ્છા પેદા થવા લાગી હતી. એક અન્ય સમૂહના 67 લોકોએ જણાવ્યું કે વ્યાયામ કરવાથી તેમને કોઈ ઉપલબ્ધિ હાંસલ કરવા જેવો અનુભવ થાય છે. દરરોજ કેટલો વ્યાયામ અને તેનાથી શરીર પર શું ફરક દેખાયો, તેનો હિસાબ રાખવાને કારણે આ લોકોને નિયમિત રીતે ઉપલબ્ધિ હાંસલ કરવાનો અનુભવ થતો હતો. વ્યાયામની ક્રિયાને આદતમાં ફેરવવા માટે આટલું ઈનામ પૂરતું હતું.

જો તમે દરરોજ સવારે-સવારે દોડવાની આદત વિકસિત કરવા ઈચ્છો છો તો પોતાના માટે એક સરળ ઈશારો અને સ્પષ્ટ ઈનામ નિશ્ચિત કરી લો. જેમ કે ઈશારા માટે તમે નાસ્તા પહેલા જ પોતાના જૂતા પહેરી લો અથવા પછી દોડવા માટે તમે જે કપડાં પહેરવાના છો, તેને પહેલા જ પથારી પર કાઢીને મૂકી દો. ત્યાં જ, ઈનામ તરીકે તમે બપોરે પોતાની પસંદગીની વસ્તુ ખાઈ શકો છો અથવા આ હિસાબ રાખીને સંપૂર્ણતાનો અહેસાસ કરી શકો છો કે તમે કેટલા માઈલ દોડી શકો છો. આ ઉપરાંત દોડવાથી આપના શરીરમાં થનારો એન્ડોર્ફિનનો સંચાર પણ એક સ્પષ્ટ ઈનામ જ છે. પણ અગણિત અભ્યાસોથી આ સાબિત થઈ ચૂક્યું છે કે આદત વિકસિત કરવા માટે માત્ર ઈશારો અને ઈનામ જ પૂરતું નથી. કોઈપણ નિયમિત ક્રિયા આદતમાં ત્યારે જ ફેરવાય છે, જ્યારે તમારા મગજમાં ઈનામ પ્રાપ્ત કરવાની ઈચ્છા જાગે છે. દોડવાથી શરીરમાં સંચારિત થનારું એન્ડોર્ફિન કે સંપૂર્ણતાનો અનુભવ જ્યારે તમારા મગજમાં ઈચ્છા જગાડે છે, ત્યારે તમે જાતે જ દોડવા માટે જૂતાં પહેરવા લાગો છો. ઈશારાથી માત્ર નિયમિત ક્રિયા જ નહીં બલકે ઈનામ હાંસલ કરવાની ઈચ્છા પણ સક્રિય થઈ જાય છે.

જ્યારે ન્યૂરોલોજિસ્ટ (તંત્રિકા વિજ્ઞાની) વોલફ્રમ શુલ્જે મને આ જણાવ્યું કે ઈચ્છા કેવી રીતે પેદા થાય છે, તો મેં તેમને પૂછ્યું, 'શું હું આપને મારી એક સમસ્યા જણાવી શકું છું ?' તેમણે હામી ભરતા કહ્યું, 'હા પૂછો.' ત્યારે મેં તેમને જણાવ્યું, 'માર બે વર્ષનો દીકરો છે. જ્યારે હું તેને ખાવામાં ચિકન નગેટ્સ કે એવી કોઈ અન્ય વસ્તુ ખવડાવું છું, તો અજાણતાં જ હું પણ તે જ બધું ખાવા માંડુ છું. મને એવી ટેવ પડી ગઈ છે, જેના કારણે મારું વજન પણ વધવા માંડ્યું છે.'

શુલ્જે આ અંગે પોતાની પ્રતિક્રિયા આપતા કહ્યું, 'આપણે બધાં જ એવું કરીએ છીએ.' શુલ્જના ત્રણ બાળકો છે. જો કે તે બધા હવે મોટા થઈ ગયા છે, પણ જ્યારે તે નાના હતા, તો શુલ્જ પણ આ રીતે અજાણતાં જ બાળકોના ભોજનમાંથી થોડા કોળિયા પોતે ખાઈ લેતા હતા. તે જણાવે છે, 'એક રીતે જોવા જઈએ તો પ્રયોગ દરમિયાન ઉપયોગમાં લેવાયેલા વાંદરાઓમાં અને આપણામાં કેટલીક સમાનતાઓ છે. જ્યારે પણ આપણે ચિકન કે કોઈ તળેલો ખાદ્યપદાર્થ જોઈએ છીએ, તો આપણા મગજમાં તેને ખાવાની ઈચ્છા જાગી જાય છે. ભલે આપણને ભૂખ ન હોય, છતાં પણ આપણે તે ખાવા ઈચ્છીએ છીએ કારણ કે આપણા મગજમાં તેની ઈચ્છા પેદા થઈ ચૂકી હોય છે. સાચું કહું તો મને તળેલા ખાદ્ય પદાર્થ બહુ પસંદ નથી, પણ તેમ છતાં તેને જોતા જ હું પોતાને રોકી શકતો નથી અને થોડાંક કોળિયા ખાઈ લઉં છું. આવી વસ્તુઓ ખાવાથી મારા મગજની ઈચ્છા તૃપ્ત થાય છે અને મારી અંદર આનંદનો સંચાર થવા લાગે છે. આ બધું થોડું વિચિત્ર છે, પણ આદતો આવી જ રીતે કામ કરે છે.'

શુલ્જ આગળ જણાવે છે કે 'આ બાબતમાં મારે તો કૃતજ્ઞ હોવું જોઈએ કારણ કે આ જ પ્રક્રિયાને કારણે મેં ઘણી બધી સારી આદતો પણ વિકસિત કરી છે. હું આકરી મહેનત કરું છું

કારણ કે હું મારા સંશોધન માટે ગર્વ અનુભવું છું. હું રોજે વ્યાયામ કરું છું કારણ કે તેનાથી હું સારું અનુભવું છું. મારી ઈચ્છા માત્ર એટલી જ છે કે હું પોતાના માટે હજુ વધારે સારી આદતોની પસંદગી કરી શકું.'

4

બિલાડીઓવાળી તે સ્ત્રી સાથે થયેલી નિરાશાજનક વાતચીત પછી ડેક સ્ટિમસન અને તેમની ટીમ ફેબ્રીઝને પ્રસિદ્ધ કરવા માટે પારંપરિક રીતોને છોડીને કંઈક નવું શોધવામાં જોડાઈ ગઈ. વોલ્ફ્રમ શુલ્જે વાંદરાઓ પર જે પ્રયોગ કર્યા હતા, તે એ જ પ્રકારના અન્ય પ્રયોગોની જાણકારી એકઠી કરવા લાગ્યા. તેમણે હાર્વર્ડ સ્કૂલ ઑફ બિઝનેસને ફેબ્રીઝની વિજ્ઞાપન ઝુંબેશની મનોવૈજ્ઞાનિક તપાસ કરવા માટે કહ્યું. ફેબ્રીઝને ગ્રાહકોના દૈનિક જીવનનો ભાગ કેવી રીતે બનાવવામાં આવે, તેનો એક સંકેત શોધવા માટે તેમણે અસંખ્ય ગ્રાહકો સાથે વાતચીત કરી.

એક દિવસ અમેરિકાના સ્કોટ્સડેલ શહેરના બાહ્ય ઉપનગરમાં રહેનારી એક મહિલા સાથે વાતચીત કરવા પહોંચ્યા. લગભગ ચાલીસ વર્ષની આ મહિલાને ચાર બાળકો હતા. સ્ટિમસન અને તેમની ટીમે જોયું કે આ મહિલાનું ઘર સફાઈથી ચકચકતું તો નહોતું, પણ તેમ છતાં સાફ હતું. સંશોધકોને એ જાણીને આશ્ચર્ય થયું કે એ મહિલાને ફેબ્રીઝ ખૂબ પસંદ પડ્યું હતું.

મહિલાએ જણાવ્યું, 'હું રોજે ફેબ્રીઝનો ઉપયોગ કરું છું.'

'ખરેખર ?' સ્ટિમસને આશ્ચર્યથી પૂછ્યું. તેના ઘરને જોઈને એવું બિલકુલ લાગતું નહોતું કે અહીં વાસની કોઈ સમસ્યા હશે. કારણ કે એ મહિલા પાસે કોઈ પાલતુ જાનવર નહોતું અને તેના ઘરમાં કોઈ ધૂમ્રપાન પણ કરતું નહોતું. સ્ટિમસને એ મહિલાને પૂછ્યું, 'તમે ફેબ્રીઝનો ઉપયોગ ક્યારથી કરો છો ? તમારા ઘરમાં એવી કઈ વાસ આવતી હતી, જેનાથી તમે પીછો છોડાવવા માંગતા હતા ?'

'હું ફેબ્રીઝનો ઉપયોગ કોઈ વાસ દૂર કરવા માટે નથી કરતી. વાસ્તવમાં મારા દીકરા હજુ કિશોર અવસ્થામાં છે. ત્યારે જો હું તેમનો ઓરડો સાફ ન કરું તો ત્યાંથી જેલ જેવી વાસ આવવા માંડે છે. પણ ફેબ્રીઝનો ઉપયોગ હું આ વાસ દૂર કરવા માટે નથી કરતી. હું તો ઘરની સફાઈ માટે તેનો ઉપયોગ કરું છું. દીકરાઓના ઓરડાની સફાઈ કર્યા પછી એકવાર ચારેય તરફ સ્પ્રે છાંટી દઉં છું. સફાઈ પછી ફેબ્રીઝની સુગંધ સારી લાગે છે.' એ મહિલાએ સ્ટિમસન અને તેના સાથીઓને જણાવ્યું.

તેમણે એ મહિલાને પૂછ્યું કે શું તે બીજી વાર આવે ત્યારે ઘરની સફાઈ કરતી વખતે તેમને ઘરનું નિરીક્ષણ કરવાની પરવાનગી આપશે. મહિલા તરત જ માની ગઈ. એ પછી તેણે સૂવાના ઓરડામાં જઈને પથારી સરખી કરી, તકિયા સરખા કર્યા, ચાદરો સરખી કરી

અને પછી તેના ફેબ્રીઝ છાંટી દીધું. પછી તેણે ઘરની સામેના ઓરડામાં ઝાડુ માર્યું, બાળકોના જૂતા ઉપાડીને એકબાજુ પર મૂકી દીધા, મેજ સરખું કર્યું અને પછી એક સાફ ગાલીચો પાથરીને તેના પર પણ ફેબ્રીઝ છાંટી દીધું. ઘરની સફાઈ પૂરી થયા પછી એ મહિલાએ સ્ટિમસનને કહ્યું, 'ફેબ્રીઝ છાંટ્યા પછી મને સારું લાગે છે. તેની સુગંધથી એવું લાગે છે જાણે સાફ-સફાઈની મહેનત પછી કોઈ નાનકડો ઉત્સવ મનાવી લીધો હોય.' આ મહિલા જે રીતે ફેબ્રીઝનો ઉપયોગ કરી રહી હતી, સ્ટિમસને અંદાજ લગાવ્યો કે તેને દર બે અઠવાડિયે ફેબ્રીઝની નવી બોટલ ખરીદવી પડતી હશે.

છેલ્લા કેટલાક વર્ષોમાં પી એન્ડ જી એ લોકો દ્વારા પોતાના ઘરની સફાઈ દરમિયાન બનાવેલા હજારો વીડિયો-ટેપ ભેગા કર્યા હતા. જ્યારે સ્ટિમસન અને તેમની ટીમના સંશોધકો સિનસિનાટી પાછા ફર્યા, તો તેમનામાંથી કેટલાકે તે સાંજ આ જૂની ટેપ જોવામાં વીતાવી. બીજા દિવસે સવારે એક સભ્યએ ટીમને કોન્ફરન્સ રૂમમાં મળવા માટે બોલાવી અને તેમને એક ટેપ ચલાવીને દેખાડી. એ ટેપમાં એક 26 વર્ષીય મહિલા પોતાના ત્રણ બાળકોની સાથે પથારી સરખી કરતી હતી. તેણે પહેલા ચાદર સરખી કરી અને પછી તકિયા ફુલાવ્યા. ઓરડામાંથી બહાર જતી વખતે તેના ચહેરા પર એક હળવું હાસ્ય હતું.

એ સંશોધકે ઉત્સાહથી બધાને પૂછ્યું, 'શું તમે જોયું ?'

આ પછી તેણે એક બીજી ટેપ ચલાવી, જેમાં એક મહિલાએ પથારી પર એક રંગીન ચાદર પાથરી, તકિયા ફુલાવ્યા અને પછી પોતાના આ સારા કામને જોઈને હસી. સંશોધકે ફરીથી કહ્યું, 'આ જુઓ. ફરીથી એ જ પ્રતિક્રિયા.' પછીની ટેપમાં એક સ્ત્રીએ વ્યાયામના કપડાં પહેર્યા હતા. તેણે પોતાનું રસોડું સાફ કર્યું અને પછી શાંતિ આપનારા એક વ્યાયામમાં જોડાઈ ગઈ.

તે સંશોધક પોતાની ટીમના સભ્યો તરફ જોવા માંડ્યો.

'જોયું તમે લોકોએ ?' તેણે ફરીથી પૂછ્યું.

તેણે આગળ કહ્યું, 'આ બધી મહિલાઓ સફાઈ કર્યા પછી કંઈ ને કંઈ એવું કરી રહી છે, જેનાથી તેમને ખુશી કે આરામ મળે. આપણે આ યુક્તિ અપનાવી શકીએ છીએ. જો આપણે ગ્રાહકોને એમ કહીએ કે ફેબ્રીઝનો ઉપયોગ સફાઈની શરૂઆતમાં નહીં પણ અંતમાં કરે તો ? જો આપણે ફેબ્રીઝને એક એવી વસ્તુ તરીકે પ્રસ્તુત કરીએ, જેનો ઉપયોગ કરવો મજેદાર છે અને તેને સફાઈ પછી ઉપયોગમાં લેવામાં આવે છે, તો કેવું રહેશે ?'

સ્ટિમસનના સમૂહે એકવાર ફરીથી પરીક્ષણ કર્યું. ફેબ્રીઝે પાછળના વિજ્ઞાપન વાસ હટાવવા પર કેન્દ્રિત કર્યા હતા, પણ હવે કંપનીએ નવી જાહેરખબરોના કાગળ છપાવ્યા, જેમાં ખુલ્લી બારીઓમાંથી આવતી તાજી હવાના ચિત્ર હતા. કંપનીએ ફેબ્રીઝના નિર્માણ દરમિયાન તેમાં સુગંધીદાર તત્વની માત્રા વધારી દીધી જેથી ફેબ્રીઝ માત્ર વાસ દૂર કરનારું

નહીં પણ એક મજાની સુગંધ ફેલાવનારું ઉત્પાદન બની જાય. ટી.વી. માટે એવા વિજ્ઞાપન બનાવવામાં આવ્યા, જેમાં સ્ત્રીઓ તાજેતરમાં સાફ કરેલી પથારી અને ધોયેલા કપડાં પર ફેબ્રીઝ છાંટી રહી છે. ફેબ્રીઝની જૂની ટેગલાઈન હતી, 'કપડાંમાંથી વાસ દૂર કરવા માટે', જ્યારે નવી ટેગલાઈન હતી, 'જીવનમાં સુગંધ ફેલાવવા માટે.'

ફેબ્રીઝમાં આ બધા નવા પરિવર્તન રોજિંદા જીવનમાં એક વિશેષ ઈશારાને સંચાલિત કરવા માટે કરવામાં આવ્યા હતા. આ ઈશારો હતો, ઓરડાઓની સફાઈ કરવી, પથારી સરખી કરવી અને ઝાડુથી વાળવું વગેરે. ફેબ્રીઝને આ બધા ઈશારાઓના ઈનામ તરીકે સ્થાપિત કરવામાં આવ્યું. સફાઈની ક્રિયાના અંતમાં ફેબ્રીઝ છાંટવાથી આવનારી સુગંધ ઈનામ હતી. સૌથી મહત્ત્વપૂર્ણ વાત હતી કે દરેક નવું વિજ્ઞાપન આ વાતને ધ્યાનમાં રાખીને બનાવવામાં આવ્યું કે ગ્રાહકોની અંદર એ ઈચ્છા પેદા થાય કે સફાઈ પછી કોઈ વસ્તુ જેટલી સુંદર લાગે છે, ફેબ્રીઝના ઉપયોગથી તે એટલી જ સુગંધીદાર પણ લાગી શકે છે. મઝાની વાત એ હતી કે જે વસ્તુનું નિર્માણ વાસ્તવમાં વાસ દૂર કરવા માટે કરવામાં આવ્યું હતું, હવે તેને તેના મૂળ ઉદ્દેશથી બિલકુલ વિપરીત બનાવી દેવામાં આવ્યું હતું. ફેબ્રીઝ ગંદા કપડાંમાંથી વાસ દૂર કરવાને બદલે હવે સાફ-સફાઈ પછી સારી સુગંધ ફેલાવવા માટે તેનો ઉપયોગ થઈ રહ્યો હતો.

નવા વિજ્ઞાપનોના પ્રદર્શન અને ગ્રાહકોને નવી રીતે ડિઝાઈન કરવામાં આવેલી બોટલો આપ્યા પછી સંશોધકો એકવાર ફરી તેમના ઘરે ગયા. આ વખતે તેમણે જોયું કે કેટલીક મહિલાઓમાં ફેબ્રીઝની સુગંધની ઈચ્છા પેદા થઈ ગઈ છે. એક મહિલાએ જણાવ્યું કે, 'ફેબ્રીઝની બોટલ ખાલી થયા પછી મેં પરફ્યુમને પાણીમાં ભેળવી મારા ધોયેલા કપડાં પર છાંટ્યું. સફાઈ પછી સારી સુગંધ ન આવે તો વસ્તુઓ સાફ લાગતી નથી.'

ફેબ્રીઝની આદતનો ફંદો

સ્ટિમસન જણાવે છે કે 'તે પાર્ક રેંજર મહિલાના અનુભવોથી પ્રભાવિત થઈને આપણે ખોટી દિશામાં મહેનત કરી રહ્યા હતા. તેની સાથે વાત કરીને આપણને લાગ્યું હતું કે

આપણે ફેબ્રીઝ દ્વારા લોકોને તેમની સમસ્યાનો ઉકેલ આપી રહ્યા છીએ, પણ કોઈપણ માનવ સરળતાથી એ માનવા નથી ઈચ્છતા કે તેમના ઘરમાં વાસની સમસ્યા છે.'

'તેને જોવાનો આપણો દૃષ્ટિકોણ જ ખોટો હતો. કોઈને પણ વાસથી મુક્તિની ઈચ્છા નથી હોતી, પણ ત્રીસ મિનિટ સુધી સાફ-સફાઈની મહેનત કર્યા પછી દરેક વ્યક્તિ એક સારી સુગંધ ચોક્કસ ઈચ્છે છે.'

ઈ.સ.1998ની ગરમીઓમાં ફેબ્રીઝને એકવાર ફરી લોંચ કર્યું. પછીના બે મહિનાની અંદર જ ફેબ્રીઝનું વેચાણ બે ગણું થઈ ગયું અને આવનારા એક વર્ષની અંદર ગ્રાહકોએ ફેબ્રીઝ પર 230 મિલિયન ડોલર ખર્ચ કરી નાખ્યા. ત્યારથી ફેબ્રીઝે એવા ડઝનબંધ નવા ઉત્પાદન બજારમાં ઉતાર્યા, જેમ કે ઍર ફ્રેશનર, મીણબત્તીઓ, ડિટરજન્ટ પાવડર અને રસોઈ માટે સ્પ્રે વગેરે. આ બધા ઉત્પાદનોને મેળવીને પી એન્ડ જીનું વેચાણ પ્રતિ વર્ષ 1 અબજ ડોલર થઈ ગયું. આખરે પી એન્ડ જીએ પોતાના ગ્રાહકોને એ બતાવવાનું શરૂ કરી દીધું કે ફેબ્રીઝ સારી સુગંધ ફેલાવે છે એટલું નહીં પણ વાસને દૂર પણ કરે છે.

સ્ટિમસનને પદોન્નતિ મળી અને તેમની ટીમને બોનસ. તેમની ફોર્મ્યુલા કારગર સાબિત થઈ. તેમને સરળ અને સટીક ઈશારો મળ્યો, તેની સાથે જ તેમણે એક સ્પષ્ટ ઈનામ પણ રાખ્યું.

ફેબ્રીઝની લોકપ્રિયતા ત્યારે વધી, જ્યારે ગ્રાહકોમાં એ ઈચ્છા પેદા કરવામાં આવી કે બધું જેટલું સાફ દેખાય છે, તેટલું જ સુગંધીદાર પણ હોય શકે છે. પેપ્સોડેંટનું વિજ્ઞાપન બનાવનાર મહારથી ક્લાઉડ હોપકિંસ ક્યારેય એ સમજી શક્યા નહીં કે ગ્રાહકોમાં નવી આદત વિકસિત કરવાના ફોર્મ્યુલાનો સૌથી મહત્ત્વપૂર્ણ હિસ્સો છે, ઈચ્છા પેદા કરવી.

5

પોતાના જીવનના છેલ્લા તબક્કામાં એકવાર ક્લાઉડ હોપકિંસ વ્યાખ્યાન આપવા માટે પ્રવાસે નીકળ્યા. 'વિજ્ઞાપનના વિજ્ઞાન આધારિત નિયમ' વિષય પર તેમના વ્યાખ્યાન સાંભળવા માટે હજારો લોકો આવતા હતા. ક્લાઉડ હોપકિંસ અલગ-અલગ મંચો પર ઊભા થઈને પોતાની તુલના થોમસ એડિસન અને જ્યોર્જ વોશિંગ્ટન સાથે કરતા હતા અને ભવિષ્ય અંગે મોટા-મોટા પૂર્વાનુમાન લગાવતા હતા. આ પૂર્વાનુમાનોમાં હવામાં ઉડનારી ગાડીઓનો ઉલ્લેખ હંમેશા થતો હતો. પણ પોતાના આ વ્યાખ્યાનોમાં હોપકિંસે ક્યાંય ઈચ્છા કે આદતના ફંદાના નિર્માણમાં ઈચ્છા કે ન્યૂરોલોજિકલ (તંત્રિકા સંબંધી) મૂળની કોઈ વાત કરી નથી. એમ.આય.ટી.ના વૈજ્ઞાનિકો અને વોલ્ફ્રમ શુલ્જે પોતાના પ્રયોગ હોપકિંસના 70 વર્ષ પછી કર્યા હતા.

તો પછી આ મહત્ત્વપૂર્ણ જાણકારી વિના હોપકિંસે દાંત સાફ કરવાની આટલી બુનિયાદી

આદત કેવી રીતે વિકસાવી ?

વાસ્તવમાં વાત એવી હતી કે એમ.આય.ટી. અને શુલ્જની પ્રયોગશાળામાં જે શોધ કરવામાં આવી હતી, તેની જાણકારી ન હોવા છતાં પણ હોપકિંસે એ જ તત્ત્વોનો ઉપયોગ કર્યો હતો.

હોપકિંસે પોતાના સંસ્મરણોમાં પેપ્સોડેંટના પોતાના અનુભવને જેટલી સરળ રીતે ચિત્રિત કર્યા હતા, વાસ્તવિકતા તેના કરતાં થોડી અલગ હતી. હોપકિંસ ડીંગ હાંકતા જણાવતા હતા કે કેવી રીતે તેમણે દાંતોના આવરણના રૂપમાં યોગ્ય ઈશારો શોધ્યો હતો અને કેવી રીતે એ પહેલા વ્યક્તિ હતા, જેમણે ગ્રાહકોને સુંદર દાંતોનું સ્પષ્ટ ઈનામ આપ્યું. જ્યારે આ સાચું નહોતું. તે આના પ્રવર્તક નહોતા. ઉદાહરણ માટે પત્રિકાઓ અને સમાચાર પત્રોમાં પ્રકાશિત થનારા અન્ય ટૂથપેસ્ટના વિજ્ઞાપનો પર ધ્યાન આપો. આ વિજ્ઞાપન એ સમયના છે, જ્યારે હોપકિંસે પેપ્સોડેંટ પર કામ પણ શરૂ કર્યું નહોતું.

ડૉ.શેફિલ્ડના દાંતોની ક્રીમ 'ડેંટીફ્રીસ'નું વિજ્ઞાપન જુઓ, જેમાં લખ્યું હતું કે 'આમાં ઘણી બધી વિશેષ વસ્તુઓનો ઉપયોગ કરવામાં આવ્યો છે જેથી તમારા દાંતો પર મેલ જમા થતો અટકી જાય અને મેલનો થર સાફ થઈ જાય.' આ વિજ્ઞાપન પેપ્સોડેંટ કરતા ઘણા સમય પહેલા આવ્યું હતું.

જ્યારે હોપકિંસ દાંતોની સંભાળ સાથે જોડાયેલા પુસ્તકોનો અભ્યાસ કરી રહ્યા હતા, એ સમયે બજારમાં સૈનિટોલ ટૂથપેસ્ટનું એક વિજ્ઞાપન આવ્યું, જેમાં લખ્યું હતું,'તમારા દાંતોની સફેદી એક આવરણથી છુપાયેલી છે. સૈનિટોલ ટૂથપેસ્ટ મિનિટોમાં આ આવરણ હટાવીને આપના દાંતોની સફેદી પાછી લાવે છે.'

એક અન્ય વિજ્ઞાપનમાં લખ્યું હતું,'આપના હાસ્યને સુંદર બનાવવાનું રહસ્ય તમારા સુંદર દાંતોમાં છુપાયેલું હોય છે. સુંદર છોકરીઓના આકર્ષક હોવાનું રહસ્ય પણ તેમના સુંદર, ચીકણા દાંત હોય છે. તેથી એમ.એસ.વ્હાઈટ ટૂથપેસ્ટનો ઉપયોગ કરો.'

પેપ્સોડેંટના બજારમાં આવવાના વર્ષો પહેલા જ ડઝનબંધ લોકોએ ટૂથપેસ્ટના વિજ્ઞાપનમાં આ પ્રકારની ભાષાનો ઉપયોગ કરવામાં આવ્યો હતો. આ બધા વિજ્ઞાપનોએ ગ્રાહકોને તેમના દાંતોનું મેલું આવરણ હટાવીને ઈનામ તરીકે દાંતોને સુંદર અને સફેદ બનાવવાનો દાવો કર્યો હતો. પણ તેમાંથી એકપણ વિજ્ઞાપનને પ્રસિદ્ધિ મળી નહીં.

પછી જ્યારે હોપકિંસે પોતાની વિજ્ઞાપન ઝુંબેશ ચાલુ કરી, તો પેપ્સોડેંટનું વેચાણ ખૂબ ઝડપથી વધ્યું. આખરે આ વિજ્ઞાપનોમાં એવું શું ખાસ હતું ?

હોપકિંસની સફળતાની પાછળ પણ એ જ કારણ હતું, જેના કારણે જૂલિયો નામનો તે વાંદરો લીવર ખેંચતો હતો અને ગૃહિણીઓ પથારી અને કપડાં પર ફેબ્રીઝ છાંટતી હતી. તે

કારણ છે ઈચ્છા. પેપ્સોડેંટ લોકોની અંદર ઈચ્છા જગાવવામાં સફળ રહ્યું.

હોપકિંસે પોતાની આત્મકથામાં પેપ્સોડેંટના નિર્માણમાં ઉપયોગમાં લેવાતી કોઈપણ વસ્તુ વિશે એક શબ્દ પણ લખ્યો નથી. પણ પેપ્સોડેંટના પેટંટ માટે આપવામાં આવેલા આવેદનપત્રમાં આ ટૂથપેસ્ટના નિર્માણની રીત આપવામાં આવી છે. કંપનીના રેકોર્ડમાંથી પણ કેટલીક રસપ્રદ વાતો જાણવા મળી છે. વાસ્તવમાં પેપ્સોડેંટ બનાવવામાં સાઈટ્રિક એસિડ, ફુદીનાનું તેલ અને કેટલાક અન્ય રસાયણોનો ઉપયોગ કરવામાં આવ્યો હતો. આવું એટલા માટે કરવામાં આવ્યું કારણ કે પેપ્સોડેંટના શોધક ઈચ્છતા હતા કે ટૂથપેસ્ટના ઉપયોગ પછી લોકો તરોતાજા અનુભવ કરે. પણ તેનું એક બીજું પરિણામ આવ્યું, જેનો અંદાજ કોઈને ય નહોતો. આ બધા પદાર્થ એવા ઉત્તેજક છે, જેનાથી જીભ અને દાંતો પર ઠંડક અને કંપનો અનુભવ થાય છે.

બજાર પર પેપ્સોડેંટનું પ્રભુત્વ હતું. આથી તેની સફળતાનું રહસ્ય જાણવા માટે અન્ય પ્રતિસ્પર્ધી કંપનીઓએ સંશોધનો કરવાનું શરૂ કરી દીધું. આ સંશોધનોમાં અનેક ગ્રાહકોની પ્રતિક્રિયાઓ પરથી જાણવા મળ્યું કે જો તે દાંત સાફ કરવાનું ભૂલી પણ જાય તો મોં માં ઠંડક અને કંપનો અનુભવ ન થવાથી તેમને તરત પોતાની ભૂલ યાદ આવી જાય છે અને પછી તે એ જ અનુભવને ફરીથી મેળવવાની અપેક્ષા કરવા માંડે છે. લોકોમાં એ ઠંડા અનુભવની ઈચ્છા પેદા થવા માંડી હતી. જ્યાં સુધી દાંતો પર ઠંડક અને કંપનો અનુભવ ન થાય, ત્યાં સુધી લોકોને પોતાના દાંત સાફ લાગતા નહોતા.

એ દૃષ્ટિએ ક્લાઉડ હોપકિંસ વાસ્તવમાં ટૂથપેસ્ટ નહીં બલકે આ ઠંડો અનુભવ વેચતા હતા. ગ્રાહકોમાં જ્યારે એ ઠંડક અને કંપની ઈચ્છા પેદા થવા માંડી, તો તેમણે આ અનુભૂતિને દાંતોની સફાઈની સાથે જોડી દીધી. આ રીતે દાંતોની સફાઈ લોકો માટે રોજની આદત બની ગઈ.

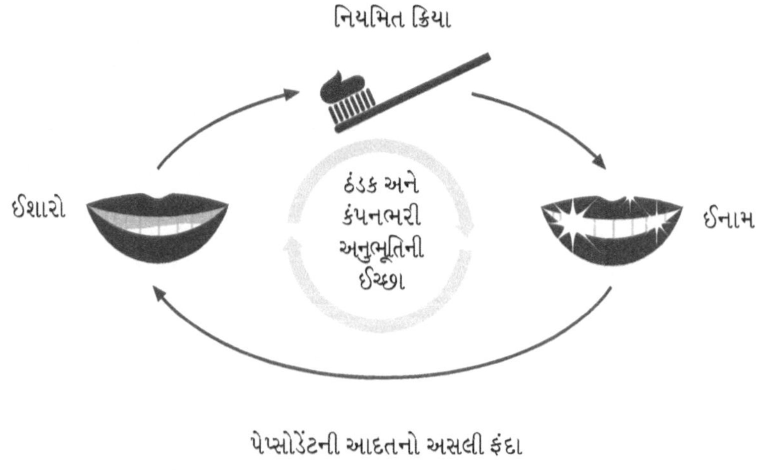

પેપ્સોડેંટની આદતનો અસલી ફંદા

અન્ય કંપનીઓને જ્યારે હોપકિંસની આ યુક્તિની જાણ થઈ, તો તેમણે પણ તેને અપનાવી લીધું. પછીના એક દાયકાની અંદર જ દરેક ટૂથપેસ્ટમાં આવા તેલ અને રસાયણ ભેળવવામાં આવવા માંડ્યા, જેનાથી દાંતોમાં કંપનો અહેસાસ થાય. થોડા જ સમયમાં અન્ય બધા ટૂથપેસ્ટોની તુલનામાં પેપ્સોડેંટની ખપત ઓછી થઈ ગઈ. આજે પણ બજારમાં મળનારા લગભગ દરેક ટૂથપેસ્ટમાં એવા રસાયણ ભેળવવામાં આવે છે, જેનું માત્ર એક જ કામ છે, દાંત સાફ કર્યા પછી મોં માં કંપ પેદા કરવો.

ઓરલ- બી અને ક્રેસેટ કિડ્સ ટૂથપેસ્ટની બ્રાંડ મેનેજર રહી ચૂકેલી ટ્રેસી સિનક્લેઅર જણાવે છે કે 'ગ્રાહક કોઈ એવો સંકેત ઈચ્છે છે, જેનાથી તેમને એ અનુભૂતિ થાય કે તે જે ઉત્પાદનનો ઉપયોગ કરી રહ્યા છે, તે ખરેખર કારગર સાબિત થઈ રહ્યો છે. આપણે જાંબુથી માંડીને ગ્રીન ટી સુધી, કોઈપણ સ્વાદની ટૂથપેસ્ટ બનાવી શકીએ છીએ. જો એ ટૂથપેસ્ટમાં કંપ પેદા કરનારા પદાર્થ ભેળવવામાં આવ્યા હોય, તો લોકોને એ અહેસાસ થતો રહેશે કે તેમના દાંત સાફ થઈ રહ્યા છે. દાંતો પર ટૂથપેસ્ટના કારગર સાબિત થવાનો અને ઠંડા કંપના અહેસાસનો અંદરોઅંદર કોઈ સંબંધ નથી. આ તો બસ ગ્રાહકોને એ વાતનો દિલાસો આપવા માટે કે ટૂથપેસ્ટ દાંતો પર ખરેખર કારગર છે.'

આ સામાન્ય ફોર્મ્યુલાનો ઉપયોગ કરી આપણે બધા મનઈચ્છિત આદતો વિકસિત કરી શકીએ છીએ. જેમ કે જો તમે વ્યાયામ કરવા ઈચ્છો છો, તો સવારે ઉઠતાંની સાથે જ જિમમાં જવા માટે કોઈ સરળ ઈશારો પસંદ કરી લો. સાથે જ વ્યાયામ કર્યા પછી પોતાના માટે સ્મૂધી (ફળોમાં બનનારું ઘટ્ટ પેય) નું ઈનામ પણ નક્કી કરી લો. આ ઉપરાંત તમે સ્મૂધી વિશે અથવા વ્યાયામ પછી શરીરમાં થનારા એન્ડોર્ફિનના સંચાર વિશે વારંવાર વિચારી પણ શકો છો. આ રીતે તમે પોતાની અંદર ઈનામની અપેક્ષા પેદા કરી લો. સમયની સાથે તમારી ઈચ્છાના કારણે દરરોજ જિમ જવાનું સહેલું થઈ જશે.

શું તમે ખાણી-પીણી સંબંધિત નવી આદતો વિકસિત કરવા ઈચ્છો છો ? 'નેશનલ વેટ કંટ્રોલ રજિસ્ટ્રી' સાથે જોડાયેલા સંશોધકોએ એક મોટો પ્રોજેક્ટ શરૂ કર્યો હતો, જેમાં છ હજાર કરતાં પણ વધારે લોકો સામેલ હતા, જેમણે 30 પાઉન્ડથી પણ વધારે વજન ઘટાડ્યું હતું. સંશોધકોએ વજન ઘટાડવામાં સફળ રહેલા આ લોકોની ખાણી-પીણીની આદતોનો અભ્યાસ કર્યો. જેનાથી જાણવા મળ્યું કે 78 ટકા લોકો રોજ સવારે નાસ્તો જરૂર કરતા હતા. નાસ્તો એવું ખાવાનું હોય છે, જેનો ઈશારો દિવસના એક નિશ્ચિત સમયમાં મળે છે. તેમાંથી મોટાભાગના લોકો ખાણી-પીણીની આદતો સુધારવાથી માંડી વજન ઓછું કરવાના કારણે મળનારા કોઈ ઈનામની કલ્પના પણ કરતા હતા. જેમ કે એક મહિલા પાતળી થયા પછી પોતાને એ બિકનીમાં જોતી હતી, જે તે ઘણા સમયથી પહેરવાની ઈચ્છા ધરાવતી હતી. એ જ રીતે કેટલાક લોકો એ ગર્વની અનુભૂતિની કલ્પના કરતા હતા, જે વજન માપવાના મશીન પર ઊભા રહ્યા પછી મળશે. એ લોકોએ સાવધાનીથી એવા ઈનામ પસંદ કર્યા હતા,

જે તે ખરેખર પામવા ઈચ્છતા હતા. પછી તે આ ઈનામને પ્રાપ્ત કરવાની ઈચ્છા પર પોતાનું ધ્યાન કેન્દ્રિત કરતા હતા. આ રીતે તે ઈચ્છા તેમની અંદર ઝનૂનની હદ સુધી પહોંચી જતી હતી. સંશોધકોએ એ પણ જોયું કે જ્યારે-જ્યારે આ લોકોની અંદર સંતુલિત આહાર છોડીને મનભાવતી ખાણી-પીણીનું સેવન કરવાની ઈચ્છા જાગી, તો તેમણે સંતુલિત આહારમાંથી મળનારા ઈનામની ઈચ્છા પર ધ્યાન કેન્દ્રિત કરી લીધું. આ ઈચ્છાને કારણે જ આદતનો ફંદો સક્રિય બની રહ્યો.

ઈચ્છાના વિજ્ઞાનને જાણવું કંપનીઓ માટે ક્રાંતિકારી પગલું સાબિત થયું. આપણા જીવનમાં ડઝનબંધ એવી ક્રિયાઓ હોય છે, જે આપણે રોજ કરીએ છીએ, પણ સામાન્ય રીતે તે ક્રિયાઓ આદતોમાં ફેરવી શકાતી નથી. જેવી રીતે આપણે ખોરાકમાં મીઠાની માત્રા પર નિયંત્રણ રાખવું જોઈએ, પાણી વધારે પીવું જોઈએ, ચરબીયુક્ત ખોરાકને બદલે વધારે ને વધારે લીલાં શાકભાજી ખાવા જોઈએ. આ ઉપરાંત આપણે નિયમિત રીતે વિટામિન્સ લેવા જોઈએ અને પોતાની ત્વચાને સૂર્યના અલ્ટ્રાવાયલેટ કિરણોથી બચાવા માટે સનસ્ક્રીન ચોક્કસપણ લગાવવું જોઈએ. આ બધા તથ્યોને આના કરતાં વધારે સ્પષ્ટ રીતે પ્રસ્તુત ન કરી શકાય, પણ તેમ છતાં સામાન્ય રીતે તે આપણી આદત બની શકતી નથી. રોજે સવારે ચહેરા પર સનસ્ક્રીન લગાવવાથી ત્વચાના કેન્સરની સંભાવના ઓછી થઈ જાય છે. તેમ છતાં અમેરિકામાં 10 ટકા કરતાં પણ ઓછા લોકો એવા છે, જે રોજે સવારે ચહેરા પર સનસ્ક્રીન લગાવે છે, જ્યારે દાંતોને દરેક વ્યક્તિ રોજ સાફ કરે છે. આ બંને વસ્તુઓમાં આટલો ફેર શા માટે છે ?

તેનું કારણ છે કે સનસ્ક્રીનને રોજની આદત બનાવવા માટે કોઈ ઈચ્છા નહીં, કેટલીક કંપનીઓ જરૂર છે, જે આ સ્થિતિને બદલવા ઈચ્છે છે. આના માટે આ કંપનીઓ કંઈક એવું શોધી રહી છે, જેનાથી સનસ્ક્રીન લગાવવાથી ચહેરા પર આછા કંપનો અનુભવ થાય અથવા પછી કંઈક ને કંઈક થાય, જેનાથી લોકોને એ અનુભવ થઈ શકે કે તેમણે સનસ્ક્રીન લગાવ્યું છે. આ કંપનીઓને આશા છે કે આ અહેસાસ પણ એવા જ ઈશારાનું નિર્માણ કરશે, જેવું ટૂથપેસ્ટમાં થાય છે. આ એ જ અહેસાસ છે, જે ન મળતાં લોકોને પોતાના દાંત સાફ નથી લાગતા અને જેનાથી તેમને તરત યાદ આવી જાય છે કે તેમણે આજે દાંત સાફ કર્યા છે કે નહી. આ કંપનીઓએ સો કરતાં પણ વધારે ઉત્પાદનોમાં આ જ યુક્તિનો ઉપયોગ કર્યો છે.

બ્રાંડ મેનેજર સિનક્લેઅર જણાવે છે કે, 'આવા ઉત્પાદનોમાં ફીણ બનવું એક મોટું ઈનામ છે. જેમ શેમ્પૂમાં ફીણની આવશ્યકતા નથી હોતી, પણ તેમ છતાં આપણે શેમ્પૂમાં એવા રસાયણ ભેળવીએ છીએ, જેનાથી ફીણ બને કારણ કે લોકો જ્યારે વાળ ધુએ છે, ત્યારે તેમને ફીણ નીકળે તેવી આશા હોય છે. કપડાં સાફ કરવાના ડિટરજન્ટમાં પણ આ જ કથા છે. આજકાલ તો દરેક કંપની ટૂથપેસ્ટમાં સોડિયમ લોરેથ સલ્ફેટ પણ ભેળવવા માંડી છે, જેનાથી વધારે ને વધારે ફીણ પેદા થઈ શકે. જ્યારે ફીણ અને સફાઈનો અંદરોઅંદર

કોઈ સંબંધ નથી, પણ ટૂથપેસ્ટનો ઉપયોગ કરતી વખતે મોં માં ફીણ બનવાથી લોકોને સારો અનુભવ થાય છે. ગ્રાહક જ્યારે ફીણની આશા રાખવા માંડે છે, તો એ ઉત્પાદનનો ઉપયોગ કરવાની તેની આદત વિકસિત થવા માંડે છે.'

આદત ઈચ્છાથી બને છે. તેથી ઈચ્છા પેદા કરવાની તકનીક સમજાયા પછી નવી આદતોને વિકસિત કરવી સરળ થઈ જાય છે. આ વાત સો વર્ષ પહેલા જેટલી સાચી હતી, આજે પણ એટલી જ સાચી છે. સંસારમાં કરોડો લોકો માત્ર કંપનો અનુભવ કરવા માટે જ દરરોજ પોતાના દાંત સાફ કરે છે. દરરોજ સવારે કરોડો લોકો પોતાના જોગિંગવાળા જૂતા પહેરીને જોગિંગ માટે નીકળે છે કારણ કે તેમનામાં જોગિંગથી થનારા એન્ડોર્ફિનના સંચારની ઈચ્છા પેદા થઈ ચૂકી હોય છે.

પછી જ્યારે તે ઘરે પાછા ફરીને પોતાના રસોડા કે બેડરૂમને સાફ કરે છે, તો થોડુંક ફેબ્રીઝ પણ છાંટી લે છે.

3

આદત પરિવર્તનનો સોનેરી નિયમ

પરિવર્તન શા માટે થાય છે ?

1

મેદાનને સાવ છેડે લગાવેલી ઘડિયાળ સમય દેખાડતી હતી. રમત પૂરી થવામાં હવે માત્ર 8 મિનિટ અને 19 સેકન્ડનો સમય બચ્યો હતો. મેદાન પર ટૈમ્પા બે બુકોનીર્સ ટીમ રમી રહી હતી, જે માત્ર નેશનલ ફૂટબોલ લીગ નહીં બલકે વ્યવસાયિક ફૂટબોલના આખા ઈતિહાસની સૌથી ખરાબ ટીમ હતી. પણ આ ટીમના મુખ્ય કોચ, જેમને હાલમાં જ નિયુક્ત કરવામાં આવ્યા હતા, તેમને રમત પૂરી થવાની થોડીક જ મિનિટો પહેલા આશાનું એક કિરણ દેખાવા માંડ્યું.

17 નવેમ્બર, 1996ના રોજ રવિવારનો દિવસ હતો અને સાંજ થવામાં હતી. બુકોનીર્સ ટીમ અમેરિકાના સૈનડિએગો શહેરમાં ચાર્જર્સ ટીમની સાથે રમી રહી હતી. ચાર્જર્સ ટીમ પાછલા વર્ષે સુપર બોલમાં પોતાનું પ્રદર્શન દેખાડી ચૂકી હતી. આ મેચમાં બુકોનીર્સ 17-16થી પાછળ ચાલી રહી હતી. આ ટીમે અત્યાર સુધી માત્ર હાર જ જોઈ હતી. બુકોનીર્સને આખા સત્રમાં એકપણ જીત હાંસલ થઈ નહોતી. તે પાછલા એક દાયકાથી સતત હારતા આવતા હતા. બુકોનીર્સે પશ્ચિમી તટ પર છેલ્લા સોળ વર્ષોમાં એકપણ મેચ જીતી નહોતી. બુકાનીર્સે છેલ્લી વાર જ્યારે જીત હાંસલ કરી હતી, ત્યારે આ ટીમના હાજર ખેલાડી સ્કૂલમાં હશે. આ વર્ષે તેમનો રેકોર્ડ 2-8નો હતો. એવી જ એક રમતમાં એક બીજી ટીમ હતી, જે એટલી ખરાબ હતી કે આવનારા સમયમાં 'હોપલેસ' (આશાહીન) શબ્દમાં 'લેસ' (હીન) લગાવવાનું શ્રેય આ જ ટીમને આપી શકાય છે. આ ટીમનું નામ હતું, ડેટ્રોઈટ લોયન્સ. પણ આ વર્ષે ડેટ્રોઈટ લોયન્સે પણ બુકોનીર્સને પહેલા 21-6 અને પછી ત્રણ અઠવાડિયા પછી 27-0થી હરાવી હતી. એક અખબારમાં બુકોનીર્સની હાંસી ઉડાવતા તેને 'અમેરિકાઝ ઓરેન્જ ડોરમેટ' (એવી ટીમ જેને મેદાનમાં કોઈપણ રોંદીને ચાલ્યું જાય છે) કહેવામાં આવી હતી.

આ ટીમના મુખ્ય કોચ ટોની ડંગીને આ જ વર્ષે જાન્યુઆરીમાં આ નોકરી મળી હતી, પણ હવે ઈ.એસ.પી.એન.નું અનુમાન હતું કે આ વર્ષે સમાપ્ત થતા પહેલાં જ કદાચ ટોની ડંગીને નોકરી ગુમાવવાનો વારો આવી શકે છે.

પણ 17 નવેમ્બર 1996ના રોજ થયેલી એ મેચમાં, મેદાનની એક તરફ ઊભેલા કોચ ડંગીએ કંઈક એવું જોયું, જેનાથી તેમને પોતાની યોજના સફળ થતી દેખાવા માંડી. મેદાન પર તેમની ટીમ રમતની અંતિમ ક્ષણો માટે પોતાની વ્યૂહ-રચના બનાવી, પોતાની તૈયારી કરી રહી હતી. જ્યારે ડંગીને લાગતું હતું, જાણે અચાનક આકાશમાંથી બધા વાદળ વિખેરાઈ ગયા હોય અને સૂર્ય બહાર નીકળ્યો હોય. સામાન્ય રીતે ડંગી હસતા નહોતા. તે મેચ દરમિયાન પોતાની ભાવનાઓને જાહેર થવા દેતા નહીં. પણ મેદાનમાં કંઈક એવું થઈ રહ્યું હતું, જેના કારણે તેમને પોતાની વર્ષોની મહેનત રંગ લાવતી દેખાતી હતી. મેચ જોવા માટે આવેલા લગભગ પચાસ હજાર દર્શક સ્ટેન્ડ પર બેઠેલા ડંગીની મજાક ઉડાવી રહ્યા હતા, પણ ડંગીને મેદાનમાં જે દેખાતું હતું, તેને બીજું કોઈ જોઈ શકતું નહોતું.

★★★

ટોની ડંગી પાછલા સત્તર વર્ષોની આ નોકરીની રાહ જોતા હતા. આ દરમિયાન તેમણે સહાયક કોચ તરીકે યુનિવર્સિટી ઑફ મિનેસોટા, પીટ્સબર્ગ સ્ટીલર્સ, કૈંસાસ સિટી ચીસ અને અંતે ફરીથી મિનેસોટામાં બાઈકિંગ્સની સાથે કામ કર્યું હતું. તેમને પાછલા એક દાયકામાં ચાર વાર એન.એફ.એલ.ટીમોના મુખ્ય કોચના પદ માટે ઈન્ટરવ્યૂ આપવા માટે આમંત્રિત કરાયા હતા.

પણ ચારેય વાર ઈન્ટરવ્યૂમાં ટોની ડંગીને નિષ્ફળતા જ હાથમાં આવી.

ઈન્ટરવ્યૂમાં નિષ્ફળતા મળવાનું એક કારણ હતું, ફૂટબોલ કોચિંગ અંગે ટોની ડંગીના વિચાર. ઈન્ટરવ્યૂ દરમિયાન ડંગી પૂરી ધીરજની સાથે પોતાના વિચાર સૌની સમક્ષ રાખતા જણાવતા હતા કે 'રમતમાં જીત મેળવવાની સૌથી સારી રીત છે, ખેલાડીઓની આદત બદલવી.' તે નહોતા ઈચ્છતા કે ખેલાડીઓને અલગ-અલગ પ્રકારના ઘણા બધા નિર્ણય રમત દરમિયાન લેવા પડે. કારણ કે તે માનતા હતા કે મેદાન પર ખેલાડીઓની ક્રિયાઓ-પ્રતિક્રિયાઓ સહજ અને ટેવવશ હોવી જોઈએ. તેમનું કહેવું હતું કે જો તે ખેલાડીઓમાં યોગ્ય આદતો વિકસિત કરી શકે, તો તેમની ટીમની જીત નિશ્ચિત છે.

ડંગીના અનુસાર, 'ચેમ્પિયન્સ બીજા કરતાં કંઈક જૂદું કે અનોખું કરતા નથી. તે સામાન્ય બાબતો જ એટલી ગતિથી કરે છે કે તેમને આ કરતાં પહેલાં વિચારવું પડતું નથી. તેમની ગતિ એવી હોય છે કે વિપક્ષી ટીમને પ્રતિક્રિયા આપવાનો સમય જ મળી શકતો નથી. ચેમ્પિયન્સ આ ઝડપી ગતિને પોતાની આદત બનાવી લે છે અને પછી જે કંઈપણ કરે છે, એ જ આદત પ્રમાણે કરે છે.'

ઈન્ટરવ્યૂ દરમિયાન અન્ય ટીમોના માલિક ડંગીને પૂછતા, 'તમે ખેલાડીઓમાં આ નવી આદતો કેવી રીતે વિકસિત કરશો ?

આ અંગે ડંગીનો જવાબ રહેતો, 'અરે નહીં. હું ખેલાડીઓમાં નવી આદતો વિકસિત કરવાનો નથી. હમણાં તો આ ખેલાડીઓની જે કંઈપણ આદતો છે, તેને વિકસિત કરવામાં તેમણે આખું જીવન ખર્ચી નાખ્યું છે, જેથી એ આદતોની મદદથી જ તેમની એન.એફ.એલ.માં પસંદગી થઈ શકે છે. તેથી કોઈપણ ખેલાડી એક નવા કોચના કહેવા માત્રથી પોતાની જીવનભરની આદતો છોડી શકતા નથી.'

આ જ કારણ હતું કે ડંગી ખેલાડીઓમાં નવી આદતોને વિકસિત કરવાને બદલે માત્ર તેમની જૂની આદતોને પરિવર્તિત કરવા ઈચ્છતા હતા. આદતો ત્રણ ચરણોવાળો ફંદો હોય છે – ઈશારા, ક્રિયા અને ઈનામ. ડંગીનો અનુભવ કહેતો હતો કે જો ઈશારા અને ઈનામ સરખા રાખીને માત્ર ક્રિયાઓને પરિવર્તિત કરવામાં આવે તો આદતોમાં પરિવર્તન લાવી શકાય છે. તેથી તેમણે નક્કી કર્યું કે તે આદતોના ફંદાના બીજા તબક્કા એટલે ક્રિયા પર પોતાનું ધ્યાન કેન્દ્રિત કરશે. ડંગી ખેલાડીઓના મગજમાં પહેલેથી બનેલી ક્રિયાઓનો ઉપયોગ કરી તેમની જૂની આદતોને પરિવર્તિત કરવા ઈચ્છતા હતા.

ડંગીની પ્રશિક્ષણ નીતિથી આદત-પરિવર્તનનો એક સોનેરી નિયમ સામે આવ્યો. વિવિધ અભ્યાસોથી એ સ્પષ્ટ થઈ ચૂક્યું હતું કે પરિવર્તન લાવવાની સૌથી શક્તિશાળી રીત આ જ છે. ડંગી જાણતા હતા કે માનવ પોતાની ખરાબ આદતોને મૂળમાંથી દૂર કરી શકતો નથી.

ડંગી સમજી ચૂક્યા હતા કે માનવના જૂના ઈશારા અને ઈનામને જેમના તેમ રાખી માત્ર એક નવી ક્રિયાનો ઉપયોગ કરી આદત પરિવર્તન કરવું શક્ય છે.

આદત પરિવર્તનનો સોનેરી નિયમ પણ એ જ છે કે જૂની આદતને પરિવર્તિત કરવા માટે તેનો ઈશારો અને ઈનામ જેમ નો તેમ રાખી આ ફંદામાં એક નવી ક્રિયા જોડી દેવામાં આવે. આ નિયમનું પાલન કરીને કોઈપણ આદતને પરિવર્તિત કરી શકાય છે.

આ સોનેરી નિયમે દારૂ, મેદસ્વીપણું, ઓ.સી.ડી. (ઓબ્સેસિવ કમ્પલ્સિવ ડિસઓર્ડર) અને એવી સો કરતાં પણ વધારે ઘાતક સમસ્યાઓના ઈલાજમાં મહત્ત્વપૂર્ણ યોગદાન આપ્યું છે. આ નિયમને સમજીને લોકો પોતે પણ પોતાની આદતોમાં પરિવર્તન લાવી શકે છે. જેમ કે વધારે ચટપટું ખાવાની આદત ત્યાં સુધી પરિવર્તિત થઈ શકતી નથી, જ્યાં સુધી જૂના ઈશારા અને ઈનામ પ્રાપ્તિની તીવ્ર ઈચ્છાને પૂરી કરવા માટે યોગ્ય ક્રિયા પસંદ કરવામાં ન આવે. આ રીતે જ્યાં સુધી નિકોટીનની ઈચ્છાને શાંત કરવા માટે કોઈ અન્ય ક્રિયા મળી ન જાય, ત્યાં સુધી ધૂમ્રપાનની આદત છોડવી ખૂબ મુશ્કેલ હોય છે.

ડંગીએ અલગ-અલગ ટીમના માલિકોએ ચાર વાર આદતો પર આધારિત પોતાનું

આ દર્શન સમજાવ્યું. ચારેય વાર આ માલિકોએ વિનમ્રતાથી ડંગીની વાત સાંભળી અને તેમને આ વાત માટે ધન્યવાદ આપ્યો કે તે પોતાનો કીમતી સમય કાઢીને ઈન્ટરવ્યૂ માટે આવ્યા. પણ ચારેય પ્રસંગોએ ટીમના માલિકોએ નોકરી માટે ડંગીને બદલે બીજા કોઈને પસંદ કર્યા.

1996માં બુકોનીર્સના ચિંતિત માલિકે ડંગીને ઈન્ટરવ્યૂ માટે બોલાવ્યા. ડંગી ટૈમ્પા બે ગયા અને ત્યાં તેમણે એકવાર ફરી ટીમને જીતાડવાનું પોતાનું દર્શન આગળ મૂક્યું. ઈન્ટરવ્યૂના બીજા દિવસે જ તેમને નોકરી પર રાખી લેવામાં આવ્યા.

આદત પરિવર્તનનો સોનેરી નિયમ

ખરાબ આદતોને મૂળમાંથી દૂર કરી શકાતી નથી, તેમને માત્ર પરિવર્તિત કરી શકાય છે.

આ રીત આ પ્રમાણે કામ કરે છે :

જૂના ઈશારાનો ઉપયોગ કરવાનું ચાલુ રાખો.

ઈનામને જેમનું તેમ રાખો.

✓ માત્ર ક્રિયાને બદલી નાખો.

ડંગીની આ યોજનાએ થોડા જ સમયમાં બુકોનીર્સને ફૂટબોલ લીગની સૌથી સફળ ટીમ બનાવી દીધી. આગળ જતાં તે એન.એફ.એલ.ના એવા એકમાત્ર કોચ બન્યા, જે સતત દસ વર્ષ સુધી 'પ્લે-ઓસ'માં પહોંચ્યા. આ ઉપરાંત તે સુપર બોલ જીતનારા પહેલા આફ્રિકન-અમેરિકન કોચ પણ બન્યા અને વ્યવસાયિક રમતોની દુનિયાની સૌથી આદરણીય હસ્તી બનીને ઓળખ બનાવી. તેમની પ્રશિક્ષણ નીતિઓ માત્ર ફૂટબોલ લીગમાં જ નહીં બલકે દરેક રમતમાં અપનાવવામાં આવવા લાગી. તેમની આ રીતે ખેલાડીઓ ઉપરાંત અન્ય લોકોને પણ પોતાની આદતો બદલવાનો માર્ગ દેખાડ્યો.

પણ આ બધું તો ખૂબ પાછળથી થયું. પણ ત્યારે સેનડિએગોના એ મેદાનના કિનારે

ઊભેલા ડંગીના મનમાં માત્ર એક જ વિચાર હતો, જીતનો.

★★★

મેદાનના એક કિનારે ઊભેલા ડંગીએ ઉપર લગાવેલી ઘડિયાળ પર નજર કરી. રમતનો સમય પૂરો થવામાં હવે માત્ર 8 મિનિટ અને 19 સેકન્ડ બાકી હતી. હંમેશાની જેમ બુકોનીર્સ રમતમાં પાછળ હતા અને તેમના માટે ગોલ કરવાની અવસર પૂરા થતા જઈ રહ્યા હતા. હાલત એ હતી કે જો તેમના ડિફેન્સના ખેલાડીઓએ હજુ પણ કંઈ ન કર્યું, તો આ મેચમાં પણ તેમની હાર નિશ્ચિત હતી. દડો સેનડિએગોની વીસ યાર્ડની રેખામાં હતો. ચાર્જર્સ ટીમના કાર્ટરબૈક સ્ટૈન હમ્ફ્રીજ આગળની સ્ટ્રાઈક માટે તૈયાર હતા અને એ વાતને લઈને આશ્વસ્ત હતા કે આ મેચ તેમની ટીમની જીતની સાથે જ પૂરી થશે. જેવો ઘડિયાળનો કાંટો ફરીથી ફરવાનું શરૂ થયું, હમ્ફ્રીજ દડાની તરફ કૂદ્યા.

પણ ડંગીનું ધ્યાન હમ્ફ્રીજ પર નહોતું. બુકોનીર્સના ખેલાડી મેદાન પર પોતાનો વ્યૂહ રચી રહ્યા હતા. એ બધાએ મહિનાઓ સુધી આ યોજનાને અમલમાં લાવવાનો અભ્યાસ કર્યો હતો. ડંગી જાણતા હતા કે તેમના ખેલાડી આ યોજનાને સફળ બનાવવા માટે પૂર્ણપણે તૈયાર હતા. તેમનું બધું ધ્યાન પોતાના ખેલાડીઓ પર હતું. પારંપરિક રીતે ફૂટબોલની રમત છળ, યોજનાઓ અને વિપક્ષને છેતરીને રમવાની રમત છે. જે કોચની પાસે રમતનું સર્વાધિક જ્ઞાન હોય છે અને જેની યોજનાઓ સૌથી જટિલ હોય છે, તે જ પોતાની ટીમને જીત અપાવી શકે છે. પણ ડંગીએ આનાથી બિલકુલ વિપરીત રીત અપનાવી હતી. તેમને જટિલ યોજનાઓ અને છળમાં જરા પણ રસ નહોતો. જ્યારે ડંગીની ડિફેન્સ લાઈનના ખેલાડી પોતાની યોજના પૂરી કરવા માટે મેદાન પર પોતાનું સ્થાન લેવા લાગે, તો સ્ટેડિયમમાં હાજર રહેલી દરેક વ્યક્તિ આ વાતથી વાકેફ હતી કે તેમની આગળની ચાલ શું હશે.

ડંગીએ બિલકુલ અલગ જ રીત અપનાવી કારણ કે તેમનો વિચાર હતો કે રમતમાં છળની આવશ્યકતા નથી. તે તો બસ એટલું જ ઈચ્છતા હતા કે તેમના ખેલાડી બાકીના ખેલાડીઓ કરતાં વધારે તેજ હોય. ફૂટબોલની રમતમાં એક-એક મિલીસેકન્ડ પણ મહત્ત્વની હોય છે. આ જ કારણ હતું કે ડંગીએ પોતાના ખેલાડીઓને ઘણીબધી યુક્તિઓ શીખવવાને બદલે બસ કેટલીક ઠોસ અને કારગર યુક્તિઓ પર ધ્યાન કેન્દ્રિત કરવાનું શીખવ્યું હતું અને દિવસ-રાત માત્ર તેનો જ અભ્યાસ કરાવ્યો હતો. આ અભ્યાસ એ રીતે કરાવવામાં આવ્યો હતો કે આ દરમિયાન ખેલાડી મેદાનમાં જે પણ ક્રિયા કરે, તે તેમની આદત બની જાય. આ એવી નીતિ હતી, જે જો કારગર સાબિત થઈ તો ડંગીના ખેલાડી મેદાનમાં એટલી તેજી દેખાડતા હતા કે વિપક્ષી ટીમને વિચારવાની તક પણ મળતી નહીં.

બધું જ ડંગીની યોજના પર આધારિત હતું. જો તેમના ખેલાડી ક્રિયા કરતા પહેલા વધારે વિચારતા કે ખચકાતા અથવા પછી જો તે ક્રિયાઓ તેમની આદત ન બની હોત તો આખી યોજના પર મિનિટોમાં પાણી ફેરવાઈ જાય તેમ હતું. અને હજુ સુધી ડંગીના ખેલાડી

હંમેશા ગડબડ જ કરતા આવ્યા હતા.

પણ આ વખતે પોતાની વીસ યાર્ડની રેખાની અંદર ઊભેલા બુકોનીર્સના ખેલાડીઓમાં કંઈક તો એવું ચોક્કસ હતું, જે બિલકુલ અલગ હતું. જેમ કે બુકોનીર્સના ડિફેન્સિવ છેડા પર રેગન અપશો સ્ક્રિમેજ લાઈનમાં થ્રી પોઈન્ટની મુદ્રાની સાથે ઊભા હતા. પણ પોતાના સ્થાન પર ઊભેલા અપશોનું ધ્યાન ટીમના બાકીના ખેલાડીઓ પર નહોતું. તેનાથી વિપરીત તે માત્ર એ ઈશારાઓ પર પોતાનું ધ્યાન કેન્દ્રિત કરવામાં લાગેલા હતા, જે તેમને ડંગીએ શીખવ્યા હતા. સૌથી પહેલા તેમણે વિપક્ષી લાઈનમેનના પગની તરફ જોયું. તેણે પોતાના પંજા પાછળની તરફ વાળેલા હતા, જેનો અર્થ એ હતો કે બુકોનીર્સના કાર્ટરબૈકના ત્યાંથી પસાર થતાં પહેલાથી જ આ લાઈનમેન થોડાં પગલાં પાછળ જઈને તેને બ્લોક કરવા માટે તૈયાર હતો. એ પછી અપશોએ લાઈનમેનના ખભા પર ધ્યાન આપ્યું, સાથે જ એ પણ ચકાસી લીધું કે તેની બાજુમાં ઊભેલો ખેલાડી અને તેની વચ્ચેનું અંતર અપેક્ષા કરતાં થોડું ઓછું હતું.

આ ઈશારાઓ અંગે કેવી પ્રતિક્રિયા આપવી જોઈએ, આ વાતનો અપશોએ એટલી વાર અભ્યાસ કર્યો હતો કે હવે તેને એ વિચારવાની જરૂર નહોતી કે આ સ્થિતિમાં તેણે શું કરવાનું છે. તેણે તો બસ પોતાની આદતોનું અનુસરણ કરવાનું હતું, જેનો અભ્યાસ વારંવાર કરવાથી ક્રિયા આદતમાં ફેરવાઈ જાય છે.

સૈનડિઓગોનો કાર્ટરબૈક સ્ક્રિમેજ લાઈનની તરફ આવ્યો. તેણે પહેલા જમણી બાજુ જોયું અને પછી ડાબી બાજુ અને પછી એક, બે, ત્રણ...એમ બૂમો પાડતા દડો પોતાના કબ્જામાં લઈ લીધો. એ પછી તે પાંચ પગલાં પાછળ ગયો અને સીધો ઊભો રહી ગયો. તેણે પોતાનું માથું ઊંચુ કરીને એ અંદાજ લીધો કે દડો ક્યા રિસીવરની તરફ મારવામાં આવે. રમત શરૂ થયે ત્રણ સેકન્ડ વીતી ચૂકી હતી. સ્ટેડિયમમાં હાજર રહેલી દરેક વ્યક્તિની આંખો અને બધા ટેલીવિઝન કેમેરા ચાર્જર્સ કાર્ટરબૈક પર કેન્દ્રિત હતા.

તેના કારણે મોટાભાગના લોકો બુકોનીર્સની ક્રિયાઓ જોવામાં નિષ્ફળ રહ્યા. જેવો દડો હમ્ફ્રીજની પાસે આવ્યો, અપશો તરત જ સક્રિય થઈ ગયા. રમત શરૂ થવાની પહેલી જ ક્ષણમાં તેમણે ડાબી બાજુ વધીને સ્ક્રિમેજ લાઈન પસાર કરી લીધી. આ એટલું ઝડપથી થયું કે ચાર્જર્સનો ઑફેન્સિવ લાઈનમેન તેમનો રસ્તો રોકી શક્યો નહીં. બીજી જ ક્ષણે અપશો તીવ્ર ગતિથી એ તરફ દોડ્યા. તેના પછીની ક્ષણે તે કાર્ટરબૈકની ઘણી જ નજીક જઈ પહોંચ્યા. અપશોની ગતિ એટલી તીવ્ર હતી કે એ ધ્યાનમાં લેવું મુશ્કેલ બની ગયું કે તેમના પગ આટલી ચપળતાથી કઈ તરફ વળી રહ્યા છે. તેના કારણે ચાર્જર્સના ઑફેન્સિવ લાઈનમેન માટે એ અનુમાન લગાવવું અશક્ય બની ગયું કે અપશો કઈ તરફ જશે.

રમત શરૂ થયાની ચોથી જ સેકન્ડે સૈનડિઓગેના કાર્ટરબૈક હમ્ફ્રીજથી એક ભૂલ થઈ ગઈ. તેમણે ત્રાંસી નજરથી અપશોને જોયા અને સમજી ગયા કે હવે તે બુકોનીર્સના આક્રમણથી

પોતાનો બચાવ કરી શકશે નહીં. પોતાની આ મૂંઝવણના કારણે તે પછીની ચાલ ચાલતા પહેલા થોડા અચકાયા.

હમ્ફ્રીજે પોતાની ટીમના નવા ખેલાડી ટાઈટ ઈંડ બ્રાયન રોશને જોયો. તે લગભગ વીસ યાર્ડ દૂર હતો. સૈનડિઓગેનો એક બીજો રિસીવર હમ્ફ્રીજની ઘણી નજીક ઊભો હતો અને પોતાનો હાથ હલાવતો ઈશારો કરી રહ્યો હતો કે હમ્ફ્રીજ દડાને તેની તરફ મારે. દડાને સૌથી નજીકના ખેલાડીની તરફ મારવો જ સુરક્ષિત પસંદગી હોત પણ હમ્ફ્રીજ પર માનસિક દબાણ એટલું વધારે હતું કે તેમણે પળભર માટે પોતાની સામેનો અંદાજ લીધો અને હાથ ઉપર ઉઠાવતા દડાને રોશની તરફ ઉછાળી દીધો.

ડંગીને આની જ આશા હતી. તે પણ એમ જ ઈચ્છતા હતા કે વિપક્ષી ખેલાડી દબાણમાં આવીને ઉતાવળમાં નિર્ણય લેવાનું શરૂ કરી દે. દડો હવામાં ઉછળતા જ બુકોનીર્સનો સેટી જોન લિંચ આગળ વધવા માંડ્યો. તેનું કામ સરળ થઈ ગયું હતું. રમત શરૂ થતાં જ તે દોડીને એક નિશ્ચિત સ્થાન પર પહોંચ્યો હતો અને યોગ્ય ઈશારાની રાહ જોઈ રહ્યો હતો. આ ખૂબ જ દબાણવાળી સ્થિતિ હતી, પણ ડંગીએ લિંચને એ રીતે પ્રશિક્ષિત કર્યો હતો કે હવે આ બધું તેની આદત બની ગઈ હતી. તેનું જ પરિણામ હતું કે કાર્ટરબૈક હમ્ફ્રીજના હાથમાંથી દડો છૂટતાં પહેલાં જ લિંચ રોશ દસ યાર્ડના અંતરે ઊભો રહી રાહ જોઈ રહ્યો હતો.

લિંચ એટલો પ્રશિક્ષિત હતો કે દડો હવામાં આવતાં જ તેને કેટલાક ઈશારા મળવા લાગતા હતા, જેમ કે કાર્ટરબૈકના ચહેરો અને હાથની દિશા, બધા રિસીવરોની વચ્ચેની જગ્યા વગેરે. આ ઈશારાઓને કારણે જ હમ્ફ્રીજ દડો ફેંકે તે પહેલા જ લિંચ આગળ વધીને પોતાનું સ્થાન લઈ ચૂક્યો હતો. સૈનડિએગોનો રિસીવર રોશ દડો પકડવા માટે આગળ વધ્યો, પણ પહેલેથી જ તૈયાર ઊભેલા લિંચે તેની બાજુમાંથી નીકળીને દડો વચમાં જ રોકી લીધો. રોશ પ્રતિક્રિયા આપે, તે પહેલાં જ લિંચ મેદાનની બીજી તરફ ચાર્જર્સના ઈંડ જોરની તરફ દોડવા લાગ્યો. બુકોનીર્સના અન્ય ખેલાડી તેમના માર્ગમાં આવનારા દરેક અંતરાયને રોકવા માટે પહેલેથી જ પોતાના સ્થાન પર તૈયાર ઊભા હતા. લિંચે પહેલા 10, પછી 15, તેના પછી 20 અને લગભગ 25 યાર્ડ દોડીને સીમા રેખા પાર કરી લીધી. આ આખી રમતમાં અત્યાર સુધી માત્ર દસ સેકન્ડ જ વીતી હતી.

બે મિનિટ પછી બુકોનીર્સને ટચડાઉનનો સ્કોર મળ્યો. આખી રમતમાં પહેલી વાર તે વિપક્ષથી આગળ ચાલતા હતા. તેની પાંચ મિનિટ પછી તેમને એક ફિલ્ડ ગોલ મળ્યો. આ દરમિયાન ડંગીના બચાવ પક્ષના ખેલાડી ચાર્જર્સ દ્વારા સ્કોર બરાબર કરી રમતમાં પાછા ફરવાના દરેક પ્રયત્નને નિષ્ફળ કરતા રહ્યા. રમત સમાપ્ત થઈ અને બુકોનીર્સ 25-17થી જીતી ગયા. જે ફૂટબોલના આ સત્રનું સૌથી મોટું વિપરીત પરિણામ હતું.

રમતના અંતમાં ડંગી અને લિંચ એકસાથે મેદાનની બહાર આવ્યા.

ત્યાંથી પસાર થતી વખતે લિંચે ડંગીને કહ્યું, 'આજે મેદાન પર બધું જરા બદલાયેલું લાગતું હતું.'

'કારણ કે હવે અમે પોતાના પર વિશ્વાસ કરવા લાગ્યા છીએ.' ડંગીએ જવાબ આપ્યો.

2

એક કોચ આદત પરિવર્તન પર ધ્યાન કેન્દ્રિત કરી ટીમનું પુનર્નિર્માણ કેવી રીતે કરે છે, આ વાતને સમજવા માટે આપણે રમતની દુનિયાના ક્ષેત્રથી બહાર જઈને જોવું પડશે. ઈ.સ.1934માં ન્યૂયોર્ક શહેરની એક ઈમારતના ગંદા અને અંધારા ભોંયરામાં આદત-પરિવર્તનની નવી યોજના ઘડાઈ હતી. આ એવી યોજના હતી, જેનાથી મોટા પાયા પર લોકો પ્રભાવિત થયા. આ આદત પરિવર્તનની દુનિયાની સૌથી સફળ યોજના કહી શકાય.

આ ભોંયરામાં બેઠા હતા ઓગણચાલીસ વર્ષીય બિલ વિલ્સન, જેમને દારૂ પીવાની ટેવ હતી. તે વર્ષો પહેલા મેસાચ્યુએટ્સ ન્યુ બેડફોર્ડમાં હતા. ત્યાં સેના અધિકારીઓની પ્રશિક્ષણ શિબિર ચાલી રહી હતી. વિલ્સનને પહેલા વિશ્વ-યુદ્ધ માટે ફ્રાંસ મોકલવાના હતા. જેના માટે તેમને મશીન-ગન ચલાવવાનું પ્રશિક્ષણ આપવામાં આવ્યું હતું. તેમણે આ શિબિર દરમિયાન પહેલી વાર દારૂનું સેવન કર્યું હતું. શિબિરની આસપાસના વિસ્તારોમાં રહેનારા અનેક ધનિક પરિવાર ત્યાં પ્રશિક્ષણ લઈ રહેલા ભાવિ સૈનિકોને અવારનવાર ભોજન માટે આમંત્રિત કરતા હતા. એક રવિવારની રાત્રે વિલ્સન પણ એવા જ એક કાર્યક્રમમાં ગયા. ત્યાં પહોંચતા જ તેમના હાથમાં રેયરબિટ (એક વિશેષ રીતે બનાવવામાં આવેલો ચીઝ ટોસ્ટ) અને બીયરનો એક ગ્લાસ પકડાવી દેવામાં આવ્યો. તે સમયે તે માત્ર બાવીસ વર્ષના હતા અને આ પહેલાં તેઓ ક્યારેય દારૂને અડ્યા પણ નહોતા. તેમણે વિચાર્યું કે તેમને અહીં જે કંઈ પીરસવામાં આવી રહ્યું છે, તેને ના પાડવી એ અશિષ્ટતા ગણાશે. તેથી તેમણે ચૂપચાપ બીયર પી લીધું. તેના થોડા અઠવાડિયા પછી વિલ્સનને એકવાર ફરીથી એક શાનદાર કાર્યક્રમનું આમંત્રણ મળ્યું, જ્યાં પુરુષોએ ટક્સીડો ધારણ કરેલા હતા અને સ્ત્રીઓ તેમની સાથે ફ્લર્ટ કરી રહી હતી. તે જ સમયે એક બટલર આવ્યો અને તેણે વિલ્સનના હાથમાં 'બ્રોન્ક્સ કોકટેલ'નો ગ્લાસ પકડાવી દીધો, જે એક વ્હાઈટ વાઈન, જિન અને સંતરાના રસનું મિશ્રણ હતું. વિલ્સને જણાવ્યું કે 'એ કોકટેલનો માત્ર એક જ ઘૂંટડો પીતાં જ તેમને એવું લાગ્યું, જાણે તેમણે અમૃત પી લીધું હોય.'

1930ના દાયકાના મધ્યમાં વિલ્સન યુરોપથી પાછા ફર્યા. ત્યાં સુધી તેમનું લગ્ન જીવન સમાપ્તિના આરે આવીને ઊભું હતું અને તેમણે શૅરમાર્કેટમાં જે પૈસા કમાવ્યા હતા, તે પણ ખલાસ થઈ ગયા હતા. આ દરમિયાન વિલ્સન દરરોજ ત્રણ બોટલ દારૂ પીવા માંડ્યા હતા. પછી નવેમ્બર મહિનામાં એક દિવસ બપોરના સમયે ઉદાસ બેઠેલા વિલ્સનને એક જૂના મિત્રનો ફોન આવ્યો. એક સમય હતો જ્યારે આ મિત્ર અને વિલ્સન સાથે બેસીને દારૂ પીતા હતા. વિલ્સને તેને પોતાના ઘરે બોલાવ્યો અને એક જગમાં દારૂ અને અનાનસનો

રસ ભેળવીને કોકટેલ બનાવ્યું. મિત્ર આવતા જ વિલ્સને તેને એક ગ્લાસમાં આ કોકટેલ પીરસ્યું.

પણ વિલ્સનના મિત્રએ ગ્લાસ પાછો આપી દીધો. તેણે જણાવ્યું કે તેણે દારૂ પીવાનું છોડી દીધું છે અને છેલ્લા બે મહિનાથી તે દારૂને અડ્યો પણ નથી.

આ સાંભળીને વિલ્સન આશ્ચર્યચકિત થઈ ગયા. તે પોતાના જીવનના એ સંઘર્ષો વિશે જણાવવા લાગ્યા, જે દારૂની લતના કારણે પેદા થયા. એકવાર વિલ્સને નશામાં ધૂત થઈને કંટ્રી ક્લબમાં બબાલ કરી હતી, જેના કારણે તેમને નોકરીમાંથી બરખાસ્ત કરી દેવામાં આવ્યા હતા. વિલ્સને પોતાના મિત્રને જણાવ્યું કે તેમણે દારૂ છોડવાનો ઘણો પ્રયત્ન કર્યો અને નશા મુક્તિ કેન્દ્ર જઈને અનેક દવાઓ પણ લીધી, પણ દારૂ છોડવામાં સફળ થઈ શક્યા નહીં. એકવાર પોતાની પત્નીને દારૂ છોડવાનું વચન આપ્યા પછી વિલ્સન દારૂથી પરહેજ કરનારા સંઘમાં પણ સામેલ થયા હતા, પણ આ ઉપાય પણ તેમને કામ લાગ્યો નહીં. 'તો પછી તેં આખરે દારૂ છોડ્યો કેવી રીતે ?' વિલ્સને પોતાના મિત્રને પૂછ્યું.

'ધર્મની મદદથી,' મિત્રએ જવાબ આપ્યો. આ પછી તેણે વિલ્સનને ઈચ્છા, પાપ, નરક અને શેતાન વિશે જણાવવા લાગ્યો. તેણે કહ્યું કે 'સૌથી પહેલા તારે એ સ્વીકાર કરવું પડશે કે તું પાપ કરી રહ્યો છે. પછી તારે પોતાની જાતને ઈશ્વરના હવાલે સોંપવી પડશે.'

આ બધું સાંભળીને વિલ્સનને લાગ્યું કે તેના મિત્રનું મગજ ફરી ગયું છે. વિલ્સન લખે છે, 'આ મિત્ર પાછલી ગરમીમાં દારૂ અને ડ્રગ્સના નશામાં ધૂત રહેતો હતો. જ્યારે હવે તેની વાતો સાંભળીને મને લાગ્યું કે તે ધર્મ માટે સનકી થઈ ગયો છે.' મિત્રના ગયા પછી વિલ્સને કોકટેલનો તે જગ પૂરો કર્યો અને સૂઈ ગયા.

આના એક મહિના પછી ડિસેમ્બર 1934માં વિલ્સનને ચાર્લ્સ બી.ટાઉન્સ હોસ્પિટલ ફોર ડ્રગ્સ એન્ડ એલ્કોહલ એડિકશન્સમાં ભરતી થવું પડ્યું. આ મેનહટનની બહાર આવેલું પ્રસિદ્ધ નશામુક્તિ કેન્દ્ર હતું. એ સમયે નશા મુક્તિ કેન્દ્રોમાં દારૂની લત છોડાવવા માટે બેલ્લાડોઓના નામની દવાનો ઉપયોગ કરવામાં આવતો હતો. આ દવાથી ઘણીવાર દર્દીઓને હેલ્યુસિનેશન (મતિભ્રમની એ સ્થિતિ જ્યારે દર્દી માટે વાસ્તવિકતા અને કલ્પનામાં ફેર કરવો મુશ્કેલ થઈ જાય છે) પણ થવા લાગતો હતો. નશા મુક્તિ કેન્દ્રના ડૉક્ટર દરેક કલાકે વિલ્સનને આ દવા આપતા હતા. અહીં વિલ્સન એક નાનકડા ઓરડામાં પથારી પર પડ્યા રહેતા હતા અને વારંવાર હોશમાં આવતા-જતા રહેતા હતા.

પછી વિલ્સનની સાથે પણ એ જ થયું, જે એવી સ્થિતિમાં લગભગ બધાની સાથે થાય છે. વિલ્સન વ્યથાથી અમળાવા માંડ્યા. તે ઘણા દિવસો સુધી મતિભ્રમની પીડાદાયક સ્થિતિમાંથી પસાર થતા રહ્યા. આ પછી તેમને એવી અનુભૂતિ થવા માંડી, જાણે તેમના શરીર પર ઘણા બધા કીડા ફરી રહ્યા હોય. તેમની તબિયત એ હદ સુધી બગડી ચૂકી હતી કે

તે પોતાની પથારીમાંથી હલી પણ શકતા નહોતા. તે સમયે તે એટલી પીડા ભોગવી રહ્યા હતા કે તેમનાથી રહેવાયું નહીં અને આખરે તે મદદ માટે બૂમો પાડવા માંડ્યા, 'જો આ સંસારમાં ખરેખર કોઈ ભગવાન છે, તો મારી સામે આવે ! હું આ પીડામાંથી મુક્તિ મેળવવા માટે ગમે તે કરવા માટે તૈયાર છું ! ગમે તે !' પોતાનો આ ભયાનક અનુભવ વહેંચતા વિલ્સને લખ્યું છે કે 'અચાનક એ ઓરડામાં સફેદ પ્રકાશ ફેલાઈ ગયો અને મારી બધી પીડાનો અંત આવી ગયો. મને લાગ્યું કે જાણે હું કોઈ પર્વત પર ઊભો છું અને ત્યાં ભારે ઝડપી પવન ફૂંકાઈ રહ્યો છે. તે હવા મારી અંદર સમાઈ ગઈ છે અને હવે અચાનક મને અનુભૂતિ થઈ કે હવે હું સ્વતંત્ર છું. મારું મન ખુશીઓથી ભરાઈ ગયું. પછી ધીરે-ધીરે આ ખુશી ઓછી પણ થઈ ગઈ. આખરે હું હતો તો એ જ ઓરડામાં, જ્યાં હું પથારીમાં પડ્યો-પડ્યો આ બધું વિચારી રહ્યો હતો. પણ હવે હું એકદમ અલગ જ દુનિયામાં હતો. આ હંમેશા સચેત રહેનારી નવી દુનિયા હતી.'

આ પછી વિલ્સને ફરીથી ક્યારે દારૂ પીધો નહીં. 36 વર્ષ પછી ઈ.સ.1971માં વિલ્સનનું એમ્ફઝીમ (વાતસ્ફીતિ) નામની બીમારીના કારણે મૃત્યુ થઈ ગયું. ત્યાં સુધી તેમણે પોતાનું સમગ્ર જીવન એલ્કોહલિક્સ એનોનમસ નામનું એક આંતરરાષ્ટ્રીય પારસ્પરિક સહાયતા ફેલોશિપ સંગઠન સ્થાપિત કરવામાં અને તેનો પ્રચાર-પ્રસાર કરવામાં સમર્પિત કરી દીધું. આ ફેલોશિપનો ઉદ્દેશ હતો પોતાના સભ્યોને ફરીથી દારૂ તરફ જતા રોકવા અને અન્ય દારૂડિયાઓને આ લત છોડવા માટે પ્રોત્સાહિત કરવા. વિલ્સને એલ્કોહલિક્સ એનોનમસનો એટલો પ્રચાર કર્યો કે તે આદત-પરિવર્તનના અંગે દુનિયાનું સૌથી મોટું અને જાણીતું સંગઠન બની ગયું.

એલ્કોહલિક્સ એનોનમસ દ્વારા દર વર્ષે લગભગ 2.1 અબજ લોકોને મદદ કરવામાં આવે છે. આ સંગઠને લગભગ 10 અબજ લોકોને દારૂની લતમાંથી મુક્ત કરાવ્યા છે. જો કે એલ્કોહલિક્સ એનોનમસની મદદ છતાં દરેકને આ લત છોડવામાં સફળતા મળતી નથી. જો કે આ સંગઠનના બધા સભ્ય ગુમનામ હોય છે તેથી તેમની સફળતાનું આકલન કરવાનું મુશ્કેલ છે. પરંતુ કરોડો લોકો પોતાનું જીવન બચાવવા માટે એલ્કોહલિક્સ એનોનમસને જ ધન્યવાદ આપે છે.

એલ્કોહલિક્સ એનોનમસના મૂળ સિદ્ધાંત છે, તેના બારપગલાં, જે ખૂબ પ્રસિદ્ધ પણ છે. વધારે પડતું ખાવું, જુગાર રમવો, ઋણ, લૈંગિક સંબંધ, ડ્રગ્સ, જમાખોરી, પોતાને શારીરિક ઈજા પહોંચાડવી, ધૂમ્રપાન, વીડિયો ગેમની લત, ભાવનાત્મક નિર્ભરતા અને આવા ડઝનબંધ આત્મઘાતી વ્યવહારોના ઈલાજમાં એલ્કોહલિક્સ એનોનમસના મૂળ સિદ્ધાંતોનો ઉપયોગ થાય છે. આ સંગઠન એવી ઘણી તકનીકો અને પરિવર્તન-સૂત્ર જણાવે છે, જે ખરેખર બેહદ સશક્ત અને પ્રભાવક છે.

જો કે એલ્કોહલિક્સ એનોનમસની આ સફળતા ઘણી હદ સુધી અનપેક્ષિત હતી. તેનું

કારણ એ છે કે વિજ્ઞાન અને ઈલાજની સર્વમાન્ય પદ્ધતિઓ સાથે આ સંગઠનને કોઈ સંબંધ નથી.

આ વાત સાચી છે કે દારૂ પીવાની લત માત્ર એક ખરાબ આદત નથી. આ એક એવી સમસ્યા છે, જેના મૂળ મનોવૈજ્ઞાનિક અને આનુવંશિક સ્તર સુધી જાય છે. સંશોધક પણ એમ માને છે કે દારૂની લત લાગવાના અનેક કારણ સાઈકાઈટ્રિક (મનોવૈજ્ઞાનિક) કે બાયોકેમિકલ (જૈવરાસાયણિક) હોય છે. પણ એલ્કોહલિક્સ એનોનમસમાં લત લાગવાના આ કારણો પર ઘા કરવામાં આવતા નથી. બલકે અહીં તો વૈજ્ઞાનિક પાસાઓ અને મનોવૈજ્ઞાનિકો દ્વારા જણાવવામાં આવેલા ઉપાયોને પૂર્ણપણે વણજોયા કરી દેવામાં આવે છે.[1]

1 આદત અને લત વચ્ચે ખૂબ બારીક ફેર હોય છે અને આ ફેરને સમજવો મોટાભાગે મુશ્કેલ હોય છે. અમેરિકન સોસાયટી ઑફ એડિક્શન મેડિસિને લતને કંઈક આ રીતે પરિભાષિત કરી છે, 'માનવીય મગજનો આ પ્રાથમિક સ્થાયી રોગ જે ઈનામ, પ્રેરણા, યાદદાસ્ત અને એવી જ અન્ય બાબતો સાથે સંબંધિત છે. લત પોતાની શ્રેણીની એવી બીમારી છે, જેને વ્યવહાર-નિયંત્રણ અને સતત પરહેજમાં અસમર્થતા, સંબંધો અંગે નુકસાન અને તીવ્ર ઈચ્છા જેવી સમસ્યાઓવાળી શ્રેણીમાં મૂકવામાં આવે છે.' કેટલાક સંશોધકોનું માનવું છે કે લતને આ રીતે પરિભાષિત કરવાથી એ નિર્ધારિત કરવાનું મુશ્કેલ થઈ જાય છે કે દરેક અઠવાડિયે કોકેનનો નશો કરવા માટે ૫૦ ડૉલર ખર્ચ કરવો ખોટો અને દર અઠવાડિયાની કોફી માટે ૫૦ ડૉલર ખર્ચ કરવો યોગ્ય શા માટે છે ? જો કોઈ વ્યક્તિને દરરોજ સવારે કોફીની તલપ લાગે છે, તો આ પરિભાષા પર વિશ્વાસ કરનારા નિરીક્ષકને આ વ્યક્તિ વ્યસની દેખાશે કારણ કે તે નિરીક્ષક એ માનીને બેટો હશે કે કોફી માટે પાંચ ડૉલર ખર્ચ કરવાનો અર્થ આત્મ-વ્યવહાર નિયંત્રણમાં અસમર્થતા છે. જો આ પરિભાષાના આધાર પર વિચારીએ, ત્યારે તો જે વ્યક્તિ દરેક સવારે નાસ્તો કરવાને બદલે પોતાના બાળકોની સાથે દોડવા અને વ્યાયામ કરવા નીકળી જાય છે, તે વ્યાયામનો વ્યસની છે.

મોટાભાગના સંશોધકોનું એમ જ માનવું છે કે લત એક જટિલ બાબત છે અને આપણે તેને હજુ સુધી પૂર્ણપણે સમજી શક્યા નથી. કારણ કે એવા ઘણા વ્યવહાર, જેને આપણે લત સાથે જોડીને જોઈએ છીએ, તે સામાન્ય રીતે આદતને કારણે થતા હોય છે. સિગરેટ, દારૂ કે ડ્રગ્સ જેવી વસ્તુઓનું સેવન કરવાથી માનવી હંમેશા શારીરિક રીતે તેના પર નિર્ભર થઈ જાય છે, પણ જેવો તે તેનું સેવન પૂર્ણપણે બંધ કરી દે છે, તે તેના સેવનની શારીરિક ઈચ્છા થોડા જ સમયમાં વિલીન પણ થઈ જાય છે. ઉદાહરણ તરીકે, જ્યારે કોઈ વ્યક્તિ ધૂમ્રપાન કરવાનું છોડી દે છે, તો નિકોટીન પ્રત્યે તેની શારીરિક નિર્ભરતા ત્યાં સુધી રહે છે, જ્યાં સુધી તેના લોહીમાંથી આ રસાયણનો આખરી અંશ સાફ થઈ જતો નથી. સામાન્ય રીતે આ અવધિ સિગરેટ પીધા પછી ૧૦૦ કલાકની હોય છે. વાસ્તવિકતા એ છે કે ધૂમ્રપાન છોડ્યાના ઘણા દિવસો પછી પણ માનવી જે ઈચ્છાઓને નિકોટીનની પોતાની જૂની લતનું પરિણામ માનવા માંડે છે, તે ઈચ્છાઓ વાસ્તવમાં એટલા માટે નથી ઉઠતી કારણ કે તેને નિકોટીનની જરૂર અનુભવાય છે. આ ઈચ્છાઓ તો તેની આદતોને કારણે ઉઠે છે, કારણ કે રોજ સવારે નાસ્તા કે ભોજન પછી તેને ધૂમ્રપાનની આદત હતી અને હવે જ્યારે તે ધૂમ્રપાન કરવાનું છોડી ચૂક્યો છે એટલે એ આદતમાંથી મળનારો આનંદ તેને વારંવાર યાદ આવી રહ્યો છે. લત વિશે થયેલા અભ્યાસોથી એ સ્પષ્ટ થયું છે કે લતનો સૌથી પ્રભાવી ઈલાજ છે, એ આદતોને છોડવી, જે આપણા કોઈ એવા વ્યવહાર સાથે સંબંધિત છે, જેને આપણે પોતાની લત માનીએ છીએ. (આ વાત ધ્યાન આપવા યોગ્ય છે કે ઓપિએટ્સ જેવા કેટલાક રસાયણ દીર્ઘકાલીન લત પેદા કરી શકે છે અને તેનાથી સંબંધિત ઘણા અભ્યાસ આ ઈશારો કરે છે કે કેટલાક લોકોમાં લત પેદા કરનારા રસાયણોનો ઉપયોગ કરવાની પ્રવૃત્તિ સ્પષ્ટ દેખાય છે, ભલે તેના વ્યવહારને સુધારવા માટે કેટલાય પ્રયત્નો કરવામાં આવ્યા હોય. જો કે આવા રસાયણોની સંખ્યા ઘણી ઓછી છે, જે કોઈ માનવની અંદર દીર્ઘકાલીન શારીરિક નિર્ભરતા પેદા કરવામાં સક્ષમ છે અને આવા રસાયણોનો ઉપયોગ કરવાની પ્રવૃત્તિવાળા લોકોની સંખ્યા પણ દારૂ અને ડ્રગ્સના લતી લોકો કરતાં ઘણી ઓછી છે.)

એલ્કોહલિક્સ એનોનમસ એવી પદ્ધતિ ઉપલબ્ધ કરાવે છે, જેનાથી દારૂ પીવા સાથે જોડાયેલી આદતો પર ઘા કરી શકાય. જો એક વાક્યમાં કહીએ તો આ સંગઠન આદતોના ફંદાને પરિવર્તિત કરવાની એક વિશાળકાય યોજના છે. દારૂની લત સાથે જોડાયેલી આદતો ખૂબ ઊંડાણ સુધી વસેલી હોય છે પણ આ સંગઠનને કારણે એ જાણવા મળ્યું કે ઊંડામાં ઊંડી આદતને પણ પરિવર્તિત કરી શકાય છે.

★★★

એલ્કોહલિક્સ એનોનમસની સ્થાપના કરતાં પહેલાં બિલ વિલ્સને એકેડેમિક પ્રકારની જાણકારીઓ આપનારા પત્ર-પત્રિકાઓ વાંચ્યાં નહોતા કે ડૉકટરોની સલાહ પણ લીધી નહોતી. તેમણે તો પોતાની દારૂની લત પર સંયમ મેળવવા માટે કેટલાક વર્ષો પછી એક રાતે એમ જ પથારીમાં બેઠા-બેઠા ઉતાવળમાં એલ્કોહલિક્સ એનોનમસના પ્રસિદ્ધ '12 પગલાં'ને કાગળ પર લખ્યા હતા, જે પાછળથી એલ્કોહલિક્સ એનોનમસના સિદ્ધાંત બની ગયા. આ સંગઠનના અનેક પાસા અવૈજ્ઞાનિક જ નહીં, વિચિત્ર પણ છે, જેમ કે વિલ્સને 12નો આંકડો એટલા માટે પસંદ કર્યો કારણ કે ખ્રિસ્તી ધર્મમાં દેવદૂતોની સંખ્યા 12 હોય છે.

એલ્કોહલિક્સ એનોનમસ એ આગ્રહ કરે છે કે દારૂના લતી લોકો 90 દિવસોના સમય-ગાળામાં સંગઠનની 90 મિટિંગમાં સામેલ થાય પણ આ સમયગાળો કોઈ વિશેષ કારણવશ પસંદ કરવામાં આવ્યો નથી. એ જ રીતે આ સંગઠન આધ્યાત્મિકતા પર ખૂબ ભાર આપે છે. જેના વિશે ત્રીજા પગલાંમાં જણાવવામાં આવ્યું છે કે દારૂની લતથી ગ્રસ્ત લોકોએ 'પોતાની ઈચ્છા અને પોતાનું જીવન પૂર્ણપણે ઈશ્વરને સમર્પિત કરવાનો નિર્ણય લઈ લેવો જોઈએ. આનાથી તે પોતાની લતથી મુક્ત થઈ શકશે. આ યોજનાના બારમાંથી સાત પગલામાં ઈશ્વર અને આધ્યાત્મિકતાની વાત કરવામાં આવી છે. તે પોતાનામાંજ એક ઘણી વિચિત્ર વાત છે કારણ કે તેના સંસ્થાપક સ્વયં નાસ્તિક હતા અને ધર્મનો ખુલ્લેઆમ વિરોધ કરતા હતા. એલ્કોહલિક્સ એનોનમસની મીટિંગ્સમાં કોઈપણ નિશ્ચિત સમય અથવા પાઠ્યક્રમ હોતો નથી. સામાન્ય રીતે, મીટિંગમાં આવનારો કોઈ એક સભ્ય પોતાની મુશ્કેલીઓ વિશે વાત કરીને મીટિંગની શરૂઆત કરે છે, જેના પછી અન્ય લોકો પોતાની વાત જણાવવા લાગે છે. એવી કોઈપણ મીટિંગમાં કોઈ મનોવિજ્ઞાની હોતું નથી કે કોઈ વિશેષજ્ઞ હોતું નથી, જે આ લોકોની વચ્ચે થઈ રહેલી વાતોને કોઈ વિશિષ્ટ દિશા તરફ લઈ જાય. આ મીટિંગ્સને કોઈ વિશિષ્ટ રીતે આયોજિત કરવામાં કોઈ વિશેષ નિયમ પણ નક્કી કરવામાં આવ્યા નથી. પાછલા પાંચ દાયકાઓમાં વ્યવહાર-વિજ્ઞાન, ઔષધિ-વિજ્ઞાન અને માનવીય મગજને સમજવાની દિશામાં જે પણ શોધો થઈ છે, તેનાથી મનોવિજ્ઞાન અને લત અંગેના સંશોધનના ઘણા પાસાઓમાં ક્રાંતિકારી પરિવર્તન થયા છે. પણ એલ્કોહલિક્સ એનોનમસ હજુ પણ અતીતમાં અટકેલું છે.

એલ્કોહલિક્સ એનોનમસ ક્યારેય કઠોર વલણ અપનાવતું નથી, જેના કારણે વિદ્વાન અને સંશોધક ઘણીવાર તેની ટીકા કરી ચૂક્યા છે. ઘણા લોકોએ તો ત્યાં સુધી કહ્યું છે કે આ સંગઠનમાં આધ્યાત્મિકતા પર જેટલો ભાર મૂકવામાં આવે છે, તેના કારણે આ દારૂની લત છોડાવનારું સંગઠન ઓછું અને કોઈ ધાર્મિક સંપ્રદાય વધારે લાગે છે. જો કે પાછલા પંદર વર્ષોમાં એલ્કોહલિક્સ એનોનમસમાં પણ ક્રાંતિ આવી ગઈ છે. તેથી હવે ઘણા સંશોધકોનું માનવું છે કે આ સંગઠનની પદ્ધતિઓ બહુમૂલ્ય શિક્ષણ પ્રદાન કરે છે. હાર્વર્ડ વિશ્વવિદ્યાલય, યેલ વિશ્વવિદ્યાલય, યુનિવર્સિટી ઑફ શિકાગો, યુનિવર્સિટી ઑફ ન્યૂ મેક્સિકો અને અન્ય ડઝન કરતાં પણ વધારે સંશોધન-કેન્દ્રોના શિક્ષકો અને વિશેષજ્ઞોને હવે એલ્કોહલિક્સ એનોનમસની પદ્ધતિઓમાં એ જ વિજ્ઞાન દેખાવા માંડ્યું છે, જેનો ઉપયોગ ટોની ડંગી ફૂટબોલના મેદાન પર કરતા હતા. તેમના નિરીક્ષણનું જે પણ પરિણામ આવ્યું, તે આદત-પરિવર્તનના સોનેરી નિયમની જ પુષ્ટિ કરે છે. વાસ્તવમાં આ સંગઠનની વ્યાપક સફળતાનું રહસ્ય એ છે કે દારૂની લત છોડાવવાની તેની પદ્ધતિઓમાં વ્યસની લોકો માટે જે ઈશારા અને ઈનામ હોય છે, તે તો સમાન જ રહે છે, પણ તેની ક્રિયાઓમાં ફેરફાર કરવામાં આવે છે.

સંશોધકોનું કહેવું છે કે એલ્કોહલિક્સ એનોનમસમાં દારૂના વ્યસની વ્યક્તિ પર એ વાતની ભાળ મેળવવા માટે ભાર મૂકવામાં આવે છે કે તે દારૂ પીવાની ક્રિયા ક્યા ઈશારાઓને કારણે કરે છે અને આનાથી તેને ક્યું ઈનામ મળે છે. એકવાર આ ઈશારા અને ઈનામની ભાળ મળ્યા પછી એલ્કોહલિક્સ એનોનમસ એક નવી ક્રિયા શોધવામાં વ્યસની વ્યક્તિની મદદ કરે છે. જ્યારે ક્લાઉડ હોપકિંસે પેપ્સોડેંટ વેચવી હતી, તો તેના માટે તેમણે એક એવો માર્ગ શોધ્યો, જેનાથી ગ્રાહકની અંદર એક નવી ઈચ્છાનું નિર્માણ થાય અને પછી તેનાથી એક નવી આદત વિકસિત થાય. પણ કોઈપણ જૂની આદતને બદલવા માટે જૂની ઈચ્છા પર ધ્યાન આપવું આવશ્યક છે. જૂની આદતને બદલવા માટે ઈચ્છાને તૃપ્ત કરનારા જૂના ઈશારા અને ઈનામોને જેમના તેમ રાખી તેમાં એક નવી ક્રિયાનો સમાવેશ કરવો પડે છે.

જેમ કે વિલ્સન દ્વારા લખવામાં આવેલા ચોથા અને પાંચમા પગલાં પર ધ્યાન આપો. ચોથું પગલું કહે છે, 'સ્વયંની શોધ કરો, ભયમુક્ત બનો.' જ્યારે પાંચમું પગલું કહે છે, 'પોતાની ભૂલોનો ઈશ્વરની સામે, સ્વયંની સામે અને બીજાની સામે સ્વીકાર કરો.'

પાછલા એક દાયકાથી એલ્કોહલિક્સ એનોનમસની પદ્ધતિઓનો અભ્યાસ કરી રહેલા યુનિવર્સિટી ઑફ ન્યૂ મેક્સિકોના સંશોધક જે.સ્કોટ ટોનીગન કહે છે, 'આ સંગઠનના 12 પગલાંઓનું અનુસરણ કરવા માટે વ્યસની વ્યક્તિએ એ બધા ઈશારાઓની સૂચિ બનાવી પડે છે, જેની અંદર દારૂ પીવાની ઈચ્છા જાગૃત થઈ જાય છે. જ્યારે વ્યસની માનવને સ્વયંની શોધ કરવાનું કહેવામાં આવે છે તો તે એ બધી વાતો પર વિચારો કરવા લાગે છે, જે તેની અંદર દારૂ પીવાની ઈચ્છા પેદા કરે છે. પછી તે જ વ્યક્તિ બધાની સામે પોતાની બધી

ભૂલોનો સ્વીકાર કરે છે, તો તે દરેક એ ક્ષણ પર વિચાર કરવા માંડે છે, જ્યારે તે પોતાના પર સંયમ રાખી શક્યો નહોતો. આ રીત જે રીતે માનવને અરીસો દેખાડે છે, તે ખરેખર શ્રેષ્ઠ છે.

આ પછી એલ્કોહલિક્સ એનોનમસ આ દારૂના વ્યસની લોકોને એ વાતની ભાળ મેળવવા કહે છે કે તેમને દારૂ પીવાથી ક્યો ફાયદો થાય છે એટલે કે ક્યું ઈનામ મળે છે. દારૂના વ્યસની લોકોને પૂછવામાં આવે છે કે તમારી એવી કઈ ઈચ્છાઓ છે, જેનાથી આદતનો આ ફંદો સક્રિય થાય છે ? મોટાભાગના લોકો 'દારૂનો નશો ચઢવા'ને આ સૂચિમાં મૂકતા નથી. તેમનું કહેવું તો એ હોય છે કે દારૂ પીવાથી તેમને પરિસ્થિતિઓથી પલાયન કરવું, તણાવ અને એકલાપણાથી મુક્ત થવા, વ્યાકુળતાથી ક્ષણિક છુટકારો મેળવવો અને દબાયેલી ભાવનાઓને બહાર કાઢવાની તક મળે છે. વાસ્તવમાં તેમની અંદર દારૂ પીવાની જે ઈચ્છા પેદા થાય છે, તે દારૂથી થનારા નશા માટે નથી હોતી. તે તો બસ પોતાની ચિંતાઓથી મુક્તિનો માર્ગ શોધી રહ્યા હોય છે. દારૂના સેવનથી શરીર પર થનારી અસર એટલે કે નશાને મોટાભાગના લોકો ઈનામની તરફ જોતા નથી.

જર્મનીના ન્યૂરોલોજિસ્ટ (તંત્રિકાવિજ્ઞાની) ઉલ્ફ મ્યૂલર દારૂના વ્યસની લોકોના મગજની ગતિવિધિઓનો અભ્યાસ કરી ચૂક્યા છે. તેમનું કહેવું છે કે 'દારૂમાં એક સુખવાદી તત્વ છે. પણ લોકો હંમેશા કોઈ બાબતને ભૂલાવવા માટે અથવા કેટલીક ઈચ્છાઓને તૃપ્ત કરવા માટે દારૂ પીએ છે. આવી માનસિક ઈચ્છાઓ અને શારીરિક સુખથી તૃપ્ત થનારી ઈચ્છાઓ, મગજના અલગ-અલગ ભાગોમાં પેદા થાય છે.'

એલ્કોહલિક્સ એનોનમસમાં એવી પરિસ્થિતિઓનું નિર્માણ કરવામાં આવે છે, જેનાથી દારૂના પીઠામાં મળનારા ઈનામ લોકોને આ સંગઠનની મીટિંગમાં મળી શકે. જેમ આ સંગઠન સાથે જોડાનારી દરેક વ્યક્તિનો એક 'સ્પોન્સર' હોય છે, જેની મદદથી લોકોના એકલાપણાથી મુક્તિની અને મિત્ર પામવાની ઈચ્છા પૂરી થાય છે. આજકાલ લોકો જીવનથી પલાયન કરવા માટે, ચિંતાથી મુક્તિ માટે અને અંદરથી ખાલી થવા એટલે કે માનસિક બોજથી મુક્તિ મેળવવા માટે પોતાના અઠવાડિયાનો છેલ્લો દિવસ દારૂના પીઠામાં વીતાવે છે. પણ આ સંગઠનની મીટિંગમાં એવી વ્યવસ્થા કરવામાં આવે છે કે વ્યક્તિને દારૂના પીઠામાં જવાની જરૂર જ ન પડે. અહીં દારૂના વ્યસની લોકોને ચિંતાથી મુક્તિ માટે પોત-પોતાના સ્પોન્સર સાથે વાત કરવા અને મીટિંગમાં આવવા માટે પ્રેરિત કરવામાં આવે છે.

ટોનીગન જણાવે છે કે 'એલ્કોહલિક્સ એનોનમસ લોકોમાં દરેક રાત્રે દારૂ પીવાની ક્રિયાની જગ્યાએ નવી ક્રિયાઓનું નિર્માણ કરે છે. તેની મીટિંગમાં લોકોને કોઈપણ સંકોચ વિના પોતાની ચિંતાઓ અને મુશ્કેલીઓ વિશે વાત કરવા માટે પ્રોત્સાહિત કરવામાં આવે છે. તેથી ઈશારો અને ઈનામ સમાન રહે છે, માત્ર ક્રિયાઓમાં અને લોકોના વ્યવહારમાં પરિવર્તન આવે છે.'

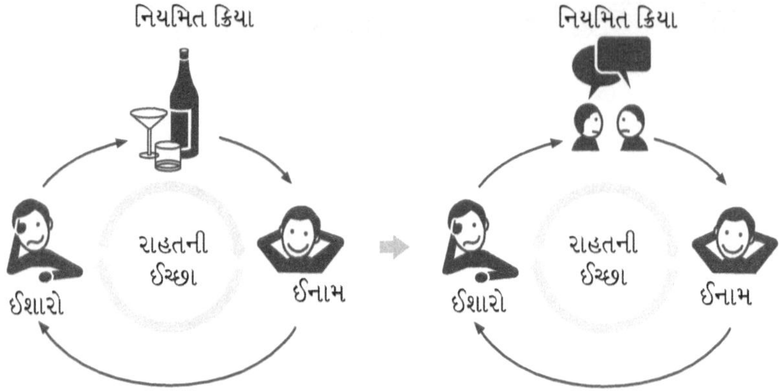

ઈશારો અને ઈનામ સરખા રાખો. માત્ર ક્રિયા બદલો.

દારૂ પીનારાઓના ઈશારા અને ઈનામ સમાન રાખીને ક્રિયા કેવી રીતે પરિવર્તિત કરી શકાય છે, તેનો એક પ્રભાવશાળી પ્રયોગ 2007માં થયો. જર્મનીના ન્યુરોલોજિસ્ટ (તંત્રિકાવિજ્ઞાની) મ્યૂલર અને યુનિવર્સિટી ઑફ મૈગડેબર્ગના તેમના કેટલાક સહકર્મચારીઓએ લાંબા સમયથી દારૂ છોડવાનો પ્રયત્ન કરનારા પાંચ લોકોના મગજમાં, એક ઓપરેશન દ્વારા સૂક્ષ્મ ઈલેક્ટ્રિકલ યંત્ર લગાવી દીધા. દારૂના વ્યસની આ પાંચ વ્યક્તિ નશા મુક્તિ કેન્દ્રોમાં ઓછામાં ઓછા છ-છ મહિનાનો સમય વીતાવી ચૂક્યા હતા, પણ દરેક વખતે તેમને નિષ્ફળતા જ હાથ લાગી હતી. આમાંથી એક તો દારૂની લતથી છૂટકારો પામવા માટે સાઈઠ કરતાં પણ વધારે વખત પોતનો ઈલાજ નશા મુક્તિ કેન્દ્રમાં કરાવી ચૂક્યો હતો.

આ પાંચેય લોકોના મગજમાં, સૂક્ષ્મ ઈલેક્ટ્રિકલ ઉપકરણ તેમના બેસિલ ગૈંગ્લિયામાં લગાવવામાં આવ્યા હતા. બેસિલ ગૈંગ્લિયા મગજનો એ જ હિસ્સો છે, જેનો અભ્યાસ કરી એમ.આય.ટી.ના સંશોધકોએ આદતના ફંદાની તપાસ કરી હતી. આ ઉપકરણ એવા વિદ્યુત તરંગો પેદા કરતા હતા, જેનાથી ઈનામની અનુભૂતિમાં અંતરાય ઊભો થતો હતો. તેના પરિણામસ્વરૂપ આદતવશ પેદા થનારી ઈચ્છા જાગૃત થઈ શકતી નહોતી. આ ઓપરેશન પછી આ લોકોને એ ઈશારા આપવામાં આવ્યા, જેનાથી તેમની અંદર દારૂ પીવાની ઈચ્છા પેદા થતી હતી. જેમ કે, દારૂની બોટલની તસવીર અને દારૂના પીઠામાં જવું વગેરે. સામાન્ય રીતે આ ઈશારા મળતાં જ આ લોકો પોતાની જાતને રોકી જ શકતા નહોતા, પણ તેમના મગજમાં લાગેલા ઉપકરણે તેમની ઈચ્છાને દબાવી દીધી. પરિણામસ્વરૂપ તેમાંથી કોઈએ પણ દારૂનો સ્પર્શ પણ કર્યો નહીં.

મ્યૂલર જણાવે છે કે 'આમાંથી એક વ્યક્તિએ આપણને જણાવ્યું કે મગજમાં લાગેલા ઉપકરણમાં વિદ્યુત તરંગ શરૂ થતાં જ આપણી ઈચ્છા સમાપ્ત થઈ જાય છે, પણ જેવા આ વિદ્યુત તરંગ બંધ થઈ જાય છે, તો દારૂ પીવાની ઈચ્છા ફરીથી પેદા થઈ જાય છે.'

પણ પછી મ્યૂલરે જોયું કે આ લોકોની દારૂ પીવાની આદત બદલવા માટે માત્ર ઈચ્છાઓને દૂર કરવી એટલું પૂરતું નહોતું. ઓપરેશનના થોડા જ સમય પછી, તણાવપૂર્ણ સંજોગો આવતાં જ આમાંથી ચાર જણા એકવાર ફરી પોતાની જૂની આદતને પુનરાવર્તિત કરતા દારૂ પીવા લાગ્યા. તેમના જીવનમાં ચિંતા કે વ્યાકુળતાની કોઈપણ તક આવતા તેમણે તરત દારૂની બોટલનો સહારો લઈ લીધો કારણ કે આવું કરવું તેમની આદત હતી. તે તણાવનો સામનો દારૂ પીને જ કરતા હતા. પણ ધીરે-ધીરે જ્યારે તેમણે તણાવનો સામનો કરવા માટે અન્ય પ્રભાવી ક્રિયાઓ શીખી લીધી, તો તેમની દારૂ પીવાની આદત પૂર્ણપણે છૂટી ગઈ. જેમ કે તેમનામાંથી એક વ્યક્તિ એલ્કોહલિક્સ એનોનમસની મીટિંગમાં જવા લાગી. જેમ કે અન્ય લોકો થેરાપી લેવા માટે જવા લાગ્યા. જીવનમાં આવેલી ચિંતા અને વ્યાકુળતાનો સામનો કરવા માટે આ પરિવર્તિત ક્રિયાઓને અપનાવવાથી આ લોકોના જીવનમાં ઉલ્લેખનીય પરિવર્તન આવ્યા. આ પાંચેયમાંથી તે વ્યક્તિ, જે દારૂ છોડવા માટે સાઈઠ કરતાં પણ વધારે વખત પોતાનો ઈલાજ કરાવી ચૂક્યો હતો, તેણે ફરીથી દારૂનું એક ટીપું પણ પીધું નહીં. અન્ય બે લોકોએ માત્ર 12 વર્ષની ઉંમરથી જ દારૂ પીવાનું શરૂ કરી દીધું હતું અને 18 વર્ષના થતાં-થતાં તેમને દારૂની લત લાગી ચૂકી હતી. તે દરરોજ દારૂ પીતા હતા, પણ હવે તો તેમને દારૂની બોટલને હાથ લગાવ્યે ચાર વર્ષ કરતાં પણ વધારે સમય થઈ ચૂક્યા છે.

ધ્યાનમાં લઈએ કે આ અભ્યાસ આદત-પરિવર્તનના સોનેરી નિયમની કેટલી નજીક છે. દારૂના વ્યસની આ લોકોના મગજમાં ઓપરેશન દ્વારા પરિવર્તન લાવવું પૂરતું નહોતું કારણ કે આનાથી જૂના ઈશારા અને ઈચ્છાઓ પરિવર્તિત થઈ શકી નહોતી અને ઈનામની રાહમાં હતી. આ લોકોની દારૂની લત પૂર્ણપણે છૂટી શકી, જ્યારે તેમના જૂના ઈશારા અને ઈનામ સમાન રાખીને માત્ર તેમની ક્રિયાને બદલવામાં આવી. મ્યૂલર જણાવે છે કે, 'કેટલાક લોકોના મગજમાં દારૂની લત એટલી ઊંડાણ સુધી વસી ગઈ હતી કે ઓપરેશન સિવાય બીજો કોઈ ઉપાય નહોતો. તેમ છતાં પણ આ લોકોને પોતાના જીવનમાં નવી ક્રિયાઓની આવશ્યકતા જરૂર પડે છે.'

એલ્કોહલિક્સ એનોનમસ પણ આ જ રીતે કાર્ય કરે છે. આદતના જૂના ફંદામાં નવી ક્રિયાઓ નિર્મિત કરવામાં આવે છે. પણ આ માટે કોઈ ઓપરેશન કરવું પડતું નથી. વૈજ્ઞાનિક એલ્કોહલિક્સ એનોનમસની કાર્યપ્રણાલી સમજવા લાગ્યા છે અને હવે તેની પદ્ધતિઓનો ઉપયોગ અન્ય આદતોના મામલામાં પણ થવા લાગ્યો છે. જેમ કે, એક-બે વર્ષની ઉંમરના બાળકોનું ચિડિયાપણું, સેક્સ સંબંધ બનાવવાની લત, ત્યાં સુધી કે સ્વભાવ સંબંધી નાનામાં નાની વસ્તુઓમાં પણ હવે આદત-પરિવર્તનના સોનેરી નિયમમાં પરિવર્તન લાવી શકાય છે. એલ્કોહલિક્સ એનોનમસની પદ્ધતિઓ જેમ-જેમ પ્રચલિત થવા માંડી, તેમને થેરેપીમાં રૂપાંતરિત કરી લેવામાં આવી, જેનાથી લગભગ દરેક પ્રકારની પેટર્નને તોડી શકાય છે.

વર્ષ 2006, ગરમીની ઋતુ હતી. મિસિસિપી સ્ટેટ યુનિવર્સિટીમાં ગ્રેજ્યુએશનની વિદ્યાર્થીની મૈન્ડી પરામર્શન કેન્દ્રમાં ગઈ. તે ચોવીસ વર્ષની હતી અને તેને સતત નખ ચાવવાની આદત હતી. મૈન્ડીને યાદ પણ નહોતું કે આ આદત તેને ક્યારે લાગી. જો કે નખ ચાવવાની આદત ઘણા બધા લોકોને હોય છે, પણ મૈન્ડી જેવા સતત નખ ચાવનારા લોકોની મુશ્કેલી અલગ જ સ્તરની હોય છે. તે હંમેશા પોતાના નખને ત્વચામાંથી નીકળી જાય ત્યાં સુધી ચાવતી રહેતી હતી અને ઘણીવાર તો તેના કારણે તેની આંગળીઓમાંથી લોહી પણ નીકળવા લાગતું હતું. તેના કારણે તેની આંગળીઓના ટેરવા પર ઘણા બધા નિશાન હતા. નખ ન હોવાને કારણે તેની આંગળીઓ ખૂબ ખરાબ દેખાતી હતી. આ બધી સમસ્યાઓને કારણે તેની આંગળીઓમાં હંમેશા પીડા થતી હતી, જેનો અર્થ હતો કે તે પોતાની નસો (તંત્રિકા)ને ઈજા પહોંચાડી રહી હતી. મૈન્ડીના સામાજિક જીવનમાં પણ તેની આ આદતની નકારાત્મક અસર પડી હતી. તેને ક્યાંય બહાર જતા એટલી શરમ અનુભવાતી હતી કે તે પોતાના હાથ આખો વખત ખિસ્સામાં જ રાખતી હતી. કોઈ છોકરાની સાથે ફરવા જતા તેનું બધું જ ધ્યાન એ જ વાત પર રહેતું કે તે પોતાના હાથની મુઠ્ઠીઓ બંધ રાખે જેથી છોકરાની નજર તેની આંગળીઓના ટેરવા પર ન પડે. જો કે એવું નહોતું કે તેણે પોતાની આ આદતથી છુટકારો મેળવવાનો પ્રયત્ન નહોતો કર્યો. આ માટે તેણે પોતાના નખ પર ખરાબ સ્વાદવાળી નેલપૉલિશ લગાડી અને ઘણીવાર નક્કી કર્યું કે તે આ આદતને છોડવાની પોતાની ઈચ્છાશક્તિ વધારશે. પણ જેવું તે એવું કોઈ કામ કરતી, જેમાં તેનું ધ્યાન ક્યાંક બીજે હોય, જેમ કે કોલેજનું હોમવર્ક કરવું કે ટી.વી. જોવું, તો તેના હાથ આપોઆપ જ તેના મોં માં ચાલ્યા જતા અને તે નખ ચાવવા માંડતી.

યુનિવર્સિટીના પરામર્શન કેન્દ્રએ મૈન્ડીને મનોવિજ્ઞાનમાં પી.એચ.ડી. કરી રહેલા એક વિદ્યાર્થી પાસે મોકલી. આ વિદ્યાર્થી આ પ્રકારની આદતોના એક ઈલાજનો અભ્યાસ કરી રહ્યો હતો, જેનું નામ હતું, 'આદતોને પૂર્વાવસ્થામાં લાવવાનું પ્રશિક્ષણ.' આ મનોવિજ્ઞાની આદત-પરિવર્તનના સોનેરી નિયમથી સારી રીતે પરિચિત હતો. તે સારી રીતે જાણતો હતો કે મૈન્ડીની નખ ચાવવાની આદતને બદલવા માટે તેના જીવનમાં એક નવી ક્રિયા લાવવાની જરૂર છે. 'જ્યારે તું નખ ચાવવા માટે પોતાના હાથને મોં ની તરફ લાવે છે, ત્યારે શું વિચારતી હોય છે?' તેણે મૈન્ડીને પૂછ્યું.

'મારી આંગળીઓમાં તણાવ હોય છે અને નખના કિનારે થોડી પીડાનો અનુભવ થાય છે.' મૈન્ડીએ જણાવ્યું. 'ક્યારેક-ક્યારેક હું મારા અંગૂઠાને આંગળીઓના ટેરવા પર સ્પર્શ કરાવીને એ ધ્યાન આપું છું કે ક્યાંક નખના કિનારાની સૂકી ચામડીનો ટુકડો નીકળી રહ્યો નથી અને આવું કશું પણ અનુભવાતા હું તરત મારો હાથ મારા મોં તરફ લઈ આવું છું. આ પછી હું દરેક આંગળીના નખના કિનારાની સૂકી ચામડીને કાઢવા માંડુ છું. એકવાર આવું કરતાં જ દરેક નખની સાથે આ કર્યા વિના મને ચેન પડતું નથી.'

'સજાગતા પદ્ધતિ' નામની આ પદ્ધતિમાં લોકોને એ ઈશારાઓને ઓળખવાનું કહેવામાં આવે છે, જે તેમની આદતના વર્તનથી પ્રેરિત હોય છે. આ પદ્ધતિ, આદતોને પૂર્વાવસ્થામાં લાવવાના પ્રશિક્ષણનું પહેલું પગલું છે. એલ્કોહલિક્સ એનોનમસમાં પણ દારૂના વ્યસની લોકોને એ ઈશારાઓની ઓળખ કરવાનું કહેવામાં આવે છે, જે તેમની આદતવશ વ્યવહારના પ્રેરક હોય છે. મૈન્ડીની આંગળીઓમાં અનુભવાતો તણાવ જ તેની નખ ચાવવાની આદતનો ઈશારો હતો. મૈન્ડીની સારવાર કરનારા મનોવિજ્ઞાની બ્રોડ ડફરીન જણાવે છે કે, 'મોટાભાગના લોકોની આદતો એટલી જૂની હોય છે કે તે પોતાની આદતને સક્રિય રાખનારા કારણોને ઓળખી જ શકતા નથી. મારી પાસે એવા પણ દર્દી આવ્યા છે, જે તોતડાવાની સમસ્યામાંથી છૂટકારો મેળવવા ઈચ્છતા હતા પણ હું જ્યારે તેમને પૂછતો કે એવા ક્યા શબ્દ કે પરિસ્થિતિઓ છે, જેનાથી તે તોતડાવા લાગે છે, તો તેમની પાસે કોઈ જવાબ જ નહોતો. કારણ કે તેમની આદત એટલી જૂની થઈ ચૂકી હોય છે કે હવે તે તેના કારણો પર ધ્યાન આપતાં જ નથી.'

એ પછી મૈન્ડીને આ રીતે નખ ચાવવાનું કારણ પૂછવામાં આવ્યું. પહેલા તો મૈન્ડી આ પ્રશ્નનો ઉત્તર આપી શકી નહીં. પણ મનોવિજ્ઞાનીની સાથે ઘણીવાર વાતચીત કરીને તેને સમજાયું કે જ્યારે પણ તે ઉબાઈ જાય છે તો નખ ચાવવા લાગે છે. મનોવિજ્ઞાનીએ તેનું નિરીક્ષણ કરવા માટે તેને બરાબર એવી જ સ્થિતિઓમાં મૂકી, જેવી સ્થિતિઓ તેના રોજિંદા જીવનમાં હોય છે, જેમ કે ટી.વી. જોવું કે અભ્યાસ કરવો. મનોવિજ્ઞાનીએ જોયું કે જ્યારે પણ મૈન્ડીને એવી સ્થિતિમાં મૂકવામાં આવે છે, તે આદતવશ પોતાના નખ ચાવવા માંડે છે. આ પછી મૈન્ડીએ જણાવ્યું કે જ્યારે તે પોતાના બધા નખ ચાવી લે છે, તો તેને એક પૂર્ણતાનો અનુભવ થતો હતો. આ જ તેની આદતનું ઈનામ પણ હતું. આ વાસ્તવમાં એક શારીરિક સંવેદના છે અને મૈન્ડીની અંદર આ જ સંવેદના અનુભવવાની ઈચ્છા નિર્માણ થતી હતી.

મૈન્ડીની થેરેપીનું આ સત્ર પૂરું થયા પછી મનોવિજ્ઞાનીએ તેને કહ્યું કે ફરીવાર મળતા પહેલા તેણે એક કામ કરવું પડશે. તેણે મૈન્ડીને કહ્યું કે તે પોતાની પાસે હંમેશા એક ઈન્ડેક્સ કાર્ડ રાખે અને જેવો તેને પોતાની આંગળીઓમાં તણાવનો અનુભવ થાય અને નખ

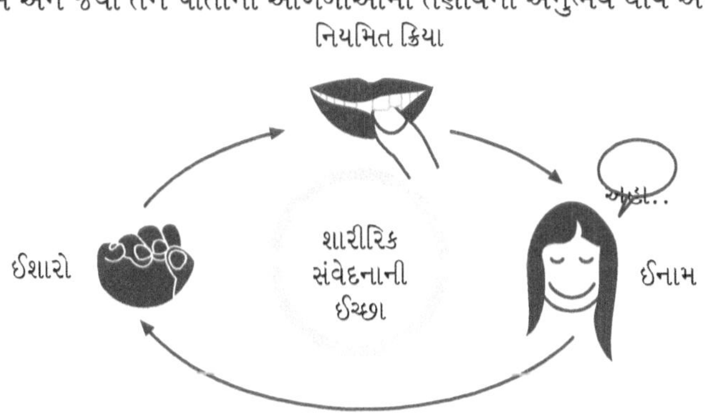

મૈન્ડીની આદતનો ફંદો

ચાવવાનું મન થાય, તો તે ઈન્ડેક્સ કાર્ડ પર સાચાનું નિશાન લગાવી દે. આનાથી એ જાણવામાં સરળતા રહેશે કે તેને ક્યારે-ક્યારે નખ ચાવવાનું મન થયું. એક અઠવાડિયા પછી મૈન્ડી ફરીથી મનોવિજ્ઞાનીની પાસે આવી. તેના ઈન્ડેક્સ કાર્ડ પર કુલ 28 નિશાન હતા. હવે તે પોતાની આંગળીઓમાં થનારા તણાવ પ્રત્યે ખૂબ સજાગ થઈ ગઈ હતી. હવે તેને એ સારી રીતે યાદ રહેતું હતું કે તેને આખા દિવસમાં ક્યારે અને કેટલી વાર આંગળીઓમાં તણાવનો અનુભવ થયો, જેમ કે ભણતી વખતે કે ટી.વી. જોતી વખતે અથવા પછી ક્યારેક.

આ પછી મનોવિજ્ઞાનીએ તેને 'પ્રતિસ્પર્ધાત્મક પ્રતિક્રિયા' (કોમ્પીટિંગ રિસ્પોન્સ) આપવાનું શીખવ્યું. મૈન્ડીને પોતાની આંગળીઓમાં તણાવ અનુભવાય ત્યારે કેટલીક અન્ય ક્રિયાઓ કરવા માટે કહેવામાં આવ્યું. જેમ કે પોતાના હાથને તરત જ ખિસ્સામાં નાખી દેવા અથવા કોઈ પેન અથવા પેન્સિલ લઈને તેને તાણીને પકડી લેવી વગેરે. ટૂંકમાં કહેવામાં આવે તો, તણાવ અનુભવતાં જ મેન્ડીએ તરત પોતાના હાથને એવી ક્રિયાઓમાં વ્યસ્ત કરવાની હતી, જેનાથી તે નખ ચાવવા માટે પોતાના હાથને મોંની તરફ લઈ જઈ શકે નહીં. આ પછી મૈન્ડીએ કોઈ એવી ક્રિયા કરવાની હતી, જે તેને તરત જ શારીરિક સંવેદના ઉપલબ્ધ કરાવી શકે. જેમ કે, પોતાના હાથની બાજુઓ પર હથેળી ઘસવી અથવા પોતાના હાથથી બેંચની ઉપર થપાટ મારતા અવાજ કાઢવો વગેરે. તેનો ઉદ્દેશ બસ એટલો જ હતો કે આ બધું કરીને તેની અંદર શારીરિક પ્રતિક્રિયા પેદા થઈ શકે.

આ રીતે ઈશારો અને ઈનામ સમાન રહ્યું, બસ ક્રિયા પરિવર્તિત થઈ ગઈ.

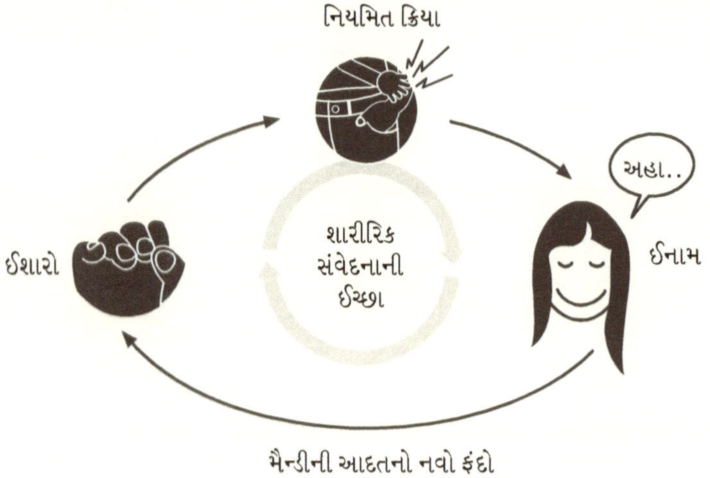

મૈન્ડીની આદતનો નવો ફંદો

મૈન્ડીને મનોવિજ્ઞાનીએ પોતાની ઓફિસમાં જ ત્રીસ મિનિટ સુધી આ નવી ક્રિયાનો અભ્યાસ કરવા માટે કહ્યું. આ પછી મૈન્ડી જ્યારે ઘરે જવા નીકળી, તો મનોવિજ્ઞાનીએ તેને એક નવું કામ બતાવ્યું. હવે મૈન્ડીએ એ સમયે પણ પોતાના ઈન્ડેક્સ કાર્ડ પર એક વિશેષ

નિશાન કરવાનું હતું, જ્યારે નખ ચાવવા માટે મોં માં હાથ નાખવાની ઈચ્છા જાગે ત્યારે તે તેને પોતાની નવી ક્રિયાની મદદથી ટાળી શકે.

પછીના અઠવાડિયે જ્યારે મૈન્ડી મનોવિજ્ઞાનીની પાસે આવી, ત્યારે જાણવા મળ્યું કે તેણે આખા અઠવાડિયામાં માત્ર ત્રણ વાર પોતાના નખ ચાવ્યા હતા અને સાત વાર 'પ્રતિસ્પર્ધાત્મક પ્રતિક્રિયા' (કોમ્પીટિંગ રિસ્પોન્સ) નો સફળ ઉપયોગ કર્યો હતો. તેણે પાર્લર જઈને મેનીક્યોર (નખની સફાઈ અને સાજ-શૃંગાર) પણ કરાવ્યું હતું. આવું કરીને વાસ્તવમાં તેણે સ્વયંને ઈનામ આપ્યું હતું. સાથે જ તેણે ઈન્ડેક્સ કાર્ડનો ઉપયોગ કરવાનું પણ ચાલુ રાખ્યું. આના માત્ર એક મહિના પછી જ મૈન્ડીની નખ ચાવવાની આદત પૂર્ણપણે ખલાસ થઈ ગઈ. 'પ્રતિસ્પર્ધાત્મક પ્રતિક્રિયા'(કોમ્પીટિંગ રિસ્પોન્સ) હવે તેના માટે એવો વ્યવહાર બની ચૂક્યો હતો કે હવે તેના માટે મૈન્ડીએ પોતાના તરફથી પ્રયત્ન કરવા પડતા નહોતા. આ રીતે તેની જૂની આદતનું સ્થાન નવી આદતે લઈ લીધું.

આદતને પૂર્વાવસ્થામાં લાવવાનો પ્રશિક્ષણ કાર્યક્રમ વિકસિત કરનારા પૈકીના એક નેથન એજરિને મને જણાવ્યું કે 'આમ તો આ ખૂબ જ સરળ દેખાય છે, પણ એકવાર જ્યારે તમે એ જાણી લો કે તમારી આદતો કેવી રીતે કામ કરે છે અને સાથે જો તમે તમારી આદતોના ઈશારાઓ અને ઈનામોને પણ જાણી લો, તો આદતને પરિવર્તિત કરવામાં વધારે સમય લાગતો નથી. બની શકે કે, તમને લાગે કે આ આટલું સરળ કેવી રીતે હોઈ શકે છે, પણ હકીકત એ છે કે માનવીય મગજ માટે ફરીથી પ્રોગ્રામ કરવો શક્ય છે. બસ તમારે સફળતાપૂર્વક આમ કરવા માટે સુનિયોજિત રીત અપનાવવાની હોય છે.[2]

---

2 એ ધ્યાન રાખવું મહત્ત્વપૂર્ણ છે કે આદતોને બદલવી જેટલી સહેલી દેખાય છે, એટલી સહેલી હોતી નથી. એમ કહેવું ખોટું હશે કે ધૂમ્રપાન, દારૂનું વ્યસન, જરૂર કરતાં વધારે ખાવું અને એવી જ અન્ય અંતર્નિહિત સમસ્યાઓ કોઈ નક્કર પ્રયત્ન વિના બરાબર કરી શકાય છે. સાચા પરિવર્તન માટે નક્કર પ્રયાસ કરવા ઉપરાંત ઈચ્છાને સક્રિય કરનારા વ્યવહારની સમજ હોવી પણ જરૂરી છે. કોઈપણ આદતને બદલવા માટે દઢ સંકલ્પની જરૂર હોય છે. માત્ર આદતના ફંદા વિશે જાણી લેવાથી કોઈપણ માનવ ધૂમ્રપાનની આદત છોડવામાં સફળ થઈ શકતો નથી.

જો કે, આદત કેવી રીતે કામ કરે છે, તે સમજી લેવાથી આપણને તે અંતર્દષ્ટિ ચોક્કસ મળી જાય છે, જે નવા વ્યવહારને અપનાવવામાં મદદરૂપ સાબિત થાય છે. વ્યસન, લત કે વિનાશકારી વ્યવહાર સામે ઝઝૂમી રહેલા લોકો પ્રશિક્ષિત ચિકિત્સકો, થેરપી આપનારા વિશેષજ્ઞો, સામાજિક કાર્યકરો અને પુરોહિત-પાદરીઓ સહિત કોઈપણ અન્ય વ્યક્તિ પાસેથી મળનારી મદદથી લાભાન્વિત થઈ શકે છે. જો કે આ ક્ષેત્રોમાં કામ કરનારા વિશેષજ્ઞ એ વાત સાથે સહમત થાય છે કે ધૂમ્રપાન અને દારૂના વ્યસની અને એવી જ અન્ય હાનિકારક આદતોથી ગ્રસ્ત લોકો ઘણીવાર કોઈ ઉપચાર કે મદદ વિના પોતાની જાતે જ આ આદતોને છોડી શકે છે. સામાન્ય રીતે આવું ત્યારે જ શક્ય બને છે, જ્યારે લોકો એ ઈશારા, ઈચ્છાઓ અને ઈનામોને સમજી લે છે, જે તેમની હાનિકારક આદતોને સક્રિય કરે છે. ઈશારા, ઈચ્છાઓ અને ઈનામોને સમજી લીધા પછી આ લોકો પોતાની વિનાશકારી દિનચર્યાનો સ્વસ્થ વિકલ્પ શોધે છે અને પછી એ વિકલ્પોને અપનાવી લે છે. ઘણીવાર તો તેમને પોતાને પણ ખબર નથી હોતી કે તે આ બધું કેવી રીતે કરી શકે છે. જો કે આદતોને સક્રિય કરનારા ઈશારાઓ, ઈચ્છાઓ અને ઈનામોને સમજી લેવાથી આદતો અચાનક ગાયબ થઈ જતી નથી. હા, આનાથી તમને પોતાની પેટર્ન બદલવાનો રસ્તો જરૂર મળી જાય છે.

આદતને પૂર્વાવસ્થામાં લાવવાની આ પદ્ધતિનો ઉપયોગ આજે ઘણી મૌખિક અને શારીરિક સમસ્યાઓને ઉકેલવામાં કરવામાં આવે છે. તેની સાથે જ ડિપ્રેશન, ધૂમ્રપાન, જુગાર રમવાની આદત, એંગ્ઝાઈટી, પથારીમાં પેશાબ કરવો, ટાળમટાળ કરવાની આદત, ઓ.સી.ડી.(ઓબ્સેસિવ-કમ્પલ્સિવ ડિસઓર્ડર) અને એવી જ અનેકો સમસ્યાઓના ઉપચારમાં પણ આદતને પૂર્વાવસ્થામાં લાવનારી પદ્ધતિનો ઉપયોગ થાય છે. આ પદ્ધતિમાં આદતનો એક અત્યંત મહત્ત્વપૂર્ણ સિદ્ધાંત સામે આવે છે કે હંમેશા લોકો એ જાણી શકતા નથી કે તેમની આદતો કઈ ઈચ્છાને કારણે સક્રિય થાય છે. મૈન્ડી એ જાણતી નહોતી કે શારીરિક સંવેદનાની ઈચ્છાને કારણે જ તે પોતાના નખ ચાવે છે. પણ જ્યારે તેણે પોતાની આદત વિશે મનોવિજ્ઞાની સાથે વિચાર-વિમર્શ કર્યો, તો તે સમાન ઈનામ આપનારી નવી ક્રિયાઓ અપનાવીને પોતાની આદતને પરિવર્તિત કરવામાં સફળ થઈ ગઈ.

જેમ કે જો તમને કામ કરતી વખતે કંઈક ને કંઈક ખાતા રહેવાની આદત છે અને તમે આ આદતથી છુટકારો મેળવવા ઈચ્છો છો, તો સૌથી પહેલા તમારે એ શોધવું પડશે કે તમને મળનારું તે ઈનામ શું છે, જે આ આદતને સક્રિય કરી રહ્યું છે. શું તમે પોતાની ભૂખને શાંત કરવા માટે એવું કરો છો અથવા પછી કામથી ઉબાઈ જવાને કારણે એવું કરો છો ? જો તમે તમારી ઉબ દૂર કરવા માટે એવું કરી રહ્યા છો તો ખૂબ સરળતાથી એક નવી અને શ્રેષ્ઠ ક્રિયા શોધીને આ આદતથી છુટકારો મેળવી શકો છો. જેમ કે કામમાંથી પેદા થનારી ઉબ દૂર કરવા માટે તમે આસપાસ ક્યાંક ફરીને આવી શકો છો અથવા પછી થોડીક મિનિટો સુધી ઈન્ટરનેટ પર પોતાનું મનોરંજન કરી શકો છો. આ પ્રકારની ક્રિયાઓ ઉબથી તો બચાવશે જ, સાથે જ તમારે વજન વધવાની મુશ્કેલીનો સામનો પણ નહીં કરવો પડે.

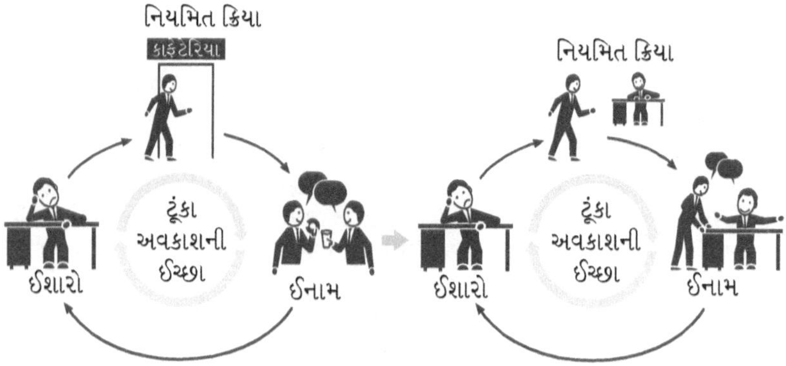

આ જ રીતે તમે જો ધૂમ્રપાનની આદતથી છુટકારો મેળવવા ઈચ્છો છો, તો તમારી જાતને પૂછો કે શું તમને નિકોટીન પસંદ છે ? અથવા પછી તમે માત્ર શારીરિક સંવેદના અનુભવવા માટે ધૂમ્રપાન કરો છો, કે કદાચ તમે લોકો સાથે ધૂમ્રપાન કરી તેમને પોતાના

મિત્ર બનાવવા ઈચ્છો છો ? શારીરિક સંવેદના અનુભવવા માટે, જે લોકો ધૂમ્રપાન કરે છે, તેમના માટે આ જાણકારી ઉપયોગી સાબિત થઈ શકે છે કે આ વિષય અંગે થયેલા સંશોધનો પ્રમાણે બપોરે ચા કે કોફી પીવાથી ધૂમ્રપાન છોડવાની સંભાવના વધી જાય છે. ધૂમ્રપાનથી ગ્રસ્ત રહી ચૂકેલા અનેક લોકોના અનુસાર આ આદતના ઈશારા અને ઈનામને જાણવા તથા તેના સ્થાને નવી ક્રિયા અપનાવવાથી છુટકારો મેળવવો શક્ય છે. જેમ ધૂમ્રપાન કરવાની તલપ લાગતા એક નિકોરેટ (ધૂમ્રપાનની આદત છોડાવનારી એક ચ્યુંઈંગમ) ચગળવી, પુશ-અપ્સ (એક પ્રકારનો વ્યાયમ) કરવો કે થોડો સમય એમ જ પગ ફેલાવીને આરામથી બેસવા જેવા વિકલ્પોને અપનાવવાથી આ આદત છોડવી અપેક્ષાકૃત સરળ થઈ જાય છે.

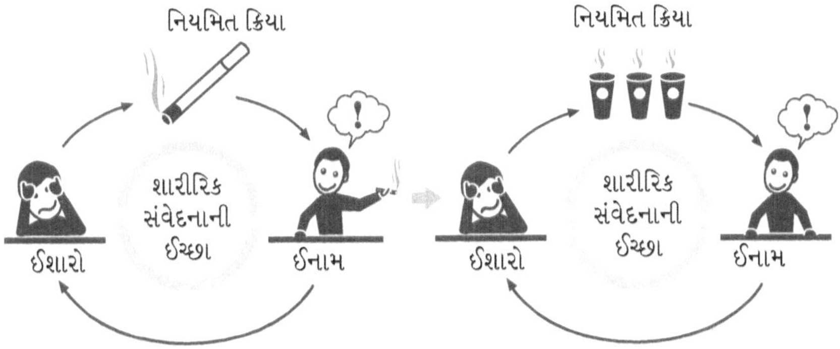

જો તમે તમારી આદતના ઈશારા અને ઈનામને ઓળખી લો, તો તેને બદલી શકો છો.

આ પદ્ધતિ મોટાભાગની પરિસ્થિતિઓમાં કામ લાગે છે, પણ કેટલીક આદતો એવી પણ હોય છે, જેને બદલવા માટે એક અન્ય મહત્ત્વપૂર્ણ ચીજની જરૂર હોય છે. તે મહત્ત્વપૂર્ણ ચીજ બીજું કશું નહીં પણ 'વિશ્વાસ' છે.

3

ઈ.સ.1996માં ટોની ડંગી બુકોનીર્સના મુખ્ય કોચ બન્યા. એ વર્ષના રમત-સત્રનો આરંભ થયાના કેટલાક મહિનાઓ પહેલાની જ વાત છે. તે પોતાની ટીમની સાથે લૉકર રૂમમાં બેઠા હતા. 'બધાને લાગે છે કે અમે જીતી શકતા નથી અને લોકો તેના છ કારણ ગણાવે છે.' આ શબ્દોની સાથે તેમણે બોલવાનું શરૂ કર્યું. તેમની ટીમના બધા સભ્ય અખબારો અને રેડિયો પર આ કારણ વાંચી અને સાંભળી ચૂક્યા હતા, જેમ કે 'ટીમનું વ્યવસ્થાપન બરાબર નથી....નવા કોચની ક્ષમતાઓને અગાઉ ક્યારેય પારખવામાં આવી નથી....ટીમના ખેલાડીઓમાં શિસ્ત નથી....આ ટીમ જે શહેરની છે, ત્યાંના લોકોને આ રમતમાં વધારે રુચિ નથી...ટીમના મુખ્ય ખેલાડીમાં દમ નથી....ખેલાડી એટલા પ્રતિભાવાન નથી કે જીત હાંસલ કરી શકે....વગેરે.

'તો આ એ સંભવિત કારણ છે, જે આપણને સફળ થતા રોકી રહ્યા છે' ડંગીએ પોતાના ખેલાડીઓને કહ્યું. 'પણ હું તમને એ વાતનો વિશ્વાસ અપાવી શકું છું, અમે બાકી બધી ટીમો કરતાં વધારે મહેનત કરીને દેખાડીશું.'

ડંગીના અનુસાર, તેમની યોજના એ હતી કે ટીમનો વ્યવહાર એ રીતે પરિવર્તિત કરવામાં આવે કે દરેક ખેલાડી ટેવવશ સારું પ્રદર્શન કરવા માંડે. ડંગીનું માનવું હતું કે બુકોનીર્સ ટીમને ના તો રમતની રણનીતિઓ શીખવાડનારા જાડાં-જાડાં પુસ્તકો વાંચવાની જરૂર છે અને ના વિપક્ષી ટીમ દ્વારા મેદાન પર રચાતી સેંકડો વ્યૂહરચનાઓને યાદ રાખવાની. તેમણે માત્ર પસંદ કરેલી ક્રિયાઓને યાદ રાખીને દરેક વખતે સર્વશ્રેષ્ઠ રીતે તે ક્રિયાઓ કરવાની છે.

પરંતુ ફૂટબોલની રમતમાં મહારથ પ્રાપ્ત કરવી એ ખૂબ મુશ્કેલ હોય છે. ટૈમ્પા બેમાં ડંગીના સહાયક કોચ હર્મ એડવર્ડ્સ જણાવે છે, 'ફૂટબોલ એવી રમત છે, જેની દરેક મેચમાં કોઈ ને કોઈ ખેલાડી ભૂલ કરે જ છે.' સામાન્ય રીતે તેનું કારણ શારીરિક નહીં બલકે માનસિક હોય છે. જ્યારે કોઈ ખેલાડી ખૂબ વધારે વિચાર કરવા માંડે છે કે ખચકાટ અનુભવે છે, તો ભૂલ કરવા માંડે છે. તેથી ડંગી ઈચ્છતા હતા કે રમત દરમિયાન કોઈપણ ખેલાડીને કોઈ નિર્ણય લેવાની જરૂર જ ન પડે.

આવું કરવા માટે ખેલાડીઓએ પોતાની આદતોનો ફંદો ઓળખીને તેમાં નવી ક્રિયાઓનો સમાવેશ કરવાનો હતો.

પોતાની યોજના ઘડતા પહેલા ડંગીએ બુકોનીર્સના ખેલાડીઓની રમત જોઈને તેમની વર્તમાન આદતોનો અભ્યાસ કર્યો.

એક દિવસ સવારે અભ્યાસ સત્ર દરમિયાન ડંગીએ બૂમ પાડી, 'હવે આપણે આપણા અંડર ડિફેન્સ પર કામ કરીશું. નંબર 55 તમારી સ્થિતિ જણાવો.'

'મારી નજર પાછળ દોડનારાઓ અને ગાર્ડ કરનારા ખેલાડીઓ પર છે', બાહ્ય લાઈનબ્રેકર ડેરેક બ્રુક્સે જવાબ આપ્યો.

'જરા વધારે ઝીણવટથી જણાવ. તારી નજર ક્યા બિંદુ પર ટકી છે ?'

'હું ગાર્ડની ક્રિયાઓ જોઈ રહ્યો છું. મારી નજર બોલ મળ્યા પછી કાર્ટરબૈકના પગ અને તેની કમર પર છે. સાથે જ હું એ પણ ધ્યાન આપી રહ્યો છું કે લાઈનમાં ખાલી જગ્યા ક્યાં બની રહી છે જેથી એ જાણી શકું કે કાર્ટરબૈક બોલને મારી તરફ ફેંકશે કે ક્યાંક બીજે લઈ જશે', બ્રુક્સે જવાબ આપ્યો.

ફૂટબોલની રમતમાં આવા દશ્યરૂપી સંકેતોને Keys એટલે કે ચાવીઓ કહેવામાં

આવે છે અને કોઈપણ મેચમાં આ સંકેત ખૂબ મહત્ત્વપૂર્ણ હોય છે. ડંગી એમાં જ નવીનતા લઈને આવ્યા. તે આ ચાવીઓનો ઉપયોગ નવી આદતોના ઈશારા તરીકે કરતા હતા. તે જાણતા હતા કે બાહ્ય લાઈનબ્રેકર ડેરેક બ્રુક્સ ક્યારેક-ક્યારેક રમતના આરંભમાં ખચકાય છે. તેને ઘણી બાબતો પર ધ્યાન આપવાનું રહેતું, જેમ કે શું ગાર્ડ વ્યૂહરચનાની બહાર જઈ રહ્યો છે...પાછળ દોડનારાની પગની સ્થિતિ શું છે...તે આગળ વધવાનું વિચારી રહ્યો છે કે પાછળ જવાનું... ? આ બધા વિચારોમાં ગૂંચવાયેલા રહેવાને કારણે ક્યારેક-ક્યારેક ડેરેક બ્રુક્સને નિર્ણય લેવામાં મોડું થઈ જતું હતું.

ડંગીનો ઉદ્દેશ હતો કે બ્રુક્સને આ બધા નિર્ણય લેવામાંથી મુક્તિ મળી જાય. એલ્કોહલિક્સ એનોનમસની જેમ ડંગીએ પણ બ્રુક્સના આદતવશ ઈશારાઓને ચાલુ રાખ્યા. તેમણે માત્ર બ્રુક્સની ક્રિયાઓને બદલી, જે સમયની સાથે તેની આદતોમાં સામેલ થઈ ગઈ હતી.

ડંગીએ બ્રુક્સને કહ્યું,'હું ઈચ્છું છું કે તું આ ચાવીઓનો જ ઉપયોગ કરતો રહે. શરૂઆતમાં તું પોતાનું ધ્યાન માત્ર પાછળ દોડનારા ખેલાડીઓ પર કેન્દ્રિત કર. બસ, કશું જ વિચાર્યા વિના માત્ર આટલું કર. પછી પોતાના સ્થાન પર ગયા પછી કાર્ટરબૈકને જો.'

આ એક નાનકડું પરિવર્તન હતું. બ્રુક્સની નજર સમાન ઈશારાઓ પર જ હતી પણ હવે તે ઉતાવળી નજરે ચારે બાજુ જોતો નહોતો. ડંગીએ બ્રુક્સને બધા ઈશારાઓને જોવાનો યોગ્ય ક્રમ જણાવ્યો. સાથે જ, બ્રુક્સને ચાવીઓ પ્રમાણે પ્રતિક્રિયાની પસંદગી કરવાનું પણ શીખવવામાં આવ્યું. આ યોજનાની વિશેષતા એ હતી કે તેના કારણે બ્રુક્સને મેદાન પર કોઈપણ પ્રકારનો નિર્ણય લેવાની જરૂર પડતી નહોતી. હવે બ્રુક્સ મેદાન પર ઝડપી ગતિએ ફરી શકતો હતો કારણ કે તેનો દરેક નિર્ણય તેની સ્વાભાવિક પ્રતિક્રિયા બની ચૂક્યો હતો. આ જ પ્રતિક્રિયા આગળ જતાં તેની આદત બની ગઈ.

ડંગીએ દરેક ખેલાડીને આ પ્રકારના નિર્દેશ આપ્યા અને કેટલીક ચુનંદા વ્યૂહરચનાઓમાં આ નિર્દેશોનું પાલન કરતા સતત અભ્યાસ પણ કરાવ્યો. ડંગી દ્વારા શીખવવામાં આવેલી આ આદતોને પાકી થવામાં લગભગ એક વર્ષ જેટલો સમય લાગ્યો. રમત-સત્રના શરૂઆતના તબક્કામાં તેમની ટીમ સહેલામાં સહેલી મેચ પણ હારી જતી હતી. રમત સમાચાર લખનારા પત્રકાર સવાલ કરવા માંડ્યા કે બુકોનીર્સ ટીમ મનોવિજ્ઞાની-હકીમોના ચક્કરમાં પોતાનો કિંમતી સમય બરબાદ શા માટે કરી રહી છે ?

પણ ધીરે-ધીરે બુકોનીર્સના ખેલાડીઓમાં સુધારો જણાવા લાગ્યો. આખરે ડંગી દ્વારા શીખવવામાં આવેલી ક્રિયાઓ મેદાન પર સક્રિય થવા માંડી અને કારગર પણ સાબિત થઈ. પછીના રમત-સત્રમાં પણ ડંગી જ ટીમના કોચ રહ્યા અને તેમના નેતૃત્વમાં, બુકોનીર્સ ટીમે

પોતાની પહેલી પાંચ મેચમાં જીત પ્રાપ્ત કરી અને પંદર વર્ષોમાં આ ટીમ પહેલી વાર પ્લે-ઑફમાં પણ પહોંચી. આખરે ઈ.સ 1999ની ડિવિઝન ચેમ્પિયનશીપમાં તેમની ટીમ વિજેતા સાબિત થઈ.

ડંગીની કોચિંગ પદ્ધતિ હવે આખા દેશનું ધ્યાન આકર્ષિત કરવા માંડી. મૃદુભાષી સ્વભાવ, ધર્મનિષ્ઠા અને કામ તથા પારિવારિક જીવનમાં શ્રેષ્ઠ સંતુલન જાળવી રાખનારા ડંગી ટૂંક સમયમાં જ રમત-મીડિયાના પસંદીદા બની ગયા. હવે તો અખબારોમાં તેમના જીવનના દરેક પાસા વિશે કંઈક ને કંઈક પ્રકાશિત થતું રહેતું હતું. ડંગી પોતાના બંને દીકરા, એરિક અને જેમીને અભ્યાસ દરમિયાન સ્ટેડિયમ લાવતા હતા. તે બંને ડંગીની ઓફિસમાં બેસીને અભ્યાસ કરતા અને લૉકર રૂમમાં ખેલાડીઓના ટુવાલ ઉપાડીને મૂકવાનું કામ પણ કરતા. ડંગીની પ્રસિદ્ધિ એવી હતી કે તેમના જીવનની નાની-નાની બાબતો પર પણ લાંબા-લાંબા લેખ લખવામાં આવ્યા. હવે એવું લાગવા માંડ્યું હતું કે આખરે સફળતા તેમના દરવાજે આવી પહોંચી છે.

બુકોનીર્સ ઈ.સ.2000 અને 2001માં પ્લે-ઑફ સુધી પહોંચ્યા. તેમના પ્રશંસક એટલા વધી ગયા હતા કે દર અઠવાડિયે આખું ને આખું સ્ટેડિયમ તેમના પ્રશંસકોથી ભરેલું રહેતું હતું. ટી.વી. અને રેડિયોના રમત-પ્રસારક હવે બુકોનીર્સ ટીમને સુપર-બોલના પ્રતિસ્પર્ધી તરીકે જોવા માંડ્યા હતા. ડંગી અને બુકોનીર્સનું સપનું હવે વાસ્તવિકતામાં ફેરવાવા માંડ્યું હતું.

★★★

એક શક્તિશાળી ટીમ બન્યા પછી પણ બુકોનીર્સની સામે એક નવી મુશ્કેલી આવીને ઊભી રહી. બુકોનીર્સના ખેલાડી રમત દરમિયાન આકરી શિસ્તનું પાલન કરતા હતા, પણ જ્યારે કોઈપણ મહત્ત્વપૂર્ણ કે તણાવપૂર્ણ પ્રસંગ આવતો, તો તેમનું પ્રશિક્ષણ તેમને કામમાં આવી શકતું નહીં.

ઈ.સ.1999ના રમત-સત્રમાં બુકોનીર્સ સતત છ મેચમાં વિજયી બન્યા. પણ સત્રના અંતમાં તે સેંટ લુઈસ રૈમ્સની ટીમ સામે હારી ગયા અને કોન્ફ્રેંસ ચેમ્પિયનશીપમાં પોતાનું સ્થાન ગુમાવી બેઠા. ઈ.સ.2000માં પણ તે ફિલાડેલ્ફિયા ઈગલ્સથી 21-3થી હાર્યા હતા, જેના કારણે તેમને સુપર બોલમાં પ્રવેશ મળી શક્યો નહોતો. તેના પછીના વર્ષે પણ આમ જ બન્યું હતું. એકવાર ફરીથી તે ફિલાડેલ્ફિયા ઈગલ્સથી હારી ગયા. આ વખતે તો આ હાર 31-9થી થઈ હતી. તેના કારણે એકવાર ફરીથી તે સુપર બોલમાં સ્થાન મેળવી શક્યા નહીં.

આ અંગે સ્પષ્ટીકરણ આપતા ડંગી જણાવે છે, 'પ્રશિક્ષણ દરમિયાન બધા ખેલાડીઓ આકરી મહેનત કરતા હતા અને બધું બરાબર થતું હતું. પણ જેવી કોઈ મહત્ત્વપૂર્ણ મેચ

આવતી તો ટીમના ખેલાડી એ બધું ભૂલી જતા, જે તે પ્રશિક્ષણ દરમિયાન શીખ્યા હતા અને આ રીતે બધા કર્યા-કારવ્યા પર પાણી ફરી જતું. મેચ પછી હંમેશા ખેલાડી આવીને મને કહેતા,'આ વખતે રમત થોડી મુશ્કેલ હતી, એટલે હું જૂની આદતો પર નિર્ભર થઈ ગયો...અથવા મને લાગ્યું, મારે મારા તરફથી કંઈક અલગ કરવું જોઈએ...' વાસ્તવમાં સમસ્યા એ હતી કે આમ તો તે લગભગ દરેક વખતે મારી બનાવેલી યોજનાઓ પર ભરોસો મૂકતા હતા, પણ જ્યારે કોઈ મહત્ત્વની મેચમાં બધું જ દાવ પર લાગેલું રહેતું, તો તે એ ભરોસો જાળવી શકતા નહોતા અને એકવાર ફરીથી પોતાની જૂની આદતોની જેમ જ રમતા હતા.

બુકોનીર્સ ટીમ સતત બે વર્ષોથી છેલ્લી ઘડીએ આવીને સુપર બોલમાં સ્થાન મેળવવામાંથી ચૂકી રહી હતી. ઈ.સ.2001નું રમત-સત્ર પૂર્ણ થયા પછી ટીમના જનરલ મેનેજર ડંગીએ પોતાના ઘરે બોલાવ્યા. ડંગીએ મેનેજરના ઘરની સામેના રસ્તા પર, ઓકના વૃક્ષની નીચે પોતાની ગાડી પાર્ક કરી અને ત્યાંથી ચાલીને મેનેજરના ઘરે પહોંચ્યા. તેની ત્રીસ સેકન્ડ પછી તેમને કોચની નોકરીમાંથી બરખાસ્ત કરી દેવામાં આવ્યા.

પછીના વર્ષે બુકોનીર્સ ડંગીની જૂની યોજનાઓ પર અમલ કરીને સુપર બોલ જીતી ગયા. ડંગીએ એ ખેલાડીઓમાં જે આદત વિકસાવી હતી, આ બધું તેના જ કારણે શક્ય બની શક્યું હતું. ડંગીના સ્થાન પર નોકરી પર રાખવામાં આવેલા નવા કોચે એ વર્ષે જીત હાંસલ કરીને પછી ખૂબ ગર્વથી લિંબોરડી ટ્રોફી પોતાના હાથમાં ઉઠાવી. આ બધું ડંગીએ પોતાના ઘરે બેસીને ટી.વી. પર જોયું. ત્યાં સુધી ડંગી પોતાના જીવનમાં આ બધી ચીજોથી ખૂબ દૂર જઈ ચૂક્યા હતા.

4

એક ચર્ચની અંદર લગભગ સાઈઠ લોકો બેઠા હતા. આમાં ફૂટબોલ રમનારા ખેલાડીઓની માતાઓ, બપોરના ભોજન માટે નીકળેલા વકીલ, ફીટ જિન્સ પહેરેલા હિપ્પી અને એવા વડીલ સામેલ હતા, જેમના શરીર પર કોતરાવેલા ટેટૂનો રંગ હલકો પડતો જતો હતો. આ બધા લોકો પોતાની સામે ઊભેલા એક માણસનું ભાષણ સાંભળી રહ્યા હતા. વાદળી આંખોવાળી આ વ્યક્તિનું પેટ ઘણું બહાર નીકળી આવેલું હતું અને તેણે ગળામાં ટાઈ પહેરેલી હતી. તેને જોઈને લાગતું હતું, જાણે તે કોઈ નેતા હોય, જેને પછીની ચૂંટણીમાં જીતવાનો પૂરો ભરોસો હોય.

'મારું નામ જોન છે અને હું એક દારૂડિયો છું,' તેણે બોલવાનું શરૂ કર્યું.

'હેલો જોન' બધાએ તેમનું અભિવાદન કર્યું.

'પોતાની દારૂની લત છોડવા માટે મેં પહેલી વાર સહાયતા લેવાનો નિર્ણય ત્યારે લીધો, જ્યારે એક દુર્ઘટનામાં મારા દીકરાના હાથનું હાડકું તૂટી ગયું', મંચ પર ઊભેલા

જોને પોતાની સામે બેઠેલા લોકોને કહ્યું. મારી ઓફિસમાં કામ કરનારી એક મહિલાની સાથે મારો પ્રેમ સંબંધ હતો, પણ એક દિવસ તેણે મને કહ્યું કે તે આ સંબંધનો અંત લાવવા ઈચ્છે છે. તેની આ વાત સાંભળી મારાથી રહેવાયું નહીં અને હું ઓફિસમાંથી બહાર નીકળી એક દારૂના પીઠામાં ચાલ્યો ગયો. ત્યાં મેં વોડકાના બે પેગ પીધા અને ઓફિસમાં પાછો જઈને મારું કામ કરવા માંડ્યો. બપોરના ભોજન માટે હું મારા એક મિત્રની સાથે 'ચિલીઝ'માં ગયો અને ત્યાં અમે બંનેએ એક-એક બીયર પીધી. તે પછી લગભગ બે વાગે હું એક અન્ય મિત્રની સાથે એવા દારૂખાનામાં ગયો, જ્યાં હેપ્પી અવર્સ ચાલી રહ્યા હતા. મારી પત્ની બીજી મહિલાની સાથે મારા પ્રેમ સંબંધો વિશે હું જાણતી નહોતી. એ દિવસે મારા દીકરાને સ્કૂલેથી લાવવાની જવાબદારી મારી હતી. હું ગાડીમાં બેઠો અને સ્કૂલેથી મારા દીકરાને લઈને ઘરની તરફ જવા નીકળ્યો. ઘરે જનારા એ રસ્તા પરથી હું હજારો વાર પસાર થઈ ચૂક્યો હતો. મને એ રસ્તાનો એક-એક હિસ્સો યાદ હતો. પણ એ દિવસે એ રસ્તાના અંતમાં લગાવેલા સ્ટોપના ચિન્હવાળું બોર્ડ મને યોગ્ય સમય પર દેખાયું નહીં. અચાનક બોર્ડ દેખાતા મેં જોરથી બ્રેક મારી પણ મારી ગાડી સંતુલન ગુમાવીને ફૂટપાથ પર ચાલી ગઈ અને જઈને બોર્ડ સાથે અથડાઈ ગઈ. મારા દીકરા સૈમ એ સીટ બેલ્ટ લગાવી રાખ્યો નહોતો. જેના કારણે અચાનક બ્રેક લાગવાને કારણે તે સામેના કાચની તરફ ઝડપથી ઉછળ્યો અને તેને ઈજા પહોંચી. તેના હાથનું હાડકું તૂટી ગયું. તેના નાક પર પણ ઈજા થઈ હતી, જેનાથી ગાડીના ડેશબોર્ડ પર લોહી ફેલાઈ ગયું હતું. તે એટલું જોરથી ઉછળ્યો હતો કે સામેવાળા કાચમાં તિરાડો પડી ગઈ હતી. આ ઘટનાથી હું ખૂબ ગભરાઈ ગયો. મેં નક્કી કર્યું કે મારે દારૂ છોડવો પડશે અને આ માટે કોઈ અનુભવી વ્યક્તિની મદદ લેવી પડશે.'

'આ ઘટના પછી હું નશા મુક્તિ કેન્દ્રમાં ભરતી થયો. ત્યાંથી બહાર નીકળ્યા પછી લગભગ તેર મહિના સુધી બધું જ સારી રીતે ચાલ્યું. હું આલ્કોહલ એનોનમસની મીટિંગ્સમાં પણ હંમેશા જતો હતો અને મને ભરોસો બેસવા માંડ્યો હતો કે મેં મારી લત પર નિયંત્રણ મેળવી લીધું છે. પછી આખરે મને લાગ્યું કે હું એટલો પણ નબળો નથી કે એલ્કોહલ એનોનમસની મીટિંગ્સ વિના મારી લતને કાબૂમાં ન રાખી શકું, તો પછી મારે દરેક બે-ચાર દિવસે દારૂડિયાઓની સાથે મીટિંગ કરવાની શું જરૂર છે ? બસ પછી શું હતું, મેં આ મીટિંગ્સમાં જવાનું બંધ કરી દીધું.'

'આ પછી લગભગ બે વર્ષ સુધી મેં દારૂને સ્પર્શ પણ કર્યો નહીં. પછી એક દિવસ જ્યારે હું ઓફિસમાં કામ કરી રહ્યો હતો, ત્યારે મારી મા નો ફોન આવ્યો. તે ડૉક્ટરને મળવા ગઈ હતી અને ઘરે પાછી ફરી રહી હતી. માએ મને જણાવ્યું કે તેને કેન્સર થઈ ગયું છે. ડૉક્ટરનું કહેવું હતું કે જો કે તેમનો ઈલાજ શક્ય છે, પણ તેમના શરીરમાં કેન્સર એ હદ સુધી ફેલાઈ ચૂક્યું હતું કે હવે એ કહેવું મુશ્કેલ હતું કે તે પૂર્ણપણે સારી થઈ શકશે કે નહીં. તેમની વાત સાંભળી મને ઊંડો આઘાત લાગ્યો અને મારાથી રહેવાયું નહીં. હું તરત ઓફિસ છોડીને દારૂના પીઠામાં ચાલ્યો ગયો. પછીના બે વર્ષો સુધી હું એકવાર ફરીથી આ વ્યસનનો ગુલામ બની રહ્યો. આ દરમિયાન મારી પત્નીએ મારાથી છૂટાછેડા લેવાનો નિર્ણય લીધો

અને તે અલગ રહેવા માંડી. ત્યાં સુધી મારા એક મિત્રએ મને ડ્રગ્સ લેવાનું પણ શીખવાડી દીધું હતું. હું દરરોજ બપોરે મારી ઓફિસમાં કોકેનની એક લાઈન લેતો અને પાંચ મિનિટ પછી તેની અસર અનુભવતા જ એક બીજી લાઈન લઈ લેતો હતો.'

'મારી પત્ની અલગ રહેવા માંડી હતી. તેથી એકવાર ફરી મારા દીકરાને સ્કૂલેથી પાછો લાવવાની જવાબદારી મારા માથે હતી. એક દિવસ જ્યારે હું તેને લેવા જઈ રહ્યો હતો, તો મને લાગી રહ્યું હતું કે જાણે હું આ દુનિયાનો રાજા છું. આગળના ચોકથી મેં મારી ગાડી વાળી, પણ સામે લાગેલા સિગ્નલ પર મારી નજર પડી નહીં. અચાનક એક ટ્રક આવીને મારી ગાડી સાથે અથડાઈ. મારી ગાડી રસ્તા પર ગબડીને ઊંધી પડી. કદાચ મારું નસીબ સારું હતું કે મને જરાય છોલાયું પણ નહોતું એટલે હું તરત ગાડીમાંથી બહાર નીકળ્યો અને તેને સીધી કરવાનો પ્રયત્ન કરવા માંડ્યો. મેં વિચાર્યું કે પોલીસ આવતા પહેલાં જ હું ગાડી સીધી કરીને ત્યાંથી નીકળી જાઉં. પણ મારી યોજના સફળ થઈ શકી નહીં. થોડા જ સમયમાં ત્યાં પોલીસ આવી ગઈ અને તેમણે નશામાં ગાડી ચલાવવાના ગુનાસર મારી ધરપકડ કરી. તેમણે મને દેખાડ્યું કે મારી ગાડીનો પેસેન્જર સીટવાળો ભાગ પૂર્ણપણે ભંગાર થઈ ગયો હતો. મને અહેસાસ થયો કે જો મારો દીકરો સૈમ આ સમયે મારી સાથે હોત તો કદાચ આ દુર્ઘટનામાં તેનું મોત થઈ ગયું હોત.'

'આ દુર્ઘટના પછી હું ફરીથી એલ્કોહલ એનોનમસની મીટિંગ્સમાં જવા માંડ્યો. મારા સ્પોન્સરે મને જણાવ્યું કે ભલે મને એવું લાગે કે મેં મારી લત પર પૂર્ણપણે કાબૂ મેળવી લીધો છે, છતાં પણ મારે મીટિંગ્સમાં આવતા રહેવું જોઈએ કારણ કે પોતાને દિવ્ય શક્તિને સમર્પિત કર્યા વગર હું પોતાની લત પર કાબૂ મેળવી શકું એમ નહોતો. હું નાસ્તિક છું એટલે મને મારા સ્પોન્સરની આ વાતો ગળે ઉતરી નહીં. પણ હવે હું સમજી ગયો છું કે જો મેં પોતાને બદલ્યો નહીં તો એક ને એક દિવસ હું મારા બાળકોના મૃત્યુનું કારણ જરૂર બની જઈશ. તેથી મેં મીટિંગ્સમાં જવાનું ફરીથી ચાલુ કરી દીધું. મેં પોતાનામાં એ વિશ્વાસ જગાવ્યો કે આ સંસારમાં કેટલીક દિવ્ય શક્તિઓ હોય છે. મેં જોયું કે આ પછી મારો આ વિશ્વાસ કામ કરવા માંડ્યો. હું જાણતો નહોતો કે આ દિવ્ય શક્તિ ઈશ્વર છે કે કંઈ બીજું, પરંતુ આ શક્તિઓએ મારી મદદ કરી છે. મેં છેલ્લા સાત વર્ષોથી દારૂ પીધો નથી અને મને ખરેખર પોતાની આ સફળતા પર આશ્ચર્ય થાય છે. એવું નથી કે આ દરમિયાન મને ક્યારેય દારૂ પીવાની ઈચ્છા નથી થઈ. ઘણીવાર સવારે ઉઠીને મને લાગતું હતું કે આજે હું દારૂ પીધા વિના રહી શકીશ નહીં. પણ જ્યારે પણ એવું થતું ત્યારે હું પોતાને એ દિવ્ય શક્તિના હવાલે કરી દેતો. તેની સાથે જ હું મારા સ્પોન્સરને ફોન કરીને તેની સાથે વાતચીત પણ કરતો. અમારી વચ્ચે સામાન્ય રીતે દારૂ વિશે કોઈ વાત થતી નહોતી. હું તો બસ તેની સાથે મારી જિંદગી, મારા લગ્ન અને નોકરી જેવા વિષયો પર વાત કરતો હતો. થોડા જ સમય પછી મને સારું લાગવા માંડતું અને દારૂની તલપ પૂરી થઈ જતી.'

એવું માનવામાં આવતું હતું કે 'એલ્કોહલ એનોનમસ'ની સફળતાની પાછળનું કારણ એ છે કે તે લતથી ગ્રસ્ત લોકોની આદતોનો એકવાર ફરીથી પ્રોગ્રામ કરી દે છે. પણ લગભગ એક દાયકા પહેલાં જોન જેવા લોકોની વાતથી આ માન્યતા જોર પકડવા માંડી અને સંશોધકોએ માન્યું કે આદતના ફંદામાં નવી ક્રિયાનો સમાવેશ કરવાથી આદતોને ચોક્કસપણે બદલી શકાય છે અને ઘણા લોકોને આનો ફાયદો પણ થયો હતો, પણ વાત અહીં પૂરી થતી નથી. કારણ કે આવા લોકોના જીવનમાં જ્યારે પણ કોઈ તણાવપૂર્ણ સ્થિતિ આવતી, તો ભલે તેની આદત બદલી દેવામાં આવી હોય પણ તેમ છતાં તે પોતાની જૂની આદત પર પાછા ફરી જાય છે. જેમ કે કેન્સર હોવાની વાત સાંભળતાની સાથે જ જોન ફરીથી દારૂ તરફ વળી ગયો. આ જ રીતે લગ્નજીવનમાં તણાવને કારણે પણ ઘણા બધા લોકો ફરીથી પોતાની જૂની આદતો તરફ વળી જાય છે. આ વાત સ્પષ્ટ થતાં જ સંશોધકોને એ પ્રશ્ન થવા માંડ્યો કે જો આદત-પરિવર્તન સામાન્ય પરિસ્થિતિઓમાં આટલી સારી રીતે કામ કરે છે, તો તણાવના સમયે તે કારગર સિદ્ધ કેમ નથી થતું ? સંશોધકોએ આ પ્રશ્નનો જવાબ જાણવા માટે દારૂની લતથી ગ્રસ્ત અનેક લોકોનો અભ્યાસ કર્યો. તેમણે જોયું કે નવી ક્રિયાઓને સ્થાયી આદતોમાં બદલવા માટે એક બેહદ મહત્ત્વપૂર્ણ વસ્તુની જરૂર પડે છે.

કેલિફોર્નિયાના 'એલ્કોહલ રિસર્ચ ગ્રુપ'માં સંશોધકોના એક જૂથે ઈન્ટરવ્યૂ દરમિયાન બધા દારૂડિયામાં એક સમાન પેટર્ન નોંધી. બધા દારૂડિયા વારંવાર એક જ વાત પુનરાવર્તિત કરતા હતા. આ સ્થિતિમાં આદતના ફંદા સાથે જોડાયેલા ઈશારા અને ઈનામને ઓળખવા આવશ્યક હતા, પણ એક અન્ય મહત્ત્વપૂર્ણ વસ્તુ હતી, જેના વગર નવી ક્રિયાઓ આદતમાં ફેરવાઈ જઈને પોતાના મૂળ જમાવી શકતી નહોતી.

એ દારૂડિયાઓ અનુસાર એ મહત્ત્વપૂર્ણ તત્ત્વ હતું, ઈશ્વર.

સંશોધકોને દારૂડિયાઓનો આ જવાબ જરાપણ પસંદ પડ્યો નહીં કારણ કે વિજ્ઞાનના પ્રયોગોથી ઈશ્વર અને અધ્યાત્મનું પરીક્ષણ કરવું શક્ય નથી. ધર્મનિષ્ઠ હોવા છતાં ચર્ચમાં એવા અનેક લોકો મળ્યા, જે દારૂ પીતા રહેતા હતા. પણ પોતાના ઈન્ટરવ્યૂમાં મોટાભાગના દારૂડિયા વારંવાર આધ્યાત્મિકતાનો ઉલ્લેખ કરતા રહ્યા. પછી ઈ.સ.2005માં કેલિફોર્નિયા યુનિવર્સિટી, બર્કલે, બ્રાઉન યુનિવર્સિટી અને ધ નેશનલ ઈન્સ્ટિટ્યૂટ ઑફ હેલ્થે અંદરોઅંદર સંમત થઈને એક નવો પ્રયોગ શરૂ કર્યો. તેમના વૈજ્ઞાનિકોની એક ટુકડી સંશોધન માટે દારૂડિયાઓનો ઈન્ટરવ્યૂ લેવા માંડી. આમાં તે દારૂડિયાઓ સાથે બધા પ્રકારના ધાર્મિક અને આધ્યાત્મિક વિષયો પર વાતચીત કરતા હતા. તે પછી સંશોધકોએ આ ઈન્ટરવ્યૂનો અભ્યાસ પણ કર્યો જેથી તે એ જાણી શકે કે દારૂનું સેવન ન કરવું અને ધાર્મિક માન્યતાઓમાં કોઈ પારસ્પરિક સંબંધ છે કે નહીં.

આ અભ્યાસમાં સંશોધકોને એક પેટર્ન દેખાઈ. તેમણે જોયું કે માત્ર નવી ક્રિયા દ્વારા આદત પરિવર્તન કરનારા દારૂડિયાઓમાંથી મોટાભાગના લોકો તણાવપૂર્ણ પરિસ્થિતિમાં આવતાં જ ફરીથી દારૂ પીવા માંડે છે.

પણ બ્રુકલિન નિવાસી જોનની જેમ જે લોકો પોતાને દિવ્ય શક્તિ પ્રત્યે સમર્પિત કરી દેતા હતા, જેમને વિશ્વાસ હતો કે સંસારમાં દિવ્ય શક્તિનું અસ્તિત્વ હોય છે, તે હંમેશા જીવનના તણાવોનો સામનો કરવામાં સફળ થઈ જતા હતા અને આ માટે તેમને દારૂની મદદ લેવી પડતી નહોતી.

સંશોધકોએ જોયું કે અહીં વાસ્તવમાં વાત ઈશ્વરની નહીં બલકે વિશ્વાસની હતી. જ્યારે આ લોકો વિશ્વાસ કરવા માંડતા, તો આ તેમના જીવનના દરેક પાસા પર કામ કરવા માંડતું. તેનાથી તેમનો વિશ્વાસ એટલો દૃઢ થઈ જતો કે તે ખરેખર પોતાને બદલી શકે છે. વિશ્વાસ એ તત્ત્વ છે, જેની મદદથી આદતના ફંદામાં સામેલ કરવામાં આવેલી નવી ક્રિયાઓ, નવી આદતમાં રૂપાંતરિત થઈને મનુષ્યનો સ્વભાવ બની જાય છે.

યુનિવર્સિટી ઑફ ન્યૂ મેક્સિકોના સંશોધક ટોનીગનનું કહેવું છે કે, 'આદતો વિશે દરરોજ નવી-નવી વાતો આગળ આવી રહી છે. એક વર્ષ પહેલા કદાચ હું તમને આ કહી શક્યો ન હોત, પણ હવે એવું લાગે છે કે વિશ્વાસ એક મહત્ત્વપૂર્ણ કડી છે. એ જરૂરી નથી કે તમને ઈશ્વરના અસ્તિત્વમાં જ વિશ્વાસ હોય. જરૂરી તો બસ એ જ છે કે તમને વિશ્વાસ હોય કે એક દિવસ બધું જ સારું થઈ જશે અને જે પણ થશે, સારું જ થશે.'

'જ્યારે કોઈ દારૂડિયાને દારૂ છોડવા માટે નવી ક્રિયાઓ શીખવવામાં આવે છે, તો એ ક્રિયાઓમાંથી દારૂ પીવાના કારણનો અંત આવતો નથી. એ પછી પણ દારૂડિયાને પોતાના જીવનમાં ક્યારેક ને ક્યારેક ખરાબ સમયનો સામનો કરવો પડે છે. આ સ્થિતિમાં કોઈપણ પ્રકારની નવી ક્રિયા તેને એ ભરોસો અપાવી શકતી નથી કે બધું જ બરાબર થઈ જશે. વાસ્તવમાં પરિવર્તન તો ત્યારે આવે છે જ્યારે દારૂડિયાને પૂર્ણ વિશ્વાસ હોય કે દારૂ વિના પણ તે ખરાબ સમયનો સામનો કરી શકે છે.'

એલ્કોહલ એનોનમસની બાર પગલાંની યોજનાનું મુખ્ય તત્ત્વ વિશ્વાસ જ છે. આ સંગઠનની મીટિંગ્સમાં વારંવાર પોતાનો વિશ્વાસ ટકાવી રાખવા પર ભાર મૂકવામાં આવે છે. એલ્કોહલ એનોનમસ લોકોને પોતાની યોજના પર અને પોતાના પર વિશ્વાસ મૂકવાનું પ્રશિક્ષણ આપે છે. અહીં લોકોને એ પ્રશિક્ષણ આપવામાં આવે છે કે જ્યાં સુધી બધું વાસ્તવમાં બરાબર ન થઈ જાય ત્યાં સુધી તે વિશ્વાસ રાખે કે આજે નહીં તો કાલે, બધું બરાબર થઈ જશે.

'એલ્કોહલ રિસર્ચ ગ્રુપના વરિષ્ઠ વૈજ્ઞાનિક લી એન.કૈસ્કુટસ કહે છે, 'એક સમય

એવો આવે છે જ્યારે એલ્કોહલ એનોનમસની મીટિંગ્સમાં જનારી વ્યક્તિ પોતાની ચારેય તરફ બેઠેલા લોકોને જોઈને વિચારે છે કે જો આ બધા લોકો દારૂ છોડી શકે છે, તો ભલા હું શા માટે ન છોડી શકું ? લોકોના સમૂહમાં બેસીને પોતાના અનુભવ વહેંચવાની પ્રક્રિયામાં અનોખી શક્તિ હોય છે. એકલી વ્યક્તિ વિપરીત પરિસ્થિતિઓમાં પોતાના પર વિશ્વાસ રાખવામાં નિષ્ફળ નીવડી શકે છે, પણ જ્યારે તે એક સમૂહનો ભાગ હોય છે, તો વિશ્વાસ રાખવાનું સરળ થઈ જાય છે. એક સમૂહ મળીને કોઈપણ એકલી વ્યક્તિની ખોટી ધારણાઓ અને માન્યતાઓનો અંત લાવી શકે છે. સમૂહથી વિશ્વાસ પેદા થાય છે.'

એ દિવસે એલ્કોહલ એનોનમસની મીટિંગ પૂરી થયા પછી જ્યારે જોન ત્યાંથી નીકળી રહ્યો હતો, ત્યારે મેં તેને પૂછ્યું, 'તું પહેલા પણ એલ્કોહલ એનોનમસનો સભ્ય રહી ચૂક્યો છે, પણ છતાં પણ તે ફરીથી દારૂ પીવાનું શરૂ કરી દીધું હતું. પણ બીજી વાર અહીં પાછા ફર્યા પછી એવં શું થયું, જે તું પોતાની લત પર કાબૂ મેળવવામાં સફળ થઈ ગયો ?' આ સવાલના જવાબમાં તેણે મને જણાવ્યું, 'ટ્રક સાથે અથડાવવાની એ દુર્ઘટના પછી હું ફરીથી અહીં મીટિંગ્સમાં આવવા માંડ્યો. એક દિવસ મીટિંગ પૂરી થયા પછી ખુરશીઓ સમેટીને મૂકવા માટે તેમને કેટલાક લોકોની મદદની જરૂર પડી. મેં મદદ કરવા માટે હાથ ઉપાડ્યો. આ કોઈ મોટું કામ નહોતું અને માત્ર પાંચ મિનિટમાં જ બધી ખુરશીઓને સમેટીને એક ખૂણામાં મૂકી દેવામાં આવી. પણ એ પાંચ મિનિટમાં હું માત્ર મારા વિશે જ નહોતો વિચારતો બલકે કંઈક એવું કરી રહ્યો હતો, જે બીજા માટે મહત્ત્વપૂર્ણ હતું. આનાથી મને એક પ્રકારની ખુશી મળી. મને લાગે છે કે આ ભાવના જ મને એક નવા માર્ગ પર લઈ આવી.'

'પહેલી વાર મીટિંગમાં આવતી વખતે હું આના માટે પૂર્ણપણે તૈયાર નહોતો. પણ મીટિંગમાં સામેલ થયા પછી જ્યારે હું ઘરે પાછો ફર્યો તો હું વિશ્વાસ મૂકવા માટે તૈયાર હતો.'

5

ડંગીને બુકોનીર્સના કોચના પદથી બરખાસ્ત થયે એક અઠવાડિયું વીતી ચૂક્યું હતું. એક દિવસ તેમને પોતાના ફોનની આંસરિંગ મશીન પર લગભગ પંદર મિનિટ લાંબો એક મેસેજ મળ્યો. આ મેસેજ ઈંડિયાનાપેલિસ કોલ્ટ્સ ટીમના માલિકનો હતો. તેમની ટીમની પાસે પેયટોર્ન મૈનીંગ નામનો ખેલાડી હતો, જે એન.એફ.એલ.નો સર્વશ્રેષ્ઠ કાર્ટરબૈક માનવામાં આવતો હતો, તેમ છતાં તે વર્ષે કોલ્ટ્સ ટીમનો દેખાવ ખૂબ જ ખરાબ રહ્યો હતો. ટીમના માલિકે ડંગીને કહ્યું કે 'તે વારંવાર હારનો સામનો કરીને થાકી ચૂક્યો છે અને હવે તેને ડંગીની મદદ જોઈએ છે.' ડંગી ઈંડિયાનાપેલિસ પહોંચી ગયા અને કોલ્ટ્સ ટીમના મુખ્ય કોચનું પદ સંભાળી લીધું.

ડંગીએ ત્યાં જઈને પણ એ જ મૂળભૂત યોજનાને લાગુ કરી. તેમણે કોલ્ટ્સ ટીમના ખેલાડીઓને તેમના જૂના ઈશારાઓની મદદથી નવી ક્રિયાઓને આદત બનાવવા માટે પ્રશિક્ષિત કર્યા. આ પછી પહેલા રમત-સત્રમાં કોલ્ટ્સે 10-6થી જીત હાંસલ કરી અને ટીમને પ્લે-ઑફ માટે પસંદ કરવામાં આવી. તેના પછીના સત્રમાં તે 12-4થી જીત્યા, પણ માત્ર એક રમતના કારણે સુપર-બોલમાં પ્રવેશ મેળવી શક્યા નહીં. ડંગી એકવાર ફરીથી પ્રસિદ્ધ થવા માંડ્યા. દેશભરના અખબારો અને ટી.વી.ચેનલોમાં તેમની ચર્ચા થવા માંડી. ડંગીની પ્રસિદ્ધિનો આલમ એ હતો કે દેશના ખૂણા-ખૂણામાંથી લોકો એ જ ચર્ચમાં પ્રાર્થના માટે આવવા લાગ્યા, જેમાં ડંગી પ્રાર્થના કરતા હતા. ડંગીના દીકરા પણ કોલ્ટ્સના લૉકર રૂમ અને મેદાનના કિનારે અવાર-નવાર દેખાતા રહેતા હતા. વર્ષ 2005માં ડંગીના મોટા દીકરા જેમીએ લોરિડાના એક કોલેજમાં પ્રવેશ લીધો.

જો કે ડંગીને સફળતા તો મળી રહી હતી, પણ જૂની સમસ્યા એની એ જ હતી. કોલ્ટ્સ ટીમે આખી રમત-સત્રમાં શિસ્ત જાળવી રાખી અને સારી રમતનું પ્રદર્શન કર્યું, પણ પ્લે-ઑફનો સમય આવતાં જ તેમના પર તણાવ હાવી થઈ ગયો અને તે ડંગી દ્વારા શીખવેલી આદતોને અચાનક ભૂલી ગયા.

ડંગીના અનુસાર, 'વ્યવસાયી ફૂટબોલમાં સફળ થવા માટે સૌથી જરૂરી બાબત વિશ્વાસ છે. કોલ્ટ્સ ટીમ વિશ્વાસ જાળવી રાખવા તો ઈચ્છતી હતી, પણ જ્યારે તણાવ વધી જતો તો તેના ખેલાડી ફરીથી પોતાની જૂની આદતોની તરફ વળી જતા હતા.'

કોલ્ટ્સે વર્ષ 2005ના નિયમિત રમત-સત્રના 12 મેચોમાં જીત હાંસલ કરી અને 2 મેચોમાં તેમને હારનો સામનો કરવો પડ્યો. કોલ્ટ્સના ઈતિહાસમાં આ તેમનું સૌથી સારું વર્ષ રહ્યું.

પછી એક કમનસીબ ઘટના ઘડી.

ક્રિસમિસના ત્રણ દિવસ પહેલા મોડી રાત્રે ટોની ડંગીના ઘરનો ફોન વાગ્યો. તેમની પત્નીને લાગ્યું કે કદાચ ટીમના કોઈ ખેલાડીનો ફોન હશે. તેથી તેમણે ફોન ઉઠાવીને ડંગીના હાથમાં પકડાવી દીધો. પણ ફોન કોઈ ખેલાડીનો નહીં બલકે એક હોસ્પિટલની નર્સનો હતો. એ નર્સે ડંગીને જણાવ્યું કે, 'તમારા દીકરા જેમીને આજે સાંજે હોસ્પિટલમાં લાવવામાં આવ્યો હતો. તેની ગરદન પર ઊંડા નિશાન હતા. જેમીની ગર્લફ્રેન્ડને તે પોતાના એપાર્ટમેન્ટમાં બેલ્ટના સહારે છતને લટકેલો મળ્યો. તેને તરત જ હોસ્પિટલમાં લઈ જવામાં આવ્યો, જ્યાં તેને બચાવવાના બધા જ પ્રયત્નો નિષ્ફળ રહ્યા અને તેનું મૃત્યુ થઈ ગયું.'

ડંગીનો દીકરો જેમી મરી ચૂક્યો હતો.

ક્રિસમસના દિવસે પાદરી ડંગીના ઘરે આવ્યા. તેમણે જણાવ્યું કે 'તમારા બધાની

જિંદગી હવે પહેલા જેવી ક્યારેય નહીં થઈ શકે. પણ અત્યારે તમે જે પણ અનુભવ કરી રહ્યા છો, તે સમયની સાથે પસાર થઈ જશે.'

આ ઘટનાથી ડંગી અને તેમના પરિવારને ઊંડો આઘાત લાગ્યો હતો. હવે ડંગીને માનસિક રીતે આ સ્થિતિમાંથી બહાર નીકળવા માટે બીજે ક્યાંક મન લગાવવાની જરૂર હતી. તેમની પત્ની અને ટીમના ખેલાડીઓએ તેમને કામ પર પાછા ફરવા માટે પ્રોત્સાહિત કર્યા. દીકરાના ક્રિયાકર્મના થોડાક જ દિવસો પછી ડંગી એકવાર ફરી મેદાન પર પાછા ફર્યા. આગળ જતાં તેમણે પોતાના પુસ્તકમાં લખ્યું, 'તે બધાના પ્રેમ અને સહારાએ મને ભાવવિભોર કરી દીધો. જ્યારે પણ મુશ્કેલ સમય આવ્યો, એક ટીમ તરીકે અમે બધાએ એક-બીજાને સહારો આપ્યો. એ સમયે મને એ બધાના સહારાની સૌથી વધારે જરૂર હતી.'

એ વર્ષે તેમની ટીમ પહેલા પ્લે-ઑફ મેચમાં હારી ગઈ અને એ રમત-સત્રમાંથી બહાર થઈ ગઈ. એ ગાળામાં ટીમનો એક ભાગ રહી ચૂકેલા એક ખેલાડીએ મને જણાવ્યું કે 'ડંગીને એ કમનસીબ ઘટનામાંથી પસાર થતા જોઈ અમારા બધાની અંદર જાણે કશુંક બદલાઈ ગયું હતું. આ દુઃખદાયી સમયમાં અમે બધા જ કોઈ ને કોઈ રીતે અમારા કોચની મદદ કરવા ઈચ્છતા હતા.'

એમ કહેવું ખોટું હશે કે એક યુવાન દીકરાના મોતથી ફૂટબોલની રમત પર નકારાત્મક અસર પડી શકે છે. જો કે ડંગી હંમેશા કહેતા હતા કે તેમના માટે તેમના પરિવાર કરતાં વધારે મહત્ત્વપૂર્ણ બીજું કશું જ નથી, પણ કોલ્ટ્સના ખેલાડી જણાવે છે કે જેમીના મોત પછી જ્યારે તે આગળના રમત-સત્રની તૈયારી કરી રહ્યા હતા, તો એક મોટું પરિવર્તન આવ્યું. ફૂટબોલ કેવી રીતે રમવામાં આવે, હવે તેના વિશે ડંગીની પાસે એક અલગ જ પ્રકારનો દૃષ્ટિકોણ હતો. ટીમે પોતાને પૂર્ણપણે ડંગીના હવાલે કરી દીધી અને આખરે ખેલાડીઓમાં વિશ્વાસ વધી ગયો.

નામ ન લખવાની શરતે કેટલાક ખેલાડી એ સમય વિશે વાત કરવા માટે તૈયાર થઈ ગયા. તેમાંથી એકે જણાવ્યું કે 'એ સમયે રમત-સત્ર દરમિયાન મારા મગજમાં હંમેશા સેલરી અને કોન્ટ્રાક્ટના વિચાર આવ્યા કરતા હતા, પણ જ્યારે કોચ ડંગી પોતાના દીકરાના ક્રિયાકર્મ કરી મેદાન પર પાછા ફર્યા ત્યારે તેમનું દુઃખ ઓછું કરવા માટે હું બધું જ કરવા માટે તૈયાર હતો. મેં પોતાની જાતને પૂર્ણપણે તેમને હવાલે કરી દીધી.'

એક અન્ય ખેલાડીએ જણાવ્યું કે 'કેટલાક લોકોને બીજાને ભેટવું ગમે છે પણ હું એ લોકો પૈકીનો નથી. હું તો છેલ્લા દસ વર્ષોમાં ક્યારેય મારા દીકરાઓને પણ ભેટ્યો નથી. પણ જ્યારે કોચ ડંગી પાછા આવ્યા તો હું ઘણા સમય સુધી ભેટી રહ્યો. હું બસ તેમને એ અનુભૂતિ કરાવવા ઈચ્છતો હતો કે આ દુઃખના સમયે તે એકલા નથી, અમે બધા તેમની સાથે છીએ.'

જેમીના મૃત્યુ પછી ટીમની રમવાની રીતમાં પરિવર્તન આવ્યું. હવે ટીમના ખેલાડી

ડંગીની યોજના પર પૂર્ણપણે ભરોસો કરવા માંડ્યા. મેદાન પર અભ્યાસ કરવાથી માંડીને ઈ.સ.2006નું રમત-સત્ર શરૂ થવા સુધી ટીમ કોલ્ટ્સે દરેક મેચ ખૂબ જ ધ્યાન આપીને અને શિસ્તબદ્ધ રીતે રમી.

એક અન્ય ખેલાડીએ કહ્યું, 'ફૂટબોલની મોટાભાગની ટીમો અસલમાં ટીમ જેવી નથી હોતી. તેમનામાં સમૂહ-ભાવના નથી હોતી. તે બસ એક-બીજાની સાથે કામ કરી રહ્યા હોય છે. પણ એ વર્ષે અમે એક અસલી ટીમ બન્યા, જે ખરેખર અદ્‌ભુત અનુભવ હતો. કોચે જાણે એક ચિનગારી લગાવી હતી, પણ તે માત્ર તેમના સુધી જ સીમિત નહોતી. તેમના પાછા આવ્યા પછી એવું લાગતું હતું કે જાણે અમે બધા એક-બીજા પર વિશ્વાસ કરવા માંડ્યા છીએ. એવું લાગતું હતું જાણે હવે અમે એકસાથે રમવાનું શીખી ચૂક્યા છીએ.'

કોલ્ટ્સ ટીમને પોતાની જીતવાની કાબેલિયત પર અને ડંગીની યોજનાઓ પર વિશ્વાસ ત્યારે થયો, જ્યારે એક કમનસીબ ઘટના બની. પણ આવો વિશ્વાસ ઘણીવાર કોઈ કમનસીબ ઘટના વિના પણ પેદા થઈ શકે છે.

વર્ષ 1994માં હાર્વર્ડ યુનિવર્સિટીમાં એક સંશોધન કરવામાં આવ્યું. આમાં એવા લોકોનો અભ્યાસ કરવામાં આવ્યો હતો, જે પોતાના જીવનને પૂર્ણપણે બદલવામાં સક્ષમ હતા. સંશોધકોએ જોયું કે આમાંથી કેટલાક લોકો એવા હતા, જેમણે કોઈ કમનસીબ ઘટના પછી પોતાની આદતોને સંપૂર્ણપણે બદલી નાખી અને એક નવા રૂપમાં લોકોની સામે આવ્યા. સામાન્ય રીતે તેમાં છૂટાછેડા કે કોઈ જીવલેણ બિમારી થવા જેવી ઘટનાઓ સામેલ હતી. કેટલાક લોકોએ પોતાના કોઈ નજીકના મિત્ર કે સંબંધીને કોઈ કમનસીબ ઘટનામાંથી પસાર થતાં જોઈ આ ફેરફાર કર્યો હતો. જેમ કે કોલ્ટ્સના ખેલાડીઓએ ડંગીને જોઈને પોતાને બદલી નાખ્યા.

જો કે અનેક લોકો કોઈ કમનસીબ ઘટના વિના જ પોતાની અંદર મોટા અને શ્રેષ્ઠ પરિવર્તન લાવવામાં સફળ થયા છે. આ લોકો સ્વયંને બદલવામાં એટલા માટે સફળ થઈ શક્યા કારણ કે તે આવા કોઈ ને કોઈ સમૂહનો ભાગ હતા, જે સ્વયંને બદલવું સરળ બનાવી દે છે. સંશોધકો સાથે વાતચીત દરમિયાન એક મહિલાએ જણાવ્યું કે તેની જિંદગી ત્યારે બદલાઈ ગઈ, જ્યારે તેને એક મનોવિજ્ઞાનના વર્ગમાં જવાની તક મળી. ત્યાં તેને કેટલાક શ્રેષ્ઠ લોકો મળ્યા. એ સમૂહનો ભાગ બન્યા પછી તેના માટે પોતાની જાતને બદલવી ખૂબ સરળ બની ગયું. એક મહિલાના અનુસાર, 'એ સમૂહે ખરેખર મારા માટે સંભાવનાઓનો દરવાજો ખોલી નાખ્યો. હવે હું જૂની વાતોને વધારે સહન કરી શકતી નહોતી, હવે હું પૂર્ણપણે બદલાઈ ચૂકી હતી.' એક અન્ય વ્યક્તિએ જણાવ્યું કે 'હું ખૂબ શરમાળ સ્વભાવનો હતો. પણ મને એવા મિત્ર મળ્યા, જેમની સામે પણ હું પોતાનામાં પરિવર્તન લાવવાનો પ્રયત્ન કરી શકતો હતો. તે મારું આકલન કરતા હતા પણ મને નીચો દેખાડતા નહોતા. પહેલા હું જ્યારે ક્યાંય બહાર જતો ત્યારે આત્મવિશ્વાસથી ભર્યો હોવાનું નાટક કરતો હતો

પણ અંદરથી મને એવું લાગતું, જાણે મારી અંદર જરાપણ આત્મવિશ્વાસ નથી. પણ મારા દોસ્તોના સમૂહની સાથે અભ્યાસ કરી હવે હું ખરેખર આત્મવિશ્વાસથી ભરપૂર હોવાનું અનુભવું છું. હવે મારે નાટક નથી કરવું પડતું.'

જ્યારે લોકો કોઈ એવા સમૂહનો ભાગ બની જાય છે, જ્યાં પરિવર્તન શક્ય લાગે છે તો તેમની અંદર પરિવર્તનની સાચી આશા પેદા થઈ જાય છે. એવું કંઈ જરૂરી નથી કે પોતાનામાં મૂળભૂત પરિવર્તન લાવનારા લોકોના જીવનમાં કોઈ ને કોઈ જિંદગી બદલી નાખનારી ઘટના બની હોય. ઘણીવાર સમૂહના માધ્યમથી વ્યક્તિની અંદર પરિવર્તન લાવવાનો વિશ્વાસ જગાવી શકાય છે અને ઘણીવાર એવું પણ બની શકે છે કે આ સમૂહ માત્ર બે લોકોની જ એક જોડી હોય.

એક મહિલાએ સંશોધકોને જણાવ્યું, 'મારું જીવન શૌચાલય સાફ કરવાના કામે બદલ્યું.' તમે જાણવા ઈચ્છશો કે આ કેવી રીતે શક્ય બન્યું ? કારણ કે તે પોતાના આ કામ દરમિયાન ઘણા અઠવાડિયાઓ સુધી પોતાના સહકર્મીઓની સાથે એ વિષય પર ચર્ચા કરી શકી કે તેણે પોતાના પતિને છૂટાછેડા આપવા જોઈએ કે નહીં.

આ અભ્યાસ સાથે જોડાયેલા એક મનોવિજ્ઞાની ટોમ હેથરટન કહે છે, 'પરિવર્તન ત્યારે જ શક્ય બને છે, જ્યારે આપણે બીજાની આંખોમાં તેની ઝલક જોઈ લઈએ છીએ કારણ કે ત્યારે આપણને એ વિશ્વાસ થઈ જાય છે કે પરિવર્તન શક્ય છે.'

આપણે એ નથી જાણતા કે વિશ્વાસ કેવી રીતે કામ કરે છે. એ કોઈ જણાવી શકતું નથી કે એ મહિલાને મનોવિજ્ઞાનના વર્ગમાં મળેલા સમૂહે અલગ દૃષ્ટિકોણ કેવી રીતે આપ્યો કે ડંગીના દીકરાના મૃત્યુ પછી કોલ્ટ્સની ટીમ અચાનક એકજૂથ થઈને કેવી રીતે રમવા માંડી. અનેક લોકો પોતાના દોસ્તોને પોતાના દુઃખી લગ્ન જીવન વિશે વાતચીત કરે છે, પણ તે બધા છૂટાછેડા લેતા નથી. આવી કેટલીયે ટીમો હશે જેમણે પોતાના કોચને કોઈ દુઃખદાયક સમયમાંથી પસાર થતા જોયા હશે પણ દરેક ટીમમાં પરિવર્તન આવતું નથી.

પણ આપણે એ જાણીએ છીએ કે લોકોએ એ વાત પર વિશ્વાસ કરવો જોઈએ કે પરિવર્તન શક્ય છે, ત્યારે તે આદતોને પરિવર્તિત કરવામાં સફળ થઈ શકે છે. એલ્કોહલ એનોનમસ જેવા સમૂહ વ્યક્તિને આ જ વિશ્વાસ રાખવાનું શીખવે છે. અહીં લોકો એકસાથે એકઠા થઈને એક-બીજાની મદદ કરે છે. આ એ જ પ્રક્રિયા છે, જેણે એલ્કોહલ એનોનમસને આટલું સફળ સંગઠન બનાવ્યું છે. કારણ કે સમૂહમાં રહેવાથી વિશ્વાસ કરવાનું સરળ થઈ જાય છે.

જેમીના મૃત્યુના દસ મહિના પછી ઈ.સ.2006માં ફૂટબોલનું સત્ર શરૂ થયું. તેમાં કોલ્ટ્સનો દેખાવ અદ્વિતીય રહ્યો. તેમણે નવ મેચ જીતીને 12-4ના સ્કોરની સાથે આ સત્રનું સમાપન કર્યું. આ જ સત્રમાં તેમણે પોતાનો પહેલો પ્લે-ઑફ જીત્યો અને બોલ્ટીમોર રેવન્સની

ટીમને હરાવીને ડિવિઝનલનો ખિતાબ પણ જીત્યો. હવે તે કોન્ફ્રેંસ ચેમ્પિયનશીપ રમી રહ્યા હતા અને એ સુપર-બોલથી બસ એક પગલું દૂર હતા, જેમાં ડંગીને આઠ વાર માત્ર નિષ્ફળતા મળી હતી.

આ મેચ 21 જાન્યુઆરી 2007ના રોજ થઈ. વિપક્ષી ટીમે આના કરતાં પહેલા પણ બે વાર કોલ્ટ્સને હરાવીને તેમનું સુપર બોલમાં સ્થાન બનાવવાનું સ્વપ્ન નેસ્તનાબૂદ કર્યું હતું. આ ટીમ હતી, ન્યૂ ઈંગ્લેન્ડ પેટ્રીઓટ્સ.

જો કે કોલ્ટ્સે રમતની શરૂઆત દમદાર રીતે કરી, પણ પહેલો હાફ-ટાઈમ આવતા-આવતા ટીમના રૂપમાં તેમનું પ્રદર્શન ફરી એકવાર નબળું પડવા માંડ્યું. મોટાભાગના ખેલાડી કાં તો ભૂલ કરવાની ચિંતાથી ગ્રસ્ત હતા કાં તો સુપર-બોલમાં જવા અંગે એટલા ઉત્સાહી થઈ ગયા હતા કે રમત પર ધ્યાન કેન્દ્રિત કરી શકતા નહોતા. તે પોતાની આદતો પર નિર્ભર રહેવાને બદલે દરેક બાબત પહેલા વિચાર કરવા માંડ્યા. બોલને સારી રીતે ન રમી શકવાનું પરિણામ ટર્નઓવરના રૂપમાં આગળ આવ્યું. એકવાર જ્યારે પેટર્ન મૈનિંગ નામના ખેલાડીએ બોલને આગળ પાસ કર્યો, તો વિપક્ષી ટીમના ખેલાડીએ તેને તરત અટકાવી દીધો અને બોલને ટચડાઉન માટે પાછો લઈ આવ્યો. વિપક્ષી ટીમનો સ્કોર વધી રહ્યો હતો અને તે 21-3થી આગળ ચાલી રહ્યા હતા. એન.એફ.એલના આજ સુધીના ઈતિહાસમાં કોઈપણ ટીમ કોઈ મેચમાં આટલા પાછળ રહી ગયા પછી ઉલટફેર કરવામાં સફળ થઈ નહોતી. દરેકને ડંગીની ટીમની એક બીજી હાર સ્પષ્ટ દેખાતી હતી.

ત્યારે જ હાફ-ટાઈમ થયો અને લૉકર-રૂમમાં બેઠેલા કોલ્ટ્સના ખેલાડીઓએ ડંગીને એક જગ્યાએ એકઠા થવાનો નિર્દેશ આપ્યો. તેમણે ઓરડાનો દરવાજો બંધ કરી દીધો, તેમ છતાં સ્ટેડિયમમાં બેઠેલા દર્શકોનો અવાજ અંદર સુધી સંભળાતો હતો. ઓરડામાં બધા ખેલાડીઓ ચૂપચાપ બેઠા હતા. ડંગીએ પોતાના ખેલાડીઓની તરફ જોયું.

'તમારે બધાએ વિશ્વાસ રાખવો પડશે,' તેમણે ખેલાડીઓનો જોશ વધારતા કહ્યું.

'અમે બધા 2003માં પણ આ સ્થિતિનો સામનો કરી ચૂક્યા છીએ. ત્યાં સુધી કે વિપક્ષી ટીમ પણ એ જ છે. ત્યારે પણ અમે માત્ર એક યાર્ડને કારણે જીત હાંસલ કરવાનું ચૂકી ગયા હતા. માત્ર એક યાર્ડથી. પણ આ વખતે નહીં. કમર કસી લો કારણ કે આ વખતે બાજી માત્ર અમારી હશે. હવે જીતનો સ્વાદ ચાખવાનો વારો અમારો છે.'

હાફ-ટાઈમ સમાપ્ત થતાં જ કોલ્ટ્સ ટીમના બધા ખેલાડીઓ ઓરડામાંથી બહાર આવ્યા અને તેમણે મેદાન પર પોતાના જૌહર દેખાડવાનું શરૂ કરી દીધું. આ વખતે તેમણે ડંગીની શીખવેલી એ જ તકનીક અપનાવી, જે તેમને આ ઊંચાઈ સુધી લઈ આવી હતી. તે ફરીથી

પોતાની આદતો પર નિર્ભર થઈ ગયા અને ઈશારાઓ પર ધ્યાન કેન્દ્રિત કરીને રમવા માંડ્યા. તે પૂરી સાવધાનીની સાથે એકવાર ફરી એ જ ક્રિયાઓ કરવા માંડ્યા, જેનો અભ્યાસ તે પાછલા પાંચ વર્ષોમાં ઘણીવાર કરી ચૂક્યા હતા. આ ક્રિયાઓ કરવી હવે તેમની આદત બની ચૂકી હતી. વિપક્ષી ટીમના ખેલાડી મેદાન પર 14 પ્લે અને 66 યાર્ડ દૂર, ઓપનિંગ ડ્રાઈવ પર હતા. તેમણે ટચડાઉન સ્કોર કર્યો. આ પછી એકવાર ફરી બોલ તેમની પાસે આવ્યો અને પછીની ત્રણ મિનિટોમાં તેમણે ફરીથી સ્કોર કર્યો.

ચોથું ક્વાર્ટર પૂરું થતા-થતા કોલ્ટ્સે ઘણા પોઈન્ટસ સ્કોર કર્યા અને હવે તે વિપક્ષી ટીમ જેટલા થઈ ગયા. હવે રમતમાં માત્ર 3.49 મિનિટ બાકી હતી. ત્યારે જ પેટ્રીઓટ્સે ફરી સ્કોર કર્યો અને હવે ડંગીની ટીમ 34-31થી પાછળ થઈ ગઈ. કોલ્ટ્સે બોલ પોતાના કબજામાં લઈ લીધો અને મેદાનની બીજી તરફ જવા માંડ્યા. તે માત્ર 19 સેકન્ડમાં જ મેદાન પાર કરી બીજા છેડા પર ચાલ્યા ગયા. હવે મેચમાં પહેલી વાર કોલ્ટ્સ 38-34થી આગળ હતા. ઘડિયાળમાં માત્ર આઠ સેકન્ડ બાકી હતી. જો ડંગીની ટીમે પેટ્રીઓટ્સને ટચડાઉન સ્કોર કરતાં અટકાવી લીધા તો કોલ્ટ્સ આ મેચ જીતી શકતા હતા.

ફૂટબોલમાં આઠ સેકન્ડનો સમય એક જન્મ જેટલો હોય છે.

પેટ્રીઓટ્સની કાર્ટરબૈક ટોમ બ્રેડીએ આનાથી પહેલા અનેક મેચોમાં આના કરતાં પણ ઓછા સમયમાં ટચડાઉન સ્કોર કર્યા હતા. તેથી રમત ફરીથી શરૂ થતાં જ્યારે બ્રેડીએ તરત બોલને પોતાના કબજામાં લઈને અડધું મેદાન પાર કરી લીધું, તો કોઈને આશ્ચર્ય ન થયું. હવે માત્ર 17 સેકન્ડ બાકી હતી અને પેટ્રીઓટ્સ ટચડાઉન માટે બિલકુલ તૈયાર હતા. એકવાર ફરી તેમની જીત નિશ્ચિત થતી દેખાતી હતી અને ડંગીની ટીમ એકવાર ફરી પરાજયની તરફ આગળ વધી રહી હતી. આ મેચ જીતીને પેટ્રીઓટ્સ એકવાર ફરી કોલ્ટ્સનું સુપર બોલમાં સ્થાન બનાવવાનું સપનું ચકનાચૂર કરવાના હતા.

જેવા પેટ્રીઓટ્સ સ્ક્રીમેજ લાઈન પર પહોંચ્યા, કોલ્ટ્સની ડિફેન્સ લાઈનના ખેલાડીઓએ પોતાનું સ્થાન લઈ લીધું. કોલ્ટ્સનો કોર્નરબૈક મૈર્લિન જૈકસન લાઈનથી દસ યાર્ડ પાછળ ઊભો હતો. તેણે ઈશારાઓ પર ધ્યાન કેન્દ્રિત કર્યું અને ધ્યાન આપ્યું કે પેટ્રીઓટ્સના લાઈનમેન એક-બીજાથી કેટલા અંતરે ઊભા છે અને પાછળ દોડનારો ખેલાડી કેટલો વળેલો છે. આ બંને ઈશારાઓથી જૈકસનને પેટ્રીઓટ્સની આગળની ચાલની ખબર પડી ગઈ. પેટ્રીઓટ્સનો કાર્ટરબૈક ટોમ બ્રૈડી બોલ આગળ આપવા માટે પાછળની તરફ ઝૂક્યો, પણ તે બોલ સુધી પહોંચી શકે તે પહેલા જ જૈકસન નવા સ્થાન પર પહોંચી ચૂક્યો હતો. બ્રૈડીએ પોતાનો હાથ ઉઠાવ્યો અને બોલ ફેંક્યો. તેણે તે બોલ પેટ્રીઓટ્સના રિસીવર તરફ ફેંક્યો. તે એનાથી વીસ યાર્ડ દૂર મેદાનની વચ્ચે ઊભો હતો અને તેની આસપાસ વિપક્ષી ટીમનો એકપણ ખેલાડી નહોતો. જો રિસીવર બોલ પકડી લેતો તો તે સરળતાથી બીજા છેડા સુધી પહોંચી શકે તેમ હતો અથવા ટચડાઉન

પણ સ્કોર કરી શકતો હતો. બોલ હવામાં ઉછળ્યો પણ કોલ્ટ્સનો કાર્ટરબૈક જૈકસન એના પહેલાં જ ઈશારા અનુસાર પોતાની આદત પ્રમાણે આગળ વધી ચૂક્યો હતો. રિસીવરની ડાબી બાજુમાંથી પસાર થતો બોલ તેના સુધી પહોંચવાના એક ક્ષણ પહેલા જ તેણે ત્યાં પહોંચીને બોલ પોતાના કબજામાં લઈ લીધો. તે આગળ દોડ્યો અને મેદાન પર લપસ્યો. આ આખો સમય તેણે બોલને કસીને પોતાની છાતી સાથે લગાવી રાખ્યો હતો. આ બધું માત્ર છેલ્લી પાંચ સેકન્ડમાં થયું હતું અને એના પછી મેચનો સમય સમાપ્ત થઈ ગયો. ડંગીની ટીમ મેચ જીતી ચૂકી હતી.

આના બે અઠવાડિયાં પછી તે સુપર-બોલ પણ જીતી ગયા. કોલ્ટ્સ આખરે ચેમ્પિયન કેવી રીતે બન્યા તેનું સ્પષ્ટીકરણ આપવા માટે ડઝનબંધ કારણ આપી શકાય તેમ છે. જેમ કે એ વર્ષે કિસ્મત તેમની સાથે હતી અથવા કદાચ તેમનો સમય સારો ચાલી રહ્યો હતો વગેરે. પણ ડંગીના ખેલાડી જણાવે છે કે તેમના ચેમ્પિયન બનવાનું કારણ હતું કે તે વિશ્વાસ મૂકવાનું શીખી ગયા હતા. આ વિશ્વાસના કારણે મુશ્કેલ સમયમાં પણ ડંગીના ખેલાડી પોતાની ક્રિયાઓ અને આદતો પર જ નિર્ભર રહ્યા.

મેચ પછી લોમબાર્ડી ટ્રોફી પકડેલા પેટન મૈનિંગે સ્ટેડિયમમાં બેઠેલા દર્શકોને કહ્યું, 'અમારી જીતનું શ્રેય કોચ ડંગીને જાય છે. આ ટ્રોફી તેમના વિશ્વાસનું પરિણામ છે.'

ડંગી પોતાની પત્ની તરફ વળ્યા, 'અમે કરી દેખાડ્યું.'

★★★

આદતોમાં પરિવર્તન કેવી રીતે આવે છે ?

કમનસીબે આદતોમાં પરિવર્તન લાવવાનો એવો કોઈ સીધો રસ્તો નથી, જે દરેક વ્યક્તિને કામમાં આવી શકે. એવી કોઈ રીત નથી, જેને અપનાવીને દરેકને આદતો બદલવામાં સફળતા પ્રાપ્ત થઈ શકે. આપણે જાણીએ છીએ કે આદતોને મૂળમાંથી દૂર કરી શકાતી નથી બલકે જૂની આદતોની જગ્યાએ નવી આદતો વિકસિત કરવી પડે છે. સાથે જ, આપણે એ પણ જાણીએ છીએ કે આદત પરિવર્તનનો એક સોનેરી નિયમ છે – આદતના ફંદાના ઈશારા અને ઈનામ સમાન રાખી નવી ક્રિયાઓનો સમાવેશ કરવામાં આવે.

પણ માત્ર આટલું જ પૂરતું નથી. આના માટે વિશ્વાસ પણ જરૂરી છે. આદતમાં પરિવર્તન લાવવા માટે લોકોની અંદર એ વિશ્વાસ હોવો જરૂરી છે કે તેમની આદતોમાં પરિવર્તન શક્ય છે. સામાન્ય રીતે વ્યક્તિની અંદર આ વિશ્વાસ કોઈ સમૂહની મદદથી જ પેદા થાય છે.

જેમ કે જો તમે ધૂમ્રપાનની આદત છોડવા ઈચ્છો છો, તો તેના માટે કોઈ એવી નવી

ક્રિયા શોધવી જરૂરી છે, જેનાથી તમારી નિકોટીનના સેવનની ઈચ્છા તૃપ્ત થઈ શકે. આ પછી એક સપોર્ટ-ગ્રુપ શોધો. એટલે કે એવા લોકોનો સમૂહ જે પહેલા ધૂમ્રપાન કરતા હતા, પણ હવે આ લતથી મુક્ત થઈ ચૂક્યા છે. તેમનો સમૂહ તમને એ વિશ્વાસ અપાવી શકે છે કે તમારા માટે નિકોટીનથી દૂર રહેવું શક્ય છે. જ્યારે પણ તમને એવું લાગે કે નવી આદત વિકસિત કરવાની પ્રક્રિયામાં તમારા પગલાં ડગમગી રહ્યા છે, તો આ સમૂહની મદદ જરૂર લો.

એ જ રીતે જો તમે તમારું વજન ઘટાડવા ઈચ્છો છો, તો સૌથી પહેલાં પોતાની ખાવા-પીવાની આદતો પર બારીકાઈથી ધ્યાન આપો. જેમ કે તમે દરરોજ કામ કરતા-કરતા વચ્ચે ઉઠીને સ્નેક્સ ખાવા માટે કેમ નીકળી પડો છો. સાથે જ કોઈ એવી વ્યક્તિ શોધો, જેની સાથે તમે થોડા સમય સુધી ગપ્પાં મારી શકો. જેથી પછી તમે બ્રેક દરમિયાન કેન્ટીનમાં જઈને કશુંક ખાવાને બદલે એ વ્યક્તિની પાસે જશો અને તેની સાથે અમસ્તી જ થોડો સમય વાતચીત કરશો. જો તમે આ બધું ન કરી શકો તો કોઈ એવો સમૂહ શોધી શકો છો, જેના સભ્યોનું લક્ષ્ય પણ વજન ઘટાડવાનું જ હોય. જો આ પણ સંભવ નથી, તો કંઈ નહીં તો એવી વ્યક્તિ શોધો, જે ચિપ્સ કે એવા અન્ય સ્નેક્સ ખાવાને બદલે પોતાની બેગમાં ફળ વગેરે રાખતી હોય.

સ્પષ્ટ છે કે જો તમે પોતાની આદતોમાં પરિવર્તન લાવવા ઈચ્છો છો, તો તેના વિકલ્પ તરીકે તમારે કોઈ ક્રિયા શોધવી પડશે. જો તમે કોઈ સમૂહનો ભાગ બનીને આવું કરશો, તો તમને ઝડપથી સફળતા મળશે. તમારી અંદર વિશ્વાસ હોવો પણ અત્યંત મહત્ત્વપૂર્ણ છે અને સમૂહનો ભાગ બનવાથી વિશ્વાસ વધે છે. પછી ભલે તે સમૂહ અગણિત લોકોનો હોય કે પછી માત્ર બે જણાનો.

આપણે જાણીએ છીએ કે પરિવર્તન શક્ય છે. દારૂ પીનારી વ્યક્તિ પોતાના વ્યસનથી છુટકારો મેળવી શકે છે. ધૂમ્રપાનની લતથી ગ્રસ્ત વ્યક્તિ તેનાથી મુક્ત પણ થઈ શકે છે. સતત પરાજિત થનારા લોકો પણ ચેમ્પિયન બની શકે છે. તમે પોતાની નખ ચાવવાની આદતથી માંડીને કામના સમયે ઓફિસમાં સ્નેક્સ ખાવા સુધીની આદતથી છુટકારો મેળવી શકો છો. પોતાના બાળકો પર બૂમો પાડવી, આખી રાત જાગવું, નાની-નાની વાતો પર ચિંતિત રહેવું જેવી આદતો પર પણ સરળતાથી કાબૂ મેળવી શકાય છે. વૈજ્ઞાનિકોએ પોતાના સંશોધનોમાં જોયું છે કે જો આદતોને બદલવાની દિશામાં યોગ્ય પગલાં લેવામાં આવે, તો માત્ર એક વ્યક્તિ જ નહીં બલકે મોટામાં મોટી કંપનીઓ, સંગઠનો અને સમૂહોની આદતોમાં પરિવર્તન લાવી શકાય છે. બીજા ભાગમાં તેના વિશે જ જણાવવામાં આવ્યું છે.

ભાગ
૨

સફળતાની ઊંચાઈઓ પર પહોંચેલા સંગઠનોની આદતો

4

મૂળ આદતો અથવા પૉલ ઓનેલની યશોગાથા

કઈ આદતો સૌથી વધારે મહત્ત્વ ધરાવે છે

1

ઓક્ટોબર 1987ની વાત છે. મૈનહટનની એક આલીશાન હોટલના બોલરૂમમાં, વોલસ્ટ્રીટના મુખ્ય રોકાણકારો અને શૅર વિશ્લેષકોનો એક સમૂહ એકત્રિત થયો. તે ત્યાં એલ્યુમિનિયમ કંપની ઑફ અમેરિકા, જેને 'એલ્કોઆ' ના નામે પણ ઓળખવામાં આવે છે, ના નવા સીઈઓને મળવા આવ્યા હતા. આ કંપનીએ છેલ્લા સો વર્ષોમાં હરશેસ કિસેસ ચોકલેટના રેપર અને કોકાકોલાની ધાતુમાંથી બનેલા કેન્સથી માંડીને ઉપગ્રહોના નિર્માણમાં ઉપયોગમાં લેવાતા બોલ્ટ્સ સુધી અગણિત વસ્તુઓનું નિર્માણ કર્યું હતું.

એલ્કોઆના સંસ્થાપકે એક શતાબ્દી પહેલા એલ્યુમિનિયમને પીગાળવાની પ્રક્રિયાની શોધ કરી હતી અને ત્યારથી આ કંપનીની ગણના વિશ્વની સૌથી મોટી કંપનીઓમાં થવા માંડી. આ સભામાં બેઠેલા શ્રોતાઓમાંથી ઘણા એલ્કોઆમાં લાખો ડોલરનું રોકાણ કરી ભારે નફો કમાઈ રહ્યા હતા. પણ છેલ્લા એક વર્ષથી રોકાણકારોની તરફથી વિવિધ પ્રકારની ફરિયાદો આવી રહી હતી. એલ્કોઆના વ્યવસ્થાપનમાં ભૂલો થવા માંડી હતી. કંપનીનો વિસ્તાર કરવા માટે નવા પ્રકારની વસ્તુઓનું ઉત્પાદન કરવામાં આવતું હતું, જે એક ખોટું પગલું સાબિત થયું. તેના કારણે એલ્કોઆએ પોતાના ગ્રાહક ગુમાવ્યા અને નફો પણ ઓછો થઈને પ્રતિસ્પર્ધી કંપનીઓની પાસે જવા માંડ્યો.

તેથી જ્યારે એલ્કોઆના મેનેજિંગ બોર્ડે નવા સીઈઓની ચૂંટણીની જાહેરાત કરી, તો દરેક વ્યક્તિએ રાહતનો શ્વાસ લીધો. પણ આ રાહતને બેચેનીમાં બદલાવામાં વધારે સમય લાગ્યો નહીં કારણ કે નવા સીઈઓ હતા, પોલ ઓનેલ. તે એક પૂર્વ સરકારી અધિકારી હતા. વોલસ્ટ્રીટના મોટાભાગના લોકો તેમનાથી અજાણ હતા. તેથી એલ્કોઆએ મૈનહટનના

બોલરૂમમાં જ્યારે આ સભા રાખી, તો દરેક મુખ્ય રોકાણકાર ઈચ્છતો હતો કે તેને પણ આ સભામાં આમંત્રિત કરવામાં આવે.

સ્લેટિયા રંગના સૂટની સાથે લાલ ટાઈ પહેરેલા 51 વર્ષીય ઓનેલ, બપોરે લગભગ બાર વાગ્યે મંચ પર આવ્યા. તેમના વાળ સફેદ અને હાવભાવ સ્થિર હતા. તેમણે ઉત્સાહથી આગળ આવીને બધાની તરફ જોયું અને હસ્યા. ઓનેલ એક આદર્શ સીઈઓની જેમ જ ગૌરવશાળી, સખત અને આત્મવિશ્વાસથી ભરપૂર દેખાતા હતા. પછી તેમણે બોલવાનું શરૂ કર્યું.

'હું અહીં આપની સાથે કર્મચારીઓની સુરક્ષા વિશે વાત કરવા ઈચ્છું છું' તેમણે કહ્યું. 'દર વર્ષે ઓલ્કોઆના અનેક કર્મચારી કામ દરમિયાન થનારી દુર્ઘટનાઓમાં ઈજા પામે છે, જેના કારણે તે પછીના એક-બે દિવસ સુધી કામ કરી શકતા નથી. અમારા કર્મચારી 1500 ડિગ્રી તાપમાનની ધાતુઓ અને એવા મશીનોની સાથે કામ કરે છે, જેમાં જરાપણ ભૂલ થાય તો વ્યક્તિનો હાથ કપાઈ શકે છે. તેમ છતાં આપણો કર્મચારી સુરક્ષા રેકોર્ડ અમેરિકાની સામાન્ય શ્રમિક સંખ્યા કરતાં ક્યાંય શ્રેષ્ઠ છે. પણ એટલું પૂરતું નથી. હું એલ્કોઆને અમેરિકાની સૌથી સુરક્ષિત કંપની બનાવવા ઈચ્છું છું. મારું લક્ષ્ય છે કે કર્મચારીઓની સાથે બનનારી આકસ્મિક દુર્ઘટનાઓની સંખ્યા ઘટીને શૂન્ય થઈ જાય.'

સભામાં બેઠેલી દરેક વ્યક્તિ પોલ ઓનેલની વાત સાંભળીને આશ્ચર્યચકિત હતી. સામાન્ય રીતે આ પ્રકારની સભાઓમાં બધું જ પહેલેથી જ નક્કી થતું હોય છે. અત્યાર સુધી દરેક નવા સીઈઓ પોતાના પરિચયથી સભાની શરૂઆત કરતા હતા અને સામાન્ય રીતે મંચ પર ઊભા રહીને કંઈક આ પ્રકારની મજાક કરતા હતા કે કેવી રીતે તેણે હાર્વર્ડ બિઝનેસ સ્કૂલમાં પોતાનો બધો સમય પથારીમાં પડી રહી વિતાવ્યો હતો. તે નફો વધારવાનું અને મૂલ્ય ઘટાડવાનું વચન આપતા હતા અને એ પછી ટેક્સ તથા વ્યાપાર નિયમનના વિષયોને એ રીતે ખોતરવામાં આવતા હતા, જાણે તે પોતે ન્યાયાલયમાં છૂટાછેડા અપાવનાર વકીલ રહી ચૂક્યા હોય અને તેને દરેક વિષય સાથે જોડાયેલી વાતોને ખોતરવાનો અનુભવ હોય. આખરે તેમનું ભાષણ તાલમેળ (Synergy), નવયોજના (rightsizing) અને સહસ્પર્ધા(Co-Opetition) જેવા દમદાર, ગોખાયેલા શબ્દોની સાથે પૂરું થઈ જતું હતું. આ રીતે એ સભાની દરેક વ્યક્તિ એ આશ્વાસનની સાથે પાછી કામ પર ચડી જતી કે મૂડીવાદ(capitalism) હજુ પણ સુરક્ષિત છે.

પણ ઓનેલે તો ના નફાની વાત કરી કે ના ટેક્સની. તેમણે આ વિષય પર પણ કશું જ ન કહ્યું કે 'બજારને ધ્યાનમાં રાખીને કેવી કાર્યપ્રણાલી બનાવવામાં આવે, જેનાથી કંપનીને સફળતા મળે.' આનાથી વિપરીત ઓનેલે 'કર્મચારીઓની સુરક્ષા' સાથે જોડાયેલી વાતો કરી. તેમની આ વાતો સાંભળીને સભાઓના શ્રોતાઓના લાગ્યું કે ક્યાંક એવું ન થાય કે ઓનેલ નિયમો માટે ખૂબ આકરા હોય અથવા પછી તેનાથી પણ ખરાબ, ક્યાંક તે લોકતાંત્રિક

રીતે કામ કરવામાં વિશ્વાસ ન ધરાવતા હોય. તેમનો આ ડર શક્યતામાં ફેરવાઈ રહ્યો હતો.

'આગળ વધતા પહેલાં હું આપ સૌને આ ઓરડાના સુરક્ષા નિકાસ દરવાજાઓની સ્થિતિ દેખાડવા ઈચ્છું છું', એમ કહેતાં ઓનેલે બોલરૂમની પાછળની તરફ ઈશારો કર્યો. 'ત્યાં પાછળની તરફ કેટલાક દરવાજા છે. આગ લાગવા જેવી કોઈ આપાતકાલીન સ્થિતિમાં તમે શાંતિપૂર્વક એ દરવાજાઓમાંથી બહાર નીકળી શકો છો અને સીડીઓ દ્વારા લોબીમાં પહોંચીને, સુરક્ષિત રીતે આ ઈમારતમાંથી બહાર નીકળી શકો છો.'

આ બધું સાંભળીને એ વિશાળ ઓરડામાં સન્નાટો છવાઈ ગયો. જો કોઈ અવાજ બચ્યો હતો, તો માત્ર બારીઓમાંથી આવી રહેલા ટ્રાફિકનો અવાજ. સુરક્ષા ? આપાતકાલીન નિકાસના દરવાજા ? શું મજાક છે ? શ્રોતાઓની વચ્ચે બેઠેલા એક રોકાણકારના મનમાં આ જ સવાલ ઊભા થયા. તે જાણતો હતો કે સાહીઠના દાયકામાં ઓનેલ વોશિંગ્ટન ડી.સી.માં રહેતા હતા. 'ક્યાંક આ વ્યક્તિ નશો તો નથી કરતીને....' તેને શંકા થવા માંડી.

આખરે કોઈએ હાથ ઉપાડીને એરોસ્પેસ ડિવિઝન (અંતરિક્ષ પ્રૌદ્યોગિકી વિભાગ) ની ઈંવેન્ટ્રીઝ (વસ્તુ-સૂચિ) વિશે પૂછ્યું. એક અન્ય વ્યક્તિએ કંપનીના મૂડી ગુણોત્તર (Capital Ratio) વિશે વાત કરી.

'મને લાગે છે કે તમે મારી વાત સમજી શક્યા નથી,' ઓનેલે કહ્યું. 'જો તમે એલ્કોઆના કામકાજની રીત જાણવા ઈચ્છો છો, તો તમારે અમારા કાર્યસ્થળ સાથે સંબંધિત સુરક્ષા-આંકડાઓ પર નજર નાખવી જોઈએ. અન્ય ચીફ એક્ઝિક્યુટિવ ઓફિસર્સની જેમ અર્થહીન વાતો કરવાથી કે પ્રોત્સાહન આપી દેવાથી આકસ્મિક દુર્ઘટનાઓની સંખ્યા ઓછી થઈ શકતી નથી. જ્યારે દરેક વ્યક્તિ એ નિશ્ચય કરી લેશે કે તેણે સ્વયંને શ્રેષ્ઠ બનાવવાની આદત પાડવાની છે, તો આ દુર્ઘટનાઓની સંખ્યા આપોઆપ જ ઓછી થવા લાગશે. આપણા સુરક્ષા આંકડા આપણા વિકાસના સૂચક છે. આ આંકડાઓથી આપણે એ જાણી શકીએ છીએ કે આપણી સંગઠનની આદતોમાં પરિવર્તન થયું છે કે નહીં. આગળ જતાં આપણને આ જ કસોટી પર પારખવામાં આવવા જોઈએ.

વ્યાખ્યાન સમાપ્ત થયું. ઓરડામાંથી બહાર નીકળવા માટે રોકાણકારોમાં દોડાદોડી થઈ ગઈ. એક રોકાણકાર દોડતો લોબીમાં પહોંચ્યો અને ત્યાં મૂકેલા ફોનથી તેણે પોતાના દસ મોટા ગ્રાહકોને ફોન કર્યો.

એ રોકાણકારે પોતાનો અનુભવ જણાવતાં કહ્યું, 'મેં મારા બધા ગ્રાહકોને ફોન કરીને એક જ વાત કહી કે 'બાકી રોકાણકાર પોતાના ગ્રાહકોને કંપનીના શેર વેચવાની સલાહ આપે, તે પહેલાં જ તમે તમારા બધા શેર વેચી દો. બોર્ડે કંપનીનું સુકાન એક સનકી હિપ્પીના હાથમાં સોંપી દીધું છે, જે કંપનીનું સત્યનાશ કરવાનો છે.' તેણે આગળ કહ્યું, 'મને પાછળથી સમજાયું કે મેં પોતાના સમગ્ર કાર્યકાળમાં પોતાના ગ્રાહકોને આના કરતાં વધારે ખરાબ

સલાહ ક્યારેય આપી નથી.'

ઓનેલના આ વ્યાખ્યાનને એક વર્ષ પણ થયું નહોતું અને એલ્કોઆએ નફામાં નવા કીર્તિમાન સ્થાપિત કરી દીધા. ઓનેલ 2000માં સેવાનિવૃત્ત થયા. ત્યાં સુધીમાં કંપનીની વાર્ષિક આવક પહેલાની સરખામણીએ પાંચ ગણી વધી ગઈ હતી. કંપનીના બજાર મૂડીકરણમાં પણ 27 અબજ ડોલરનો વધારો થયો હતો. ઓનેલના સીઈઓ બન્યા પછી જે લોકોએ એલ્કોઆમાં લાખો ડોલરનું રોકાણ કર્યું હતું, તેમને ઓનેલના કાર્યકાળમાં ઘણો ફાયદો થયો. ત્યાં સુધી કે ઓનેલ સેવાનિવૃત્ત થયા ત્યાં સુધી આ રોકાણકારોના શૅરનું મૂલ્ય પણ પાંચ ગણું વધી ગયું હતું.

ઓનેલના કાર્યકાળમાં કંપનીનો ખૂબ વિકાસ થયો. એલ્કોઆની ગણના હવે દુનિયાની સૌથી સુરક્ષિત કંપનીઓમાં થવા માંડી. ઓનેલના આગમન પહેલાં એલ્કોઆના દરેક કારખાનામાં દર અઠવાડિયે ઓછામાં ઓછી એક દુર્ઘટના ચોક્કસ થતી હતી. પણ ઓનેલની સુરક્ષા યોજનાઓ લાગુ થયા પછી ઘણા વર્ષો સુધી કોઈપણ કર્મચારીની સાથે કોઈ આકસ્મિક ઘટના બની નહોતી. અમેરિકી સરેરાશ દરની સરખામણીએ એલ્કોઆનો કર્મચારી દુર્ઘટના દર 20-1 હતો.

તો ઓનેલે સૌથી મોટી, નીરસ અને સર્વાધિક સંકટપૂર્ણ કંપનીને નફા અને સુરક્ષાના નવા કીર્તિમાન સ્થાપિત કરનારી કંપનીમાં કેવી રીતે ફેરવી ?

આ પ્રશ્નનો જવાબ સરળ છે. તેમણે એક આદત પર નિશાન સાધીને આખા સંગઠનમાં પરિવર્તનની લહેર પેદા કરી દીધી.

ઓનેલ જણાવે છે,'હું જાણતો હતો કે મારે એલ્કાઓને પૂર્ણપણે પરિવર્તિત કરવી પડશે, પણ તમે લોકોને બદલવાનો આદેશ આપી શકતા નથી. આપણું મગજ આદેશ ગ્રહણ કરી શકતું નથી. તેથી મેં શરૂઆતમાં માત્ર એક પાસા પર ધ્યાન કેન્દ્રિત કરવાનો નિર્ણય લીધો. કારણ કે હું જાણતો હતો કે જો હું આ એક પાસા સાથે સંબંધિત આદતોમાં પરિવર્તન કરી શકું, તો આ પરિવર્તન આખી કંપનીમાં લાવી શકાય છે.'

ઓનેલને વિશ્વાસ હતો કે કેટલીક આદતોમાં એવી શક્તિ હોય છે, જેનાથી પરિવર્તનની એક શ્રેણી શરૂ કરી શકાય છે, જેની મદદથી આખા સંગઠનની આદતો બદલી શકાય છે. બીજા શબ્દોમાં કહેવામાં આવે, તો કેટલીક આદતો પુનર્નિર્માણના મામલામાં વધારે મહત્ત્વપૂર્ણ હોય છે. પછી તે પુનર્નિર્માણ વ્યાપારનું હોય કે જીવનનું. આ આદતોને 'મૂળ આદતો' કહી શકાય છે. એવી આદતો માનવીના જીવનના અનેક પાસા પર પોતાનો પ્રભાવ પાડી શકે છે. જેમ કે – કામ, ભોજન, રમત, ખર્ચ અને સંવાદ વગેરે. મૂળ આદતો વ્યક્તિની અંદર એક એવી પ્રક્રિયા શરૂ કરે છે, જેનાથી સમયની સાથે બધું જ પરિવર્તિત થઈ જાય છે.

મૂળ આદતો સફળ થાય, તે માટે એ જરૂરી નથી કે દરેક નાનામાં નાની વસ્તુ પણ

યોગ્ય હોય. તેની સફળતા કેટલીક મુખ્ય પ્રાથમિકતાઓને સમજવામાં અને તેને શક્તિશાળી ઉત્તેજકોમાં પરિવર્તિત કરવા પર નિર્ભર હોય છે. આ પુસ્તકના પહેલા ભાગમાં તમે આદતની કાર્યપ્રણાલી, નવી આદતોનું નિર્માણ અને પરિવર્તન જેવા વિષયોને સમજ્યા. પણ એક મુખ્ય આદતની શરૂઆત ક્યા બિંદુથી થવી જોઈએ, તેનો જવાબ મૂળ આદતોને સમજવાથી જ મળે છે. જે આદતોમાં પરિવર્તન થવાથી રુટીન (નક્કી કરેલી ક્રિયાઓ) અને પેટર્નમાં પરિવર્તન આવે છે, એવી આદતોનું વિશેષ મહત્ત્વ હોય છે.

માઈકલ ફેલપ્સ ઓલમ્પિક વિજેતા કેવી રીતે બન્યા ? કોલેજ અને શાળામાં કેટલાક વિદ્યાર્થી પોતાના સમકક્ષ બાકીના વિદ્યાર્થીઓ કરતાં શ્રેષ્ઠ કેમ હોય છે ? આ પ્રકારના સવાલોના જવાબ મૂળ આદતને જાણ્યા વિના વિસ્તારથી સમજાવી શકાતા નથી. મૂળ આદતથી એ જાણવા મળે છે કે કેવી રીતે કેટલાક લોકો વર્ષો સુધી પ્રયત્ન કરીને અચાનક અઢાર-વીસ કિલો વજન ઘટાડી નાખે છે અથવા કામમાં વ્યસ્ત રહેવા અને સારો દેખાવ કરવાની સાથે-સાથે કેટલાક લોકો રોજ રાત્રે પરિવાર સાથે જમવાનો સમય કેવી રીતે કાઢી લે છે. મૂળ આદતોને સમજવાથી એ જાણવા મળે છે કે કેવી રીતે એલ્કોઆ વિશ્વની સૌથી સુરક્ષિત કંપની બની અને કેવી રીતે કંપનીના સ્ટોક્સ ડોવ જોન્સની સૂચિમાં સૌથી ઉત્તમ પ્રદર્શન કરનારા સ્ટોક્સ બન્યા.

★★★

શરૂઆતમાં જ્યારે ઓનેલની સામે એલ્કોઆના સીઈઓ બનવાનો પ્રસ્તાવ મૂકવામાં આવ્યો તો તે બહુ ઉત્સાહિત નહોતા. આ પદનો સ્વીકાર કરવા અંગે દુવિધામાં હતા. તે પોતાના જીવનમાં ઘણા પૈસા કમાવી ચૂક્યા હતા. તે કનેક્ટિકટના નિવાસી હતા અને તેમની પત્નીને ત્યાં રહેવું જ ગમતું હતું. જ્યારે એલ્કોઆનું મુખ્ય કાર્યાલય પીટ્સબર્ગમાં આવેલું હતું અને ઓનેલને આ શહેર વિશે વધારે માહિતી પણ નહોતી. તેથી તેમણે આખરી નિર્ણય લેવા માટે એક યાદી બનાવી. આ સૂચિમાં તેમણે એવી વાતો લખી, જેનાથી એ સ્પષ્ટ થઈ શકે કે સીઈઓનું પદ સ્વીકાર કરતાં તેમની સૌથી મોટી અને મહત્ત્વપૂર્ણ પ્રાથમિકતાઓ કઈ હશે ?

યાદી બનાવીને બધી બાબતોને સમજવાની આ પદ્ધતિ પર ઓનેલને ખૂબ વિશ્વાસ હતો. પોતાનું આખું જીવન તેમણે આવી યાદીઓ બનાવીને જ સુનિયોજિત કર્યું હતું. ઓનેલે પોતાનો કોલેજનો અભ્યાસ ફ્રેસ્નો રાજ્યમાં પૂરો કર્યો હતો. તેમણે ત્રણ વર્ષમાં પોતાનો કોર્સ પૂરો કર્યો અને આ દરમિયાન તે અભ્યાસ ઉપરાંત અઠવાડિયામાં ત્રીસ કલાક કામ પણ કરતા હતા. આ દરમિયાન તેમણે એ બધી બાબતોની યાદી બનાવી, જેને તે પોતાના જીવનમાં પ્રાપ્ત કરવા ઈચ્છતા હતા. આ યાદીમાં સૌથી ઉપર હતું 'પરિવર્તન લાવવું'. ઈ.સ.1960માં ગ્રેજ્યુએટ થયા પછી એક મિત્રના પ્રોત્સાહનથી ઓનેલે ફેડરલ ઈંટર્નશિપનું ફોર્મ ભર્યું. તેમના સિવાય લગભગ ત્રણ લાખ અન્ય લોકોએ પણ આ સરકારી

નોકરીની પરીક્ષા આપી. તેમાંથી ત્રણ હજાર લોકોની ઈન્ટરવ્યૂ માટે પસંદગી થઈ અને નોકરી માટે માત્ર ત્રણસો લોકોને પસંદ કરવામાં આવ્યા. ઓનેલ તેમાંના એક હતા.

તેમની શરૂઆત વેટરન્સ એડમિનિસ્ટ્રેશન (વયોવૃદ્ધ પ્રશાસન) માં મિડલ મેનેજર (મધ્ય પ્રબંધક) પદથી થઈ. અહીં તેમને કમ્પ્યુટર શીખવા માટે કહેવામાં આવ્યું. આ દરમિયાન પણ ઓનેલ પોતાની યાદીઓ બનાવતા રહ્યા, જેમ કે કેટલીક પરિયોજનાઓ અન્ય પરિયોજનાઓ કરતાં વધારે સફળ કેમ છે, ક્યા કોન્ટ્રાક્ટર સમય પર માલ આપે છે અને કોણ મોડું કરે છે વગેરે. દર વર્ષે તેમને પ્રમોશન મળતું રહ્યું. જેમ-જેમ તે ઊંચા પદ પર પહોંચવા માંડ્યા, તેમની યાદી બનાવવાની આદત પણ પ્રસિદ્ધ થવા માંડી. લોકોની વચ્ચે વાતો થતી રહેતી હતી કે ભલે કોઈપણ સમસ્યા આવી જાય, ઓનેલની યાદીમાં એ સમસ્યાનો સામનો કરવા માટે એક બિંદુ જરૂર હશે.

ઈ.સ.1960ના મધ્યમાં વોશિંગ્ટન ડી.સી.માં આવી પ્રતિમાઓની ભારે માંગ હતી. રોબર્ટ મૈકનમારાએ ગણિતજ્ઞો, સાંખ્યિકી વિશેષજ્ઞો અને કમ્પ્યુટર પ્રોગ્રામર્સના એક જૂથને નોકરી પર રાખીને, તેમની મદદથી પેંટાગનનું પુનર્નિર્માણ કર્યું. રાષ્ટ્રપતિ જોનસન પણ એવા જ હોંશિયાર તકનીકી વિશેષજ્ઞોની નોકરી પર રાખવા ઈચ્છતા હતા. આથી ઓનેલને કામ પર રાખવામાં આવ્યા. ઓનેલના આ કામે આગળ જતાં ડી.સી.ની સૌથી શક્તિશાળી એજન્સીની શરૂઆત કરી, જેનું નામ છે – ઓફિસ ઑફ મેનેજમેન્ટ એન્ડ બજેટ. આના એક દાયકા પછી, 38 વર્ષની ઉંમરમાં જ ઓનેલને ડેપ્યુટી ડાયરેક્ટર (ઉપ-નિર્દેશક) નું પદ આપી દેવામાં આવ્યું. રાતોરાત તેમની ગણના શહેરના સૌથી પ્રભાવશાળી લોકોમાં થવા માંડી.

આ એ સમય હતો જ્યારે સંગઠનાત્મક આદતો પર ઓનેલનો અભ્યાસ શરૂ થયો. તેમની પહેલી જવાબદારી હતી, સ્વાસ્થ્ય અંગેની યોજનાઓ પર સરકારના કુલ ખર્ચનો અભ્યાસ કરવા માટે વિશ્લેષણાત્મક રૂપરેખા બનાવવી. થોડાક જ સમયમાં તેમના ધ્યાનમાં આવ્યું કે સરકારની સ્વાસ્થ્ય અંગેની યોજનાઓ તાર્કિક નિયમો અને પ્રાથમિકતાઓને ધ્યાનમાં રાખીને બનાવવામાં આવતી નથી. જે માત્ર એક આદતોની જેમ સંચાલિત થતી હતી. સરકારી અધિકારી અને નેતા ઠોસ નિર્ણય લેવાને બદલે એવા ઈશારાઓ પર પ્રતિક્રિયા આપી રહ્યા હતા, જેની ક્રિયાઓ પહેલેથી નક્કી હતી અને જેમની પાસેથી એક નિશ્ચિત ઈનામ મળતું હતું. આ ઈનામ હતું – પદોન્નતિ કે પુનઃનિર્વાચન. આ આદતનો એવો ફંદો હતો, જેમાં હજારો લોકો અને સરકારના અબજો ડોલર ફસાયેલા હતા.

ઉદાહરણ માટે બીજું વિશ્વયુદ્ધ, જેની સમાપ્તિ પછી કોંગ્રેસે એક યોજના અંતર્ગત સામુદાયિક હોસ્પિટલ બનાવવાનો નિર્ણય લીધો. આ યોજના પચ્ચીસ વર્ષ વીતી જવા છતાં પણ ચાલુ હતી. તેથી જ્યારે પણ સ્વાસ્થ્ય યોજના માટે ધનરાશિ મંજૂર થતી, સરકારી અધિકારી નવા હોસ્પિટલોની ઈમારતો બનાવવા લાગી જતા. જ્યારે જે વિસ્તારમાં આ

નવી હોસ્પિટલ બનાવવામાં આવતી હતી, જ્યાંના લોકોને નવી હોસ્પિટલ્સની જરૂર જ નહોતી. તેમ છતાં પણ આના પર કોઈનું ધ્યાન નહોતું. તે તો બસ એક નવી ઈમારત બનાવવા ઈચ્છતા હતા, જેના વિશે વાત કરીને નેતા પોતાની વોટબેંક વધારી શકે.

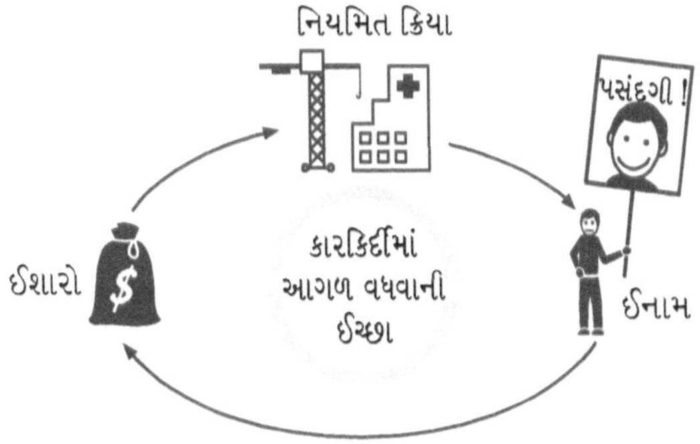

ઓનેલ જણાવે છે કે જ્યારે હોસ્પિટલ માટે ઈમારતનું નિર્માણ થતું હતું, તો નાની-નાની બાબતો નક્કી કરવામાં પણ સરકારી માણસો મહિનાઓનો કીમતી સમય વેડફી નાખતા હતા. તે આ પ્રકારની મામૂલી બાબતો નક્કી કરવામાં સમય બરબાદ કરતા હાત, જેમ કે 'પડદાંનો રંગ બ્લૂ હોવો જોઈએ કે પીળો, દર્દીઓના ઓરડામાં એક ટી.વી. હોવું જોઈએ કે બે, નર્સોને બેસવા માટે બનાવવામાં આવનારા ઓરડાની ડિઝાઈન કેવી હોવી જોઈએ વગેરે.' મોટાભાગે આ વાતની તપાસ જ કરવામાં આવતી નહોતી કે તે વિસ્તારમાં નવી હોસ્પિટલની જરૂર છે કે નહીં. સરકારી અધિકારીઓને આદત થઈ ગઈ હતી કે સ્વાસ્થ્ય અંગે કોઈપણ પ્રકારની સમસ્યા ઊભી થાય એટલે તેના સમાધાન માટે એક નવી હોસ્પિટલની ઈમારત ઊભી કરી દેવામાં આવે જેથી ચૂંટણીના સમયે નેતા સરળતાથી વોટ માંગી શકે. આ બધું બિલકુલ અર્થહીન હતું, પણ દરેક વ્યક્તિ વારંવાર આમ જ કરતી હતી.

સંશોધકોએ જે કંપનીઓ અથવા સંગઠનોનો અભ્યાસ કર્યો, ત્યાં તેમને સંગઠનાત્મક આદતો દેખાઈ. સંગઠનાત્મક આદતોના અભ્યાસમાં આખું જીવન વીતાવનાર જેફ્રી હોગ્સન લખે છે, 'આદતો લોકોમાં હોય છે, પણ સંગઠનો અને સંસ્થાઓમાં રૂટીન (નક્કી કરેલી ક્રિયાઓ) હોય છે. વાસ્તવમાં રૂટીન (નક્કી કરેલી ક્રિયાઓ) આદતોનું સંગઠનાત્મક રૂપ હોય છે.'

ઓનેલના અનુસાર એવી આદતો હાનિકારક હોય છે. તે કહે છે, 'અમારા નિર્ણય એવી પ્રક્રિયાઓ પર નિર્ભર હતા, જેની પાછળ કોઈ તાર્કિક વિચાર નહોતા.' પણ કેટલીક એજન્સીઓ એવી પણ હતી, જ્યાં પરિવર્તનની લહેર આવવા માંડી હતી અને તેમને સંગઠનાત્મક આદતોથી લાભ થઈ રહ્યો હતો.

જેમ કે નાસા(અમેરિકાની અંતરિક્ષ એજન્સી) ના કેટલાક વિભાગ પરિવર્તન લાવવા માટે જાણી જોઈને આવા સંગઠનાત્મક રૂટીન (નક્કી કરેલી ક્રિયાઓ) સ્થાપિત કરી રહ્યા

હતા, જેનાથી તેમના એન્જિનિયર જોખમ ઉઠાવવા માટે પ્રોત્સાહિત થાય. નાસામાં કોઈ વ્યક્તિ કોઈ બાબતમાં નિષ્ફળ પણ થઈ જાય તો પણ તાળીઓ પાડીને તેનું મનોબળ વધારવાનું ચલણ હતું. જેમ કે, જો અંતરિક્ષમાં છોડવામાં આવેલું માનવ-રહિત રોકેટ થોડીક ઊંચાઈ પર જઈને ધડાકા સાથે ધ્વસ્ત થઈ જાય, ત્યારે પણ એ રોકેટ નિર્માણમાં સામેલ કર્મચારીઓ માટે એમ કહીને તાળીઓ પાડવામાં આવતી કે ભલે તે નિષ્ફળ ગયા હોય, પણ તેમણે પોતાના તરફથી પૂરો પ્રયત્ન કર્યો હતો. ધીમે-ધીમે આ એક સંગઠનાત્મક આદત બની ગઈ હતી. આ જ રીતે 1970માં અસ્તિત્વમાં આવેલી ઈ.પી.એ. એટલે કે એન્વાયર્નમેંટલ પ્રોટેક્શન એજન્સી (પર્યાવરણ સુરક્ષા એજન્સી) નું ઉદાહરણ લઈએ. આ એજન્સીના પહેલા વ્યવસ્થાપક વિલિયમ રકેલશાંએ એવી સંગઠનાત્મક આદતો વિકસિત કરી, જેમાં તેમના અધિકારી નિયમ લાગુ કરવાનું કામ આક્રમક રીતે કરી શકે. વકીલોને કેસ દાખલ કરવો અથવા કોઈ નિયમને લાગુ કરવાની અનુમતિ તરત જ પ્રાપ્ત કરવી. વાત સ્પષ્ટ હતી – ઈ.પી.એ.માં આક્રમક રીતે કામ કરતાં ઈનામ મળતું હતું. ઈ.સ.1975 સુધી ઈ.પી.એ. દર વર્ષે 1500 કરતાં પણ વધારે પર્યાવરણીય નિયમ લાગુ કરનારી એજન્સી બની ગઈ હતી.

ઓનેલના અનુસાર, 'જ્યારે પણ હું કોઈ સરકારી વિભાગની તરફ જોતો, મને એવી આદતો દેખાતી, જેના કારણે કાં તો એ વિભાગને સફળતા મળી રહી હતી અથવા નિષ્ફળતા. સૌથી શ્રેષ્ઠ એજન્સીઓએ સંગઠનાત્મક આદતોનું મહત્ત્વ જાણી લીધું હતું. જે એજન્સીઓનું કામ વાહિયાત હતું, તેને ચલાવનારા વાસ્તવમાં એ લોકો હતા, જેમણે ક્યારેય સંગઠનાત્મક આદતો પર ધ્યાન જ આપ્યું નહોતું. અને પછી તે આ વાત માટે નવાઈ પામતા હતા કે આખરે કોઈ તેમના આદેશોનું પાલન કેમ નથી કરતું.'

વોશિંગ્ટન ડી.સી. સોળ વર્ષ વીતાવ્યા પછી ઈ.સ.1977માં ઓનેલે નોકરી છોડવાનો નિર્ણય લીધો. તે અઠવાડિયાના સાતેય દિવસ, રોજે પંદર કલાક કામ કરતા હતા. તેના કારણે તે પોતાની પત્ની અને ચાર બાળકોને સમય આપી શકતા નહોતા. રાજીનામું આપ્યા પછી ઓનેલને 'ઈંટરનેશનલ પેપર્સ'માં એક નવી નોકરી મળી ગઈ. આ લુગદી અને કાગળ બનાવનારી દુનિયાની સૌથી મોટી કંપની હતી. આગળ જતાં ઓનેલ આ કંપનીના અધ્યક્ષ બન્યા.

ત્યાં સુધી ઓનેલના કેટલાક જૂના મિત્ર, જે તેમની સાથે સરકારી અધિકારી રહી ચૂક્યા હતા, એલ્કોઆ કંપનીના બોર્ડના સભ્ય બની ચૂક્યા હતા. તેથી જ્યારે એલ્કોઆ માટે નવા સીઈઓ બનવાની તક આવી, તો તેમણે સૌથી પહેલા ઓનેલનું નામ લીધું. આ રીતે ઓનેલે તે પ્રખ્યાત યાદી બનાવી, જેમાં સીઈઓનું પદ સ્વીકાર કરતી વખતે તેમની મુખ્ય પ્રાથમિકતાઓનો ઉલ્લેખ હતો.

એ સમયે એલ્કોઆની સ્થિતિ બરાબર નહોતી. સમીક્ષકોનું કહેવું હતું કે એલ્કોઆના

કર્મચારીઓમાં સ્ફૂર્તિ અને ચતુરાઈની ઉણપ છે અને તેમના દ્વારા બનાવવામાં આવતા ઉત્પાદનોની ગુણવત્તા ખૂબ જ ખરાબ છે. તેમ છતાં ઓનેલની યાદીમાં 'ઉત્પાદનોની ગુણવત્તા' અથવા 'કર્મચારીઓની કાર્યક્ષમતા'ને ટોચનું સ્થાન મળ્યું નહોતું. એલ્કોઆ એક ખૂબ મોટી અને જૂની કંપની હતી. આવી કંપનીઓ અથવા સંગઠનોમાં પરિવર્તન લાવવું સહેલું નથી હોતું. માત્ર કેટલાક સૂચન આપી દેવાથી કર્મચારીઓની કાર્યક્ષમતા વધારી શકાતી નથી. ઓનેલથી પહેલા એલ્કોઆના જે સીઈઓ હતા, તેમણે જ્યારે નવા સુધારાઓને લાગુ કરવાના આદેશ આપ્યા, તો કંપનીના 15,000 કર્મચારી હડતાલ પર ચાલ્યા ગયા હતા. આ હડતાલ એટલા ઘાતક વળાંક પર પહોંચી ગઈ કે કર્મચારી પાર્કિંગ લોટમાં મેનેજરના પૂતળા બનાવીને બાળવા માંડ્યા હતા. એ સમયે એલ્કાઓમાં કામ કરનારી એક વ્યક્તિએ જણાવ્યું, 'એલ્કોઆના કર્મચારી ખુશ નહોતા. આ સંગઠન મૈન્સન પરિવાર(એક કુખ્યાત અમેરિકન સંપ્રદાય) જેવું થઈ ગયું હતું, બસ ફેર માત્ર એટલો જ હતો કે અહીં ધાતુઓ પીગાળવાનું કામ થતું હતું.'

ઓનેલ સમજી ગયા કે તેમની સૌથી પહેલી પ્રાથમિકતા એવી હોવી જોઈએ, જે યુનિયન અને અધિકારીઓ સુધી બધાને મંજૂર હોય. આ ખૂબ મહત્ત્વનું હતું. તે કંઈક એવું ઈચ્છતા હતા, જેમાં બધા લોકો એકસાથે આવી શકે. કંઈક એવું જેમાં લોકોની કામ કરવાની અને સંવાદ કરવાની રીતોમાં પરિવર્તન લાવી શકાય.

તે જણાવે છે કે, 'હું મૂળભૂત જરૂરિયાતો તરફ વળી ગયો. દરેક વ્યક્તિ ઈચ્છે છે કે તેનું કામ એવું હોય, જેમાં કોઈ જોખમ ન હોય અને તે પૂર્ણપણે સુરક્ષિત રહે. આદર્શ સ્થિતિ એ હોય છે કે કોઈ કર્મચારી કામ પર આવતી વખતે જેટલી સારી સ્થિતિમાં હોય, કામ પરથી પાછા ફરતી વખતે પણ એટલી જ સારી સ્થિતિમાં હોવો જોઈએ. લોકોના મગજમાં એ વિચાર ન હોવો જોઈએ કે અહીં તેમનો જીવ જોખમમાં છે. તેમને એવું ન લાગવું જોઈએ કે પોતાના પરિવારનું પેટ ભરવા માટે મારે રોજે પોતાની જિંદગી દાવ પર લગાવવી પડે છે. તેથી મેં મારું ધ્યાન કર્મચારીની સુરક્ષા પર કેન્દ્રિત કરવાનો નિર્ણય લીધો. મારી યાદીની પહેલી પ્રાથમિકતા હતી, લોકોની સુરક્ષા અંગેની આદતોમાં પરિવર્તન લાવવું.'

ઓનેલે પોતાની યાદીના ટોચ પર 'સુરક્ષા' લખ્યું અને એક સાહસપૂર્ણ ઉદ્દેશની સાથે કામમાં જોડાઈ ગયા. આ ઉદ્દેશ હતો – અકસ્માત દુર્ઘટનાઓની સંખ્યા શૂન્ય સુધી પહોંચાડવી. માત્ર કારખાનાઓમાં જ નહીં બલકે દરેક વિભાગમાં શૂન્ય દુર્ઘટનાઓ. તેમણે પોતાને વચન આપ્યું હતું કે તે આ ઉદ્દેશને પૂર્ણ કરીને રહેશે, ભલે આ માટે તેમણે કોઈપણ કિંમત ચૂકાવવી પડે.

આખરે ઓનેલ એલ્કોઆનું સીઈઓ પદ સ્વીકારવા માટે રાજી થઈ ગયા.

સીઈઓનું પદ સ્વીકારવાના કેટલાક મહિના પછી ઓનેલ ટેનેસી રાજ્યમાં આવેલ

એક કારખાનામાં ગયા, જ્યાં ધાતુઓને પીગાળવાનું કામ થતું હતું. ઓનેલે અહીંના કર્મચારીઓને કહ્યું કે તે તેમને મળીને ખૂબ ખુશ છે. જો કે બધું બરાબર ચાલતું નહોતું. વોલસ્ટ્રીટમાં એલ્કોઆના સીઈઓ અંગે હજુ પણ ખળભળાટ મચેલો હતો. યુનિયનો પણ ચિંતાગ્રસ્ત હતા. ઉપરથી એલ્કોઆના કેટલાક ઉપાધ્યક્ષ આ વાતથી નારાજ હતા કે સીઈઓના પદ માટે તેમના નામ પર વિચાર જ કરવામાં આવ્યો નહોતો. ઓનેલનું બધું જ ધ્યાન માત્ર કર્મચારીઓની સુરક્ષા પર હતું.

અમેરિકામાં એલ્કોઆના ઘણા કારખાના હતા. ઓનેલે એક-એક કરીને બધા કારખાનાઓનો પ્રવાસ કર્યો. આ પછી તે 31 દેશોમાં ફેલાયેલી એલ્કોઆની બધી શાખાઓનો પ્રવાસ કરવાના હતા. એવા જ એક પ્રવાસમાં તેમણે એક કારખાનાના કર્મચારીઓને કહ્યું, 'હું તમારી સાથે કોઈપણ મુદ્દે સમજૂતી કરવા તૈયાર છું, પણ એક મુદ્દો એવો છે, જેમાં કોઈ સમજૂતી થઈ શકે તેમ નથી અને તે છે, તમારી સુરક્ષા. હું ઈચ્છું છું કે તમારે ક્યારેક એમ કહેવાના સંજોગો ઊભા ન થાય કે કંપની તરફથી તમારી સુરક્ષામાં કોઈ ઉણપ રહી ગઈ. જો તમે આ મુદ્દે મારી સાથે લડશો, તો હું તમને જણાવી દઉં કે તમે મારી સાથે જીતી શકશો નહીં.'

ઓનેલના આ પ્રસ્તાવની ખાસિયત એ હતી કે કોઈપણ કર્મચારી પોતાની સુરક્ષાના વિરોધમાં કશું કહેવા ઈચ્છતો નહોતો. ઘણા વર્ષોથી કર્મચારીઓના યુનિયનો સુરક્ષાના ઘણા નિયમો માટે સંઘર્ષ કરી રહ્યા હતા. મેનેજર પણ આ વિષયનો વિરોધ કરવા ઈચ્છતા નહોતા કારણ કે સુરક્ષા ઘટવાને કારણે દુર્ઘટના થવાનો ડર હતો. દુર્ઘટનાઓથી કંપનીની કાર્યક્ષમતા ઓછી થાય છે અને કર્મચારીઓનો આત્મવિશ્વાસ નબળો પડી જાય છે.

મોટાભાગના લોકો એ સમજી જ શક્યા નહીં કે ઓનેલની 'શૂન્ય દુર્ઘટના યોજના' વાસ્તવમાં એલ્કોઆના અત્યાર સુધીના ઈતિહાસમાં કંપનીના પુનર્નિર્માણની સૌથી ઉગ્ર યોજના હતી. એલ્કોઆના કર્મચારીઓને સુરક્ષિત રાખવા માટે અહીં થનારી દુર્ઘટનાઓ પાછળનું મૂળ કારણ શોધવું જરૂરી હતું. આ કારણને જાણવા માટે ઉત્પાદન પ્રક્રિયાનો અભ્યાસ કરી તેમાં થનારી ભૂલોને ઓળખવાની આવશ્યકતા હતી અને એ માટે એવા લોકોને બોલાવવાની જરૂર હતી, જે કારખાનાઓની ઉત્પાદન પ્રક્રિયાના વિશેષજ્ઞ હોય. આ વિશેષજ્ઞોએ કર્મચારીઓને ક્વોલિટી કંટ્રોલ(ગુણવત્તા નિયંત્રણ) ની જાણકારી આપી. સાથે જ તેમને સૌથી યોગ્ય અને કારગર રીતો પણ શીખવવામાં આવી જેથી કામ સરળતાથી પૂરું થાય. કારણ કે યોગ્ય રીત જ સુરક્ષિત રીત છે.

બીજા શબ્દોમાં કહેવામાં આવે તો એલ્કોઆને પોતાના કર્મચારીઓની સુરક્ષા સુનિશ્ચિત કરવા માટે સંસારની સૌથી શ્રેષ્ઠ અને સુગઠિત એલ્યુમિનિયમ કંપની બનવાનું હતું.

ઓનેલની 'કર્મચારી સુરક્ષા યોજના' આદતના ફંદાને ધ્યાનમાં રાખીને બનાવવામાં આવી હતી. તેમણે એક વર્ષ ઈશારો પસંદ કર્યો — કર્મચારીઓની સાથે થનારી દુર્ઘટના.

તેમણે એક ઓટોમેટિક રૂટીન(સ્વયંચલિત નક્કી કરેલી ક્રિયા) સ્થાપિત કરી – દુર્ઘટનાની સ્થિતિમાં એ યુનિટના પ્રમુખની એ જવાબદારી હતી કે તે ચોવીસ કલાકની અંદર ઓનેલને ઘટનાની જાણકારી આપે અને સાથે જ એવી યોજના પણ બનાવે, જેનાથી ભવિષ્યમાં ફરીથી આવી દુર્ઘટના ન બને. તેનું એક ઈનામ પણ હતું – માત્ર એ લોકોને જ પદોન્નતિ મળશે, જે આ યોજનાને અપનાવશે.

યુનિટના પ્રમુખ હંમેશા ખૂબ જ વ્યસ્ત રહેતા હતા. ઓનેલને ચોવીસ કલાકની અંદર દુર્ઘટનાની સૂચના આપવા માટે એ જરૂરી હતું કે તેમને દુર્ઘટના થતાં જ પોતાના ઉપ-પ્રમુખ પાસેથી તેની જાણકારી મળી જાય. આ માટે ઉપ-પ્રમુખોને સતત ફ્લોર-મેનેજરના સંપર્કમાં રહેવું પડતું હતું. એના માટે જરૂરી હતું કે કામમાં કોઈપણ પ્રકારની સમસ્યા દેખાતા જ કર્મચારી આ અંગે ચેતવણી આપી દે. તેની સાથે જ તેમણે સૂચનોની એક યાદી પણ રાખવી પડતી હતી જેથી કોઈ ઉપ-પ્રમુખ જ્યારે પણ આ યોજના વિશે કશું પૂછવા ઈચ્છે તો તેમના પાસે પહેલાં કરતાં વધારે સૂચનો હોય જેથી નવી સંભાવનાઓ માટે માર્ગ ખૂલી શકે. આ બધું સુચારુ રીતે શક્ય બને તે માટે દરેક યુનિટને સંવાદન એક નવી વ્યવસ્થા બનાવવી પડી, જેના દ્વારા નાનામાં નાનો કર્મચારી પણ, પોતાના સૂચન કે કોઈ યુક્તિ, મોટામાં મોટા અધિકારી સુધી ખૂબ ઝડપથી પહોંચાડી શકતો હતો. ઓનેલની સુરક્ષા યોજનાને લાગુ કરવા માટે કંપનીના અધિકારીઓના અલગ-અલગ પદાનુક્રમ એટલે કે તેમની શ્રેણી(ગ્રેડ) ને લગભગ પૂર્ણપણે પરિવર્તિત કરવી પડી. આ રીતે ઓનેલ નવી કોર્પોરેટ આદતો વિકસિત કરી રહ્યા હતા.

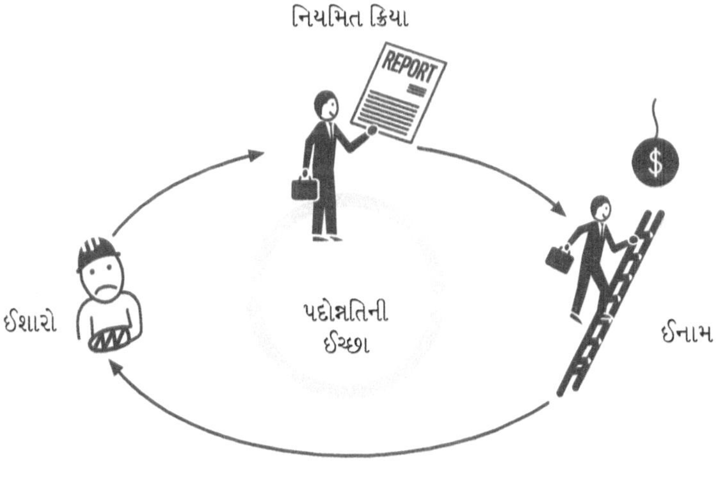

એલ્કોઆના સંગઠનાત્મક આદતોનો ફંદો

એલ્કોઆની સુરક્ષા સંબંધિત આદતો પરિવર્તિત થતાં કંપનીના બીજા પાસાઓમાં

પણ આશ્ચર્યજનક ગતિથી પરિવર્તન થવા માંડ્યા. કર્મચારી યુનિયન ઘણા વર્ષોથી 'દરેક કર્મચારીની વ્યક્તિગત કાર્યક્ષમતાનું આકલન' જેવા નિયમોનો વિરોધ કરતું હતું. પણ હવે આ પાસા પર અચાનક બધા ધ્યાન આપવા માંડ્યા. કારણ કે ઉત્પાદન પ્રક્રિયામાં સમસ્યા ક્યાં પેદા થઈ રહી છે અને ક્યાં દુર્ઘટના થવાની આશંકા છે, એ જાણવા માટે દરેક કર્મચારીની કાર્યક્ષમતાનું આકલન આવશ્યક હતું. આ જ રીતે કોઈ પ્રોડકશન-લાઈન(ઉત્પાદન શ્રેણી) ની ગતિ જરૂર કરતાં વધારે ઝડપી લાગતા કર્મચારી એ પ્રોડક્શન-લાઈનને બંધ કરવાનો નિર્ણય હવે સ્વયં લઈ શકતા હતા. જ્યારે મેનેજરોએ લાંબા સમય સુધી આ નીતિનો વિરોધ કર્યો હતો. પણ દુર્ઘટના ટાળવાની સૌથી સારી રીત પણ આ જ હતી. તેથી હવે તે સ્વયં નીતિને લાગુ કરી રહ્યા હતા. આ બધી બાબતોને કારણે જોત-જોતામાં કંપનીમાં એટલું પરિવર્તન આવી ગયું કે કેટલાક કર્મચારીઓના વ્યક્તિગત જીવનમાં પણ સુરક્ષા અંગેની આદતોનો પ્રભાવ દેખાવા માંડ્યો.

એલ્કોઆના તત્કાલીન સુરક્ષા સંચાલક જેફ શોકી પોતાનો અનુભવ જણાવે છે, 'બે-ત્રણ વર્ષ પહેલાની વાત છે. હું મારી ઓફિસમાં હતો અને મારી નજર આમ જ બારીની બહાર પડી. નાઈંથ સ્ટ્રીટના પુલ પર બે જણા કામ કરી રહ્યા હતા, પણ તેમનામાંથી કોઈ પોતાનું કામ સુરક્ષિત રીતે કરતું નહોતું.' ત્યાં બે જણા હતા, જેમાંથી એક પુલની રેલિંગ પર ઊભો હતો અને બીજાએ તેને પડવાથી બચાવવા માટે તેનો બેલ્ટ પકડી રાખ્યો હતો. એ બંનેમાંથી કોઈએ કોઈ સુરક્ષા કવચ પહેર્યું નહોતું, ના તેની પાસે કેબલ, દોરડું વગેરે દેખાતા હતા. જો કે તે બંનેનો જેફ શોકી કે એલ્કોઆ સાથે કોઈ સંબંધ નહોતો કારણ કે તે કોઈ અન્ય કંપનીના કર્મચારી હતા. પણ આ બધું જોઈને જેફ શોકી તરત જ પોતાની ખુરશી પરથી ઉઠ્યા, સીડીઓથી પાંચ માળ નીચે ઉતર્યા અને એ લોકોની પાસે જઈ પહોંચ્યા. 'જરા સાંભળો, તમે લોકો આટલી અસુરક્ષિત રીતે કામ કેમ કરી રહ્યા છો ? તમારે સુરક્ષા કવચનો ઉપયોગ કરવો જોઈએ.' જેફની આ વાત સાંભળી તેમનામાંથી એકે જણાવ્યું કે તેમનો સુપરવાઈઝર સુરક્ષા ઉપકરણ લાવવાનું જ ભૂલી ગયો છે. પછી શું, જેફે ત્યાંના સ્થાનિક વ્યવસાયિક સુરક્ષા અને સ્વાસ્થ્ય પ્રશાસન કાર્યાલયમાં તરત એ સુપરવાઈઝરની ફરિયાદ કરી દીધી.

એક અન્ય અધિકારીએ જણાવ્યું કે એક દિવસ તેમના ઘરની નજીક રસ્તો ખોદવાનું કામ ચાલી રહ્યું હતું. પણ તેણે જોયું કે એ કર્મચારીઓની પાસે ટ્રેંચ બોક્સ(કર્મચારીઓને ઈજા પામવાથી બચાવતું એક ઉપકરણ, જે ઢાળની જેમ કામ કરે છે) નહોતું. આ જોઈને એ અધિકારી તેમની પાસે ગયો અને તેમને યોગ્ય રીતે કામ કરવાનું મહત્ત્વ જણાવવા લાગ્યો. જ્યારે તે અઠવાડિયાના અંતનો સમય હતો અને અધિકારી પોતાના બાળકોની સાથે કારમાં હતો. પણ જ્યારે તેણે આ દૃશ્ય જોયું તો તેનાથી રહેવાયું નહીં અને તે એ લોકોને સુરક્ષાનું મહત્ત્વ સમજાવવા લાગ્યો. તેની આ પ્રતિક્રિયા સામાન્ય વાત નહોતી કારણ કે રજાના

દિવસે કોણ પોતાના બાળકોની સાથે સમય વીતાવવાને બદલે બીજાને સમજ આપવા નીકળે છે. પણ આ ઘટનાથી એ સ્પષ્ટ હતું કે એલ્કોઆના કર્મચારીઓને હવે સુરક્ષાનું ધ્યાન રાખવા માટે વિચારવું નથી પડતું. હવે આ તેમનાથી આપોઆપ જ થઈ રહ્યું હતું.

ઓનેલે ક્યારેય આ દાવો નહોતો કર્યો કે કર્મચારીઓની સુરક્ષા પર ધ્યાન આપવાથી એલ્કોઆનો નફો વધી જશે. પણ તેમના દ્વારા જણાવવામાં આવેલા નવા રૂટીન(નક્કી કરેલી ક્રિયાઓ) જ્યારે આખા સંગઠનમાં ફેલાઈ ગયા, તો ઉત્પાદન ખર્ચ ઓછો થઈ ગયો, ઉત્પાદનની ગુણવત્તા વધી અને કંપનીની કાર્યક્ષમતા આકાશને આંબવા માંડી. જો પીગળેલી ધાતુઓ કાઢતી વખતે મજૂરોને ઈજા પહોંચતી, તો ધાતુ કાઢવાની આખી પ્રણાલીની પુનર્રચના કરી દેવામાં આવતી. આનાથી દુર્ઘટનાઓનું પ્રમાણ ઘટવા માંડ્યું અને પૈસાની બચત પણ થઈ કારણ કે દુર્ઘટનાઓ દરમિયાન જે કાચો માલ પડીને બરબાદ થઈ જતો હતો, તે બંધ થઈ ગયો. જો મશીન વારંવાર બંધ પડી જતું, તો નવું મશીન લગાવી દેવામાં આવતું. આનાથી મશીનના કોઈ તૂટેલા હિસ્સામાં મજૂરોને ઈજા લાગવાની ઘટનાઓની સંખ્યામાં ઘટાડો થયો. એલ્કોઆએ જોયું કે મશીનોમાં ખરાબીને કારણે એલ્યુમિનિયમની ગુણવત્તા ઓછી થઈ જતી હતી. તેથી મશીનો બદલવાથી ઉત્પાદનની ગુણવત્તામાં પણ સુધારો થયો.

આ વિષયનો અભ્યાસ કરનારા સંશોધકોને અલગ-અલગ પ્રસંગોએ અને લોકોના વ્યક્તિગત જીવનમાં પણ આ પ્રકારની કાર્યશીલતાના ઉદાહરણ મળ્યા છે.

ઉદાહરણ તરીકે એવા સંશોધનો, જેમાં નક્કી કરેલી દૈનિક ક્રિયાઓ પર વ્યાયામની અસરનો અભ્યાસ કરવામાં આવ્યો. જ્યારે લોકો આદતવશ વ્યાયામ કરવા માંડે છે, ભલે તે અઠવાડિયામાં એક જ વાર કેમ ન હોય, તો તેમના જીવનના એવા પાસાઓમાં પણ પરિવર્તન થવા માંડે છે, જેનો વ્યાયામ સાથે કોઈ સંબંધ નથી હોતો. ઘણીવાર આ પરિવર્તન અજાણતામાં પણ થાય છે. સામાન્ય રીતે આદતવશ વ્યાયામ કરનારા લોકો પૌષ્ટિક ભોજન કરે છે અને તેમની કાર્યક્ષમતા પણ વધી જાય છે. તે ધૂમ્રપાન વગેરે નથી કરતા અથવા જો કરે છે તો પણ ઘણું ઓછું. તેની સાથે જ તે પોતાના મિત્રો અને પરિવારની સાથે પણ ધીરજથી વર્તે છે. તે પોતાના ક્રેડિટ કાર્ડનો ઉપયોગ પણ ઓછો કરે છે અને અન્યની સરખામણીએ ચિંતા પણ ઓછી કરે છે. તેનું કારણ પૂર્ણપણે સ્પષ્ટ નથી, પરંતુ અનેક લોકો માટે વ્યાયામ એક એવી આદત રહી છે, જેનાથી તેમના જીવનના બધા પાસાઓમાં પરિવર્તન આવ્યું છે. યુનિવર્સિટી ઑફ રોડ આયલેન્ડના સંશોધક જેમ્સ પ્રોચસ્કા કહે છે, 'વ્યાયામ અસરકારક હોય છે. વ્યાયામમાં કંઈક એવું હોય છે, જેનાથી અન્ય સારી આદતોને અપનાવવી સરળ બની જાય છે.'

આ દિશામાં થયેલા અનેક સંશોધનથી જાણવા મળ્યું છે કે જે પરિવારોને એકસાથે

ભોજન કરવાની આદત હોય છે, એ પરિવારોના બાળકોમાં ગૃહકાર્ય(શાળામાંથી આપવામાં આવતું હોમવર્ક) પૂરું કરવું અને સારા ગુણ પ્રાપ્ત કરવા જેવા ગુણો ઉપરાંત શ્રેષ્ઠ ભાવનાત્મક નિયંત્રણ અને વધારે આત્મવિશ્વાસ પણ હોય છે. રોજે પોતાની પથારી સરખી કરવાની આદત શ્રેષ્ઠ કાર્યક્ષમતા, ભલાઈની ભાવના અને બજેટનું પાલન કરવા જેવા ગુણો સાથે જોડાયેલી હોય છે. એવું નથી કે એકસાથે ભોજન કરવું અથવા પથારી સરખી કરવાથી ભણવામાં સારા ગુણ મળી જાય છે અથવા ખર્ચીલો સ્વભાવ નિયંત્રણમાં આવી જાય છે. આની પાછળ શું કારણ છે એ તો સ્પષ્ટ નથી, પણ શરૂઆતના તબક્કાના આ પરિવર્તન પ્રતિક્રિયાઓની એક શ્રેણીને જન્મ આપે છે, જેનાથી અન્ય સારી આદતો અપનાવવી સરળ બની જાય છે.

જો તમે પોતાની મૂળ આદતને પરિવર્તિત કરવી કે વિકસિત કરવા પર ધ્યાન આપો છો, તો તેનો વ્યાપક પ્રભાવ પડે છે. પણ મૂળ આદતોને ઓળખવી મુશ્કેલ કામ છે. મૂળ આદતોની તપાસ માટે જરૂરી છે કે તમે યોગ્ય દિશા તરફ જુઓ. મૂળ આદતોની તપાસ કરવાનો અર્થ છે, કેટલાક વિશિષ્ટ ગુણોની તપાસ કરવી. એકેડેમિક પરિભાષા અનુસાર મૂળ આદતનો અર્થ છે 'નાની-નાની જીત.' તેનાથી અન્ય આદતોને ખીલવા અને ખૂલવાની તક મળે છે. મૂળ આદતો માળખાઓનું નિર્માણ કરે છે, જેના કારણે એવું વાતાવરણ બની જાય છે, જેમાં પરિવર્તનની લહેર પેદા થઈ શકે છે.

પણ ઓનેલ અને તેના જેવા અનેક લોકોએ જોયું છે કે નિયમોને સમજવા અને તેને જીવનમાં ઉતારવા એ બંને અલગ-અલગ બાબત છે. આના માટે માનવમાં પ્રતિભા હોવી સૌથી વધારે જરૂરી છે.

2

માઈકલ ફેલ્પ્સ બીજિંગના ઓલંપિક ગામમાં રહેતા હતા. 13 ઓગસ્ટ, 2008ના દિવસે તેમનો દિવસ સવારે 6.30ના એલાર્મથી શરૂ થયો. તે પથારીમાંથી ઉઠ્યા અને રોજની જેમ પોતાની નિત્યક્રિયાઓમાં લાગી ગયા.

તેમણે કપડાં પહેર્યાં અને ફરતાં-ફરતાં નાસ્તો કરવા જઈ પહોંચ્યા. તેમણે આ જ અઠવાડિયે ત્રણ સુવર્ણ પદક જીત્યા હતા. હવે તેમની પાસે બધું મળીને નવ સુવર્ણ પદક હતા. આજે તેમની બે રેસ થવાની હતી. તે સાત વાગે કાફેટેરિયામાં પહોંચી ગયા. તેમણે નાસ્તામાં ઈંડા, ઓટમીલ અને ચાર એનર્જી ડ્રિંક્સ લીધા. સામાન્ય રીતે રેસના દિવસે તે આ જ નાસ્તો કરતા હતા. આ રીતે પછીના સોળ કલાકોમાં તે કુલ છ હજાર કેલરીઝ ગ્રહણ કરવાના હતા.

દિવસની પહેલી રેસ 200 મીટરની બટરલાય રેસ હતી. ફેલ્પ્સને આ શ્રેણીની રેસમાં

મહારથ પ્રાપ્ત હતી. આ રેસ દસ વાગે શરૂ થવાની હતી. રેસ શરૂ થવાના લગભગ બે કલાક પહેલાં ફેલ્પ્સે સ્ટ્રેચિંગવાળા વ્યાયામ શરૂ કર્યા. તેમણે સૌથી પહેલાં હાથોનો, પછી પીઠનો અને અંતે ઘૂંટીનો વ્યાયામ કર્યો. તેમની ઘૂંટીઓ એટલી લચીલી હતી કે બેલે નર્તકોની ઘૂંટી કરતાં પણ વધારે વળવામાં સક્ષમ હતી. સાડા આઠ વાગ્યે તે સ્વિમિંગ પૂલમાં ઉતર્યા અને રેસ માટે તૈયારીનું પહેલું સત્ર શરૂ કરી દીધું. સૌથી પહેલાં તેમણે 800 મીટર મિક્સ સ્ટાઈલ કરી, એ પછી 600 મીટરની કિકિંગ કરી, 400 મીટર સુધી બુઆયને પોતાના પગમાં ખેંચ્યા, 200 મીટર સ્ટ્રોક ડ્રિલ્સ કર્યા અને હૃદયના ધબકારા વધારવા માટે 25 મીટર સ્પ્રિંટ સીરીઝ કરી. આ આખા વ્યાયામમાં તેમને 45 મિનિટનો સમય લાગ્યો.

સવા નવ વાગ્યે તે સ્વિમિંગ પૂલમાંથી બહાર નીકળ્યા અને પોતાનો એલઝેડઆર રેસર બોડીસૂટ પહેરવા લાગ્યા, જે એટલો ચુસ્ત હોય છે કે તેને પહેરવામાં જ વીસ મિનિટનો સમય લાગી જાય છે. આ પછી તેમણે હેડફોન પહેરીને હિપહોપ મ્યુઝિક વગાડ્યું, જે તે દરેક રેસ પહેલાં સાંભળતા હતા. પછી તે રાહ જોવા માંડ્યા.

ફેલ્પ્સે સાત વર્ષની નાની ઉંમરથી જ તરવાનું શરૂ કરી દીધું હતું. તે બેહદ સ્ફૂર્તિલા હતા અને તેમને કોઈપણ કામમાં થાક લાગતો નહોતો. તેમની આ અસીમિત ઉર્જાને જોઈને મા અને શિક્ષકને પણ નવાઈ લાગતી હતી. ફેલ્પ્સનું ધડ પહોળું, હાથ મોટા અને પગ સરખામણીએ જરા નાના હતા. પગ નાના હોવાથી તરવામાં સરળતા રહે છે. ફેલ્પ્સનું શારીરિક બંધારણ જોઈને ત્યાંના સ્થાનિક કોચ બોબ બોમેન સમજી ગયા કે તે તરવામાં ચેમ્પિયન બની શકે છે. પણ ફેલ્પ્સ હંમેશાંથી ભાવુક સ્વભાવના હતા. રેસની પહેલા તે શાંત રહી શકતા નહોતા. ઉપરથી તેમના માતા-પિતાના છૂટાછેડા થવા જઈ રહ્યા હતા અને તે આ તણાવ સામે પણ ઝઝૂમી રહ્યા હતા. બોમેને શરીરને આરામ પહોંચાડનારા વ્યાયામોનું એક પુસ્તક ખરીદીને ફેલ્પ્સની મા ને આપ્યું અને તેમને સલાહ આપી કે તે આને રોજે જોર-જોરથી વાંચીને ફેલ્પ્સને સંભળાવતા રહે. આ પુસ્તકમાં વ્યાયામ અંગે નિર્દેશ આપવામાં આવ્યા હતા, જેમ કે 'પહેલા જમણા હાથની મુઠ્ઠી બંધ કરો, પછી મુઠ્ઠી ખોલો અને કલ્પના કરો કે તણાવ તમારા શરીરમાંથી બહાર નીકળી રહ્યો છે.' આ પુસ્તકના કારણે દરરોજ રાતે સૂતાં પહેલાં ફેલ્પ્સના તણાવભર્યા શરીરનો દરેક ભાગ શિથિલ થઈ જતો.

બોમેનને વિશ્વાસ હતો કે તરવૈયાની સફળતાનું રહસ્ય યોગ્ય રૂટીન(નક્કી કરેલી ક્રિયાઓ) બનાવવામાં છુપાયેલું હોય છે. તે જાણતા હતા કે ફેલ્પ્સનું શારીરિક બંધારણ તરવૈયા માટે યોગ્ય હતું. પણ ઓલંપિકમાં ભાગ લેનારા દરેક ખેલાડીનું શારીરિક બંધારણ શ્રેષ્ઠ દરજ્જાનું હોય છે. ફેલ્પ્સ એ સમયે ખૂબ નાની ઉંમરના હતા, પણ બોમેને તેમનામાં ખેલાડીઓવાળું ઝનૂન જોયું હતું. દરેક ઉત્કૃષ્ટ ખેલાડીમાં આ ગુણ જરૂર હોય છે.

બોમેને ફેલ્પ્સમાં કેટલીક એવી આદતો વિકસિત કરી, જેની મદદથી તે માનસિક રીતે સૌથી શક્તિશાળી તરવૈયો બની શકે અને બાકીના બધા તરવૈયાઓ કરતાં અલગ ઓળખ

બનાવવામાં સફળ થાય. આ માટે બોમેનને ફેલ્પ્સના જીવનના દરેક પાસાને નિયંત્રિત કરવાની આવશ્યક્તા ઊભી થઈ નહીં. તેમને તો માત્ર ફેલ્પ્સની કેટલીક પસંદગીની આદતો પર ધ્યાન આપવાનું હતું. એવી પસંદગીની આદતો, જેનો તરવા સાથે કોઈ સંબંધ નહોતો, પણ જેનાથી ફેલ્પ્સમાં યોગ્ય માનસિકતા વિકસિત થઈ શકતી હતી. તેમણે આવા કેટલાક વ્યવહારોની શ્રેણી બનાવી, જેથી ફેલ્પ્સ રેસથી પહેલા શાંત થઈને પોતાનું ધ્યાન કેન્દ્રિત કરી શકે. તરવૈયાની રેસમાં જીત અને હારનો ફેર માત્ર કેટલીક મિલીસેકન્ડથી પણ નક્કી થઈ શકે છે. તેથી આ શ્રેણીથી ફેલ્પ્સને નાના-નાના ફાયદા થતા હતા, જેથી તેમની જીત પાકી થઈ શકે.

કિશોર વયના ફેલ્પ્સ જ્યારે અભ્યાસ માટે નીકળતા, ત્યારે બોમેન તેમને યાદ અપાવતા હતા કે ‘દરેક રાત્રે સૂતાં પહેલા અને રોજ સવારે ઉઠ્યા પછી તે વીડિયો ટેપ જરૂર જોજે, જે મેં તને જણાવી હતી.’

આ વીડિયો ટેપ વાસ્તવિક નહોતી. આ તો રેસમાં શ્રેષ્ઠ પ્રદર્શનનું દૃશ્ય પોતાના મનમાં જોવાનો વ્યાયામ હતો. તેને માનસિક-દર્શન કહી શકાય. દરરોજ રાત્રે સૂતાં પહેલાં અને રોજ સવારે જાગ્યા પછી ફેલ્પ્સ કોઈપણ ભૂલ કર્યા વિના ધીમી ગતિથી પૂલ-બ્લોક્સમાં છલાંગ મારવાની કલ્પના કરતા હતા. તે પોતાના સ્ટ્રોક્સ, સ્વિમિંગ પૂલની દીવાલો, વળવાની ક્રિયા અને રેસનો અંત વગેરે બધા દૃશ્યોની માનસિક-કલ્પના કરતા હતા. તેમની પાછળ પાણીનું વહેણ, પાણીની બહાર નીકળતા તેમના ભીના શરીરમાંથી ટપકતું પાણી, સ્વિમિંગ પૂલમાંથી બહાર નીકળ્યા પછી અને અંતે પોતાના માથા પરથી ટોપી ઉતારવી વગેરે કેવો અનુભવ થશે, ફેલ્પ્સ આ બધા દૃશ્યોને પોતાના મનમાં જોતા હતા. તે પોતાની પથારી પર આડા પડી પોતાની આંખો બંધ કરતા અને પૂરી તરણની રેસનું માનસિક-દર્શન કરતા હતા. તે તેમના નાનામાં નાના વર્ણન પર નજર રાખતા હતા. ફેલ્પ્સ આ દૃશ્યોને ત્યાં સુધી વારંવાર પુનરાવર્તિત કરતા રહેતા, જ્યાં સુધી તેમને આ દૃશ્યોનો એક-એક ભાગ સારી રીતે યાદ ન રહી જાય.

અભ્યાસ દરમિયાન બોમેન જ્યારે ફેલ્પ્સને રેસની ગતિથી તરવાનો આદેશ આપતા, ત્યારે તેમના શબ્દો રહેતા, ‘તારો વીડિયો ટેપ ચલાવ.’ આનાથી ફેલ્પ્સ પહેલા કરતાં પણ શ્રેષ્ઠ પ્રદર્શન કરવાનો પ્રયત્ન કરવા લાગતા. જો કે પાણીમાંથી નીકળ્યા પછી પણ તેમને સંતોષ નહોતો મળતો કારણ કે તે આ બધું પોતાના મગજમાં એટલી વાર જોઈ ચૂક્યા હતા કે તેમને બધું જાણે મોંઢે કરેલું લાગતું. પણ આ યુક્તિ અકસીર હતી અને સારા પરિણામ આપતી હતી. ફેલ્પ્સની તરવાની ગતિ દિવસે-દિવસે વધતી જતી હતી. આગળ જતાં બોમેનને રેસથી પહેલાં ફેલ્પ્સના કાનમાં માત્ર એટલું જ કહેવું પડતું હતું, ‘તારો વીડિયો ટેપ ચલાવ.’ અને આ પછી ફેલ્પ્સના પ્રતિસ્પર્ધીઓ પાસે હારનો સામનો કરવા સિવાય કોઈ બીજો વિકલ્પ બચતો નહોતો.

બોમેને ફેલ્પ્સના જીવનમાં કેટલાક મુખ્ય રૂટીન(નક્કી કરેલી ક્રિયાઓ) સ્થાપિત કરી. જેના પરિણામ સ્વરૂપની ફેલ્પ્સની બાકીની બધી આદતો જેમ કે પૌષ્ટિક ભોજન, અભ્યાસ, વ્યાયામ અને આરામ આપોઆપ નિયમિત થઈ ગઈ. આ આદતો આટલી અસરકારક શા માટે હતી ? આ આદતોએ મૂળ આદતોનું કામ કેવી રીતે કર્યું ? એકેડેમિક સાહિત્યમાં આ બધા પ્રશ્નોનો બસ એક જ જવાબ છે, 'નાની જીત.'

★★★

'નાની જીત'નો અર્થ સીધો જ છે. મૂળ આદતો દ્વારા જે રીતે મોટા પાયા પર પરિવર્તન આવે છે, દરેક 'નાની જીત' તેનો મહત્ત્વપૂર્ણ ભાગ હોય છે. અનેક સંશોધનોથી એ સ્પષ્ટ થયું છે કે નાની જીતમાં અપાર શક્તિ હોય છે અને તે વ્યક્તિની સૌથી મોટી જીતને સુનિશ્ચિત કરવામાં પણ ઉલ્લેખનીય ભૂમિકા ભજવે છે. ત્યાં સુધી કે જો તેની તુલના સૌથી મોટી જીત સાથે પણ કરવામાં આવે, તો કોઈ અતિશયોક્તિ નહીં થાય. કોર્નેલના એક પ્રોફેસરે ઈ.સ.1984માં લખ્યું હતું, 'દરેક નાની જીત વાસ્તવમાં નાના-નાના ફાયદાઓની તરફ પહેલું પગલું હોય છે. એક નાની જીત હાંસલ કરવાથી પણ એવી શક્તિઓ કાર્યરત થઈ જાય છે, જેનાથી ઘણી નાની-નાની જીતો હાંસલ કરવાના દરવાજા ખૂલી જાય છે. સતત નાની-નાની જીતો હાંસલ કરવાથી વ્યક્તિને ઘણા નાના-નાના ફાયદા થાય છે, જેનાથી તેની અંદર એક પેટર્ન બની જાય છે. આ પેટર્ન તેમને ભરોસો અપાવે છે કે આ નાની-નાની જીતોની જેમ જ મોટી જીત પણ હાંસલ કરી શકાય છે.

ઉદાહરણ તરીકે જ્યારે ઈ.સ.1960માં સમલૈંગિક અધિકાર સંગઠને હોમોફોબિઆ(સમલૈંગિક લોકો પ્રત્યે પ્રબળ ઘૃણા) ની વિરુદ્ધ મોરચો શરૂ કર્યો, તો શરૂઆતના તબક્કામાં તેમને માત્ર નિષ્ફળતા જ હાથ લાગી. તેમણે સમલિંગિઓ પર કેસ ચલાવવાના કાયદાનો અંત લાવવાનો પ્રયત્ન કર્યો, પણ રાજ્યસભામાં તેમને હારનો સામનો કરવો પડ્યો. કેટલાક અધ્યાપકોએ સમલૈંગિક કિશોર વિદ્યાર્થીઓને સલાહ આપવાના ઉદ્દેશથી એવા અભ્યાસક્રમની રચના કરી, જેમાં સમલૈંગિકતાને અપનાવવા વિશે સૂચન આપવામાં આવ્યા હતા. પણ આ અધ્યાપકોને પોતાની નોકરી ગુમાવવી પડી. સમલૈંગિક અધિકાર સંગઠનના મૂળ ઉદ્દેશ હતા, સમલૈંગિકોની સાથે કરવામાં આવનારા ભેદભાવને મૂળમાંથી દૂર કરવા, પોલીસ દ્વારા સમલૈંગિકોના ઉત્પીડનને અટકાવવું અને અમેરિકી મનોવૈજ્ઞાનિક સંઘને એ વિશ્વાસ અપાવવો કે સમલૈંગિકતા માનસિક બિમારી નથી વગેરે. પણ હવે તેમને લાગવા માંડ્યું હતું કે આ ઉદ્દેશોને પૂરા કરવા શક્ય નથી.

સમલૈંગિકોની આઝાદી માટે કાર્યરત અમેરિકન લાઈબ્રેરી એસોસિએશનની ટાસ્ક ફોર્સે ઈ.સ.1970માં એક નાના લક્ષ્ય પર ધ્યાન કેન્દ્રિત કરવાનો નિર્ણય લીધો. તેમનું લક્ષ્ય હતું કે લાઈબ્રેરી ઑફ કોંગ્રેસને આ વાત માટે રાજી કરવી કે તે સમલૈંગિક સ્વતંત્રતા આંદોલનના પુસ્તકોને એચ.ક્યુ 71-471(આ કલમમાં અપ્રાકૃતિક યૌન સંબંધ તથા યૌન

અપરાધનો સમાવેશ થાય છે) નામની શ્રેણીમાંથી દૂર કરીને કોઈ એવી શ્રેણીમાં મૂકવામાં આવે, જે અપમાનજનક ન હોય.

ઈ.સ. 1972માં, લાઈબ્રેરી ઑફ કોંગ્રેસને આ આવેદન-પત્ર મળ્યો. તેમણે તેને સ્વીકાર કરી લીધો અને આ વિષયના પુસ્તકોને ફરીથી શ્રેણીબદ્ધ કર્યા. તેમણે એ માટે પુસ્તકોની એક નવી શ્રેણી બનાવી – એચ.ક્યૂ.76.5(આ વર્ગમાં સ્ત્રી-પુરુષ સમલૈંગિકતા અને સમલૈંગિક સ્વતંત્રતા આંદોલન સાથે જોડાયેલી સામગ્રી સામેલ હતી) આ એક નાનકડું પરિવર્તન હતું. પુસ્તકો શ્રેણીબદ્ધ કરીને રાખવાની એક જૂની સંગઠનાત્મક આદતમાં એક નાનકડો સુધારો, પણ તેના રોમાંચક પરિણામ આગળ આવ્યા. આ નવી નીતિના સમાચાર દેશભરમાં ફેલાયા. આ જીતનો હવાલો આપીને સમલૈંગિક અધિકાર સંગઠન ફાળો એકઠો કરવા માટે કાર્યક્રમો આયોજિત કરવા માંડ્યા. થોડાં જ વર્ષોમાં કેલિફોર્નિયા, ન્યૂયોર્ક, મેસાચ્યુસેટ્સ અને ઓરેગોન જેવા વિસ્તારોમાં ઘણા નેતા પોતાની સમલૈંગિકતા સૌની સામે સ્વીકારીને ચૂંટણીમાં ઊભા રહેવા માંડ્યા. લાઈબ્રેરી ઑફ કોંગ્રેસના નિર્ણયથી મળેલી જીતને કારણે જ તે આ બધું કરવા માટે પ્રોત્સાહિત થયા હતા. અનેક વર્ષોના પ્રયત્નો પછી, આખરે 1973માં, અમેરિકન સાઈકિયાટ્રિક એસોસિએશને સમલૈંગિકતાની પરિભાષામાં પરિવર્તન કર્યું અને એ સ્વીકાર્યું કે સમલૈંગિકતા એ કોઈ માનસિક બિમારી નથી. આ પરિભાષાએ સમલૈંગિકતા અંગે નવા કાયદા બનાવવાનો માર્ગ સાફ કરી દીધો. આ નવા કાયદાને કારણે હવે કોઈની લૈંગિક પસંદગીના આધાર પર તેની સાથે ભેદભાવ કરવો તેને ગેરકાયદેસર ગણી અપરાધ માનવામાં આવ્યો.

આ બધું એક નાની જીતને કારણે જ શક્ય થઈ શક્યું.

પ્રસિદ્ધ સંગઠનાત્મક મનોવૈજ્ઞાનિક કાર્લ વેઈક લખે છે, 'નાની જીતનો કોઈ નિશ્ચિત ક્રમ નથી હોતો. તે એક યોગ્ય ક્રમમાં આગળ વધતી નથી. નાની જીતથી તમે એ નક્કી કરી શકતા નથી કે તમે પોતાનું લક્ષ્ય પ્રાપ્ત કરવાની નજીક પહોંચી ગયા છો કે નહીં. નાની જીત ભિન્ન પરિસ્થિતિઓમાં નાના પ્રયોગોની જેમ વિખરાયેલી હોય છે. પણ આ પ્રયોગોથી બાધાઓ અને અવસરોની જાણ થાય છે. સાથે જ એવા નવા સંસાધનો અને બાધાઓની જાણકારી પણ મળે છે, જે એ પરિસ્થિતિ ઊભી થતા પહેલા અદશ્ય હતા.'

માઈકલ ફેલ્પ્સની સાથે પણ કંઈક એવું જ થયું હતું ! બોબ બોમેને જ્યારે ફેલ્પ્સ અને તેમની મા ને માનસિક-દર્શન અને આરામની મૂળ આદતો પર કામ કરવા માટે કહ્યું ત્યારે તેમાંથી કોઈ જ જાણતું નહોતું કે તે વાસ્તવમાં શું કરી રહ્યા છે. બોમેન પોતાનો અનુભવ વહેંચતા કહે છે, 'આપણે બધા અલગ-અલગ વસ્તુઓ સાથે પ્રયોગ કરતા રહ્યા, જ્યાં સુધી કોઈ એક વસ્તુથી આપણને લાભ ન થવા માંડ્યો. આગળ જતાં આપણને એ અનુભૂતિ થઈ કે આપણે જીતની નાની ક્ષણો પર ધ્યાન આપીને તેમના દ્વારા માનસિક ટ્રિગર બનાવી શકીએ છીએ. અમે તેને પોતાના રૂટીન(નક્કી કરેલી ક્રિયા)નો હિસ્સો બનાવ્યો. આપણે

તરણની દરેક રેસ પહેલાં કેટલીક વિશિષ્ટ શૃંખલાબદ્ધ ક્રિયાઓ કરીએ છીએ. તેનો ઉદ્દેશ હોય છે, ફેલ્પ્સમાં જીતનો અનુભવ પેદા કરવો.'

'જો તમે ફેલ્પ્સને એ સવાલ કરો કે સ્પર્ધાથી પહેલા તેના મગજમાં શું ચાલી રહ્યું હોય છે, તો તે કહેશે કે તે એ વિશે વિચારી જ નથી રહ્યો કારણ કે તે માત્ર પ્રોગ્રામનું પાલન કરી રહ્યો છે. પણ આ જવાબ પૂર્ણપણે સાચો નથી. વાસ્તવમાં તે સમયે ફેલ્પ્સની આદતો સક્રિય હોય છે. રેસ શરૂ થવા સુધી ફેલ્પ્સ પોતાના લક્ષ્યનો અડધો માર્ગ પૂરો કરી ચૂક્યો હોય છે અને દરેક પગલાં પર તેને જીત પ્રાપ્ત થઈ હોય છે. તેના બધા સ્ટ્રેચેસ તેમની યોજનાનુસાર જ થયા હોય છે. તેનો વોર્મ-અપ પણ એવો જ થયો હોય છે, જેવું તેણે પોતાના માનસિક-દર્શનમાં જોયું હતું. તેના હેડફોન્સમાં પણ એ જ સંગીત ચાલી રહ્યું હોય છે, જે તેણે વિચાર્યું હતું. આ આખી યોજના તેણે દિવસની શરૂઆતમાં જ બનાવી હતી અને અસલ રેસ આ યોજનાનો માત્ર એક હિસ્સો હતી, તે આ યોજનાના દરેક પગલે વિજયી થયો હતો. આથી રેસમાં જીતવું આ આખી પ્રક્રિયાનો માત્ર સહજ વિસ્તાર હતો.'

બીજિંગમાં, સવારના 9 વાગીને 56 મિનિટનો સમય થયો હતો. રેસ શરૂ થવામાં હવે માત્ર ચાર મિનિટ બાકી હતી અને ફેલ્પ્સ પોતાના પ્રારંભના બિંદુની પાછળ ઉભા રહી, ધીરે-ધીરે પોતાના પંજા પર ઉછળી રહ્યા હતા. રેસની ઘોષણા કરનારી વ્યક્તિએ ફેલ્પ્સનું નામ લીધું. ફેલ્પ્સ હંમેશાની જેમ પોતાના શરૂઆતના બિંદુ પર ઊભા હતા અને પછી તે એક પગથિયું નીચે ઉતર્યા. તે બાર વર્ષની ઉંમરથી જ રેસ શરૂ થતાં પહેલા, એક પગથિયું નીચે ઉતરીને પોતાના હાથ હવામાં ફેરવતા હતા. આજે પણ તેમણે એમ જ કર્યું. તે એકવાર ફરી પ્રારંભના બિંદુ પર આવીને ઊભા રહી ગયા અને પોતાની મુદ્રામાં આવી ગયા. તેની થોડીક જ ક્ષણો પણ જેવી રેસ શરૂ થવાની ઘોષણા માટે બંદૂકની ગોળી ચાલી, તે પાણીમાં કૂદી ગયા.

પાણીમાં જતાં જ ફેલ્પ્સ જાણી ગયા કે આજે કંઈક ગરબડ છે. પૂલનું પાણી તેમના ગોગલ્સની અંદર સુધી આવી રહ્યું હતું. ફેલ્પ્સ એ પણ જાણતા નહોતા કે તેમના ગોગલ્સમાં નીચે કાણું હતું કે ઉપર. તેમણે એ આશામાં પોતાનું માથું પાણીમાંથી બહાર કાઢ્યું કે આ કાણું વધારે મોટું ન થઈ જાય.

પણ બીજો વળાંક પાર કરવા સુધી તેમના માટે બધું જ ધૂંધળું થઈ ગયું હતું. ફેલ્પ્સ ત્રીજા વળાંક તરફ છેલ્લા લૈપ સુધી પહોંચે, તે પહેલાં જ તેમના ગોગલ્સમાં પૂર્ણપણે પાણી ભરાઈ ચૂક્યું હતું. હવે ફેલ્પ્સને સ્વિમિંગ પુલની નીચે બનેલી લાઈન દેખાતી નહોતી અને એ 'ટી' પણ દેખાતો નહોતો, જેનાથી દીવાલ નજીક હોવાની સૂચના મળે છે. તે એ પણ જોઈ શકતા નહોતા કે જીતવા માટે કેટલા સ્ટ્રોક બાકી છે. ફેલ્પ્સ એ સમયે પૂર્ણપણે દૃષ્ટિહીન થઈ ગયા હતા. ઓલમ્પિકની ફાઈનલમાં આ પ્રકારની મુશ્કેલી આવતા કોઈપણ તરવૈયાના મનમાં ખળભળાટ મચી શકે છે.

પણ ફેલ્પ્સ એકદમ શાંત હતા.

એ દિવસે પણ બાકી બધું ફેલ્પ્સની યોજના પ્રમાણે જ થયું હતું. ગોગલ્સમાં કાણું હોવું, તેમની યોજનામાં એક નાનકડો અંતરાય હતો, જેનો સામનો કરવા માટે ફેલ્પ્સ પહેલેથી જ તૈયાર હતા. એકવાર બોમેને ફેલ્પ્સને મિશિગનના સ્વીમિંગ પૂલમાં આંખો બંધ કરીને તરવા માટે કહ્યું હતું. તેમનું કહેવું હતું કે ફેલ્પ્સે દરેક અણધારી પરિસ્થિતિ માટે તૈયાર રહેવું જોઈએ. ફેલ્પ્સ પોતાના માનસિક દર્શનમાં જે દૃશ્ય જોતા હતા, તેમાંથી કેટલાકમાં આ પરિસ્થિતિનો સામનો કરવાની પૂરી તૈયારી હતી. ગોગલ્સ ખરાબ થતાં ફેલ્પ્સ શું કરશે, તેની માનસિક તૈયારી તે પહેલા જ કરી ચૂક્યા હતા. પોતાનો છેલ્લો લૅપ શરૂ કરતાં જ ફેલ્પ્સે અંદાજ લગાવી લીધો કે આ લૅપની સમાપ્તિ માટે લગભગ 19-20 સ્ટ્રોક્સની જરૂર છે. તેમણે ગણતરી શરૂ કરી અને આગળ વધતા રહ્યા. તે ખૂબ ઝડપથી તરી રહ્યા હતા અને તેમનું મન બિલકુલ શાંત હતું. જેવો તેમણે અડધો લૅપ પસાર કર્યો, તેમણે પૂરી ક્ષમતા લગાવીને પોતાની તરવાની ગતિ વધારી દીધી. પોતાના પ્રતિસ્પર્ધીઓને પરાજિત કરવાની તેમની એક વિશેષ તકનીક હતી. 18મા સ્ટ્રોક પછી તેમને લાગવા માંડ્યું કે સ્વીમિંગ પૂલની દીવાલ બસ આવવાની જ છે. તે શ્રોતાઓની બૂમો સાંભળી શકતા હતા, પણ ગોગલ્સમાં પાણી ભરાયેલું હોવાને કારણે તે એ જોઈ શકતા નહોતા કે શ્રોતા તેમને પ્રોત્સાહન આપવા માટે બૂમો પાડે છે કે પછી તેમનો કોઈ પ્રતિસ્પર્ધી તેમને પાછળ છોડીને આગળ વધી રહ્યો છે. તે પછી ઓગણીસમો સ્ટ્રોક થયો અને પછી બાવીસમો. પોતાની માનસિક વીડિયો ટેપથી તેમને લાગ્યું કે હજુ એક માનસિક સ્ટ્રોકની આવશ્યકતા છે. તેમણે એકવીસમા સ્ટ્રોક માટે જેવા પોતાના હાથ ફેલાવ્યા, તેમનો હાથ સ્વીમિંગ પૂલની દીવાલને સ્પર્શી ગયો. તેમણે એકદમ યોગ્ય અંદાજ લગાવ્યો હતો. તે પાણીમાંથી બહાર આવ્યા અને ગોગલ્સ ઉતાર્યાં. સ્કોરબોર્ડ પર માઈકલ ફેલ્પ્સના નામની આગળ લખ્યું હતું – 'ડબલ્યુ.આર.' એટલે કે વર્લ્ડ રેકોર્ડ. ફેલ્પ્સે એક વધુ સુવર્ણપદક પોતાના નામે કરી લીધું હતું.

આ રેસ પછી એક પત્રકારે ફેલ્પ્સને પૂછ્યું કે જોયા વિના તરતી વખતે તેમને કેવો અનુભવ થતો હતો ?

'મને એવો જ અનુભવ થતો હતો, જેવું મેં વિચાર્યું હતું,' તેમણે જવાબ આપ્યો. જીવનભરની નાની-નાની જીતોમાં આ તેમની એક વધુ સફળતા હતી.

★★★

પોલ ઓનેલને એલ્કોઆના સીઈઓ બનીને છ મહિના વીતી ચૂક્યા હતા. એકવાર એરીઝોનાના કારખાનાના મેનેજરે તેમને મોડી રાત્રે ફોન કર્યો. તે ખૂબ ગભરાયેલા લાગતા હતા. તેમણે જણાવ્યું કે એક નવયુવકે થોડાક જ અઠવાડિયા પહેલા કારખાનામાં કામ કરવાનું શરૂ કર્યું હતું. તે પોતાના કામ માટે ખૂબ ઉત્સાહિત હતો કારણ કે કારખાનાના નિયમો પ્રમાણે તેની ગર્ભવતી પત્નીને ચિકિત્સા સુવિધાઓ મળી રહી હતી. પણ આજે

જ્યારે કારખાનાની એક્સટ્રૂઝન પ્રેસ બંધ થઈ ગઈ, તો એ નવયુવકે પ્રેસને સરખી કરવાનો પ્રયત્ન કર્યો. તેણે કૂદીને પ્રેસની આજુબાજુ બનાવેલી પીળા રંગની સુરક્ષા દીવાલ ઓળંગી અને આગળ વધ્યો. પ્રેસની અંદર છ ફૂટનો એક લાંબો અને શક્તિશાળી મશીની હાથ હતો, જેની તિરાડમાં એલ્યુમિનિયમનો એક ટુકડો ફસાઈ ગયો હતો. આ જ કારણે મશીન બંધ થઈ ગયું હતું. તે નવયુવકે એ એલ્યુમિનિયમનો તે ટુકડો ખેંચીને બહાર કાઢી નાખ્યો અને મશીન બરાબર થઈ ગયું. પણ જેવું પ્રેસ શરૂ થયું, નવયુવકની પાછળ લાગેલો મશીની હાથ ગતિશીલ થયો અને સીધો આવીને તેના માથા સાથે ભટકાયો. તેનાથી એ યુવકનું માથું ખૂબ જ ખરાબ રીતે કચડાઈ ગયું અને એ જ ક્ષણે તેનું મૃત્યુ થઈ ગયું.

ઘટનાના ચૌદ કલાક પછી ઓનેલે બધા કારખાનાના અધિકારીઓ અને એલ્કોઆની પીટ્સબર્ગ ઓફિસના બધા મુખ્ય અધિકારીઓને બોલાવી આપાતકાલીન બેઠક કરી. એ બધાએ આખો દિવસ વારંવાર વીડિયો ટેપ જોઈ અને ઘણાબધા રેખાચિત્રો બનાવીને ખૂબ મુશ્કેલીથી કાગળ પર આ દુર્ઘટનાની તસવીરો બનાવી હતી. જેથી એ સમજી શકાય કે આ દુઃખદ ઘટનાની પાછળ ક્યા કારણ હતા. આ તસવીરોનો અભ્યાસ કરવાથી તેમને દુર્ઘટના બનવાના એક ડઝન કરતાં પણ વધારે કારણ દેખાયા. તેમને કારખાનાના બે મેનેજરોની ભૂલ પણ દેખાઈ, જેમણે એ યુવકને દીવાલ ઓળંગતો જોયો પણ તેને અટકાવ્યો નહીં. કર્મચારીઓના પ્રશિક્ષણ કાર્યક્રમમાં એ યુવકને આ વાત યોગ્ય રીતે સમજાવવામાં આવી નહોતી કે મશીન ખરાબ હોવાનો દોષ મજૂરોને આપવામાં નહીં આવે. એ યુવકને એ સૂચના પણ બરાબર રીતે આપવામાં આવી નહોતી કે મશીન સરખું કરવાનો પ્રયત્ન કરતાં પહેલા તેણે પોતાના મેનેજર સાથે વાત કરવી જોઈએ. સાથે જ દુર્ઘટનાનું એક કારણ એ પણ સમજાયું કે મશીનમાં એવા અત્યાધુનિક સેન્સર લાગેલા નહોતા કે કોઈ કર્મચારી દીવાલ ઓળંગીને મશીનની નજીક જાય તો તે સ્થિતિમાં મશીનને તરત બંધ કરી દે, એટલે પણ આ દુર્ઘટના બની.

ઓનેલે ખૂબ ગંભીરતાથી કહ્યું, 'આ યુવકનું મૃત્યુ આપણા કારણે થયું છે, આ મારી લીડરશિપની હાર છે. તેના મોતનું કારણ હું છું. આપણે બધા અધિકારી તેના મૃત્યુ માટે જવાબદાર છીએ.'

ઓરડામાં બેઠેલા બધા અધિકારી અચંબામાં પડી ગયા. એમાં કોઈ બેમત નહોતો કે આ ઘટના ખૂબ જ દુઃખદ હતી. પણ એલ્કોઆ એક વિશાળ કંપની હતી, જેના મજૂર રોજે ગરમ ધાતુઓ અને આત્મઘાતી મશીનોની વચ્ચે કામ કરતા હતા અને ક્યારેક ને ક્યારેક એલ્કોઆમાં આવી ઘટનાઓ બની જ જતી હતી. કંપનીના એક મુખ્ય અધિકારી બીલ ઓરુરકે જણાવે છે કે, 'પોલ વ્યાપારની દુનિયાના નહોતા. તે એલ્કોઆમાં એક બહારની વ્યક્તિ હતા. જ્યારે તેમણે પદ સંભાળતાની સાથે જ સુરક્ષાની વાત શરૂ કરી હતી, ત્યારથી લોકોને તેમની કુશળતા માટે શંકા થવા માંડી હતી. અમે બધાએ વિચાર્યું કે કદાચ તે થોડાક

દિવસો સુધી આ વિષય પર વાત કરશે અને પછી તેને ભૂલીને બીજા કોઈ વિષય પર ધ્યાન કેન્દ્રિત કરી લેશે. પણ નવયુવકના મૃત્યુ પછી જે મીટિંગ થઈ, તેમાં પોલના શબ્દો સાંભળીને દરેક વ્યક્તિ હચમચી ગઈ. હવે બધાને સમજાઈ ગયું હતું કે ઓનેલે વિષયને કેટલી ગંભીરતાથી લીધો હતો. તે એક એવા મજૂર માટે આખી રાત જાગી રહ્યા હતા, જેને તે ક્યારેય મળ્યા પણ નહોતા. એ ક્ષણ પછી જ કંપનીમાં અસલ પરિવર્તન શરૂ થયું.'

આ મીટિંગના એક અઠવાડિયા પછી જ એલ્કોઆના બધા કારખાનાઓની સુરક્ષા દીવાલોને ભડકીલા પીળા રંગથી રંગી દેવામાં આવી. સાથે જ નવી સુરક્ષા નીતિઓ પણ બનાવવામાં આવી. મેનેજરોએ બધા કર્મચારીઓને કારખાના અને મશીનોની સારસંભાળ અંગે સૂચનો આપવા માટે પ્રોત્સાહિત કર્યા. બધાને ફરીથી બધા જ નિયમો સમજાવવામાં આવ્યા અને એક-એક સૂચના વિસ્તારપૂર્વક જણાવવામાં આવી. જેથી કોઈપણ કર્મચારી કોઈ મશીનને સરખું કરવા માટે અસુરક્ષિત રીત ન અપનાવે. આ નવી સતર્કતાને કારણે ખૂબ જ ઓછા સમયમાં દુર્ઘટનાઓની સંખ્યા ઝડપથી ઓછી થઈ ગઈ. આ રીતે એલ્કોઆને એક નાની જીતનો અનુભવ મળી ગયો.

આ પછી એકવાર ફરીથી ઓનેલે એવું કશુંક કર્યું, જેની કોઈને આશા નહોતી.

તેમણે એક મેમો લખ્યો, જે કંપનીના દરેક કારખાના અને ઓફિસમાં મોકલવામાં આવ્યો. તેમાં તેમણે લખ્યું હતું, 'હું તમને સૌને અભિનંદન આપવા ઈચ્છું છું. આપ સૌએ કંપનીમાં દુર્ઘટનાની સંખ્યા ઓછી કરવામાં મહત્ત્વપૂર્ણ યોગદાન આપ્યું છે, ભલે એમ થઈને હજુ માત્ર બે જ અઠવાડિયા કેમ ન થયા હોય. પણ આપણે એ વાતની ખુશી મનાવવાની નથી કે આપણે નિયમોનું પાલન કર્યું છે કે દુર્ઘટનાઓની સંખ્યા ઓછી કરી નાખી છે. આપણે તો એ વાતની ખુશી મનાવવાની છે કે આપણે બધાએ મળીને કેટલી બધી જિંદગીઓ બચાવી છે.'

આ સંદેશથી કંપનીના કર્મચારી એટલા પ્રભાવિત થયા કે ઘણા કારખાનાના મજૂરોએ ઓનેલના મેમોની ઢગલાબંધ નકલો બનાવીને પોત-પોતાના લોકરમાં ચીપકાવી દીધી. એક કર્મચારીએ તો ધાતુ ઓગાળવાના કારખાનાની દીવાલ પર ઓનેલનું ચિત્ર પણ બનાવી દીધું. આ ચિત્રની નીચે ઓનેલના મેમોનું એક વાક્ય પણ લખી નાખવામાં આવ્યું. જે રીતે માઈકલ ફેલ્પ્સના રૂટીન(નક્કી કરેલી આદતો) નો તેમના તરવા સાથે કોઈ સંબંધ નહોતો પણ તે તેમની સફળતાનું કારણ હતી, બરાબર એ જ રીતે ઓનેલના પ્રયત્નોએ પણ પોતાની અસર દેખાડી અને એવા પરિવર્તન લાવ્યા, જેનો સુરક્ષા સાથે કોઈ સીધો સંબંધ નહોતો, પણ તે કંપનીના રૂપાંતરણ માટે ખૂબ મહત્ત્વપૂર્ણ હતા.

ઓનેલ જણાવે છે, 'મેં મજૂરોને કહ્યું કે જો તમારું વ્યવસ્થાપન સુરક્ષાના મુદ્દા પર કામ નથી કરતું, તો તમે મને મારા ઘરે પણ ફોન કરી શકો છો. આ રહ્યો મારો નંબર....' મજૂરોએ ફોન કરવાનું શરૂ પણ કરી દીધું પણ તે દુર્ઘટનાઓ વિશે નહીં બલકે નવા સૂચનો

વિશે વાત કરવા ઈચ્છતા હતા.

એલ્કોઆનું એક કારખાનું ઘરોમાં લગાવવામાં આવતી એલ્યુમિનિયમની પટ્ટીઓનું ઉત્પાદન કરતું હતું. આ કારખાનું ઘણા વર્ષોથી નફો હાંસલ કરવા માટે ઝઝૂમી રહ્યું હતું. તેના અધિકારી પટ્ટીઓ માટે એ રંગોની પસંદગી કરવાનો પ્રયત્ન કરતા, જે એ સમયે ચલણમાં હતા, પણ તે હંમેશા આ કામમાં ચૂકી જતા હતા. તે યોગ્ય રંગોની પસંદગી કરવા માટે સલાહકારો પાછળ લાખો ડોલર ખર્ચ કરી નાખતા, જેના પછી છ મહિનામાં જ ગોદામ 'સૂરજમુખી' જેવા પીળા રંગની પટ્ટીઓથી ભરાઈ જતું અને ત્યારે જ અચાનક બજારમાં 'ઘાટા લીલા' રંગની પટ્ટીઓની માંગ વધી જતી. એક દિવસ નાના પદ પર કામ કરનારા કર્મચારીએ એવું સૂચન આપ્યું, જે તરત જનરલ મેનેજર સુધી પહોંચાડવામાં આવ્યું. તેનું સૂચન હતું કે જો કંપની અલગ-અલગ રંગમાં રંગનારી બધી મશીનોને એક સાથે એક જગ્યાએ ભેગા કરી દે, તો તે ગ્રાહકોની માંગ પ્રમાણે મશીનમાં ભરવામાં આવતા રંગને સરળતાથી બદલી શકશે. આ સૂચનથી એક જ વર્ષમાં એલ્યુમિનિયમની પટ્ટીઓના ઉત્પાદનથી કંપનીને બમણો નફો થવા માંડ્યો.

ઓનેલ દ્વારા સુરક્ષા પર ધ્યાન કેન્દ્રિત કરી એક નાની જીત હાંસલ કરવાથી કંપનીમાં એટલું સકારાત્મક વાતાવરણ બની ગયું, જેનાથી નવી-નવી કલ્પનાઓ અને સૂચનોને આગળ આવવાનો માર્ગ પ્રશસ્ત થઈ ગયો.

એલ્કોઆના એક અધિકારીએ જણાવ્યું,'અમને પાછળથી ખબર પડી કે રંગોની મશીનોને એક જગ્યાએ એકઠા કરવાની આ કલ્પના એ કર્મચારીના મનમાં પાછલા એક દાયકાથી હતી. પણ તેણે ક્યારેય કોઈને કશું જ જણાવવાની હિંમત કરી નહોતી. પછી જ્યારે કંપનીએ દરેક કર્મચારી પાસેથી સુરક્ષા માટે સૂચન માંગ્યા, તો એ કર્મચારીએ વિચાર્યું કે આ સૂચન પણ આપી જોઉં. બસ પછી તો શું, અમને તો જાણે લોટરીની ટિકિટ મળી ગઈ હતી.'

3

પોલ ઓનેલ પોતાની યુવાનીમાં એક સરકારી કર્મચારી હતા. ત્યાં તેમણે એવી યોજના બનાવી હતી, જેનાથી એ જાણી શકાય કે ચિકિત્સા સાથે જોડાયેલી યોજનાઓ પર સરકાર કેટલા પૈસા ખર્ચ કરે છે. એ સમયે અધિકારીઓની સામે સૌથી ગંભીર વિષય હતો, નવજાત શિશુઓનો વધતો મૃત્યુદર. અમેરિકા દુનિયાના સૌથી અમીર રાષ્ટ્રો પૈકીનું એક હતું. તેમ છતાં ત્યાંનો નવજાત શિશુ મૃત્યુ દર યુરોપ અને દક્ષિણ અમેરિકા કરતાં પણ વધારે હતો. અમેરિકાના ગ્રામીણ વિસ્તારોમાં તો આ આંકડો હજુ પણ વધારે હતો. જ્યાં મોટાભાગના શિશુ જન્મના એક વર્ષની અંદર જ મરી જતા હતા.

ઓનેલને આનું કારણ શોધવાની જવાબદારી સોંપવામાં આવી. તેમણે બીજી સરકારી

એજન્સીઓ સાથે સંપર્ક કર્યો અને તેમને નવજાત શિશુઓના મૃત્યુ સાથે જોડાયેલી બધી જાણકારીનો અભ્યાસ કરવા માટે કહ્યું. આ પછી જ્યારે પણ આ સરકારી એજન્સીની કોઈ વ્યક્તિ આ વિષય અંગે કોઈ જવાબ લઈને ઓનેલની પાસે જતી, તો તે તેમને આ જ વિષય પર નવા પ્રશ્ન પૂછવા લાગતા. લોકો તેમના આવા વર્તનથી એટલા કંટાળી ગયા હતા, પણ તે બસ સમસ્યાના મૂળ સુધી પહોંચવા માટે આવું કરતા હતા. તે આખો વખત બધાને નવી વસ્તુઓ શીખવા અને આ સમસ્યાને વધારે ઊંડાણથી સમજવા માટે કહ્યા કરતા હતા. (એક અધિકારીએ જણાવ્યું, 'મને ઓનેલ ખૂબ ગમે છે, પણ હવે તમે મને ગમે તેટલા પૈસા આપો, પણ હું તેમના માટે ફરીથી કામ નથી કરવાનો. જો કોઈ વ્યક્તિ તેના એક પ્રશ્નનો જવાબ આપી દેતી, તો તે તેના માટે વીસ કલાકનું કામ હજુ વધારી દેતા હતા.)

કેટલાક સંશોધનોથી જાણવા મળ્યું કે નવજાત શિશુઓના મૃત્યુનું એક મોટું કારણ એ તેમનું સમય કરતાં વહેલા જન્મ લેવાનું હતું. આવું એટલા માટે બનતું હતું કારણ કે ગર્ભવતી મહિલાઓ કુપોષણનો શિકાર હતી. એટલે કે શિશુઓનો મૃત્યુદર ઘટાડવા માટે ગર્ભવતી મહિલાઓને પોષક આહાર આપવામાં આવે એ ખૂબ જરૂરી હતું. આ બધું સાંભળવામાં ખૂબ સહેલું લાગે છે, પરંતુ કુપોષણ રોકવા માટે મહિલાઓને ગર્ભધારણ કરતાં પહેલાં જ પોતાનો આહાર સુધારવાની જરૂર હતી. સરકાર મહિલાઓને યૌન સંબંધો માટે તૈયાર થાય તે પહેલાં જ યોગ્ય આહાર લેવા માટે શિક્ષિત કરે તે જરૂરી હતું. આના માટે સૌથી સચોટ રીત એ હતી કે મહાવિદ્યાલયોમાં પૌષ્ટિક આહાર વિશે જાણકારી આપવા માટે નવા અભ્યાસક્રમ શરૂ કરવામાં આવે.

જ્યારે ઓનેલે આ વિષય વિશે પ્રશ્નો પૂછવાનું ચાલુ કર્યું કે પૌષ્ટિક આહાર વિશે જાણકારી આપતો અભ્યાસક્રમ કેવી રીતે બનાવવામાં આવે, તો એક બીજી વાત આગળ આવી. તેમણે જોયું કે ગ્રામીણ વિસ્તારોના શિક્ષકોને જીવવિજ્ઞાનનું એટલું જ્ઞાન નહોતું કે તે પૌષ્ટિક આહાર વિશે યોગ્ય રીતે ભણાવી શકે. આ સમસ્યાના ઉકેલ માટે સરકારે એ વાત પર ધ્યાન આપવું પડ્યું કે મહાવિદ્યાલયોમાં ભાવિ શિક્ષકોને કેવી રીતે ભણાવવામાં આવી રહ્યા છે. અહીં આ ભાવિ શિક્ષકોને જીવવિજ્ઞાનનો વિષય યોગ્ય રીતે ભણાવવા પર ભાર આપવામાં આવ્યો જેથી તે આગળ જતાં કિશોર છોકરીઓને આહાર અંગેનો વિષય સારી રીતે ભણાવી શકે. તો જ એ શક્ય હતું કે છોકરીઓનું શરીર યૌન સંબંધો માટે તૈયાર થાય, એ પહેલાં જ તેમને પૌષ્ટિક ભોજન મળી શકે અને આગળ જતાં તે એક સ્વસ્થ બાળકને જન્મ આપી શકે.

આખરે ઓનેલ માટે કામ કરનારાઓએ શિશુ મૃત્યુ દરનું મૂળ કારણ શોધી કાઢ્યું - ભાવિ શિક્ષકોના પ્રશિક્ષણની અયોગ્યતા. જો અધિકારીઓને શિશુઓનો મૃત્યુ દર ઓછો કરવા માટે યોજના બનાવવાનું કહેવામાં આવતું તો આ માટે શિક્ષકોનું પ્રશિક્ષણ સુધારવાની વાત કોઈ કરતું નહીં. તે આ બંને વિષયો વચ્ચેની કડી શોધી શકતા નહીં. પણ ઓનેલે શોધી

કાઢ્યું કે ઉચ્ચ મહાવિદ્યાલયોમાં જીવવિજ્ઞાન યોગ્ય રીતે ભણાવીને એવા શિક્ષક તૈયાર થઈ શકે, જે આવનારી પેઢીને પૌષ્ટિક આહારનું જ્ઞાન આપી શકે. જેથી કિશોરાવસ્થાના લોકો યોગ્ય આહાર લેવા માંડે અને વર્ષો પછી સ્વસ્થ બાળકોને જન્મ આપી શકે. જ્યારે ઓનેલે આ નોકરી શરૂ કરી હતી, એ સમયની

સરખામણીમાં આજે અમેરિકામાં શિશુ મૃત્યુ દર 68 ટકા ઓછો થઈ ચૂક્યો છે.

મૂળ આદતો અન્ય આદતોને પરિવર્તિત કરવાનો સરળ માર્ગ તૈયાર કરે છે. તેનો એક નક્કર પુરાવો આપણને પોલ ઓનેલના નવજાત શિશુઓનો મૃત્યુદર ઘટાડવાના અનુભવમાંથી મળે છે. એટલે કે એવી પ્રણાલીનું નિર્માણ, જેમાં મૂળ આદતને પરિવર્તિત કરવાથી તેનો પ્રભાવ બાકીની આદતો પર પણ પડે છે. નવજાત શિશુ મૃત્યુદર ઘટાડવા માટે શિક્ષક પ્રશિક્ષણ કેન્દ્રોનો અભ્યાસક્રમ બદલવાથી પ્રતિક્રિયાઓની એવી શૃંખલા શરૂ થઈ, જેનાથી સામે આવ્યું કે ગ્રામીણ છોકરીઓને કેવું શિક્ષણ આપવામાં આવે છે અને ગર્ભધારણા દરમિયાન તેમને યોગ્ય આહાર મળે છે કે નહીં. તેની સાથે જ પોતાના અધિકારીઓને સમસ્યાનું મૂળ કારણ શોધવા પર ભાર મૂકવાની ઓનેલની આદતે સરકારને નવજાત શિશુ મૃત્યુદર અને આ પ્રકારની અન્ય સમસ્યાઓને ઉકેલવા માટે નવો દૃષ્ટિકોણ પણ આપ્યો.

લોકોના જીવનમાં પણ બિલકુલ આ જ પ્રકારના પ્રભાવ દેખાઈ શકે છે. જેમ કે લગભગ વીસ વર્ષો પહેલા આને પારંપરિક જ્ઞાન માનવામાં આવતું હતું કે વજન ઘટાડવાનો સૌથી સારો ઉપાય પોતાના જીવનને પૂર્ણપણે પરિવર્તિત કરી નાખવાનો છે. ડૉકટર સ્થૂળતાની સામે ઝઝૂમતા દર્દીઓને ખાણી-પીણીના આકરા નિયમોનું પાલન કરવાની અને જિમમાં જવાની સલાહ આપતા હતા. સાથે જ, વિશેષજ્ઞોની સલાહ લેવાનું પણ કહેવામાં આવતું હતું. રોજની આદતો બદલવા પર ભાર મૂકવામાં આવતો હતો, જેમ કે લિફ્ટના બદલે સીડીઓનો ઉપયોગ કરવો વગેરે. આ પારંપરિક માન્યતા અનુસાર માનવીના જીવનને પૂર્ણપણે પરિવર્તિત કર્યા પછી જ તેની ખરાબ આદતો સુધારી શકાય છે.

પણ આ પદ્ધતિના પ્રભાવોનો લાંબા સમય સુધી અભ્યાસ કરતાં સંશોધકોએ જોયું કે આમાં મોટાભાગે નિષ્ફળતા જ હાથ લાગે છે. સ્થૂળતા સામે ઝઝૂમતા અનેક દર્દીઓએ લિફ્ટની જગ્યાએ સીડીઓનો ઉપયોગ કર્યો, જિમમાં જવાનું શરૂ કરી દીધું, ખાણી-પીણીમાં પણ ફેરફાર કર્યો, પણ આ બધું ત્યાં સુધી જ ચાલી શક્યું, જ્યાં સુધી વજન ઘટાડવાની કલ્પનાથી તેમની અંદર જોશ આવતો રહ્યો. આ બધું કરતાં-કરતાં જેવો લગભગ એક મહિનો વીત્યો, લોકો ફરીથી ટી.વી. જોતાં ભોજન કરવું અને એવી જ અન્ય આદતો તરફ પાછા વળી ગયા. વાત એમ હતી કે ઘણા બધા પ્રયત્ન કરવાના પ્રયત્નમાં એકપણ ક્રિયા આદતમાં પરિવર્તિત થઈ શકી નહીં.

પછી ઈ.સ.2009માં નેશનલ ઈન્સ્ટિટ્યૂટ ઑફ હેલ્થની મદદથી સંશોધકોના એક

સમૂહે વજન ઘટાડવાના એક નવા પાસાને ઉજાગર કર્યો. આ સંશોધકોએ સ્થૂળતા સામે ઝઝૂમી રહેલા સોળસો લોકોને એકત્રિત કર્યા. આ લોકોએ અઠવાડિયામાં ઓછામાં ઓછો એક દિવસ એ બધી વસ્તુઓની યાદ બનાવવાની હતી, જે તેમણે દિવસભરમાં ખાધી હોય.

શરૂઆતમાં આ બધું ખૂબ જ મુશ્કેલ હતું. ક્યારેક લોકો ખાણી-પીણીનો હિસાબ રાખવાની ડાયરી ભૂલી જતા અથવા ક્યારેક કોઈ ચટપટી વસ્તુ ખાધા પછી તેને ડાયરીમાં લખવાનું ભૂલી જતા. પણ ધીરે-ધીરે લોકો આ યાદી બનાવવા માંડ્યા. કેટલાક લોકો અઠવાડિયાનો એક દિવસ અને કેટલાક એક કરતાં પણ વધારે દિવસોનો હિસાબ રાખવા માંડ્યા. થોડા જ સમયમાં આ તેમની આદત બની ગઈ. પછી કંઈક અણધાર્યું બન્યું. આ લોકોએ પોતાની ડાયરીમાં ધ્યાન આપતાં પોતાની ઘણી હાનિકારક પેટર્નની જાણ થઈ. કેટલાક લોકોએ જોયું કે તે રોજે સવારે 10 વાગ્યાની આસપાસ કંઈક ચટપટું ખાતા હતા. આનાથી બચવા માટે તેમણે પોતાની સાથે સફરજન કે કેળા જેવા ફળ રાખવાનું શરૂ કરી દીધું જેથી જ્યારે પણ ખાવાનું મન થાય, તો ફળ ખાય. કેટલાક લોકો ભોજન માટે પહેલેથી યોજના બનાવવા માંડ્યા અને પોતાની ડાયરીમાં પહેલેથી ખાવાનું મેનુ લખવા માંડ્યા. આનાથી તે રાત્રે ઘરે પાછા ફર્યા પછી ફ્રિજમાં મૂકેલું ચટપટું કે પેકેટબંધ કે પછી વાસી ખાવાનું ખાવાને બદલે પૌષ્ટિક આહાર લેવા માંડ્યા.

સંશોધકોએ આ લોકોને આ બધું કરવાનું સૂચન કર્યું નહોતું. તેમણે તો માત્ર અઠવાડિયામાં એક દિવસ એ બધી વસ્તુઓની યાદી બનાવવા માટે કહ્યું હતું, જે આ લોકોએ ખાધી હોય. પણ ખાણી-પીણીની ડાયરી રાખવાની આ મૂળ આદતે એક એવી વ્યવસ્થા શરૂ કરી દીધી કે આ લોકોની અંદર અન્ય આદતો વિકસિત થવા માંડી. આ અભ્યાસના છ મહિના પછી, ખાણી-પીણીની ડાયરી રાખનારા લોકો અન્ય લોકોની સરખામણીમાં બે-ગણું વજન ઘટાડવામાં સફળ રહ્યા.

આમાંથી એક વ્યક્તિએ પોતાનો અનુભવ જણાવતાં કહ્યું, ‘એક સમય પછી મારા મગજમાં વારંવાર એ ડાયરીનો જ વિચાર આવવા માંડ્યો. હું મારા આહાર વિશે એક અલગ જ દૃષ્ટિકોણથી વિચારવા માંડ્યો. આ ડાયરીથી મને એવી રીત મળી, જેનાથી હું નિરાશ થયા વિના પોતાના ભોજન વિશે વિચાર કરી શકતો હતો.’

એલ્કોઆનું સીઈઓ પદ ઓનેલને મળતા પણ કંઈક એવું જ થયું હતું. જે રીતે ખાણી-પીણીની ડાયરી રાખવાથી બીજી આદતોના નિર્માણ માટે એક નવી રીત સામે આવી, બરાબર એવી જ રીતે ઓનેલે કર્મચારીઓમાં સુરક્ષા અંગે જે વ્યવહાર વિકસિત કર્યા, તેનાથી નવી આદતો માટે યોગ્ય વ્યવસ્થા શરૂ થઈ શકી. શરૂઆતમાં જ ઓનેલે એક અસામાન્ય પગલું ઉઠાવ્યું હતું. એલ્કોઆની વિશ્વભરમાં જેટલી ઓફિસ હતી, તેમણે એ બધાને એક ઈલેક્ટ્રોનિક નેટવર્કથી જોડાવાનો આદેશ આપ્યો. આ ઈ.સ.1990ના શરૂઆતના

તબક્કાની વાત છે. ત્યાં સુધી મોટા ઈન્ટરનેશનલ નેટવર્ક લોકોના ડેસ્કટોપ કમ્પ્યુટરો સાથે જોડાયા નહોતા. ઓનેલે પોતાના આદેશનું ઔચિત્ય સાબિત કરવા માટે કહ્યું કે આ અત્યંત મહત્ત્વપૂર્ણ છે કારણ કે આનાથી સુરક્ષા પ્રણાલીની તાજા જાણકારી દરેક ઓફિસના બધા મેનેજરો સુધી તરત પહોંચી શકશે અને સમસ્યાને ઉકેલવા માટે કંપનીની કોઈપણ વ્યક્તિ સૂચન આપી શકશે. આના પરિણામસ્વરૂપ એલ્કોઆ વિશ્વની એવી પહેલી કંપની બની, જ્યાં એક સટીક ઈ-મેઈલ પ્રણાલી વિકસિત થઈ.

કંપનીના દરેક કર્મચારીએ આ પ્રણાલીમાં લોગ-ઈન કર્યું છે કે નહીં, એ જાણવા માટે ઓનેલ દરેક સવારે પોતે લોગ-ઈન કરી બધાને મેસેજ મોકલતા હતા. શરૂઆતમાં દરેક વ્યક્તિ માત્ર સુરક્ષા અંગેની સમસ્યા અને સૂચનો પર ચર્ચા કરવા માટે જ આ પ્રણાલીનો ઉપયોગ કરતી હતી, પણ જ્યારે ઈ-મેઈલ કરવો એક સહજ આદત બની ગઈ, તો દરેક વ્યક્તિ, દરેક પ્રકારની જાણકારીના આદાન-પ્રદાન માટે તેનો ઉપયોગ કરવા લાગી. જેમ કે સ્થાનિક બજારની સ્થિતિઓ, વેચાણ ક્વોટા અને વ્યવસાયિક સમસ્યાઓ. ઉચ્ચ પદો પર બેઠેલા અધિકારીઓને દર શુક્રવારે રિપોર્ટ તૈયાર કરીને મોકલવો પડતો હતો, જે કંપનીની કોઈપણ વ્યક્તિ વાંચી શકતી હતી. બ્રાઝિલમાં બેઠેલો મેનેજર હવે સ્ટીલની કિંમતોમાં થયેલા ફેરફારોની જાણકારી ન્યૂયોર્કમાં બેઠેલા પોતાના સહયોગીને ખૂબ સરળતાથી આપી શકતો હતો. પછી ન્યૂયોર્કનો સહયોગી આ જાણકારી દ્વારા વૉલસ્ટ્રીટમાં તરત કંપનીને નફો કમાઈને આપી દેતો હતો. થોડા જ સમયમાં દરેક વ્યક્તિ, દરેક પ્રકારના સંવાદ માટે ઈ-મેઈલનો ઉપયોગ કરવા લાગી. એક મેનેજરે પોતાનો અનુભવ જણાવતા કહ્યું, 'હું દુર્ઘટનાનો રિપોર્ટ મોકલતો હતો. હું જાણતો હતો કે આ રિપોર્ટ બધા જ વાંચે છે. તેથી મેં વિચાર્યું કે આ પ્રણાલીથી અન્ય જાણકારીઓ કેમ ન મોકલી શકાય, જેમ ખર્ચ નક્કી કરવા અંગેની જાણકારીઓ અને અન્ય કંપનીઓની ગુપ્ત જાણકારીઓ વગેરે. આ કંઈક એવું હતું કે જાણે આપણને કોઈ ગુપ્ત હથિયાર મળી ગયું હોય. બીજી કંપનીઓ જાણી જ શકતી નહોતી કે અમે આ બધું કેવી રીતે કરી રહ્યા છીએ.'

આ પછી જ્યારે ઈન્ટરનેટ વેબનો પ્રસાર દરેક જગ્યાએ થવાનું શરૂ થયું તો એલ્કોઆ તેનો ફાયદો ઉઠાવવા માટે પહેલેથી જ તૈયાર હતી. ઓનેલ દ્વારા પરિવર્તિત કરવામાં આવેલી સુરક્ષાની મૂળ આદતે નવા વ્યવહારો માટે યોગ્ય વાતાવરણ બનાવ્યું અને કંપનીમાં ઈ-મેઈલ કરવાની શરૂઆત થઈ. એ સમયે આ આદત એટલી નવી હતી કે અન્ય કંપનીઓને આનાથી પરિચિત થવામાં ઘણા વર્ષ લાગી ગયા.

★★★

ઈ.સ.1996 સુધી ઓનેલને એલ્કોઆમાં આવીને લગભગ એક દાયકો વીતી ચૂક્યો હતો. હાર્વર્ડ બિઝનેસ સ્કૂલ અને કેનેડી સ્કૂલ ઑફ ગર્વમેન્ટમાં તેમના નેતૃત્વ અંગેના

ગુણોનો અભ્યાસ થવા માંડ્યો. હવે દર બીજા દિવસે એવી વાતો થવા માંડી કે ટૂંક સમયમાં જ તેમની દેશના વાણિજ્ય સચિવ કે સુરક્ષા સચિવના પદ પર નિમણૂક કરવામાં આવશે. તેમના કર્મચારી અને યુનિયનો તેમને ખૂબ ઊંચા દરજ્જા પર રાખતા હતા. તેમના નેતૃત્વમાં એલ્કોઆના સ્ટોકની કિંમતોમાં 200 ટકા કરતાં પણ વધુનો વધારો થયો હતો. તેમને સમગ્ર વિશ્વમાં સફળતાના શ્રેષ્ઠ ઉદાહરણ તરીકે જોવામાં આવતા હતા.

આ જ વર્ષના મે મહિનામાં પીટ્સબર્ગ શહેરમાં શૅરધારકોની એક મીટિંગ થઈ. આ મીટિંગમાં એક ખ્રિસ્તી નને ઓનેલ પર જૂઠ્ઠું બોલવાનો આરોપ લગાવ્યો. આ નન એક સામાજિક વકીલાત સમૂહનું પ્રતિનિધિત્વ કરી રહી હતી. આ સમૂહ મેક્સિકોના સિયુડૈડ અકુના શહેરમાંથી આવ્યું હતું. આ જ શહેરમાં એલ્કોઆનું એક કારખાનું હતું, જ્યાંના વેતન અને કાર્યસ્થિતિ અંગે મેરી માર્ગરેટ નામની આ નને અવાજ ઉઠાવ્યો હતો. તેનું કહેવું હતું કે અહીં ઓનેલ એલ્કોઆની સુરક્ષા પરિમાણોની પ્રશંસા કરી રહ્યા છે અને ત્યાં મેક્સિકોના કારખાનામાંથી નીકળતા જોખમી ધુમાડાને કારણે મજૂર બીમાર પડી રહ્યા છે.

'આ સાચું નથી,' ઓનેલે મેક્સિકોના એ કારખાનાના સુરક્ષા રેકોર્ડ કાઢ્યા અને ઓરડામાં ઉપસ્થિત લોકોને દેખાડ્યા. તેમના રેકોર્ડ પ્રમાણે એ કારખાનાને સુરક્ષા પરિમાણ, પર્યાવરણ નિયમોનું પાલન અને કર્મચારી સંતુષ્ટિ અંગે સારા ગુણ મળ્યા હતા. એ કારખાનાના મુખ્ય અધિકારી રોબર્ટ બારટોન એલ્કોઆના સૌથી જૂના અને વરિષ્ઠ મેનેજર હતા. તે કેટલાય દાયકાઓ સુધી એલ્કોઆ સાથે જોડાયેલા હતા અને કંપનીની ઘણી મોટી ભાગીદારીઓનું શ્રેય તેમને જ જતું હતું. પણ નન માર્ગરેટે શ્રોતાઓને જણાવ્યું કે તેમણે ઓનેલની વાતો પર ભરોસો મૂકવો ન જોઈએ.

મીટિંગ સમાપ્ત થતા ઓનેલે નનને પોતાની ઓફિસમાં બોલાવી. આ નનની ધાર્મિક સંસ્થાની પાસે એલ્કોઆના કુલ પચાસ શૅર હતા. તે ઘણા મહિનાઓથી શૅરધારકોનો મત જાણવા માંગતા હતા જેથી કંપનીના મેક્સિકોવાળા કારખાનાની તપાસ થઈ શકે. ઓનેલે એ નનને પૂછ્યું, 'શું તમે જાતે કોઈ કારખાનામાં ગયા છો ?' આ પ્રશ્નનો નને 'ના' માં જવાબ આપ્યો. ઓનેલને સુરક્ષા માટે કંપનીના માનવ સંસાધન વિભાગના પ્રમુખ અને વકીલોને મેક્સિકો જઈને ખાતરી કરવા માટે કહ્યું.

અધિકારી મેક્સિકો ગયા અને સિયુડૈડ અકુનાના કારખાનામાં તપાસ પછી તેમને જાણવા મળ્યું કે ત્યાં બનેલી એક દુર્ઘટનાની જાણકારી મુખ્ય કાર્યાલય સુધી પહોંચાડવામાં જ આવી નહોતી. વાસ્તવમાં થોડાક મહિનાઓ પહેલા કારખાનાની ઈમારતમાં ધુમાડો ભરાઈ ગયો હતો. જો કે આ કોઈ વાંધાજનક ઘટના નહોતી કારણ કે કારખાનાના પ્રમુખ બારટોને ધુમાડો બહાર જાય તે માટે ઈમારતમાં વેંટિલેટર લગાવી દીધા હતા અને જે લોકો ધુમાડાથી બીમાર થઈ ગયા હતા, તે પણ એક-બે દિવસમાં પૂર્ણપણે સારા થઈ ગયા હતા.

પણ બારટોને આનો રિપોર્ટ કંપનીના ઉચ્ચ પદાધિકારીઓને મોકલ્યો નહોતો.

જ્યારે અધિકારીઓ રિપોર્ટ લઈને પીટ્સબર્ગ પહોંચ્યા ત્યારે ઓનેલે તેમને સવાલ કર્યો.

'શું બોબ બારટોન જાણતા હતા કે લોકો બીમાર પડ્યા હતા ?'

'અમારી તેમની સાથે મુલાકાત નહોતી થઈ, પણ એ વાત સ્પષ્ટ છે કે તેમને આ વાતની બધી જ જાણકારી હતી,' અધિકારીઓએ જવાબ આપ્યો.

આના બે દિવસ પછી બારટોનને નોકરીમાંથી બરખાસ્ત કરી દેવામાં આવ્યા.

અન્ય કંપનીઓને આ નિર્ણયથી ખૂબ આશ્ચર્ય થયું. બારટોનની ગણના કંપનીના સૌથી મહત્ત્વપૂર્ણ અને મૂલ્યવાન અધિકારીઓમાં કરવામાં આવતી હતી. એલ્કોઆ સાથે જોડાયેલી અન્ય કંપનીઓને બારટોનને આ રીતે કાઢી મૂકવાથી મોટો ઝાટકો લાગ્યો.

પણ એલ્કોઆમાં આ વાતથી કોઈનેય આશ્ચર્ય થયું નહીં. ઓનેલે જે વાતાવરણ અને કાર્યસંસ્કૃતિ શરૂ કરી હતી, તેમાં આવું પરિણામ આવે તે નક્કી જ હતું.

એક સહયોગીએ મને જણાવ્યું કે 'બારટોને પોતે જ પોતાને બરખાસ્ત કરી દીધા હતા. એ સ્થિતિમાં સૌથી યોગ્ય પગલું આ જ હતું.'

મૂળ આદતો મોટા પાયા પર પરિવર્તન લાવે છે. તેની છેલ્લી રીત હતી, એવું વાતાવરણ નિર્મિત કરવું, જ્યાં નવા મૂલ્ય માનવના મનના ઊંડાણમાં સમાઈ જાય. મૂળ આદતોથી ઉચ્ચાધિકારીઓને નોકરીમાંથી બરખાસ્ત કરવા જેવી મુશ્કેલ પસંદગી પણ સરળ થઈ જાય છે. કારણ કે જ્યારે કોઈ માનવ આ વાતાવરણમાં પણ નિયમોનું ઉલ્લંઘન કરે છે, તો એ સ્પષ્ટ થઈ જાય છે કે એ વ્યક્તિએ કંપની છોડવી જ પડશ. ક્યારેક-ક્યારેક આ વાતાવરણમાંથી નવી શબ્દાવલિ નિર્મિત થાય છે, જેના ઉપયોગની આદત એ સંગઠનને પુનઃ પરિભાષિત કરે છે. જેમ કે એલ્કોઆના વિશેષ કાર્યક્રમો અને સુરક્ષા દર્શન સાથે જોડાયેલી કેટલીક અધિકારક વાતો એવી હતી, જે કંપનીની પ્રાથમિકતાઓ, લક્ષ્ય અને લોકોની વિચારવાની રીતોને વ્યક્ત કરતી હતી.

ઓનેલ જણાવે છે,'બીજી કંપનીમાં આટલા જૂના અધિકારીને આ રીતે કામ પરથી કાઢી મૂકવા ખૂબ મુશ્કેલ બનતું. પણ મારા માટે આ જરા પણ મુશ્કેલ નહોતું. અમારા મૂલ્ય બિલકુલ સ્પષ્ટ હતા. બારટોનને તો કાઢવાનો જ હતો. તેણે દુર્ઘટનાનો રિપોર્ટ ઉચ્ચ અધિકારીઓને મોકલ્યો નહીં, જેના બીજા લોકો તેના અનુભવમાંથી શીખવામાંથા વંચિત રહી ગયા અને એલ્કોઆમાં આ કોઈ અપરાધથી ઓછું નહોતું.'

સંગઠન પ્રમુખને આ વાતની જાણકારી હોય કે ના હોય, પણ દરેક સંગઠનમાં મૂળ આદતોને કારણે નવા વાતાવરણનું નિર્માણ થાય છે. આ વાતને એક ઉદાહરણથી સમજીએ. કેટલાક સંશોધકોએ વેસ્ટ પોઈન્ટ(અમેરિકન સૈન્ય અકાદમી) માં ભરતી કરવામાં આવેલા નવા વિદ્યાર્થીઓનો અભ્યાસ કર્યો. આ વિદ્યાર્થીઓના ગ્રેડ પોઈન્ટના સરેરાશ, શારીરિક યોગ્યતા, સૈન્ય ક્ષમતા અને આત્મ-અનુશાસન વગેરેનું આકલન કરવામાં આવ્યું. પછી આ આકલનોને એ વાત સાથે જોડીને જોવામાં આવ્યા કે ક્યા વિદ્યાર્થી આ કોર્સ પૂરો કરે છે અને કોણ વચ્ચે જ નીકળી જાય છે. આમ કરતાં સંશોધકોએ જોયું કે આ બાબતો વધારે મહત્ત્વ ધરાવતી નથી. વાસ્તવમાં વધારે મહત્ત્વ તો 'ધૈર્ય' અને 'સાહસ'નું હતું. 'ધૈર્ય' અને 'સાહસ'ને આ સંશોધકોએ આ રીતે સ્પષ્ટ કર્યું – વર્ષો સુધી પરાજય અને વિપત્તિઓનો સામનો કરવા છતાં પણ પૂરી લગનની સાથે પ્રયત્ન કરવા અને આકરી મહેનતથી દરેક સમસ્યાનો સામનો કરવાની પ્રવૃત્તિ.'

ધૈર્ય અને સાહસની સૌથી અનોખી વાત છે તેનો ઉગમ. વિદ્યાર્થી પોતાના માટે જે વાતાવરણનું નિર્માણ કરે છે, તેનાથી જ આ વસ્તુઓનો ઉગમ થાય છે અને આવું વાતાવરણ હંમેશા એ મૂળ આદતોના કારણે નિર્મિત થાય છે, જે તેમને વેસ્ટ પોઈન્ટમાં મળી હતી. એક વિદ્યાર્થીએ જણાવ્યું, 'આ અકાદમીમાં ઘણી બધી બાબતો મુશ્કેલ હોય છે. પહેલા સત્રમાં અહીં બધાને આટલી મહેનત કરવી પડે છે કે એ સમયને 'બીસ્ટ બૈરક્સ' કહેવામાં આવે છે. બીજું સત્ર શરૂ થતાં પહેલા અનેકો વિદ્યાર્થી અકાદમી છોડી ચૂક્યા હોય છે.'

'પણ મારા શરૂઆતના દિવસોમાં જ મને અહીં સરખી ઉંમરના છોકરાઓનો એક શ્રેષ્ઠ સમૂહ મળ્યો. અમે બધા રોજે મળતા અને એકબીજાને ખૂબ પ્રોત્સાહિત કરતા. કોઈ દિવસ જો મને ચિંતા, નિરાશા જેવા ભાવોએ ઘેરી લીધો હોય, તો હું તરત સમૂહના લોકોને જઈને મળું છું. મને વિશ્વાસ હોય છે કે તે મારું મનોબળ વધારવામાં મદદ કરશે. અમારો સમૂહ નવ છોકરાઓનો છે અને અમે પોતાને 'મસ્કીટિયર' તરીકે ઓળખાવીએ છીએ. જો આ સમૂહ ન હોત તો કદાચ હું અહીં એક મહિનો પણ ટકી શકતો નહીં.'

વેસ્ટ પોઈન્ટમાં સફળ થનારા વિદ્યાર્થીઓમાં અહીં આવતા પહેલાં જ માનસિક અને શારીરિક શિસ્તની આદતો હોય છે. પણ આ ગુણ માત્ર સફળતા પ્રાપ્તિના માર્ગ પર ચાલવાનું શીખવે છે. સફળતા મેળવવા માટે તેમને મૂળ આદતોની આવશ્યકતા હોય છે. મૂળ આદતોથી સમાન મનઃસ્થિતિવાળા લોકોના સમૂહ બને છે અને નવા વાતાવરણનું નિર્માણ થાય છે. જેનાથી આ વિદ્યાર્થીઓને સમસ્યાઓનો સામનો કરવાની શક્તિ મળે છે. આ વાતાવરણમાં આવા મૂલ્યો વિકસે છે, જે મુશ્કેલ નિર્ણય કે દુવિધાના સમયે આપણા કામમાં આવે છે.

ઈ.સ.2000માં ઓનેલ એલ્કોઆમાંથી સેવાનિવૃત્ત થયા અને અમેરિકાના રાષ્ટ્રપતિ

જર્યોજ બુશની વિનંતીથી ખજાનાના સચિવ[1] બન્યા. આના બે વર્ષ પછી તેમણે આ પદ પરથી રાજીનામું આપ્યું. હવે તે પોતાનો મોટાભાગનો સમય હોસ્પિટલોને કર્મચારી સુરક્ષા અંગે શિક્ષણ આપવામાં વીતાવે છે. સાથે જ, એવી મૂળ આદતો વિકસિત કરાવે છે, જેનાથી સારવાર અંગે ઓછામાં ઓછી ભૂલો થાય. તેની સાથે જ તે અનેક કોર્પોરેટ બોર્ડ્સના સભ્ય પણ છે.

આ દરમિયાન, અમેરિકાની લગભગ બધી કંપનીઓ અને સંગઠનોએ મૂળ આદતો દ્વારા પોતાની કાર્યપ્રણાલીનું પુનર્નિર્માણ શરૂ કરી દીધું છે. ઉદાહરણ માટે આયબીએમ કંપનીના લાઉ ગર્સ્ટનર એક મૂળ આદત પર ધ્યાન આપીને કંપનીનું પુનર્નિર્માણ કર્યું. આ મૂળ આદત હતી – કંપનીની શોધ અને વેચાણ સંબંધિત નક્કી કરેલી ક્રિયાઓ. મૈકિંસે એન્ડ કંપની નામની કંસન્ટિંગ ફર્મે પણ એક મૂળ આદત પર ધ્યાન કેન્દ્રિત કર્યું – દરેક પરિયોજનામાં આંતરિક સમીક્ષા કરવી. આનાથી તે એવું વાતાવરણ નિર્મિત કરવામાં સફળ થઈ શક્યા, જેનાથી સુધારાઓમાં નિરંતરતા આવી. આ જ રીતે ગોલ્ડમેન સૈશના દરેક નિર્ણયની પાછળ પણ જોખમ મૂલ્યાંકનની મૂળ આદત સક્રિય હતી.

એલ્કોઆમાં ઓનેલનો વારસો આજે પણ ટકી રહ્યો છે. તેમના ગયા પછી પણ અહીંની દુર્ઘટનાઓની સંખ્યા સતત ઓછી જ થતી ગઈ. ઈ.સ.2010ના આંકડાઓ પ્રમાણે એલ્કોઆના 82 કારખાનાઓના એકપણ કર્મચારીએ દુર્ઘટનાને કારણે રજા લીધી નથી. આ આંકડા અત્યાર સુધીના સૌથી ઉચ્ચતમ આંકડા છે. આ આંકડાઓ અનુસાર અમેરિકામાં સોફ્ટવેર કંપનીઓ કે ફિલ્મ સ્ટુડિયોનો કોઈ કર્મચારી એનિમેટેડ કાર્ટૂન બનાવતા કે પછી કોઈ કંપનીનું કોઈ એકાઉન્ટન્ટ ટેક્સનો હિસાબ રાખતા ભલે જખમી થઈ જાય, પણ એલ્કોઆમાં પીગળેલા એલ્યુમિનિયમની સાથે કામ કરતા કોઈ કર્મચારી જખમી થઈ શકતો નથી.

એલ્કોઆના અધિકારી જેફ શોકી કહે છે, 'કારખાનાના મેનેજર બનતા પહેલાં જ દિવસે મને એક મહત્ત્વનો અનુભવ થયો. પહેલા દિવસે જ્યારે હું મારી ગાડી પાર્કિંગમાં

(૧)ખજાનાના સચિવ તરીકે ઓનેલનો કાર્યકાળ એલ્કોઆની જેમ સફળ ન રહ્યો. સચિવનું પદ સંભાળતા જ તેમણે કેટલીક મુખ્ય સમસ્યાઓ પર ધ્યાન કેન્દ્રિત કર્યું, જેમાં કર્મચારીઓની સુરક્ષા, નવી નોકરીઓ પેદા કરવી, અધિકારીઓની જવાબદારી નક્કી કરવી અને આફ્રિકાની ગરીબીની સમસ્યા સાથે લડવું મુખ્ય હતું.

જો કે ઓનેલની આ રાજકીય સક્રિયતા રાષ્ટ્રપતિ જ્યોર્જ બુશની રાજનીતી સાથે મેળ ખાતી નહોતી. ઉપરથી તેમણે બુશની ટેક્સમાં ઘટાડાની ભાવિ યોજનાનો ખૂલીને વિરોધ કરવાનું પણ શરૂ કરી દીધું હતું. આ બધા કારણોથી તેમને ઈ.સ.૨૦૦૨માં ત્યાગપત્ર આપવા માટે કહી દેવામાં આવ્યું. ઓનેલ જણાવે છે, 'રાષ્ટ્રપતિ જ્યોર્જ બુશ જે પણ ઈચ્છતા હતા, તે મારી આર્થિક નીતિઓથી બિલકુલ અલગ હતું. આ કોઈપણ કોષાધ્યક્ષ (Treasury Secretary) માટે સકારાત્મક સ્થિતિ નથી, તેથી મને એ પદ પરથી હટાવી દેવામાં આવ્યો.'

ગોઠવી રહ્યો હતો ત્યારે મેં જોયું કે કારખાનાની સામેના દરવાજાની પાસે જ પાર્કિંગનું સ્થાન હતું અને ત્યાં લોકોના પદ લખેલા હતા. એટલે કે જે લોકો મહત્ત્વના હતા, તેમને પાર્કિંગ માટે સૌથી સારું સ્થાન આપવામાં આવ્યું હતું. હું મારી ઓફિસની અંદર ગયો અને સૌથી પહેલા સારસંભાળના વ્યવસ્થાપકને બોલાવી પાર્કિંગમાંથી પદોના નામ દૂર કરવા માટે કહ્યું. આ પગલાંને કારણે બધા સુધી મારો સંદેશો પહોંચી ગયો – કારખાનામાં દરેક કર્મચારીનું મહત્ત્વ સમાન છે. પોલ ઓનેલ કર્મચારી સુરક્ષા સાથે જોડાયેલા પગલાં ઉઠાવી રહ્યા હતા. મારું આ પગલું પણ એ જ યોજનાનો હિસ્સો હતો. મારા આ પગલાંથી કારખાનામાં સકારાત્મક ઉર્જાનો સંચાર થયો અને થોડા જ સમયમાં દરેક કર્મચારી કામ માટે સવારે જલદી આવવા માંડ્યો.'

5

સ્ટારબક્સ અને સફળતાની આદત

જ્યારે ઈચ્છા-શક્તિ આદત બની જાય

1

ટ્રેવિસ લીચ નવ વર્ષનો હતો ત્યારે તેણે પહેલી વાર પોતાના પિતાને ડ્રગ-ઓવરડોઝ(નશીલી દવાઓનું અત્યાધિક સેવન) થી બીમાર પડતા જોયા. ટ્રેવિસ અને તેનો પરિવાર હાલમાં જ તેમના જૂના ઘરને છોડીને નવી જગ્યાએ રહેવા ગયો હતો. હવે ગલીને છેડે આવેલું એક નાનકડું મકાન તેમનું ઘર કહેવાતું હતું. ટ્રેવિસના પરિવારને વારંવાર ઘર બદલવું પડતું હતું. આ વખતે પણ જ્યારે તેમને મકાન ખાલી કરવાની નોટિસ મળી તો તેમને પોતાના બોરિયા-બિસ્તર સમેટીને અડધી રાત્રે જ ઘરમાંથી નીકળવું પડ્યું. મકાન માલિકે ઘરમાંથી બહાર કાઢવાનું કારણ જણાવતાં કહ્યું હતું કે તેમના ઘરમાં મોડી રાત સુધી લોકોની ભીડ જમા રહે છે, જેનાથી ખૂબ અવાજ થાય છે.

ટ્રેવિસનો પરિવાર જ્યારે જૂના ઘરમાં રહેતો હતો, ત્યારે ક્યારેક-ક્યારેક સ્કૂલેથી પાછો ફરે ત્યારે ટ્રેવિસને ઘર એકદમ સાફ મળતું. વધેલું ખાવાનું ડબ્બાઓમાં ભરીને ફ્રિજમાં મૂકેલું હોય અને હોટ સોસ તથા કેચઅપના પેકેટ પણ સારી રીતે ડબ્બાઓની અંદર મૂકેલા હોય. આ દૃશ્યને જોતાં જ ટ્રેવિસ સમજી જતો કે આજે તેના માતા-પિતાએ હેરોઈન(નશીલી દવા) ને છોડીને પોતાના સનકીપણાનો આધાર લીધો છે અને આખો દિવસ આવેશમાં આવીને સફાઈ કરતાં વીતાવ્યો છે. તેનો અનુભવ હતો કે એવો દિવસ ત્યારે જ આવે છે, જ્યારે કંઈક ને કંઈક ખરાબ બન્યું હોય છે. જ્યારે ટ્રેવિસને પોતાનું ઘર ગંદુ મળતું અને માતા-પિતા નશામાં ચૂર થઈ સોફા પર બેસી ટી.વી પર કાર્ટૂન જોતા મળતાં, તો તે સુરક્ષિતતાનો અનુભવ કરતો. તેનો અનુભવ એ જ હતો કે જો તેના માતા-પિતાનો દિવસ હેરોઈનના નશામાં વીત્યો છે, તો તેનો અર્થ છે કે આજે કશું જ ખરાબ થયું નથી.

ટ્રેવિસના પિતાનો સ્વભાવ સારો હતો. તેમણે પોતાની યુવાનીનો કેટલોક સમય નૌસેનામાં વીતાવ્યો હતો. પણ આ સમયગાળાને બાદ કરતાં તેમણે પોતાની આખી જિંદગી પોતાના માતા-પિતાના ઘરથી જ થોડાક કિલોમીટર દૂર કેલિફોર્નિયાના લૉડી નામના શહેરમાં વીતાવી હતી. ટ્રેવિસના પિતાને ખાવાનું બનાવવાનો ખૂબ શોખ હતો. જ્યારે ટ્રેવિસનો પરિવાર ગલીના છેડે આવેલા મકાનમાં રહેવા પહોંચ્યો, ત્યાં સુધીમાં તેની મા પોતાની પાસે હેરોઈન રાખવા અને વેશ્યાવૃત્તિ કરવાના આરોપસર જેલ જઈ ચૂકી હતી. ટૂંકમાં કહીએ તો ટ્રેવિસના માતા-પિતા નશાના વ્યસની હતા અને તેમનો પરિવાર સામાન્ય હોવાનો માત્ર દેખાડો કરતો હતો. તે દર વર્ષે ઉનાળાની ગરમીમાં કૅંપિંગ(શહેરની દોડધામથી દૂર પ્રકૃતિની વચ્ચે કેમ્પ લગાવીને સમય વીતાવવો) માટે જતા હતા અને લગભગ દરેક શુક્રવારે સાંજે તેના ભાઈ-બહેનની સોટ-બોલની મેચ જોવા પણ જતા હતા. ટ્રેવિસ જ્યારે ચાર વર્ષનો હતો ત્યારે પોતાના પિતાની સાથે પ્રસિદ્ધ થીમ પાર્ક ડિઝનીલેન્ડ પણ ગયો હતો. ત્યાં જીવનમાં પહેલી વાર તેની તસવીર ખેંચવામાં આવી હતી, જે ત્યાં કામ કરનારા એક કર્મચારીએ લીધી હતી. જો કે તેમના પરિવારની પાસે એક કેમેરો હતો, પણ તેને થોડાક વર્ષો પહેલાં થોડાંક પૈસા માટે એક દુકાનમાં વેચી દીધો હતો.

તે દરેક રાત્રે સૂવા માટે સામેના ઓરડામાં પથારી પાથરતા હતા. જે દિવસે ટ્રેવિસના પિતા ડ્રગ-ઓવરડોઝથી બીમાર થયા હતા, એ દિવસે સવારે ટ્રેવિસ પોતાના ભાઈની સાથે પથારીમાં જ રમતો હતો. તેના પિતા નાસ્તા માટે પેનકેક બનાવવાના હતા પણ તેનાથી પહેલા તે બાથરૂમમાં ગયા. તે પોતાની સાથે સોય, ચમચી, લાઈટર અને રૂ લઈને ગયા હતા. થોડીક મિનિટો પછી તે બહાર આવ્યા, ઈંડા કાઢવા માટે ફ્રિજ ખોલ્યું અને જમીન પર ઢળી પડ્યા. પડવાના અવાજથી જ્યારે બાળકો કિચનમાં આવ્યા ત્યારે તેમના પિતા જમીન પર પડી કંપી રહ્યા હતા અને તેમનો ચહેરો વાદળી થઈ ગયો હતો.

ટ્રેવિસનો મોટો ભાઈ આવી પરિસ્થિતિઓ પહેલા પણ જોઈ ચૂક્યો હતો. તેથી તેણે તરત પોતાના પિતાને એક તરફ ખેંચ્યા અને ટ્રેવિસની બહેને તેમનું મોં ખોલી દીધું જેથી કયાંક બેભાન થતા જીભ ગળાના પાછળના ભાગમાં ફસાવાને કારણે તેના પિતાનો શ્વાસ રૂંધાઈ ન જાય. આ પછી તેમણે ટ્રેવિસને તરત પાડોશીના ફોનથી 911(કટોકટીનો નંબર) પર કોલ કરીને મદદ માંગવા માટે મોકલી દીધો.

'મારું નામ ટ્રેવિસ છે. હું નથી જાણતો કે શું થયું, પણ મારા પિતા જમીન પર બેભાન થઈને પડેલા છે અને તેમના શ્વાસ બંધ થઈ રહ્યા છે.' ટ્રેવિસે ફોન પર પોલીસ ઓપરેટરને જૂઠ્ઠું કહી દીધું. નવ વર્ષ કરતાં પણ નાની ઉંમરે પણ ટ્રેવિસ જાણતો હતો કે તેના પિતાની બેહોશીનું કારણ શું છે. પણ તે પોતાના પાડોશીની સામે સાચું બોલવા ઈચ્છતો નહોતો. વાસ્તવમાં લગભગ ત્રણ વર્ષ પહેલાં તેમના ભોંયરામાં તેના પિતાના એક જૂના મિત્રનું ડ્રગ-ઓવરડોઝના કારણે મૃત્યુ થઈ ગયું હતું. તેમની લાશ લઈ જવામાં જ્યારે ટ્રેવિસ અને

તેની બહેન ચિકિત્સા-સહાયકોની મદદ કરી રહ્યા હતા, તો પડોશી પોત-પોતાના ઘરોમાંથી ડોકિયું કાઢીને જોઈ રહ્યા હતા. એક પાડોશીનો ભત્રીજો ટ્રેવિસની સ્કૂલમાં ભણતો હતો એટલે આ વાત ખૂબ ઝડપથી આખા સ્કૂલમાં ફેલાઈ ગઈ હતી.

ફોન મૂક્યા પછી ટ્રેવિસ ગલીના બીજા છેડે જઈને એમ્બ્યુલન્સની રાહ જોવા માંડ્યો. આખરે એમ્બ્યુલન્સ આવી અને તેના પિતાને હોસ્પિટલમાં લઈ ગઈ. તે સવારનો સમય હતો. પછી બપોર થતાં-થતાંમાં તો તેના પિતા હોશમાં આવી ગયા અને તેમને પોતાની આ હરકત માટે પોલીસ સ્ટેશનમાં દંડ ભરવો પડ્યો. રાત્રે તે ઘરે પાછા પહોંચી ગયા અને એ રાત્રે બધાએ ડિનરમાં સ્પગેટી ખાધી. તેના થોડા અઠવાડિયા પછી ટ્રેવિસનો દસમો જન્મદિવસ આવવાનો હતો.

★★★

સોળ વર્ષની ઉંમરે ટ્રેવિસ સ્કૂલ છોડી દીધી. તેણે જણાવ્યું કે, 'લોકો મને ફૈગટ(સમલૈંગિક પુરુષો માટે એક અપમાનજનક શબ્દ) કહી બોલાવતા હતા. ઘરે પાછા ફરતી વખતે મારી પર જાત-જાતની વસ્તુઓ ફેંકતા હતા. હું આ બધી બાબતોથી હેરાન થઈ ગયો હતો. આના કરતાં તો હું સ્કૂલ છોડી દઉં એ સારું અને બીજે ક્યાંક ચાલ્યો જાઉં.' સ્કૂલ છોડ્યા પછી ટ્રેવિસ પોતાના ઘરથી લગભગ બે કલાકના અંતરે આવેલા શહેર ફ્રેસ્નોમાં ચાલ્યો ગયો. ત્યાં તેને ગાડીઓ સાફ કરવાની નોકરી મળી ગઈ. તેને મૅકડોનાલ્ડ અને હોલીવુડ વીડિયોમાં પણ નોકરી મળી, પણ જ્યારે ગ્રાહક તેની સાથે અભદ્ર ભાષાનો ઉપયોગ કરતા અથવા ગાળા-ગાળી કરતા, ત્યારે ટ્રેવિસ પોતાના પરનો અંકુશ ગુમાવી બેસતો.

'નીકળી જાઓ અહીંથી.' ટ્રેવિસે ગુસ્સામાં આવીને એક સ્ત્રીને બૂમો પાડતા કહ્યું અને પછી તેની કાર પર ચિકન નગેટ્સ ફેંકવા માંડ્યો. આખરે તેના મેનેજરે દખલ કરવી પડી અને તે ટ્રેવિસને ખેંચીને પાછો અંદર લઈ આવ્યો.

ક્યારેક-ક્યારેક તો તે એટલો નારાજ થઈ જતો કે પોતાના કામની શિફ્ટની વચ્ચે જ રડવા લાગતો. તે હંમેશા મોડો આવતો અને ઘણીવાર કારણ વિના રજાઓ લેતો. સવારના સમયે તે અરીસા સામે ઊભો રહીને પોતાના પર બૂમો પાડતો, પોતાને સારી રીતે કામ કરવા અને પોતાના પરનો અંકુશ ન ગુમાવવા માટે સલાહ આપતો. પણ તેમ છતાં તે લોકોની સાથે હળીમળી શકતો નહોતો, ના તેનામાં પોતાની સમીક્ષા કરવાની કે અપમાન સહન કરવાની તાકાત નહોતી. જ્યારે તેની સામે ગ્રાહકોની લાંબી લાઈન લાગી જતી અને તેનો મેનેજર તેના પર બૂમો પાડવા માંડતો, તો અચાનક ટ્રેવિસના હાથ કાંપવા લાગતા અને તેને શ્વાસ લેવામાં તકલીફ થવા માંડતી. જ્યારે આવું કશું થતું તો તે વિચારમાં પડી જતો કે જ્યારે તેના માતા-પિતાએ ડ્રગ્સ લેવાનું શરૂ કર્યું હતું, ત્યારે શું તે પણ આ જ રીતે જીવનથી હારી ગયા હોય તેવો અનુભવ કરતા હતા ?

હોલીવુડ વીડિયોના નિયમિત ગ્રાહકોમાંથી કેટલાકની સાથે ટ્રેવિસને સારી ઓળખાણ થઈ ગઈ હતી. એક દિવસ એક ગ્રાહકે ટ્રેવિસને સ્ટારબક્સમાં કામ કરવાનું સૂચન આપ્યું. 'સ્ટારબક્સ કોર્પોરેશન એ અમેરિકાની એક પ્રસિદ્ધ કોફી કંપની અને કોફીફેસ શ્રેણી છે. હવે સ્ટારબક્સનો નવો સ્ટોર ફોર્ટ વોશિંગ્ટનમાં ખૂલી રહ્યો છે અને હું ત્યાં સહાયક મેનેજર છું. તું ત્યાં નોકરી માટે આવેદન આપીને તો જો.' એક મહિના પછી ટ્રેવિસ સ્ટારબક્સમાં સવારની શિફ્ટમાં બરિસ્તા તરીકે કામ કરવા લાગ્યો. બરિસ્તા એટલે કે જે કોફી શોપમાં આવનારા ગ્રાહકોને કોફી આપવાનું કામ કરે છે.

આ છ વર્ષ પહેલાની વાત છે. આજે પચ્ચીસ વર્ષની ઉંમરે ટ્રેવિસ સ્ટારબક્સના બે સ્ટોર્સનો મેનેજર છે. તેની દેખરેખમાં ચાલીસ કર્મચારી કામ કરે છે. આજે સ્ટારબક્સ કંપનીની વાર્ષિક આવક બે અબજ ડોલરથી પણ વધારે થઈ ચૂકી છે. સ્ટારબક્સના સેંકડો કર્મચારીઓની જેમ તેમાં ટ્રેવિસનું પણ પ્રદાન છે. આજે ટ્રેવિસની આવક પણ દર મહિને 44000 ડોલર થઈ ગઈ છે, તેના માથે કોઈ દેવું નથી અને તેની પાસે 401(કે) પણ છે, જે કંપની દ્વારા પ્રાયોજિત એક ઉત્તમ સેવાનિવૃત્તિ યોજના છે. હવે તે રોજે સમયસર ઓફિસ પહોંચી જાય છે અને ક્યારેય પોતાના પરનો અંકુશ ગુમાવતો નથી.

એકવાર જ્યારે એક ગ્રાહકના બૂમો પાડવાથી ટ્રેવિસની એક યુવા કર્મચારી રડવા માંડી, તો ટ્રેવિસે તેને એક તરફ લઈ જઈને સમજાવી.

'તેં જે આ એપ્રન પહેરી રાખ્યું છે, તે તારી ઢાલ છે. કોઈપણ વ્યક્તિ પોતાના શબ્દોથી તને તકલીફ પહોંચાડી શકે નહીં. પોતાની અંદરની હિંમતને ઓળખ. તું જેટલું ઈચ્છીશ, એટલી જ વધારે પોતાને હિંમતવાન અનુભવી શકીશ.' ટ્રેવિસે તેને સમજાવતાં કહ્યું.

આ પ્રેરણાદાયક વાક્ય તે સ્ટારબક્સના પ્રશિક્ષણ કોર્સમાં શીખ્યો હતો. તે પ્રશિક્ષણ કોર્સ સ્ટારબક્સમાં નોકરીના પહેલા દિવસથી જ શરૂ થઈ જાય છે અને કાર્યકાળ દરમિયાન પણ ચાલતો રહે છે. આ કોર્સ એ રીતે બનાવવામાં આવ્યો છે કે તેને પૂરો કરીને કોલેજ ક્રેડિટ પણ મેળવી શકાય છે. ટ્રેવિસનું કહેવું છે કે આ પ્રશિક્ષણે તેનું જીવન બદલી નાખ્યું છે. સ્ટારબક્સે તેને જીવવાની કળા શીખવી છે. મન લગાવીને કામ કરવું, સમયસર ઓફિસ પહોંચવું અને પોતાની ભાવનાઓને નિયંત્રણમાં રાખવી, આ બધું તે સ્ટારબક્સમાંથી જ શીખ્યો છે. સ્ટારબક્સમાં તેણે જે મહત્ત્વના પાઠ શીખ્યા છે, તેમાં સૌથી ટોચ પર છે ઈચ્છાશક્તિનો પાઠ.

તે કહે છે, 'મારા જીવનની સૌથી મહત્ત્વપૂર્ણ ઘટનાઓમાં સ્ટારબક્સમાં નોકરી કરવી ટોચના સ્થાન પર છે. મેં જીવનમાં જે કંઈપણ પ્રાપ્ત કર્યું છે, તે બધું આ જ કંપનીની ભેટ છે.'

★★★

સ્ટારબક્સ જેવી કેટલીક ગણી-ગાંઠી કંપનીઓએ ટ્રેવિસ જેવા હજારો લોકોને જીવનના

એવા ગુણ શીખવ્યા છે, જે તેમનો પરિવાર, શાળા અને સમાજ ક્યારેય શીખવી શક્યો નહીં. સ્ટારબક્સમાં 1,37,000 કરતાં પણ વધારે કર્મચારી કામ કરે છે. કંપનીના ભૂતપૂર્વ કર્મચારીઓની સંખ્યા પણ દસ લાખ કરતાં વધારે છે. આ આંકડાઓ પર નજર નાખ્યા પછી જો સ્ટારબક્સને પોતાને દેશના સૌથી મોટા શિક્ષણકેન્દ્રમાંથી એક તરીકે જોવામાં આવે, તો કોઈ અતિશયોક્તિ નહીં ગણાય. પોતાના પહેલા વર્ષમાં સ્ટારબક્સનો દરેક કર્મચારી કંપનીની વિશેષ કક્ષામાં લગભગ પચાસ કલાક વિશેષ રીતે નિમણૂક કરવામાં આવેલા સલાહકર્તાઓ સાથે વાતચીત કરવામાં વીતાવે છે. તેની સાથે જ તે ઘરે પણ કેટલાક કલાકો કંપનીની કાર્યપુસ્તિકાનું વાંચન પણ કરે છે.

આ શિક્ષણના મૂળમાં છે, એક મહત્ત્વપૂર્ણ આદત પર વિશેષ ધ્યાન કેન્દ્રિત કરવું. આ આદત છે, ઈચ્છાશક્તિની આદત. અનેક સંશોધકોએ પોતાની ડઝનબંધ શોધોથી એ સાબિત કર્યું છે કે વ્યક્તિગત સફળતામાં સામાન્ય રીતે ઈચ્છાશક્તિની આદત જ મૂળ-આદત તરીકે સક્રિય હોય છે. ઈ.સ.2005માં, યુનિવર્સિટી ઑફ પેંસિલ્વેનિયાના સંશોધકોએ આઠમા ધોરણના વિદ્યાર્થીઓનું પરીક્ષણ કર્યું. તેમાં તેમના આઈ.ક્યુ.(બૌદ્ધિક સ્તર) અને અન્ય કારકોની તપાસ કરવામાં આવી. આ ઉપરાંત તેમના સ્વયં-શિસ્તનું પરીક્ષણ કરી તેમની ઈચ્છાશક્તિને પણ તપાસવામાં આવી.

જે વિદ્યાર્થીઓમાં ઈચ્છાશક્તિ વધારે હતી, તેમને વર્ગમાં સૌથી સારા ગુણ મળતા હતા અને આગળ જતાં તેમને સારી કોલેજોમાં પ્રવેશ પણ મળ્યો. વર્ગમાં તેમની હાજરી પણ સારી હતી અને તે ટી.વી. જોવામાં ઓછો અને ભણવામાં વધારે સમય આપતા હતા. સંશોધકોએ તેમના વિશે લખ્યું છે, 'સ્વ-શિસ્ત ધરાવતા વિદ્યાર્થી શિક્ષણના મામલામાં પોતાના સહપાઠીઓ કરતાં ક્યાંય શ્રેષ્ઠ હતા. આઈ.ક્યૂ.(બૌદ્ધિક સ્તર)ની સરખામણીએ સ્વયં-શિસ્ત દ્વારા વિદ્યાર્થીઓના શૈક્ષણિક પ્રદર્શનને સારી રીતે સમજી શકાય છે. સ્વયં-શિસ્તથી એ પણ સમજવામાં મદદ મળી કે શૈક્ષણિક વર્ષ દરમિયાન ક્યા વિદ્યાર્થી પોતાની અંદર જરૂરી સુધારા લાવી શકે છે. જ્યારે આઈ.ક્યૂ.(બૌદ્ધિક સ્તર) ની તપાસ કરીને આ શોધી શકાતું નથી. શૈક્ષણિક પ્રદર્શનના મામલામાં આઈ.ક્યૂ.(બૌદ્ધિક સ્તર)ની સરખામણીએ સ્વ-અનુશાસન વધારે મહત્ત્વ ધરાવે છે.'

આ સંશોધનોથી જાણવા મળે છે કે વિદ્યાર્થીઓની ઈચ્છાશક્તિ વધારવા અને તેમના પ્રદર્શનને શ્રેષ્ઠ બનાવવા માટે ઈચ્છાશક્તિને એક આદત બનાવવામાં આવે તે આવશ્યક છે. યુનિવર્સિટી ઑફ પેંસિલ્વેનિયાની એક સંશોધક ઍંજેલા ડકવર્થે જણાવ્યું, 'ઘણીવાર તો એવું લાગે છે કે સ્વ-અનુશાસિત લોકો આકરી મહેનત કરતા નથી. જ્યારે વાસ્તવિકતા એ હોય છે કે તેમણે તેને પોતાની આદત બનાવી લીધી હોય છે એટલે કે હવે તેમને પોતાની ઈચ્છાશક્તિનો ઉપયોગ કરવા માટે વિચાર કરવાની જરૂર પડતી નથી.'

સ્ટારબક્સ માટે ઈચ્છાશક્તિનો અર્થ શૈક્ષણિક જિજ્ઞાસાથી ક્યાંય વધારે ઊંડો છે.

કંપનીએ 90ના દાયકાના અંતમાં જ્યારે પોતાના વિકાસની નવી રણનીતિ બનાવવાની શરૂ કરી, તો તત્કાલીન અધિકારીઓને એક મહત્ત્વની વાત સમજાઈ. તેમણે જોયું કે જો તે ઈચ્છે છે કે ગ્રાહક માત્ર એક કપ કૉફી માટે ચાર ડોલર ખર્ચ કરે, તો તેમણે ગ્રાહકોને એ જ સ્તરનું વાતાવરણ પણ આપવું પડશે. આ માટે જરૂરી હતું કે કંપનીના કર્મચારીઓને એ વાત માટે પ્રશિક્ષિત કરવામાં આવે કે તે ગ્રાહકોને જાત-જાતની કૉફી અને નાસ્તાની સાથે થોડી ખુશી પણ પીરસી શકે. તેથી સ્ટારબક્સે આ વિષય પર સંશોધન શરૂ કરી દીધું જેથી તેના કર્મચારીઓને ભાવનાઓ પર નિયંત્રણ રાખવાનું શીખવી શકાય અને તેમને એ રીતે સ્વ-અનુશાસિત કરી શકાય કે તે દરેક ગ્રાહકનો ઑર્ડર લેતા જ તેને સારો અનુભવ કરાવી શકે. કંપનીના અધિકારી સમજી ગયા કે જ્યાં સુધી કર્મચારી કામ દરમિયાન પોતાની વ્યક્તિગત સમસ્યાઓને પોતાનાથી અલગ કરવાનું શીખી લેતા નથી, ત્યાં સુધી કોઈ ને કોઈ કર્મચારીની ભાવનાઓ તેના કામમાં ખલેલ નાખતી રહેશે. તેની સીધી અસર ગ્રાહકોની સાથે તેમના વ્યવહાર પર પડશે. જ્યારે જો કર્મચારી આઠ કલાલની શિફ્ટ પછી પણ પોતાની ભાવનાઓ પર નિયંત્રણ રાખવાનું શીખી લે, તો તે ગ્રાહકોને તેમની આશા પ્રમાણે ઉચ્ચ શ્રેણીની સેવાઓ આપી શકશે.

કર્મચારીઓને સ્વ-અનુશાસન શીખવવા માટે ઉપયુક્ત અભ્યાસક્રમ બનાવવાની જરૂર હતી. તેથી કંપનીએ પાઠ્યક્રમ બનાવવાની પ્રક્રિયા પર લાખો ડોલરનો ખર્ચ કર્યો. કંપનીના અધિકારીઓએ એવી વર્કબુક્સ(કાર્ય-પુસ્તિકાઓ) લખી, જે વાસ્તવમાં ઈચ્છાશક્તિને આદતમાં બદલવા માટે જરૂરી માર્ગદર્શન આપનારી પુસ્તિકાઓ હતી. સ્ટારબક્સ સિએટલ જેવા શાંત શહેરના એક નાનકડા કૉફી-હાઉસથી શરૂ કરી સત્તર હજાર સ્ટોર્સવાળી વિશાળ કંપની બની અને તેમની આ અસામાન્ય સફળતામાં આ અભ્યાસક્રમનો ઘણો મોટો ફાળો છે. આજે સ્ટારબક્સની વાર્ષિક આવક દસ અબજ ડોલર છે.

સ્ટારબક્સે આ કેવી રીતે કર્યું ? ટ્રેવિસ જેવો છોકરો, જેનું બાળપણ નશામાં ચૂર માતા-પિતા વચ્ચે વીત્યું, જેણે પોતાનો અભ્યાસ પણ વચ્ચે જ છોડી દીધો અને જેનું આત્મ-નિયંત્રણ એટલું નબળું હતું કે તે મેકડોનલ્ડમાં પણ નોકરી કરી શક્યો નહીં, આવા છોકરાને સ્ટારબક્સે એવું શિક્ષણ આપ્યું કે હવે તે ડઝનેક કર્મચારીઓનો અને દર મહિને હજારો ડોલરની આવકનો હિસાબ રાખે છે. આ આખરે કેવી રીતે શક્ય બન્યું ? આખરે ટ્રેવિસ સ્ટારબક્સમાંથી એવું શું શીખ્યા ?

2

કેસ વેસ્ટર્ન રિઝર્વ યુનિવર્સિટીના એક ઓરડામાં એક મહત્ત્વપૂર્ણ પ્રયોગ કરવામાં આવી રહ્યો હતો. જે લોકોએ પણ તે પ્રયોગ જોયો, તે એક બાબતે એકમત હતા કે ઓરડામાં રાખેલી કુકીઝની સુગંધ ખૂબ સરસ છે. આ કુકીઝ થોડા જ સમય પહેલાં ગરમા ગરમ ઓવનમાંથી નીકળી હતી અને તેમાંથી પીગળતા ચોકલેટ ચિપ્સ વહીને બહાર નીકળી રહ્યા

હતા. કુકીઝની બાજુમાં જ બીજા ટેબલ પર એક વાટકો ભરીને મૂળા રાખવામાં આવ્યા હતા. આખા દિવસમાં અનેક ભૂખ્યા વિદ્યાર્થી એ ઓરડામાં આવીને એ ટેબલોની સામે બેસી ચૂક્યા હતા. તેમણે અજાણપણે જ ઈચ્છાશક્તિ તપાસવાના આ પ્રયોગના સંશોધકોને એક મહત્ત્વની જાણકારી આપી દીધી હતી. જેનાથી એ વાત સામે આવી હતી કે દુનિયામાં સ્વ-અનુશાસન કેવી રીતે કામ કરે છે.

એ સમયે ઈચ્છાશક્તિ અંગે વધારે સંશોધનો થયા નહોતા. મનોવૈજ્ઞાનિકો આવી વસ્તુઓને 'સ્વ-અનુશાસન'નો હિસ્સો માનતા હતા પણ આ વિષય પ્રત્યે લોકોમાં વધારે જિજ્ઞાસા નહોતી. 1960ના દાયકામાં સ્ટેનફોર્ડ યુનિવર્સિટીના વૈજ્ઞાનિકોએ ચાર વર્ષની ઉંમરવાળા બાળકોની ઈચ્છાશક્તિ પારખવાનો એક પ્રસિદ્ધ પ્રયોગ કર્યો હતો. બાળકોને ઓરડામાં લાવીને તેમની સામે જાત-જાતની મીઠાઈઓ મૂકવામાં આવી અને તેમને કહેવામાં આવ્યું કે જો તે તરત મીઠાઈ ખાવા ઈચ્છતા હોય, તો તેમને માત્ર એક ટુકડો મળશે, પણ જો તે થોડી મિનિટ સુધી રાહ જુએ, તો તેમને બે ટુકડા આપવામાં આવશે. આમ કહીને વૈજ્ઞાનિક ઓરડામાંથી નીકળી ગયા. કેટલાક બાળકોએ તો જેવું જોયું કે હવે ઓરડામાં કોઈ મોટી ઉંમરની વ્યક્તિ હાજર નથી, તો તે પોતાને રોકી શક્યા નહીં અને તરત જ મીઠાઈ ખાઈ લીધી. પણ તેમાંથી 30 બાળક એવા હતા, જેમણે પોતાને રોકી રાખ્યા અને મીઠાઈને હાથ પણ લગાવ્યો નહીં. પંદર મિનિટ પછી વૈજ્ઞાનિકો પાછા ફરતાં આ 30 બાળકોને મીઠાઈના બે-બે ટુકડા ખાવા મળ્યા. વૈજ્ઞાનિકોએ ઓરડામાંથી બહાર નીકળ્યા પછી ત્યાં મૂકેલા વિશેષ બે-તરફી અરીસાથી બાળકો પર નજર રાખી હતી, જેનાથી તે જાણી ચૂક્યા હતા કે જે બાળકોએ પોતાની ઈચ્છા પર નિયંત્રણ રાખ્યું, તેમને મીઠાઈના બે ટુકડા મળવા જોઈએ.

આ પ્રયોગના ઘણા વર્ષો પછી એ વૈજ્ઞાનિકોએ એ બાળકો વિશે અનેક જાણકારીઓ પ્રાપ્ત કરી. ત્યાં સુધીમાં તે બધા બાળકો ઉચ્ચ મહાવિદ્યાલયોમાં ભણવા લાગ્યા હતા. વૈજ્ઞાનિકોએ એ બાળકોના સ્કૂલના ગ્રેડ્સ, એસ.એ.ટી.(અમેરિકન કોલેજોમાં એડમિશન માટે લેવામાં આવતો એક ટેસ્ટ) સ્કોર, મિત્રતા નિભાવવાની ક્ષમતા, સમસ્યાઓનો સામનો કરવાની ક્ષમતા વગેરે વિશે તપાસ કરી. તેમણે જોયું કે વર્ષો પહેલા જે બાળકોએ પોતાની ઈચ્છાઓને નિયંત્રિત કરીને મીઠાઈને હાથ લગાવ્યો નહોતો, તેમને સૌથી સારા ગ્રેડ્સ મળ્યા અને તેમનો એસ.એ.ટી. સ્કોર પણ 210 પોઈન્ટ વધારે રહ્યો. આ આંકડા એ બાળકોની સરખામણીએ ક્યાંય વધારે હતા, જે પોતાની ઈચ્છાઓ પર નિયંત્રણ રાખી શક્યા નહોતા. આત્મ-નિયંત્રણમાં સફળ રહેલા તે 30 બાળકોની સરખામણીએ વધારે પ્રસિદ્ધ હતા અને ડ્રગ્સ કે અન્ય નશીલી દવાઓથી બિલકુલ દૂર હતા. વૈજ્ઞાનિકોએ જોયું કે નર્સરીમાં ભણનારા જે બાળકો મીઠાઈની લાલસા જેવી નાની-નાની વસ્તુઓને કાબૂમાં કરી શકતા હતા, તેમના માટે કિશોરાવસ્થામાં વર્ગમાં સમયસર પહોંચવું, ભણવા પર વધારે ધ્યાન આપવું, સારા મિત્ર બનાવવા, સૌની વચ્ચે સ્વીકૃતિ હાંસલ કરવા માટે સાથીઓના દબાણમાં ન આવવું

સરળ હોય છે. મીઠાઈ ખાવાની લાલસાને નિયંત્રિત કરનારા બાળકોમાં સ્વ-અનુશાસનના એવા ગુણ હતા, જેનો ઉપયોગ તે જીવનભર કરતા રહ્યા.

હવે વૈજ્ઞાનિક આ વિષય સાથે સંબંધિત નવા પ્રયોગ કરવા લાગ્યા. તે જાણવા ઈચ્છતા હતા કે સ્વ-અનુશાસનના ગુણોને કેવી રીતે વિકસિત કરી શકાય છે. આ પ્રયોગોમાં તેમણે જોયું કે બાળકોમાં આત્મ-નિયંત્રણ શીખવવાની એક સફળ રીત એ શીખવવાની છે કે તે મીઠાઈ દેખાયા પછી પણ તે પોતાનું ધ્યાન વહેંચી શકે. એટલે કે પોતાની ઈચ્છાઓ પર નિયંત્રણ રાખી શકે. તેના માટે તે કોઈ ચિત્ર બનાવીને પોતાનું ધ્યાન બીજી તરફ કેન્દ્રિત કરી શકે છે અથવા પછી એવું જ બીજું કોઈ કામ કરી શકે છે. આ ઉપરાંત જો તે મીઠાઈ દેખાતા તેની આસપાસ તસવીરની એક ફ્રેમ હોવાની કલ્પના કરે, જેનાથી તેમને મીઠાઈ અસલી લાગવાને બદલે કોઈ તસવીર જેવી લાગે, એ રીતે પણ તે આત્મ-નિયંત્રણ શીખી શકે છે.

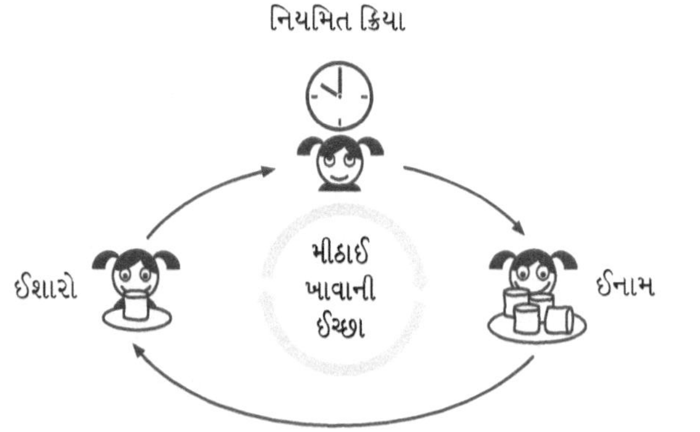

જ્યારે બાળકો પોતાની ઈચ્છાઓને મોડી પૂરી કરવાની આદત શીખે છે.

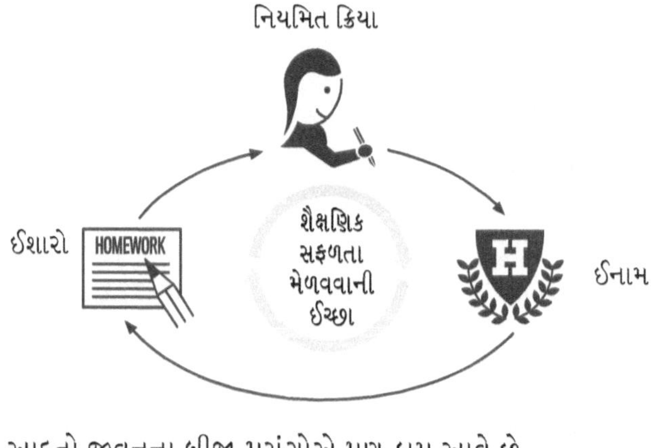

આ જ આદતો જીવનના બીજા પ્રસંગોએ પણ કામ આવે છે.

1980ના દાયકા સુધી આ બાબતે એક નવો મત આગળ આવવા માંડ્યો, જેને મોટાભાગના લોકો સ્વીકારતા હતા. ઈચ્છાશક્તિ એક એવો ગુણ છે, જેને શીખવી શકાય છે. બરાબર એવી જ રીતે જેમ કોઈ વ્યક્તિને ગણિત શીખવવામાં આવે છે અથવા બીજાને ધન્યવાદ કહેવાનું શીખવવામાં આવે છે. જો કે તેમ છતાં આ વિષય પર સંશોધન કરવા માટે વધારે ધન મળતું નહોતું. તેના કારણે અને ઈચ્છાશક્તિ વિષય પર સંશોધન કરવું પ્રચલનમાં નહોતું તેથી સ્ટેનફોર્ડના અનેક વૈજ્ઞાનિક અન્ય વિષયો પર સંશોધન કરવા લાગ્યા.

1990ના દાયકામાં કેસ વેસ્ટર્નમાં મનોવિજ્ઞાનમાં સંશોધન કરતા પી.એચ.ડી.ના વિદ્યાર્થીઓના એક સમૂહને સ્ટેનફોર્ડના કેટલાક જૂના સંશોધનપત્ર મળ્યા. તેને વાંચીને એ વિદ્યાર્થીઓએ કેટલાક એવી બાબતો પર પ્રશ્ન પૂછ્યા જેના વિશે પહેલાના વૈજ્ઞાનિકોએ વિચાર્યું પણ નહોતું. આ સમૂહમાં માર્ક મુરોવેન પણ હતા. મુરોવેન આ મોડેલથી સંતુષ્ટ નહોતા કે 'ઈચ્છાશક્તિ એક ગુણ છે.' કારણ કે ગુણ કોઈપણ હોય, હંમેશા સ્થિર રહેવું તેની પહેલી વિશેષતા હોય છે. જેમ કે જો આજે તમને એ જાણવા મળે કે આમલેટ કેવી રીતે બને છે, તો કાલે પણ તમને એ યાદ રહેશે કે આમલેટ કેવી રીતે બને છે.

જ્યારે મુરોવેનનો અનુભવ એ હતો કે તે આખો વખત પોતાની ઈચ્છાશક્તિને સક્રિય રાખી શકતા નથી. ક્યારેક-ક્યારેક તે સાંજે ઘરે પાછા ફરતા અને તરત જોગિંગ માટે ચાલ્યા જતા, પણ ઘણીવાર તે ઘરે પાછા ફર્યા પછી માત્ર પોતાના સોફા પર બેસીને ટી.વી.જોવાનો આનંદ લેવા ઈચ્છતા હતા. જે દિવસે તે ટી.વી. જોવા ઈચ્છતા હતા, તે દિવસે એવું લાગતું કે જાણે તેમના મગજનો એ ભાગ જે તેમને વ્યાયામ કરવા માટે પ્રોત્સાહિત કરે છે, તે પોતાનું કામ કરવાનું ભૂલી ગયો હોય. ક્યારેક તે સ્વાસ્થ્યવર્ધક ભોજન પસંદ કરતા તો ક્યારેક વેંડિંગ મશીનથી ચિપ્સ અને ચોકલેટ લઈને તેનાથી જ પેટ ભરી લેતા.

તેથી મુરોવેને વિચાર્યું કે જો ઈચ્છાશક્તિ એક ગુણ છે, તો તે રોજે એકસમાન કે સ્થિર કેમ નથી રહેતો ? તેમને આશંકા થઈ કે કદાચ પહેલાના વૈજ્ઞાનિક ઈચ્છાશક્તિ વિશે બધું જ શોધી શક્યા નહોતા. પણ એ વાતનું પરીક્ષણ પ્રયોગશાળામાં કેવી રીતે કરવામાં આવે ?

★★★

આખરે મુરોવેને પોતાની મૂંઝવણનો ઉકેલ શોધી જ કાઢ્યો. તેમણે પ્રયોગશાળામાં બે ટેબલ મૂક્યા. તેમાંથી એક પર કુકીઝ અને બીજા પર એક વાટકો ભરીને મૂળા મૂકી દીધા. આ પ્રયોગશાળા બે-તરફી અરીસાની પાછળ સ્થિત હતી, જેની મદદથી બહારથી પણ અંદર જોઈ શકાતું હતું કે અંદર શું થઈ રહ્યું છે. તેની સાથે જ અહીં ટેબલ, લાકડાની ખુરશી, ઘંટી અને ટોસ્ટર ઓવન પણ મૂકેલું હતું. આ પ્રયોગ માટે 67 અન્ડરગ્રેજ્યુએટ વિદ્યાર્થીઓને પસંદ કરવામાં આવ્યા. તેમને એ દિવસે બપોરનું ભોજન લેવાની ના પાડવામાં આવી હતી. જ્યારે પ્રયોગ શરૂ થયો તો એક-એક કરીને બધા વિદ્યાર્થીઓ ટેબલોની સામે આવીને બેસી ગયા.

મુરોવેને દરેક વિદ્યાર્થીને જણાવ્યું કે 'આ પ્રયોગ સ્વાદ પ્રત્યે તમારી સંવેદનશક્તિ જાણવા માટે કરવામાં આવી રહ્યો છે,' જ્યારે આ ખોટું હતું. પ્રયોગનો વાસ્તવિક ઉદ્દેશ હતો, વિદ્યાર્થીઓને તેમની ઈચ્છાશક્તિનો ઉપયોગ કરવા માટે મજબૂર કરવા. તેની અંતર્ગત અડધા વિદ્યાર્થીઓને કુકીઝ ખાવા માટે કહેવામાં આવ્યું અને બાકીના વિદ્યાર્થીઓને કુકીઝની અવગણના કરીને મૂળા ખાવાનો આદેશ મળ્યો. મુરોવેનનો મત હતો કે કુકીઝને વણજોયા કરવા મુશ્કેલ છે અને આવું કરવા માટે ઈચ્છાશક્તિની આવશ્યક્તા હશે. ત્યાં જ બીજી તરફ મૂળાની અવગણના કરી કુકીઝ ખાવા એ ખૂબ જ સહેલું કામ હતું.

'યાદ રાખો, તમને જે વસ્તુ ખાવાનું કહેવામાં આવ્યું છે, માત્ર તે જ ખાઓ.' આટલું કહીને મુરોવેન ઓરડામાંથી બહાર ચાલ્યા ગયા.

હવે ઓરડામાં માત્ર વિદ્યાર્થીઓ જ બચ્યા હતા. તેમણે ખાવાનું શરૂ કર્યું. કુકીઝ ખાનારા વિદ્યાર્થીઓ ખુશ હતા, પણ મૂળા ખાનારા વિદ્યાર્થીઓને જરાપણ સારું લાગતું નહોતું. તે ખૂબ નારાજગીથી પોતાના પર સંયમ રાખી કુકીઝને વણજોયા કરવાનો પ્રયત્ન કરી રહ્યા હતા. ઓરડાની આગળ લગાવેલા બે-તરફી અરીસામાં મુરોવેને જોયું કે જે વિદ્યાર્થીઓને માત્ર મૂળા ખાવાનું કહેવામાં આવ્યું હતું, તેમાંથી એક જણે એક કુકી ઉઠાવી, તલસતા તેની સુગંધ લીધી અને પછી પાછી વાટકામાં મૂકી દીધી. તેમનામાંથી જ એક અન્ય વિદ્યાર્થીએ એક સાથે ઘણી કુકીઝ ઉઠાવી અને પછી પાછી મૂકી દીધી. આ પછી તે પોતાની આંગળીઓ પર ચોંટેલી ચોકલેટ જીભથી ચાટવા લાગ્યો.

પાંચ મિનિટ પછી મુરોવેન ઓરડામાં પાછા ફર્યા. મુરોવેનના અનુસાર, કુકીઝને વણજોયી કરીને મૂળા જેવી કડવી વસ્તુ ખાનારા વિદ્યાર્થીઓની ઈચ્છાશક્તિ હવે પૂર્ણપણે ઉપયોગમાં લેવાઈ ચૂકી હતી. ત્યાં જ કુકીઝ ખાનારા વિદ્યાર્થીઓને તો પોતાના આત્મ-નિયંત્રણનો જરાપણ ઉપયોગ કરવો પડ્યો નહોતો.

તેમણે દરેક વિદ્યાર્થીને જણાવ્યું કે 'તમારા મસ્તિષ્કમાંથી સ્વાદ-સંવેદનાની સ્મૃતિ હટાવવા માટે આપણે પંદર મિનિટ થોભવું પડશે.' આ દરમિયાન તેમણે વિદ્યાર્થીઓને સમય વીતાવવા માટે એક કોયડો ઉકેલવાનું કહ્યું. આ કોયડો ખૂબ સરળ લાગતો હતો. વિદ્યાર્થીઓને એક જ્યોમીટ્રિની આકૃતિ આપવામાં આવી હતી અને આ આકૃતિના દરેક ભાગ પર પેન્સિલ ચલાવીને તેના પર નિશાન લગાવવાનું કહેવામાં આવ્યું હતું. શરત એ હતી કે આ દરમિયાન તે પેન્સિલને કાગળ પરથી ઉઠાવી શકશે નહીં અને કોઈ એક જ રેખા પર બીજી વાર પેન્સિલ ફેરવી શકશે નહીં. સંશોધકોએ તેમને જણાવ્યું કે જો તમે કોયડો પૂરો કરવાને બદલે વચ્ચે જ છોડવા ઈચ્છતા હો, તો તે માટે સામે લગાવેલી ઘંટડી વગાડી શકો છો. સંશોધકોએ વિદ્યાર્થીઓને કહ્યું કે તેમને કોયડો ઉકેલવામાં વધારે સમય નહીં લાગે.

હકીકત એ હતી કે આ કોયડાને ઉકેલવો અશક્ય હતો.

આ કોયડો સમય ઉકેલવા માટે આપવામાં આવ્યો નહોતો પણ આ પ્રયોગનો સૌથી મહત્ત્વપૂર્ણ હિસ્સો આ કોયડો જ હતો. આ કોયડાને ઉકેલવાનો પ્રયત્ન કરતા રહેવા માટે ખૂબ જ વધારે ઈચ્છાશક્તિની આવશ્યકતા હતી કારણ કે તમે ભલે ગમે તેટલો પ્રયત્ન કરી લો, સફળતા મળવી અશક્ય જ હતી. મુરોવેનના મનમાં એ સવાલ હતો કે જે વિદ્યાર્થી કુકીઝને વણજોઈ કરીને પહેલેથી જ પોતાની ઈચ્છાશક્તિ ખર્ચ કરી ચૂક્યા છે, શું તે આ કોયડાને વચ્ચે જ છોડી દેશે ? શું તે અન્ય વિદ્યાર્થીઓ કરતાં પહેલા જ કોયડો ઉકેલવાની આશા છોડી દેશે ? બીજા શબ્દોમાં, શું ઈચ્છાશક્તિ એક સીમિત સંસાધન છે, જેનો ઉપયોગ બસ એક નિશ્ચિત સીમા સુધી જ કરી શકાય છે ?

એકવાર ફરીથી મુરોવેન ઓરડામાંથી બહાર જઈને અરીસાની બીજી બાજુથી વિદ્યાર્થીઓનું નિરીક્ષણ કરવા માંડ્યા. કુકીઝ ખાનારા વિદ્યાર્થી, જેમણે પોતાના આત્મ-નિયંત્રણના સંગ્રહમાં જરાપણ ખર્ચ નહોતો કર્યો, તે તરત જ કોયડો ઉકેલવામાં વ્યસ્ત થઈ ગયા. તે શાંત લાગી રહ્યા હતા. તેમાંથી એકે એ જ્યોમેટ્રી આકૃતિ પર સીધી રેખા દોરવાનું શરૂ કર્યું, પણ તેને નિષ્ફળતા હાથ લાગી. પછી તેણે ફરીથી પ્રયત્ન કર્યો. તે ઘણીવાર આ જ ચક્રનું પુનરાવર્તન કરતો રહ્યો અને દરેક વખતે નિષ્ફળ રહ્યો. તેમાંથી અનેક વિદ્યાર્થી મુરોવેને આવીને તેમને અટકવા માટે ન કહ્યું ત્યાં સુધી કોયડો ઉકેલવાનો પ્રયત્ન કરતા રહ્યા. ત્યાં સુધીમાં લગભગ અડધો કલાક વીતી ચૂક્યો હતો. કુકીઝ ખાનારા વિદ્યાર્થીઓનું પરિણામ એ હતું કે તેમણે સરેરાશ 19 મિનિટ સુધી કોયડો ઉકેલવાનો પ્રયત્ન કર્યા પછી જ ઘંટડી વગાડી હતી.

જ્યારે પોતાની ઈચ્છાશક્તિનો પહેલા જ ભરપૂર ઉપયોગ કરી ચૂકેલા, મૂળા ખાનારા વિદ્યાર્થી આના કરતાં બિલકુલ વિપરીત રીતે વર્ત્યા. તે કોયડો ઉકેલતી વખતે મૂંઝાઈ રહ્યા હતા, નિરાશ થઈ રહ્યા હતા. એક જણે તો એમ કહેવાનું શરૂ કરી દીધું કે આ આખો પ્રયોગ સમયની બરબાદી સિવાય બીજું કશું જ નથી. ત્યાં સુધી કે કેટલાક વિદ્યાર્થી તો ટેબલ પર માથું ટેકવીને સૂઈ પણ ગયા. મુરોવેન ઓરડામાં પાછા ફર્યા ત્યારે એક વિદ્યાર્થીએ તો આ પ્રયોગ માટે પોતાની નારાજગી પણ વ્યક્ત કરી દીધી. બધું મળીને મૂળા ખાનારા વિદ્યાર્થીનું પરિણામ એ હતું કે તેમણે ઘંટડી વગાડતાં પહેલા સરેરાશ માત્ર 8 મિનિટ સુધી કોયડો ઉકેલવાનો પ્રયત્ન કર્યો હતો. આ પરિણામ કુકીઝ ખાનારાઓની સરખામણીમાં 60 ટકા ઓછું હતું. આ પછી જ્યારે સંશોધકે બધાને પૂછ્યું કે તે કેવું અનુભવી રહ્યા છે, તો મૂળા ખાનારા એક વિદ્યાર્થીએ ચિડાઈને જવાબ આપ્યો, 'હું તમારા આ મૂર્ખતાપૂર્ણ પ્રયોગથી કંટાળી ગયો છું.'

મુરોવેને જણાવ્યું કે 'કુકીઝની અવગણના કરવાનું કહી અમે એ સમૂહના વિદ્યાર્થીઓને તેમની ઈચ્છાશક્તિનો ઉપયોગ કરવા માટે મજબૂર કર્યા. જેના કારણે પછીના કાર્યમાં એટલે કે કોયડો ઉકેલવામાં તે થોડા જ સમયમાં હાર માની રહ્યા હતા. આ પ્રયોગ પછી આ વિષય

પર બસો કરતાં પણ વધારે સંશોધન થઈ ચૂક્યા છે અને એ બધાને કંઈક આ પ્રકારના પરિણામ મળ્યા છે. ઈચ્છાશક્તિ માત્ર એક ગુણ નથી, આ એક માંસપેશી જેવું છે, બરાબર એવી જ જેવી તમારા હાથ અને પગમાં હોય છે. તેથી તમે તેની પાસેથી જેટલી વધારે મહેનત કરાવશો, તે એટલી જ થાકશે અને પછી અન્ય કામો માટે તેનામાં શક્તિ જ નહીં બચે.'

સંશોધકોએ આ મતના આધાર પર અનેક ઘટનાઓનું સ્પષ્ટીકરણ આપવાનો પ્રયત્ન કર્યો છે. કેટલાક સંશોધકોનું કહેવું છે કે આનાથી જાણવા મળે છે કે કેમ કેટલાક લોકો લગ્નેતર સંબંધોમાં પડી જાય છે(આવા સંબંધ મોટાભાગે રાતના સમયે શરૂ થાય છે કારણ કે ત્યાં સુધી વ્યક્તિ આખો દિવસ કામ કરીને પોતાની ઈચ્છાશક્તિનો પૂરો ઉપયોગ કરી ચૂક્યો હોય છે). આનાથી એ પણ જાણવા મળે છે કે કેમ કેટલાક સારા ડૉકટર પણ મૂર્ખતાપૂર્ણ ભૂલો કરી બેસે છે. આવી ભૂલો થવાની સંભાવના મોટાભાગે ત્યારે થાય છે, જ્યારે તે ડૉકટર લાંબા સમય સુધી ચાલેલું કોઈ મુશ્કેલ કામ કરીને પાછો ફર્યો હોય. મુરોવેનના અનુસાર,'જો તમે સાંજે કામ પરથી પાછા ફર્યા બાદ જોગિંગ માટે જવા ઈચ્છો છો, તો જરૂરી છે કે તમે આખો દિવસ પોતાની ઈચ્છા-શક્તિની તાકાત બચાવીને રાખો. જો તમે પોતાની શક્તિને આખો દિવસ ઈ-મેઈલ લખવા કે મુશ્કેલ તથા ઉબાઉ ફોર્મો ભરવામાં વાપરી નાખશો, તો સાંજે ઘરે પાછા ફરવા સુધી તમારી બધી જ તાકાત સમાપ્ત થઈ ગઈ હશે.'

★★★

પણ આ ઉદાહરણ કેટલું યોગ્ય છે ? શું ઈચ્છાશક્તિની માંસપેશી વ્યાયામ કરીને એવી જ મજબૂત બનાવી શકાય છે, જેમ ડમ્બલ્સ ઉઠાવવાથી બાજુની માંસપેશીઓ મજબૂત બની જાય છે ?

2006માં ઓસ્ટ્રેલિયાના મેગન ઓટેન અને કેન ચેંગ નામના બે સંશોધકોએ ઈચ્છાશક્તિને સમજવા માટે વ્યાયામ પર આધારિત એક વિશેષ પ્રયોગ કરીને પ્રશ્નનો જવાબ શોધવાનો પ્રયત્ન કર્યો. તેમણે 18 થી 50 વર્ષની વચ્ચેની ઉંમરના બે ડઝન લોકોને શારીરિક વ્યાયામના એક કોર્સ માટે પસંદ કર્યા. આ કોર્સમાં લગભગ બે મહિના કરતાં પણ વધારે સમય સુધી આ લોકો પાસેથી પ્રતિદિન વધારે માં વધારે વેટ લિફ્ટિંગ(ભારોત્તોલન) રેઝિસ્ટેંસ ટ્રેનિંગ(પ્રતિરોધ પ્રિશિક્ષણ) અને એરોબિક રુટીન્સ(એરોબિક સંબંધી નક્કી કરેલી ક્રિયાઓ) કરાવવામાં આવી. દર અઠવાડિયે લોકોએ પોતાને વારંવાર વ્યાયામ કરવા માટે મજબૂર કર્યા. દર વખતે જ્યારે તે વ્યાયામ કરવા માટે પહોંચતા, તો પોતાની ઈચ્છાશક્તિનો વધારે ને વધારે ઉપયોગ કરતા.

બે મહિના પછી સંશોધકોએ એ લોકોને આ વાત જાણવા માટે તપાસ્યા કે વ્યાયામ કરવા માટે તેમણે જે ઈચ્છાશક્તિ વધારી, શું જીવનના અન્ય ક્ષેત્રોમાં પણ તે ઈચ્છાશક્તિ

વધી છે ? આ પ્રયોગ શરૂ થતાં પહેલા તેના મોટાભાગના સહભાગી જાતે પોતાના વિશે જણાવતા કહેતા હતા કે તેમને એક જગ્યાએ આરામથી બેસી રહેવામાં ઘણું સુખ મળે છે. જ્યારે સતત બે મહિના સુધી વ્યાયામ કરવાથી હવે તેમના શારીરિક ગઠનમાં સકારાત્મક પરિવર્તન આવી ગયા હતા, પણ પરિવર્તનોનો આ ક્રમ માત્ર શરીર સુધી જ સીમિત નહોતો. તેમના જીવનના અન્ય પાસાઓમાં પણ સ્વાસ્થ્યવર્ધક પરિવર્તન આવ્યા હતા. તેમણે જીમમાં જેટલો વધારે સમય વીતાવ્યો, એટલો જ સમય તેમણે ધૂમ્રપાન, દારૂ, જંકફૂડ વગેરેનું સેવન ઓછું કરી દીધું. હવે તે ઘરના કામોમાં વધારે સમય આપતા હતા અને ટી.વી. જોવામાં ઓછો સમય ખર્ચ કરતા હતા. આ ઉપરાંત તેમના ડિપ્રેશનનું સ્તર પણ ઓછું થઈ ગયું હતું.

પણ ઓટેન અને ચેંગને એમ પણ લાગ્યું કે હોઈ શકે કે આ પરિણામોનો ઈચ્છાશક્તિ સાથે કોઈ સંબંધ ન હોય. સંભાવના તો એ પણ હતી કે નિયમિત વ્યાયામથી વ્યક્તિનું વધારે ખુશી અનુભવવું અને જંકફૂડ તથા નશીલી વસ્તુઓથી દૂર રહેવું સામાન્ય વાત હોય.

તેથી તેમણે એક બીજો પ્રયોગ કર્યો. આ વખતે તેમણે 29 લોકોને ચાર મહિનાનો એક કોર્સ કરવા માટે પસંદ કર્યા. આ કોર્સમાં ભાગ લેનારાઓને જીવનમાં પૈસાનું વ્યવસ્થાપન કરવાનું શીખવવાનું હતું. સંશોધકોએ આ 29 લોકોને પછીના ચાર મહિના સુધી થિએટરમાં ફિલ્મો જોવા કે રેસ્ટોરાંમાં જમવા જવા જેવી વિલાસતાઓથી દૂર રહેવાનું કહ્યું. સાથે જ દરેકને પોતાના નાનામાં નાના ખર્ચનો પણ હિસાબ રાખવાનું કહેવામાં આવ્યું. શરૂ-શરૂમાં આ કોર્સમાં ભાગ લેનારાઓ માટે આ બધું મુશ્કેલીભર્યું હતું પણ ધીરે-ધીરે બધાએ પોતાની અંદર તે આત્મ-અનુશાસન વિકસિત કરી લીધું, જેનાથી તે નિયમિત રીતે પોતાના બધા ખર્ચાઓનો હિસાબ લખવા માંડ્યા.

કોર્સ દરમિયાન આ 29 લોકોની આર્થિક સ્થિતિમાં ઉલ્લેખનીય સુધારો થયો. આના કરતાં પણ વધારે આશ્ચર્યજનક એ હતું કે તેમણે ધૂમ્રપાન અને દારૂ તથા કેફીનનું સેવન પણ પહેલાંની સરખામણીમાં ઓછું કરી નાખ્યું હતું. એમનામાંથી કોફી અને દારૂની ટેવ ધરાવનારા લોકો હવે બે કપ કોફી અને બે બિયર ઓછી પીતા હતા. તો ધૂમ્રપાનના વ્યસની લોકો સરેરાશ આખા દિવસમાં પંદર સિગારેટ ઓછી પીવા લાગ્યા. તેમણે જંકફૂડ ખાવાનું પણ ઓછું કરી નાખ્યું હતું. નોકરી, વ્યવસાય અને સ્કૂલ-કોલેજમાં તેમની કાર્યક્ષમતા પણ વધી ગઈ હતી. આ સંશોધન પણ ઘણી હદ સુધી શારીરિક વ્યાયામવાળા સંશોધન જેવું જ હતું. લોકોએ પોતાના જીવનના એક પાસા, જેમ કે વ્યાયામ કે પૈસાનું નિયોજન કરીને પોતાની ઈચ્છાશક્તિ મજબૂત કરી. જેની અસર તેમના જીવનના બધા પાસા પર પણ દેખાઈ.

એ પછી ઓટેન અને ચેંગે એક બીજો પ્રયોગ કર્યો. તેમણે 45 વિદ્યાર્થીઓને એક એકેડેમિક સુધારણા કોર્સમાં ભરતી કર્યા. આ કોર્સનું લક્ષ્ય વિદ્યાર્થીઓમાં અભ્યાસ અંગે નવી આદતો નિર્માણ કરવાનું હતું. સ્પષ્ટ જ છે કે આ કોર્સથી વિદ્યાર્થીઓમાં શીખવા અને આત્મસાત કરવાના ગુણોમાં સુધારો થયો. સાથે જ ધૂમ્રપાન અને શરાબ સેવન જેવી આદતોમાં

પણ ઉલ્લેખનીય ઘટાડો થયો. તે ટી.વી. પણ ઓછું જોવા લાગ્યા. આ ઉપરાંત તેમની અંદર વ્યાયામ કરવો અને પૌષ્ટિક ભોજન કરવા જેવી આદતો પણ વિકસિત થઈ. જો કે આ કોર્સમાં ભણવા અંગેની આદતો ઉપરાંત બાકીના બધા વિષયો વિશે કશું જ કહેવામાં આવ્યું નહોતું. એકવાર ફરી, ઈચ્છાશક્તિની માંસપેશી મજબૂત થવાથી જીવનના અન્ય ક્ષેત્રો સાથે સંબંધિત સારી આદતો પણ વિકસિત થઈ.

ડાર્થમાઉથના સંશોધક ટોડ હેથરટને પણ ઈચ્છાશક્તિના વિષય પર ઘણું સંશોધન કર્યું છે. તે કહે છે કે 'જ્યારે તમે પોતાને જિમ જઈને વ્યાયામ કરવા માટે અથવા સમયસર કામ પૂરું કરવા માટે અથવા પછી બર્ગરની જગ્યાએ સલાડ ખાવા માટે પ્રોત્સાહિત કરવાનું શીખી લો છો, તો એનાથી જાહેર થાય છે કે તમે પોતાની વિચારસરણીની રીત બદલવા તરફ અગ્રેસર છો. આ પ્રકારના પ્રયત્નોથી લોકો પોતાની ઈચ્છાઓને સારી રીતે નિયંત્રિત કરવા લાગે છે. તે શીખવા લાગે છે કે પ્રલોભનથી કેવી રીતે બચી શકાય. જ્યારે તમે પોતાની ઈચ્છાશક્તિનો આવો ઉપયોગ કરવાનું શીખી લો છો, તો તમારું મગજ લક્ષ્ય પર કેન્દ્રિત રહેવાનું શીખી જાય છે.'

આજકાલ તો લગભગ દરેક મહત્ત્વપૂર્ણ વિશ્વવિદ્યાલયોમાં અનેકો સંશોધકો ઈચ્છાશક્તિનો અભ્યાસ કરી રહ્યા છે. ફિલાડેલ્ફિયા, સીએટલ, ન્યૂયોર્ક વગેરેના પબ્લિક અને ચાર્ટર સ્કૂલોના અભ્યાસક્રમોમાં ઈચ્છાશક્તિને મજબૂત કરવાના પાઠ ઉમેરવામાં આવ્યા છે. કે.આઈ.પી.પી. કે 'નોલેજ ઈઝ પાવર પ્રોગ્રામ'(જ્ઞાન જ શક્તિ છે કાર્યક્રમ) અમેરિકાના અનેક ચાર્ટર સ્કૂલોનો એક સમૂહ છે, જે દેશભરમાં ઓછી આવકવાળા પરિવારોના બાળકોને શિક્ષણ આપે છે. આ સમૂહના સ્કૂલોનું મુખ્ય દર્શન જ એ છે કે બાળકોને આત્મ-નિયંત્રણનું શિક્ષણ આપવામાં આવે. કે.આઈ.પી.પી.ના સભ્ય ફિલાડેલ્ફિયાના એક સ્કૂલે તો પોતાના વિદ્યાર્થીઓને એવા શર્ટસ પણ વહેંચ્યા જેના પર એવો સંદેશો લખ્યો હતો કે 'માર્શમેલો ન ખાશો.' માર્શમેલો ખાંડ અને જિલેટીનના મિશ્રણથી બનાવેલી એક અમેરિકન મીઠાઈ હોય છે, જે આરોગ્ય માટે સારી માનવામાં આવતી નથી. આવા તમામ પ્રયત્નોને કારણે આ પ્રોગ્રામમાં સામેલ અનેક સ્કૂલોમાં વિદ્યાર્થીઓના પરીક્ષા પરિણામોમાં ઉલ્લેખનીય પરિવર્તન આવ્યું છે.

'એ જ કારણ છે કે બાળકો માટે રમત-ગમતની પ્રવૃત્તિઓમાં સામેલ થવું કે પિયાનો જેવું કોઈ વાદ્યયંત્ર શીખવું ખૂબ મહત્ત્વપૂર્ણ હોય છે. જો કે તેનો ઉદ્દેશ એ પણ નથી હોતો કે બાળક મોટું થઈને સંગીતકાર કે રમતમાં ચેમ્પિયન બની જાય. પણ આનાથી બાળકની અંદર ઘણી સકારાત્મક આદતો જરૂર નિર્માણ થાય છે. જેમ કે જ્યારે તમે પોતે એક કલાક વ્યાયામ કરવો અથવા પંદર મિનિટ સુધી દોડવા માટે પ્રોત્સાહિત કરો છો, તો તમારી અંદર આત્મ-અનુશાસન આવવા માંડે છે. આ જ રીતે જ્યારે પાંચ વર્ષની ઉંમરનું નાનકડું બાળક દસ મિનિટ સુધી ફૂટબોલની પાછળ દોડવાનું શીખે છે, તો પછી આ જ બાળક છઠ્ઠા ધોરણમાં જઈને સમયસર પોતાનું હોમવર્ક પણ કરે છે.' હેથટર્ને જણાવ્યું.

હવે ઈચ્છાશક્તિ વિજ્ઞાન સામાયિકો અને અખબારોમાં પ્રકાશિત થનારા લેખોનો પ્રસિદ્ધ વિષય બની ગઈ છે. તેની સાથે જ અમેરિકાના કોર્પોરેટ જગતમાં પણ ઈચ્છાશક્તિનો વિષય પ્રચલિત થવા માંડ્યો છે. સ્ટારબક્સથી માંડીને ધ ગેપ, વોલમાર્ટ અને રેસ્ત્રાં જેવા અનેક વ્યવસાય જે નવશીખાઉ કર્મચારીઓ પર નિર્ભર હોય છે, આ બધાને એક જ સમસ્યાનો સામનો કરવો પડે છે. આ સમસ્યા છે કે તેમના કર્મચારી ભલે ગમે તેટલી સારી રીતે કામ કરવા ઈચ્છે, પણ મોટાભાગના કર્મચારીઓમાં આત્મ-અનુશાસનની ઉણપ હોય છે તેથી સારા ઈરાદાઓ છતાં તે નિષ્ફળ થઈ જાય છે. તે હંમેશા મોડા આવે છે, ગ્રાહકોની સામે પોતાનો અંકુશ ગુમાવી બેસે છે, કાર્યસ્થળ સાથે જોડાયેલા અન્ય પ્રલોભનો જેમ કે ગપશપ અને અફવા વગેરેના ચક્કરમાં પડી જાય છે અને ઘણીવાર તો કોઈ કારણ વિના જ નોકરી પણ છોડી દે છે.

સ્ટારબક્સમાં એક દાયકા સુધી પ્રશિક્ષણ કાર્યક્રમ આયોજિત કરનારી ક્રિસ્ટીન ડેપ્યુટીએ જણાવ્યું, 'ઘણાબધા કર્મચારીઓ માટે સ્ટારબક્સ પહેલો વ્યવસાયિક અનુભવ હોય છે. નોકરી શરૂ કરતાં પહેલા લોકોને તેમના માતા-પિતા અને શિક્ષક વગેરે જ બધું સમજાવે છે. પછી અચાનક ગ્રાહકો બૂમો પાડવા માંડે છે અને બોસ પોતાની વ્યસ્તતામાં યોગ્ય સલાહ આપી શકતા નથી. આ સ્થિતિમાં આ લોકો માટે મુશ્કેલ પરિસ્થિતિઓ સાથે સામંજસ્ય જાળવવું મુશ્કેલ થઈ જાય છે અને તે પોતાને હારેલા અનુભવે છે. ઘણા લોકો આ પરિવર્તનને સ્વીકારી શકતા નથી. તેથી આપણે આપણા કર્મચારીઓને તે આત્મ-અનુશાસન શીખવવાનો પ્રયત્ન કરીએ છીએ, જે તેમને સ્કૂલ-કોલેજમાં શીખવવામાં આવતું નથી.'

પણ જ્યારે સ્ટારબક્સ જેવી કંપનીઓએ કાર્યસ્થળ પર મૂળા અને કુકીઝ જેવા પ્રયોગોના નિષ્કર્ષ લાગુ કર્યા, તો કેટલીક નવી સમસ્યાઓ તેમની સામે આવવા લાગી. તેમણે વજન ઘટાડવાનો કોર્સ શરૂ કરી કર્મચારીઓને જિમનું મફત સભ્યપદ આપ્યું. તેની પાછળ કંપનીનો ઉદ્દેશ હતો કે તેમના કર્મચારીઓમાં નિયમિત વ્યાયામ કરવાની આદત વિકસિત થશે અને તેની સકારાત્મક અસર ગ્રાહકોને કોફી પીરસવાની રીત પર પણ પડશે. પણ આ કોર્સમાં ખૂબ ઓછા કર્મચારીઓએ ભાગ લીધો. કર્મચારીઓ માટે આખો દિવસ કામ કર્યા પછી કોર્સ માટે જવું કે જિમ જઈને વ્યાયામ કરવો મુશ્કેલ હતું. તે ફરિયાદ કરવા લાગ્યા. આ અંગે મુરોવેન કહે છે, 'જો કોઈ વ્યક્તિને આત્મ-અનુશાસનને કારણે નોકરીમાં મુશ્કેલીઓ આવી રહી છે તો એ નક્કી છે કે આત્મ-અનુશાસન વધારનારા કોર્સમાં હાજર રહેવા અંગે પણ તેને મુશ્કેલી જ થશે.'

પણ સ્ટારબક્સે આ સમસ્યાને ઉકેલવાનો દૃઢ-નિશ્ચય કરી લીધો હતો. 2007માં કંપનીની વ્યવસાય વિસ્તાર-પ્રક્રિયા ચરમ સીમા પર હતી. એ સમયે સ્ટારબક્સ દરેક દિવસે લગભગ સાત નવા સ્ટોર્સ શરૂ કરી રહી હતી અને દરેક અઠવાડિયે લગભગ પંદરસો લોકોને નોકરી આપી રહી હતી. આ સ્થિતિમાં શીખાઉ કર્મચારીઓને કેટલીક વાતો શીખવવી

અત્યંત આવશ્યક હતી. જેમ કે, સમયસર આવવું, ગ્રાહક પર ગુસ્સે ન થવું, ચહેરા પર આખો વખત હાસ્ય રાખવું અને જો શક્ય હોય તો ગ્રાહકોનો ઓર્ડર અને તેમનું નામ મોંઢે યાદ રાખવું વગેરે. લોકો જ્યારે સ્ટારબક્સમાં આવીને મોંઘી કોફી ખરીદે છે, તો બદલામાં કર્મચારીઓ પાસેથી સારા વ્યવહારની અપેક્ષા પણ રાખે છે. સ્ટારબક્સના પૂર્વ અધ્યક્ષ હોવર્ડ બેહર કહે છે,'અમારા વ્યવસાયમાં ગ્રાહકોને પીરસવામાં આવતી કોફી એટલી મહત્ત્વની નથી. મહત્ત્વ તો એ ગ્રાહકોનું છે, જેમને અમે કોફી પીરસીએ છીએ. અમારો આખો વ્યવસાય સારી ગ્રાહક સેવા પર નિર્ભર કરે છે. તેના વિના અમારું આ વ્યવસાયમાં ટકી રહેવું અશક્ય છે.'

આખરે તમામ પ્રયત્નો પછી સ્ટારબક્સને પોતાની સમસ્યાનો ઉકેલ મળી જ ગયો. કંપનીને સમજાઈ ગયું કે તેણે પોતાનો ઉદ્દેશ પૂરો કરવા માટે આત્મ-અનુશાસનને એક સંગઠનાત્મક આદત બનાવવી પડશે.

3

ઈ.સ.1992માં બ્રિટનની એક મનોવૈજ્ઞાનિક સ્કોટલેન્ડની સૌથી વ્યસ્ત ઓર્થોપેડિક (હાડકાંના રોગ સંબંધી) હોસ્પિટલમાં ગઈ. ત્યાં તેમણે પોતાના પ્રયોગ માટે પાંચ ડઝન દર્દીઓને પસંદ કર્યા. તેમના પ્રયોગનો ઉદ્દેશ હતો, એ વાતની તપાસ કરવી કે પરિવર્તનનો પ્રતિરોધ કરનારા લોકોની ઈચ્છાશક્તિ કેવી રીતે વધારવામાં આવે.

પ્રયોગ માટે પસંદ કરવામાં આવેલા મોટાભાગના દર્દી લગભગ 68 વર્ષના હતા. તેમાંથી મોટાભાગનાની વાર્ષિક આવક માત્ર દસ હજાર ડોલર્સ હતી અને તેમણે હાઈસ્કૂલથી આગળનો અભ્યાસ કર્યો નહોતો. થોડાક દિવસો પહેલાં જ તે બધાની કૂલા કે ઘૂંટણની રિપ્લેસમેન્ટ સર્જરી થઈ હતી. તેમાંથી ઘણા લોકોએ શિક્ષણ અને આવક ઓછી હોવાને કારણે આ સર્જરી માટે વર્ષો સુધી રાહ જોઈ હતી. તેમાંથી મોટાભાગના દર્દી સેવાનિવૃત્ત વૃદ્ધ મિકેનિક અને સ્ટોર ક્લાર્ક વગેરે હતા. તે પોતાના જીવનના છેલ્લા પડાવ પર હતા અને તેમાંથી મોટાભાગના લોકોને કોઈ નવું પુસ્તક ઉઠાવીને વાંચવાની પણ ઈચ્છા થતી નહોતી.

કૂલા કે ઘૂંટણની સર્જરી ખૂબ તકલીફદાયક હોય છે. આ સર્જરીમાં સંયુક્ત માંસપેશીઓને અલગ કરીને હાડકાં કાપવા પડે છે. સર્જરી પછી ઘણા દિવસો સુધી પથારીમાં થોડુંક હલવા કે પગ સીધા કરવા જેવી નાની-નાની બાબતોમાં પણ ખૂબ પીડા થાય છે. પણ તેની સાથે જ, એ પણ ખૂબ જરૂરી હોય છે કે દર્દી સર્જરી પછી ભાનમાં આવતાં જ વ્યાયામ શરૂ કરી દે. તેમની માંસપેશીઓ અને ત્વચાના ઘા રુઝાય તે પહેલાં જ દર્દીઓએ પોતાના પગ અને કૂલાને હલાવવા જેવી ક્રિયાઓ શરૂ કરવાની હોય છે. નહીં તો ઘા ના નિશાન ભરાય ત્યાં સુધીમાં આ અંગોનું લચીલાપણું પૂરું થઈ જાય છે. તેની સાથે જ જો દર્દી તરત વ્યાયામ શરૂ

ન કરી દે તો બ્લડ ક્લોટ(લોહીનો ગઠ્ઠો જામી જવો) થવાનું પણ જોખમ રહે છે. સર્જરી પછી દર્દીઓને એટલી વધારે પીડા થતી હોય છે કે તે હંમેશા સ્વાસ્થ્યલાભ માટેના સત્રોમાં જતા નથી. આ બધા કારણોથી જ ઘણી વાર દર્દી, જેમાં હંમેશા વૃદ્ધ લોકો સામેલ હોય છે, તે ડૉક્ટરની સલાહોની અવગણના કરી બેસે છે.

સ્કોટલેન્ડના એ સંશોધનમાં ભાગ લેનારાઓમાંથી મોટાભાગના એવા હતા, જે સ્વાસ્થ્યલાભ કેન્દ્રોમાં ગયા નહોતા. પ્રયોગ કરનારી મહિલા વૈજ્ઞાનિક જાણવા ઈચ્છતી હતી કે શું આ લોકોની ઈચ્છાશક્તિ જગાડવામાં કંઈક મદદ કરી શકાય તેમ છે ? તેમણે બધા દર્દીઓને તેમની સર્જરી પછી એક નિર્દેશ-પુસ્તિકા આપી, જેમાં તેમના સ્વાસ્થ્ય લાભ-સત્રોની બધી જ જાણકારી હતી. પણ તેની સાથે જ પુસ્તિકાના અંતમાં, દરેક અઠવાડિયા માટે 13 પાના અલગથી જોડવામાં આવ્યા હતા. કેટલીક સૂચનાઓને બાદ કરતાં દરેક પાનું આખું ખાલી જ હતું. સૂચના કંઈક આ પ્રકારે હતી – ‘મારા આ સપ્તાહના લક્ષ્ય છે............ તમે શું-શું કરવાના છો, તે બધું જ અહીં લખો. ઉદાહરણ તરીકે જો તમે આ અઠવાડિયે સહેલ માટે જવાના છો, તો તમે ક્યાં જશો અને ક્યારે જશો, એ બધું જ આમાં લખો.’ સંશોધકે દરેક દર્દીને બધા જ પાના પર પોતાની યોજના સ્પષ્ટ શબ્દોમાં લખવાની સલાહ આપી. પછી જ્યારે એ દર્દીઓએ સંશોધકોને તે પુસ્તિકાઓ પાછી આપી, તો તેણે એ પુસ્તિકાઓની બે શ્રેણીઓ બનાવી. પહેલી શ્રેણીમાં તે પુસ્તિકાઓ મૂકવામાં આવી, જેનો દર્દીઓએ પૂરો ઉપયોગ કર્યો અને છેલ્લા પાનાઓમાં પોતાના લક્ષ્ય અને યોજનાઓ લખી. બીજી શ્રેણીમાં એ દર્દીઓની પુસ્તિકાઓ મૂકવામાં આવી, જેમણે છેલ્લા પાનાઓમાં કશું જ લખ્યું નહોતું. આ પછી સંશોધકે બંને શ્રેણીની પુસ્તિકાઓની એકબીજા સાથે તુલના કરી.

આ વાત સાંભળવામાં બિલકુલ વાહિયાત લાગે છે કે સર્જરી પછી દર્દી કેટલી ઝડપથી સારો થશે, એ બાબતમાં કેટલાક કોરા પાના અસરકારક સાબિત થશે. પણ જ્યારે સંશોધક ત્રણ મહિના પછી એ દર્દીઓને મળી, તો તેમણે બંને શ્રેણીઓના દર્દીઓમાં ઉલ્લેખનીય ફેર જોયો. જે દર્દીઓએ પોતાની યોજનાઓ પુસ્તિકામાં લખી હતી તે બંને દર્દીઓની સરખામણીમાં બે-ગણી વધારે ઝડપથી ચાલવા માંડ્યા હતા. તે મદદ વિના જ પોતાની ખુરશીમાંથી ઉઠી શકતા હતા. તે અન્ય દર્દીઓની સરખામણીએ પોતાના જૂતા પણ વધારે ઝડપથી પહેરી શકતા હતા. ત્યાં સુધી કે તે પોતાના કપડાં જાતે ધોઈ લેતા હતા અને પોતાના માટે રસોઈ પણ બનાવી લેતા હતા.

મનોવિજ્ઞાની જાણવા ઈચ્છતી હતી કે આવું કેમ છે. તેમણે બધી પુસ્તિકાઓનું બરાબર નિરીક્ષણ કર્યું અને જોયું કે મોટાભાગના પાનાઓ પર સર્જરી પછી દર્દી સારો થવા સાથે જોડાયેલા સામાન્ય પાસાઓ વિશે સ્પષ્ટ શબ્દોમાં વિસ્તૃત યોજનાઓ લખી છે. જેમ કે એક દર્દીએ પુસ્તિકામાં આ રીતે પોતાની યોજના લખી હતી – ‘કાલે જ્યારે મારી પત્ની કામ

પરથી પાછી ફરતી હશે, એ સમયે હું તેને બસસ્ટોપ પર મળવા જઈશ.' આ પછી તેણે એની સાથે જોડાયેલી અન્ય સામાન્ય વસ્તુઓનો ઉલ્લેખ કર્યો, જેમ કે તે પત્નીને મળવા માટે ઘરેથી ક્યારે નીકળશે, ક્યા રસ્તે જશે, શું પહેરશે, જો કે કાલે વરસાદની વકી છે તો તે ક્યો કોટ પોતાની સાથે રાખશે અને કઈ દવાઓ રાખશે, જે પીડા વધારે થાય તો કામ આવે.' એક અન્ય દર્દીએ તો એ પાનાઓ પર સ્પષ્ટ શબ્દોમાં પોતાની એ યોજના લખી હતી કે દરેક વખતે બાથરૂમ જતાં તે ક્યા વ્યાયામ કરશે. એક બીજા દર્દીએ તો ચોક સુધી ફરવા જવા વિશે મિનિટ દર મિનિટની યોજના લખી હતી.

જ્યારે આ મનોવિજ્ઞાની આ પુસ્તિકાઓનું નિરીક્ષણ કરી રહી હતી, ત્યારે એક બીજી વાત તેમના ધ્યાનમાં આવી, જે બધી પુસ્તિકાઓમાં સમાન હતી. આ બધી યોજનાઓમાં સૌથી વધારે ધ્યાન એ વાત પર આપવામાં આવ્યું હતું કે પીડા થતાં તેને કેવી રીતે નિયંત્રણમાં લાવવામાં આવશે. જેમ કે જે દર્દીએ બાથરૂમ જતાં વ્યાયામની યોજના બનાવી હતી, તેની પીડા દરેક વખતે સોફામાંથી ઉઠતી વખતે ખૂબ વધી જતી હતી. તેથી તેણે આ પીડાને નિયંત્રણમાં લાવવા માટે લખ્યું – 'સોફામાંથી ઉઠતા જ તરત પછીનું પગલું ભરીને આગળ વધી જવું, જેથી ફરીથી બેસવાના પ્રલોભનથી બચી શકો.' તે દર્દી જે પોતાની પત્નીને મળવા બસ સ્ટોપ પર જતો હતો, તેને સાંજની રાહ જોતાં જ પરસેવો થવા માંડતો કારણ કે દરેક દિવસે બસ સ્ટોપ સુધીની તેની યાત્રા તેને ખૂબ લાંબી લાગતી હતી અને આ દરમિયાન તેને ખૂબ પીડા પણ થતી હતી. તેથી પહેલા તેણે એ વાતનો અંદાજ લીધો કે તેની સામે ક્યા-ક્યા અંતરાયો આવી શકે છે. આ રીતે તેણે પહેલેથી જ એ અંતરાયોનો સામનો કરવાનો ઉકેલ શોધી લીધો હતો.

જો બીજા દૃષ્ટિકોણથી જોઈએ તો દર્દીઓની મોટાભાગની યોજનાઓ એ ક્ષણોની આસપાસ બનાવવામાં આવી હતી, જ્યારે પીડા સૌથી વધારે થાય છે અને આ બધા પ્રયત્ન બંધ કરવાની ઈચ્છા પણ સૌથી પ્રબળ હોય છે. એટલે કે આ યોજનાઓના માધ્યમથી દર્દી પોતાને એ જણાવી રહ્યા હતા કે જ્યારે મુશ્કેલી આવશે ત્યારે તે શું કરશે.

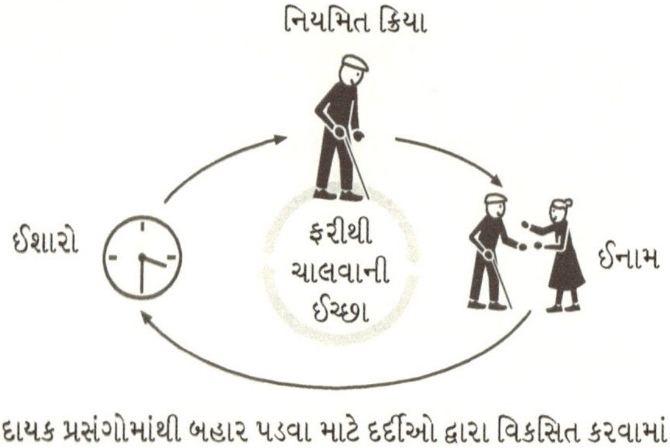

તકલીફદાયક પ્રસંગોમાંથી બહાર પડવા માટે દર્દીઓ દ્વારા વિકસિત કરવામાં આવેલી સંકલ્પશક્તિ વધારનારી આદતો

આ દર્દીઓએ પોતાના સહજજ્ઞાનથી એ જ નિયમનો ઉપયોગ કર્યો હતો, જેનો ઉપયોગ કરીને ક્લાઉડ હોપકિન્સે પેપ્સોડેંટ વેચી હતી. તેમણે સહજ ઈશારા અને સ્પષ્ટ ઈનામ શોધ્યા. જેમ કે પોતાની પત્નીને બસ સ્ટોપ પર મળવા જનારા દર્દીએ જે સહજ ઈશારો શોધ્યો, તે હતો 'બપોરના 3.30 વાગી ગયા છે, મારી પત્ની બસ કામ પરથી ઘરે પાછી ફરી રહી હશે.' અહીં તેણે એક પ્રત્યક્ષ ઈનામ પણ રાખ્યું હતું – 'પોતાની પત્નીને મળવું.' જ્યારે અડધો રસ્તો પસાર કર્યા પછી તેની પીડા ઝડપથી વધતી અને તેને ઈચ્છા થતી કે તે અત્યારનો ચાલવાનો વ્યાયામ બંધ કરી દે, તો તે પોતાની આ ઈચ્છાને દાબી દેતો કારણ કે હવે તેણે આત્મ-અનુશાસનની આદત વિકસિત કરી લીધી હતી.

એમાં કોઈ શંકા નથી કે જે દર્દીઓએ પુસ્તિકાઓમાં પોતાની યોજનાઓ લખી નથી, તે પણ આ પ્રકારની પ્રતિક્રિયા કરી શકતા હતા. બધા દર્દીઓને હોસ્પિટલમાં એકસરખી જાણકારીઓ અને ચેતવણીઓ આપવામાં આવી હતી. તે બધા જ જાણતા હતા કે પૂર્ણપણે સાજા થવા માટે તેમને વ્યાયામ કરવો આવશ્યક છે. એ બધાએ સ્વાસ્થ્ય લાભ કેન્દ્રમાં અનેક અઠવાડિયા વીતાવ્યા હતા.

જે દર્દીઓએ પોતાની યોજનાઓ પુસ્તિકાઓમાં લખી નહોતી, તેમનું ઘણું નુકસાન થઈ રહ્યું હતું કારણ કે તેમનામાં એટલી દૂર-દૃષ્ટિ જ નહોતી કે તે પીડા વધવાની સ્થિતિમાં તેને નિયંત્રિત કરવાની રીત પહેલેથી જ શોધી રાખે. તે પોતાની અંદર ઈચ્છાશક્તિ સંબંધિત આદતો વિકસિત કરી શક્યા નહીં. તેથી જો તે ચોક સુધી ફરવા જવાનો નિર્ણય લે, તો પણ કેટલાક પગલાં ચાલ્યા પછી પીડા વધી જવાને કારણે ઘરે પાછા ફરી જતા.

★★★

સ્ટારબક્સે કર્મચારીઓની ઈચ્છાશક્તિ વધારવા માટે જિમનું મફત સભ્યપદ અને યોગ્ય ખાણી-પીણીની સલાહ આપનારી વર્કશોપની જે યોજના બનાવી હતી, તે નિષ્ફળ નીવડી. એ પછી અધિકારીઓએ આ સમસ્યાને નવા દૃષ્ટિકોણથી જોવાનો નિર્ણય લીધો. તેમણે આ વાતની ઝીણવટભરી તપાસ કરી કે તેમના સ્ટોર્સની અંદર શું થઈ રહ્યું છે. તેમણે જોયું કે સ્કોટિશ દર્દીઓની જેમ જ તેમના કર્મચારી અનપેક્ષિત મુશ્કેલીની ક્ષણોમાં નબળા પડવા લાગે છે. તેમના કર્મચારીઓને એવી સંગઠનાત્મક આદતોની આવશ્યક્તા હતી, જેનાથી તેમનામાં સરળતાથી આત્મ-અનુશાસન પેદા થઈ શકે.

પોતાના નિરીક્ષણથી અધિકારી એ નિષ્કર્ષ પર પહોંચ્યા કે અત્યાર સુધી તે કેટલાક અર્થમાં ઈચ્છાશક્તિને યોગ્ય દૃષ્ટિકોણથી જોતા નહોતા. તેમણે જોયું કે એવા કર્મચારી જેમની ઈચ્છાશક્તિ હંમેશા નબળી પડી જાય છે, તે મોટાભાગના પ્રસંગોએ પોતાનું કામ કોઈપણ પ્રકારની મુશ્કેલી વિના કરી લે છે. જેમ કે જો કોઈ દિવસે કોઈ કર્મચારીની ઈચ્છાશક્તિ ઓછી હોય, ત્યારે પણ તે અન્ય કર્મચારીઓની જેમ જ કાર્ય કરે છે. પણ ક્યારેક-ક્યારેક,

ખાસ કરીને જ્યારે કોઈ અનપેક્ષિત તણાવની કે અનિશ્ચિતતાની સ્થિતિઓ ઊભી થાય છે, તો આ કર્મચારી પોતાનો અંકુશ ગુમાવી બેસે છે અને તેનું આત્મ-નિયંત્રણ અચાનક ગાયબ થઈ જાય છે.

જેમ કે જો કોઈ ગ્રાહક અચાનક કોઈ વાત પર બૂમો પાડવા માંડે તો સામાન્ય રીતે શાંત રહેનારા કર્મચારી પોતાનો અંકુશ ગુમાવી બેસે છે. ઘણીવાર સ્ટોર્સમાં ગ્રાહકોની અસંખ્ય ભીડને કારણે ત્યાં કામ કરી રહેલા બરિસ્તા(ગ્રાહકોને કોફી આપનારો કર્મચારી) એટલો હેરાન થઈ જાય છે કે તેની આંખોમાં આંસુ આવી જાય છે.

વાસ્તવમાં કર્મચારીઓને સ્કોટિશ દર્દીઓની પુસ્તિકાની જેમ જ સીધી-સરળ જાણકારીઓની આવશ્યકતા હતા, જેનાથી તે અનપેક્ષિત મુશ્કેલીઓ કે તણાવની સ્થિતિમાં આત્મ-નિયંત્રણ રાખી શકે. કર્મચારીઓને એવી નક્કી કરેલી ક્રિયાઓની જરૂર હતી, જે તેમની ઈચ્છાશક્તિની માંસપેશીઓને નબળી પડતાં તેમને મજબૂતી આપી શકે. તેથી કંપનીએ કર્મચારીઓના પ્રશિક્ષણ માટે નવો અભ્યાસક્રમ તૈયાર કર્યો. જેમાં એ વિશે સ્પષ્ટ જાણકારી આપવામાં આવી હતી કે કર્મચારીઓની સામે મુશ્કેલીઓ આવે ત્યારે તેમણે શું કરવું જોઈએ. તેમાં તેમને કેટલાક સહજ ઈશારા જણાવવામાં આવ્યા હતા, જેમ કે ગ્રાહકો બૂમો પાડે કે ગ્રાહકોની લાંબી લાઈન જેવા ઈશારા દેખાય ત્યારે તેમણે કેવી પ્રતિક્રિયા આપવી જોઈએ. મેનેજરોએ પોતાના કર્મચારીઓની સાથે રોલ-પ્લે(અલગ-અલગ ભૂમિકાઓ નિભાવીને અભ્યાસ કરવો) દ્વારા આ નક્કી કરેલી ક્રિયાઓનો અભ્યાસ ત્યાં સુધી કર્યો, જ્યાં સુધી તે તેમની આદત ન બની જાય. આ માટે કંપનીએ સંતુષ્ટ ગ્રાહકો અને મેનેજરો દ્વારા પ્રશંસા કરવા જેવા સ્પષ્ટ ઈનામ પણ રાખ્યા, જેનાથી કર્મચારીઓને એ પ્રમાણ મળી શકે કે તેમણે પોતાનું કામ સારી રીતે કર્યું છે.

સ્ટારબક્સે પોતાના કર્મચારીઓની ઈચ્છાશક્તિની આદતનો ફંદો આપીને વિપત્તિની ક્ષણોનો સામનો કરવાનું શીખવાડ્યું.

જ્યારે ટ્રેવિસે સ્ટારબક્સમાં નોકરી કરવાનું શરૂ કર્યું હતું, તો તેમના મેનેજરે તરત તેને આ આદતોથી પરિચિત કરાવ્યો હતો. તેના મેનેજરે તેને જણાવ્યું કે, 'ગુસ્સે થયેલા ગ્રાહકોને સંભાળવા એ આ નોકરીનો સૌથી મુશ્કેલ ભાગ છે.' તેણે ટ્રેવિસને પૂછ્યું, 'જો કોઈ ગ્રાહક અચાનક તારી પાસે આવીને બૂમો પાડવા માંડે કે તેને ખોટો ઓર્ડર મળ્યો છે તો તારી પ્રતિક્રિયા શું હશે?'

'ખબર નહીં. કદાચ હું ડરી જઈશ અથવા તેના પર આકરો થઈ જઈશ.' ટ્રેવિસે જવાબ આપ્યો.

'હા, આ પ્રતિક્રિયા સ્વાભાવિક છે. પણ આપણું કામ છે, તણાવના ક્ષણોમાં પણ ગ્રાહકને સૌથી શ્રેષ્ઠ સેવા આપવી.' મેનેજરે જવાબ આપ્યો. પછી તેમણે સ્ટારબક્સના એ

અભ્યાસક્રમની પુસ્તિકા ખોલીને ટ્રેવિસને એ પાનું દેખાડ્યું, જેનો મોટોભાગ કોરો જ હતો. આ પાનાની ઉપરના ભાગમાં લખ્યું હતું કે 'ગ્રાહકના નાખુશ હોવાની સ્થિતિમાં મારી યોજના એ હશે કે........'

મેનેજરે ટ્રેવિસને જણાવ્યું કે 'તારે આ પુસ્તિકામાં નકારાત્મક પરિસ્થિતિઓની કલ્પના કરીને એ લખવાનું છે કે એ પરિસ્થિતિઓમાં તારી પ્રતિક્રિયા શું હશે ? આપણી એક પ્રણાલી છે જેનું નામ છે - લાતે પદ્ધતિ. આમાં 'લાતે' શબ્દ એક પ્રકારની ઈટાલિયન કોફીના નામ પરથી લેવામાં આવ્યો છે. આ પદ્ધતિનો અર્થ છે કે આપણે ગ્રાહકોની વાત સાંભળીએ છીએ, તેની ફરિયાદનો સ્વીકાર કરીએ છીએ, તેમની સમસ્યાને ઉકેલવાનું કામ કરીએ છીએ, પછી તેમને ધન્યવાદ આપીએ છીએ અને પછી છેલ્લે તેમને એ સમજાવીએ છીએ કે આ સમસ્યા શા માટે સર્જાઈ હતી.

લાતે આદતનો ફંદા

'તું થોડો સમય વિચાર કર અને આ વિશે પોતાની યોજના પુસ્તિકામાં લખ કે તું લાતે પદ્ધતિનો ઉપયોગ કરીને કોઈ નારાજ ગ્રાહકને કેવી રીતે સંભાળીશ ? તે પછી આપણે થોડો સમય રોલ-પ્લે કરીને તારી યોજનાનો અભ્યાસ પણ કરી શકીએ.'

સ્ટારબક્સે પોતાના કર્મચારીઓને એવી ડઝનબંધ નક્કી કરેલી ક્રિયાઓ શીખવી છે, જે તણાવના ક્ષણોમાં તેમને કામ લાગે. કંપનીની પાસે ટીકાની 'શું-શું-કેમ' નામની એક પ્રણાલી પણ છે અને ગ્રાહકોની ભીડ વધી જાય ત્યારે 'જોડાઓ, શોધો અને પ્રતિક્રિયા આપો' નામની એક અન્ય પ્રણાલી પણ છે. કર્મચારીઓને એવી આદતો પણ શીખવવામાં આવી છે, જેનાથી એક બરિસ્તા પોતાના અલગ-અલગ પ્રકારના ગ્રાહકોની જરૂરિયાતને તરત જ સમજી શકે છે. જેમ કે, કેવા ગ્રાહકને ફટાફટ માત્ર પોતાની કોફી જોઈએ, જેમ કે જે ગ્રાહક ઉતાવળમાં હોય છે, ઝડપથી બોલતો હોય, જેના ચહેરા પર અધીરાઈના ભાવ હોય અને જે વારંવાર પોતાની ઘડિયાળ તરફ જોતો હોય. ક્યો ગ્રાહક આરામથી સ્ટારબક્સની સેવાની મજા માણવા આવ્યો છે, જેમ કે નિયમિતપણે આવનારો ગ્રાહક, જે બરિસ્તાને

તેમના નામથી જાણે છે અને હંમેશા એકસરખી વસ્તુનો ઓર્ડર આપે છે. કંપનીની પ્રશિક્ષણ પુસ્તિકાઓમાં ઘણાબધા કોરા પાના હોય છે. કર્મચારી આ પાનાઓ પર મુશ્કેલ પરિસ્થિતિઓનો સામનો કરવાની યોજના લખી શકે છે. પછી તે આ યોજનાઓનો અભ્યાસ ત્યાં સુધી કરે છે, જ્યાં સુધી તેમને નિયમિત રીતે લાગુ કરવી એ તેમની આદત ન બની જાય.

ઈચ્છાશક્તિને આદતમાં પરિવર્તિત કરવાની પ્રક્રિયા આ રીતની છે – 'સમય કરતાં પહેલાં જ ક્રિયાઓની પસંદગી કરવી અને મુશ્કેલ પરિસ્થિતિ આવતાં તેનું પાલન કરવું.' જ્યારે એ સ્કોટિશ દર્દીઓએ પોતાની પુસ્તિકાઓમાં યોજનાઓ લખી અથવા જ્યારે ટ્રેવિસે 'લાતે' પદ્ધતિનો ઉપયોગ કર્યો, એ સમયે એ બધાએ મુશ્કેલ પરિસ્થિતિનું નિર્માણ થાય તે પહેલાં જ પોતાની ક્રિયાઓની પસંદગી કરી લીધી હતી. તેમની મુશ્કેલ પરિસ્થિતિનો ઈશારો હતો – સાંધામાં દુખાવો અથવા ગુસ્સે ભરાયેલ ગ્રાહક. ઈશારો મળતાં જ તેમની ક્રિયાઓ ટેવવશ પોતાનું કાર્ય શરૂ કરી દેતી હતી.

આ પ્રકારની પ્રશિક્ષણ પદ્ધતિઓનો ઉપયોગ કરનારી કંપનીઓમાં સ્ટારબક્સ એકલી જ નથી. ઉદાહરણ તરીકે વિશ્વની સૌથી મોટી કર અને નાણાંકીય સેવા કંપની ડેલોયટ કન્સલ્ટિંગના કર્મચારીઓને એક વિશેષ અભ્યાસક્રમ શીખવવામાં આવે છે. જેનું નામ છે 'મોમેન્ટ્સ ધેટ મેટર'. આમાં મુખ્યત્વે એ વાત તરફ ધ્યાન કેન્દ્રિત કરવામાં આવે છે કે કંપનીની ફીઝ વિશે ગ્રાહકની ફરિયાદ આવે, કોઈ સહકર્મીને કામ પરથી કાઢી મૂકવામાં આવે અને કંપનીના સલાહકાર દ્વારા કોઈ ભૂલ કરવી જેવી મુશ્કેલ પરિસ્થિતિઓમાં કર્મચારીઓએ શું કરવું જોઈએ. આ બધી પરિસ્થિતિઓ માટે પહેલેથી જ કેટલીક નક્કી કરેલી ક્રિયાઓ છે, જેમ કે પોતાની જિજ્ઞાસા જગાડવી, એ વાત કહેવી જે બીજું કોઈ નહીં કહે, 5-5-5 નિયમને લાગુ કરે વગેરે. આ નક્કી કરેલી ક્રિયાઓની મદદથી કર્મચારી મુશ્કેલ પરિસ્થિતિઓને પણ સરળતાથી સંભાળી શકે છે.

આ રીતે કંટેનર સ્ટોર નામની કંપનીમાં કર્મચારીઓને પહેલા જ વર્ષમાં કુલ 185 કલાક કરતાં પણ વધારેનું પ્રશિક્ષણ આપવામાં આવે છે. તેમને ગુસ્સે થયેલા સહકર્મીઓ અને વ્યગ્ર ગ્રાહકોને ઓળખવા, ગ્રાહકોને શાંત કરવા, વિવાદની સ્થિતિને ટાળવી જેવી નક્કી કરેલી ક્રિયાઓનું પ્રશિક્ષણ આપવામાં આવે છે. ઉદાહરણ તરીકે જો કોઈ ગ્રાહક વ્યગ્ર લાગે, તો કર્મચારી તરત તેમને પોતાના ઘરની એ જગ્યાની કલ્પના કરવાનું કહે છે, જેને તે ઠીક કરવા ઈચ્છતા હોય અને પછી ગ્રાહકને આ વાતની વ્યાખ્યા કરવાનું કહેવામાં આવે છે કે એ જગ્યાએ બધું સુનિયોજિત કર્યા પછી તે કેવો અનુભવ કરશે. કંપનીના સીઈઓએ એકવાર એક પત્રકાર સાથે વાત કરતાં કહ્યું હતું, 'આ અંગે કેટલાક ગ્રાહકોએ તો પોતાની પ્રતિક્રિયા આપતા ત્યાં સુધી કહ્યું કે આવી સ્થિતિમાં તમારા કર્મચારી જે કરે છે, તે કોઈ મનોવિજ્ઞાનીની સલાહ કરતાં પણ વધારે કારગર સાબિત થાય છે.'

4

સ્ટારબક્સને એક વિશાળ કંપની બનાવનાર હોવર્ડ શુલ્જની કથા ટ્રેવિસ કરતાં કંઈ વધારે જુદી નથી. તેમનું બાળપણ બ્રુકલિનના એક પબ્લિક હાઉસિંગ પ્રોજેક્ટ(સાર્વજનિક આવાસ પરિયોજના) માં વીત્યું હતું. અહીં તે પોતાના માતા-પિતા અને ભાઈ-બહેનોની સાથે બે બેડરૂમના એક ફ્લેટમાં રહેતા હતા. શુલ્જ સાત વર્ષના હતા ત્યારે એક દુર્ઘટનામાં તેમના પિતાની ઘૂંટી તૂટી ગઈ અને તેમને પોતાની ડાઈપર-ટ્રક ડ્રાઈવરની નોકરી ગુમાવવી પડી. આ પછી શુલ્જ પરિવારના ખરાબ દિવસો શરૂ થઈ ગયા. ઘૂંટી સારી થઈ ગયા પછી શુલ્જના પિતાએ ઘણી નોકરીઓ કરી પણ કોઈ નોકરીમાં તેમને સારું વેતન મળ્યું નહીં. શુલ્જ કહે છે, 'મારા પિતા ફરીથી પોતાના માટે નવો માર્ગ કંડારી શક્યા નહીં. મને લાગે છે કે તે ઘણું બધું કરી શકે તેમ હતા, ઘણું બધું પ્રાપ્ત કરી શકે તેમ હતા, પણ મેં ધીરે-ધીરે તેમનું આત્મસન્માન ચકનાચૂર થતું જોયું છે.'

શુલ્જની શાળામાં પણ કોઈ પ્રકારની સુવિધાઓ નહોતી. આ શાળામાં બાળકો વધારે હતા અને જગ્યા ઓછી હતી. તેમની શાળાનું રમતનું મેદાન ડામરનું હતું અને તેના પર ફૂટબોલ, બાસ્કેટબોલ, સોફ્ટબોલ, પંચબોલ, સ્લેપબોલ અને બાળકો જેની કલ્પના કરી શકે તે દરેક રમત રમવામાં આવતી હતી. જો એકવાર તમારી ટીમ કોઈ રમતમાં હારી જાય, તો રમવા માટે ફરીથી મેદાન મળવામાં ઓછામાં ઓછો એક કલાકનો સમય લાગી જતો હતો. તેથી શુલ્જ કોઈપણ કિંમતે પોતાની ટીમને જીતાડવામાં જ માનતા હતા. તેમના હાથ અને ઘૂંટણો પર રોજે નાની-મોટી ઈજાઓ થતી રહેતી અને તેમની મા ભીના કપડાંથી તેમના જખમોને સાફ કરતા તેમને સમજાવતી રહેતી કે 'જીવનમાં ક્યારેય હાર ન માનીશ.'

તેમની આ જ સ્પર્ધાત્મક પ્રવૃત્તિથી જ તેમને કોલેજની ફૂટબોલ સ્કોલરશિપ મળી ગઈ, જો કે એકવાર ફૂટબોલ રમતી વખતે તેમનું જડબું તૂટી ગયું અને તે ફરીથી ક્યારેય ફૂટબોલ ન રમ્યા. તેમણે કોલેજમાંથી કોમ્યુનિકેશન વિષયમાં ડિગ્રી પ્રાપ્ત કરી અને પછી તે ન્યૂયોર્કમાં ઝેરોક્સ સેલ્સમેન તરીકે નોકરી કરવા માંડ્યા. તે રોજે સવારે ઉઠીને, ન્યૂ મિડટાઉન સ્થિત ઘણી કચેરીઓવાળી ઈમારતમાં જતા. જ્યાં તે લિફ્ટથી સૌથી ઉપરના માળે પહોંચતા અને પછી એક-એક કરીને દરેક માળ પર આવેલી દરેક ઓફિસમાં જઈ-જઈને વિનમ્રપણે પૂછતાં કે તેમને ટોનર કે ફોટોકોપી મશીનની જરૂર છે કે કેમ.

1980ના દાયકાની શરૂઆતમાં શુલ્જ એક પ્લાસ્ટિક નિર્માતાને ત્યાં કામ કરી રહ્યા હતા. આ નિર્માતાની પાસે એકવાર કોફી ડ્રિપ કોનનો એક ઘણો મોટો ઓર્ડર આવ્યો. આ ઓર્ડર સિએટલના એક વિક્રેતા તરફથી આવ્યો હતો, જે કંઈ વધારે જાણીતો તો નહોતો પણ તેમ છતાં તેનો ઓર્ડર ઘણો મોટો હતો. જેવી શુલ્જને આ વાતની જાણ થઈ, કે તરત જ તે સિએટલ જઈ પહોંચ્યા. એ વિક્રેતા કંપનીની મુલાકાત લેવાથી તેમને તેની કામ કરવાની રીત ખૂબ પસંદ પડી. આ કંપની હતી સ્ટારબક્સ. આ વાતને બે વર્ષ વીત્યા પછી શુલ્જે

સાંભળ્યું કે સ્ટારબક્સનો માલિક પોતાની કંપની વેચી રહ્યો છે. તે સમયે સ્ટારબક્સના કુલ છ સ્ટોર્સ હતા. ત્યારે શુલ્જે પોતાના ઓળખીતા-પાળખીતા બધા જ લોકો પાસેથી ઉધાર માંગીને પૈસા ભેગા કર્યા અને સ્ટારબક્સ કંપની ખરીદી લીધી.

આ 1987ની વાત છે. તેના માત્ર ત્રણ વર્ષ પછી જ સ્ટારબક્સના સ્ટોર્સની સંખ્યા વધીને 84 થઈ ગઈ અને છ વર્ષમાં તેના હજાર કરતાં પણ વધારે સ્ટોર્સ ખૂલી ગયા. હાલમાં વિશ્વના પચાસ દેશોમાં સ્ટારબક્સના કુલ સત્તર હજાર કરતાં પણ વધારે સ્ટોર્સ છે.

એ શાળાના ડામરના મેદાન પર રમનારા બધા બાળકોમાંથી શુલ્જે પોતાના જીવનમાં આટલી સફળતા કેવી રીતે પ્રાપ્ત કરી ? તેમના સહાધ્યાયીઓમાંથી કેટલાક આજે બ્રુકલિન શહેરના પોલીસ વિભાગમાં કામ કરે છે, કેટલાક ફાયર બ્રિગેડમાં કામ કરે છે, તો કેટલાક જેલના સળિયાની પાછળ છે, જ્યારે આજે શુલ્જની કુલ સંપત્તિ લગભગ સો કરોડ ડોલર છે. તેમની ગણતરી વીસમી સદીના સૌથી મહાન સીઈઓમાં થવા માંડી છે. પબ્લિક હાઉસિંગ પ્રોજેક્ટ(સાર્વજનિક આવાસ પરિયોજના) ના ઘરમાંથી નીકળીને એક પ્રાઈવેટ જેટના માલિક બનવા માટે તેમનામાં આ લગન ક્યાંથી આવી ? તેમની અંદર આવી ઈચ્છાશક્તિનું નિર્માણ ક્યાંથી થયું ?

'હું નથી જાણતો,' શુલ્જે મારા પ્રશ્નનો જવાબ આપતા કહ્યું. શુલ્જનું કહેવું છે, 'મારી મા મને હંમેશા કહેતી હતી કે અમારા પરિવારમાં કોલેજમાં જનારી તું પહેલી વ્યક્તિ છે. તું મોટો થઈને એક વ્યવસાયી બનજે અને અમને બધાને તારા માટે ખૂબ ગર્વ થશે.' તે હંમેશા મને કોઈ ને કોઈ સવાલ પૂછતી રહેતી હતી, જેમ કે, 'આજે રાત્રે તું ભણવાનું ક્યારે ચાલુ કરીશ ? કાલે આખો દિવસ તું શું કરવાનો છે ? તું પરીક્ષા માટે તૈયાર હોવાનો દાવો ક્યારે કરી શકે ?' તેમના આ બધા પ્રશ્નોથી જ મને મારું લક્ષ્ય નક્કી કરવાનું શિક્ષણ મળ્યું.'

તે આગળ કહે છે કે 'હું ખૂબ ભાગ્યશાળી છું. જો તમે લોકોને એ વાતનો ભરોસો અપાવી દો કે તેમનામાં જીત પ્રાપ્ત કરવાની ક્ષમતા છે, તો તેમને જીતવાથી કોઈ રોકી શકતું નથી. હું ખરેખર આ વાત પર ખૂબ વિશ્વાસ ધરાવું છું.'

સ્ટારબક્સ ખરીદ્યા પછી શુલ્જે પોતાનું ધ્યાન કર્મચારીઓને શિક્ષિત કરવામાં અને ગ્રાહકોને સર્વોત્તમ સેવા ઉપલબ્ધ કરાવવામાં કેન્દ્રિત કરી લીધું. આ કારણે જ સ્ટારબક્સ દુનિયાની સૌથી સફળ કંપનીઓ પૈકીની ગણાવા લાગી. વર્ષો સુધી શુલ્જ કંપનીના દરેક પાસા પર વ્યકિતગત રીતે ધ્યાન આપતા રહ્યા. પછી ઈ.સ.2000માં કંપનીની રોજબરોજની જવાબદારી સંભાળવાનું તેમણે પોતાના અધિકારીઓને સોંપી દીધું. તેની સાથે જ સ્ટારબક્સની પ્રસિદ્ધિ ઘટવા માંડી. થોડા જ વર્ષોમાં લોકો સ્ટારબક્સની કોફીની ગુણવત્તા અને ગ્રાહક સેવા વિશે ફરિયાદો કરવા માંડ્યા. આ બધું એટલા માટે થઈ રહ્યું હતું કારણ કે કંપનીના અધિકારી સ્ટારબક્સના વધારે ને વધારે સ્ટોર ખોલવા પર ધ્યાન આપીને બેઠા હતા. આ સ્થિતિમાં તેઓ જાણતા-અજાણતા ગ્રાહકોની ફરિયાદોને નજરઅંદાજ કરી રહ્યા હતા. તે

ઉપરાંત કર્મચારી પણ પોતાના કામથી ખુશ નહોતા. એક સંશોધનથી જાણવા મળ્યું કે લોકો સ્ટારબક્સને ખરાબ કોફી અને ખોટા હાસ્યવાળી કંપની માનવા લાગ્યા હતા.

આ બધું જોઈને 2008માં શુલ્જે એકવાર ફરી કંપનીનું સીઈઓ પદ સંભાળવાનો નિર્ણય લીધો. પદ સંભાળતા જ તેમણે કંપનીના પ્રશિક્ષણ કાર્યક્રમને નવી રીતે તૈયાર કરવાને પહેલી પ્રાથમિકતા આપી. આ નવા પ્રશિક્ષણ કાર્યક્રમમાં કર્મચારીઓની ઈચ્છાશક્તિ અને આત્મવિશ્વાસ વધારવા પર વિશેષ ધ્યાન આપવામાં આવ્યું હતું. સ્ટારબક્સની ભાષામાં કર્મચારીઓને 'પાર્ટનર'(સાથી) કહેવામાં આવે છે. શુલ્જ કહે છે કે 'અમારે એકવાર ફરીથી પોતાના ગ્રાહક અને સાથીઓનો વિશ્વાસ જીતવાની જરૂર હતી.'

આ દરમિયાન ઈચ્છાશક્તિ પર થયેલા કેટલાક નવા પ્રકારના સંશોધનોના પરિણામ પણ આગળ આવ્યા. આ સંશોધનોમાં ઈચ્છાશક્તિના વિજ્ઞાનને એક અલગ જ દૃષ્ટિકોણથી જોવામાં આવી હતી. સંશોધકોએ જોયું કે ટ્રેવિસ જેવા લોકો પોતાની અંદર ખૂબ સરળતાથી ઈચ્છાશક્તિની આદતોનું નિર્માણ કરી શકે છે. જ્યારે કેટલાક લોકો એવા પણ હોય છે, જેમને ભલે ગમે તેટલું પ્રશિક્ષણ અને મદદ કરવામાં આવે, પણ તેમનામાં આ આદતો વિકસિત થઈ શકતી નથી. આ સંશોધકો જાણવા ઈચ્છતા હતા કે આ બે પ્રકારના લોકો વચ્ચે આવો ભેદ કેમ હોય છે ?

યુનિવર્સિટી ઑફ એલબનીના પ્રોફેસર મોર્ક મુરોવેને એક નવો પ્રયોગ કર્યો હતો. તેમણે કેટલાક અન્ડરગ્રેજ્યુએટ વિદ્યાર્થીઓને એક ઓરડામાં એકત્રિત કર્યા. જ્યાં તાજી બનાવેલી કુકીઝ મૂકેલી હતી, પણ વિદ્યાર્થીઓને આ કુકીઝ પરથી ધ્યાન હટાવવાનું કહી દેવામાં આવ્યું. તેમાંથી અડધા વિદ્યાર્થીઓની સાથે આદરપૂર્વકનું વર્તન કરવામાં આવ્યું અને તેમને કહેવામાં આવ્યું, 'અમે ઈચ્છીએ છીએ કે તમે આ કુકીઝ ન ખાશો. શું તમે એમ કરી શકો છો ?' સંશોધકે આ વિદ્યાર્થીઓને સંશોધન પાછળનો ઉદ્દેશ જણાવતા કહ્યું કે 'અમે લોભામણી વસ્તુઓમાંથી ધ્યાન દૂર કરવાની તમારી ક્ષમતાનું પરીક્ષણ કરવા ઈચ્છીએ છીએ.' આ પછી સંશોધકે આ વિદ્યાર્થીઓને આ પ્રયોગમાં ભાગ લેવા માટે ધન્યવાદ આપ્યા અને સાથે એમ પણ કહ્યું કે 'જો તમે પ્રયોગમાં ફેરફાર કરવા માટે કોઈ સૂચન કરવા ઈચ્છો તો જરૂર જણાવશો. કારણ કે અમે ઈચ્છીએ છીએ કે આ અનુભવને સારામાં સારો બનાવવામાં તમે અમારી મદદ કરી શકો.'

પણ બાકીના અડધા વિદ્યાર્થીઓની સાથે એટલો આદરપૂર્ણ વ્યવહાર કરવામાં ન આવ્યો. તેમને માત્ર સ્પષ્ટ આદેશ આપવામાં આવ્યા.

સંશોધકે તેમને સ્પષ્ટ કહી દીધું કે 'તમે આ કુકીઝ ખાઈ શકશો નહીં.' તેમણે વિદ્યાર્થીઓને પ્રયોગના ઉદ્દેશની જાણકારી પણ આપી નહીં અને વિદ્યાર્થીઓને પોતાના સૂચન આપવા પણ જણાવ્યું નહીં. તેમણે તો માત્ર વિદ્યાર્થીઓને આદેશોનું પાલન કરવા માટે કહ્યું. આખરે તેણે કહ્યું કે, 'હવે આપણે પ્રયોગ શરૂ કરીશું.'

બંને સમૂહના વિદ્યાર્થીઓને સંશોધકના ઓરડામાંથી બહાર ગયા પછી બસ પાંચ મિનિટ માટે કુકીઝ પરથી ધ્યાન હટાવવાનું હતું. આ દરમિયાન બંને સમૂહોમાંથી કોઈપણ સમૂહના વિદ્યાર્થી કુકીઝના પ્રલોભનમાં આવ્યા નહીં.

સંશોધકે પાંચ મિનિટ પછી ઓરડામાં પાછા ફરી વિદ્યાર્થીઓને કમ્પ્યુટર સ્ક્રીન પર ધ્યાન આપવા માટે કહ્યું. સ્ક્રીન પર પાંચસો મિલીસેકન્ડના અંતરે એક-એક કરીને અંક દેખાતા હતા. વિદ્યાર્થીઓએ સ્ક્રીન પર '6' પછી '4' અંક દેખાતા જ કીબોર્ડ પર સ્પેસનું બટન દબાવવાનું હતું. આ ઈચ્છાશક્તિને તપાસવાની એક સામાન્ય રીત છે. આમાં અંકોની એક નીરસ શ્રેણી પર ધ્યાન આપવાનું હોય છે, જે કોઈ મુશ્કેલ કોયડાને ઉકેલવાથી ઓછું નથી.

આ પરીક્ષામાં એ વિદ્યાર્થીઓના પરિણામ શ્રેષ્ઠ હતા, જેમની સાથે સંશોધકે આદરપૂર્ણ વર્તન કર્યું હતું. સ્ક્રીન પર 6 પછી 4નો અંક દેખાતા જ તે તરત સ્પેસનું બટન દબાવી દેતા હતા. આ પરીક્ષા પૂરી 12 મિનિટ સુધી ચાલી અને આ આખા સમય દરમિયાન એ વિદ્યાર્થીઓનું ધ્યાન સ્ક્રીન પર જ હતું. કુકીઝને વણજોયા કરવા છતાં તેમની ઈચ્છાશક્તિ ઓછી થઈ નહોતી.

ત્યાં, બીજી તરફ, જે વિદ્યાર્થીઓની સાથે આદરપૂર્ણ વર્તન કરવામાં નહોતું આવ્યું પરંતુ માત્ર સ્પષ્ટ સંદેશ આપવામાં આવ્યો હતો, તેમની પરીક્ષાના પરિણામ ખરાબ હતા. તે સ્પેસનું બટન દબાવવાનું ભૂલી જતા હતા. આ સમૂહના વિદ્યાર્થીઓએ જણાવ્યું કે તે થાકેલા છે અને એ જ કારણ છે કે તે આમાં ધ્યાન આપી શકતા નથી. આનાથી સંશોધકે એ નિષ્કર્ષ કાઢ્યો કે વિદ્યાર્થીઓની સાથે કરવામાં આવેલા ખરાબ વર્તનને કારણે જ તેમની ઈચ્છાશક્તિની માંસપેશીઓમાં થાક લાગ્યો છે.

હવે મુરોવેને આ વાતનો અભ્યાસ શરૂ કર્યો કે જે વિદ્યાર્થીઓની સાથે સારું વર્તન થયું, તેમની ઈચ્છાશક્તિમાં વધારો શા માટે થયો ? મુરોવેને જોયું કે વિદ્યાર્થીઓના બંને સમૂહોમાં એક મહત્ત્વનો ફેર હતો. જે વિદ્યાર્થીઓની સાથે સારું વર્તન થયું હતું, તેમણે અનુભવ્યું કે અનુભવ પર તેમનો અંકુશ છે. કારણ કે તેમને એ વિશ્વાસ આપવામાં આવ્યો હતો કે બધું જ તેમની ઈચ્છા પ્રમાણે જ કરવામાં આવશે. મુરોવેન જણાવે છે કે 'જો લોકોને કોઈ એવું કામ કરવાનું કહેવામાં આવે, જેમાં આત્મ-નિયંત્રણની જરૂર હોય છે અને જો તેમને લાગે છે કે તે આ કામ ખાનગી કારણોથી કરી રહ્યા છે એટલે કે જો તેમને લાગે છે તે આ તેમની પોતાની પસંદગી છે – કંઈક એવું, જે કરવામાં તેમને આનંદ આવે છે કારણ કે આનાથી બીજાની મદદ થાય છે – તો લોકો માટે આ કામ કરવાનું સરળ થઈ જાય છે. જો વ્યક્તિને એવું લાગે કે તેના પોતાના અનુભવ પર તેનો અંકુશ નથી અને તેને માત્ર નિર્દેશો કે આદેશોનું પાલન કરવાનું છે, સાથે જ તેણે પોતાને કોઈ પસંદગી કરવાની પણ સવલત નથી, તો એ વ્યક્તિની ઈચ્છાશક્તિની માંસપેશીઓ થોડા જ સમયમાં નબળી પડવા માંડે

છે. કુકીઝ પરથી પોતાનું ધ્યાન હટાવવાનો પ્રયત્ન તો આ બંને વિદ્યાર્થીઓના સમૂહોએ કર્યો હતો, પણ જે સમૂહના વિદ્યાર્થીઓ સાથે સારું વર્તન કરવામાં આવ્યું નહોતું, તેમને આવું કરવામાં વધારે ઈચ્છાશક્તિનો ઉપયોગ કરવો પડ્યો.'

કંપનીઓ અને સંગઠનો માટે આ પ્રયોગ ખૂબ જ મહત્ત્વ ધરાવે છે. કર્મચારીઓને જ્યારે એવો અનુભવ થાય છે કે બધું જ તેમના નિયંત્રણમાં છે અને તેમની પાસે નિર્ણય લેવાની શક્તિ છે, તો પોતાના કામમાં ધ્યાન કેન્દ્રિત કરવાની તેમની ક્રિયાઓમાં નાટકીય પરિવર્તન આવે છે. જેમ કે, ઈ.સ.2010માં ઓહિયોના એક કારખાના પર સંશોધન કરવામાં આવ્યું હતું. આ સંશોધન દરમિયાન કારખાનાના કર્મચારીઓને તેમના કામના સમય અને સ્થાન અંગે નિર્ણય લેવાની છૂટ આપવામાં આવી. આ પછી એ કર્મચારીઓએ પોતાનો યુનિફોર્મ અને કામ પર આવવા-જવાની શિફ્ટનો સમય પણ પોતે જ નક્કી કર્યો. જ્યારે કારખાનાના નિર્માણની પ્રક્રિયા, કર્મચારીઓના વેતન વગેરેમાં કોઈ પરિવર્તન કરવામાં આવ્યું નહોતું. તેમ છતાં માત્ર બે જ મહિનામાં જ કર્મચારીઓની ઉત્પાદન ક્ષમતામાં 20 ટકાનો વધારો જોવા મળ્યો. કામની વચ્ચે જમવા જવા અને થોડો સમય આરામ કરવામાં જે સમય પહેલા લાગતો હતો, તેને કર્મચારીઓએ પોતાની જાતે જ ઓછો કરી નાખ્યો. આ ઉપરાંત કારખાનામાં કર્મચારીઓ દ્વારા થનારી ભૂલોની સંખ્યામાં પણ ઘણો ઘટાડો થયો. આ બધું એટલા માટે થયું કારણ કે કર્મચારીઓને નિયંત્રણનો અહેસાસ થવાથી તેમની અંદર પોતાની જાતે જ આત્મ-નિયંત્રણના ગુણ આવી ગયા હતા.

સ્ટારબક્સમાં પણ કંઈક આવું જ થયું હતું. વર્તમાનમાં કંપનીનું ધ્યાન પોતાના કર્મચારીઓમાં પ્રભુત્વ કે અધિકારની ભાવના વધારવા પર છે. તેમણે કર્મચારીઓને એ અધિકાર આપ્યો છે કે તે પોતાની રીતે નક્કી કરે કે સ્ટોરમાં કોફી મશીન અને કેશ રજિસ્ટરનું સ્થાન ક્યાં હશે, ગ્રાહકોનું અભિવાદન કેવી રીતે કરવામાં આવે અને કંપનીની પ્રચાર સામગ્રીને સ્ટોરમાં કેવી રીતે પ્રદર્શિત કરવામાં આવશે. હવે સ્ટોર મેનેજર પોતાના કર્મચારીઓની સાથે કલાકો સુધી એ વિષય પર ચર્ચા કરી શકે છે કે બ્લેંડર ક્યાં મૂકવામાં આવે. હવે સ્ટારબક્સમાં આ પ્રકારની વાતો સામાન્ય વાત થઈ ગઈ છે.

સ્ટારબક્સના ઉપાધ્યક્ષ ક્રિસ એંગ્સકોવ કહે છે,'આપણે આપણા સાથીઓને એમ નથી કહેતા કે 'બોક્સમાંથી કોફી કાઢો, પછી તેને અહીં મૂકો અને નિયમોનું પાલન કરો' બલકે આપણે તો એમને એ વાત માટે પ્રોત્સાહિત કરીએ છીએ કે તે પોતાની બૌદ્ધિક અને સર્જનાત્મક શક્તિઓનો ઉપયોગ કરે. પોતાના જીવન પર પોતાનું નિયંત્રણ હોય એ કોને ન ગમે ?'

શુલ્જના ફરી એકવાર સીઈઓ બનવાથી સ્ટારબક્સને પોતાની ગુમાવેલી પ્રસિદ્ધિ પાછી મળી ગઈ. તેમના પાછા ફર્યા પછી સ્ટારબક્સની કમાણીમાં દર વર્ષે 1.2 અબજ ડોલરનો વધારો થયો.

5

શાળા છોડવા અને સ્ટારબક્સમાં નોકરી શરૂ કરતાં પહેલા સોળ વર્ષના ટ્રેવિસને તેની મા એ એક વાર્તા સંભળાવી હતી. તે પોતાની મા ની સાથે કારમાં ક્યાંક જઈ રહ્યો હતો, તેણે પોતાની મા ને પૂછ્યું કે તેને માત્ર એક ભાઈ-બહેન જ કેમ છે, એનાથી વધારે કેમ નહીં ? તેની મા પોતાના બાળકોની સાથે હંમેશા પ્રામાણિક રહી હતી તેથી તેમણે ટ્રેવિસને સ્પષ્ટ શબ્દોમાં કહી દીધું કે 'તારા જન્મના બે વર્ષ પહેલાં પણ હું ગર્ભવતી થઈ હતી, પણ ત્યાં સુધીમાં હું બે બાળકોની મા હતી. તેની સાથે જ હું અને તારા પિતા નશીલી દવાઓના વ્યસની પણ હતા. તેથી એ સમયે મને ગર્ભપાત કરાવવો જ યોગ્ય લાગ્યો. પણ એક વર્ષ પછી જ્યારે હું ફરીથી ગર્ભવતી થઈ અને એ સમયે તું મારા પેટમાં હતો. જો કે એ સમયે પણ મેં ગર્ભપાત કરાવવાનો વિચાર કર્યો હતો પણ આમ કરવું મારા માટે ખૂબ મુશ્કેલ હતું. એ સમયે મેં અનુભવ્યું કે કુદરતી રીતે જે થઈ રહ્યું છે, તેને થવા દેવું જોઈએ. ટ્રેવિસ, આ રીતે તારો જન્મ થયો.'

'મેં મારા જીવનમાં ઘણી બધી ભૂલો કરી છે ટ્રેવિસ, પણ તારો જન્મ થવો મારા જીવનની સૌથી સારી ઘટના હતી,' ટ્રેવિસની મા એ તેને કહ્યું હતું. ટ્રેવિસના કહેવા પ્રમાણે, 'જ્યારે તમારું બાળપણ ડ્રગ્સના વ્યસની માતા-પિતાની સાથે વીતે છે, તો તમે ખૂબ ઝડપથી એ શીખી લો છો કે તમે તેમના પર નિર્ભર રહી શકશો નહીં. પણ હું ખૂબ ભાગ્યશાળી છું કે જ્યારે મેં મારું વ્યવસાયી જીવન શરૂ કર્યું તો મને હંમેશા સારા બોસ મળ્યા, જેમણે મારા જીવનની ઘણી બધી ઉણપો પૂરી કરી દીધી. મને લાગે છે કે જો મારી મા પણ મારા જેવી ભાગ્યશાળી હોત તો કદાચ તેમનું જીવન પણ કંઈક જૂદું જ હોત.'

પોતાની માની સાથે થયેલી એ વાતચીતના થોડા વર્ષો પછી એક દિવસ ટ્રેવિસ પર તેના પિતાનો ફોન આવ્યો. તેમણે ટ્રેવિસને જણાવ્યું કે તેની મા ડ્રગ્સ લેવા માટે પોતાના હાથમાં સોય ખોસતી હતી, જેનાથી તેના લોહીમાં વિષાણુ ફેલાઈ ગયા છે. આ સાંભળીને ટ્રેવિસ તરત જ લોડીમાં પોતાના ઘરે પાછા ફર્યા, પણ તે પહોંચે તે પહેલા જ તેમની મા બેભાન થઈ ગઈ હતી. એક કલાક પછી તેમની લાઈફ સપોર્ટ મશીન બંધ કરી દેવામાં આવી અને આ રીતે આખરે તેમનો દેહાંત થઈ ગયો.

આ ઘટનાના એક અઠવાડિયા પછી ટ્રેવિસના પિતાને ન્યૂમોનિયાને કારણે હોસ્પિટલમાં દાખલ કરવા પડ્યા. તેમનું એક ફેફસું કામ કરતું નહોતું. ટ્રેવિસ એકવાર ફરી લોડી પાછા ફર્યા. પણ જ્યાં સુધી તે હોસ્પિટલના ઈમરજન્સી રૂમમાં પહોંચે ત્યારે રાતના આઠ વાગીને બે મિનિટ થઈ ગઈ હતી અને દર્દીઓને મળવાનો સમય આઠ વાગ્યા સુધીનો જ હતો. હોસ્પિટલની નર્સે ખૂબ શુષ્ક રીતે તેમને કહી દીધું કે મુલાકાતનો સમય સમાપ્ત થઈ ચૂક્યો છે અને જો તેને તેના પિતાને મળવું હોય તો કાલે સવારે આવજો.

ટ્રેવિસને પોતાના જીવનની તે ક્ષણ હંમેશા યાદ આવે છે. ત્યાં સુધી તેણે સ્ટારબક્સની

નોકરી શરૂ કરી નહોતી અને તે જાણતા નહોતા કે પોતાની ભાવનાઓને કેવી રીતે નિયંત્રિત કરવામાં આવે. સ્ટારબક્સમાં આવીને તેમણે વર્ષો સુધી અભ્યાસ કરી-કરીને જે આદતો પોતાની અંદર વિકસિત કરી હતી, તે સમયે તે તેનાથી પૂર્ણપણે અજાણ હતા. તે જ્યારે પોતાના જીવનની એ ક્ષણો વિશે વિચારે છે, જ્યાં ડ્રગ્સના ઓવરડોઝ હતા, ઘરની ગલીમાં ચોરીની ગાડીઓ લાવવામાં આવતી હતી અને જ્યાં એક નર્સ પણ ક્યારેય પૂરી ન થનારી કોઈ મુસીબત જેવી લાગતી હતી, તો ટ્રેવિસને આશ્ચર્ય થાય છે કે આટલા ઓછા સમયમાં તેણે પોતાના જીવનમાં કેટલું લાંબું અંતર કાપી લીધું છે.

ટ્રેવિસ કહે છે કે, ‘જો મારા પિતાનું મૃત્યુ એક વર્ષ પછી થયું હોત તો બધું જ કંઈક જૂદું હોત કારણ કે ત્યાં સુધી હું જાણી ગયો હોત કે એ નર્સની સાથે શાંતિથી વાત કરીને પોતાની વાત મનાવી શક્યો હોત. જો ત્યારે હું જાણતો હોત કે મારે તેના પદનું સન્માન કરવું જોઈએ અને પછી નમ્રતાની સાથે મારી વાત કહેવી જોઈએ, તો મને ઈમરજન્સી રૂમમાં પ્રવેશ મળી જતો અને હું મારા પિતાને અંતિમ સમયે મળી લેતો. પણ મેં એવું ન કર્યું. મારે તો માત્ર એ નર્સને એટલું જ કહેવાનું હતું કે મારે માત્ર એકવાર મારા પિતા સાથે વાત કરવી છે. જે માટે તેનો જવાબ હતો કે ‘દર્દી સૂઈ ગયો છે અને મળવાનો સમય પૂરો થઈ ગયો છે એટલે કાલે સવારે આવજો.’ તેના આ શુષ્ક શબ્દો સાંભળી મને સમજાયું જ નહીં કે હું તેને શું કહું. હું તે સમયે પોતાની જાતે ખૂબ વામણી અનુભવી રહ્યો હતો.’

એ જ રાત્રે ટ્રેવિસના પિતાનું મૃત્યુ થઈ ગયું.

દર વર્ષે પોતાના પિતાની પુણ્યતિથિના દિવસે ટ્રેવિસ સવારે વહેલો ઉઠી જાય છે, મોડે સુધી નહાય છે, પછી ખૂબ સાવધાનીથી નાની-નાની વાતોનો ખ્યાલ રાખી આખા દિવસની યોજના બનાવે છે અને પછી ઓફિસ પહોંચી જાય છે. હવે તે હંમેશા સમયસર આવે છે.

6

સંકટની શક્તિ

લીડર્સ કેવી રીતે દુર્ઘટનાઓ અને ડિઝાઈન દ્વારા આદતોનું નિર્માણ કરે છે

1

જ્યારે દર્દીને રોડ આઈલેન્ડ હોસ્પિટલના ઓપરેશન હોલમાં લાવવામાં આવ્યો ત્યારે તે બેભાન હતો. તેનું જડબું ઢીલું પડી ગયું હતું, આંખો બંધ હતી અને તેના હોઠો પર એક નળી લાગેલી હતી. જેવું નર્સે એ દર્દીના ફેફસાંમાં ઓક્સિજન પહોંચાડનારા મશીન સાથે જોડ્યું, તો તેનો એક હાથ પથારીમાંથી લપસ્યો અને તેની ત્વચાના ધબ્બા સ્પષ્ટ દેખાવા માંડ્યા.

તે દર્દી 86 વર્ષનો હતો અને ત્રણ દિવસ પહેલાં જ પોતાના ઘરમાં લપસીને પડી ગયો હતો. એ પછી તેના માટે ભાનમાં રહેવું અને બીજાની વાતોનો જવાબ આપવો મુશ્કેલ થઈ ગયું હતું. આખરે તેની પત્ની તેને હોસ્પિટલમાં લઈ આવી. ઈમરજન્સી રૂમમાં જ્યારે ડૉક્ટરે એ દર્દીને પૂછયું કે 'તમને શું થયું છે ?' તો તેણે પોતાનું માથું હલાવીને ઈશારાથી કંઈક કહેવાનો પ્રયત્ન કર્યો, પણ કશું જ બોલી શક્યો નહીં. તેનું કારણ તેના માથાના સ્કેન રિપોર્ટથી જાણવા મળ્યું. વાસ્તવમાં લપસીને પડી જવાને કારણે તેના માથા પર ઈજા થઈ હતી અને તેના મસ્તિષ્કને હાનિ પહોંચી હતી. આ સ્થિતિને ડૉક્ટરી ભાષામાં 'સબડ્યુરલ હેમાટોમા' કહે છે. તેના માથાના ડાબી બાજુના ભાગમાં લોહી જામી ગયું હતું, જે તે હિસ્સામાં રહેલી સંવેદનશીલ પેશીઓ(Tissue)ને નુકસાન પહોંચાડી રહ્યું હતું. તે ભાગમાં છેલ્લા 72 કલાકમાં લોહી જામી ગયું હતું. માનવીના મસ્તિષ્કના તે ભાગ જે શ્વાસ લેવા અને હૃદયના ધબકારાને સુચારુ રીતે ચલાવવાનું કામ કરે છે, લોહીના જામી જવાને કારણે યોગ્ય રીતે કામ કરી શકતા નહોતા. જો આ જામી ગયેલા લોહીને ઝડપથી સાફ કરવામાં ન આવે તો આ દર્દીનો જીવ જઈ શકે તેમ હતો.

એ સમયે રોડ આઈલેન્ડ હોસ્પિટલની ગણતરી દેશના અગ્રણી ચિકિત્સા સંસ્થાનોમાં થતી હતી. આ માત્ર બ્રાઉન યુનિવર્સિટીની મુખ્ય શિક્ષણ-હોસ્પિટલ જ નહોતી બલકે દક્ષિણ-પૂર્વ ન્યૂ ઈંગ્લેન્ડનું એકમાત્ર લેવલ-1 ટ્રોમા સેન્ટર (સર્વોચ્ચ સ્તરીય આઘાત કેન્દ્ર) પણ હતું. ઈંટો અને કાચથી બનેલી હોસ્પિટલની ઊંચી ઈમારતમાં અલ્ટ્રાસાઉન્ડ કિરણોથી ટ્યૂમર નષ્ટ કરવા જેવી અત્યાધુનિક ચિકિત્સા તકનીકો પણ ઉપલબ્ધ હતી. ઈ.સ. 2002માં સ્વાસ્થ્ય રક્ષા પર બનેલા રાષ્ટ્રીય ગઠબંધને પોતાના મૂલ્યાંકનમાં હોસ્પિટલના આઈ.સી.યુ. ને દેશના સૌથી સારા આઈ.સી.યુ. તરીકે ઘોષિત કર્યું હતું.

જો કે જ્યારે આ વૃદ્ધ દર્દી રોડ આઈલેન્ડ હોસ્પિટલમાં ભરતી થયા, ત્યાં સુધી આ હોસ્પિટલ પોતાના સ્ટાફની વચ્ચેના તણાવને કારણે પણ જાણીતી થઈ ચૂકી હતી. વાસ્તવમાં હોસ્પિટલની નર્સો અને ડૉક્ટર્સની વચ્ચે ભારે તણાવ હતો અને તે એક-બીજાને ઘૃણા કરતા હતા. કારણ કે ઈ.સ. 2000માં નર્સોનું યુનિયન આ ફરિયાદની સાથે હડતાળ પર ઉતરી ગયું હતું કે તેમની પાસે જબરદસ્તી ઓવરટાઈમ(વધારાનું કાર્ય) કરાવવામાં આવે છે. હડતાળ દરમિયાન લગભગ 300 કરતાં પણ વધારે નર્સોએ હાથમાં તખ્તીઓ લઈને હોસ્પિટલની બહાર પ્રદર્શન કર્યું અને પોતાનો વિરોધ દર્શાવ્યો હતો. આ તખ્તીઓ પર લખેલું હતું, 'અમને ગુલામ બનાવવાનું બંધ કરો' અને 'તમે અમારી પાસેથી અમારું આત્મ-સન્માન છીનવી શકો નહીં.'

'આ બિલકુલ વાહિયાત જગ્યા છે,' એક નર્સે એક ન્યૂઝ રિપોર્ટરને પોતાની આપવીતી સંભળાવતા કહ્યું, 'અહીંના ડૉક્ટર્સ અમારી નર્સોની સાથે એવો વ્યવહાર કરે છે, જાણે અમારી કોઈ કિંમત જ ન હોય, જાણે અમને ગમે ત્યારે ઉઠાવીને બહાર ફેંકી શકે છે. તે અમારી સાથે જે રીતે વર્તન કરે છે, એવું લાગે છે કે જાણે અમારે અહીં શ્વાસ લેવા માટે પણ તેમના આભારી હોવું જોઈએ.'

આખરે હોસ્પિટલ વ્યવસ્થાપન નર્સોનો અનિવાર્ય ઓવરટાઈમ ઘટાડવા માટે તૈયાર થઈ ગયું, પણ તેનાથી નર્સો અને ડૉકટરોની વચ્ચેનો તણાવ ઓછો થયો નહીં. થોડા વર્ષો પછી, જ્યારે એક સર્જન એક દર્દીના પેટના ઓપરેશનની તૈયારીમાં લાગેલા હતા, એક નર્સે તેને ટાઈમ-આઉટ માટે કહ્યું. ટાઈમ-આઉટ સર્જરી પહેલા કરવામાં આવતી એક સામાન્ય પ્રક્રિયા છે, જેમાં દર્દીની ઓળખ, સર્જરીનો પ્રકાર અને એવી જ અન્ય જાણકારીઓને છેલ્લી વાર સુનિશ્ચિત કરવામાં આવે છે જેથી કોઈપણ સંભવિત ભૂલથી બચી શકાય. વાસ્તવમાં એકવાર જ્યારે એક સર્જને ભૂલથી એક છોકરીની આંખોની સર્જરી કરવાને બદલે તેના ટોન્સિલ કાઢી નાખ્યા હતા, ત્યારથી રોડ આઈલેન્ડ હોસ્પિટલનો નર્સિંગ સ્ટાફ ટાઈમ-આઉટ પર ભાર મૂકવા માંડ્યો હતો. કોઈપણ હોસ્પિટલના સ્ટાફ દ્વારા સર્જરી પહેલા ટાઈમ-આઉટ એટલા માટે લેવામાં આવે છે જેથી કોઈપણ પ્રકારની ભૂલ થવાની શક્યતા ન રહે.

સર્જન દર્દીના પેટના ઓપરેશનની તૈયારીમાં લાગેલા હતા અને ઓપરેશન રૂમની મુખ્ય નર્સોએ ટાઈમ આઉટ માટે દર્દીને ચારેય તરફ એકત્રિત થવા માટે કહી દીધું. આ સાંભળતા જ સર્જન દરવાજાની તરફ વળીને બહાર જવા માંડ્યા.

'તું જાતે જ આ બધું કેમ નથી કરી લેતી ?' સર્જને એ નર્સને કહ્યું. 'હું બહાર જઉં છું. જ્યારે તમે લોકો પોતાની તરફથી તૈયાર હો, એટલે મને બૂમ પાડી દેજો.'

'તમારે બહાર ન જવું જોઈએ,' નર્સે જવાબમાં કહ્યું.

'ના, તું જાતે જ આ બધું કરી શકે છે,' એટલું કહીને તે સર્જન ઓપરેશન રૂમની બહાર જવા માંડ્યા.

'ડૉક્ટર, આપનું આ રીતે બહાર જવું બરાબર નહીં ગણાય.' ડૉક્ટર પળભર માટે ખચકાયા અને વળીને એ નર્સ તરફ ફરીને કહ્યું, 'મારે તારી પાસેથી આ શીખવાની જરૂર નથી કે શું સાચું છે અને શું ખોટું. ફરીથી મારા અધિકાર ક્ષેત્રમાં દખલ કરવાનું વિચારીશ પણ નહીં. જો તું તારું કામ ન કરી શકતી હોય તો અહીંથી નીકળી જા.'

આખરે એ નર્સે અન્ય નર્સોની સાથે મળીને ટાઈમ-આઉટની પ્રક્રિયા પૂર્ણ કરી અને થોડી જ મિનિટોમાં સર્જનને પાછા બોલાવી લીધા. એ પછી સર્જરી શરૂ થઈ અને કોઈ મુશ્કેલી વિના પૂરી પણ થઈ ગઈ. એ પછી એ નર્સે ફરીથી કોઈ ડૉક્ટરને આ બાબતે કશું કહ્યું નહીં. ત્યાં સુધી કે જ્યારે ડૉક્ટર અન્ય સુરક્ષા-નીતિઓને પણ નજરઅંદાજ કરતા હતા, ત્યારે પણ તે નર્સ ચૂપ જ રહેતી હતી.

'કેટલાક ડૉક્ટર્સ સારા હતા, પણ કેટલાક તો ખરેખર કોઈ રાક્ષસ કરતાં ઓછા નહોતા.' એક નર્સે મને કહ્યું. તે રોડ આઈલેન્ડ હોસ્પિટલમાં 2000ના દાયકાના મધ્યમાં કામ કરી ચૂકી હતી. અમે આ હોસ્પિટલને 'કાચનું કારખાનું' કહેતા હતા કારણ કે આખો વખત એમ જ લાગતું કે આ ગમે ત્યારે તૂટીને ચકનાચૂર થઈ શકે છે.

આ તણાવનો સામનો કરવા માટે હોસ્પિટલના સ્ટાફે કેટલાક અનૌપચારિક નિયમો વિકસાવ્યા હતા. આ નિયમ વાસ્તવમાં બીજું કંઈ નહીં પણ હોસ્પિટલની સ્થિતિઓને ધ્યાનમાં રાખીને વિકસિત કરવામાં આવેલી આદતો હતી, જેની મદદથી સંભવિત સમસ્યાઓ અને સંઘર્ષોથી બચી શકાતું હતું. ઉદાહરણ તરીકે નર્સોએ ડૉક્ટરોના નિર્દેશોની સચ્ચાઈને વારંવાર તપાસવાનું શરૂ કરી દીધું હતું. કારણ કે ડૉક્ટર્સ હંમેશા ખોટા નિર્દેશ (સૂચના) આપતા હતા. આ રીતે નર્સ કોઈને કશું કહ્યા વિના, દર્દીને દવાની યોગ્ય માત્રા આપવાથી માંડીને તેનો યોગ્ય ઈલાજ કરવા જેવી તમામ વાતો સુનિશ્ચિત કરવા માંડી. તેમણે દર્દીઓના ચાર્ટ પર દરેક વસ્તુ સ્પષ્ટ રીતે લખવા માટે વધારાનો સમય આપવાનું શરૂ કરી દીધું જેથી ક્યાંક ઉતાવળમાં સર્જન દર્દીના શરીર પર ખોટી જગ્યાએ સર્જરી ન કરી નાખે. એક નર્સે મને જણાવ્યું કે તેમણે અંદરો-અંદર એકબીજાને ડૉક્ટરના સ્વભાવ વિશે ચેતવણી આપવા માટે

રંગો પર આધારિત એક રીત વિકસાવી હતી. અમે સફેદ રંગના બોર્ડ પર અલગ-અલગ ડૉક્ટર્સના નામ અલગ-અલગ રંગોમાં લખીને રાખતા હતા. વાદળી રંગનો અર્થ હતો, 'સારો ડૉક્ટર.' લાલ રંગનો અર્થ હતો 'વાહિયાત ડૉક્ટર' અને કાળા રંગનો અર્થ હતો 'જે કરવું હોય તે કરો, બસ આ ડૉક્ટરની વાત ન કાપશો નહીં તો તે તમારું માથું કાપી નાખશે.'

રોડ આઈલેન્ડ હોસ્પિટલ એક વિનાશકારી સંસ્કૃતિવાળી હોસ્પિટલ હતી. જ્યાં નર્સોને ડૉક્ટરો અને સર્જનોના અહંકારની સાથે પનારો પાડવામાં જ પોતાની ઘણી બધી ઉર્જા વાપરવી પડતી હતી. ત્યાંની સ્થિતિઓ એલ્કોઆથી બિલકુલ અલગ હતી, જ્યાં કર્મચારીઓની સુરક્ષા સુનિશ્ચિત કરવા માટે ખૂબ સાવધાનીથી કેટલીક મૂળ આદતો વિકસિત કરવામાં આવી હતી. રોડ આઈલેન્ડ હોસ્પિટલના રૂટીન (નક્કી કરેલી આદતો)ની પાછળ પણ કોઈ વિચાર કરવામાં આવ્યો નહોતો. અહીંના રૂટીન (નક્કી કરેલી આદતો) તો દુર્ઘટનાવશ અપનાવ્યા હોય તેવું લાગતું હતું, જેના વિશે કામ કરનારા એકબીજાને દબાયેલા અવાજમાં ચેતવ્યા કરતા હતા. આવું ત્યારે કરવું પડતું હતું, જ્યારે કામકાજની રીતોમાં કોઈ ઝેરીલી પેટર્ન ઉભરી આવી હોય. આ બધું એવી કોઈપણ સંસ્થામાં થઈ શકે છે, જ્યાં આદતોને સમજી-વિચારીને નિર્મિત કરવામાં ન આવી હોય. જે રીતે યોગ્ય મૂળ આદતો પસંદ કરીને મહત્ત્વપૂર્ણ સકારાત્મક પરિવર્તન લાવી શકાય છે, બરાબર એ જ રીતે ખોટી આદતો મુસીબતો પણ પેદા કરી શકે છે.

અને જ્યારે રોડ આઈલેન્ડ હોસ્પિટલની આદતો અચાનક સામે આવી, તો ભયંતર ભૂલોનું કારણ બની ગઈ.

★★★

હોસ્પિટલના ઈમરજન્સી રૂમના સ્ટાફે જ્યારે સબડ્યુરલ હેમાટોમાથી ગ્રસ્ત એ 86 વર્ષીય દર્દીના મસ્તિષ્કનો સ્કેન રિપોર્ટ જોયો, તો તેમણે તરત જ એ સમયે ડ્યુટી પર રહેલા ન્યુરોસર્જનને તેની સૂચના આપી. તે ન્યુરોસર્જન તે સમયે કોઈ દર્દીની કરોડની સર્જરી કરી રહ્યા હતા. પણ જ્યારે તેમને આની સૂચના મળી, તો તેણે એ સર્જરીની જવાબદારી પોતાના સહાયક સર્જનને સોંપી અને મસ્તિષ્કના સ્કેન રિપોર્ટને તરત કમ્પ્યુટર પર જોયો. રિપોર્ટ જોયા પછી સર્જને પોતાની એક સહાયકને સર્જરી માટે એ 86 વર્ષીય દર્દીની પત્ની પાસે સહમતી-પત્ર પર સહી કરાવવા માટે ઈમરજન્સી રૂમમાં મોકલી દીધી. ફરીથી તે પોતાના પાછલા દર્દીની કરોડની સર્જરી કરવામાં લાગી ગયા. લગભગ અડધા કલાક પછી એ વૃદ્ધ દર્દીને આ જ ઓપરેશન રૂમમાં લાવવામાં આવ્યા.

નર્સો ચારેય તરફ દોડધામ કરી રહી હતી. તે વૃદ્ધ દર્દી ઓપરેશન ટેબલ પર બેભાન હતો. નર્સોએ તેની પત્નીની સહીવાળો સહમતી-પત્ર અને તેનો મેડિકલ ચાર્ટ જોયો.

'ડૉક્ટર,' એક પુરુષ-નર્સે એ દર્દીના મેડિકલ ચાર્ટની તરફ જોતા કહ્યું કે આ સહમતી-

પત્રમાં એ નથી લખ્યું કે હેમાટોમાની સમસ્યા માથાના ક્યા ભાગમાં છે. નર્સે તે સહમતી-પત્ર ડૉક્ટરની સામે મૂકી દીધો. તેમાં ક્યાંય એ વાતનો ઉલ્લેખ નહોતો કે દર્દીના માથાના ક્યા ભાગનું ઓપરેશન કરવાનું છે.

કોઈપણ સર્જરી વિશે જરૂરી જાણકારીઓ આપવા માટે દરેક હોસ્પિટલ આ દસ્તાવેજો પર જ નિર્ભર હોય છે. દર્દીના શરીરમાં સર્જરીનો પહેલો ચીરો લગાવતા પહેલા તેના પરિવારના કોઈ સભ્ય પાસેથી એક સહમતી-પત્ર પર હસ્તાક્ષર કરાવવામાં આવે છે અને સર્જરીની દરેક પ્રક્રિયા માટે પણ તેમની સહમતી લેવામાં આવે છે, સાથે જ દર્દી સાથે સંબંધિત બધી જાણકારીઓને સત્યાપિત પણ કરાવવામાં આવે છે. ઓપરેશન પહેલા ડઝનબંધ ડૉક્ટરો અને નર્સો દ્વારા દર્દીની એક-એક વસ્તુની તપાસ કરવામાં આવે છે અને તેને ઓપરેશન માટે તૈયાર કરવામાં આવે છે. આવા તણાવપૂર્ણ વાતાવરણમાં સહમતી-પત્ર જ એ દસ્તાવેજ હોય છે, જેમાં એ લખેલું હોય છે કે દર્દીની સાથે ઓપરેશન રૂમમાં શું થવાનું છે. સહી કરીને લેવામાં આવેલા સહમતી-પત્ર વિના કોઈપણ વ્યક્તિ દર્દીની સર્જરી-રૂમમાં પ્રવેશ કરી શકતો નથી.

'હું પહેલા પણ આ સ્કેન રિપોર્ટ જોઈ ચૂક્યો છું,' સર્જને કહ્યું. દર્દીના માથાના જમણા ભાગમાં સમસ્યા છે. જો આપણે સર્જરીમાં હજુ મોડું કર્યું તો તેનો જીવ પણ જઈ શકે છે.'

'કદાચ આપણે ફરી એકવાર સ્કેન રિપોર્ટ વાંચી લેવો જોઈએ,' કમ્પ્યુટર ટર્મિનલની તરફ જતા એ પુરુષ-નર્સે કહ્યું. વાસ્તવમાં સુરક્ષાના કારણોસર હોસ્પિટલના કમ્પ્યુટર છેલ્લી વાર ઉપયોગ કર્યાના પંદર મિનિટ પછી લોક થઈ જતા હતા. જો તે પુરુષ-નર્સ ફરીથી કમ્પ્યુટરને લોગ-ઈન કરતો અને દર્દીના મસ્તિષ્કના સ્કેન રિપોર્ટને સ્ક્રીન પર લોડ કરતો તો તેમાં ઓછામાં ઓછી એક મિનિટનો સમય હજુ લાગતો.

'સમય ખૂબ ઓછો છે,' સર્જને કહ્યું. 'મને કહેવામાં આવ્યું હતું કે દર્દીનો જીવ જોખમમાં છે. આપણે તેના માથામાં બની રહેલા દબાણને ખૂબ ઝડપથી દૂર કરવું જોઈએ.'

'જો હું ઝડપથી જઈને તેના પરિવારના કોઈ સભ્યને શોધી લાવું તો?' પુરુષ-નર્સે પૂછ્યું.

'ભાડમાં જાઓ. જે કરવું હોય તે કરો.' સર્જને બૂમ પાડતા નર્સને કહ્યું. 'તું તેના પરિવારને શોધ કે બીજા કોઈને. મને તેનાથી કોઈ ફેર પડતો નથી. મારા માટે તેનો જીવ બચાવવો સૌથી જરૂરી છે અને હું હવે સર્જરી શરૂ કરી રહ્યો છું.' સર્જને દર્દીના દસ્તાવેજ ઉપાડ્યા અને તેના પર 'માથાની જમણી બાજુ' લખી નાખ્યું.

'આ લો,' તેમણે કહ્યું 'હવે આપણે તરત ઓપરેશન શરૂ કરીશું.'

તે પુરુષ-નર્સ રોડ આઈલેન્ડ હોસ્પિટલમાં છેલ્લા લગભગ એક વર્ષથી કામ કરી રહ્યો

હતો અને હોસ્પિટલની સંસ્કૃતિથી સારી રીતે પરિચિત હતો. એ પુરુષ-નર્સ સહિત બાકી બધા નર્સ પણ જાણતા હતા કે એ સર્જનના બોર્ડ પર કાળા રંગથી લખેલું રહે છે, જેનો અર્થ એ હતો કે બધા નર્સોએ તેનાથી સાવધાન રહેવું જોઈએ. તે બધા આ અલિખિત નિયમથી પરિચિત હતા કે જીત હંમેશા આ સર્જનની જ થાય છે.

ડૉક્ટરે ચીસ પાડી પછી એ પુરુષ-નર્સે દર્દીનો ચાર્ટ એકબાજુ મૂકી દીધો અને ચૂપચાપ એક બાજુએ ઊભો રહી ગયો. જ્યારે ડૉક્ટરે દર્દીને ઓપરેશન ટેબલ પર એ રીતે સૂવડાવ્યો કે તેની ખોપડીનો ડાબો ભાગ ઉપરની તરફ રહે. પછી તેણે દર્દીની ખોપડીના એ ભાગના વાળ શેવ કર્યા અને તેના પર એન્ટીસેપ્ટિક લગાવી દીધું. તેની યોજના એ હતી કે ખોપડીના એ ભાગને કાપીને ખોલવામાં આવે અને અંદર મસ્તિષ્કની પાસે જે લોહી જમા થયું છે, તેને સાફ કરી દેવામાં આવે. તેણે પોતાના એક બારીક ચપ્પા વડે દર્દીની ખોપડીના એક ભાગને કાપ્યો, તેને જરાક ખોલ્યો અને પછી ત્યાંથી દેખાઈ રહેલા સફેદ રંગના હાડકાને ડ્રિલ કરવાનું શરૂ કર્યું. જ્યાં સુધી એક હળવા અવાજની સાથે હાડકાનો એક નાનકડો હિસ્સો તૂટી ન ગયો ત્યાં સુધી તે ખોપડીના એ હાડકા પર ડ્રિલ કરતો રહ્યો. તેણે બરાબર આ જ પ્રક્રિયાનું પુનરાવર્તન કરતા એ હાડકાંમાં બીજા બે કાણાં પાડ્યા. પછી એક અન્ય બારીક ઓજારની મદદથી એ ત્રણે કાણાં વચ્ચેનો એક નાનકડો ત્રિકોણીય ટુકડો કાપી નાખ્યો. તેની નીચે મસ્તિષ્કની આસપાસ એક પારદર્શી આવરણ હતું, જેને ડ્યુરા કહે છે.

'હે ભગવાન,' કોઈના મોં માંથી અચાનક નીકળ્યું.

વાસ્તવમાં ખોપડીના એ ભાગમાં કોઈ હેમાટોમા નહોતો. તે અત્યાર સુધી ખોપડીના ઊંધા ભાગ પર સર્જરી કરી રહ્યા હતા.

'આપણે દર્દીને ઊંધો કરવો પડશે.' સર્જને બૂમ પાડી.

દર્દીની ખોપડીનો જે ત્રિકોણીય ભાગ કાપીને કાઢી નાખવામાં આવ્યો હતો, તેને ધાતુની નાની-નાની પટ્ટીઓ અને તારની મદદથી ફરીથી જોડીને ખોપડીને સિલ કરી દેવામાં આવી. તે પછી તેની ખોપડીના ડાબા ભાગને ઉપરની તરફ લાવવામાં આવ્યો. એકવાર ફરીથી તે પ્રક્રિયાનું પુનરાવર્તન કરવામાં આવ્યું. વાળ શેવ કરવા, એન્ટીસેપ્ટિક લગાવવું, ખોપડીના ઉપરના ભાગને કાપવો, પછી હાડકામાં કાણું કરી તેનો એક ટુકડો તોડીને જગ્યા કરવી. એ પછી જેવું ડ્યુરા નામના આવરણમાં કાણું પાડવામાં આવ્યું, તો હેમાટોમા તરત જ દેખાઈ ગયો, જે ઘાટા રંગનું ઘટ્ટ દ્રવ્ય હતું અને મસ્તિષ્કના એક નાનકડા ભાગમાં ચારે તરફ જામેલું હતું. આખરે સર્જને જેવું તે બધું લોહી સાફ કર્યું, દર્દીના માથા પર આવેલું દબાણ તરત જ ઓછું થઈ ગયું. આદર્શ સ્થિતિમાં આ સર્જરી લગભગ એક કલાકમાં જ પૂરી થઈ જાત, પણ સર્જને જે ગરબડ કરી હતી, તેના કારણે તેમાં લગભગ બમણો સમય લાગ્યો.

સર્જરી પછી દર્દીને આઈ.સી.યુ. માં લઈ જવામાં આવ્યો. જો કે તે પૂર્ણપણે ક્યારેય ભાનમાં આવ્યો નહીં અને બે અઠવાડિયા પછી તેનું મૃત્યુ થઈ ગયું.

દર્દીના મૃત્યુ પછી આ કિસ્સાની તપાસ કરવામાં આવી. તપાસના પરિણામો અનુસાર દર્દીના મૃત્યુનું સટીક કારણ જણાવી શકવું અશક્ય હતું. પણ દર્દીના કુટુંબીજનોએ તર્ક રજૂ કર્યો કે દર્દીની હાલત પહેલા જ નાજુક હતી અને સર્જનની ભૂલને કારણે તેણે તેને વધારે બગાડી નાખી. એક તો તેમની ખોપડીના બંને તરફના ભાગને કાપવામાં આવ્યા અને બંને તરફ કાણાં પણ કરવામાં આવ્યા. આ ઉપરાંત સર્જરીમાં સામાન્ય કરતાં વધારે સમય લાગ્યો અને સર્જનની ભૂલને કારણે મસ્તિષ્કની પાસે જામેલા લોહીને સાફ કરવામાં ઘણો સમય લાગી ગયો. દર્દીની સર્જરી સફળ થવાની જે પણ શક્યતા હતી, તે આ બધી ભૂલોને કારણે અશક્ય બની ગઈ. દર્દીના પરિવારે દાવો કર્યો તે જો સર્જને ભૂલ ન કરી હોત તો કદાચ દર્દી હજુ પણ જીવતો હોત. આખરે કોઈપણ રીતે બંને પક્ષોની વચ્ચે સમજૂતી થઈ અને હોસ્પિટલ વ્યવસ્થાપને દર્દીના કુટુંબીજનોને વળતર આપીને કિસ્સો પૂરો કર્યો. રોડ આઈલેન્ડ હોસ્પિટલે એ સર્જન પર આજીવન પ્રતિબંધ પણ લગાવી દીધો.

આ ઘટના પછી કેટલીક નર્સોએ દાવો કરતાં કહ્યું, 'આ તો થવાનું જ હતું, અહીંની પરિસ્થિતિ જ એવી હતી.' રોડ આઈલેન્ડ હોસ્પિટલની સંગઠનાત્મક આદતો એટલી ખોટી હતી કે ક્યારેક ને ક્યારેક આવી ભૂલ થવાનું નક્કી જ હતું.[1]

જો કે એવું નથી કે આ પ્રકારના જોખમી પેટર્ન બનવા માટે માત્ર હોસ્પિટલ જ જવાબદાર હોય છે. હાનિકારક સંગઠનાત્મક આદતો દરેક ઉદ્યોગ અને કંપનીમાં જોવા મળે છે. અને લગભગ હંમેશા જ આ આદતો એ લીડરોની વિચારહીનતાને કારણે નિર્માણ પામે છે, જે કંપની કે ઉદ્યોગની સંસ્કૃતિ વિશે વિચાર કરવાનું ટાળે છે. યોગ્ય માર્ગદર્શનના અભાવે આ પ્રકારની આદતોનું નિર્માણ થઈ જાય છે. વિશ્વમાં એવી કોઈ સંસ્થા નથી, જેમાં કોઈ સંગઠનાત્મક આદત ન હોય. કેટલીક સંસ્થાઓમાં સંગઠનાત્મક આદતો જાણી જોઈને નિર્માણ કરવામાં આવે છે, જ્યારે કેટલીક સંસ્થાઓમાં તેની પાછળ કોઈ વિચાર નથી હોતો. તેથી આવી સંસ્થાઓમાં આ આદતોનું નિર્માણ થવા પાછળ હંમેશા પ્રતિદ્વંદિતા અથવા ડર એક કારણ બની જાય છે.

જો કે લીડર્સ યોગ્ય તકોનો લાભ ઉઠાવવાનું જાણે છે, તે હાનિકારક આદતોને બદલવામાં પણ સક્ષમ હોય છે. સારી આદતો, ક્યારેક-ક્યારેક મુશ્કેલીની ઘડીમાં પણ બહાર આવે છે.

1 આ ઘટના વિશે આ પુસ્તકમાં જે પણ જાણકારી આપવામાં આવી છે, તે રોડ આઈલેન્ડમાં કાર્યરત વિભિન્ન લોકો અને ઘટનાના સાક્ષી રહેલા અથવા તેમાં સામેલ રહેલા લોકોના ઈન્ટરવ્યૂમાં આપવામાં આવેલા બયાનો પર આધારિત છે. આમાંથી ઘણા લોકોએ આ ઘટનાનું વિરોધાભાસી વર્ણન પણ કર્યું છે.

2

ઈ.સ.1982માં જ્યારે એન ઈવોલ્યુશનરી થિયોરી ઑફ ઈકોનોમિક ચેંજ (આર્થિક પરિવર્તનનો વિકાસમૂલક સિદ્ધાંત) નામનું પુસ્તક પહેલી વાર પ્રકાશિત થયું હતું, તો એકેડેમિક લોકો સિવાય ખૂબ ઓછા લોકોએ તેના પર ધ્યાન આપ્યું હતું. આ પુસ્તકનું નીરસ કવરપેજ અને પહેલી પંક્તિ એવી હતી, જાણે વાચકોને દૂર રાખવા માટે જ લખવામાં આવી હોય. આ પહેલી પંક્તિ આ રીતની હતી, 'આ પુસ્તકમાં અમે બજારમાં સક્રિય વ્યાપારિક સંસ્થાનોની ક્ષમતાઓ અને વ્યવહાર પર એક વિકાસમૂલક સિદ્ધાંત પ્રસ્તુત કર્યો છે અને આ સિદ્ધાંતને અનુરૂપ વિભિન્ન મોડેલ તૈયાર કરી તેનું વિશ્લેષણ કર્યું છે.' આ પુસ્તકના લેખક હતા બેલ યુનિવર્સિટીના રિચર્ડ નેલ્સન અને સિડની વિંટર. આ બંને શુમ્પટિએરિયન સિદ્ધાંત પર આવા વિશ્લેષણાત્મક પેપર પ્રસ્તુત કરવા માટે જાણીતા હતા, જેને સમજવાનો દાવો પીએચડીના ઉમેદવાર પણ કરી શકતા નહોતા.

જો કે તેમના આ નવા પુસ્તકે વ્યાપારિક રણનીતિ અને સંગઠનાત્મક સિદ્ધાંતોના વિશ્વમાં ભૂકંપ સરજી દીધો. ટૂંક સમયમાં જ તેને આ શતાબ્દીના સૌથી મહત્ત્વપૂર્ણ પુસ્તકોમાંથી એક જાહેર કરવામાં આવ્યું. બિઝનેસ સ્કૂલોમાં ભણાવનારા અર્થશાસ્ત્રના પ્રોફેસર્સ તેના વિશે પોતાના સહકર્મીઓ સાથે ચર્ચા કરવા લાગ્યા. આ સહકર્મી તેના વિશે વ્યાપારિક સંમેલનોમાં આવનારા વિવિધ કંપનીઓના સીઈઓ અને અધિકારીઓ સાથે ચર્ચા કરવા લાગ્યા. ટૂંક સમયમાં જ અધિકારી જનરલ ઈલેકટ્રિક, ફાઈઝર અને સ્ટારવુડ હોટલ્સ જેવા મોટા કોર્પોરેશન્સના કાર્યક્રમોમાં આ પુસ્તકની પંક્તિઓ બધાને સંભળાવવા લાગ્યા.

નેલ્સન અને વિંટરે લગભગ એક દાયકા સુધી કંપનીઓની કામ કરવાની રીતો સાથે સંબંધિત ઘણા બધા ડેટાનું પરીક્ષણ કર્યું હતું. આ પછી તે આ નિષ્કર્ષ પર પહોંચ્યા હતા કે 'કંપનીઓના મોટાભાગના વ્યવહાર તેના નિર્ણય સંબંધિત વિસ્તૃત સર્વેક્ષણોનું પરિણામ નથી હોતું પરંતુ તેમના અતીતમાંથી નીકળેલી સામાન્ય આદતો અને રણનીતિક વલણોનું પ્રતિબિંબ હોય છે.'

આને સરળ શબ્દોમાં સમજીએ તો 'એકવાર એવું લાગી શકે છે કે મોટાભાગની વ્યાપારિક સંસ્થાઓની ચૂંટણીઓ તર્કસંગત હોય છે અને વિચારપૂર્વક લેવામાં આવેલા નિર્ણયો પર આધારિત હોય છે.' પણ વાસ્તવિકતા એ છે કે કંપનીઓ આ રીતે કામ નથી કરતી. તે તો લાંબા સમયથી સક્રિય એ સંગઠનાત્મક આદતો અને પેટર્ન્સ પ્રમાણે કામ કરે છે, જે તેમના હજારો કર્મચારીઓ દ્વારા લેવામાં આવતા સ્વંત્રત નિર્ણયોથી બને છે. તેના પહેલા કોઈ જાણતું નહોતું કે સંગઠનાત્મક આદતો જ સૌથી વધારે પ્રભાવક હોય છે.

ઉદાહરણ માટે કપડાં બનાવનારી એક કંપનીનો મુખ્ય અધિકારી કંપનીના કેટલોગના કવરપેજ પર લાલ રંગનું સ્વેટર રજૂ કરવાનો નિર્ણય લે છે. તેને જોનારને તો એમ જ લાગશે

કે આ નિર્ણય કંપનીના સેલ્સ અને માર્કેટિંગ ડેટાનું વિગતવાર વિશ્લેષણ કરીને પછી જ લેવામાં આવ્યો હશે. જ્યારે વાસ્તવમાં આવું એટલા માટે થયું હતું કારણ કે કંપનીના ઉપાધ્યક્ષ હંમેશા જાપાની ફેશન ટ્રેન્ડ્સ વિશે જાણકારી આપતી વેબસાઈટ્સને જોતા રહેતા હતા. પાછલા શિયાળામાં જાપાનમાં લાલ રંગના સ્વેટરોનો ટ્રેન્ડ સૌથી વધારે હતો. તે ઉપરાંત કેટલોગના કવર પર લાલ સ્વેટર મૂકવાના કેટલાક અન્ય કારણ પણ હતા, જેમ કે કંપનીના માર્કેટિંગ અધિકારી પોતાના મિત્રોને નિયમિત રીતે પૂછતા હતા કે આજકાલ ક્યો રંગ સૌથી વધારે પસંદ કરવામાં આવે છે. આ ઉપરાંત પોતાની વાર્ષિક પેરિસ યાત્રામાં રનવે શો જોઈને આવેલા કંપનીના અધિકારીઓએ જણાવ્યું કે તેમણે સાંભળ્યું છે કે પ્રતિસ્પર્ધી કંપનીઓ પોતાની ડિઝાઈનમાં મજેન્ટા રંગ (લાલ અને રીંગણનો જાંબલી મિશ્રિત રંગ) નો ઉપયોગ કરવાની છે. આ બધી નાની-નાની જાણકારીઓ, અધિકારીઓ વચ્ચે પ્રતિસ્પર્ધીઓ વિશે થનારી ગપશપ અને મિત્રો સાથે તેમની વાતચીત જેવા અલગ-અલગ અસંગઠિત પેટર્ન્સનું પરિણામ હતી, જે કંપનીના ઔપચારિક રિસર્ચ અને ડેવલપમેન્ટ રૂટીન (નક્કી કરેલી આદત) ની સાથે ભેળવવામાં આવી. આ રીતે એ નિષ્કર્ષ નીકળ્યો કે આ વર્ષે લાલ રંગ જ સૌથી વધારે પસંદ કરવામાં આવશે. કોઈ એક વ્યક્તિ સમજી-વિચારીને આ નિર્ણય પર પહોંચી નહોતી. પણ ઘણી બધી આદતો, પ્રક્રિયાઓ અને વ્યવહારોને એકત્રિત કરીને એ નક્કી કરવામાં આવ્યું કે લાલ રંગ જ બધાને પસંદ પડશે.

આ સંગઠનાત્મક આદતો અથવા નેલ્સન અને વિંટરના શબ્દોમાં કહીએ તો રૂટીન (નક્કી કરેલી આદતો) ખૂબ જ મહત્ત્વપૂર્ણ હોય છે. કારણ કે તેના વિના મોટાભાગની કંપનીઓમાં કોઈ કામ પૂરું કરી શકાતું નથી. રૂટીન એટલે કે નક્કી કરેલી આદતો એ સેંકડો વણલખ્યા નિયમ ઉપલબ્ધ કરાવે છે, જે કંપની ચલાવવા માટે જરૂરી હોય છે. તેના કારણે જ કર્મચારીઓને દરેક પગલું ભરતા પહેલા અનુમતિ લીધા વિના નવા વિચારોની સાથે પ્રયોગ કરવાની તક મળે છે. રૂટીન એક પ્રકારની સંગઠનાત્મક યાદદાસ્ત ઉપલબ્ધ કરાવે છે. જેનાથી મેનેજરોને દર છ મહિનામાં વેચાણ પ્રક્રિયાને નવેસરથી નિર્માણ કરવાની જરૂર ન પડે અને કંપનીના વાઈસ પ્રેસિડેન્ટ જેવી કોઈ મહત્ત્વપૂર્ણ વ્યક્તિ દ્વારા અચાનક નોકરી છોડવામાં આવે તો મેનેજરોને હેરાન ન થવું પડે. રૂટીન(નક્કી કરેલી આદતો) થી અનિશ્ચિતતા ઘટે છે. ઉદાહરણ તરીકે મેક્સિકો અને લોસ એન્જલસમાં ભૂકંપ પછી કરવામાં આવેલા રાહત પ્રયત્નો વિશે એક અભ્યાસ થયો. આ અભ્યાસથી જાણવા મળ્યું કે રાહત કાર્યોમાં લાગેલા કાર્યકરોની આદતો ખૂબ જ મહત્ત્વપૂર્ણ હતી કારણ કે તેમના વિના નીતિઓ બનાવવી અને તેને લાગુ કરવી એ લગભગ અશક્ય હતું. આ કાર્યકરો સતત એવા સંકટગ્રસ્ત ક્ષેત્રોમાં કામ કરે છે અને રાહત કાર્યોમાં એ હદ સુધી સામેલ હોય છે કે અન્ય જવાબદારીઓ ઉપરાંત આ બાળકોની મદદથી બે પડોશી વિસ્તારોમાં સંવાદ સ્થાપિત કરવા જેવી જવાબદારીઓ પણ નિભાવે છે.

પણ રૂટીન (નક્કી કરેલી આદતો) નો સૌથી મહત્ત્વપૂર્ણ ફાયદો છે કે આ કોઈ સંસ્થાના

બે સંભવિત વિરોધી વિચારનારા સમૂહો કે વ્યક્તિઓની વચ્ચે પણ સર્વસંમતિ ઊભી કરવામાં કારગર હોય છે.

મોટાભાગના અર્થશાસ્ત્રી કંપનીઓને એવી શાંતિપૂર્ણ જગ્યાઓ માનીને બેસી જાય છે, જ્યાં દરેક કર્મચારીનો એક જ ઉદ્દેશ હોય છે – જેટલું બની શકે તેટલું વધારે ધન કમાવવું. નેલ્સન અને વિંટરે આ વાત તરફ ઈશારો કર્યો કે વાસ્તવિક દુનિયામાં આવું બિલકુલ નથી થતું. કંપનીઓ કોઈ સંયુક્ત પરિવાર નથી, જ્યાં દરેક વ્યક્તિ ખુશ હોય અને એક-બીજા સાથે સારો વ્યવહાર કરી રહ્યા હોય. હકીકત તો એ છે કે મોટાભાગની ઓફિસીઝમાં અધિકારીઓની વચ્ચે શક્તિ અને શ્રેય હાંસલ કરવા માટે સંઘર્ષ ચાલી રહ્યો હોય છે. આ સંઘર્ષ દબાયેલો-છુપાયેલો સંઘર્ષ હોય છે, જેમાં તેમને પ્રતિસ્પર્ધીનું પ્રદર્શન નબળું અને પોતાનું પ્રદર્શન શ્રેષ્ઠ દેખાય છે. અલગ-અલગ વિભાગ કંપનીના સંસાધનોને પ્રાપ્ત કરવા માટે એકબીજા સાથે સ્પર્ધા કરે છે અને સ્વયં પ્રતિષ્ઠા હાંસલ કરવા માટે બાકી વિભાગોને બરબાદ કરી નાખવા માટે ઉત્સુક રહે છે. મોટાભાગની સંસ્થાઓના બોસ પોતાના કર્મચારીઓને એક-બીજાના વિરોધી બનાવી દે છે જેથી કોઈ કર્મચારી તેમના કરતાં વધારે મહત્ત્વ પ્રાપ્ત ન કરી શકે.

કંપનીઓ પરિવારો જેવી નથી હોતી. તે ગૃહયુદ્ધના વાતાવરણમાં યુદ્ધના મેદાન જેવી હોય છે.

જો કે આ પરસ્પર વિનાશકારી યુદ્ધક્ષમતા રહિત હોવા છતાં મોટાભાગની કંપનીઓ વર્ષો સુધી એટલા માટે શાંતિથી કામ કરતી રહે છે કારણ કે તેમના કેટલાક રૂટીન હોય છે. આ રૂટીન બે વિરોધી સંઘોની વચ્ચે સર્વસંમતિ તો રચે જ છે, સાથે દરેક વ્યક્તિને પોતાની આંતરિક દુશ્મનાવટ ભૂલાવીને પ્રતિદિન કામ પૂરું કરવાની તક પણ આપે છે.

સંગઠનાત્મક આદતો એક બુનિયાદી વચન આપે છે કે જો તમે પહેલેથી સ્થાપિત પેટર્ન્સનું પાલન કરો છો અને આંતરિક મતભેદ છતાં શાંતિ જાળવી રાખો છો, તો આંતરિક પ્રતિદ્વંદિતાથી કંપની બરબાદ નહીં થાય, તેને લાભ થતો રહેશે, જેનો ફાયદો આખરે બધાને જ થશે. જેમ કે એક સેલ્સમેન જાણે છે કે જો તે પોતાના વિશેષ ગ્રાહકો પાસેથી મોટા ઓર્ડર્સ મેળવી, તેમને બદલામાં સારી એવી છૂટ અપાવી દે તો કંપની તેનું બોનસ વધારી દેશે. પણ સાથે તે એ પણ જાણે છે કે જો દરેક સેલ્સમેન ગ્રાહકોને સારી એવી છૂટ અપાવશે, તો કંપનીનું દેવાળું ફૂંકાઈ શકે છે અને પછી તેને પણ કોઈ બોનસ નહીં મળે. તેનાથી એક રૂટીન (નક્કી કરેલી આદતો) આગળ આવે છે કે કંપનીના બધા સેલ્સમેન દર વર્ષે જાન્યુઆરી મહિનામાં અંદર-અંદર મળીને એ નક્કી કરી લે છે કે તે પોતાના ગ્રાહકોને વધારેમાં વધારે કેટલી છૂટ આપશે. આ રીતે તે કંપનીનો લાભ સુનિશ્ચિત કરી લે છે, જેના કારણે વર્ષના અંતમાં કંપની એ બધાના વેતનમાં વધારો કરી દે છે.

હવે એક એવા યુવા અધિકારીનું ઉદાહરણ લઈએ, જે કંપનીના વાઈસ પ્રેસિડેન્ટ બનવાનો પ્રવાસ કરી રહ્યો છે. જો તે અધિકારી ઈચ્છે તો કંપનીના સૌથી મોટા અને મહત્ત્વપૂર્ણ

ગ્રાહકને એક ગુપ્ત ફોન કોલ કરી કંપનીના વેચાણને પ્રભાવિત કરી શકે છે અથવા પછી કોઈ સહકર્મીને નુકસાન પહોંચાડીને તેની પદોન્નતિ અટકાવી શકે છે. આવી કોઈપણ હરકત કરવામાં બસ એક જ સમસ્યા હોય છે કે તેનાથી ભલે તમારો થોડો-ઘણો ફાયદો થઈ જાય, પણ એનાથી કંપનીને માત્ર નુકસાન જ થાય છે. તેથી મોટાભાગની કંપનીઓમાં એક અલિખિત નિયમ લાગુ રહે છે કે તમારું મહત્ત્વાકાંક્ષી હોવું સારું છે પણ જો તમે પોતાની મહત્ત્વાકાંક્ષા પૂરી કરવાના ચક્કરમાં બીજાને નુકસાન કરો છો, તો થોડા જ સમયમાં તમારા સહકર્મી તમારી વિરુદ્ધ ઊભા થઈ જશે. જ્યારે તમે જો તમારા પ્રતિદ્વંદીને નીચો દેખાડવાને બદલે સ્વયં સારું પ્રદર્શન કરી પોતાના વિભાગનું પ્રદર્શન સારું બનાવો છો, તો ટૂંક સમયમાં જ તમે કંપનીની નજરમાં આવી જશો અને આનાથી તમને લાભ થશે.

રૂટીન (નિયમિત આદતો) થી આંતરિક મતભેદ હોવા છતાં શાંતિ જળવાઈ રહે છે, જેનાથી કામ કરવાનું સરળ થઈ જાય છે.

રૂટીન (નક્કી કરેલી આદતો) અને આંતરિક મતભેદ છતાં શાંતિ જાળવી રાખવાથી વાસ્તવમાં એક અડધી-અધૂરી ન્યાયપૂર્ણ સ્થિતિ બને છે. તેના કારણે જ નેલ્સન અને વિંટરે લખ્યું હતું કે 'કંપનીઓની અંદર થનારી પ્રતિદ્વંદિતા અને મતભેદોમાં કોઈ નવાપણું નથી હોતું અને તે હંમેશા કંપનીના રૂટીન(નક્કી કરેલી આદતો) ના દાયરામાં જ સીમિત રહે છે. પ્રતિદ્વંદિતા અને મતભેદો છતાં કંપનીમાં જેટલું કામ થવું જોઈએ, એટલું કામ થાય છે. તેની સાથે જ કર્મચારી એક-બીજાની પ્રશંસા પણ કરતા હોય છે....કારણ કે કોઈપણ કર્મચારી પોતાના પ્રતિદ્વંદીને નુકસાન પહોંચાડવા માટે કંપનીને નુકસાન પહોંચાડવા નથી ઈચ્છતો.'

સામાન્ય રીતે કંપનીઓમાં રૂટીન (નક્કી કરેલી આદતો) ચાલતું રહે છે અને આંતરિક મતભેદો હોવા છતાં શાંતિપૂર્ણ સ્થિતિઓ જળવાઈ રહે છે. આંતરિક પ્રતિદ્વંદિતા હોય છે, પણ સંગઠનાત્મક આદતોના કારણે આ પ્રતિદ્વંદિતા પણ એક દાયરા સુધી જ સીમિત રહે છે અને આ રીતે વ્યાપાર ચાલતો રહે છે અને કંપની ફૂલતી-ફાલતી રહે છે.

જો કે ક્યારેક-ક્યારેક આંતરિક મતભેદ છતાં શાંતિપૂર્ણ સ્થિતિઓ ટકાવી રાખો એટલું જ પૂરતું નથી હોતું. જેમ કે રોડ આઈલેન્ડ હોસ્પિટલની ઘટનાથી જાણવા મળે છે કે અસ્થિર શાંતિ પણ ક્યારેક-ક્યારેક ગૃહયુદ્ધ જેટલી વિનાશકારી સાબિત થઈ શકે છે.

★★★

શક્ય છે કે જે દિવસે તમે તમારી ઓફિસમાં પહેલી વાર પગ મૂક્યો હોય, એ દિવસે તમને એક હેન્ડબુક મળી હોય, જે હવે કદાચ ઓફિસના જ કોઈ કબાટમાં પડી ધૂળ ખાઈ રહી હોય. આ પ્રકારની હેન્ડબુકમાં ખર્ચાના ફોર્મ, રજા લેવા અંગેના નિયમ, વીમાના વિકલ્પ અને કંપનીની સંગઠનાત્મક સૂચિઓ વગેરેનો ઉલ્લેખ હોય છે. તેની સાથે જ તેમાં સ્વાસ્થ્ય રક્ષા યોજના સંબંધિત રંગીન ગ્રાફ, જરૂરી ફોન નંબર, ઓફિસનો પોતાનો ઈ-મેઈલ ઉપયોગ કરવા અંગેની જાણકારી અને કંપની દ્વારા પ્રાયોજિત સેવાનિવૃત્તિ યોજના 401(કે) માં નામાંકન કરવાની રીત પણ લખેલી હોય છે.

હવે કલ્પના કરો કે જો તમારો કોઈ નવો સહકર્મી કંપનીમાં સફળતા પ્રાપ્ત કરવા વિશે તમારી પાસે સલાહ માંગે, તો તમે તેને શું કહેશો. તમે તેને જે પણ સલાહ આપો, પણ તમારી સલાહમાં કંઈ એવું નહીં હોય, જે એ હેન્ડબુકમાં જણાવવામાં આવ્યું હોય. બલકે તમે તો તેને કંઈક આ પ્રકારની વાતો જણાવશો કે કંપનીમાં કોણ ભરોસાને લાયક છે, ક્યા વિભાગોના સચિવનું પોતાના બોસ કરતાં પણ વધારે ચાલે છે, કંપનીની નોકરશાહીમાં પોતાનું કામ કેવી રીતે કઢાવવું જોઈએ વગેરે. તેની સાથે જ તમે તેની સામે પોતાની એ આદતોનો પણ ઉલ્લેખ કરશો, જેની મદદથી તમે રોજનું પોતાનું કામ સારી રીતે કરવાનો પ્રયત્ન કરો છો. તમે તમારી કામ અંગેની આદતો ઉપરાંત તેની સામે કંપનીની અંદર રહેલું અનૌપચારિક પાવર સ્ટ્રક્ચર (શક્તિશાળી લોકોના આંતરિક ગઠબંધન), અધિકારીઓના આંતરિક સંબંધો, ગઠબંધન અને તેમની વચ્ચે થનારા સંઘર્ષોનું રેખાચિત્ર પણ આપી શકો છો. તેની સાથે જ તમે તમારા નવા સહકર્મીને એ જણાવી શકો કે આ બધા પાસાઓ પર અન્ય સહકર્મી શું વિચારે છે, તો તમે તેને એ સમજાવવામાં સફળ થઈ શકો છો કે કંપનીની અંદર રહેલી સિક્રેટ હાયરેકી (ગુપ્ત પદક્રમ) કેવી છે. આ જાણકારી કંપનીમાં પોતાનું કામ કઢાવવામાં તેને મદદ કરશે અને સાથે જ બીજા કરતાં આગળ નીકળી જવાનો રસ્તો પણ દેખાડશે.

નેલ્સન અને વિંટર દ્વારા ઉલ્લેખિત રૂટીન (નક્કી કરેલી આદતો) અને આંતરિક

શાંતિ જાળવી રાખવા માટે કરવામાં આવેલી સમજૂતીઓ કોઈપણ વ્યવસાય માટે ખૂબ મહત્ત્વપૂર્ણ છે. નેધરલેન્ડની યુટ્રેક્ટ યુનિવર્સિટીમાં થયેલા એક અભ્યાસમાં ફેશનની દુનિયામાં રહેલી રૂટીન આદતો પર ધ્યાન આપવામાં આવ્યું. કોઈપણ ફેશન ડિઝાઈનરને આ વ્યવસાયમાં ટકી રહેવા માટે એક બુનિયાદી કલાની જરૂર પડે છે. તેમાં પહેલું હુનર છે, રચનાત્મકતા અને ઊંચા દરજ્જાના વસ્ત્ર બનાવવાની કલા. પણ આ વ્યવસાયમાં સફળ થવા માટે માત્ર આટલું જ પૂરતું નથી. એક ડિઝાઈનરના રૂટીન્સથી જ નક્કી થાય છે કે તે સફળ થશે કે નિષ્ફળ જશે. આ રૂટીન્સમાં ઘણી બાબતો સામેલ છે, જેમ કે જથ્થાબંધ વિક્રેતા(wholesaler) નો માલ ખલાસ થઈ જાય તે પહેલાં જ તેની પાસેથી ઈટાલિયન બ્રોડક્લોથ(કપડાંના તાકા) મેળવવા, બટન અને ઝિપર(કપડાંમાં લગાવવામાં આવતી ચેઈન) ટાંકવા માટે સૌથી હોંશિયાર દરજી શોધવો અને મહત્ત્વના સ્ટોર્સમાં પોતાના ડિઝાઈન કરેલા કપડાંને ઝડપથી પહોંચાડવા વગેરે. ફેશનનો વ્યવસાય એટલો જટિલ છે કે આ બધા કાર્યોને સર્વશ્રેષ્ઠ રીતે કરનારી કારગર પ્રક્રિયાઓ વિના, આ ક્ષેત્રમાં ઉતરનારી કોઈપણ નવી કંપની પોતાનું કામ સારી રીતે કરી શકતી નથી. ફેશનના ક્ષેત્રમાં જેવું કોઈ કંપનીનું કામ બગડવાનું શરૂ થાય છે, પછી તેને ડૂબવામાં વધારે સમય નથી લાગતો. કારણ કે પછી કંપનીનું સંચાલન સુનિશ્ચિત કરવાની ગરબડમાં તેની રચનાત્મકતા પ્રભાવિત થવા માંડે છે.

કેવા પ્રકારના ફેશન ડિઝાઈનરોમાં સૌથી યોગ્ય આદતો હોવાની સૌથી વધારે સંભાવના હોય છે? તેનો જવાબ છે કે આ સંભાવના એ ફેશન ડિઝાઈનરોમાં સૌથી વધારે હોય છે જેમણે પોતાના કામમાં આવનારા લોકોની સાથે સૌથી કારગર સંબંધ જાળવી રાખ્યા હોય. તેની સાથે જ જેના સહાયકો અને કર્મચારીઓએ કાર્યક્ષેત્રમાં શાંતિ જાળવી રાખવા માટે અંદરોઅંદર કારગર સમજૂતીઓ કરી હોય. કાર્યક્ષેત્રમાં શાંતિ જાળવી રાખવા માટે કરવામાં આવેલી સમજૂતીઓ ખૂબ મહત્ત્વપૂર્ણ હોય છે. સામાન્ય રીતે આવી સમજૂતીઓને કારણે જ બજારમાં ઉતરનારા નવા ફેશન લેબલ કે બ્રાંડને સફળતા ત્યારે મળે છે, જ્યારે તેમનું નેતૃત્વ કરનારાઓએ પોતાની પાછલી ફેશ કંપનીઓને છોડવા છતાં તેમની સાથે સારા સંબંધો જાળવી રાખ્યા હોય.

ભલે કેટલાક લોકોને એવું લાગે કે નેલ્સન અને વિંટરે તો બસ કેટલાક નીરસ આર્થિક સિદ્ધાંતો વિશે એક પુસ્તક લખ્યું છે. પણ હકીકત તો એ છે કે તેમણે આખરે જે પુસ્તક લખ્યું, તે અમેરિકાની કોર્પોરેટ દુનિયામાં પોતાનું અસ્તિત્વ બચાવી રાખવાની માર્ગદર્શિકા સાબિત થઈ.

આ ઉપરાંત નેલ્સન અને વિંટરના સિદ્ધાંત એ પણ જણાવે છે કે રોડ આઈલેન્ડ હોસ્પિટલમાં આટલી ગંભીર સ્થિતિ કેમ ઊભી થઈ. વાસ્તવમાં હોસ્પિટલના રૂટીન (નક્કી કરેલી આદતો) એવા હતા, જેનાથી નર્સો અને ડોકટરો માટે એક અસહજ શાંતિની સ્થિતિનું

નિર્માણ થઈ ગયું. ઉદાહરણ તરીકે, સફેદ રંગના તે બોર્ડ, જેમાં નર્સોએ ડૉક્ટરોને નામ અલગ-અલગ રંગોમાં લખી રાખ્યા હતા અને તે ચેતવણીઓ જે નર્સો એક-બીજાને ગુપ્ત રીતે આપતી રહેતી હતી. આ બધી એવી આદતો હતી, જેના દ્વારા કાર્યક્ષેત્રમાં શાંતિ જાળવી રાખવા માટે કેટલીક બુનિયાદી સમજૂતીઓ બનાવવામાં આવી. આ નાજુક સમજૂતીઓએ સુનિશ્ચિત કર્યું કે મોટાભાગનો સમય હોસ્પિટલનું કામ કોઈ અંતરાય વિના ચાલતું રહે. પણ વાસ્તવમાં કાર્યક્ષેત્રમાં શાંતિ જાળવી રાખવા માટે થયેલી સમજૂતીઓ ત્યારે જ કારગર સાબિત થાય છે, જ્યારે તે વાસ્તવમાં ન્યાયપૂર્ણ હોય. જો આવી કોઈપણ સમજૂતી અસંતુલિત છે – જેમ કે અંદરોઅંદર વાસ્તવિક શાંતિની જગ્યાએ આંતરિક ચૂપકીદી હોવી, જે વાસ્તવમાં નકલી શાંતિ છે – તો ત્યાંના રૂટીન(નક્કી કરેલી આદતો) હંમેશા એ જ સમયે નિષ્ફળ સાબિત થાય છે, જ્યારે તેની સૌથી વધારે જરૂર હોય છે.

રોડ આઈલેન્ડ હોસ્પિટલમાં મહત્ત્વપૂર્ણ મુદ્દો એ હતો કે માત્ર નર્સો જ કાર્યક્ષેત્રમાં શાંતિ જાળવી રાખવા માટે સમજૂતીના પ્રયત્ન કરી રહી હતી. તે નર્સો જ હતી, જે દર્દીઓને દવા આપતા પહેલાં ઓછામાં ઓછી બે વાર તેની તપાસ કરી રહી હતી અને પોતાની તરફથી વધારાના પ્રયત્ન કરી દર્દીના ચાર્ટમાં દરેક બાબતનો સ્પષ્ટ રીતે ઉલ્લેખ કરતી હતી. ઉપરથી આ જ નર્સોને તણાવગ્રસ્ત ડૉક્ટરો અને સર્જનોનો દુર્વ્યવહાર સહન કરવો પડતો હતો. આ જ નર્સો મળીને સારા સ્વભાવવાળા સર્જનોને ખરાબ વ્યવહાર કરનારા સર્જનો કરતાં અલગ શ્રેણીબદ્ધ કરતી હતી. જેથી હોસ્પિટલનો આખો સ્ટાફ એ વાતને માટે જાગૃત રહે કે ક્યો સર્જન ઓપરેશન થિયેટરની અંદર તમારા સૂચન સાંભળશે અને ક્યો સર્જન તમારું મોં ખૂલતા જ વરસી પડશે. મોટાભાગના ડૉક્ટર તો નર્સોનું નામ જાણવામાં પણ રસ ધરાવતા નહોતા. હોસ્પિટલની એક નર્સ જણાવે છે કે 'ત્યાં હંમેશા ડૉક્ટર જ પ્રભારી હતા, બધું નિયંત્રણ તેમની પાસે જ રહેતું હતું. જ્યારે અમે નબળા હતા અને પોતાના મોં પર તાળું વાસી બસ ગમે તે રીતે પોતાનું અસ્તિત્વ બચાવવા માટે સંઘર્ષ કરી રહ્યા હતા.'

રોડ આઈલેન્ડ હોસ્પિટલમાં શાંતિ જાળવી રાખવા માટે થયેલી સમજૂતીઓ એકતરફી હતી. તેથી જ્યારે પણ કોઈ મહત્ત્વની ક્ષણે, જેમ કે ઓપરેશન થિયેટરમાં દર્દીને સર્જરીનો પહેલો ચીરો લગાવતી વખતે કોઈ નર્સના ટોકવા કે કંઈક યાદ કરાવવાથી, ડૉક્ટરના એ રૂટીન બગડી જતા, જે દુર્ઘટનાઓને રોકી શકતા હતા. એવી સ્થિતિમાં જ કોઈ 86 વર્ષીય વૃદ્ધના માથાના બીજા ભાગનું ઓપરેશન થઈ જવા જેવી ભૂલો થતી હતી.

આ અંગે એક સૂચન એ પણ થઈ શકે કે કાર્યક્ષેત્રમાં શાંતિ જાળવી રાખવા માટે થયેલી સમજૂતીઓ ન્યાયસંગત હોવી જોઈએ. એટલે કે જો હોસ્પિટલ પ્રશાસન એ સ્પષ્ટ કરી દે કે કયા પ્રસંગે નેતૃત્વ કરવાનો અધિકાર કોની પાસે હશે, તો હોસ્પિટલના સ્ટાફ વચ્ચે શક્તિનું સંતુલન સ્થાપિત થઈ જશે. જેનાથી ડૉક્ટર અને નર્સ એક-બીજાનું સન્માન કરવા માટે મજબૂર થઈ જશે.

આ એક સારી શરૂઆત હોઈ શકે છે પણ કમનસીબે માત્ર એટલું જ પૂરતું નથી. એક સફળ સંસ્થા ચલાવવાનો અર્થ માત્ર શક્તિની સંતુલિત વહેંચણી કરવી એટલું જ નથી. એક સંસ્થાને સફળતાપૂર્વક સંચાલિત કરવા માટે એ જરૂરી છે કે તેના લીડર્સ પોતાની અંદર એવી આદતો વિકસિત કરે, જેનાથી સંસ્થાની અંદર એક સાચી અને સંતુલિત શાંતિ સ્થાપિત થઈ શકે. તેની સાથે જ વિરોધાભાસી રીતે એ પણ પૂર્ણપણે સ્પષ્ટ થઈ જાય કે નેતૃત્વ કરવાનો અધિકાર કોની પાસે છે.

3

43 વર્ષીય ફિલિપ બ્રિકેલ લંડનની ભૂમિગત પરિવહન સેવા (લંડન અંડરગ્રાઉન્ડ) ના કર્મચારી હતા. નવેમ્બર 1987ની એક સાંજે તે કિંગ્સ ક્રોસ સબવે સ્ટેશનના ગુફા જેવા મુખ્ય હોલની અંદર કામમાં વ્યસ્ત હતા. એક યાત્રી, જે પોતાના માટે ટિકિટ ખરીદવા આવી હતી, તેણે ફિલિપને જણાવ્યું કે તેણે પાસે જ આવેલા એક એસ્કેલેટર (સ્વચાલિત સીડીઓ) ના નીચલા ભાગમાં એક બળતો રૂમાલ જોયો છે.

કિંગ્સ ક્રોસ લંડનનું સૌથી મોટું, સૌથી શ્રેષ્ઠ અને સૌથી વ્યસ્ત સબવે સ્ટેશન છે. તે ઘણાબધાં એસ્કેલેટરો(સ્વચાલિત સીડીઓ), ગલીઓ અને સુરંગોની ભૂલભૂલામણી જેવું છે. તેમાંથી કેટલીક ગલીઓ અને સુરંગો તો 100 વર્ષ કરતાં પણ વધારે જૂની છે. આ સ્ટેશનના એસ્કેલેટર(સ્વચાલિત સીડીઓ) પોતાના વિશાળ કદ માટે જ નહીં પણ તે વર્ષો જૂની છે એટલે પણ જાણીતી છે. તેમાંથી ઘણી એસ્કેલેટર લાકડાના પટ્ટા અને રબરના હેન્ડલોથી બનાવવામાં આવી છે. દાયકાઓ પહેલાં પણ લંડનમાં એસ્કેલેટર આ જ વસ્તુઓમાંથી બનાવવામાં આવતી હતી. તેમાંથી કેટલાક એસ્કેલેટર જમીનથી પાંચ માળ અંદર સુધી જાય છે. કિંગ્સ ક્રોસની છ અલગ-અલગ રેલ લાઈનો પરથી રોજના લગભગ અઢી લાખ યાત્રી પસાર થાય છે. સાંજે જ્યારે સ્ટેશન પર સૌથી વધારે ભીડભાડ હોય છે, તે સમયે અહીં ટિકિટ હોલમાં એટલા લોકો હોય છે કે તેમને સંભાળવા પણ મુશ્કેલ થઈ જાય છે. સ્ટેશનની છત એટલી વાર રંગી નાખવામાં આવી છે કે તેનો મૂળ રંગ હવે કોઈને યાદ નથી. આ જ છતની નીચે સેંકડો યાત્રી દરેક સાંજે ટિકિટ લેવા માટે જેદોજહાદમાં લાગેલા હોય છે.

ફિલિપ બ્રિકેલને એ યાત્રીએ જણાવ્યું કે બળતો રૂમાલ જે એસ્કેલેટરની નીચેના ભાગમાં પડ્યો છે, તે સ્ટેશનનું સૌથી મોટું એસ્કેલેટર છે, જે પિકાડિલી લાઈન તરફ બનેલું છે. આ જાણકારી મળતાં જ બ્રિકેલ તરત જ પોતાની સીટ પરથી ઊભા થયા અને એ જ એસ્કેલેટરથી નીચે ઉતરીને બળતા રૂમાલની પાસે પહોંચી ગયા. પછી તેમણે એક સામાયિક લીધું અને તેને ગોળ-ગોળ વાળીને તેનાથી રૂમાલની આગને હોલવી નાખી. એ પછી તે પોતાની સીટ પર પાછા ફર્યા.

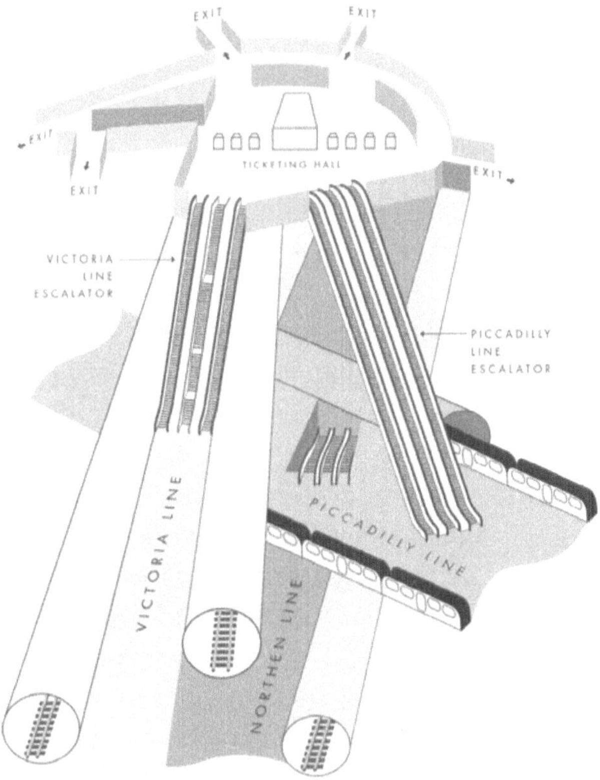

બ્રિકેલે તેનાથી આગળ કોઈ તપાસ કરી નહીં. તેમણે એ તપાસ કરવાનો પણ પ્રયત્ન કર્યો નહીં કે બળતો રૂમાલ ત્યાં ક્યાંથી આવ્યો. તેમણે કોઈ સહકર્મીને પણ એના વિશે જણાવ્યું નહીં અને અગ્નિશમન વિભાગને પણ તેની સૂચના આપી નહીં. આ પ્રકારની સમસ્યાઓ ઉકેલવા માટે એક અલગ વિભાગ હતો. બ્રિકેલ સારી રીતે જાણતા હતા કે આગ હોલવવી એ તેમનું કામ નહોતું અને જો તેમણે આના પર વધારે ભાર મૂક્યો હોત તો તેને બીજાના કાર્યક્ષેત્રમાં દખલ આપવા તરીકે પણ જોઈ શકાય તેમ છે. જો તેમણે એ તપાસ કરી લીધી હોત કે બળતો રૂમાલ સ્ટેશનની અંદર કેવી રીતે ત્યાં આવ્યો, તો પણ એ જાણતા નહોતા કે આ સૂચનાનું તેમણે શું કરવું જોઈએ. લંડન અન્ડરગ્રાઉન્ડના સ્ટેશનોમાં કોઈપણ વિભાગને કોઈ જાણકારી પહોંચાડવી એક મુશ્કેલ કાર્ય હતું. કારણ કે જ્યાં સુધી તમે પોતાના વરિષ્ઠ અધિકારી પાસેથી સીધી પરવાનગી ન લીધી હોય, ત્યાં સુધી તમે કશું જ કરી શકતા નથી. લંડન અન્ડરગ્રાઉન્ડ રૂટીન(નક્કી કરેલી આદતો) દરેક કર્મચારી જાણતા હતા. જે અનુસાર તમે કોઈપણ સ્થિતિમાં એક સ્ટેશનની અંદર ઊંચા અવાજે આ વાતની જાહેરાત કરી શકતા નથી કે સ્ટેશનની અંદર ક્યાંક આગ લાગેલી છે કારણ કે આનાથી યાત્રીઓમાં

અફડા-તફડી મચી જવાનું જોખમ હતું.

લંડન અન્ડરગ્રાઉન્ડને એક એવી સૈદ્ધાંતિક નિયમ-પુસ્તિકાની મદદથી સંચાલિત કરવામાં આવતું હતું, જેને ક્યારેય કોઈએ જોઈ કે વાંચી નહોતી. વાસ્તવિકતા એ હતી કે આવી કોઈ સૈદ્ધાંતિક નિયમ-પુસ્તિકા હતી જ નહીં. બસ કેટલાક વણલખ્યા નિયમ હતા અને દરેક કર્મચારીની જિંદગી એ જ નિયમોના આધારે ચાલતી હતી. છેલ્લા કેટલાય દાયકાઓથી લંડન અન્ડરગ્રાઉન્ડને ચાર અલગ-અલગ શક્તિ-કેન્દ્ર ચલાવી રહ્યા હતા, ચીફ ઑફ સિવિલ, સિગ્નલ, ઈલેકટ્રિકલ અને મિકેનિકલ એન્જિનિયરીંગ. આ ચારેય વિભાગોમાં એવા બોસ અને અધિકારી પદસ્થ હતા, જે ઈર્ષાપૂર્ણ રીતે પોતાની શક્તિ અને પ્રભુત્વને બચાવવામાં રોકાયેલા રહેતા હતા. બધી જ અન્ડરગ્રાઉન્ડ ટ્રેનો સમયસર એટલા માટે દોડી શકતી હતી કારણ કે લંડન અન્ડરગ્રાઉન્ડના નેવું હજાર કર્મચારીઓ એક એવી નાજુક વ્યવસ્થાને સહકાર આપી રહ્યા હતા, જે બધા યાત્રીઓ અને ટ્રેનોને આખો દિવસ માત્ર કેટલાક ડઝન લોકોના ભરોસે લાવવા-લઈ જવાનું કામ કરી રહી હતી. પણ વ્યવસ્થાની સાથે આ રીતે સહકાર આપવો ચારેય વિભાગો અને તેમના પ્રભારીઓની વચ્ચે શક્તિના સંતુલન પર નિર્ભર હતું. તે પોતે એવી હજારો આદતો પર નિર્ભર હતા, જેના પર તેમના કર્મચારી પણ દૃઢ હતા. આ શક્તિ-કેન્દ્રો અને તેમના અધિકારીઓની વચ્ચે કાર્યક્ષેત્રમાં શાંતિ ટકાવી રાખનારી સમજૂતીઓ શક્ય બની. આ સમજૂતીઓથી જ એવી નીતિઓ ઘડાઈ, જે વાસ્તવમાં બ્રિકેલને એ નિર્દેશ આપી રહી હતી કે આગ બુઝાવવાનું કામ તારું નથી. પોતાની મર્યાદાની બહાર જઈને બીજાના કામમાં દખલ ન કરશો.

આ ઘટનાની તપાસ કરનારા એક તપાસકર્તા અધિકારીએ પછીથી કહ્યું, 'એવું નથી કે આ નીતિઓને કારણે માત્ર બ્રિકેલના સ્તરના કર્મચારી જ પોતાને કોઈ નવું પગલું ઉઠાવવાથી રોકતા હોય. સૌથી ઉચ્ચ સ્તર પર કાર્યરત સંસ્થાનો કોઈ નિર્દેશક પણ કદાચ પોતાની મર્યાદામાંથી નીકળી કોઈ એવી જવાબદારી ઉઠાવે, જે કોઈ અન્ય નિર્દેશકના કાર્યક્ષેત્ર સાથે જોડાયેલી હોય. તેથી એન્જિનિયરીંગ નિર્દેશકે આ વિશે વિચાર પણ ન કર્યો કે સંચાલક સ્ટાફ આગથી બચાવ અને કટોકટીના સમયે યાત્રીઓને ત્યાંથી ખસેડીને કોઈ સુરક્ષિત સ્થાને લઈ જવાની પ્રક્રિયા જેવી બાબતોમાં શિક્ષિત છે કે નહીં. કારણ કે તેમનું માનવું હતું કે આ જવાબદારી સંચાલન નિર્દેશાલયની છે.'

કદાચ આ જ કારણે બ્રિકેલે બળતા રૂમાલ વિશે કોઈને કશું જ જણાવ્યું નહીં. કોઈ બીજી પરિસ્થિતિ હોત તો કદાચ આ આટલું મહત્ત્વપૂર્ણ ન હોત. પણ આ બાબતમાં બળતો રૂમાલ એ વાસ્તવમાં એક ચેતવણી હતી. કારણ કે ઈંધણના ભંડાર ક્ષેત્રમાંથી, જે સરળતાથી દેખાતું પણ નહોતું, થોડુંક ઈંધણ બહાર નીકળી ગયું હતું, જેના કારણે એ રૂમાલે આગ પકડી લીધી હતી. આનાથી જાણવા મળે છે કે કાર્યક્ષેત્રમાં શાંતિ ટકાવી રાખનારી સમજૂતીઓ ભલે ગમે તેટલી સંતુલિત હોય, પણ જો આ સમજૂતીઓ બધા પાસાઓને ધ્યાનમાં રાખીને

કરવામાં ન આવી હોય, તો આ જોખમકારક સાબિત થઈ શકે છે.

બ્રિકેલ પોતાની સીટ પર પાછા ફર્યા પછી લગભગ પંદરેક મિનિટ પછી એક અન્ય યાત્રી જ્યારે પિકાડેલી લાઈનવાળા એ એસ્કેલેટર પર ચઢ્યો તો તેનું ધ્યાન ગયું કે એસ્કેલેટરના નીચેના ભાગમાંથી ધુમાડો નીકળી રહ્યો છે. તેણે તરત એક કર્મચારીને એની સૂચના આપી. આખરે કિંગ્સ ક્રોસ સ્ટેશનના સુરક્ષા-અધિકારી ક્રિસ્ટોફર હાયેસ તપાસ કરવા નીકળ્યા. એક અન્ય યાત્રીએ જેવો એસ્કેલેટરની નીચે ધુમાડો જોયો, તો તેણે તરત ઈમરજન્સી બટન દબાવ્યું અને અન્ય યાત્રીઓની તરફ જોઈને બૂમો પાડવાનું શરૂ કર્યું કે બધાએ પોતાનો જીવ બચાવવા માટે તરત જ સ્ટેશનમાંથી બહાર નીકળી જવું જોઈએ. એક પોલીસવાળાનું ધ્યાન ગયું કે એસ્કેલેટરની સુરંગમાંથી ધુમાડો નીકળે છે. જ્યારે તેણે નજીક જઈને જોયું તો ત્યાંથી આગની જ્વાળાઓ નીકળીને એસ્કેલેટર સુધી આવી રહી હતી.

તેમ છતાં સુરક્ષા-અધિકારી ક્રિસ્ટોફર હાયેસે લંડન શહેરના અગ્નિશમન વિભાગને જાણ કરી નહીં. તેની નજર આગની જ્વાળાઓ સુધી પહોંચી નહોતી અને લંડન અન્ડરગ્રાઉન્ડનો એક બીજો વણલખ્યો નિયમ એ હતો તે જ્યાં સુધી બહુ જરૂરી ન હોય, ત્યાં સુધી અગ્નિશમન વિભાગનો સંપર્ક કરવો જોઈએ નહીં. જો કે જે પોલીસવાળાએ ધુમાડો જોયો હતો, તેણે સ્થિતિની ગંભીરતા સમજી તરત જ મુખ્યાલય સાથે સંપર્ક કરવાનો પ્રયત્ન કર્યો. પણ ભૂમિગત હોવાને કારણે તેના રેડિયોને સિગ્નલ મળતા નહોતા. તે રેડિયો લઈને તરત એક લાંબી સીડી ચડતો બહાર ગયો અને પોતાના અધિકારીઓને આ ઘટનાની જાણકારી આપી. બ્રિકેલને બળતા રૂમાલની સૂચના મળ્યાના 20 મિનિટ પછી સાંજના 7.36 વાગ્યે અગ્નિશમન વિભાગ પાસે એક કોલ આવ્યો, જેમાં જણાવવામાં આવ્યું કે 'કિંગ્સ ક્રોસના એક નાનકડા ભાગમાં આગની જ્વાળાઓ દેખાઈ છે.' જ્યારે તે પોલીસવાળો સ્ટેશનની બહાર ઊભો રહી રેડિયો પર પોતાના અધિકારીઓ સાથે વાત કરી રહ્યો હતો, એ જ સમયે સ્ટેશનમાંથી યાત્રીઓની ભીડનો એક રેલો સ્ટેશનની અંદર સુરંગ તરફ જઈ રહ્યો હતો. આ બધા યાત્રી પછીની ટ્રેન પકડવાની ઉતાવળમાં હતા જેથી ઝડપથી ઘરે પહોંચીને પોતાના પરિવારની સાથે સમય વિતાવી શકે.

થોડીક જ મિનિટોમાં તેમાંથી ઘણા યાત્રીઓના મૃત્યુની સંભાવના હતી.

7 વાગીને 36 મિનિટે એક અન્ડરગ્રાઉન્ડ વર્કરે પિકાડેલી લાઈનના એ એસ્કેલેટરની તરફ યાત્રીઓનો પ્રવેશ બંધ કરાવી દીધો. એક અન્ય કર્મચારીએ યાત્રીઓને બીજી સીડીઓ તરફ મોકલવાનું શરૂ કરી દીધું. સ્ટેશન પર થોડીક મિનિટોના અંતરે ઘણી ટ્રેનો આવીને થંભી રહી હતી. જે પ્લેટફોર્મ પર યાત્રીઓ ઉતરી રહ્યા હતા, ત્યાં ભારે ભીડ હતી. એક સાંકડી સીડીની પાસે એટલી વધારે ભીડ જમા થઈ ગઈ હતી કે યાત્રીઓનું નીકળવું મુશ્કેલ થવા માંડ્યું.

સુરક્ષા-અધિકારી હાયેસ એક ગલીમાં ગયા, જે પિકાડેલી એસ્કેલેટરના મશીન-રૂમ

તરફ જતી હતી. ત્યાં ઘણું જ અંધારું હતું. એ જ મશીન-રૂમમાં એસ્કેલેટરમાં આગ લાગવાની સ્થિતિમાં પાણીનો છંટકાવ શરૂ કરનારા કંટ્રોલર લાગેલા હતા. વર્ષો પહેલાં જ્યારે એક અન્ય સ્ટેશન પર આગ લાગી હતી, એ પછી એવા ઘણા રિપોર્ટ્સ આવ્યા, જેમાં સ્ટેશનોમાં અચાનક આગ લાગવાના જોખમ ગણાવવામાં આવ્યા હતા. એ પછી સુરક્ષાના મુદ્દાને ધ્યાનમાં રાખીને આ કંટ્રોલર કિંગ્સ ક્રોસ સ્ટેશનમાં પણ લગાવવામાં આવ્યા હતા. લગભગ બે ડઝન કરતાં પણ વધારે અભ્યાસોથી એ વાત પહેલાં જ સ્પષ્ટ થઈ ચૂકી હતી કે લંડન અન્ડરગ્રાઉન્ડ અચાનક આગ લાગવાની પરિસ્થિતિનો સામનો કરવા માટે તૈયાર નથી. આ અભ્યાસોથી એ પણ જાણવા મળ્યું કે સ્ટાફને દરેક પ્લેટફૉર્મ પર લગાવવામાં આવેલા આગ બુઝાવનારા ઉપકરણોને ચલાવવાનું શિક્ષણ પણ આપવાની જરૂર છે. લગભગ બે વર્ષ પહેલાં લંડન અગ્નિશમન વિભાગના ડેપ્યુટી સહાયક-પ્રમુખે રેલવેના સંચાલન-નિર્દેશકને એક પત્ર લખ્યો હતો. આ પત્રમાં તેમણે સબવે કર્મચારીઓની સુરક્ષા-આદતોને લઈને ચેતવણી આપી હતી.

પોતાના આ પત્રમાં તેમણે લખ્યું હતું,'હું આ સમસ્યા વિશે ઘણો ચિંતિત છું. કર્મચારીઓને આ વાતના સ્પષ્ટ નિર્દેશ આપવા જોઈએ કે જો સ્ટેશનના કોઈપણ ભાગમાં આગ લાગવાની શંકા પણ જાય તો તરત જ અગ્નિશમન વિભાગને જાણ કરવી જરૂરી છે. આગ લાગવા જેવી દુર્ભાગ્યપૂર્ણ સ્થિતિમાં માસૂમ યાત્રીઓનો જીવ બચાવવાની આ જ એક રીત છે.'

સુરક્ષા-અધિકારી હાયેજે એ પત્ર ક્યારેય જોયો નહોતો કારણ કે તે સુરક્ષા-વિભાગના અલગ મંડલના કર્મચારી હતા. લંડન અન્ડરગ્રાઉન્ડે પણ ક્યારેય ડેપ્યુટી સહાયક-પ્રમુખની ચેતવણીને ધ્યાનમાં રાખીને પોતાની નીતિઓને પુનઃપરિભાષિત કરી નહોતી. કિંગ્સ ક્રોસ સ્ટેશન પર કામ કરનારા કોઈ કર્મચારી એ જાણતા નહોતા કે આગ પર કાબૂ મેળવવા માટે પાણીનો છંટકાવ શરૂ કરનારા કંટ્રોલરનો ઉપયોગ કેવી રીતે કરવામાં આવે છે. કોઈ કર્મચારી અગ્નિશામક યંત્રોનો ઉપયોગ કરવા માટે અધિકારક રીતે અધિકૃત પણ નહોતા કારણ કે તે યંત્ર અને કંટ્રોલર્સ કોઈ અન્ય વિભાગ હેઠળ આવતા હતા. હાયેજ પૂર્ણપણે તે ભૂલી ચૂક્યા હતા કે સ્ટેશનમાં આગ બુઝાવવા માટે પાણીનો છંટકાવ કરવાની સિસ્ટમ અને અગ્નિ-શામક યંત્ર લાગેલા છે. લંડન અન્ડરગ્રાઉન્ડના કાર્યક્ષેત્રમાં શાંતિ જાળવી રાખવા માટે જે વણલખી સમજૂતીઓ કરવામાં આવી હતી, તેનાથી દરેક કર્મચારીમાં પોતાના દાયરામાં સીમિત રહીને કામ કરવાની આદત વિકસિત થઈ ગઈ હતી. જેના કારણે પોતાના દાયરામાંથી બહાર જઈને કંઈક નવું શીખવાની તેમની બધી સંભાવનાઓ પૂરી થઈ ગઈ હતી. હાયેજ પાણીનો છંટકાવ કરનારા કંટ્રોલર પર નજર નાખ્યા વિના, તેની પાસેથી પસાર થઈ ગયા. તેમને યાદ પણ નહોતું કે આ કંટ્રોલર અહીં લગાવવામાં આવ્યા છે.

જ્યારે તે મશીન-રૂમમાં પહોંચ્યા, તો આગની જ્વાળાઓથી ઘણા દૂર હતા. જ્યારે આગ એ હદ સુધી ફેલાઈ ગઈ કે તેના પર કાબૂ મેળવવો એ અશક્ય બની ગયું હતું. તે

પાછા મુખ્ય હોલની તરફ દોડ્યા. ટિકિટ મશીનો પર યાત્રીઓની લાઈન લાગેલી હતી અને સેંકડો યાત્રી એ વિશાળ હોલમાં અહીંથી ત્યાં આવ-જા કરી રહ્યા હતા. કોઈને પ્લેટફોર્મ પર પહોંચવું હતું, તો કોઈ પોતાની યાત્રા પૂરી કરીને સ્ટેશનમાંથી બહાર નીકળી રહ્યું હતું. ત્યારે હાયેજની નજર એક પોલીસવાળા પર પડી.

'આપણે તરત બધી ટ્રેનોને અટકાવીને બધા યાત્રીઓને સ્ટેશનની બહાર કાઢવા પડશે, આગ બેકાબૂ થઈ રહી છે,' હાયેજ એ પોલીસવાળાને કહ્યું.

બળતા રૂમાલ વિશે જાણ થયાના લગભગ અડધા કલાક પછી સાંજે 7.42 વાગ્યે કિંગ્સ ક્રોસ સ્ટેશન પર પહેલો અગ્નિશમન કર્મચારી પહોંચ્યો. જેવો તે સ્ટેશનના ટિકિટિંગ હોલમાં પહોંચ્યો, તેણે સ્ટેશનના છત પર દેખાતા ઘાટા કાળા ધુમાડાને જોયો. આગ એસ્કેલેટરમાં લાગેલા રબરના હેન્ડલો સુધી પહોંચી ચૂકી હતી. જેમ-જેમ રબર બળવાની અસહનીય વાસ ફેલાવાની શરૂ થઈ, ટિકિટિંગ હોલમાં રહેલા યાત્રીઓને ખબર પડી ગઈ કે કોઈ મોટી ગરબડ થઈ ગઈ છે. જેવા અગ્નિશમન વિભાગના કર્મચારી ભીડને ચીરતા સ્ટેશનની અંદર ઘૂસ્યા, ત્યારે બધા યાત્રી સ્ટેશનમાંથી બહાર નીકળવા માટે દરવાજાઓ તરફ જવા માંડ્યા.

નીચે આગ ઝડપથી ફેલાતી જતી હતી. હવે આખું એસ્કેલેટર આગની ઝપટમાં આવી ચૂક્યું હતું. આ આગમાંથી ગરમ ગેસ નીકળી રહ્યો હતો, જે એસ્કેલેટરના બીજા છેડા પર જઈને સુરંગની એ છત સુધી પહોંચી રહી હતી, જેના પર પાછલા કેટલાય વર્ષોથી પેઈન્ટના લગભગ વીસેક સ્તર લાગી ચૂક્યા હતા. થોડા વર્ષ પહેલાં લંડન અન્ડરગ્રાઉન્ડના સંચાલન નિર્દેશકે સૂચન આપ્યું હતું કે આગ લાગવાની સ્થિતિમાં આ પેઈન્ટ જોખમી સાબિત થઈ શકે તેમ છે. તેમનું સૂચન હતું કે આનાથી બચવા માટે પેઈન્ટનો નવો થર લગાવતા પહેલાં જૂના થરને કાઢીને સાફ કરી નાખવો જોઈએ.

જો કે સ્ટેશન પર કેવો પેઈન્ટ હોવો જોઈએ, એ તેમના કાર્યક્ષેત્રમાં આવતું નહોતું. આ કામ તો સાર-સંભાળ વિભાગનું હતું, જેના પ્રમુખે તેમના સૂચન માટે તેમને ધન્યવાદ આપ્યા અને સાથે એ પણ જણાવી દીધું કે જો તે બીજા વિભાગોના કામમાં હસ્તક્ષેપ કરશે તો તેમના વિભાગના કામમાં પણ હસ્તક્ષેપ કરવામાં આવશે.

આ પછી તરત જ સંચાલન-નિર્દેશકે પોતાનું સૂચન પાછું ખેંચી લીધું.

જેવો ગરમ ગેસ એસ્કેલેટરના એક તરફની છતની આસપાસ જમા થયો, તો છત પર લાગેલા પેઈન્ટના વર્ષો જૂના થર તે ગરમીને અવશોષિત કરવા માંડ્યા. જ્યારે પણ કોઈ નવી ટ્રેન સ્ટેશન પર આવીને રોકાતી, ઓક્સિજનની એક નવી લહેર તેની સાથે અંદર આવી આગને હજુ વધારે હવા આપી દેતી.

સાંજે 7.43 વાગ્યે એક ટ્રેન સ્ટેશન પર જઈને અટકી અને તેમાંથી સેલ્સમેન માર્ક

સિલ્વર ઉતર્યા. તે તરત સમજી ગયા કે અહીં કંઈક ને કંઈક ગરબડ ચોક્કસ છે. સ્ટેશનની અંદરની હવામાં ભારેપણું હતું અને પ્લેટફોર્મ યાત્રીઓની ભીડથી ખચોખચ ભરેલું હતું. તે જ્યાં ઊભા હતા, આગનો ધુમાડો ત્યાં સુધી આવી ચૂક્યો હતો અને ધીરે-ધીરે ટ્રેનની ચારેય તરફ ફેલાવા માંડ્યો હતો. તે પાછા ટ્રેનની અંદર જવા માટે વળ્યા, પણ ત્યાં સુધીમાં તો તેના દરવાજા બંધ થઈ ગયા હતા. તેમણે મૂંઝાઈને ટ્રેનની બારીઓ પર મુક્કા મારવાનું શરૂ કરી દીધું જેથી કદાચ તેનાથી ગમે તે રીતે દરવાજા ખૂલી જાય, પણ રેલવેની નીતિ પ્રમાણે એકવાર દરવાજા બંધ થઈ ગયા પછી ફરીથી ત્યારે જ ખૂલે છે, જ્યારે ટ્રેન આગલા સ્ટેશન પર પહોંચી જાય છે. પ્લેટફોર્મ પર માર્ક સિલ્વર સહિત એવા ઘણા બધા યાત્રી હતા, જે પાછા ટ્રેનમાં જવા ઈચ્છતા હતા. તે ડ્રાઈવરને ચીસો પાડીને ફરીથી દરવાજો ખોલવા માટે કહી રહ્યા હતા. ત્યારે જ ટ્રેનના સિગ્નલની લીલી લાઈટ થઈ અને થોડીક જ ક્ષણોમાં ટ્રેન ત્યાંથી રવાના થઈ ગઈ. આ જોઈને એક મહિલા યાત્રી એટલી આવેશમાં આવી ગઈ કે ટ્રેનની પાછળ પાટા પર કૂદી પડી અને દોડીને ટ્રેનનો પીછો કરવા માંડી. તે ટ્રેનની તરફ જોઈને બૂમો પાડતી હતી, 'મને અહીં ના ઉતારશો. મને લઈ જાઓ.'

કોઈ બીજો માર્ગ ન દેખાતા માર્ક સિલ્વર પ્લેટફોર્મ પર નીકળ્યા અને એ પોલીસવાળા તરફ ચાલવા માંડ્યા, જે લોકોને પિકાડેલી લાઈનવાળા એસ્કેલેટરને બદલે બીજી તરફ જવાનો રસ્તો દેખાડી રહ્યો હતો. ત્યાં ગભરાયેલા યાત્રીઓની ભીડ ભેગી થઈ ગઈ હતી, જે ગમે તે રીતે ઉપર ચઢીને સ્ટેશનમાંથી બહાર નીકળી જવા ઈચ્છતી હતી. તે બધાને ધુમાડાની વાસ આવી રહી હતી. સ્ટેશનના એક ભાગમાં આગ લાગવાથી અને ભીડ વધારે હોવાને કારણે ત્યાંનું તાપમાન પણ ઘણું વધી ગયું હતું. આખરે માર્ક સિલ્વર એક અન્ય એસ્કેલેટરની નીચે પહોંચી ગયા, જેને પહેલા જ બંધ કરી દેવામાં આવી હતી. જેવા તે ટિકિટિંગ હોલની તરફ ગયા, તેમણે પોતાના પગ પર એટલી ગરમી અનુભવી કે તેમને લાગ્યું કે જાણે તેમના પગ બળી ગયા હોય. તેમણે ધ્યાન આપ્યું કે તે ગરમી વાસ્તવમાં એ પંદર ફૂટની દીવાલની હતી, જેની પાછળ પિકાડેલી લાઈનનું એસ્કેલેટર બળી રહ્યું હતું. તેમણે પછીથી જણાવ્યું કે, 'મેં ઉપરની તરફ નજર નાખી અને જોયું કે દીવાલ અને છત ખરાબ રીતે તપી રહ્યા હતા.'

સાંજે 7.45 વાગ્યે જેવી એક ટ્રેન સ્ટેશન પર થોભી, તેની સાથે આવેલી ઓક્સિજનની લહેરે એસ્કેલેટરની આગને વધારે ભડકાવી મૂકી. એસ્કેલેટરના ઉપરના છતની પાસે જામેલો ગરમ ગેસ નીચે બળતી આગ અને છતના તપતા પેઈન્ટને કારણે હજુ વધારે ગરમ થઈને દહન-તાપમાન સુધી પહોંચી ગઈ, જેને વિજ્ઞાનની ભાષામાં 'ફ્લેશઓવર પોઈન્ટ' કહેવાય છે. આ પછી એસ્કેલેટરનો એ દરેક ભાગ, જે કોઈ જ્વલનશીલ વસ્તુમાંથી નિર્મિત હતો, જેમ કે લાકડામાંથી બનેલી સીડીઓ અને તેના પર લાગેલો પેઈન્ટ વગેરે, તે બધું અચાનક એટલી ઝડપથી બળ્યું કે ત્યાં વિસ્ફોટ થઈ ગયો. આ વિસ્ફોટ દારૂગોળાથી થનારા એક મધ્યમ તીવ્રતાવાળા વિસ્ફોટ જેટલો હતો. વિસ્ફોટના કારણે આગ ઉપરની તરફ વધવા

માંડી, જેનાથી ત્યાંનું તાપમાન ખૂબ વધી ગયું. આગ વધતા-વધતા સુરંગમાંથી થઈ ટિકિટિંગ હોલ સુધી પહોંચી ચૂકી હતી. જેનાથી ત્યાંની બધી વસ્તુઓ, જેમ કે ધાતુના કમાડ અને જમીન પર જડેલી ટાઈલ્સ બળવા માંડ્યા. માત્ર અડધી જ સેકન્ડમાં હોલનું તાપમાન ભયંકર રીતે વધીને 150 ડિગ્રી સુધી પહોંચી ગયું. એ સમયે બાજુના એક એસ્કેલેટર પર સવાર એક પોલીસવાળાએ પછીથી જણાવ્યું કે, 'આગની જ્વાળાઓ ખૂબ ઝડપથી આગળ વધી અને પળભરમાં તે દરેક વસ્તુને પોતાની ઝપેટમાં લઈ લીધી, એ સમયે હોલમાં લગભગ પચાસ યાત્રી હાજર હતા.'

આની બરાબર ઉપર સ્ટેશનની બહાર આવેલા રસ્તા પરથી પસાર થઈ રહેલી એક વ્યક્તિએ જોયું કે સબવેના મુખ્ય દરવાજામાંથી આગની જ્વાળાઓ નીકળી રહી છે. તેનું ધ્યાન ગયું કે એક વ્યક્તિ ત્યાંથી ગમે તે રીતે બહાર નીકળવાનો પ્રયત્ન કરી રહી છે. તે એ વ્યક્તિની મદદ કરવા દોડી ગયો. 'મેં તેને ત્યાંથી કાઢવા માટે જેવી જમણી બાજુથી પકડી, મને એવું લાગ્યું કે જાણે મારો હાથ માત્ર તેને સ્પર્શવાથી જ બળી ગયો હોય. મેં અનુભવ્યું કે તેના હાથની ચામડીનો એક ભાગ ભારે ગરમીને કારણે મારા હાથમાં ચોંટી ગયો છે.' એક પોલીસવાળો, જે વિસ્ફોટના પહેલા ટિકિટિંગ હોલમાં ઘૂસ્યો હતો, તેણે પછી હોસ્પિટલમાં પોતાનો ઈલાજ કરાવતા જણાવ્યું, 'મેં જોયું કે હું અચાનક આગની જ્વાળાઓની ઝપટમાં આવી ગયો છું. હું ત્યાં જ ઢળી પડ્યો. મારા હાથ સળગવા માંડ્યા અને મને એવું લાગ્યું કે કદાચ મારો અંતિમ સમય આવી ગયો છે.'

તે એ શ્રેષ્ઠ લોકો પૈકીનો હતો, જે છેલ્લી ઘડીએ એ હોલમાંથી જીવ બચાવીને બહાર નીકળવામાં સફળ થઈ ગયા.

વિસ્ફોટની થોડીક જ ક્ષણો પછી અગ્નિશમનના ડઝનેક ટ્રક ત્યાં પહોંચી ગયા પણ અગ્નિશમનના નિયમો અનુસાર એવી સ્થિતિમાં પણ અગ્નિશમન કર્મચારી માત્ર પોતાના પાઈપ્સને રસ્તાના કિનારે આવેલા પોતાના વિભાગના નળોની સાથે જ જોડી શકતા હતા. જ્યારે સ્ટેશનની અંદર ઘણા ભૂમિગત નળ લાગેલા હતા અને તેમાંથી પાણી લઈને આગ હોલવવું ખૂબ સરળ રહેતું. જો કે આ માટે સ્ટેશનની અંદરના નકશાની જરૂર હતી, પણ કોઈપણ સબવે કર્મચારીની પાસે તે સમયે ત્યાંનો નકશો ઉપલબ્ધ નહોતો. વાસ્તવમાં એ નકશો સ્ટેશન ઓફિસમાં મૂકેલો હતો અને એ સમયે કોઈપણ ટિકિટિંગ એજન્ટ કે મેનેજરની પાસે એ ઓફિસની ચાવી પણ નહોતી. આ બધી સમસ્યાઓને કારણે ઘણું મોડું થઈ ગયું અને અગ્નિશમન કર્મચારીઓને આગ હોલવવામાં કલાકો લાગી ગયા.

આખરે એ બળતા રૂમાલના દેખાયા પછી લગભગ છ કલાક પછી મોડી રાત્રે 1.46 મિનિટે આગ પર કાબૂ મેળવી લેવામાં આવ્યો. ત્યાં સુધીમાં 31 જણા પોતાનો જીવ ગુમાવી ચૂક્યા હતા અને ડઝનો ઘાયલ થઈ ચૂક્યા હતા. આ ઘટનામાં ઘાયલ એક વીસ વર્ષીય મ્યુઝિક ટીચરે હોસ્પિટલની પથારીમાં સૂતા રહી ગુસ્સાથી પૂછ્યું, 'આખરે એ લોકોએ મને

આગની તરફ શા માટે ધકેલી દીધો ? મને ત્યાં આગની જ્વાળાઓ સ્પષ્ટ દેખાતી હતી, લોકો મદદ માટે બૂમો પાડી રહ્યા હતા, પણ ત્યાં કોઈ નહોતું જે પરિસ્થિતિ પર કાબૂ મેળવી શકે. આખરે આવી ભયંકર સ્થિતિમાંથી બહાર લાવવાની જવાબદારી કોની છે ?' આ સવાલોનો જવાબ આપવા માટે લંડન અન્ડરગ્રાઉન્ડ દ્વારા કાર્યક્ષેત્રમાં શાંતિ જાળવી રાખવા માટે કરવામાં આવેલી એ સમજૂતીઓ પર ધ્યાન આપવું પડશે, જેની મદદથી આ સંસ્થાને સંચાલિત કરવામાં આવતી હતી.

ટિકિટિંગ ક્લાર્કસને ભારપૂર્વક એ ચેતવણી આપવામાં આવી હતી કે તેમનું કામ માત્ર ટિકિટ વેચવાનું છે. તેથી જ્યારે તેમને સ્ટેશન પર બળતો રૂમાલ દેખાયો, તો ક્યાંક પોતે પોતાની મર્યાદામાંથી બહાર નીકળીને બીજા વિભાગોના કામમાં દખલ આપે છે તેવું ન લાગે એ ડરથી તેમણે કોઈને ચેતવણી આપી નહીં. સ્ટેશનના કર્મચારીઓને ક્યારેય એ માટેનું શિક્ષણ આપવામાં આવ્યું નહોતું કે આગ લાગવાની સ્થિતિમાં પાણીનો છંટકાવ કરનારા કંટ્રોલર કે અગ્નિશામક યંત્રોનો ઉપયોગ કેવી રીતે કરવામાં આવે. આમ એટલા માટે હતું કારણ કે આ ઉપકરણો સાથે સંબંધિત બધા કાર્યોની જવાબદારી ઘણા અલગ-અલગ વિભાગો પર હતી.

સ્ટેશનના સુરક્ષા અધિકારીને લંડન ફાયર બ્રિગેડ દ્વારા મોકલવામાં આવેલો તે પત્ર ક્યારેય કોઈને જોવા મળ્યો નહીં, જેમાં ચેતવણી આપવામાં આવી હતી કે સ્ટેશનમાં આગ લાગવા જેવી ઘટના ગમે ત્યારે બની શકે છે. આવું એટલા માટે થયું કારણ કે આ પત્ર સંચાલન-નિર્દેશકને મોકલવામાં આવ્યો હતો અને લંડન સબવેનો કોઈપણ વિભાગ આ પ્રકારની સૂચનાઓ બીજા વિભાગ સાથે વહેંચતો નહોતો.

સ્ટેશનના કર્મચારીઓને પહેલેથી જ એ નિર્દેશ આપવામાં આવ્યા હતા કે અગ્નિશમન વિભાગનો માત્ર એ સ્થિતિમાં જ સંપર્ક કરવો જોઈએ, જ્યારે બીજો કોઈ વિકલ્પ ન બચ્યો હોય જેથી કારણ વગર યાત્રીઓ વચ્ચે અફડા-તફડીની સ્થિતિ ઊભી ન થાય. અગ્નિશમન વિભાગના કર્મચારીઓએ પણ ટિકિટિંગ હોલના એ પાઈપ્સનો ઉપયોગ ન કર્યો, જેનાથી પાણી સહેલાઈથી છાંટી શકાતું હતું. બલકે તે પોતાના વિભાગના એ નળ પર જ નિર્ભર રહ્યા, જે રસ્તાના કિનારે નાખેલા હોય છે. અગ્નિશમન કર્મચારીઓએ આવું એટલા માટે કર્યું કારણ કે તેમને પહેલેથી જ સૂચના આપી હતી કે તેમણે બીજી કોઈપણ સંસ્થા દ્વારા લગાવવામાં આવેલા ઉપકરણોનો ઉપયોગ કરવાનો નથી.

આ બધા અનૌપચારિક નિયમોએ સંબંધિત લોકોની મનઃસ્થિતિ એવી બનાવી દીધી હતી, જે કટોકટીની સ્થિતિમાં ઘાતક સાબિત થઈ. ઉદાહરણ માટે ટિકિટિંગ ક્લાર્કની આદત હતી કે તેમણે બાકીની બધી બાબતોમાં ધ્યાન દૂર કરીને - ભલે આગ લાગવા જેવી કટોકટીની સ્થિતિ ઊભી થઈ હોય – માત્ર ટિકિટ વેચવામાં પોતાનું ધ્યાન કેન્દ્રિત કરવાનું છે. આ આદત એટલા માટે હતી કારણ કે વર્ષો પહેલા લંડન અન્ડરગ્રાઉન્ડ ટિકિટ વેચનારા કર્મચારીઓની ઉણપ સામે ઝઝૂમી રહ્યું હતું. એ સમયે જે કર્મચારી ટિકિટ વેચતા હતા, તે

હંમેશા સ્ટેશન પર કચરો ઉપાડવા કે યાત્રીઓને સાચી ટ્રેનની જાણકારી આપવામાં વ્યસ્ત થઈ જતા હતા. જેના કારણે સ્ટેશન પર ટિકિટ ખરીદવા માટે યાત્રીઓની લાંબી-લાંબી લાઈનો લાગી જતી હતી. તેથી આ કર્મચારીઓને એ નિર્દેશ આપવામાં આવ્યા હતા કે બાકીના કોઈપણ કામની ચિંતા કર્યા વિના તેમણે માત્ર ટિકિટ વેચવાની છે. આનાથી ફાયદો પણ થયો. ટિકિટ લેવા માટે યાત્રીઓની લાંબી લાઈનો લાગવાની બંધ થઈ ગઈ. તેથી હવે જો કોઈ ટિકિટિંગ ક્લાર્કને પોતાના ટિકિટ બૂથની બહાર ક્યાંય આવું કશું દેખાતું, જે ઉકેલવાની તેમની જવાબદારી ન હોય, તો તે તેના પર ધ્યાન જ આપતા નહોતા.

અને અગ્નિશમન વિભાગની માત્ર પોતાના જ ઉપકરણોનો ઉપયોગ કરવા પ્રત્યે ભાર આપવાની આદત ? તેની પાછળ પણ એક કારણ હતું. વાસ્તવમાં લગભગ એક દાયકા પહેલા કોઈ બીજા સ્ટેશન પર આગ લાગી હતી, ત્યારે અગ્નિશમન કર્મચારીઓએ પોતાના પાઈપ્સને કોઈ બીજા નળ સાથે જોડવામાં ઘણો કીમતી સમય બગાડ્યો હતો. આવું એટલા માટે થયું કારણ કે એ કર્મચારીઓએ એ પ્રકારના નળ પહેલા ક્યારેય જોયા નહોતા અને તેમાં પાઈપ ફીટ કરવાની રીત પણ અલગ હતી. એ પછી અગ્નિશમન વિભાગના કર્મચારીઓએ મળીને એ નક્કી કર્યું કે આગ બુઝાવવા માટે એ જ વસ્તુઓ અને સાધનો પર નિર્ભર રહેશે, જેનાથી તે સારી રીતે પરિચિત હોય.

આમાંથી કોઈપણ રૂટીન (નક્કી કરેલી આદતો) વિવેકપૂર્ણ રીતે બનેલું નહોતું. એ બધાની પાછળ કોઈ ને કોઈ ઠોસ કારણ હતું. લંડન અન્ડરગ્રાઉન્ડનું કાર્યક્ષેત્ર એટલું વિશાળ અને જટિલ હતું કે તેને માત્ર ત્યારે જ સારી રીતે સંચાલિત કરી શકાય છે, જ્યારે કાર્યક્ષેત્રમાં શાંતિ જાળવી રાખનારી સમજૂતીઓ એવી હોય, જે કોઈપણ સંભવિત અંતરાયને રોકી શકે. રોડ આઈલેન્ડ હોસ્પિટલથી વિપરીત લંડન અન્ડરગ્રાઉન્ડની બધી સમજૂતીઓ શક્તિ-સંતુલન પર આધારિત હતી. આ સમજૂતીઓથી કોઈપણ વિભાગને કોઈ બીજા વિભાગ કરતાં વધારે શક્તિઓ કે અધિકાર મળતાં નહોતા.

આમ છતાં સ્ટેશન પર થયેલી આ દુર્ઘટનામાં 31 લોકોએ પોતાના જીવ ગુમાવ્યા.

જ્યાં સુધી આ દુર્ઘટના બની નહોતી ત્યાં સુધી, લંડન અન્ડરગ્રાઉન્ડના બધા રૂટીન (નક્કી કરેલી આદતો) અને કાર્યક્ષેત્રમાં શાંતિ જાળવી રાખવા માટે થયેલી સમજૂતીઓ ત્યાં સુધી બિલકુલ તાર્કિક લાગી રહી હતી. પણ આ દુર્ઘટનાથી એક ભયાનક હકીકત આગળ આવી હતી કે યાત્રીઓની સુરક્ષાની જવાબદારી વાસ્તવમાં 'કોઈપણ એક વ્યક્તિ, વિભાગ કે સબવેના સૌથી શક્તિશાળી લોકોના કોઈ સમૂહ પર હતી જ નહીં.'

ક્યારેક-ક્યારેક કોઈ એક પ્રાથમિકતા – એક વિભાગ કે એક વ્યક્તિ કે એક ઉદ્દેશ – બાકી બધી વસ્તુઓથી વધારે મહત્ત્વપૂર્ણ હોવી જરૂરી છે, ભલે એ વિકલ્પ બધાને ન ગમે અથવા એનાથી શક્તિનું એ સંતુલન બગડી જાય, જેના કારણે બધી ટ્રેનો સમયસર ચાલે છે. ક્યારેક-ક્યારેક કાર્યક્ષેત્રમાં શાંતિ જાળવી રાખનારી સમજૂતીઓ જ આવા જોખમ પેદા કરી દે છે, જે કોઈપણ પ્રકારની શાંતિનો ભંગ કરી શકે છે.

આ અવલોકનમાં ચોક્કસ જ વિરોધાભાસ છે. આખરે કોઈપણ સંસ્થા એવી આદતો કેવી રીતે વિકસિત કરે, જેનાથી દરેકને સમાન અધિકાર પણ મળી જાય અને એક એવી વ્યક્તિ કે ઉદ્દેશ પણ પસંદ કરી લેવામાં આવે, જે બાકી બધા કરતા વધારે મહત્ત્વપૂર્ણ હોય ? આખરે આવું કેવી રીતે શક્ય છે કે નર્સો અને ડૉકટર્સને સમાન અધિકાર પણ મળી જાય અને સાથે જ દરેકની સામે એ સ્પષ્ટ થઈ જાય કે વાસ્તવમાં જવાબદારી (Incharge) કોની પાસે છે ? એક સબવે સિસ્ટમ એ કેવી રીતે નક્કી કરે કે તેના કર્મચારીઓ વચ્ચે પ્રભુત્વ અંગે સંઘર્ષ પણ ન હોય અને સાથે જ બધાની સામે એ વાત પણ સ્પષ્ટ થાય કે સુરક્ષા સૌથી વધારે મહત્ત્વપૂર્ણ છે, ભલે તેના માટે એ ફરીથી પરિભાષિત કરવું પડે કે સૌથી વધારે અધિકાર કોની પાસે છે.

આ બધા પ્રશ્નોનો જવાબ છે, સંકટપૂર્ણ સ્થિતિમાંથી ઊભી થયેલી તકોને ઓળખો અને તેનો લાભ ઉઠાવવો. વારંવાર હારનો સામનો કરવાને કારણે પોતાનું મનોબળ ગુમાવી ચૂકેલી બુકોનીર્સ નામની ફૂટબોલ ટીમના કોચ બનીને ટોની ડંગીએ પણ આમ જ કર્યું હતું. પોલ ઓનેલે પણ નિષ્ફળતાની હદ સુધી પહોંચી ચૂકેલી એલ્કોઆ કંપનીના સીઈઓ બનીને એમ જ કર્યું હતું. 2007માં જ્યારે હાર્વર્ડ શુલ્જે સ્ટારબક્સ કંપનીને બચાવવા માટે ફરીથી ટોચનું પદ ગ્રહણ કર્યું, ત્યારે તેમણે પણ અવસરોને હાથમાંથી જવા દીધા નહીં બલકે તેનો ભરપૂર લાભ ઉઠાવ્યો હતો. આ બધા લીડરોએ સંકટપૂર્ણ સ્થિતિમાંથી ઊભી થયેલી તકોને હાથમાંથી જવા દીધી નહીં બલકે તેનો ભરપૂર લાભ ઉઠાવ્યો. ઉથલ-પાથલના તબક્કામાં સંગઠનાત્મક આદતો એટલી લચીલી થઈ જાય છે કે તેમની મદદથી નવેસરથી જવાબદારી સોંપવી અને શક્તિનું શ્રેષ્ઠ સંતુલન જાળવી રાખવું શક્ય બને છે. સંકટપૂર્ણ સ્થિતિઓ એટલી મહત્ત્વપૂર્ણ હોય છે કે ક્યારેક-ક્યારેક વિનાશના ડર પર કાબૂ મેળવવાને બદલે તેને ઉત્તેજન આપવું વધારે ફાયદાકારક હોય છે.

4

રોડ આઈલેન્ડ હોસ્પિટલમાં માથાની સર્જરીમાં ભૂલ થયા પછી એ 86 વર્ષીય દર્દીનું મૃત્યુ થઈ ગયું હતું. તેના મૃત્યુના ચાર મહિના પછી હોસ્પિટલમાં એક બીજા સર્જને પણ બરાબર એવી જ ભૂલ ફરી કરી નાખી. તેણે પણ એક દર્દીના માથાના બીજા જ ભાગમાં સર્જરી કરી નાખી. એ પછી સ્ટેટ હેલ્થ ડિપાર્ટમેન્ટે હોસ્પિટલને કડક શબ્દોમાં નોટિસ ફટકારી અને 50 હજાર ડોલરનો દંડ પણ કર્યો. આ ઘટનાના દોઢ વર્ષ પછી એક સર્જને એક બાળકના મોં ની સર્જરીમાં ભૂલ કરી નાખી. તેણે બાળકના મોં ના એ ભાગમાં સર્જરી કરી નાખી, જે ભાગમાં રોગ હતો જ નહીં. તેના પાંચ મહિના પછી એક દર્દીની ખોટી આંગળીનું ઓપરેશન કરી નાખવામાં આવ્યું. તેના દસ મહિના પછી ફરી એક દર્દીના માથાની સર્જરીમાં ગરબડ થઈ. વાસ્તવમાં સર્જને સર્જરી દરમિયાન માથમાં ડ્રિલ કરનારી મશીનનો એક ઝીણો ટુકડો દર્દીના માથાની અંદર જ રહેવા દીધો હતો અને સર્જરી પૂરી કરીને તેનું માથું સીલ કરી દીધું.

આ ભૂલો માટે હોસ્પિટલને 4 લાખ 50 હજાર ડોલરનો ભારે દંડ ભોગવવો પડ્યો.

માત્ર રોડ આઈલેન્ડ હોસ્પિટલ જ કંઈ એવી ચિકિત્સા સંસ્થા નથી, જ્યાં આ પ્રકારની ઘટનાઓ બની હોય. પણ કમનસીબે આ હોસ્પિટલ આ ભૂલોને કારણે પ્રસિદ્ધ થઈ ગઈ. સ્થાનિક અખબારોમાં હોસ્પિટલની દરેક ભૂલ વિશે વિસ્તૃત સમાચારો પ્રકાશિત થયા. ટી.વી. પત્રકારોએ પણ પોતાના કેમેરાઓની સાથે હોસ્પિટલની બહાર તંબુ તાણી દીધા. રાષ્ટ્રીય મીડિયા પણ આ ઘટનાઓને દેખાડવામાં પાછળ ન રહ્યું. રાષ્ટ્રીય હોસ્પિટલ માન્યતા સંગઠનના ઉપાધ્યક્ષે એસોસિએટ પ્રેસના એક રિપોર્ટર સાથે આ અંગે વાતચીત કરતા રહ્યું કે 'આ એટલી ગંભીર સમસ્યા બની ચૂકી છે કે તે પૂરી થવાનું નામ જ નથી લેતી.' રાજ્યના ચિકિત્સા અધિકારીઓએ રિપોર્ટરોની સામે જાહેર કરી દીધું કે રોડ આઈલેન્ડ હોસ્પિટલ એક અરાજક સંસ્થા બની ચૂકી છે.

'ત્યાં કામ કરવું કોઈ યુદ્ધ ગ્રસ્ત સ્થાન પર રહેવા જેવું હતું', એક નર્સે હોસ્પિટલમાં કામ કરવાના પોતાના અનુભવ વિશે કહ્યું. 'ડૉકટર જ્યારે હોસ્પિટલ પહોંચીને પોતાની કારમાંથી ઉતરતા તો ટી.વી. રિપોર્ટર્સની ભીડ તેમને ઘેરી વળતી. ત્યાં સુધી કે એક નાના બાળકે પણ સર્જરી પહેલા મને કહ્યું કે હું ડૉકટર્સને ચેતવી દઉં. તેને ડર હતો કે ભૂલો કરવા માટે કુખ્યાત આ હોસ્પિટલના ડૉકટર ક્યાંક ભૂલથી તેનો હાથ ન કાપી નાખે. આ બધું જોઈને લાગતું હતું, જાણે હવે અમારા હાથમાં કશું રહ્યું જ નથી.'

મીડિયા અને આલોચકો દ્વારા ખરાબ રીતે ઘેરાઈ ગયા પછી હોસ્પિટલના સ્ટાફ અને વ્યવસ્થાપકોમાં સંકટનો ભાવ પેદા થઈ ગયો. કેટલાક વ્યવસ્થાપકોને એ ચિંતા થવા માંડી કે ક્યાંક સરકારી અધિકારી હોસ્પિટલની માન્યતા રદ ન કરી નાખે. બાકીના વ્યવસ્થાપક બચાવની સ્થિતિમાં આવી ગયા અને મીડિયા પર એ આરોપ લગાવવા માંડ્યા કે માત્ર તેમની જ હોસ્પિટલને નિશાન બનાવવામાં આવે છે. એક ડૉકટરે જણાવ્યું,'હું એટલો હેરાન થઈ ગયો હતો કે મેં એક એવી જર્સી ખરીદી લીધી, જેમાં બલિનો બકરો એવું લખેલું હતું. હું તે પહેરીને હોસ્પિટલ જવાનું વિચારી રહ્યો હતો પણ મારી પત્નીએ સમજાવ્યું કે આમ કરવું યોગ્ય નથી.'

એ 86 વર્ષીય દર્દીની સર્જરીમાં ભૂલ થવાના કેટલાક અઠવાડિયા પહેલા જ પ્રબંધક ડૉ.મેરી રીચ કૂપરને હોસ્પિટલના મુખ્ય ગુણવત્તા અધિકારી બનાવવામાં આવ્યા હતા. ડૉ.કૂપરે હોસ્પિટલ પ્રબંધન અને સ્ટાફના સભ્યોની સાથે બેઠકો કરી અને કહ્યું કે તે બધા આ સંકટને ખોટા દૃષ્ટિકોણથી જોઈ રહ્યા છે.

તેમનું કહેવું હતું કે આપણી જે ટીકા થઈ રહી છે, તે કોઈ ખરાબ બાબત નથી. બલકે આનાથી તો રોડ આઈલેન્ડ હોસ્પિટલને એક એવો અવસર મળ્યો છે, જે ખૂબ ઓછા સંગઠનોને મળે છે.

'મેં તેને એક અવસરની જેમ જોયો,' ડૉ.કૂપરે મને જણાવ્યું. 'એવી હોસ્પિટલોની સંખ્યા ઓછી નથી, જેમણે પોતાની સમસ્યાઓને ઉકેલવાના ઘણા પ્રયત્ન કર્યા પણ હંમેશા નિષ્ફળ જ રહ્યા. ક્યારેક-ક્યારેક આપણને સુધરવા માટે એક મોટા ઝાટકાની જરૂર હોય છે. ચારે તરફ આપણો જે નકારાત્મક પ્રચાર થઈ રહ્યો હતો, તે આપણા માટે ખૂબ મોટો ઝટકો જ હતો. આનાથી આપણને દરેક બાબતને ફરીથી ચકાસવાની તક મળી.'

પછી રોડ આઈલેન્ડ હોસ્પિટલે પોતાના બધા વૈકલ્પિક સર્જરી એકમોને એક દિવસ માટે બંધ કરી દીધા. આ હોસ્પિટલ માટે આર્થિક રીતે ઘણું નુકસાનકારક હતું, પણ આવું એટલા માટે કરવામાં આવ્યું જેથી આખા સ્ટાફને વિશેષ પ્રશિક્ષણ આપવામાં આવે. આ પ્રશિક્ષણમાં ટીમવર્ક પર ઘણો ભાર મૂકવામાં આવ્યો અને સાથે એ વાત પણ સ્પષ્ટ કરવામાં આવી કે નર્સો અને મેડિકલ સ્ટાફનું સશક્તિકરણ કેટલું જરૂરી છે. આ પછી ન્યુરોલોજી વિભાગના અધ્યક્ષે રાજીનામું આપી દીધું અને તેમની જગ્યાએ એક અન્ય વિશેષજ્ઞની નિમણૂક કરવામાં આવી. હોસ્પિટલે પોતાના સર્જિકલ સેફગાર્ડસ (શલ્ય-ચિકિત્સા સંરક્ષણ વ્યવસ્થા) ને ફરીથી ડિઝાઈન કરવા માટે દેશના ઉચ્ચતમ ચિકિત્સા સંસ્થાઓના પ્રતિનિધિ સંઘ 'સેંટર ફોર ટ્રાન્સફોર્મિંગ હેલ્થ કેઅર' પાસે મદદ માંગી. હોસ્પિટલ વ્યવસ્થાપને બધા ઓપરેશન રૂમમાં વીડિયો કેમેરા પણ લગાવી દીધા જેથી ટાઈમ-આઉટ(સર્જરી પહેલા દર્દી સાથે જોડાયેલી દરેક જાણકારીને છેલ્લી વાર ચકાસી લેવી) અને ચેકલિસ્ટની પ્રક્રિયા (સર્જરી સાથે જોડાયેલી દરેક નાની-મોટી પ્રક્રિયાના ચાર્ટ પર ધ્યાન આપવું) સુનિશ્ચિત થઈ શકે. આ ઉપરાંત કર્મચારી પોતાની ઓળખ આપ્યા વિના દર્દીના સ્વાસ્થ્ય પર ખરાબ અસર કરનારી કોઈપણ સમસ્યાની ફરિયાદ કરી શકે, એ માટે હોસ્પિટલમાં એક કોમ્પ્યુટર આધારિત વ્યવસ્થા પણ શરૂ કરી દેવામાં આવી.

હોસ્પિટલ વ્યવસ્થાપન સામે પહેલા પણ આવા પરિવર્તન કરવાનો પ્રસ્તાવ મૂકવામાં આવ્યો હતો, પણ તેને ગંભીરતાથી લેવામાં આવ્યો નહીં. ડૉક્ટર અને નર્સ સ્ટાફ ઈચ્છતા નહોતા કે તેમની સર્જરીને કેમેરામાં રેકોર્ડ કરવામાં આવે. તે નહોતા ઈચ્છતા કે બીજા હોસ્પિટલવાળા તેમને એ સમજાવે કે પોતાનું કામ કઈ રીતે કરવું જોઈએ. પણ જેવા રોડ આઈલેન્ડ હોસ્પિટલ પર મુશ્કેલીના વાદળ ઘેરાવા માંડ્યા, તો બધા કર્મચારીઓએ નવા પરિવર્તનો પ્રત્યે ખુલ્લું વલણ અપનાવી લીધું.

રોડ આઈલેન્ડ હોસ્પિટલ પર આવેલા સંકટને જોતા અન્ય હોસ્પિટલોમાં પણ સમાન પરિવર્તન આવ્યા. આનાથી હોસ્પિટલોમાં થનારી એ ભૂલોની સંખ્યા અચાનક ખૂબ ઘટી ગઈ, જેનાથી બચવું કેટલાક વર્ષ પહેલાં સુધી અશક્ય લાગતું હતું. રોડ આઈલેન્ડ હોસ્પિટલની જેમ જ આ સંસ્થાઓને પણ અનુભૂતિ થઈ ગઈ કે સામાન્ય રીતે પરિવર્તન ત્યારે જ શક્ય બની શકે છે, જ્યારે કોઈ મોટું સંકટ સામે હોય. ઉદાહરણ માટે, 90ના દાયકાના ઉત્તરાર્ધમાં

હાર્વર્ડ યુનિવર્સિટીની શિક્ષણ હોસ્પિટલ 'બેથ ઈઝરાયલ ડેકોનેસ મેડિકલ સેંટર' માં પણ ઘણી ભૂલો થઈ, જેનાથી સંગઠનના આંતરિક ઝઘડા વધી ગયા. અખબારોએ આ ઘટનાઓને ખૂબ વિસ્તારથી છાપી. તેની સાથે જ હોસ્પિટલની સાર્વજનિક બેઠકોમાં નર્સો અને હોસ્પિટલ વ્યવસ્થાપન વચ્ચે ઘણીવાર ગરમા-ગરમ ચર્ચા થઈ અને એક-બીજા પર લાંછન લગાવવામાં આવ્યા. એ સમયે રાજ્યના સરકારી અધિકારી વિચાર કરવા લાગ્યા કે હોસ્પિટલના કેટલાક વિભાગોને ત્યાં સુધી બંધ કરી દેવામાં આવે, જ્યાં સુધી એ નક્કી ન થઈ જાય કે ફરીથી ભૂલો નહીં થાય. જો કે હોસ્પિટલ પર ચારેય તરફથી હુમલો થઈ રહ્યો હતો એટલે ભૂલોની સંભાવના વધારનારી પોતાની સંસ્કૃતિને બદલવા માટે હોસ્પિટલ દરેક પ્રકારના સમાધાન અપનાવવા માંડી. તેમાંથી જ એક સમાધાન હતું, 'સેફ્ટી રાઉન્ડ', જેના હેઠળ દર ત્રણ મહિનામાં કોઈ વરિષ્ઠ ડૉક્ટર પોતાના સેંકડો સહકર્મચારીઓની સામે કોઈ એક સર્જરી કે ઈલાજ અને તે દરમિયાન થનારી ભૂલો વિશે બેહદ વિસ્તારથી ચર્ચા કરશે.

અત્યાર સુધી 'બેથ ઈઝરાયલ ડેકોનેસ મેડિકલ સેન્ટર'ના એસોસિએટ સર્જન ઈન ચીફ રહેલા ડૉ.ડોનાલ્સ મૂરમેન કહે છે,'સાર્વજનિક રીતે પોતાની ભૂલ માનવી ખૂબ તકલીફદેય અનુભવ હોય છે. વીસ વર્ષ પહેલાં તો ડૉક્ટરો દ્વારા બધાની સામે પોતાની ભૂલ માનવાની કલ્પના પણ કરી શકાતી નહોતી. પણ હવે દરેક હોસ્પિટલમાં ગભરાટનું વાતાવરણ છે અને તેથી મોટામાં મોટા સર્જન પણ આ વિશે ચર્ચા કરવા માટે તૈયાર છે કે તેનાથી ક્યારે-ક્યારે કઈ મોટી ભૂલો થતાં-થતાં રહી ગઈ. ચિકિત્સા ક્ષેત્રની સંસ્કૃતિ બદલાઈ રહી છે.'

★★★

સારા લીડર સંકટપૂર્ણ સ્થિતિઓને સંગઠનાત્મક આદતોને બદલવાના અવસરની જેમ ઉપયોગ કરે છે. ઉદાહરણ તરીકે અમેરિકાની અંતરિક્ષ એજન્સી નાસાના વ્યવસ્થાપકોએ વર્ષો સુધી પોતાની સંસ્થાની સુરક્ષા અંગેની આદતોમાં પરિવર્તન લાવવાનો પ્રયત્ન કર્યો, પણ તેમના બધા પ્રયત્નો ત્યાં સુધી કામ ન લાગ્યા, જ્યાં સુધી ઈ.સ.1986માં 'ચેલેન્જર' નામના અંતરિક્ષ યાનમાં વિસ્ફોટ ન થયો. આ ત્રાસને ધ્યાનમાં રાખીને નાસાએ પોતાના ગુણવત્તા માપદંડોને લાગુ કરવાની રીતમાં ઘણા સુધારા કર્યા. યાત્રી વિમાનોના મામલામાં પણ પાયલટ વર્ષો સુધી વિમાન-નિર્માતાઓને આ વાત માટે મનાવતા રહ્યા કે વિમાનોના કોકપિટ અને એર ટ્રાફિક કંટ્રોલરો સાથે સંવાદ કરવાની રીતોમાં ફેરફાર કરવામાં આવે, પણ એવું ન બન્યું. પછી જ્યારે ઈ.સ.1977માં સ્પેનના ટેનેરિફ આઈલેન્ડમાં રનવે પર થયેલી એક ભૂલને કારણે 583 લોકો માર્યા ગયા તો પછીના પાંચ વર્ષોની અંદર જ વિમાનોના કોકપિટના ડિઝાઈન, રનવે પ્રક્રિયાઓ અને એર ટ્રાફિક કંટ્રોલર દ્વારા સંવાદના રૂટીન (નક્કી કરેલી આદતો) માં ઘણા ફેરફાર કરવામાં આવ્યા.

વાસ્તવમાં કોઈપણ સંકટપૂર્ણ સ્થિતિમાં એટલી મહત્ત્વની તક હોય છે કે એક બુદ્ધિશાળી

લીડર આ સ્થિતિમાં હંમેશા જાણીજોઈને કટોકટીની ભાવનાને વધારી દે છે. લંડનના કિંગ્સ ક્રોસ સ્ટેશનમાં આગ લાગ્યા પછી બરાબર એવું જ થયું. આગ લાગવાની ઘટનાના પાંચ દિવસ પછી જ બ્રિટિશ સેક્રેટરી ઑફ સ્ટેટે તેનો અભ્યાસ કરવા માટે એક વિશેષ તપાસકર્તા ડેસમંડ ફેનેલની નિમણૂક કરી. ફેનેલ એ પોતાની તપાસની શરૂઆત લંડન અન્ડરગ્રાઉન્ડના ટોચનું નેતૃત્વ કરનારા અધિકારીના ઈન્ટરવ્યૂથી કરી. ટૂંક સમયમાં જ ફેનેલને સમજાઈ ગયું કે પાછલા ઘણા વર્ષોથી દરેકને આ અંદાજ હતો કે સ્ટેશનમાં આગથી સુરક્ષા માટેની વ્યવસ્થા અપૂરતી છે, પણ તેમ છતાં તેમાં કોઈ સુધારો કરવામાં આવ્યો નહીં. કેટલાક વ્યવસ્થાપક નવી હાઈરિકી (કોઈ પ્રશાસનિક વિભાગમાં અલગ-અલગ પદ પર બેઠેલા લોકોનો પદક્રમ) નો પ્રસ્તાવ આપી ચૂક્યા હતા, જેનાથી એ સ્પષ્ટ થઈ જાય કે આગથી બચાવની જવાબદારી ક્યા લોકોની છે. અન્ય પ્રબંધક સ્ટેશન-મેનેજરના અધિકાર વધારવાનું સૂચન આપી ચૂક્યા હતા જેથી અલગ-અલગ વિભાગોની વચ્ચે ઊભા થયેલા અંતરને ઘટાડી શકાય. પણ આમાંથી કોઈપણ સુધારાને હજુ સુધી લાગુ કરવામાં આવ્યો નહોતો.

જ્યારે ફેનેલ એ પોતાની તરફથી પરિવર્તન માટે સૂચન આપવાનું શરૂ કર્યું, તો તેમના માર્ગમાં ઘણા અંતરાયો આવ્યા. જેમ કે વિભાગોના અધ્યક્ષ સ્વયં જવાબદારી લેવામાંથી બચી રહ્યા હતા અથવા પોતાના કર્મચારીઓને દબાયેલી ભાષામાં ધમકી આપી રહ્યા હતા કે ફેનેલને સહકાર ન આપે. આ અંતરાયોને જોતા ફેનેલ એ નક્કી કર્યું કે હવે તે આ મામલાને એક મીડિયા સર્કસમાં બદલી નાખશે.

તેમણે સાર્વજનિક સુનાવણી શરૂ કરી દીધી, જે 91 દિવસો સુધી ચાલી. આ સુનાવણીથી એ સ્પષ્ટ થઈ ગયું કે લંડન અન્ડરગ્રાઉન્ડને ઘણીવાર આવી દુર્ઘટના માટે ચેતવણી આપવામાં આવી હતી, પણ તેને ગંભીરતાથી લેવામાં આવી નહોતી. ફેનેલ એ અખબારો સાથેની વાતચીતમાં વારંવાર એ કહ્યું હતું કે સબવે ટ્રેનનો ઉપયોગ કરીને દરેક યાત્રી પોતાનો જીવ જોખમમાં મૂકી રહ્યો હતો. તેમણે ડઝનબંધ સાક્ષીઓ સાથે વારંવાર વાતચીત કરી, જેનાથી જાણવા મળ્યું કે આ સંસ્થા માટે યાત્રીઓની સુરક્ષા કરતાં તેમના આંતરિક ઝઘડા વધારે મહત્ત્વના હતા. ફેનેલ એ આ દુર્ઘટનાના લગભગ એક વર્ષ પછી પોતાનો અંતિમ રિપોર્ટ આપ્યો. 250 પેજના આ રિપોર્ટમાં ફેનેલ એ લંડન અન્ડરગ્રાઉન્ડને દોષી ઠરાવતા કહ્યું હતું કે 'આ સંગઠન નોકરશાહી અક્ષમતાથી ગ્રસ્ત છે.' તે લખે છે, 'ભલે આ રિપોર્ટ એક રાતની દુર્ઘટના વિશે હોય, પણ તેનું ક્ષેત્ર જાણી જોઈને એટલું વિસ્તૃત રાખવામાં આવ્યું છે જેથી આખી વ્યવસ્થાની સચ્ચાઈ સામે આવી શકે.' તેમણે પોતાના રિપોર્ટના દરેક પાના પર લંડન અન્ડરગ્રાઉન્ડની ટીકા કરતા સ્પષ્ટ કહ્યું કે 'આ સંગઠન ખરાબ રીતે ભ્રષ્ટ છે અને પોતાની જવાબદારીઓ સુરક્ષિત રીતે નિભાવવામાં સક્ષમ નથી.'

તેમના રિપોર્ટ પર જબરદસ્ત પ્રતિક્રિયા આવી. યાત્રીઓએ લંડન અન્ડરગ્રાઉન્ડની અલગ-અલગ કચેરીઓની બહાર ઘણીવાર ધરણાના કાર્યક્રમ આપ્યા. સંગઠનમાં ટોચનું

નેતૃત્વ કરનારા અધિકારીને તાત્કાલિક બરખાસ્ત કરી દેવામાં આવ્યા. ઘણા નવા કાયદા અમલમાં મૂકવામાં આવ્યા અને આ રીતે લંડન અન્ડરગ્રાઉન્ડની સંસ્કૃતિમાં ઘણાબધા પરિવર્તન કરવામાં આવ્યા. આજે સંગઠનના દરેક સ્ટેશનમાં એક મેનેજર નિયુક્ત હોય છે, જેની મુખ્ય જવાબદારી છે યાત્રીઓની સુરક્ષા સુનિશ્ચિત કરવી. એ ઉપરાંત દરેક કર્મચારીની એ જવાબદારી છે કે કોઈ જોખમનો નાનામાં નાનો સંકેત મળતા જ પોતાના વરિષ્ઠોને તાત્કાલિક જાણ કરે. આજે પણ લંડન અન્ડરગ્રાઉન્ડની દરેક ટ્રેન સમયસર ચાલે છે, પણ હવે સંગઠનની આદતો અને કાર્યક્ષેત્રમાં શાંતિ જાળવી રાખવા માટે થયેલી સમજૂતીઓ ઘણી બદલાઈ ગઈ છે જેથી એ નક્કી થઈ શકે કે આગથી બચાવ જેવી બાબતોની જાણકારી કોની છે. હવે દરેક કર્મચારીની પાસે એ અધિકાર છે કે તે કોઈપણ કટોકટીની સ્થિતિમાં બચાવ માટે જરૂરી પગલાં સ્વયં ઉઠાવી શકે છે અને તેણે એ વાતની ચિંતા કરવી પડતી નથી કે ક્યાંક તે કોઈ બીજાના કાર્યક્ષેત્રમાં દખલ તો કરી રહ્યો નથી ને.

આવા પરિવર્તન એ દરેક કંપનીમાં શક્ય બની શકે છે, જ્યાં વિચારહીનતા કે ઉપેક્ષાને કારણે સંગઠનાત્મક આદતોથી કાર્યક્ષેત્રમાં શાંતિ જાળવી રાખનારી ખોટી સમજૂતીઓ થઈ છે. જો કોઈ કંપનીની આદતો યોગ્ય નથી, તો માત્ર તેના લીડરના આદેશ આપવાથી કોઈ પરિવર્તન આવી શકતું નથી. બુદ્ધિશાળી અધિકારી તો મુશ્કેલીની ક્ષણોની પ્રતીક્ષામાં રહે છે અથવા પછી જાણી જોઈને પોતાના કર્મચારીઓને એ અનુભૂતિ કરાવી દે છે કે મુશ્કેલીની સ્થિતિ ઊભી થઈ છે. આ રીતે તે કર્મચારીઓના મનમાં પરિવર્તનનો વિચાર ત્યાં સુધી બેસાડી દે છે, જ્યાં સુધી દરેક પોતાની રોજિંદી પેટર્નમાં ફેરફાર લાવવા માટે પૂર્ણપણે તૈયાર ન થઈ જાય.

ઈ.સ.2008ની વૈશ્વિક આર્થિક મંદીના તબક્કામાં થયેલા કાર્યકારી અધિકારીઓના એક સંમેલનમાં રહમ ઈમેન્યુઅલે કહ્યું હતું, 'તમે ક્યારેય નહીં ઈચ્છો કે કોઈ ગંભીર સંકટ નકામું ચાલ્યું જાય.' તેમને થોડાક દિવસો પહેલાં જ અમેરિકાના રાષ્ટ્રપતિ બરાક ઓબામાના સ્ટાફના મુખ્ય અધિકારી બનાવવામાં આવ્યા હતા. આ સંમેલનમાં તેમણે પોતાની વાતને વિસ્તારથી મૂકતા કહ્યું હતું, 'આર્થિક મંદીના આ મુશ્કેલીના સમયે આપણને એવા પગલાં લેવાની તક આપી છે, જે પહેલા કદાચ આપણે ક્યારેય ન ઉઠાવતા.' આ સંમેલનના થોડા જ દિવસો પછી ઓબામા સરકારે કોંગ્રેસ પાસેથી 787 બિલિયન ડોલરનો સ્ટિમ્યુલસ પ્લાન (પ્રોત્સાહન યોજના) લાગુ કરાવી લીધી. જ્યારે પહેલા કોંગ્રેસ એના માટે તૈયાર નહોતી. તેની સાથે જ કોંગ્રેસે ઓબામા દ્વારા પ્રસ્તાવિત હેલ્થ કેઅર રિફોર્મ લો (સ્વાસ્થ્ય રક્ષણ સુધારા કાયદો) લાગુ કર્યો એટલું જ નહીં પણ કન્ઝ્યુમર પ્રોટેકશન લો (ગ્રાહક સુરક્ષા કાયદો) પર ફરી કામ કર્યું અને ઘણી અન્ય યોજનાઓને પણ લીલી ઝંડી આપી દીધી, જેમ કે બાળકોના સ્વાસ્થ્ય વીમાનું ક્ષેત્ર વધારવું અને મહિલાઓમાં ઉંમરના ભેદભાવના મામલામાં કેસ દાખલ કરવાની નવી તક આપવી. ગ્રેટ સોસાયટી અને ન્યુ ડીલ પછી આ અમેરિકાનો સૌથી મોટો નીતિ-સુધાર કાર્યક્રમ હતો. આ માત્ર એટલા માટે જ શક્ય બન્યું કારણ કે

કાયદા બનાવનારાઓએ આર્થિક મંદી જેવી નાણાંકીય આપત્તિને પણ એક અવસર તરીકે લીધી.

રોડ આઈલેન્ડ હોસ્પિટલમાં પણ એ 86 વર્ષીય દર્દીનું મૃત્યુ અને અન્ય ભૂલોના કારણે કંઈક એવું જ બન્યું હતું. ઈ.સ.2009માં હોસ્પિટલમાં નવી સુરક્ષા-પ્રક્રિયાઓ લાગુ પાડવામાં આવી. એ પછીથી અત્યાર સુધી ત્યાં ઈલાજ કે સર્જરી દરમિયાન કોઈ ભૂલ થવાના સમાચાર આવ્યા નથી. હાલમાં જ હોસ્પિટલને બીકન પુરસ્કારથી સમ્માનિત પણ કરવામાં આવી. આ ક્રિટિકલ કેઅર નર્સિંગના ક્ષેત્રનો સૌથી પ્રતિષ્ઠિત પુરસ્કાર છે અને તેને અમેરિકન કોલેજ ઑફ સર્જન્સ દ્વારા કેન્સરના ઈલાજમાં ગુણવત્તા માટે આપવામાં આવે છે.

અને સૌથી મહત્ત્વપૂર્ણ વાત એ છે કે અહીં કામ કરનારા ડૉકટર્સ અને નર્સોનું કહેવું છે કે હવે રોડ આઈલેન્ડ હોસ્પિટલમાં બધું જ બદલાઈ ગયું છે.

ઈ.સ.2010માં એલિસન વોર્ડ નામની એક યુવા નર્સ એક સર્જરી દરમિયાન સહાયક તરીકે પોતાની સેવાઓ આપવા માટે ઓપરેશન રૂમમાં પહોંચી. તેણે લગભગ એક વર્ષ પહેલા જ ઓપરેશન રૂમમાં કામ કરવાનું શરૂ કર્યું હતું. સર્જરી શરૂ થતા પહેલા આખી સર્જરી ટીમ ટાઈમ-આઉટ પ્રક્રિયા માટે બેભાન સૂતેલા દર્દીની ચારેય તરફ એકઠી થઈ. સર્જને ચેકલિસ્ટ વાંચીને તેને દીવાલ પર ચોંટાડી દીધું. આ ચેકલિસ્ટમાં ઓપરેશનના એક-એક તબક્કા વિશે વિસ્તૃત જાણકારી આપવામાં આવી હતી.

દર્દીના શરીર પર પહેલો ચીરો લગાવવા માટે પોતાની છરી ઉપાડતાં પહેલા સર્જને પૂછ્યું,'ઓકે, હવે છેલ્લી વાત ! શું કોઈને કશું કહેવું છે, કોઈ ચિંતા કે કોઈ સવાલ ?'

જ્યારે તે સર્જન અત્યાર સુધી સેંકડો સર્જરી કરી ચૂક્યા હતા અને તેમની ઓફિસ વિવિધ ડિગ્રીઓ અને પુરસ્કારોથી ભરેલી હતી.

સર્જનના પૂછવાથી 27 વર્ષીય નર્સ એલિસને કહ્યું,'હું બધાને યાદ અપાવવા ઈચ્છું છું કે આપણે પહેલી અને બીજી પ્રક્રિયા પછી થોડો વિરામ લેવો પડશે. જો કે આપે તેનો ઉલ્લેખ ન કર્યો એટલે હું ખાલી નક્કી કરી રહી છું કે બધાને આ વાત યાદ રહે.'

એલિસનની આ ટિપ્પણી કંઈક એવી હતી કે જો તેને થોડા વર્ષો પહેલા કોઈ સર્જનને આવું કશું કહ્યું હોત તો તેને ખરાબ રીતે ખખડાવી નાખી હોત કાં તો કદાચ તેની કરિયર પૂરી થઈ જતી. પણ હવે એવું નહોતું.

'યાદ કરાવવા માટે ધન્યવાદ,' સર્જને કહ્યું. 'હું આવતી વખતથી આનો ઉલ્લેખ કરવાનું યાદ રાખીશ.'

સર્જને પછી કહ્યું,'ચાલો, સર્જરી શરૂ કરીએ.'

'હું જાણું છું કે આ હોસ્પિટલ એક ખરાબ તબક્કામાંથી પસાર થઈ ચૂકી છે,' એલિસન વોર્ડે મને કહ્યું, 'પણ હવે અહીં બધું જ સારી રીતે થાય છે. દરેક વ્યક્તિ એકબીજાને મદદ કરે છે. અમારું શિક્ષણ, અમારો આદર્શ, હોસ્પિટલની સંસ્કૃતિ, બધું જ ટીમવર્ક પર આધારિત છે. મને લાગે છે કે હું અહીં કોઈ ડર વિના કોઈને પણ ગમે તે કહી શકું છું. કામ કરવા માટે આ ખરેખર એક શાનદાર જગ્યા છે.'

7

તમે શું ઈચ્છો છો એ તમારા કરતાં પહેલા ટારગેટ કોર્પોરેશનને કેવી રીતે ખબર પડી જાય છે

જ્યારે કંપનીઓ આદતોનું પૂર્વાનુમાન લગાવે છે (અને ચાલાકીથી તેમાં હેરફેર કરે છે)

1

એન્ડ્રયુ પોલે હાલમાં જ ટારગેટ કોર્પોરેશનના ડેટા વિશેષજ્ઞ તરીકે કામ શરૂ કર્યું હતું. એક દિવસ માર્કેટિંગ વિભાગના સહકર્મી તેની પાસે આવ્યા અને તેમણે એન્ડ્રયુને કેટલાક પ્રશ્ન પૂછ્યા. એન્ડ્રયુ કદાચ આવા જ પ્રશ્નોના જવાબ આપવા માટે આ ધરતી પર આવ્યો હતો.

'શું તારું કોમ્પ્યુટર એ તપાસ કરી શકે છે કે આપણી કઈ ગ્રાહક ગર્ભવતી છે ? ભલે તે ઈચ્છતી હોય કે આપણને આ વિશે કોઈ જાણ ન થાય.'

પોલ એક સ્ટેટિસ્ટિશિયન એટલે કે સાંખ્યિકીવિદ્ હતો. તેનું આખું જીવન જ ડેટાનો ઉપયોગ કરીને લોકોને સમજવાની આસપાસ ફરતું હતું. તે ઉત્તરી ડકોટાના એક નાનકડા ગામમાં ઉછર્યો હતો. જ્યારે તેના દોસ્ત 4-એચ કે રોકેટ મોડેલ બનાવવામાં વ્યસ્ત રહેતા હતા, તો તે કોમ્પ્યુટરની સાથે રમતો હતો. કોલેજ પછી તેણે સાંખ્યિકીમાં અને પછી અર્થશાસ્ત્રમાં ડિગ્રીઓ મેળવી. અર્થશાસ્ત્રની ડિગ્રી લીધા પછી યુનિવર્સિટી ઑફ મિજૂરીના તેના મોટાભાગના મિત્રો કાં તો વીમા કંપનીઓમાં નોકરી કરવા માંડ્યા અથવા સરકારી પ્રશાસનિક અધિકારી બની ગયા પણ પોલ એક અલગ જ માર્ગ પર હતો. તેને તો એ જાણવાનું ઝનૂન હતું કે અર્થશાસ્ત્રી કેવી રીતે પેટર્ન વિશ્લેષણનો ઉપયોગ કરીને માનવ સ્વભાવને સમજવાનો પ્રયત્ન કરી રહ્યા છે. પોલે પોતે પણ કેટલાક અનૌપચારિક પ્રકારના

પ્રયોગોમાં પોતાનો હાથ અજમાવ્યો હતો. એકવાર તેણે એક પાર્ટી રાખી અને પોતાના બધા મિત્રોને બોલાવ્યા. પાર્ટીમાં તેણે તેમની પસંદની રમૂજો અંગે મતદાન કરાવીને એક એવું ગણિતીય મોડેલ તૈયાર કર્યું, જેનાથી સર્વશ્રેષ્ઠ વન-લાઈનર (એક પંક્તિની રમૂજ) શોધી શકાય. તેણે તો એ શોધવાનો પણ પ્રયત્ન કર્યો કે પાર્ટીઓમાં બેવકૂફ દેખાયા વિના છોકરીઓ સાથે આત્મવિશ્વાસની સાથે વાતચીત કરવા માટે તેને કુલ કેટલી બિયર પીવી પડશે. (આ પોલના ઘણા અભ્યાસોમાંનો એક એવો અભ્યાસ હતો, જેનું પરિણામ ક્યારેય સાચું આવતું નહોતું.)

આ બધા પ્રયોગ બાલિશતા હતી પણ એન્ડ્ર્યુ પોલ સારી રીતે જાણતો હતો કે કેવી રીતે કોર્પોરેટ અમેરિકા ડેટાનો ઉપયોગ કરીને લોકોના આખા જીવનની તપાસ કરે છે. પોલ તેનો જ હિસ્સો બનવા ઈચ્છતો હતો. તેથી જ્યારે ગ્રેજ્યુએશન પછી તેણે સાંભળ્યું કે ગ્રીટિંગ કાર્ડ બનાવનારી કંપની હોલમાર્ક કંસાસ સિટીમાં સાંખ્યિકીવિદોની ભરતી કરી રહી છે, તો તેણે તરત આ નોકરી માટે અરજી કરી દીધી. થોડા જ સમયમાં તે હોલમાર્ક કંપનીના સેલ્સ ડેટાની તપાસ કરીને આ પ્રકારની વસ્તુઓની તપાસ કરી રહ્યો હતો કે જન્મદિનના ક્યા કાર્ડ સૌથી વધારે વેચાય છે....હાથીની તસવીરોવાળા કે પાંડાની તસવીરોવાળા...અને 'દાદીના ઘરે જવાથી શું થાય છે'ના કાર્ડ લાલ રંગમાં વધારે સારા લાગે છે કે વાદળી રંગમાં....તેના માટે આ બધું કરવું સ્વર્ગ જેવો અનુભવ હતો.

એના છ વર્ષ પછી ઈ.સ.2002માં જ્યારે પોલને જાણવા મળ્યું કે ટારગેટ કોર્પોરેશન(અમેરિકાની બીજી સૌથી મોટી ડિપાર્ટમેન્ટ સ્ટોર કંપની) ને એવા લોકોની જરૂર છે, જે આંકડાઓના વિશેષજ્ઞો હોય, તો તે તરત આ કંપનીમાં ભરતી થઈ ગયો. તે જાણતો હતો કે જ્યાં સુધી ડેટા એકઠો કરવાની વાત છે, ટારગેટ કોર્પોરેશન એક અલગ જ સ્તરની જગ્યા છે. દરેક વર્ષે લાખો ગ્રાહક ટારગેટ કોર્પોરેશનના 1147 સ્ટોર્સમાં ખરીદી કરવા આવતા હતા અને કંપનીને પોતાના વિશે કરોડો જાણકારીઓ આપી જતા હતા. એમાંથી મોટાભાગનાને અંદાજ પણ નહોતો કે તે એવું કશું કરી રહ્યા હોય. તે પોતાના કસ્ટમર લોયલિટી કાર્ડનો ઉપયોગ કરતા અને એનાથી તેમને ટપાલ દ્વારા જે કૂપન મળતી, તે ખુશ થઈને તેનો ઉપયોગ કરતા અથવા પછી ખરીદી કરવા માટે પોતાના ક્રેડિટ કાર્ડનો ઉપયોગ કરતા. તેમને આ વાતની સહેજે ગંધ નહોતી આવી કે ટારગેટ કોર્પોરેશન તેમની દરેક ખરીદીને એક વ્યક્તિગત જનસાંખ્યિકી પ્રોફાઈલ સાથે લિંક કરી રહ્યું છે.

એક સાંખ્યિકીવિદ્ માટે આ ડેટા કોઈ જાદુઈ બારી જેવો હતો, જેનાથી તે ગ્રાહકોની ખાનગી પ્રાથમિકતાઓમાં ડોકિયું કરી શકતું હતું. ટારગેટ કોર્પોરેશનના સ્ટોર્સમાં કરિયાણાથી માંડીને કપડાં, ઈલેક્ટ્રોનિક સામાન અને ફર્નિચર સુધી બધું જ વેચી શકાતું હતું. પોતાના ગ્રાહકોની ખરીદીની આદતોનું નજીકથી વિશ્લેષણ કરી કંપનીના વિશેષજ્ઞ આ વાતનું પૂર્વાનુમાન લગાવી શકતા હતા કે દરેક ગ્રાહકના ઘરમાં શું ચાલી રહ્યું છે. જેમ કે જો કોઈ ગ્રાહક નવા ટુવાલ, ચાદરો, વાસણો, કઢાઈ અને ખાવાની ફ્રોઝન વસ્તુઓ ખરીદી રહ્યો છે

તો તેનો અર્થ છે કે કદાચ તેણે નવું ઘર ખરીદ્યું હશે અથવા તેના છૂટાછેડા થવાના હશે. એ જ રીતે જો કોઈ ગ્રાહક કીડાને મારવાના ઢગલાબંધ સ્પ્રે, બાળકોના કપડાં, ફ્લેશલાઈટ, ઘણી બધી બેટરીઝ, રિયલ સિમ્પલ (સૌંદર્ય પ્રસાધન બનાવનારી અમેરિકન કંપની) નો સામાન અને વાઈનની બોટલ ખરીદી રહ્યો છે, તો તેનો અર્થ છે કે કદાચ તેના બાળકો થોડા સમયમાં જ સમર કેમ્પમાં જવાના છે અને તે પોતાની પત્નીની સાથે થોડો સમય એકલા વીતાવવાની તૈયારી કરી રહ્યો છે.

ટારગેટ કોર્પોરેશનની નોકરીમાં પોલને અમેરિકન ગ્રાહકોની તેમના પોતાના જ ઘરમાં અભ્યાસ કરવાની તક મળી. તેમનું કામ હતું એવા ગણિતીય મોડેલ બનાવવા, જેની મદદથી ડેટાનું વિશ્લેષણ કરીને એ જાણી શકાય કે ક્યા ગ્રાહકના ઘરમાં બાળકો છે, ક્યો ગ્રાહક અવિવાહિત છે, ક્યો ગ્રાહક બહાર હરવા-ફરવામાં રુચિ ધરાવે છે અને કોને આઈસક્રીમ કે રોમેન્ટિક નવલકથા પસંદ છે. પોલ એક એવો ગણિતીય વિજ્ઞાની બનવા ઈચ્છતો હતો, જે ગ્રાહકોના મનની વાત અને તેમની આદતો જાણી લે જેથી તેમને ખરીદીમાં વધારેમાં વધારે ખર્ચ કરવા માટે મનાવી શકાય.

પછી એક દિવસ પોલના માર્કેટિંગ વિભાગના કેટલાક સહકર્મી તેની પાસે આવ્યા. તે પોતાની મહિલા ગ્રાહકોની ખરીદીની પેટર્નની મદદથી એ તપાસ કરવા ઈચ્છતા હતા કે તેમાંથી કઈ મહિલા ગર્ભવતી છે. ગર્ભવતી મહિલાઓ અને નવા-નવા માતા-પિતા બનેલા ગ્રાહકને રીટેલ વેચાણની દુનિયામાં સૌથી મહત્ત્વના ગ્રાહક માનવામાં આવે છે. વાસ્તવમાં આ સમૂહના ગ્રાહક સૌથી અલગ હોય છે કારણ કે તે નવા-નવા ઉત્પાદનોના ભૂખ્યા હોય છે અને એ વાતની જરાપણ પરવા કરતા નથી કે ઉત્પાદન એટલે કે પ્રોડક્ટ કેટલી મોંઘી છે. તેથી આ ગ્રાહકો પાસેથી કંપનીઓ સૌથી વધારે લાભ કમાય છે અને અહીં માત્ર શિશુઓના પોતડા (ડાઈપર્સ અને વાઈપ્સ)ની વાત નથી થઈ રહી. શિશુઓના માતા-પિતા અચાનક જીવનમાં આવેલી બાળકની જવાબદારીથી એટલા બેહાલ હોય છે કે જ્યાંથી તે પોતાના બાળકો માટે દૂધની બોટલ્સ કે સ્વાસ્થ્યવર્ધક પાવડર ખરીદે છે, ત્યાંથી જ તે પોતાની જરૂરિયાતની અન્ય વસ્તુઓ પણ કશું જ સમજ્યા-વિચાર્યા વિના ખરીદી લે છે, પછી ભલે તે જ્યૂસ હોય, મોજાં હોય, ટોયલેટ પેપર હોય કે બાળકોને ઉછેરવાના નુસખા જણાવતા પુસ્તકો હોય. હાલમાં જ માતા-પિતા બનેલા ગ્રાહક જો ટારગેટ કોર્પોરેશનના સ્ટોર્સમાં ખરીદી કરીને આવતા, તો પછી તે વર્ષો સુધી ત્યાંથી જ બધું ખરીદતા હતા.

કઈ મહિલા ગ્રાહક ગર્ભવતી છે, એ તપાસ કરવાનો અર્થ હતો, કંપની માટે લાખો ડોલરની વધારાની કમાણી સુનિશ્ચિત કરવી.

પોલ આ નવા પડકારથી ખૂબ ઉત્સાહિત હતો. તેના જેવા કોઈ સાંખ્યિકી ભવિષ્યવક્તા માટે આનાથી વધારે શ્રેષ્ઠ બીજું શું હશે કે તે કંપનીના ગ્રાહકોના મનની વાત તો જાણી શકે છે બલકે એ પણ જાણી શકે છે કે તેમના બેડરૂમમાં શું ચાલી રહ્યું છે ?

આ પરિયોજના પૂર્ણ થાય ત્યાં સુધી પોલને લોકોની અંતરંગ જિંદગીમાં ડોકિયું કરવાના

જોખમ સાથે જોડાયેલા ઘણા મહત્ત્વના પાઠ શીખવાની તક મળવાની હતી. ઉદાહરણ માટે તે શીખવાનો હતો કે ઘણીવાર તમે જે જાણો છો, તેને છુપાવવું, તેને જાણવા જેટલું જ મહત્ત્વપૂર્ણ હોય છે. સાથે જ બધી મહિલા ગ્રાહક આ વાતને માટે ઉત્સાહિત નહીં હોય કે એક કોમ્પ્યુટર પ્રોગ્રામ તેમની જિંદગીમાં ડોકિયું કરીને એ જાણવાનો પ્રયત્ન કરી રહ્યો છે કે ભવિષ્યમાં બાળક પેદા કરવા અંગે તેમની યોજના શું છે.

થોડા જ સમયમાં એ સ્પષ્ટ થઈ ગયું કે દરેક એ નથી માનતું કે ગણિતીય રીતોથી તેમના મનની વાત જાણવી એ મજેદાર બાબત છે.

'આને જોઈને કદાચ બહારના લોકોને એવું જ લાગશે કે આ બધું કંઈક બિગ બ્રધર (પોતાના સ્પર્ધકોની જિંદગીમાં ડોકિયું કરનારો એક અમેરિકન ટી.વી.કાર્યક્રમ જેના પર ભારતીય ટી.વી. કાર્યક્રમ બિગ બોસ આધારિત છે) જેવું છે. પોલે મને કહ્યું,'આનાથી કેટલાક લોકો અસહજ અનુભવવા લાગે છે.'

એક સમય હતો જ્યારે ટારગેટ કોર્પોરેશન જેવી કંપની એન્ડ્ર્યુ પોલ જેવી કોઈપણ વ્યક્તિને નોકરીએ રાખતી નહોતી. વધારે જૂની વાત નથી, માત્ર 20 વર્ષ પહેલા સુધી રીટેલ કંપનીઓ ડેટાથી સંચાલિત થનારા આવા ગંભીર વિશ્લેષણ કરતી નહોતી. એ સમયે તો ટારગેટ કોર્પોરેશન સિવાય કરિયાણાની અન્ય દુકાનો, શોપિંગ મોલ, ગ્રીટિંગ કાર્ડ વેચનારા, કપડાના વેપારી અને અન્ય કંપનીઓ લોકોના મનમાં ડોકિયું કરવાની સૌથી જૂની રીત પર આધાર રાખતી હતી. તે વ્યવસાયિક મનોવિશ્લેષકને કામ પર રાખતી હતી, જે અડધી-અધૂરી વૈજ્ઞાનિક રણનીતિઓ જણાવતા રહેતા હતા અને દાવો કરતા હતા કે તેને લાગુ કરવાથી ગ્રાહક વધારે ને વધારે ખરીદી કરશે.

આવી કેટલીક રીતો આજે પણ ચલણમાં છે. જેમ કે જો તમે વોલમાર્ટ કે હોમ ડિપોના કોઈ સ્ટોરમાં જાઓ અથવા પછી તમે પોતાના વિસ્તારના કોઈ અન્ય શોપિંગ સેન્ટરમાં જાઓ અને ધ્યાન આપો, તો તમારી નજર વેપારીઓની એ ચાલબાજીઓ તરફ જરૂર જશે, જેનો તે વર્ષોથી ઉપયોગ કરતા આવ્યા છે. આ એવી ચાલબાજીઓ છે જેની મદદથી તમારા અચેતન મનનો ફાયદો ઉઠાવી શકાય છે જેથી તમે ખરીદી પર વધારે ને વધારે ખર્ચ કરો.

ઉદાહરણ માટે ખાવા-પીવાની વસ્તુઓની ખરીદી.

કોઈ કરિયાણાની દુકાનમાં ઘૂસતા જ સામાન્ય રીતે તમને ઘણા બધાં ફળ અને શાકભાજીઓ એક લાઈનમાં સજાવેલા દેખાય છે. જો તાર્કિક રીતે વિચારવામાં આવે તો કોઈ સામાનને દુકાનની સામેના ભાગમાં રાખવાનો કોઈ મતલબ નથી કારણ કે જો તમે શરૂઆતમાં જ તેમને પોતાની કાર્ટ (પૈડાવાળી ટોપલી) માં મૂકી દેશો, તો પછીથી તેની ઉપર રાખેલા સામાનના દબાણથી તે દબાઈ જશે, જેનાથી તેમના ઝડપથી ખરાબ થવાની સંભાવના વધી જશે. કાયદો એ કહે છે કે ફળ અને શાકભાજીઓને દુકાનના એ ભાગમાં રાખવા જોઈએ, જ્યાં તમે ખરીદીના અંતે બિલ ચૂકવો છો જેથી તમે તેને છેલ્લે ઉઠાવશો. પણ માર્કેટિંગ વિશેષજ્ઞો અને મનોવૈજ્ઞાનિકોએ વર્ષો પહેલા એ નિષ્કર્ષ કાઢ્યો હતો કે જો

ગ્રાહક ખરીદીની શરૂઆત સ્વાસ્થ્યવર્ધક વસ્તુઓથી કરે છે, તો એ વાતની શક્યતા વધી જાય છે કે પછી જ્યારે તેની નજર ડોરિટો, ઓરિયો કે ફ્રોઝન પિત્ઝા જેવા સ્વાદિષ્ટ પણ સ્વાસ્થ્ય માટે હાનિકારક વસ્તુઓ પર પડશે તો તે તેને પણ તરત ખરીદી લેશે. સ્વાસ્થ્યવર્ધક વસ્તુઓને સૌથી પહેલા ખરીદવાથી ગ્રાહકના અચેતન મનમાં એ ભાવ પેદા થાય છે કે તેણે ખૂબ સારું કામ કર્યું છે. જેના કારણે ખરીદીના અંતમાં જ્યારે તે આઈસક્રીમ કે એવા જ કોઈ અન્ય વસાયુક્ત ખાદ્ય-પદાર્થને ખરીદે છે, તો તેને ગ્લાનિનો અનુભવ થતો નથી.

આપણામાંથી મોટાભાગના લોકો કોઈ દુકાનમાં પ્રવેશ કરતાં જ પોતાની જમણી બાજુ વળી જાય છે (શું તમે જાણતા હતા કે તમે જમણી તરફ વળો છો ? ચોક્કસ જ તમે જમણી તરફ વળતા હશો. એવા ઘણા વીડિયો ટેપ ઉપલબ્ધ છે, જેમાં દેખાડવામાં આવ્યું છે કે દુકાનમાં પ્રવેશ કરતા જ ગ્રાહક જમણી તરફ વળી જાય છે.) ગ્રાહકોની આ પ્રવૃત્તિને કારણે રીટેલ વ્યાપારી પોતાની દુકાનોમાં જમણી તરફ સૌથી વધારે લાભ કરાવતા ઉત્પાદન રાખે છે જેથી ગ્રાહક નજર પડતાં જ તેને ખરીદી લે. સૂપ અને સીરિયલ (અનાજથી બનેલો એક ખાદ્ય પદાર્થ જે હંમેશા નાસ્તામાં ખાવામાં આવે છે) ની બાબતે પણ કંઈક એવું જ છે. જ્યારે તેના ડબ્બાઓને દુકાનના કબાટમાં તેમના નામના ક્રમમાં મૂકવામાં નથી આવતા, તો ગ્રાહક દરેક પ્રકારના બ્રાન્ડના ડબ્બાઓ પર નજર નાખે છે. એટલે કે જો તમારે ચોખાવાળા અને કિસમિસવાળા સીરિયલના ડબ્બા જોઈએ, તો તે કદાચ જ તમને નજીક-નજીક રાખેલા મળે. તેથી તમારે જે પ્રકારના કે જે બ્રાન્ડના સીરિયલ જોઈએ, તેને શોધવા માટે તમારે આખું કબાટ ફેંદવું પડે છે. બની શકે કે આ પ્રક્રિયામાં તમને કદાચ બીજી કોઈ બ્રાન્ડના સીરિયલ પણ ગમી જાય અને તમે તેને પણ ખરીદી લો. રીટેલ વેપારી આ જ તો ઈચ્છે છે.

રીટેલ વેપારીઓની આ પ્રકારની રણનીતિઓની સાથે મુશ્કેલી એ હોય છે કે તે દરેક ગ્રાહકને એક જ નજરે તોલે છે. આ દૃષ્ટિએ આ રણનીતિઓ ખૂબ જૂના પ્રકારની જણાય છે, જેમાં અલગ-અલગ ગ્રાહકની ખરીદી અંગેની આદતોને પ્રભાવિત કરવા માટે અલગ-અલગ રીતોનો ઉપયોગ કરવાને બદલે એક જ રીતનો ઉપયોગ કરવામાં આવે છે.

છેલ્લા વીસ વર્ષોમાં જેમ-જેમ રીટેલ બિઝનેસમાં સ્પર્ધા વધી છે, તેમ-તેમ ટારગેટ કોર્પોરેશન જેવી કંપનીઓ સમજવા માંડી છે કે ગ્રાહકોને પ્રભાવિત કરવા માટે માત્ર જૂની રણનીતિઓ પર નિર્ભર રહી શકાય તેમ નથી. કંપનીઓનો લાભ વધારવાની આ જ એકમાત્ર રીત હતી કે ગ્રાહકોની આદતો વિશે તપાસ કરીને તેમની પ્રાથમિકતાઓને સમજી લેવામાં આવે અને પછી એ હિસાબે દરેક ગ્રાહકને લોભાવવા માટે અલગ-અલગ રણનીતિ બનાવવામાં આવે.

રીટેલ કંપનીઓને આ વાતની અનુભૂતિ થવા પાછળ એક મોટું કારણ એ પણ છે કે હવે તે આ વાત અંગે જાગૃત થઈ રહ્યા છે કે ગ્રાહકની આદતો કેવી રીતે તેમની ખરીદીના નિર્ણયને પ્રભાવિત કરે છે. આ ક્ષેત્ર સાથે જોડાયેલા ઘણા પરિણામને જોયા પછી વેપારીઓને એ અહેસાસ થઈ ગયો કે જો તે કોઈ રીતે દરેક ગ્રાહકની આદતોને સમજવામાં સફળ થઈ

જાય, તો પછી તે તેને કંઈપણ ખરીદવા માટે મજબૂર કરી શકે છે અને તેને એની ખબર પણ નહીં પડે. એક અભ્યાસમાં તો ગ્રાહકોને એ સમયે વીડિયો કેમેરાથી રેકોર્ડ કરવામાં આવ્યા, જ્યારે તે કરિયાણાના મોટા-મોટા સ્ટોર્સમાં પ્રવેશ કરતા હતા. આ અભ્યાસ કરી રહેલા સંશોધક જાણવા ઈચ્છતા હતા કે લોકો ખરીદીનો નિર્ણય કેવી રીતે લે છે. તેમની નજર ખાસ કરીને એવા ગ્રાહકો પર હતી, જે ખરીદી માટે સામાનની યાદી બનાવીને લાવે છે. સૈદ્ધાંતિક રીતે જોઈએ તો આ એ શ્રેણીના ગ્રાહક હતા જે પહેલા જ નક્કી કરી ચૂક્યા હતા કે તેમણે શું ખરીદવું છે.

સંશોધકોએ જોયું કે સામાનની યાદી સાથે લાવવા છતાં આ ગ્રાહકોએ ખરીદી અંગેના 50 કરતાં પણ વધારે નિર્ણય એ જ સમયે લીધા, જ્યારે તેમની નજર કબાટમાં મૂકેલા કોઈ ખાસ પ્રોડક્ટ પર પડી. કારણ કે આ ગ્રાહકોની આદતો યાદી પ્રમાણે સામાન લેવાના તેમના ઈરાદાઓ કરતાં વધારે સશક્ત હતી. જેમ કે, એક ગ્રાહક સ્ટોરમાં પ્રવેશ કરતાં જ પોતાની સાથે વાત કરવા માંડ્યો, 'ઓહ, તો અહીં બટાકાની ચિપ્સ પણ મૂકેલી છે. પણ મારે તો તેનાથી બચવું જોઈએ. અરે આ શું ? અહીં તો બટાકાના ચિપ્સમાં સેલ ચાલી રહ્યું છે.' આ પછી તેણે તરત ચિપ્સનું એક મોટું પેકેટ ઉઠાવીને પોતાની કાર્ટ(પૈડાવાળી ટોપલી) માં મૂકી દીધું. આ જ રીતે કેટલાક ગ્રાહક વારંવાર એક જ બ્રાન્ડનો સામાન લેતા હતા, ભલે તે માની ચૂક્યા હોય કે તેમને આ બધું ખાસ ગમતું નથી. 'હું કંઈ ફોલ્ગર્સ કોફીની ચાહક નથી, પણ હું હંમેશા આ જ ખરીદું છું. આમ પણ એના સિવાય બીજું કશું છે જ ક્યાં સ્ટોરમાં ?' એક મહિલા ગ્રાહકે કહ્યું, જ્યારે તેની બાજુમાં મૂકેલા કબાટમાં કોફીની ઘણી બધી બ્રાન્ડઝ મૂકેલી હતી. સંશોધકોએ જોયું કે ગ્રાહક જ્યારે પણ ખરીદી કરે છે, દરેક વખતે ખાવાનો સામાન એકસરખી માત્રામાં ખરીદે છે, ભલે તે પોતાનું વજન ઘટાડવા માટે ઓછું ખાવાનો નિયમ લઈને બેઠા હોય.

આ અંગે દક્ષિણી કેલીફોર્નિયા યુનિવર્સિટીના બે મનોવિશ્લેષકોએ ઈ.સ.2009માં લખ્યું હતું, 'ગ્રાહક હંમેશા પોતાની આદતોના ગુલામ હોય છે અને તેના પ્રમાણે જ ખરીદી કરે છે. એટલે કે તે પોતાના નવા લક્ષ્યોને ભૂલીને દરેક વખતે પોતે જ પોતાના પાછલા વર્તનનું પુનરાવર્તન કરવા લાગે છે.'

જો કે આ બધા અભ્યાસોનું એક આશ્ચર્યજનક પાસુ એ હતું કે ભલે બધા ગ્રાહક ખરીદી અંગેના નિર્ણયો માટે પોતાની આદતો પર નિર્ભર હતા, પણ દરેક ગ્રાહકની આદતો પણ અલગ-અલગ હતી. જે ગ્રાહકને બટાકાની ચિપ્સ પસંદ હતી, તે જ્યારે પણ સ્ટોરમાં આવતો ત્યારે બાકીની વસ્તુઓની સાથે દરેક વખતે એક પેકેટ ચિપ્સ પણ ખરીદી લેતો હતો. પણ ફોલ્ગર કોફી ખરીદનારી મહિલા ગ્રાહક ક્યારેય એ કબાટની પાસે પણ ગઈ નહીં, જ્યાં તે ચિપ્સ મૂકેલી હતી. એવા પણ લોકો હતા, જે ઘરમાં પૂરતું દૂધ હોવા છતાં પણ સ્ટોરમાં આવીને દૂધ જ ખરીદતા હતા. એવા પણ લોકો હતા, જે દરેક વખતે મીઠાઈઓ જરૂર ખરીદતા હતા અને સાથે એ પણ કહેતા રહેતા કે તે પોતાનું વજન ઘટાડવાનો પ્રયત્ન

કરી રહ્યા છે. પણ એવું ક્યારેય ન થયું કે દૂધ ખરીદનારાએ ક્યારેય મીઠાઈ ખરીદી હોય કે મીઠાઈના ગ્રાહકે દૂધ લીધું હોય.

દરેક ગ્રાહકની આદતો અલગ-અલગ હતી. ટારગેટ કોર્પોરેશન લોકોની આ જ અલગ-અલગ આદતોનો ફાયદો ઉઠાવવા ઈચ્છતું હતું. પણ જ્યારે પોતાની સેંકડો દુકાનો પર દરરોજ લાખો ગ્રાહક આવી રહ્યા હોય, તો તેમની પ્રાથમિકતાઓ અને ખરીદીના તેમના પેટર્ન્સ પર કેવી રીતે નજર રાખવામાં આવે ?

આ પ્રશ્નનો જવાબ છે, 'ગ્રાહકો સાથે જોડાયેલો ઘણો બધો ડેટા ભેગો કરીને એટલે કે એટલો બધો ડેટા ભેગો કરવો પહેલા તો કલ્પનાથી પણ પર લાગે.'

લગભગ દસ વર્ષ પહેલા ટારગેટ કોર્પોરેશને ડેટાના એવા વિશાળ વેર-હાઉસ બનાવવાના શરૂ કર્યા, જેમાં દરેક ગ્રાહક માટે એક અલગ કોડ નક્કી કરી દેવામાં આવ્યો અને તેને જાણી જોઈને 'ગેસ્ટ આઈ-ડી નંબર' નામ આપવામાં આવ્યું. તેનાથી દરેક ગ્રાહકની ખરીદી પર નજર રાખવાનું સરળ બની ગયું. જ્યારે પણ કોઈ ગ્રાહક ટારગેટ કોર્પોરેશન દ્વારા અમલમાં મૂકાયેલા ક્રેડિટ કાર્ડનો ઉપયોગ કરતો અથવા બિલ ચૂકવતી વખતે નિયમિત ગ્રાહકનું પોતાનું ટેગ દેખાડતો, ટપાલ દ્વારા મળેલા કૂપનનો ઉપયોગ કરીને ખરીદી કરતો, કસ્ટમર હેલ્પ લાઈન પર ફોન કરતો, કોઈ રિફંડ મળતા આપવામાં આવેલા સર્વેનું ફોર્મ ભરતો, ટારગેટ કોર્પોરેશન દ્વારા મોકલવામાં આવેલો કોઈ ઈ-મેઈલ ખોલતો, ટારગેટ ડોટ કોમ વેબસાઈટ ખોલતો કે ક્યારેક ઓનલાઈન ખરીદી કરતો, તો કંપનીના કોમ્પ્યુટરમાં તેની વિસ્તૃત જાણકારી રેકોર્ડ થઈ જતી. ગ્રાહકની દરેક ખરીદીનો રેકોર્ડ તેના ગેસ્ટ આઈ-ડી નંબરની સાથે લિંક કરી દેવામાં આવતો. તેમાં સાથે જ એ દરેક બાબતની જાણકારી પણ રહેતી, જે ગ્રાહકે પહેલા ખરીદી હોય.

આ ઉપરાંત એ ગેસ્ટ આઈ-ડી નંબરની સાથે ગ્રાહકોની તે જનસાંખ્યિકીય સૂચનાઓ પણ લિંક કરી દેવામાં આવતી, જે કાં તો ટારગેટ કોર્પોરેશને પોતે ભેગી કરી રાખી હતી અથવા કંપની પાસેથી ખરીદેલી હોય. આ સૂચનાઓમાં ગ્રાહકોની ઉંમર, તેમની વૈવાહિક સ્થિતિ, બાળકોની સંખ્યા, ઘરનું સરનામું, ઘરનો નંબર, મોબાઈલ નંબર, સ્ટોર સુધી પહોંચવામાં લાગનારો સમય અને તેમની અનુમાનિત આવકની સાથે-સાથે એ જાણકારી પણ સામેલ હતી કે શું તે હાલમાં જ પોતાના વિસ્તારમાં રહેવા આવ્યા છે, તે કઈ વેબસાઈટ્સ ખોલે છે અને ક્યા ક્રેડિટ કાર્ડ રાખે છે. ટારગેટ કોર્પોરેશન એવો ડેટા પણ ખરીદી શકે છે, જેમાં ગ્રાહકની જાતીયતા, તેમની છેલ્લી અને હાલની નોકરીનું વિવરણ, તેમના દ્વારા વાંચવામાં આવતા મેગેઝિનો ઉપરાંત એ માહિતી પણ હોય છે કે શું તે ક્યારેય દેવાળિયા થયા છે, તેમણે પોતાનું ઘર ક્યારે ખરીદ્યું(કે ગુમાવ્યું), તે કઈ શાળા અને કોલેજમાં ભણ્યા છે, અને તે ફલાણા-ફલાણા બ્રાન્ડની કોફી, ટોયલેટ પેપર, સીરિયલ અને એપલ સોસ પસંદ કરે છે કે નહીં.

બીજી તરફ ઈન્ફિગ્રાફ જેવી ડેટા વેચનારી કંપનીઓ પણ છે, જે મેસેજ બોર્ડસ અને

ઈંટરનેટ ફોરમ્સમાં ગ્રાહકોની ઓનલાઈન વાતો સાંભળીને એ વાતની તપાસ કરે છે કે લોકો કઈ પ્રોડક્ટ વિશે સકારાત્મક વાતો કરી રહ્યા છે. રૈપલીફ નામની એક ફર્મ ગ્રાહકો વિશે જાત-જાતની સૂચનાઓ વેચે છે, જેમ કે તેમનો રાજનૈતિક ઝોક કઈ તરફ છે, વાંચવાની આદત કેવી છે, તે ક્યાં અને કેટલી ચેરિટી કરે છે, તેમની પાસે કેટલી કાર છે અને તે ધાર્મિક સમાચાર સાંભળવાનું પસંદ કરે છે કે સિગરેટ જેવી વસ્તુઓની ખરીદી પર છૂટ મેળવવા ઈચ્છે છે. અન્ય કંપનીઓ ગ્રાહકો દ્વારા ઓનલાઈન પોસ્ટ કરવામાં આવેલી તસવીરોનું વિશ્લેષણ કરે છે. આ રીતે તે એ ગ્રાહકોને અલગ-અલગ શ્રેણીમાં વહેંચીને તેમનું કેટલોગ તૈયાર કરે છે, જેમ કે ક્યો ગ્રાહક મેદસ્વીપણાથી ગ્રસ્ત છે અને કોણ ખૂબ પાતળું છે, કોની લંબાઈ સારી છે અને કોણ ઠીંગણું છે, માથા પર વાળ છે કે ટાલ છે અને આ બધાના પરિણામ સ્વરૂપ તે ક્યા પ્રકારના ઉત્પાદન ખરીદવાનું પસંદ કરશે. (ટારગેટ કોર્પોરેશને પોતાના બયાનમાં એ જણાવવાની ના પાડી દીધી કે તે કઈ સાંખ્યિકીય કંપનીઓની સાથે મળીને ગ્રાહક સાથે જોડાયેલી કેવી સૂચનાઓનો અભ્યાસ કરે છે.)

વ્યવસાયિક પોતાના ફાયદા માટે ડેટા અને વિશ્લેષણનો ઉપયોગ કેવી રીતે કરે છે, આ વિષયના મુખ્ય સંશોધક ટોમ ડેવેનપોર્ટ કહે છે, 'પહેલા કંપનીઓને પોતાના ગ્રાહકો વિશે માત્ર એટલી જ જાણકારી રહેતી હતી, જેટલી ગ્રાહક તેમને જણાવવા ઈચ્છતો હતો, પણ હવે જમાનો બદલાઈ ગયો છે. તમને એ જોઈને નવાઈ લાગશે કે આજે બજારમાં ગ્રાહકો વિશે કેટલી બધી માહિતીઓ ઉપલબ્ધ છે. આ સૂચનાઓને દરેક કંપની ખરીદે છે કારણ કે બજારમાં ટકી રહેવાની આ એક જ રીત છે.' જેમ કે જો તમે અઠવાડિયામાં એકવાર સાંજના છ વાગ્યાની આસપાસ કુલ્ફી ખરીદવા માટે ટારગેટ કોર્પોરેશનના ક્રેડિટ કાર્ડનો ઉપયોગ કરો છો અથવા દરેક જુલાઈ અને ઓક્ટોબરના મહિનામાં મોટા કદના પાન ખરીદો છો, તો ટારગેટ કોર્પોરેશનના સાંખ્યિકીવિદ્ પોતાના કોમ્પ્યુટર પ્રોગ્રામની મદદથી એ જાણી લેશે કે તમારા ઘરમાં બાળકો પણ છે, તમે કરિયાણાનો સામાન ઓફિસથી પાછા ફરતી વખતે ખરીદો છો, તમારા ઘરમાં એક બગીચો પણ છે, જ્યાં ગરમીની ઋતુમાં ઘાસ કાપવું જરૂરી હોય છે અને તમારે એવા વૃક્ષ પણ લગાવવાના છે, જેના પાન પાનખરની ઋતુમાં ખરી જાય છે.

આ સાંખ્યિકીવિદ્ પોતાના કોમ્પ્યુટર પ્રોગ્રામ દ્વારા તમારી ખરીદીના અન્ય પેટર્ન પર પણ નજર રાખશે અને જાણી લેશે કે તમે ક્યારેક-ક્યારેક સીરિયલ (અનાજથી બનેલો એક ખાદ્ય-પદાર્થ, જે નાસ્તામાં દૂધની સાથે ખાવામાં આવે છે) તો ખરીદો છો પણ દૂધ ક્યારેય લેતા નથી, જેનો અર્થ છે કે તમે ક્યાંક બીજેથી દૂધ ખરીદો છો. આ જાણ થયા પછી ટારગેટ કોર્પોરેશન તમને દૂધ ખરીદવા માટે એવી કૂપન મોકલશે, જેમાં તમને બે ટકા છૂટ મળે. તેની સાથે જ તમને ચોકલેટ સ્પ્રિંકલ, સ્કૂલનો સામાન, બગીચાનું ફર્નિચર અને કબાટ ઉપરાંત બીયરના કૂપન પણ મોકલશે જેથી જો તમે આખો દિવસ કામ કર્યા પછી થોડો સમય આરામ કરવા ઈચ્છો છો, તો એક બીયર પીને તમારો થાક દૂર કરી શકશો. ટારગેટ કોર્પોરેશન

આ વાતનું અનુમાન લગાવી લે છે કે તમે આદતવશ કયો સામાન ખરીદો છો અને પછી તે જાત-જાતની યુક્તિઓ અજમાવીને તમને એ વાત માટે મનાવે છે કે તમે તે બધો સામાન ટારગેટના સ્ટોરમાંથી લો. કંપની દરેક ગ્રાહકની વ્યક્તિગત જરૂરિયાત અને પસંદ પ્રમાણે કૂપન મોકલવાની ક્ષમતા ધરાવે છે, ભલે તમને એ વાતની ખબર ન પડે કે તમને ટપાલમાંથી જે કવર મળ્યું છે, તે તમારા પાડોશીને મળેલા કવર કરતાં બિલકુલ અલગ છે.

ઈ.સ.2010માં પોલે રીટેલ ક્ષેત્રના સાંખ્યિકીવિદોનું એક સંમેલન કર્યું. જ્યાં તેણે સ્ટેજ પર ઊભા રહીને પોતાની સામે બેઠેલા દર્શકોને જણાવ્યું, 'ગેસ્ટ આઈ-ડી દ્વારા અમને તમારું નામ, સરનામું અને તમારા ટેન્ડર વિશે માહિતી મળી જાય છે. સાથે જ અમને એ પણ ખબર પડી જાય છે કે તમારી પાસે ટારગેટ કોર્પોરેશનનો વિઝા અને એક ડેબિટ કાર્ડ પણ છે, જેને અમે તમારી ખરીદીઓ સાથે જોડી શકીએ છીએ. કંપની પોતાના સ્ટોર્સમાંથી થનારા લગભગ અડધા વેચાણને – કોઈ એક વ્યક્તિ વિશેષ સાથે, બધા ઓનલાઈન વેચાણ સાથે અને લગભગ એક ચતુર્થાંશ ઓનલાઈન બ્રાઉઝિંગ સાથે લિંક કરી શકે છે.'

આ સંમેલનમાં પોલે દર્શકોને સ્ક્રીન પર એક સ્લાઈડ દેખાડી, જેમાં તેણે ટારગેટ કોર્પોરેશન દ્વારા એકઠા કરવામાં આવેલા ડેટાનો એક નમૂનો દેખાડ્યો. આ ઉપરાંત પોલની આ સ્લાઈડમાં એક ડાયગ્રામ પણ દેખાડવામાં આવ્યો હતો. જેને જોઈને દર્શક એટલા આશ્ચર્યચકિત થઈ ગયા કે સીટી વગાડવા માંડ્યા.

આ આખા ડેટા માટે એક જ મુશ્કેલી છે કે જ્યાં સુધી કોઈ સાંખ્યિકીવિદ તેનું વિશ્લેષણ કરી પોતાનો નિષ્કર્ષ ન આપે, ત્યાં સુધી આ આખો ડેટા બાકીના દરેક માટે

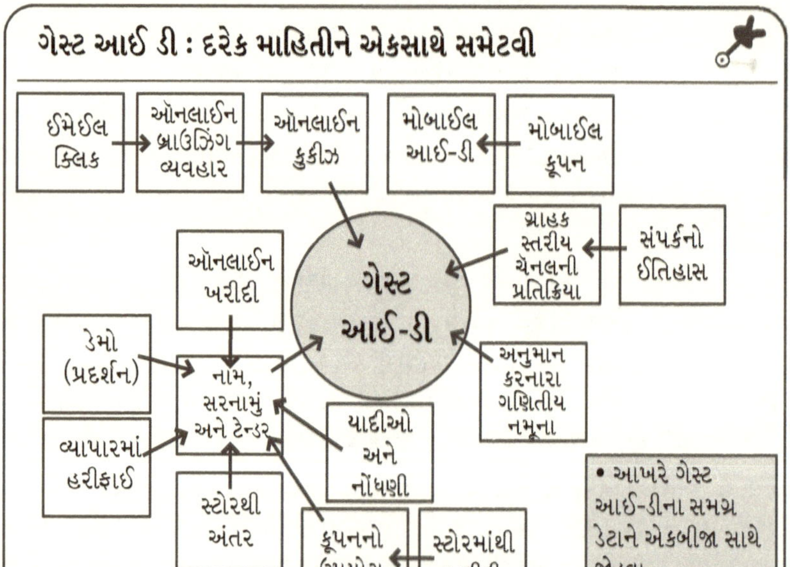

અર્થહીન હોય છે. એક સામાન્ય વ્યક્તિ માટે બે ગ્રાહકો દ્વારા દુકાનમાંથી સંતરાનો રસ ખરીદવો એક સામાન્ય વાત છે. તેને બંનેમાં કોઈ ફેર દેખાશે નહીં. કારણ કે આ ફેરને સમજવા માટે એક વિશેષ પ્રકારના ગણિત વિશેષજ્ઞની જરૂર હોય છે, જે એ વાતની તપાસ કરી શકે કે આ બંને ગ્રાહકોમાંથી એક 34 વર્ષીય મહિલા છે, જે પોતાના બાળકો માટે સંતરાનો રસ ખરીદી રહી છે (અને એ જ કારણોસર ખરીદીની સાથે કોઈ વીડિયો ગેમની કૂપન મળતાં તે આ વિક્રેતાની પ્રશંસા કરશે.) જ્યારે બીજો ગ્રાહક એક 21 વર્ષીય અવિવાહિત યુવક છે, જે દરરોજ વ્યાયામ પછી સંતરાનો રસ પીવાનું પસંદ કરે છે (તેથી કદાચ તે સ્નીકર જૂતા પર છૂટ મળતા સકારાત્મક પ્રતિક્રિયા આપશે.) પોલ અને તેના સિવાય ટારગેટ કોર્પોરેશનના ગેસ્ટ ડેટા એન્ડ એનાલિટિકલ સર્વિસ ડિપાર્ટમેન્ટ (મહેમાન સંબંધી તથ્ય તથા વિશ્લેષણ સેવા વિભાગ) ના 50 અન્ય કર્મચારી વાસ્તવમાં એવા વિશેષજ્ઞ હતા, જે પોતાના ગ્રાહકો સાથે જોડાયેલા તથ્યોમાં તેમની અદૃશ્ય આદતોને ઓળખી લેતા હતા.

પોલે જણાવ્યું, 'અમે તેને ગેસ્ટ-પોર્ટ્રેટ (મહેમાનની તસવીર) નામ આપ્યું છે. મને કોઈના વિશે એટલી વધારે જાણકારી હોય, હું તેની ખરીદીની પેટર્નનું એટલું જ સટીક અનુમાન લગાવી શકું છું. જો કે હું હંમેશા એ અનુમાન તો લગાવી શકતો નથી, પણ એટલું નક્કી છે કે તમારા વિશે મારા મોટાભાગના અનુમાન સાચા જ પડશે.

ઈ.સ.2002માં જ્યારે પોલે ટારગેટ કોર્પોરેશનમાં નોકરી શરૂ કરી હતી, તેના પહેલા જ કંપનીનું એનાલિટિક્સ ડિપાર્ટમેન્ટ (વિશ્લેષણ વિભાગ) એવો કોમ્પ્યુટર પ્રોગ્રામ વિકસિત કરી ચૂક્યું હતું, જે એવા ગ્રાહકોની ઓળખ કરી શકે, જેના ઘરમાં બાળકો છે. તેથી કંપની દર વર્ષે નવેમ્બરમાં આ બાળકોના માતા-પિતાને સાઈકલ અને સ્કૂટરના કેટલોગ મોકલતી હતી જેથી તેમના મનમાં એ ઈચ્છા જાગે કે નવી સાઈકલ કે સ્કૂટરની સાથે ક્રિસમસ ટ્રીની નીચે તેમની તસવીર કેટલી સારી લાગશે. આ ઉપરાંત કંપની તેમને દર વર્ષે સપ્ટેમ્બરમાં સ્કૂલમાં ઉપયોગમાં લેનારી વસ્તુઓની કૂપન અને જૂનમાં પૂલમાં રમાનારા રમકડાંના વિજ્ઞાપનો મોકલતી હતી. કોમ્પ્યુટર પોતાના ડેટાનો ઉપયોગ કરી એ મહિલા ગ્રાહકોની ઓળખ કરતું હતું, જે એપ્રિલના મહિનામાં બિકની ખરીદે છે. પછી કંપની તેમને જુલાઈમાં સનસ્ક્રીન લોશનની કૂપન અને ડિસેમ્બરમાં વજન ઘટાડવાના નુસખા જણાવતા પુસ્તકોની યાદી મોકલતી હતી. જો ટારગેટ કોર્પોરેશન ઈચ્છે, તો દરેક ગ્રાહકને એક એવી વિશેષ કૂપન-બુક મોકલી શકે છે, જેમાં ઢગલાબંધ ઉત્પાદનો પર ભારે છૂટ મોકલવાની જાણકારી આપવામાં આવી હોય. કંપની આ વિશેષ કૂપન-બુકમાં એ જ ઉત્પાદનો પર છૂટ આપશે, જેના વિશે તે નિશ્ચિત હોય કે ગ્રાહક તેને જરૂર ખરીદશે. કારણ કે કંપની એ જાણે છે કે ગ્રાહક પહેલા પણ એવા જ ઉત્પાદનો ખરીદી ચૂક્યો છે.

ટારગેટ કોર્પોરેશન કોઈ એકમાત્ર કંપની નથી, જે ગ્રાહકોની આદતોનું અનુમાન લગાવવા ઈચ્છે છે. એમેઝોન ડોટ કોમ, એન્હ્યુઝર-બ્રશ, ધ યુએસ પોસ્ટલ સર્વિસ, ફિડિલિટી

ઈનવેસ્ટમેન્ટસ, હેવલેટ-પેકાર્ડ, બેંક ઑફ અમેરિકા, કેપિટલ વન અને એવી સેંકડો અન્ય કંપનીઓ સહિત લગભગ-લગભગ મોટી રીટેલ કંપનીમાં પ્રોડક્ટિવ એનાલિટિક્સ ડિપાર્ટમેન્ટ (ભવિષ્યસૂચક વિશ્લેષણ વિભાગ) હોય છે, જેનું કામ હોય છે, ગ્રાહકની પ્રાથમિકતાઓનું અનુમાન લગાવવું. પ્રોડક્ટિવ એનાલિટિક્સ વર્લ્ડ નામના સંમેલનના આયોજન એરિક સીગલ કહે છે,'ટારગેટ કોર્પોરેશન આ મામલામાં હંમેશા સૌથી ઝડપી રહ્યું છે. ડેટાનું પોતાની રીતે કોઈ મહત્ત્વ નથી હોતું પણ ટારગેટ કોર્પોરેશન બેહદ ચાલાકી ભર્યા સવાલોનો જવાબ શોધવાના મામલામાં ખૂબ આગળ છે.'

આ સમજવા માટે કોઈ બુદ્ધિશાળી માનવીની જરૂર નથી કે જો કોઈ ગ્રાહક સીરિયલ નામનો ખાદ્ય-પદાર્થ ખરીદી રહ્યો છે, તો તેને કદાચ દૂધની પણ જરૂર પડશે. પણ એવા જ કેટલાક અન્ય સવાલ છે, જે આનાથી ક્યાંય વધારે મુશ્કેલ હોય છે. તેનો જવાબ શોધવો કંપની માટે અપેક્ષાકૃત ખૂબ ફાયદાનો સોદો હોય છે.

તેથી ટારગેટ કોર્પોરેશનમાં કામ શરૂ કરવાના થોડા જ અઠવાડિયા પછી પોલના સહકર્મી તેની પાસે એ પૂછવા માટે આવ્યા હતા કે શું તે એ તપાસ કરી શકે છે કે આ સમયે કઈ મહિલા ગર્ભવતી છે, ભલે તે ઈચ્છતી હોય કે આ વાતની કોઈનેય જાણ ન થાય.

★★★

ઈ.સ.1984માં યુ.સી.એલ.એ. ના એક અતિથિ પ્રોફેસર એલન એન્ડરસને એક રિસર્ચ પેપર પ્રકાશિત કર્યું, જેનો ઉદ્દેશ હતો આ પ્રશ્નનો જવાબ આપવો કે કેટલાક લોકો અચાનક પોતાની ખરીદીનું રૂટીન કેમ બદલી નાખે છે ?

આ અભ્યાસ માટે એન્ડરસનની ટીમે લગભગ એક વર્ષ સુધી લોસ એન્જલિસના ઘણા બધા ગ્રાહકોને ફોન કરીને તેમની વર્તમાન ખરીદી વિશે પ્રશ્ન પૂછ્યા. તે ફોન પર લોકોને એવા પ્રશ્ન પૂછતા કે કે કઈ બ્રાન્ડની ટૂથપેસ્ટ અને સાબુ ખરીદે છે અને શું હવે આ ઉત્પાદનો સાથે જોડાયેલી તેમની પ્રાથમિકતાઓ પહેલાની સરખામણીએ બદલાઈ ગઈ છે. એન્ડરસનની ટીમ અનુસાર તેમણે લગભગ 300 લોકો સાથે વાતચીત કરી. અન્ય અભ્યાસકર્તાઓની જેમ તેમણે પણ એ જ જોયું કે મોટાભાગના લોકોએ અઠવાડિયે-દર અઠવાડિયે એક જ બ્રાન્ડની સીરિયલ કે ડિઓડરન્ટ ખરીદ્યું. સ્પષ્ટ જ છે કે તેમની ખરીદી અંગેની આદતો તેમના પર હાવિ હતી.

પણ ક્યારેક-ક્યારેક એવું નહોતું બનતું.

ઉદાહરણ માટે એન્ડરસને જેટલા લોકોનો અભ્યાસ કર્યો, તેમાં 10.5 ટકા લોકો એવા હતા, જેમણે પાછલા છ મહિના દરમિયાન પોતાના ટૂથપેસ્ટની બ્રાન્ડ બદલી નાખી હતી. એ જ રીતે 15 ટકા લોકો હવે નવા પ્રકારનું ડિટરજન્ટ ખરીદવા માંડ્યા હતા.

એન્ડરસન જાણવા ઈચ્છતા હતા કે આ લોકોએ ખરીદીની પેટર્ન શા માટે બદલી? પોતાના અભ્યાસમાં તેમણે જે શોધ્યું, તે પાછળથી આધુનિક માર્કેટિંગ સિદ્ધાંતનો મુખ્ય સ્તંભ બની ગયો. તેમના અનુસાર, 'લોકોની ખરીદી અંગેની આદતો બદલવાની સંભાવના ત્યારે સૌથી વધારે હોય છે, જ્યારે તેમના જીવનમાં કોઈ મોટી ઘટના બની હોય. જેમ કે, જ્યારે કોઈના લગ્ન થાય છે, તો એ વાતની સંભાવના વધી જાય છે કે હવે તે કોઈ નવી બ્રાન્ડની કોફી ખરીદશે. એ જ રીતે જ્યારે કોઈ ઘર બદલે છે, તો તે હંમેશા નવા પ્રકારના સીરિયલ ખરીદવા લાગે છે. જ્યારે કોઈના છૂટાછેડા થાય છે, તો આ વાતની શક્યતા વધી જાય છે કે હવે તે અલગ-અલગ બ્રાન્ડની બિયર ખરીદશે. સામાન્ય રીતે ગ્રાહક એ વાત પર ધ્યાન નથી આપતા કે જીવનમાં કોઈ નવી ઘટના બનવાથી તેમની ખરીદી અંગેની પેટર્ન બદલાઈ જાય છે અને તેમને આ વાતની કોઈ ચિંતા હોતી નથી. જ્યારે રીટેલ કંપનીઓ આ પરિવર્તન અંગે બારીકાઈથી ધ્યાન આપે છે એટલું જ નહી, આ તેમના માટે ખૂબ મહત્ત્વપૂર્ણ પણ હોય છે.'

એન્ડરસન લખે છે, 'ઘર બદલવું, લગ્ન કરવા, છૂટાછેડા લેવા, નોકરી બદલવી કે નોકરી ગુમાવી દેવી, કોઈ નવા સભ્યનું ઘરમાં આવવું અથવા કોઈ સભ્યનું ઘરેથી ચાલ્યા જવું....આ બધી જીવનની એવી ઘટનાઓ છે, જેનાથી એક ગ્રાહક વિક્રેતા માટે એક સરળ નિશાન બની જાય છે. પછી વિક્રેતાને ગ્રાહકની ખરીદીને પ્રભાવિત કરવામાં વધારે મુશ્કેલી નથી પડતી.'

મોટાભાગના લોકો માટે જીવનની સૌથી મોટી ઘટના કઈ હોય છે? તે કઈ ઘટના છે, જે તેના જીવનમાં સૌથી વધારે ઉથલ-પાથલ લાવે છે અને વિક્રેતાઓ માટે તેની ખરીદીમાં હસ્તક્ષેપ કરવો સહેલું બની જાય છે? તેનો જવાબ છે, બાળકનો જન્મ. મોટાભાગના ગ્રાહકો માટે એક બાળકના જન્મથી મોટી ઘટના બીજી કોઈ નથી હોતી. પરિણામ સ્વરૂપ એ દરમિયાન નવા બનેલા માતા-પિતાની આદતો સૌથી વધારે લચીલી થઈ જાય છે.

તેથી રીટેલ કંપનીઓ માટે ગર્ભવતી મહિલા ગ્રાહક સોનાની ખાણ જેવી હોય છે.

નવા માતા-પિતા બનેલા ગ્રાહક ઘણી બધી ખરીદી કરે છે, જેમ કે બાળકોના લંગોટ(ડાઈપર્સ અને વાઈપ્સ), પારણું, કપડાં, બોટલો, બ્લેંકેટ અને એવી જ ઘણી અન્ય વસ્તુઓ. ટારગેટ કોર્પોરેશન જેવી કંપનીઓ આ પ્રકારનો સામાન ભારે નફાની સાથે વેચે છે. ઈ.સ.2010માં થયેલા એક અભ્યાસ પરથી જાણવા મળ્યું હતું કે એક સરેરાશ માતા-પિતા પોતાના નવજાત બાળકનો પહેલો જન્મદિન આવે તે પહેલા જ તેના સામાન પર લગભગ 6800 ડોલર્સ ખર્ચ કરી ચૂક્યા હોય છે.

પણ આ તો માત્ર એક ઝલક છે. હાલમાં જ માતા-પિતા બનેલા લોકોની સતત બદલાતી ખરીદી અંગેની આદતોનો કંપનીઓ જેવો ફાયદો ઉઠાવે છે, તેની સામે નવજાત

બાળકના સામાન પર થનારો આ શરૂઆતી ખર્ચ કશું જ નથી. પોતાના નવજાત બાળકને દિવસ-રાત સંભાળીને થાકેલી માતા કે રાત્રે બાળકના રડવાના કારણે ઊંઘ પૂરી ન કરી શકનારો કોઈ પિતા ટારગેટ કોર્પોરેશનના કોઈ સ્ટોરમાંથી બાળકના ડાઈપર્સ અને સ્વાસ્થ્યવર્ધક પાઉડર ખરીદવા માંડે છે. સામાન્ય રીતે એ જ સમયે તે ઘરનો બાકી સામાન પણ ત્યાંથી જ ખરીદવા માંડે છે, જેમ કે કરિયાણુ, સફાઈ અંગેની વસ્તુઓ, ટુવાલ વગેરે. માતા-પિતા હંમેશા એવું એટલા માટે કરે છે કારણ કે એમના માટે એક જ જગ્યાએથી બધો સામાન ખરીદવો સુવિધાજનક હોય છે અને નવા બનેલા માતા-પિતા માટે સૌથી વધારે જરૂરી એ જ હોય છે કે તેમનું કામ સરળ થઈ રહ્યું છે કે નહીં.

પોલે મને જણાવ્યું, 'જેવા આપણે એ સ્થિતિ ઊભી કરવામાં સફળ થઈ જઈએ છીએ કે તે આપણા સ્ટોરમાંથી પોતાના બાળકના ડાઈપર્સ ખરીદે, એવી જ રીતે તે બાકીની ચીજો પણ એ જ સ્ટોરમાંથી ખરીદવા લાગે છે. જેમ કે જો તમે ઉતાવળમાં છો અને સ્ટોરના કબાટોમાંથી બાળકોની બોટલ્સ શોધી રહ્યા છો અને ત્યારે જ તમારી નજર સંતરાના રસના ડબ્બા પર પડે છે, તો તમે તરત જ તેને ઉઠાવી લેશો. આ જ રીતે જો તમને તમારી મનપસંદ ફિલ્મની ડીવીડી પણ ત્યાં દેખાઈ જાય છે, તો તમે તેને પણ છોડવા નહીં ઈચ્છો. એ પછી તમે તરત જ સીરિયલથી માંડીને ટિશ્યુ પેપર સુધીનું બધું જ અમારા સ્ટોરમાંથી ખરીદવા માંડો છો અને પછી વારંવાર અહીંથી જ ખરીદો છો.'

નવા બનેલા માતા-પિતાને પ્રભાવિત કરીને કમાણી કરવી એટલી સહેલી હોય છે કે રીટેલ વિક્રેતા તેમને શોધવા માટે કોઈપણ હદ સુધી જવા માટે તૈયાર રહે છે. ત્યાં સુધી કે તે હોસ્પિટલોના મેટરનિટી વોર્ડને પણ છોડતા નથી, ભલે તેમના ઉત્પાદનોને નવજાત બાળકો સાથે કંઈ લેવાદેવા ન હોય. ઉદાહરણ તરીકે ન્યૂયોર્કની એક હોસ્પિટલ હાલમાં જ માતા બનેલી મહિલાઓને ભેટ-સોગાદનો એક ડબ્બો ઉપલબ્ધ કરાવે છે, જેમાં હેર જેલ, ફેસ વોશ, શેવિંગ ક્રીમ, શેમ્પૂ, એનર્જી બાર અને મુલાયમ કોટન ટી-શર્ટ જેવી વસ્તુઓ હોય છે. તેની સાથે જ તેમાં ઓનલાઈન ફોટો સર્વિસ, લોકલ જિમ અને હેન્ડ સોપની કૂપન પણ હોય છે. સાથે જ તેમાં બાળકોના ડાઈપર્સ અને લોશન વગેરે પણ હોય છે, જેના પર ઢગલાબંધ અન્ય સામાનને કારણે વધારે ધ્યાન જતું નથી. યુનાઈટેડ સ્ટેટસની 580 હોસ્પિટલોમાં નવી માતાઓને વોલ્ટ ડિઝની કંપનીની તરફથી પણ ઉપહાર મળે છે. ઈ.સ. 2010માં વોલ્ટ ડિઝની કંપનીએ વિશેષ રીતે એક નવો વિભાગ શરૂ કર્યો, જેનું કામ હતું, એવા ગ્રાહકોની સામે પોતાની હાજરી નોંધાવવી, જે હાલમાં જ માતા-પિતા બન્યા છે. પ્રોક્ટર એન્ડ ગેમ્બલ, ફિશર-પ્રાઈસ અને એવી જ અન્ય કંપનીઓ પણ ભેટ આપનારી આવી જ યોજનાઓ ચલાવે છે. ડિઝનીના અનુમાન પ્રમાણે ઉત્તર અમેરિકાના નવજાત બાળકોનું આ બજાર લગભગ 36.3 બિલિયન ડોલરનું છે.

પણ ટારગેટ કોર્પોરેશન જેવી કંપનીઓએ મેટરનિટી વોર્ડમાં નવી માતાઓ સુધી

પહોંચવામાં થોડું મોડું કરી નાખ્યું છે. કારણ કે એ સમય સુધી ઘણી અન્ય કંપનીઓ પણ આ નવી માતાઓને સંભવિત ગ્રાહક તરીકે જોવાનું શરૂ કરી ચૂકી હોય છે. ટારગેટ કોર્પોરેશન, ડિઝની કે પ્રોક્ટર એન્ડ ગેમ્બલ જેવી કોઈ કંપની સાથે પ્રતિસ્પર્ધા કરવા નથી ઈચ્છતું, તે તો બસ તેમને હરાવવા ઈચ્છે છે. ટારગેટ કોર્પોરેશનનું લક્ષ્ય હતું બાળક પેદા થતા પહેલા જ માતા-પિતાને પોતાના લક્ષ્ય બનાવવા. તેથી એન્ડ્ર્યુ પોલના માર્કેટિંગ વિભાગના સહકર્મી તેમની પાસે એ પૂછવા માટે આવ્યા હતા કે કઈ મહિલા ગ્રાહક ગર્ભવતી છે. જો તે ટૂંક સમયમાં જ મા બનનારી મહિલા ગ્રાહકોની ઓળખ ગર્ભધારણના છ મહિનાની અંદર જ કરી લેતા, તો તે તેમને કોઈપણ બીજી કંપની કરતા પહેલા પોતાના સમર્પિત ગ્રાહક બનાવી શકતા હતા.

બસ મુશ્કેલી એ હતી કે ગર્ભવતી મહિલા ગ્રાહકોની તપાસ કરવી એટલું સહેલું કામ નહોતું, જેટલું દેખાતું હતું. ટારગેટ કોર્પોરેશનની પાસે બેબી શાવર રજિસ્ટ્રેશનની સુવિધા પણ હતી, જેની મદદથી તે કેટલીક ગર્ભવતી મહિલા ગ્રાહકોની ઓળખ કરવામાં સફળ રહ્યા. આ મહિલાઓએ પોતાના વિશે ઘણી બધી મહત્ત્વપૂર્ણ જાણકારી પોતાની મરજીથી કંપનીને ઉપલબ્ધ કરાવી દીધી, જેમ કે ડૉકટરના કહેવા પ્રમાણે બાળકના જન્મની સંભવિત તારીખ. જેનાથી કંપનીઓને એ ખબર પડી ગઈ કે તેમણે આ મહિલા ગ્રાહકોને ડાઈપર્સ અને વિટામિનથી ભરપૂર ખાવા-પીવાની વસ્તુઓની કૂપન ક્યારે મોકલવાની છે. પણ ટારગેટ કોર્પોરેશનની બેબી શાવર રજિસ્ટ્રેશનનો ઉપયોગ કરનારી મહિલા ગ્રાહકોની સંખ્યા વધારે નહોતી.

પછી કેટલીક બીજી મહિલા ગ્રાહકો પણ હતી, જેના વિશે કંપનીના અધિકારીઓને શંકા હતી કે કદાચ તે ગર્ભવતી છે. કારણ કે તેમણે મા બનનારી મહિલાઓ દ્વારા પહેરવામાં આવતા કપડા, નર્સરી ફર્નિચર અને ડાઈપર્સના ડબ્બા ખરીદ્યા હતા. પણ શંકા હોવી અને સાચી માહિતી હોવી એ બંને અલગ-અલગ વાતો છે. એ કેવી રીતે જાણી શકાય કે જે મહિલા ગ્રાહક બાળકોના ડાઈપર્સ ખરીદી રહી છે, તે પોતે ગર્ભવતી છે કે પછી પોતાની કોઈ ગર્ભવતી બહેનપણીને ભેટ આપવા માટે આ બધું ખરીદી રહી છે. આ ઉપરાંત સમય અવધિનું પણ ઘણું મહત્ત્વ હતું. જેમ કે જો કોઈ કૂપન બાળક પેદા થવાના એક મહિના પહેલા સુધી જ ઉપયોગ કરી શકાય તેમ હોય, તો શક્ય છે કે જો એ કૂપન પર માતા-પિતાની નજર બાળક પેદા થયાના થોડા અઠવાડિયા પછી પડે, તો પૂર્ણ શક્યતા છે કે તે તેને બેકાર માનીને કચરાના ડબ્બામાં ફેંકી દેશે.

પોલે આ સમસ્યાનું સમાધાન શોધવા માટે સૌથી પહેલા કંપનીની બેબી શાવર રજિસ્ટ્રેશનથી મળનારી જાણકારીનો બારીકાઈથી અભ્યાસ કર્યો. જેનાથી એ જાણવા મળ્યું કે એક સરેરાશ ગર્ભવતી મહિલાની ખરીદી અંગેની આદતો બાળક પેદા થતા પહેલા ક્રમશઃ કેવી રીતે બદલાય છે. પોલ માટે એ રજિસ્ટ્રેશન વિજ્ઞાનની કોઈ પ્રયોગશાળા જેવું હતું,

જ્યાં તે પોતાના મનવાંછિત પ્રયોગ કરીને મહત્ત્વપૂર્ણ નિષ્કર્ષ કાઢી શકતા હતા. બેબી શાવર રજિસ્ટ્રેશનની દરેક ગર્ભવતી મહિલાએ પોતાનું નામ, પોતાના પતિનું નામ અને ડૉક્ટર અનુસાર બાળકના જન્મની સંભવિત તારીખ વિશે કંપનીને જણાવી દીધું હતું. ટારગેટનો ડેટા વેરહાઉસ આ જાણકારીને ગ્રાહકોના મહેમાનોની આઈ-ડી સાથે લિંક કરવા માટે સક્ષમ હતો. જેના પરિણામ સ્વરૂપે જ્યારે પણ આમાંથી કોઈ મહિલા ગ્રાહક ઓનલાઈન ખરીદી કરતી હતી અથવા પછી કંપનીના સ્ટોરમાંથી કશું ખરીદતી તો મહિલા દ્વારા ઉપલબ્ધ કરાવવામાં આવેલી બાળકના જન્મની સંભવિત તારીખનો ઉપયોગ કરી પોલ એ ત્રણ માસના ગાળાને ઓળખી શકતો હતો, જેનાથી તે ખરીદી કરવામાં આવી હતી. આ રીતે ઝડપથી તે આની પેટર્ન ઓળખવામાં સફળ થઈ ગયો.

પોલે જોયું કે ગર્ભવતી મહિલાઓએ જે પણ ખરીદી કરી, તેનું અનુમાન કરવું મુશ્કેલ નહોતું. ઉદાહરણ તરીકે લોશન એક એવી વસ્તુ છે, જેને ઘણા બધા લોકો ખરીદે છે, પણ ટારગેટ કોર્પોરેશનના ડેટા વિશ્લેષકે જોયું કે બેબી શાવર રજિસ્ટ્રેશનવાળી મહિલા ગ્રાહક પોતાના ગર્ભધારણના બીજા ત્રણ માસના ગાળામાં સુગંધ વગરનું લોશન ખૂબ વધારે માત્રામાં ખરીદી રહી હતી. એક અન્ય વિશ્લેષકે જોયું કે ક્યારેક-ક્યારેક ગર્ભધારણના પહેલા 20 સપ્તાહમાં ગર્ભવતી મહિલાઓએ વિટામિન, કેલ્શિયમ, મેગ્નેશિયમ અને ઝિંકવાળા ઘણા બધા ઉત્પાદન ખરીદ્યા. એ જ રીતે મોટાભાગના ગ્રાહક દર મહિને સાબુ અને કોટન બોલ્સ ખરીદે છે પણ જ્યારે કોઈ ગ્રાહક લોશન, મેગ્નેશિયમ અને ઝિંકની વસ્તુઓ ખરીદ્યા પછી અચાનક ઘણા બધા સુગંધ વિનાના સાબુ અને કોટન બોલ્સ ખરીદવા માંડે અને સાથે ઘણી માત્રામાં હેન્ડ સેનિટાઈઝર અને વોશક્લોથ્સ વગેરે પણ ખરીદે તો તેનો અર્થ એ છે કે તેમના થનારા બાળકના જન્મની તારીખ નજીકમાં જ છે.

જ્યારે પોલે પોતાના કોમ્પ્યુટર પ્રોગ્રામની મદદથી કંપનીના સમગ્ર ડેટાને ફરીથી જોયો, તો તે આવા 25 ઉત્પાદનોની ઓળખ કરવામાં સફળ રહ્યો, જેની મદદથી તે એક રીતે ગર્ભવતી મહિલા ગ્રાહકના ગર્ભમાં ડોકિયું કરી શકતો હતો. સૌથી મહત્ત્વની વાત હતી કે તેની મદદથી તે એ અનુમાન પણ લગાવી શકતો હતો કે કોઈ મહિલા ગ્રાહક પોતાના ગર્ભધારણના ક્યા ત્રૈમાસિક ગાળામાં છે. આ રીતે તે એ બાળકના જન્મની સંભવિત તારીખનું પણ અનુમાન લગાવી શકતો હતો. એ તપાસ કર્યા પછી ટારગેટ કોર્પોરેશન એ મહિલા ગ્રાહકને બરાબર એ જ સમયે કૂપન ઉપલબ્ધ કરાવી શકતો હતો, જ્યારે તે ખરીદી કરવા માનસિક રીતે તૈયાર હોય. પોતાનું કામ પૂરું કરતા-કરતા પોલે આ ગ્રાહકો વિશે એટલી બધી જાણકારી એકઠી કરી લીધી હતી અને એટલા પેટર્ન્સ તથા ખરીદી અંગેની એટલી આદતોની ઓળખ કરી લીધી હતી કે હવે તે કંપનીના કોઈ સામાન્ય ગ્રાહકના ગર્ભધારણ સાથે જોડાયેલી જાણકારીઓનું અનુમાન પણ સરળતાથી લગાવી શકતો હતો.

જેની વોર્ડ નામની એક 23 વર્ષીય મહિલાએ એટલાન્ટાના ટારગેટ સ્ટોરમાંથી કોકોઆ

લોશન, ઝિંક અને મેગ્નેશિયમવાળી ખાદ્ય-સામગ્રી, વાદળી રંગની કારપેટ અને એક પર્સ ખરીદ્યું, જે એટલું મોટું હતું કે તેમાં બાળકોના ડાઈપર પણ રાખી શકાય તેમ હતા. તેના દ્વારા ખરીદવામાં આવેલા આ સામાનના આધારે 87 ટકા સંભાવના છે કે તે મહિલા ગર્ભવતી છે અને તેનું બાળક સંભવતઃ ઓગસ્ટના છેલ્લા દિવસોમાં પેદા થશે. આ જ રીતે બ્રુકલિનમાં રહેનારી 35 વર્ષીય લિઝ ઓલ્ટરે પાંચ પેકેટ વોશક્લોથ્સ, સંવેદનશીલ ત્વચા માટે ઉપયુક્ત એક બોટલ ડિટરજન્ટ, બેગી જિન્સ, વિટામિનવાળું ડીએચએ અને મોશ્ચરાઈઝર્સના ઘણા ડબ્બા ખરીદ્યા. તેના દ્વારા ખરીદવામાં આવેલા આ સામાનના આધાર પર 96 ટકા સંભાવના છે કે તે ગર્ભવતી છે અને તેનું બાળક સંભવતઃ મે મહિનાના શરૂઆતના દિવસોમાં પેદા થશે. આ જ રીતે સાનફ્રાન્સિસકોની 39 વર્ષીય મહિલા કૈટલિટ પાઈકે 250 ડોલરનો માત્ર એક સ્ટ્રોલર (નવજાત બાળકોને ફેરવવા માટેની પૈડાવાળી ગાડી) ખરીદ્યું. પણ તેણે એના સિવાય બીજું કશું જ ખરીદ્યું નહીં. બની શકે કે તેણે એ સ્ટ્રોલર પોતાની કોઈ બહેનપણીના બાળકના બેબી શાવર માટે ખરીદ્યું હોય. આ ઉપરાંત તેના જનસાંખ્યિકી ડેટા અનુસાર લગભગ બે વર્ષ પહેલા જ તેના છૂટાછેડા પણ થઈ ચૂક્યા છે.

પોલે ટારગેટ કોર્પોરેશનના ડેટાબેઝમાં ઉલ્લેખ કરાયેલ દરેક ગ્રાહક પર પોતાનો આ પ્રોગ્રામ લાગુ કરીને જોયો. કામ પૂરું થતા સુધીમાં તેની પાસે એવી લાખો મહિલાઓની સૂચિ હતી, જે સંભવતઃ ગર્ભવતી હશે. સ્વાભાવિક છે ટારગેટ કોર્પોરેશન તેમને ડાઈપર્સ, લોશન્સ, બાળકોનું પારણું, વાઈપ્સ અને મા બનનારી મહિલાઓ દ્વારા પહેરવામાં આવતા વિશેષ કપડાના વિજ્ઞાપનથી ઘેરી લેશે. કારણ કે આ સમયે તેમની ખરીદી અંગેની આદતો સૌથી વધારે લચીલી હશે. જો એ મહિલાઓ અથવા તેમના પતિઓમાંથી કેટલાકે ટારગેટના સ્ટોર્સમાંથી ખરીદી શરૂ કરી દીધી તો તેનો અર્થ છે કે કંપનીને કરોડોનો ફાયદો થવાનો છે.

આ વિજ્ઞાપનોનું પૂર આવવાનું જ હતું ત્યાં માર્કેટિંગ વિભાગના કોઈ કર્મચારીએ એક પ્રશ્ન પૂછ્યો, 'જ્યારે આ મહિલાઓને જાણ થશે કે ટારગેટ કોર્પોરેશન તેમના વિશે કેટલું બધું જાણે છે, તો તેમની પ્રતિક્રિયા શું હશે ?'

પોલે મને કહ્યું, 'જો આપણે મહિલા ગ્રાહકોને એક કેટલોગ મોકલીએ અને સાથે જ એ સંદેશ પણ મોકલીએ કે તમને પહેલા બાળકના જન્મના અભિનંદન. જ્યારે તેમણે આપણને ક્યારેય પોતાના ગર્ભવતી હોવા વિશે જણાવ્યું ન હોય, તો ચોક્કસપણે તે અસહજ થઈ જશે. વાસ્તવમાં પ્રાઈવસી અંગેના કાયદાઓના પાલનને લઈને આપણો દૃષ્ટિકોણ જરા રૂઢિવાદી છે. પણ ભલે તમે આ કાયદાઓનું કડકાઈથી પાલન કરી રહ્યા હો, છતાં પણ તમારા હાથે એવું કશું થવાની પૂરી શક્યતા હોય છે, જેનાથી લોકો હેરાન થઈ જાય.'

પોલની આ ચિંતા યોગ્ય જ છે અને તેનું કારણ પણ સ્પષ્ટ જ છે. જ્યારે પોલે મહિલા

ગ્રાહકોના ગર્ભવતી હોવાનું અનુમાન લગાવનારું મોડેલ તૈયાર કર્યું, તેના લગભગ એક વર્ષ પછી એક વ્યક્તિ મિનેસોટાના એક ટારગેટ સ્ટોરમાં આવી અને તેણે સીધા સ્ટોરના મેનેજરને મળવાની માંગ કરી. તેના હાથમાં કોઈ વિજ્ઞાપનનું કાગળ હતું અને તે ગુસ્સાથી કંપી રહ્યો હતો.

'મારી દીકરીને આ કાગળ ટપાલ દ્વારા મળ્યો,' તેણે બૂમો પાડતા કહ્યું. 'તે હજુ હાઈસ્કૂલમાં છે અને તમે લોકોએ તેને નવજાત બાળકોનું પારણું અને કપડાં ખરીદવા માટે આ કૂપન મોકલી રહ્યા છો ? શું તમે ઈચ્છો છો કે તે આ ઉંમરે ગર્ભવતી થવાનું વિચારવા માંડે ?'

સ્ટોરના મેનેજરને કોઈ અંદાજ નહોતો કે તે વ્યક્તિ શેના વિશે વાત કરી રહી છે. તેણે સ્ટોરનો ટપાલનો રેકોર્ડ તપાસ્યો તો તેને જાણવા મળ્યું કે તે વ્યક્તિ સાચું બોલી રહી હતી. તે કૂપન ટપાલથી જ તેની દીકરીને જ મોકલવામાં આવી હતી, જેમાં નવી માતાઓ દ્વારા પહેરવામાં આવતા કપડાંથી માંડીને નર્સરી ફર્નિચર સુધીના વિજ્ઞાપન હતા અને ઘણા બધા શિશુઓના ચિત્ર બનેલા હતા, જે પોતાની માતાની આંખોમાં પ્રેમથી જોઈ રહ્યા હતા.

મેનેજરે એ વ્યક્તિની ઘણીવાર માફી માંગી. ત્યાં સુધી કે કેટલાક દિવસો પછી તેણે એ વ્યક્તિને ફોન કરીને એકવાર ફરી માફી માંગી.

નવાઈની વાત એ હતી કે આ વખતે તે વ્યક્તિ ખૂબ નરમાશથી વર્તી રહી હતી.

'મારે મારી દીકરી સાથે મોકળાશથી વાત કરવી પડશે. મને ખબર જ નહોતી કે મારા ઘરમાં શું ચાલી રહ્યું છે,' તેણે ઊંડો શ્વાસ લેતા ફોન પર મેનેજરને કહ્યું. 'મારી દીકરી ખરેખર ગર્ભવતી છે અને ઓગસ્ટમાં તેને બાળક થવાનું છે. માફી તમારે નહીં, મારે માંગવી જોઈએ.'

ટારગેટ કોર્પોરેશન એકમાત્ર એવી કંપની નથી, જેણે ગ્રાહકોની ચિંતા વધારી દીધી છે. અન્ય કંપનીઓએ પણ ડેટાનો ઉપયોગ કરીને લોકોના અંગત જીવનમાં દખલ કરવા માટે ટીકાકારોનો સામનો કરવો પડ્યો છે. ઉદાહરણ તરીકે, ઈ.સ.2011માં ન્યૂયોર્કની એક વ્યક્તિએ મેકડોનાલ્ડ્સ, સીબીએસ, માજદા અને માઈક્રોસોફ્ટ્સ પર કોર્ટમાં માનહાનિનો દાવો ઠોકી દીધો. તેનો આરોપ હતો કે આ વિજ્ઞાપન એજન્સીઓ ગેરકાયદેસર રીતે ઈન્ટરનેટ ઉપયોગ પર નજર રાખે છે જેથી તેમની ખરીદીની આદતો વિશે તપાસ કરી શકે. ટારગેટ કોર્પોરેશન, વોલમાર્ટ, વિક્ટોરિયાઝ સીક્રેટ અને અન્ય રીટેલ કંપનીઓ વિરુદ્ધ કેલીફોર્નિયાની અદાલતમાં એવા ઘણા કેસ ચાલી રહ્યા છે. કંપનીઓ પર આ કેસ એટલા માટે કરવામાં આવ્યા છે કારણ કે તેમણે ગ્રાહકો પાસે ક્રેડિટ કાર્ડના ઉપયોગ દરમિયાન તેમનો ઝિપ-કોડ માંગ્યો અને પછી આ જાણકારીનો ઉપયોગ કરીને તેમનું ટપાલનું સરનામું મેળવી લીધું.

પોલ અને તેમના સહકર્મી જાણતા હતા કે ડેટાનો ઉપયોગ કરી મહિલા ગ્રાહકોના ગર્ભવતી હોવા વિશે તપાસ કરવી, કંપનીના જનસંપર્ક માટે એ ત્રાસદાયક સાબિત થઈ શકે છે. તો પછી એવું શું કરવામાં આવે કે ગર્ભવતી મહિલા ગ્રાહકોના હાથ સુધી કંપનીના વિજ્ઞાપન પહોંચી જાય અને તેમને એ વાતનો અંદાજ પણ ન આવે કે તેમની જાસૂસી કરવામાં આવી રહી છે ? આવું કેવી રીતે શક્ય બને કે કોઈની આદતોનો ફાયદો પણ ઉઠાવી લેવામાં આવે અને તેમને જાણ પણ ન થવા દેવાય તે તેમના જીવનના એક-એક પાસાનો ગુપ્ત રીતે અભ્યાસ કરવામાં આવી રહ્યો છે ?'[1]

1આ પ્રકરણમાં ઉલ્લેખતિ વાતો ટારગેટ કોર્પોરેશનના બારથી પણ વધારે વર્તમાન અને પૂર્વ કર્મચારીઓ સાથે થયેલી વાતચીત પર આધારિત છે. તેમાંથી ઘણા કર્મચારીના નામ અને ઓળખ પ્રકાશિત ન કરવાની શરતે વાત કરવા માટે રાજી થયા કારણ કે તેમને ડર હતો કે આ માટે કાં તો તેમને નોકરીમાંથી બેદખલ કરી શકાય તેમ છે અથવા અન્ય રીતે દંડિત કરી શકાય તેમ છે. ટારગેટ કોર્પોરેશનના આ પ્રકરણમાં ઉલ્લેખિત બાબતો પર પ્રતિક્રિયા આપવાની પણ તક આપવામાં આવી હતી અને કહેવામાં આવ્યું હતું કે કંપની ઓન-રેકોર્ડ ઈન્ટરવ્યૂ માટે ગેસ્ટ એનાલિટિક્સ ડિપાર્ટમેન્ટ (મહેમાન વિશ્લેષણ વિભાગ) ના અધિકારીઓને મોકલે, પણ કંપનીએ આમ કરવાની સ્પષ્ટ ના પાડી દીધી. લેખક તરફથી તથ્યોની તપાસ અંગે કંપનીનો ઘણીવાર સંપર્ક કરવામાં આવ્યો. કંપનીએ માત્ર બે વાર ઈ-મેઈલનો જવાબ આપવા ઉપરાંત બાકી દરેક વખતે સવાલોનો જવાબ આપવાની સ્પષ્ટ ના પાડી દીધી. પોતાના પહેલા ઈ-મેઈલમાં કંપનીએ કહ્યું : 'ટારગેટ કોર્પોરેશનમાં અમારું મિશન છે કે અમે પોતાના મહેમાનો માટે ખરીદીનું સૌથી પસંદગીનું સ્થાન બનીએ. અમે અમારા મહેમાનોને ઉત્કૃષ્ટ મૂલ્ય, નિરંતર નવીનતા અને ખરીદીનો અસામાન્ય અનુભવ ઉપલબ્ધ કરાવીએ છીએ. મહેમાનોને સર્વશ્રેષ્ઠ સેવા આપવા માટે અમારો એક જ સિદ્ધાંત છે, 'ઓછા ભાવમાં ઊંચી આશાઓ પૂરી કરવી.' અમારું બધું ધ્યાન અમારું આ મિશન પૂરું કરવા તરફ કેન્દ્રિત છે તેથી અમે અમારા મહેમાનોની પ્રાથમિકતાને સમજવા માટે ઘણું રોકાણ કર્યું છે. અમારા આ પ્રયત્નમાં અમે વિવિધ રિસર્ચ-ટૂલ્સની પણ મદદ લીધી જેથી અમે નવું ચલણ અને વિવિધ વિસ્તારોમાં રહેનારા અમારા અલગ-અલગ પ્રકારના મહેમાનોની પ્રાથમિકતાઓને સમજી શકીએ. સંશોધનથી પ્રાપ્ત ડેટાનો ઉપયોગ કરી અમે મહેમાનો માટે અમારા સ્ટોરની સ્થિતિ, ઉત્પાદનની પસંદગી અને કૂપનોને શ્રેષ્ઠ બનાવીએ છીએ. આ વિશ્લેષણથી ટારગેટ કોર્પોરેશન પોતાના મહેમાનોને ખરીદીનો સર્વશ્રેષ્ઠ અનુભવ ઉપલધ કરાવવામાં સક્ષમ બનાવે છે. ઉદાહરણ માટે સ્ટોરની અંદર થયેલી ખરીદી દરમિયાન અમારું રિસર્ચ-ટૂલ મહેમાન દ્વારા કરવામાં આવેલી ખરીદીના આધાર પર એ અનુમાન લગાવી શકે છે કે તેના માટે કઈ ઑફર સૌથી શ્રેષ્ઠ હશે, જેનું વિતરણ અમે તેની ચૂકવણીની રસીદ સાથે જ કરી દઈએ છીએ. આ ઉપરાંત, અમારી પાસે એવા કાર્યક્રમ પણ છે, જેમાં કોઈ ગ્રાહક પોતાની મરજીથી સામેલ થઈ શકે છે. તેમાંથી જ એક છે, બેબી રજિસ્ટ્રેશન કાર્યક્રમ, જેના માધ્યમથી ટારગેટ કોર્પોરેશનને એ સમજવામાં મદદ મળે છે કે કેવી રીતે મહેમાનોની જરૂરિયાતો સમયની સાથે બદલાઈ જાય છે. આમાં અમે નવી માતાઓને ખરીદીમાં બચત કરાવનારી કૂપન ઉપલબ્ધ કરાવીએ છીએ. અમને ઊંડો વિશ્વાસ છે કે અમારા આ પ્રયત્નોથી અમારા મહેમાનોને સીધો ફાયદો થાય છે કારણ કે તેમને પોતાની જરૂરિયાતની દરેક વસ્તુ ટારગેટ સ્ટોર્સમાં જ મળી જાય છે. આ પ્રયત્નોથી ટારગેટ કોર્પોરેશનને પણ ફાયદો થાય છે કારણ કે અમારી સર્વશ્રેષ્ઠ સેવાઓના કારણે મહેમાન અમને વફાદાર રહે છે અને હંમેશા અમારા સ્ટોર્સમાંથી જ ખરીદી કરે છે, જેનાથી અમારું વેચાણ વધે છે.' કંપનીએ પોતાના બીજા ઈ-મેઈલમાં કહ્યું : 'અમારા વિશે તમારા લગભગ બધા જ દાવા ખોટી સૂચનાઓ પર આધારિત છે અને તેનું પ્રકાશન કરવું જનતાને ભ્રમિત કરવા જેવું થશે. તમારા દરેક દાવાનો એક-એક કરીને જવાબ આપવાનો અમારો કોઈ ઈરાદો નથી. અમે અમારી કાયદાકીય જવાબદારીઓને ખૂબ સારી રીતે સમજીએ છીએ અને સંરક્ષિત સ્વાસ્થ્ય સૂચના સંબંધિત કાયદા સહિત દરેક કાયદાનું ગંભીરતાથી પાલન કરીએ છીએ.'

2

ઈ.સ.2003ના ઉનાળામાં અરિસ્ટા રેકોર્ડ્સ નામની એક મ્યુઝિક રેકોર્ડ કંપનીના પ્રચાર-અધિકારી સ્ટીવ બાર્ટેલે વિવિધ રેડિયો ડીજે સાથે સંપર્ક કર્યો. સ્ટીવ તેમને જણાવવા ઈચ્છતા હતા કે તેમની કંપનીનું નવું ગીત એ બધાને ખૂબ ગમશે. ગીતના બોલ હતા, 'હે યા.' અને તેને આઉટકાસ્ટ નામનું હિપ-હોપ ગ્રુપે બનાવ્યું હતું. 'હે યા' ગીત વાસ્તવમાં ફંક, રૉક અને હિપ-હોપ મ્યુઝિકનું જોશીલું ફ્યુઝન (સંલયન કે મિશ્રણ) હતું અને સાથે જ તેમાં દુનિયાના સૌથી જાણીતા બેન્ડસમાંથી એક બિગ બેંડ પણ તેની વિશેષતા હતી. રેડિયો પર આવું કોઈ ગીત પહેલા આવ્યું નહોતું. બાર્ટેલે મને જણાવ્યું, 'આ એટલું જોશીલું ગીત છે કે જ્યારે મેં તેને પહેલી વાર સાંભળ્યું, તો મારા રૂંવાટા ઊભા થઈ ગયા. પહેલી વાર સાંભળતા જ મને એવું લાગ્યું કે આ ગીતને હિટ થવાથી કોઈ રોકી શકે તેમ નથી. આ એ પ્રકારનું ગીત હતું, જે વર્ષો સુધી બાર અને પાર્ટી વગેરેમાં વગાડવામાં આવે છે.' અરિસ્ટા રેકોર્ડ્સના અલગ-અલગ કચેરીના અધિકારીઓ વચ્ચે પણ આ ગીત ખૂબ લોકપ્રિય થઈ ગયું હતું. પરિસ્થિતિ એ હતી કે દરેક કચેરીના અધિકારી ક્યારેક-ક્યારેક ગલીઓમાંથી પસાર થતી વખતે એક-બીજાની સાથે કોરસમાં આ ગીતના બોલ 'શેક ઈટ લાઈક પોલરાઈડ પિકચર....' ગણગણવા લાગતા હતા. તે બધા એ વાત સાથે સંમત હતા કે આ ગીત ખૂબ જ હિટ થવાનું છે.

નિશ્ચિત જ તેમનું આ અનુમાન તેમના અંતર્જ્ઞાન પર આધારિત નહોતું. એ સમયે મ્યુઝિક રેકોર્ડ બિઝનેસ પરિવર્તનના યુગમાંથી પસાર થઈ રહ્યો હતો. આ બિઝનેસમાં પણ ટારગેટ કોર્પોરેશન અને અન્ય કંપનીઓની જેમ જ ડેટા આધારિત બાબતો જોર પકડી રહી હતી. જે રીતે રીટેલ વિક્રેતા પોતાની ગ્રાહકોની આદતોનું અનુમાન લગાવવા માટે કોમ્પ્યુટર ઓલ્ગોરિધમ (ગણના સંબંધી પ્રશ્નોનો ઉકેલ લાવનારી પ્રણાલી) નો ઉપયોગ કરી રહ્યા હતા, બરાબર એ જ રીતે મ્યુઝિક અને રેડિયો કંપનીના અધિકારી પણ પોતાના શ્રોતાઓની આદતોનું અનુમાન લગાવવા માટે કોમ્પ્યુટર પ્રોગ્રામ્સની મદદ લઈ રહ્યા હતા. પોલિફોનિક એસ.એમ.આઈ. નામની એક કંપની, જે સ્પેનના કેટલાક આર્ટિફિશિયલ ઈન્ટેલિજન્સ વિશેષજ્ઞો અને સાંખ્યિકીવિદોનો એક સમૂહ હતો, તેણે એક વિશેષ કોમ્પ્યુટર પ્રોગ્રામ વિકસિત કર્યો હતો. આ પ્રોગ્રામનું નામ હતું 'હિટ સોંગ સાયન્સ', જે કોઈપણ ધૂનની ગણિતીય વિશેષતાઓનું વિશ્લેષણ કરીને એ અનુમાન લગાવતું હતું કે તે ધૂન કેટલી જાણીતી થશે. આ પ્રોગ્રામ કોઈપણ નવા ગીતની પિચ, મેલોડી, કાર્ડ પ્રોગ્રેશન અને એવા જ અન્ય કારકોની તુલના પોલિફોનિક એચ.એમ.આઈ. ના ડેટાબેઝમાં રાખેલા હજારો અન્ય હિટ ગીતો સાથે કરી તેનો એક સ્કોર કાઢતો હતો, જેનાથી એ અનુમાન લગાવી શકાતું હતું કે કોઈ ધૂન કેટલી સફળ થશે.

અમેરિકન ગાયિકા નોરા જોન્સના એક ગીત 'કમ અવે વિથ મી' ને મ્યુઝિક ઈન્ડસ્ટ્રીના

મોટાભાગના લોકોએ એમ કહીને નકારી દીધું હતું કે આને કોઈ નહીં સાંભળે. પણ પોલિફોનિક એચ.એમ.આઈ.ના હિટ સોંગ સાયન્સ પ્રોગ્રામનું અનુમાન હતું કે આ ગીત જરૂર હિટ થશે. આખરે જ્યારે આ ગીત રીલિઝ થયું તો તરત સુપરહિટ થઈ ગયું. તેના 80 લાખ રેકોર્ડ્ઝ વેચાઈ ગઈ એટલું જ નહીં બલકે તેને આઠ ગ્રેમી એવોર્ડ્ઝ પણ મળ્યા. એ જ રીતે સેંટેના નામના બેંડના ગીત 'વ્હાય ડોન્ટ યુ એન્ડ આઈ' ની સફળતા અંગે મોટાભાગના ડીજેને શંકા હતી, પણ હિટ સોંગ સાયન્સ પ્રોગ્રામનું અનુમાન હતું કે આ ગીત જરૂર સફળ થશે અને આખરે એવું જ થયું. આ ગીત બિલબોર્ડ ટોપ 40ની સૂચિમાં ત્રીજા નંબર સુધી પહોંચ્યું હતું.

જ્યારે રેડિયો સ્ટેશનોના અધિકારીઓએ 'હે યા' ગીતની સફળતાનું અનુમાન લગાવવા માટે હિટ સોંગ સાયન્સ પ્રોગ્રામનો ઉપયોગ કર્યો, તો જાણવા મળ્યું કે આ ગીત ખૂબ જ સફળ થશે. હિટ સોંગ સાયન્સ પ્રોગ્રામમાં આ ગીતે જેટલો સ્કોર પ્રાપ્ત કર્યો હતો, તેટલો સ્કોર આજ સુધી કોઈપણ ગીતને મળ્યો નહોતો.

કોમ્પ્યુટર એલ્ગોરિધમના અનુમાન પ્રમાણે 'હે યા' ગીત ખૂબ હિટ થવાનું હતું.

4 સપ્ટેમ્બર 2003ના રોજ ફિલાડેલ્ફિયાના ટોપ 40 સ્ટેશન ડબલ્યુ.આઈ.ઓ.ક્યુ. એ રેડિયોના સાંજના 7.15ના સ્લોટમાં આ ગીતને વગાડવાનું શરૂ કર્યું હતું. એ અઠવાડિયે આ ગીતને ડબલ્યુ.આઈ.ઓ.ક્યુ.એ સાત વાર વગાડ્યું અને એ મહિને આ ગીત કુલ 37 વાર વગાડવામાં આવ્યું.

એ સમયે આર્બિટ્રોન નામની એક નવી કંપની પોતાની નવી તકનીકનું પરીક્ષણ કરી રહી હતી. આ તકનીકથી એ તપાસ કરવી શક્ય બની ગઈ હતી કે કોઈ એક ક્ષણમાં કોઈ રેડિયો સ્ટેશનને કુલ કેટલા શ્રોતા સાંભળી રહ્યા છે અને તેમાંથી કેટલા શ્રોતા કોઈ ગીત દરમિયાન ચેનલ બદલી કોઈ બીજું રેડિયો સ્ટેશન સાંભળવા લાગે છે. આ પરીક્ષણમાં ડબલ્યુ.આઈ.ઓ.ક્યુ સ્ટેશનને પણ સામેલ કરવામાં આવ્યું હતું. સ્ટેશનના અધિકારીઓને પૂરો વિશ્વાસ હતો કે 'હે યા' ગીત દરમિયાન શ્રોતા ચેનલ બદલવાને બદલે આ જ રેડિયો સ્ટેશનને ચીપકી રહેશે.

પરીક્ષણ પછી તેનો ડેટા સામે આવ્યો.

શ્રોતાઓએ 'હે યા' ગીતને નાપસંદ કર્યું એટલું જ નહીં પણ એમને એટલું ખરાબ લાગ્યું કે તેમણે તેને સાવ બેદખલ કરી દીધું. ડેટા એ વાતની ગવાહી આપી રહ્યો હતો કે શ્રોતાઓને આ ગીત એટલું ખરાબ લાગ્યું કે લગભગ એક તૃતીયાંશ જેટલા શ્રોતાઓ તો આ ગીત શરૂ થયાના ત્રીસ સેકન્ડની અંદર જ ચેનલ બદલીને બીજું કોઈ રેડિયો સ્ટેશન સાંભળવા લાગ્યા. અને એવું નહોતું કે આ માત્ર ડબલ્યુ.આઈ.ઓ.ક્યુ. સ્ટેશન પર જ થયું હતું. આખા દેશમાં શિકાગોથી માંડીને લોસ એન્જિલસ સુધી અને ફિનિક્સથી માંડીને

સિએટલ સુધી 'હે યા' ગીત જે પણ રેડિયો સ્ટેશન પર વાગ્યું, શ્રોતાઓએ તેની ચેનલ બદલીને કોઈ બીજા રેડિયો સ્ટેશનને સાંભળવું શ્રેષ્ઠ માન્યું.

એક સિંડિકેટેડ ટોપ 40 રેડિયો શો – જેને દરેક સપ્તાહના અંતે લગભગ 20 લાખ શ્રોતાઓ સાંભળે છે – ના હોસ્ટ જોન ગૈરાબિડિયન જણાવે છે, 'જ્યારે મેં પહેલી વાર આ ગીત સાંભળ્યું હતું, તો તે મને ખૂબ ગમ્યું હતું. આ સામાન્ય ગીતો જેવું નહોતું.' તેથી જ્યારે એ રીલિઝ થયું, તો કેટલાક લોકોને આ સાંભળવામાં ખૂબ વાહિયાત લાગ્યું. એક વ્યક્તિએ તો મને ત્યાં સુધી ક્હ્યું કે તેણે આનાથી વધારે ખરાબ ગીત મેં જિંદગીમાં ક્યારેય સાંભળ્યું નથી.

'લોકો ટોપ 40ને એટલા માટે સાંભળે છે કારણ કે કાં તો તે એમાં પોતાનું પસંદગીનું ગીત સાંભળવા ઈચ્છે છે અથવા તો પછી એવા ગીતો સાંભળવા ઈચ્છે છે, જે તેમની પસંદગીના ગીત જેવું હોય. જ્યારે પણ કોઈ અલગ પ્રકારનું ગીત આવે છે, તો લોકો નારાજ થઈ જાય છે. તેમને કોઈપણ એવું ગીત પસંદ પડતું નથી, જે તેમને ખૂબ અલગ જેવું લાગે.'

અરિસ્ટા મ્યુઝિક રેકોર્ડ્સ કંપનીએ 'હે યા' ગીતના પ્રચાર માટે ઘણા નાણાં ખર્ચી નાખ્યા હતા. આ ગીતનું હિટ થવું મ્યુઝિક અને રેડિયો ઈન્ડસ્ટ્રી માટે જરૂરી હતું. હિટ ગીતો કોઈ ખજાના જેવા હોય છે પણ માત્ર એટલા માટે નહીં કે લોકો ગીતોના રેકોર્ડ્ઝ ખરીદે છે બલકે એટલા માટે પણ કે એક હિટ ગીત આવતા જ લોકો વીડિયો ગેમ અને ઈન્ટરનેટ છોડીને રેડિયો સાંભળવા લાગે છે. એક હિટ ગીત ઘણું બધું કરી શકે છે. જેમ કે જો ટી.વી. પર કોઈ સ્પોર્ટસ કારના વિજ્ઞાપનનું ગીત હિટ થઈ જાય, તો એ કારનું વેચાણ વધી જાય છે અથવા જો નવા ચલણવાળા કપડાં પર કોઈ સ્ટોરમાં કોઈ હિટ ગીત ચાલી રહ્યું હોય, તો ત્યાં વધારે ગ્રાહક આવે છે. હિટ ગીત ગ્રાહકોની ખરીદી સાથે જોડાયેલી એવી ડઝનેક આદતોની જડ હોય છે, જેના પર વિજ્ઞાપનકર્તા, ટી.વી. સ્ટેશન, બાર, ડાન્સ ક્લબ અને ત્યાં સુધી કે એપ્પલ જેવી પ્રૌદ્યોગિકી કંપનીઓ પણ નિર્ભર હોય છે.

જે ગીત વિશે કોમ્પ્યુટર એલ્ગોરિધમનું અનુમાન હતું કે તે 'સોંગ ઑફ ધ ઈયર' બની જશે, જે વર્ષનું સૌથી વધારે રાહ જોવાતું ગીત હતું, તે નિષ્ફળ થઈ રહ્યું હતું. રેડિયો સ્ટેશનના અધિકારી કંઈક એવું શોધવા માટે બેતાબ હતા, જે કોઈપણ રીતે 'હે યા' ગીતને હિટ બનાવી દે.

★★★

'કોઈ ગીતને હિટ કેવી રીતે બનાવવામાં આવે છે ?' મ્યુઝિક ઈન્ડસ્ટ્રીને આ સવાલ ત્યારથી સતાવી રહ્યો છે, જ્યારે આ ઈન્ડસ્ટ્રી શરૂ થઈ હતી. પાછલા કેટલાક દાયકાઓથી હાલત એવી થઈ ચૂકી છે કે લોકો હવે આ પ્રશ્નનો વિજ્ઞાન આધારિત જવાબ શોધવાનો પ્રયત્ન કરી રહ્યા છે. આ મામલામાં સૌથી આગળ રહેનારાઓમાંથી એક હતા રિચ મેયર,

જે એક રેડિયો સ્ટેશનના મેનેજર હતા. ઈ.સ.1985માં તેમણે પોતાની પત્ની નૈન્સીની સાથે મળીને શિકાગો સ્થિત પોતાના ઘરના બેઝમેન્ટમાં મીડિયાબેઝ નામની એક કંપની શરૂ કરી હતી. તે બંને રોજ સવારે ઉઠીને અલગ-અલગ શહેરોના રેડિયો સ્ટેશનોમાં એક દિવસ પહેલા રેકોર્ડ કરવામાં આવેલા ટેપ્સ લેતા હતા અને એ દરેક ગીતનું વિશ્લેષણ કરતા હતા, જે રેડિયો સ્ટેશનમાં વગાડવામાં આવતું હતું. પછી મેયર દર અઠવાડિયે એક ન્યૂઝલેટર પ્રકાશિત કરતા હતા, જેમાં એ જાણકારી રહેતી કે કઈ ધૂનની લોકપ્રિયતા વધી કે ઘટી રહી છે.

પહેલા પાંચ વર્ષોમાં આ ન્યૂઝલેટરના લગભગ 100 સબસ્ક્રાઈબર હતા. મેયર અને તેમની પત્નીને પોતાની કંપની ચલાવવા માટે ખાસ્સો સંઘર્ષ કરવો પડતો હતો. પણ ધીરે-ધીરે ઘણા રેડિયો સ્ટેશન પોતાના શ્રોતાઓની સંખ્યા વધારવા માટે મેયરની અંતર્દૃષ્ટિની મદદ લેવા માંડ્યા. તે ખાસ કરીને મેયરની એ પધ્ધતિનો અભ્યાસ કરવા લાગ્યા, જે મેયરે શ્રોતાઓની વચ્ચે પ્રચલિત ચલણને સમજવા માટે બનાવી હતી. આનાથી તેમના ન્યૂઝલેટરનું વેચાણ વધવા માંડ્યું. વાસ્તવમાં પોતાના ન્યૂઝલેટર દ્વારા મેયર રેડિયો સ્ટેશનોને શ્રોતાઓનો એ ડેટા વેચી રહ્યા હતા, જે તેમણે પોતે શોધ્યો હતો. ધીરે-ધીરે ડેટાનું વિશ્લેષણ કરનારા સલાહકારોની એક આખી ઈન્ડસ્ટ્રી ઊભી થઈ ગઈ, જે કંપનીઓને એવી જ સેવા આપવા માંડ્યા, જે મેયર આપતા હતા. આ જ એ પરિવર્તન હતું, જેણે રેડિયો સ્ટેશનોની કામ કરવાની રીતને પણ પૂર્ણપણે બદલી નાખી હતી.

મેયરને સૌથી વધારે પસંદ હતું, એ શોધવું કે કેટલાક ગીતો દરમિયાન શ્રોતા ક્યારેય ચેનલ બદલીને બીજા રેડિયો સ્ટેશન પર કેમ નથી જતા. વિવિધ ડીજેની વચ્ચે આ પ્રકારના ગીતોને 'સ્ટિકી' એટલે કે ચોંટી જાય તેવું ગીત કહેવામાં આવતું હતું. ગીતોને ક્યો દિવ્ય નિયમ લોકપ્રિય બનાવે છે ? આ પ્રશ્નનો જવાબ શોધતા-શોધતા મેયરે છેલ્લા કેટલાક વર્ષોમાં સેંકડો 'સ્ટિકી' ગીતો શોધી લીધા હતા. તેમની ઓફિસ એવા ચાર્ટ અને ગ્રાફથી ભરેલી પડી હતી, જેમાં 'સ્ટિકી' ગીતોની વિશેષતાઓ શોધવામાં આવી રહી હતી. ગીતોની 'સ્ટિકી' વિશેષતાને માપવા માટે મેયર નિત નવા રસ્તાઓની શોધમાં રહેતા હતા. જ્યારે 'હે યા' ગીત રિલીઝ થયું, એ સમયે આર્બિટ્રોન મ્યુઝિક કંપની કોઈ નવી અંતર્દૃષ્ટિની શોધ કરવાના ઉદ્દેશથી કેટલાક નવા પરીક્ષણ કરી રહી હતી. મેયરે આ પરીક્ષણોથી પ્રાપ્ત ડેટાની સાથે સ્વયં કેટલાક પરીક્ષણ કરવાનું શરૂ કરી દીધું.

એ કાળના કેટલાક સૌથી વધારે 'સ્ટિકી' ગીતોની પાછળનું કારણ બિલકુલ સ્પષ્ટ હતું. જેમ કે અમેરિકન ગાયિકા બેયોન્સે નોએલ્સનું ગીત 'ક્રેઝી ઈન લવ' અને અમેરિકન ગાયક જસ્ટિન ટિમ્બરલેકનું 'સેનોરીટા' આ જ સમયે રીલિઝ થયા હતા અને બેહદ લોકપ્રિય થઈ ચૂક્યા હતા. પણ આ બંને સ્થાપિત સ્ટાર્સના ગીતો હતા તેથી તેનું 'સ્ટિકી' હોવું સમજાય તેમ છે. પણ અન્ય કેટલાક ગીતો એવા કારણોથી 'સ્ટિકી' હતા, જેને કોઈ સમજી શકતું નહોતું. ઉદાહરણ માટે જ્યારે ઈ.સ.2003માં ઉનાળામાં રેડિયો સ્ટેશન પર અમેરિકન

ગાયિકા બ્લૂ કાન્ટ્રેલનું ગીત 'બ્રીદ' વગાડવામાં આવતું હતું, તો કોઈપણ શ્રોતા ચેનલ બદલીને કોઈ બીજા રેડિયો સ્ટેશન પર જતા નહોતા. જ્યારે આ ગીત એક ભૂલાવી દેવા લાયક બીટ-આધારિત ધૂન પર બનેલું હતું, જે દરેક ડીજેને બેહદ સામાન્ય લાગતી હતી. એવા ઘણા ડીજેએ મ્યુઝિક ઈન્ડસ્ટ્રી સાથે જોડાયેલા સમાચારો પ્રકાશિત કરનારા સામાયિકોએ જણાવ્યું કે જો ક્યારેક તેમને આ ગીત વગાડવું પડે છે, તો તેમને ખૂબ સંકોચ થાય છે. પણ જ્યારે આ ગીત રેડિયો પર આવતું હતું તો લોકો તેને ચોક્કસપણે સાંભળતા હતા અને જેમ કે આ વિશે મતદાન કરનારાઓને પાછળથી જાણવા મળ્યું, તેના શ્રોતા પણ એ જ લોકો હતા, જે પહેલા જ કહી ચૂક્યા હતા કે તેમને આ ગીત વધારે પસંદ નથી. અમેરિકન રોક બેન્ડ 3 ડોર્સ ડાઉનનું ગીત 'હિયર વિધાઉટ યુ' અને મરૂન 5 ગ્રુપના દરેક ગીતની કથા પણ કંઈક એવા જ પ્રકારની છે. આ બેન્ડસ એટલા સામાન્ય હતા કે મ્યુઝિક ક્રિટિક્સ અને શ્રોતાઓએ મળીને તેના ઉત્સાહહીન ગીતો માટે એક નવી શ્રેણી જ બનાવી દીધી, જેને 'બાથ રોક' નું નામ આપવામાં આવ્યું. તેમ છતાં જ્યારે પણ તેના ગીતો રેડિયો પર આવતા હતા, તો કોઈપણ શ્રોતા ચેનલ બદલીને બીજા કોઈ રેડિયો સ્ટેશન પર જતો નહોતો.

બીજી તરફ એવા ગીતો પણ હતા, જેના વિશે શ્રોતાઓનું સ્પષ્ટ કહેવું હતું કે તે તેમને ખૂબ નાપસંદ કરે છે. તેમ છતાં આ ગીતો 'સ્ટિકી' હતા. ઉદાહરણ માટે અમેરિકન ગાયિકા ક્રિસ્ટીના એગ્યુલેરા કે સેલીન ડિયોનથી નફરત છે અને તે કોઈપણ હાલતમાં તેના ગીતો સાંભળી શકતા નથી. પણ જ્યારે પણ સેલીન ડિયોનનું કોઈ ગીત કોઈ રેડિયો સ્ટેશન પર આવતું હતું, તો પુરુષ શ્રોતા પોતાના રેડિયો સાથે ચીપકેલા રહેતા હતા.

એક રાત્રે મેયરે બેસીને સતત ઘણા 'સ્ટિકી' ગીતો સાંભળ્યા. પછીની રાત્રે તેમણે ફરીથી એ જ કર્યું અને પછી ઘણી રાતો સુધી એમ કરતા રહ્યા. ધીરે-ધીરે તેમને આ બધા ગીતોમાં એક સમાનતા લાગવા માંડી. એવું નહોતું કે બધા ગીતો એક જેવા જ હતા, તેમાંથી કેટલાક ગીતો બલાડ્સ (એક કથાનું સંક્ષિપ્તમાં વર્ણન કરનારું ગીત) હતા તો કેટલાક પોપ. પણ આ બધા ગીતોમાં એક સમાનતા હતી કે એ બિલકુલ એવા જ હતા, જેવી આશા મેયર એ શ્રેણી-વિશેષના ગીતો પાસેથી રાખતા હતા. આ બધા ગીતોને સાંભળીને એવું લાગતું હતું જાણે તમે પહેલેથી જ તેને જાણતા હો. રેડિયો સાંભળીને પણ આપણને એવું જ લાગે છે. બસ આ ગીતો થોડા વધારે પરિષ્કૃત હતા. તેને સાંભળીને લાગતું હતું જાણે આ સંસારનું સૌથી શ્રેષ્ઠ, સોથી સંપૂર્ણ ગાનની આસપાસ જ છે.

મેયર જણાવે છે, 'ઘણીવાર રેડિયો સ્ટેશન પોતાના શ્રોતાઓને ફોન કરીને કોઈ ગીતનો એક નાનકડો ભાગ સંભળાવીને શોધ કર્યા કરતા હતા અને શ્રોતા તેને સાંભળીને કહેતા હતા કે આવું ગીત તો હું હજારો વાર સાંભળી ચૂક્યો છું અને સાચું કહું તો હું તેને સાંભળી-સાંભળીને થાકી ચૂક્યો છું.' પણ જ્યારે આવું કોઈ ગીત રેડિયો પર આવે છે તો તમે તમારા અચેતનને કહો છો, 'હું જાણું છું કે આ ક્યું ગીત છે. હું તેને હજારો વાર સાંભળી ચૂક્યો છું. ચાલો હવે રેડિયોની સાથે-સાથે હું પણ તેને ગણગણીશ.' 'સ્ટિકી' ગીતો વાસ્તવમાં એવા

ગીતો હોય છે, જેવા તમે રેડિયોમાં સાંભળવાની આશા રાખો છો. તમારું મન ગુપ્ત રીતે તે ગીત સાંભળવા ઈચ્છે છે કારણ કે તે ગીત કંઈક એવું જ હોય છે, જેવા ગીતો તમે અત્યાર સુધી સાંભળ્યા અને પસંદ કર્યા છે. તેથી આ ગીતને સાંભળવા સૌથી સારું લાગે છે.'

આ વાતના વૈજ્ઞાનિક પ્રમાણ ઉપલબ્ધ છે કે પરિચિત વસ્તુઓને પ્રાથમિકતા બનાવવી ન્યૂરોલોજિકલ (તંત્રિકા-વિજ્ઞાન સાથે સંબંધિત) હોય છે. વૈજ્ઞાનિકોએ એવા ઘણા પ્રયોગ કર્યા છે, જેમાં તેમણે મ્યુઝિક સાંભળતી વખતે લોકોના મસ્તિષ્કનું પરીક્ષણ કર્યું અને એ ન્યૂરલ રીજન્સ (તંત્રિકા ક્ષેત્રો) વિશે તપાસ કરવામાં આવે, જે સાંભળવા સાથે સંબંધિત ઉત્તેજનાને સમજવામાં સામેલ હતા. મ્યુઝિક સાંભળવાથી મસ્તિષ્કના ઘણા ક્ષેત્ર સક્રિય થઈ જાય છે, જેમાં ઓડિટરી કોરટેક્સ, ધ થેલેમસ અને સુપીરિયર પૈરિએટલ કોરટેક્સ જેવા ક્ષેત્ર સામેલ છે. આ બધા ક્ષેત્ર પેટર્નની ઓળખ કરવા સાથે પણ જોડાયેલા હોય છે. તેની સાથે જ આ ક્ષેત્ર એ નિર્ણય લેવામાં મસ્તિષ્કને મદદ કરે છે કે કઈ વસ્તુ પર ધ્યાન આપવાનું છે અને કઈ વસ્તુને વણજોઈ કરવાની છે. મસ્તિષ્કનું જે ક્ષેત્ર મ્યુઝિકને પ્રોસેસ (સંસાધિત) કરે છે, તે વાસ્તવમાં પેટર્ન્સ શોધવા અને પરીચિત વસ્તુઓને ઓળખવા માટે જ બનેલા હોય છે. આ વાત અર્થપૂર્ણ પણ લાગે છે કારણ કે મ્યુઝિક ખૂબ જટિલ હોય છે. દરેક ગીતમાં ઘણા બધા ટોન, પિચ, એક-બીજા પર હાવી થતા ઘણા મેલોડી અને અંદરોઅંદર પ્રતિસ્પર્ધા કરતા ઘણા અવાજો હોય છે. શોરબકોરની વચ્ચે વાતો કરતી કોઈ વ્યક્તિની બાબતમાં પણ કંઈક એવું જ થાય છે. આ એટલું જબરદસ્ત છે કે કોઈ એક અવાજ પર ધ્યાન કેન્દ્રિત કરીને અને બાકી અવાજોને વણજોયા કરવાની મસ્તિષ્કની ક્ષમતા વિના કોઈપણ માનવને આ માત્ર શોરબકોર જેવું જ લાગશે.

વાત જ્યારે મ્યુઝિકની હોય, તો આપણું મસ્તિષ્ક હંમેશા જાણીતા-ઓળખીતા ધ્વનિને જ સાંભળવા ઈચ્છે છે. આ જાણીતા-ઓળખીતા ધ્વનિઓને કારણે જ મ્યુઝિક સાંભળતી વખતે આપણું ધ્યાન કોઈ બીજા અવાજની તરફ ખેંચાતું નથી. જેમ કે એમ.આઈ.ટી. વૈજ્ઞાનિકોએ જોયું કે આપણે પોતાના જીવનમાં દરેક ક્ષણે કોઈ ને કોઈ નિર્ણય લેવો પડે છે અને આવું આપણે એટલા માટે કરી શકીએ છીએ કારણ કે વ્યવહાર સંબંધિત આદતો આમાં આપણી મદદ કરે છે. એ જ રીતે સાંભળવા સાથે સંબંધિત આદતોનું અસ્તિત્વ પણ એટલા માટે જ હોય છે કારણ કે તેના વિના આપણા માટે એ નક્કી કરવું મુશ્કેલ થઈ જશે કે આપણે પોતાની આસપાસમાંથી આવતા અવાજોમાંથી ક્યા અવાજ પર ધ્યાન કેન્દ્રિત કરવાનું છે. જે રીતે એક મા પોતાના રડતા બાળકના અવાજને એટલા માટે તરત સાંભળી લે છે કારણ કે સાંભળવા સાથે જોડાયેલી આદતો તેમાં તેની મદદ કરે છે. એ જ રીતે રમતના મેદાન પર ખેલાડી દર્શકોના અવાજોને બદલે પોતાના કોચની સિટીના અવાજ પર એટલા માટે ધ્યાન કેન્દ્રિત કરી શકે છે કારણ કે સાંભળવા સાથે સંબંધિત આદતો તેમની મદદ કરતી હોય છે. બીજા શબ્દોમાં કહીએ તો સાંભળવા સાથે સંબંધિત આદતો મહત્ત્વપૂર્ણ અવાજો અને ફાલતુ અવાજોની વચ્ચે અંતર સમજવામાં આપણી મદદ કરે છે અને આ બધું પૂર્ણપણે

અચેતન રૂપે થાય છે.

એટલે તમને જે ગીતો સાંભળતા ઓળખીતા-જાણીતા લાગે છે - ભલે તમે તેને પહેલા ક્યારેય ન સાંભળ્યા હોય – તે 'સ્ટિકી' ગીતો કહેવાય છે. આપણા મગજની બનાવટ જ એવી છે કે તે હંમેશા સાંભળવા સાથે સંબંધિત એ જ પેટર્ન્સને પ્રાથમિકતા આપે છે, જે જાણીતા-ઓળખીતા કે સાંભળ્યા-સાંભળ્યા જેવા લાગે છે. જેમ કે જ્યારે સેલીન ડિયોનનું કોઈ ગીત રીલિઝ થાય છે, તો તે માત્ર તેના પાછલા ગીતો જેવું લાગે છે એટલું જ નહીં બલકે એ ગીતો જેવું પણ લાગે છે, જે હંમેશા રેડિયો પર વાગતા રહે છે. આપણું મસ્તિષ્ક અચેતન રૂપે તેમની વચ્ચે સમાનતા શોધવા ઈચ્છે છે અને આ રીતે ગીત 'સ્ટિકી' બની જાય છે. તમે ભલે ક્યારેય સેલીન ડિયોનનો કોઈ કાર્યક્રમ જોવા ન જાઓ પણ તમે રેડિયો પર તેમના ગીતો સાંભળી લેશો કારણ કે જ્યારે તમે પોતાની ગાડીમાં ઓફિસ જતી વખતે રેડિયો ચલાવો છો, તો વાસ્તવમાં તમે એવા જ ગીતોની અપેક્ષા કરી રહ્યા હો છો. આ ગીતોનો ધ્વનિ એવો હોય છે, જેને સાંભળવાની આદત તમારી અંદર પહેલાથી જ હોય છે.

આ અંતર્દષ્ટિથી એ સમજવામાં મદદ મળી કે 'હે યા' જેવું ગીત રેડિયો નિષ્ફળ રહ્યું, જ્યારે હિટ સોંગ સાયન્સ અને મ્યુઝિક કંપનીના અધિકારીઓને પૂરો વિશ્વાસ હતો કે આ ગીત ઘણું હિટ થશે. વાસ્તવમાં મુશ્કેલી એ નહોતી કે 'હે યા' એક ખરાબ ગીત હતું. મુશ્કેલી એ હતી કે 'હે યા' શ્રોતાઓને જાણીતું-ઓળખીતું ગીત ન લાગ્યું. રેડિયોના શ્રોતા કોઈપણ નવું ગીત આવતા તેને સાંભળવાનો ચેતન નિર્ણય લેવા ઈચ્છતા નહોતા. તેમનું મગજ તો બસ આદતોને અનુરૂપ નિર્ણય લેવા ઈચ્છતું હતું. આપણને કોઈ ગીત ગમશે કે નહીં તે સામાન્ય રીતે આપણી પસંદગી નથી હોતી. કારણ કે આવું કરવા માટે આપણે ઘણો માનસિક પ્રયાસ કરવો પડશે. તેના બદલે આપણે બસ ઈશારા (ફલાણું ગીત સાંભળવામાં મારા મનપસંદ ગીતો જેવું જ લાગે છે) અને ઈનામ (એને સાંભળવાની સાથે ગણગણવામાં મજા આવે છે.) પણ પ્રતિક્રિયા આપે છે અને સમજ્યા-વિચાર્યા વિના કે કોઈ પ્રયત્ન કર્યા વિના આપણે કાં તો પોતે તે ગીત ગણગણવા લાગીએ છીએ અથવા પછી ચેનલ બદલીને કોઈ બીજું રેડિયો સ્ટેશન લગાવી દઈએ છીએ.

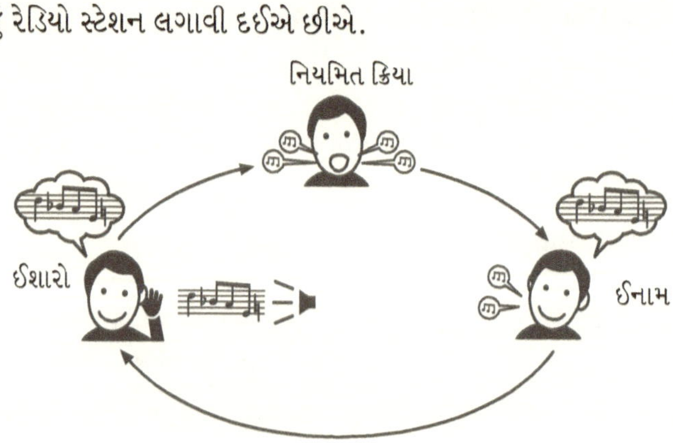

એક રીતે જોવા જઈએ તો એરિસ્ટા મ્યુઝિક કંપની અને રેડિયોના વિવિધ ડીજેને લગભગ એવી જ સમસ્યાઓનો સામનો કરવો પડતો હતો, જેનાથી ટારગેટ કોર્પોરેશનમાં કામ કરનારો એન્ડ્ર્યુ પોલ ઝઝૂમી રહ્યો હતો. શ્રોતા જે ગીતને નાપસંદ કરે છે, તેને પણ આનંદથી સાંભળી લે છે, બસ શરત એ છે કે તે ગીત તેમને સાંભળ્યું-સાંભળ્યું હોય એવું લાગવું જોઈએ. ગર્ભવતી સ્ત્રીઓ ટપાલમાંથી મળનારી કૂપનોનો ત્યાં સુધી આનંદથી ઉપયોગ કરતી રહે છે, જ્યાં સુધી તેમની સામે એ સ્પષ્ટ નથી થઈ જતું કે કૂપનોના બહાને ટારગેટ કોર્પોરેશન તેમના ગર્ભની જાસૂસી કરી રહ્યું છે, જે તેમના માટે માત્ર એક અજાણી હરકત નથી બલકે ડરામણી વાસ્તવિકતા પણ છે. વાસ્તવમાં કોઈ ગ્રાહકને એવી કોઈપણ કૂપન મળે, જેનાથી સ્પષ્ટ થઈ જાય કે ટારગેટ કોર્પોરેશન એ ગ્રાહકના ગર્ભધારણ વિશે જાણે છે, એ ગ્રાહકની આશાની વિપરીત હશે. આ કંઈક એવું છે, જાણે કોઈ 42 વર્ષીય ઈનવેસ્ટમેન્ટ બેંકરને સેલીન ડિયોનનું ગીત ગણગણવા માટે કહેવામાં આવતું હોય. આ ખ્યાલ જ ખોટો છે.

તો પછી ડીજે પોતાના શ્રોતાઓને 'હે યા' જેવું ગીત સાંભળવા માટે કેવી રીતે મનાવે છે અથવા ટારગેટ કોર્પોરેશન મહિલા ગ્રાહકોને ડરાવ્યા વિના તેમને ડાઈપર કૂપનનો ઉપયોગ કરવા માટે કેવી રીતે મનાવે છે ?

તેનો જવાબ છે, કોઈ નવી વસ્તુને જૂના અવતારમાં રજૂ કરીને અને અજાણી વસ્તુને જાણીતી-ઓળખીતી વસ્તુ બનાવીને.

3

1940ના દાયકાના શરૂઆતના તબક્કામાં અમેરિકન સરકારે દેશની ઘરેલુ માંસના પુરવઠાનો મોટાભાગનો હિસ્સો યુરોપ અને પેસેફિક થિએટરમાં મોકલવાનું શરૂ કર્યું હતું જેથી દ્વિતીય વિશ્વયુદ્ધમાં લડી રહેલા તેમના સૈનિકોને ખાવા-પીવાનો પુરવઠો ઓછો ન પડે. તેના કારણે દેશમાં સ્ટીક અને પોર્ક ચોપ જેવી માંસમાંથી બનનારી વસ્તુઓની અછત સર્જાવા લાગી. ઈ.સ.1941ના અંતમાં જ્યારે અમેરિકા વિશ્વયુદ્ધમાં સામેલ થયું, ત્યાં સુધી ન્યૂયોર્કના રેસ્ટોરાં હેમ્બર્ગર બનાવવા માટે ઘોડાના માંસનો ઉપયોગ કરવા માંડ્યા હતા અને પોલ્ટ્રી(કૂકડો કે મરઘી) ના કાળા બજાર શરૂ થઈ ગયા હતા. સરકારી અધિકારીઓને ચિંતા થવા માંડી હતી કે જો વિશ્વયુદ્ધનો ઝડપથી અંત નહીં આવે તો દેશવાસીઓમાં પ્રોટીનની ઉણપ સર્જાશે, જે તેમના સ્વાસ્થ્ય સાથે રમત કરવા જેવું થશે. આ સ્થિતિને જોતાં દેશના રાષ્ટ્રપતિ હર્બર્ટ હૂવરે ઈ.સ.1943માં દેશવાસીઓને નામ એક પત્ર બહાર પાડ્યો, જેમાં તેમણે લખ્યું, 'વિશ્વયુદ્ધ જેટલા લાંબા સમય સુધી ચાલશે, આ સમસ્યા એટલી જ વિકરાળ થતી જશે. દેશના ખેતરોમાં પશુઓની સંભાળ માટે લોકોની અછત સર્જાઈ છે અને ઉપરથી

આપણે બ્રિટિશ અને રશિયન લોકોની જરૂરિયાત પણ સતત પૂરી કરવી પડે છે. આ યુદ્ધમાં માંસ અને ચરબી પણ એટલા જ મહત્ત્વના થઈ ગયા છે જેટલા લડાયક ટેંક અને વિમાનો.'

અમેરિકાના રક્ષા વિભાગે પોતાની આ ચિંતાનું નિવારણ કરવા માટે દેશના ઉચ્ચ સમાજશાસ્ત્રીઓ, મનોવૈજ્ઞાનિકો અને માનવવિજ્ઞાનીઓને આમંત્રિત કર્યા. આમાં માર્ગરિટ મેડ અને કર્ટ લેવિન જેવા વિશેષજ્ઞ પણ સામેલ હતા, જે પાછળથી એટલા જાણીતા થયા કે તેમને એકેડેમિક ક્ષેત્રની સેલિબ્રિટી તરીકે માન મળવા લાગ્યું. રક્ષા વિભાગે આ બધા વિશેષજ્ઞોને એ તપાસ કરવાની જવાબદારી સોંપી કે અમેરિકન જનતાને ઓર્ગન મીટ (જાનવરના મસ્તિષ્ક, લીવર અને જીભ જેવા અંગોનું માંસ) ખાવા માટે કેવી રીતે મનાવવામાં આવે? એવું શું કરવામાં આવે કે અમેરિકન ગૃહિણીઓ પોતાના પતિ અને બાળકોની પ્લેટમાં પ્રોટીન ભરપૂર મસ્તિષ્ક, લીવર, જીભ અને કિડની પીરસવા માટે રાજી થઈ જાય? કારણ કે મોટાભાગનું માંસ વિદેશોમાં મોકલ્યા પછી દેશમાં માંસ તરીકે બસ આ જ વસ્તુઓ બચતી હતી.

એ કાળમાં અમેરિકામાં ઓર્ગન મીટ ખાવાનું ચલણ નહોતું. 1940ના દાયકામાં એક સામાન્ય અમેરિકન મહિલા પોતાના ખાવાના ટેબલ પર જાનવરોની જીભ કે કિડની પીરસવાને બદલે ભૂખ્યા રહેવાનું વધારે પસંદ કરતી હતી. તેથી દેશના લોકોની ખાણી-પીણી અંગેની આદતોને બદલવા માટે એક સમિતિ બનાવવામાં આવી. આ સમિતિમાં નિમણૂક કરવામાં આવેલા વૈજ્ઞાનિકો જ્યારે ઈ.સ.1941માં પહેલી વાર એકબીજાને મળ્યા, તો તેમને પોતાની સામે એ સાંસ્કૃતિક અંતરાયોને ઓળખવાનું લક્ષ્ય મૂક્યું, જે અમેરિકન લોકોને ઓર્ગન મીટ ખાવા પ્રત્યે હતોત્સાહિત કરતા હતા. આખરે આ વિષય પર લગભગ 200 અભ્યાસ-પત્ર પ્રકાશિત થયા અને એ બધાનો નિષ્કર્ષ એ જ હતો કે લોકોની ખાણી-પીણી બદલવા માટે ઓર્ગન મીટ જેવી અજાણી વસ્તુને એક જાણીતી-ઓળખીતી વસ્તુ બનાવવી પડશે. જેના માટે તેને દરરોજ ઉપયોગ કરી શકાય તેવી વસ્તુ તરીકે રજૂ કરવી પડશે.

વૈજ્ઞાનિકોએ નિષ્કર્ષ કાઢ્યો કે જો અમેરિકન જનતાને લીવર અને કિડની ખાવા માટે મનાવવી હોય, તો સૌથી પહેલા એ તપાસ કરવી પડશે કે એક સામાન્ય અમેરિકન વ્યક્તિ પોતાના ડિનરમાં જે પ્રકારના ખોરાકની આશા રાખે છે, લીવર અને કિડનીથી બનેલા ખોરાકનો સ્વાદ, ગંધ અને દેખાવમાં તેના જેવું કેવી રીતે બનાવવામાં આવે. ઉદાહરણ તરીકે, સૈનિકોને ખાવાનું ખવડાવવાના મુખ્ય અધિકારી કાર્ટરમાસ્ટર કોર્પ્સના સબસિસ્ટેંસ ડિવિઝને ઈ.સ.1943માં સૈનિકોના ખાવામાં તાજી કોબીજ પીરસવાનું શરૂ કર્યું. પણ સૈનિકોએ તરત જ તેનો અસ્વીકાર કરી દીધો. તેથી રસોઈ બનાવનારાઓએ કોબીજને નાના-નાના ટુકડામાં કાપી અને પછી તેને ઉકાળીને દેખાવમાં બાકીના શાક જેવું બનાવી દીધું. તે પછી કોઈપણ સૈનિકે કોબીજ ખાવાની ના ન પાડી. એક વર્તમાન સંશોધકે એ સમયમાં થયેલા અભ્યાસોનું મૂલ્યાંકન કર્યા પછી કહ્યું, 'ખાવાનું ભલે અજાણ્યું હોય કે જાણીતું-ઓળખીતું,

પણ સૈનિક એ જ વસ્તુઓને આનંદથી ખાતા હતા, જેને તેમના નિયમિત ખોરાકની જેમ બનાવવામાં આવ્યું હોય અને પછી જાણીતી-ઓળખીતી રીતે પીરસવામાં પણ આવ્યું હોય.'

ખાણી-પીણી સંબંધિત આદતોને બદલવા માટે બનાવવામાં આવેલી સમિતિનો નિષ્કર્ષ હતો કે અમેરિકન જનતાની ખાવાની આદત બદલવાનું એક જ રહસ્ય છે કે ખાવાનું જાણીતું-ઓળખીતું હોય. ટૂંક સમયમાં જ અમેરિકન ગૃહિણીઓને સરકાર દ્વારા પત્ર મોકલવામાં આવવા માંડ્યા, જેમાં કહેવામાં આવતું હતું કે 'તમારા પતિને કિડનીમાંથી બનેલી પાઈ અને સ્ટીક ચોક્કસ પસંદ પડશે.' કસાઈખાનામાં માંસ ખરીદવા આવનારા ગ્રાહકોને નવી-નવી રેસિપી આપવામાં આવવા માંડી જેથી તે શીખી શકે કે લીવરને કેવી રીતે રાંધવાનું છે.

બીજા વિશ્વયુદ્ધની સમાપ્તિના થોડાક જ વર્ષો પછી ખાણીપીણી સંબંધિત આદતોને બદલવા માટે બનેલી સમિતિનો ભંગ કરી દેવામાં આવ્યો. ત્યાં સુધી ઓર્ગન મીટ અમેરિકન જનતાના ખોરાકનો મહત્ત્વપૂર્ણ ભાગ બની ચૂક્યો હતો. એક અભ્યાસ પ્રમાણે, વિશ્વયુદ્ધ દરમિયાન અમેરિકામાં ઓર્ગન મીટની ખપતમાં લગભગ 33 ટકાનો વધારો થયો હતો. ઈ.સ.1955 આવતાં-આવતાં આ આંકડા 50 ટકા કરતાં પણ ઉપર પહોંચી ગયા. હવે ડિનરમાં કિડની રાંધવી એ સામાન્ય વાત થઈ ગઈ હતી અને ખાસ પ્રસંગોએ લીવર રાંધવું જરૂરી માનવામાં આવતું હતું. હવે અમેરિકન જનતાની ખાણી-પીણી એટલી બદલાઈ ચૂકી હતી કે ઓર્ગન મીટને સ્વાદિષ્ટ ભોજન માનવામાં આવવા માંડ્યું હતું.

ત્યારથી માંડીને આજ સુધી સરકારે અમેરિકન જનતાની ખાણીપીણીની આદતોમાં સુધારો લાવવા માટે ઘણા કાર્યક્રમ ઘડવામાં આવ્યા. ઉદાહરણ તરીકે, 'ફાઈવ અ ડે' નામનો કાર્યક્રમ, જેનો હેતુ હતો લોકોને પાંચ અલગ-અલગ ફળ અને શાક ખાવા માટે પ્રોત્સાહિત કરવા, યુએસડીએના ફૂડ પિરામિડને અપનાવવા માટે મનાવવા અને ઓછી ચરબીવાળા દૂધ અને ચીઝને લોકો વચ્ચે જાણીતા બનાવવા. પણ આમાંથી કોઈપણ સરકારી કાર્યક્રમ સમિતિના નિષ્કર્ષો પ્રત્યે દૃઢ નહોતું અને કોઈપણ કાર્યક્રમે જનતાની વર્તમાન આદતોના બહાને પોતાની ભલામણોને લાગુ કરી નહોતી, જેનું પરિણામ આ કાર્યક્રમોની નિષ્ફળતાના રૂપમાં આગળ આવ્યું. જો અમેરિકન સરકારનો કોઈ કાર્યક્રમ આજ સુધી સ્થાયી પરિવર્તન લાવવામાં સફળ રહ્યો હોય, તો તે છે 1940નો ઓર્ગન મીટના સેવનને પ્રોત્સાહિત કરવાનો કાર્યક્રમ.

જો કે ટારગેટ કોર્પોરેશન જેવી મોટી કંપનીઓ અને વિવિધ રેડિયો સ્ટેશન આ મામલામાં અમેરિકન સરકાર કરતાં વધારે સમજદાર નીકળ્યા.

★★★

વિવિધ ડીજેને અહેસાસ થઈ ગયો કે 'હે યા' ગીતને હિટ બનાવવા માટે તેમણે એને એ રીતે બનાવવું પડશે કે તે શ્રોતાઓને જાણીતું-ઓળખીતું ગીત લાગે અને આ માટે વિશેષ પ્રયત્નોની જરૂર હતી.

મુશ્કેલી એ હતી કે હિટ સોંગ સાયન્સ જેવા કોમ્પ્યુટર પ્રોગ્રામ લોકોની આદતોનું અનુમાન લગાવવા વિશે ખૂબ સારા હતા. પણ ક્યારેક-ક્યારેક આ પ્રોગ્રામ એવી આદતોની પણ તપાસ કરી લેતા હતા, જે અત્યાર સુધી લોકોની અંદર વિકસિત થઈ જ નહોતી. જ્યારે કંપનીઓ એવી આદતોના સહારે પ્રચાર અને વેચાણના પ્રયત્ન કરે છે, જેને આપણે હજુ સુધી અપનાવ્યા જ નથી અથવા જે આદતોનો આપણે સ્વયંની સામે સ્વીકાર નથી કરતા – જેમ કે બેવકૂફ બૈલેડ મ્યુઝિક પ્રત્યે આપણો ગુપ્ત સ્નેહ – તો આ એ કંપનીઓ માટે ખતરનાક સાબિત થઈ શકે છે. જેમ કે કોઈ કરિયાણાની દુકાન એ દાવો કરે કે 'અમારે ત્યાં મીઠા સીરિયલ અને આઈસક્રીમનો સૌથી મોટો ભંડાર ઉપલબ્ધ છે' તો ગ્રાહક તેનાથી દૂર જ રહેશે. આ જ રીતે જો કોઈ કસાઈ 1940ના સમયની કોઈ અમેરિકન ગૃહિણીને કહેતો કે 'આ લો, આજે ડિનરમાં જાનવરનું આંતરડું રાંધજો,' તો તે મહિલા ભલે ડિનરમાં ટૂના માછલીનું કૈસરોલ બનાવીને કામ ચલાવી લેતી, પણ જાનવરના આંતરડાનો સ્વીકાર ન કરતી. જો કોઈ રેડિયો સ્ટેશન એવો દાવો કરે કે 'અમે દર અડધા કલાકે સેલીન ડિયોનનું ગીત વગાડીશું,' તો કોઈપણ શ્રોતા પોતાના રેડિયો પર તે સ્ટેશન નહીં લગાવે. તેથી સુપરમાર્કેટવાળા હવે સફરજન અને ટમાટર જેવી સ્વાસ્થ્યવર્ધક વસ્તુઓના ડબ્બા સ્ટોરના સામેના ભાગમાં રાખે છે અને સાથે જ એ પણ નક્કી કરી દે છે કે આના પછી તમે સ્ટોરના એ ભાગમાંથી જરૂર પસાર થજો, જ્યાં એમ એન્ડ એમ્સની રંગીન ચોકલેટ અને હેજેન-ડાજનો આઈસક્રીમ મૂક્યો હોય. 1940ના દાયકામાં કસાઈ લીવરને 'નવા જમાનાની સ્ટીક' કહીને વેચતો હતો અને આજકાલના વિભિન્ન ડીજે જાણીતા-ઓળખીતા ગીતોની વચમાં ચૂપચાપ ટાઈટેનિકનું થીમ સોંગ વગાડી દે છે.

'હે યા' ને હિટ કરાવવા માટે જરૂરી હતું કે તે શ્રોતાઓની સાંભળવા સાથે જોડાયેલી સ્થાપિત આદતોનો હિસ્સો બને. તેના માટે આ ગીતને સૌથી પહેલા અન્ય હિટ ગીતોના બહાને વગાડવું પડશે, બરાબર એવી જ રીતે જેમ અમેરિકન ગૃહિણીઓ ખાવામાં માંસની સાથે-સાથે ચૂપચાપ કિડની પણ પીરસી દેતી હતી. તેથી ફિલાડેલ્ફિયાના ડબલ્યુ.આઈ.ઓ.ક્યૂ. સહિત દેશના અન્ય રેડિયો સ્ટેશનોમાં વિભિન્ન ડીજે એ સુનિશ્ચિત કરવા લાગ્યા કે જ્યારે પણ 'હે યા' ગીતને વગાડવામાં આવે, તો હંમેશા કોઈ બે લોકપ્રિય ગીતોની વચ્ચે જ વગાડવામાં આવે.

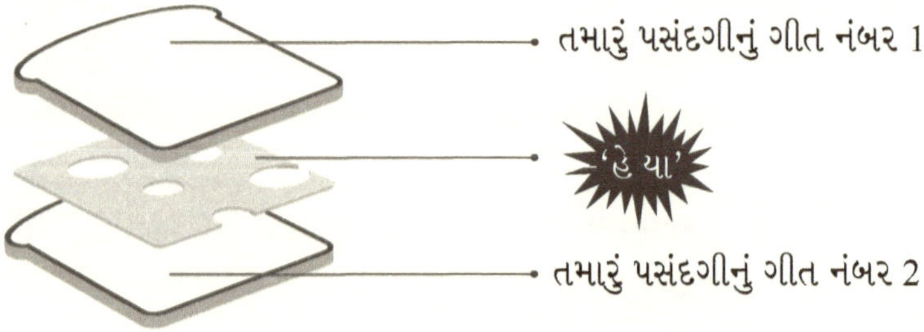

એક રેડિયો પરામર્શક ટોમ વેબસ્ટર જણાવે છે, 'આજકાલ જ્યારે રેડિયો માટે ગીતોની પ્લે-લિસ્ટ (વગાડવામાં આવનારા ગીતોની સૂચિ) બનાવવામાં આવે છે, તો તેને તૈયાર કરવાનો સૌથી મુખ્ય નિયમ એ જ હોય છે કે જે ગીત પસંદ કરવામાં ન આવતા હોય, તેને બે લોકપ્રિય ગીતોની વચ્ચે વગાડવામાં આવે.'

જો કે રેડિયો સ્ટેશનોના ડીજેએ 'હે યા' ને કોઈ જેવા-તેવા હિટ ગીતોની વચ્ચે નથી વગાડ્યું. તેમણે તો એને એવા હિટ ગીતોની વચ્ચે વગાડ્યું, જે રિચ મેયરના અનુસાર અનોખી રીતના 'સ્ટિકી' હતા. તેમાં બ્લુ કાન્ટ્રલ, 3 ડોર્સ ડાઉન, મેરૂન 5 અને ક્રિસ્ટીના એગ્યુલેરાના ગીતો સામેલ હતા. કેટલાક રેડિયો સ્ટેશન તો તેના માટે એટલા ઉત્સુક હતા કે તેમણે એક જ ગીતનો ઉપયોગ ઘણી-ઘણી વાર કર્યો.

ઉદાહરણ માટે ડબલ્યુ. આઈ.ઓ.ક્યુ.ની સપ્ટેમ્બર 2003ના ગીતોનું પ્લે-લિસ્ટ કંઈક આ પ્રકારનું હતું :

11:43 વાગ્યે 3 ડોર્સ ડાઉનનું ગીત 'હિયર વિધાઉટ યુ'

11:54 વાગ્યે બ્લુ કાન્ટ્રાલનું ગીત 'બ્રીદ'

11:58 વાગ્યે આઉટકાસ્ટનું ગીત 'હે યા !'

12:01 વાગ્યે બ્લુ કાન્ટ્રાલનું ગીત 'બ્રીદ'

અથવા 16 ઓક્ટોબરના ગીતોનું પ્લે-લિસ્ટ કંઈક આવું હતું :

09:41 વાગ્યે મેરૂનનું ગીત 'હાર્ડર ટુ બ્રીદ'

09:45 વાગ્યે આઉટકાસ્ટનું ગીત 'હે યા !'

09:49 વાગ્યે ક્રિસ્ટીના એગ્યુલેરાનું ગીત 'કાન્ટ હોલ્ડ અસ ડાએન'

10:00 વાગ્યે ફૈરેલનું ગીત 'ફ્રોન્ટિન'

12 નવેમ્બરના ગીતોનું પ્લે-લિસ્ટ :

09:58 વાગ્યે 3 કોર્સ ડાઉનનું ગીત 'હિયર વિધાઉટ યુ'

10:01 વાગ્યે આઉટકાસ્ટનું ગીત 'હે યા !'

10:05 વાગ્યે જસ્ટિન ટિંબરલેકનું ગીત 'લાઈક આઈ લવ યુ'

10:09 બિયોન્સેનું 'બેબી બોય'

વેબસ્ટર જણાવે છે, 'ગીતોનું પ્લે-લિસ્ટ તૈયાર કરવા પાછળ મુખ્ય વિચાર હોય છે, જોખમ ઓછું કરવું. રેડિયો સ્ટેશનોને નવા ગીતોની સાથે થોડું જોખમ ઉઠાવવું પડે છે નહીં તો શ્રોતા થોડા જ સમયમાં તે સ્ટેશન સાંભળવાનું બંધ કરી દેશે. પણ શ્રોતા વાસ્તવમાં એ

શ્રેણીના ગીતો સાંભળવા ઈચ્છે છે, જે શ્રેણીના ગીતો તેમને પહેલેથી પસંદ હોય છે. તેથી નવા ગીતોને એ રીતે વગાડવામાં આવે છે કે તે જાણીતી-ઓળખીતી શ્રેણીના ગીતો જેવા લાગે.'

બે લોકપ્રિય ગીતોની વચમાં એક એવું ગીત વગાડવું, જે શ્રોતાઓને પસંદ ન હોય, એ ચલણ શરૂ થતાં પહેલા જ સપ્ટેમ્બર મહિનાના શરૂઆતના દિવસોમાં જયારે ડબલ્યુ.આઈ.ઓ.ક્યુ.એ પહેલીવાર 'હે યા !' ગીત વગાડવાનું શરૂ કર્યું. તો 26.6 ટકા શ્રોતા એને સાંભળતાની સાથે જ રેડિયોની ચેનલ બદલીને કોઈ બીજા સ્ટેશન પર ચાલ્યા જતા હતા. બે 'સ્ટિકી' એટલે કે લોકપ્રિય ગીતોની વચ્ચે 'હે યા !' વગાડવાને બદલે કેટલાક દિવસો પછી ઓક્ટોબરના મહિનામાં આ આંકડો ઘટીને 13.7 ટકા થઈ ગયું. ડિસેમ્બર મહિના સુધી આ માત્ર 5.7 ટકા રહી ગયું. દેશના અન્ય મુખ્ય રેડિયો સ્ટેશનોએ પણ સમાન રીત અપનાવી અને બે લોકપ્રિય ગીતોની વચ્ચે એક એવું ગીત વગાડવા માંડ્યા, જે શ્રોતાઓને પસંદ ન આવતું હોય. ત્યાં પણ આ ગીત વાગતા શ્રોતાઓ દ્વારા ચેનલ બદલીને કોઈ બીજા રેડિયો સ્ટેશન પર જવાનો આંકડો સતત આ રીતે ઘટતો રહ્યો.

ડબલ્યુ.આઈ.ઓ.ક્યુ. 'હે યા !' ગીતને દરરોજ ઓછામાં ઓછું પંદર વાર વગાડવામાં આવતું હતું. જેમ-જેમ શ્રોતા 'હે યા !' ને વારંવાર સાંભળતા રહ્યા, તેમ-તેમ તે લોકપ્રિય થતું ગયું અને આખરે શ્રોતાઓને આ એક જાણીતું-ઓળખીતું ગીત લાગવા માંડ્યું. લોકોની અંદર તેને સાંભળવાની આદત વિકસિત થવા માંડી. પહેલા તો તે રેડિયો વગાડતાં જ તેને સાંભળવાની આશા રાખતા હતા, પછી આ આશા લાલસામાં બદલાઈ ગઈ અને થોડા જ સમયમાં 'હે યા !'ને સાંભળવું તેમની આદતમાં ફેરવાઈ ગયું. ગીતની લોકપ્રિયતા એટલી વધી કે રેડિયો સ્ટેશનોએ તેને વગાડી-વગાડીને ઘણા મિલિયન ડોલર્સ કમાઈ લીધી, તેના 5.5 મિલિયન આલ્બમ વેચાયા અને આખરે તેણે એક એમી એવોર્ડ પણ મેળવ્યો. આ આલ્બમે આઉટકાસ્ટ બેન્ડને સુપરસ્ટાર્સની શ્રેણીમાં લાવીને ઊભું કરી દીધું. પ્રચાર અધિકારી બાર્ટેલ્સ જણાવે છે,'આ આલ્બમથી આઉટકાસ્ટ બેંડને હિપ-હોપ મ્યુઝિકથી અલગ શ્રોતાઓનો એક નવો વર્ગ મળ્યો. આજે જ્યારે કોઈ નવો ગાયક આવીને મને પોતાનું ગીત સંભળાવે છે અને આ દાવો કરે છે કે તેનું ગીત એક દિવસ 'હે યા !' ની જેમ જ હિટ થશે, તો મને ખૂબ સંતોષનો અનુભવ થાય છે.'

★★★

એન્ડ્રયુ પોલે મહિલા ગ્રાહકોના ગર્ભવતી હોવાનું અનુમાન લગાવવાની મશીન બનાવી અને સંભવિત રીતે ગર્ભવતી થઈ ચૂકેલી હજારો મહિલા ગ્રાહકોની ઓળખ કરી. તેના પછી કંપનીને કોઈએ ચેતવી કે જ્યારે મહિલા ગ્રાહકોને ટારગેટ કોર્પોરેશનની તરફથી એવા વિજ્ઞાપન મળશે, જેનાથી સ્પષ્ટ જાહેર થશે કે ટારગેટ કોર્પોરેશન તેમના ગર્ભવતી હોવા વિશે બધું જ જાણે છે, તો બની શકે છે કે તેમાંથી કેટલીક મહિલાઓ ચિંતિત થઈ જાય. એ

પણ શક્ય છે કે અંગત જીવનમાં દખલઅંદાજી કરવાની આ હરકત દરેકને પસંદ ન પણ પડે. આ વાત સમજાઈ જતા જ ટારગેટ કોર્પોરેશને નિર્ણય કર્યો કે કંપની આ મામલામાં પોતાના પગલાં પાછાં ખેંચીને અન્ય વિકલ્પો પર વિચાર કરશે.

કંપનીના માર્કેટિંગ વિભાગનું માનવું હતું કે રાષ્ટ્રીય સ્તર પર અભિયાન શરૂ કરતાં પહેલા કંપની આ મામલામાં થોડા નાના-નાના પ્રયોગ કરે એ સારું રહેશે. જો કે કંપની પોતાના ગ્રાહકોના એક નાનકડા સમૂહને વિશેષ રીતે બનાવેલા મેલ મોકલવામાં સક્ષમ હતી તેથી અધિકારીઓએ પોલની ગર્ભવતી મહિલા ગ્રાહકોની યાદીમાંથી કેટલીક મહિલાઓને પસંદ કરી અને પોતાના વિજ્ઞાપનોનું પરીક્ષણ શરૂ કરી દીધું. તે આ મહિલાઓને અલગ-અલગ પ્રકારના કેટલાક વિજ્ઞાપન એકસાથે મોકલીને તેમની પ્રતિક્રિયા સમજવામાં લાગી ગયા.

મહિલા ગ્રાહકોના ગર્ભવતી હોવાનું અનુમાન લગાવનારી પોલની પ્રણાલીને જાણીને ટારગેટ કોર્પોરેશનના એક અધિકારીએ જણાવ્યું, 'અમે અમારા દરેક ગ્રાહકોને વિજ્ઞાપનોની એક આખી પુસ્તિકા મોકલવામાં સક્ષમ છીએ. આ પુસ્તિકા તેમના માટે વિશેષપણે તૈયાર કરવામાં આવે છે, જેમાં લખેલું હોય છે કે તમે પાછલા અઠવાડિયામાં જે કંઈપણ ખરીદ્યું હતું, અમે તમને તેની એક યાદી મોકલી રહ્યા છીએ, આશા છે કે એ તમને પસંદ પડશે.' એ અધિકારીએ સ્પષ્ટ કહ્યું, 'કરિયાણાના સામાનના મામલામાં તો અમે હંમેશા આ રીત જ અપનાવીએ છીએ.

'પણ ગર્ભધારણ સાથે જોડાયેલા ઉત્પાદનોના મામલામાં અમને સમજાયું કે કેટલીક મહિલાઓ આ વિજ્ઞાપન મેળવીને નાખુશ થઈ જાય છે. તેથી અમે આ વિજ્ઞાપનોની સાથે-સાથે એવી વસ્તુઓના વિજ્ઞાપન પણ મોકલવાના ચાલુ કરી દીધા, જેના વિશે અમને પહેલેથી જ જાણ હોય છે કે ગર્ભવતી મહિલાઓ આ વસ્તુઓને ક્યારેય નહીં ખરીદે. તેનો ફાયદો એ થાય છે કે આ મહિલાઓને આ વાતની શંકા નથી હોતી કે અમે તેમના ગર્ભવતી હોવા વિશે જાણીએ છીએ. અમે ડાઈપરના વિજ્ઞાપનોની સાથે-સાથે બગીચાનું ઘાસ કાપનારી મશીનનું વિજ્ઞાપન જોડી દઈએ છીએ અને નવજાત બાળકોના કપડાંના વિજ્ઞાપનોની સાથે વાઈનના ગ્લાસોનું વિજ્ઞાપન લગાવી દઈએ છીએ. જેનાથી એવું લાગે છે કે બધા ઉત્પાદન એમ જ પસંદ કરવામાં આવ્યા છે અને તેની પાછળ કોઈ વિશેષ કારણ નથી.

'અમને જાણવા મળ્યું કે જ્યાં સુધી મહિલા ગ્રાહકોને એ જાણ થતી નથી કે તેમની પીઠ પાછળ તેમની જાસૂસી કરવામાં આવી રહી છે, ત્યાં સુધી તે અમારી કૂપનોનો ઉપયોગ કરતી રહે છે. તે જાતે જ આ અનુમાન લગાવી લે છે કે તેમના મોહલ્લાની બાકી મહિલાઓને પણ બાળકોના પારણા અને ડાઈપર્સના વિજ્ઞાપનોવાળા મેલ પણ મોકલવામાં આવ્યા હશે. જ્યાં સુધી આ મહિલા ગ્રાહકોને અમારી કોઈ હરકતની ગભરામણ થતી નથી, ત્યાં સુધી બધું ચાલતું રહે છે.'

'એવું શું કરવામાં આવે કે અમે ગર્ભવતી મહિલાઓને પોતાના ઉત્પાદનોના વિજ્ઞાપન પણ મોકલી દઈએ અને તેમને આ વાતની જાણ પણ ન થાય કે અમને તેમના ગર્ભવતી હોવાની જાણકારી છે ?' ટારગેટ કોર્પોરેશન અને પોલના આ સવાલનો એ જ જવાબ છે, જેની મદદથી વિભિન્ન ડીજેએ શ્રોતાઓની વચ્ચે 'હે યા' ગીતને લોકપ્રિય બનાવ્યું. જે રીતે તે બે લોકપ્રિય ગીતોની વચ્ચે 'હે યા'ને વગાડી રહ્યા હતા, એ જ રીતે ટારગેટ કોર્પોરેશન પણ ડાઈપર અને નવજાત શિશુઓના ઉત્પાદનોના વિજ્ઞાપનો અને કૂપનોને અન્ય વિજ્ઞાપનોની વચ્ચે લગાવીને પોતાની મહિલા ગ્રાહકોને મોકલી રહ્યું હતું. આનાથી મહિલા ગ્રાહકોને જરાપણ શંકા જતી નહોતી કે કંપની તેમના ગર્ભવતી હોવા વિશે જાણે છે કારણ કે ઘણા બધા અલગ-અલગ ઉત્પાદનોના વિજ્ઞાપન અને કૂપનોનો જથ્થો મેળવીને તે તેમને જાણીતું-ઓળખીતું અને સહજ લાગતું હતું.

ટૂંક સમયમાં જ નવજાત બાળકો અને નવી-નવી માતાઓ સાથે જોડાયેલા ઉત્પાદનોનું વેચાણ આકાશને આંબવા માંડ્યું. જો કે ટારગેટ કોર્પોરેશન પોતાના ઉત્પાદનોના વેચાણના આંકડાઓને શ્રેણીબદ્ધ તો નથી કરતું પણ ઈ.સ.2002માં પોલને નોકરીમાં રાખવાથી માંડીને ઈ.સ.2009ની વચ્ચે ટારગેટ કોર્પોરેશનનું ટર્નઓવર 44 બિલિયન ડોલરથી વધીને 65 બિલિયન ડોલર સુધી પહોંચી ગયું. ઈ.સ.2005માં કંપનીના અધ્યક્ષ સ્ટેનહેફેલે પોતાના ઢગલાબંધ રોકાણકારોની સામે ઊભા રહીને દાવો કર્યો હતો કે 'કંપનીનું સૌથી વધારે ધ્યાન એ ઉત્પાદનો વેચવા પર છે, જે નવજાત બાળકો અને નવી માતાઓ સાથે જોડાયેલા છે.'

તેમણે કહ્યું, 'જેમ-જેમ અમારી ડેટાબેઝ સંબંધિત પ્રણાલીઓ વધારે પરિષ્કૃત થઈ છે, તેમ-તેમ ટારગેટ કોર્પોરેશન દ્વારા ગ્રાહકોને મોકલવામાં આવતા મેલ નવા મૂલ્યોને ઉત્તેજન આપવાનો માર્ગ બની ગયા છે. આનાથી નવજાત બાળકો અને નવી માતાઓની શ્રેણીમાં આવતા ગ્રાહકોને ખરીદી માટે રાજી કરવાનું સહેલું બની ગયું છે. ઉદાહરણ માટે કંપનીમાં બાળકોના ઉત્પાદનોની શ્રેણી ગ્રાહકોના જીવનના દરેક તબક્કાનો હિસ્સો બની રહી છે અને પ્રસવપૂર્વ સંભાળથી માંડીને કારની વિશેષ સીટોની ખરીદી સુધી ફેલાયેલી છે. ઈ.સ.2004માં ટારગેટ બેબી ડાયરેક્ટ મેલ પ્રોગ્રામની મદદથી કંપનીના વેચાણમાં ખાસો વધારો થયો હતો.'

વાત ભલે નવું ગીત વેચવાની હોય, નવો ખાદ્ય-પદાર્થ વેચવાની હોય કે બાળકોનું નવું પારણું વેચવાની હોય, આ બધા મામલાઓમાંથી એક જ વાત આગળ આવે છે કે જો તમે કોઈ નવી વસ્તુને ગ્રાહકની જૂની આદતો અનુસાર વેચો છો, તો લોકો માટે તેને સ્વીકાર કરવું વધારે સહજ હોય છે.

4

આ પાઠની ઉપયોગિતા માત્ર મોટા વ્યાપારિક સંગઠનો, સરકારી એજન્સીઓ અને રેડિયો કંપનીઓ દ્વારા આપણી પસંદ-નાપસંદમાં હેરફેર કરવા સુધી જ સીમિત નથી. આ

અંતદૃષ્ટિઓનો આપણે પોતાના જીવનમાં પરિવર્તન લાવવા માટે ઉપયોગ કરી શકીએ છીએ.

ઉદાહરણ માટે ઈ.સ.2000માં દેશના સૌથી મોટા બિન-નફાકારક સંગઠનોમાંથી એક વાય.એમ.સી.એ. એ બે સાંખ્યિકીવિદોને કામ પર રાખ્યા. તેમનો ઉદ્દેશ હતો સ્વાસ્થ્યના મામલામાં સંસારને એક શ્રેષ્ઠ જગ્યા બનાવવા માટે ડેટાથી સંચાલિત અનુમાન-પ્રણાલીની શક્તિઓનો ઉપયોગ કરવો. અમેરિકામાં વાય.એમ.સી.એ.ની 2600 કરતાં પણ વધારે શાખાઓ છે, જેમાંથી મોટાભાગની જિમ કે સામુદાયિક કેન્દ્રો તરીકે કાર્યરત છે. લગભગ એક દાયકા પહેલા આ સંગઠનના ઉચ્ચ અધિકારીઓને એ ચિંતા સતાવવા માંડી કે બજારમાં સ્વયંને પ્રતિસ્પર્ધી બનાવીને કેવી રીતે મૂકવામાં આવે. આ માટે તેમણે સામાજિક-વિજ્ઞાની બિલ લેજોરસ અને ગણિતજ્ઞ ડીન અબોટની મદદ લીધી.

આ બંને વિશેષજ્ઞોએ વાય.એમ.સી.એ.ના એક લાખ પચાસ હજાર કરતાં પણ વધારે ‘સભ્ય સંતુષ્ટિ સર્વેક્ષણો’ની મદદથી ડેટા એકત્રિત કર્યો. આ બધા સર્વેક્ષણ છેલ્લા ઘણા વર્ષોમાં કરવામાં આવ્યા હતા. બિલ લેજોરસ અને ડીન અબોટે આ ડેટામાં પેટર્ન શોધવાની શરૂ કરી દીધી. એ સમયે વાય.એમ.સી.એ.ના અધિકારીઓનું માનવું હતું કે લોકો વિશેષ પ્રકારના વ્યાયામ ઉપકરણ અને આધુનિક સુવિધાઓ ઈચ્છે છે. તેથી વાય.એમ.સી.એ. અત્યાર સુધી વજન ઉઠાવવાનો વ્યાયામ કરવા માટે શાનદાર ઓરડાઓ અને યોગા સ્ટુડિયોના નિર્માણમાં લાખો ડોલર્સ ખર્ચ કરી ચૂકી હતી. પણ જ્યારે સર્વેક્ષણોના ડેટાનું વિશ્લેષણ કરવામાં આવ્યું, તો જાણવા મળ્યું કે ભલે વિશેષ પ્રકારના વ્યાયામ ઉપકરણો અને આધુનિક સુવિધાઓને કારણે લોકો શરૂ-શરૂમાં સંગઠનના સભ્ય બનવા તરફ આકર્ષિત થયા હોય પણ તેમને લાંબા સમય સુધી આ સંગઠનમાં જોડી રાખવા માટે કોઈ બીજી જ વસ્તુની જરૂર હતી.

ડેટાથી જાણવા મળ્યું કે લોકોની ધારણાઓ ભાવનાત્મક કારકોથી સંચાલિત થાય છે, જેમ કે શું સંગઠનના કર્મચારી સભ્યોને તેમના નામથી ઓળખે છે અને શું તે તેમના આવવાના સમયે તેમનું અભિવાદન કરે છે. વિશ્લેષણથી જાણવા મળ્યું કે લોકો જિમમાં વ્યાયામના ઉપકરણો સાથે નહીં બલકે લોકો સાથે જોડાવા માટે આવે છે. જેમ કે વાય.એમ.સી.એ.ના કોઈ સભ્યની જિમમાં કોઈ અન્ય વ્યક્તિ સાથે દોસ્તી થઈ જાય છે, તો તેમના વ્યાયામ સત્રમાં ભાગ લેવાની સંભાવના વધી જાય છે. બીજા શબ્દોમાં કહીએ તો વાય.એમ.સી.એ.માં સામેલ થનારા લોકોની પોતાની કેટલીક વિશેષ સામાજિક જરૂરિયાતો હોય છે. જો વાય.એમ.સી.એ. પોતાના સભ્યોને સંતોષનો અનુભવ કરાવે તો તે ખુશ રહે છે. આથી લોકોને વ્યાયામ માટે પ્રોત્સાહિત કરવા માટે જરૂરી હતું કે વાય.એમ.સી.એ. લોકોના જૂના પેટર્નનો ફાયદો ઉઠાવે અને સાથે જ પોતાના કર્મચારીઓને સભ્યોના નામ યાદ રાખવાનું પણ શીખવે. વાય.એમ.સી.એ.ના મામલાથી એ વાત સ્પષ્ટ થાય છે, જે ટારગેટ કોર્પોરેશન અને વિભિન્ન ડીજેના મામલામાં સ્પષ્ટ થઈ હતી કે એક નવી આદત વિકસિત કરવા માટે એ

જરૂરી છે કે તેને એવી જાણીતી-ઓળખીતી વસ્તુઓ સાથે પીરસવામાં આવે, જેને લોકો પહેલેથી જ પસંદ કરે છે. વાય.એમ.સી.એ.ના મામલામાં આ આદત હતી, વ્યાયામની આદત અને લોકોને જે બાબત પહેલેથી જ પસંદ હતી , તે હતી, એવી જગ્યાઓએ જવાની સ્વાભાવિક માનવીય પ્રવૃત્તિ, જ્યાં નવા મિત્રો બનાવી શકાય.

બિલ લેજોગસ કહે છે,'હવે અમને સમજાવા લાગ્યું છે કે લોકોને જિમના સભ્ય બનાવી રાખવા માટે શું કરવું જરૂરી છે. લોકો એવા સ્થળોએ જવા ઈચ્છે છે, જ્યાં તેમની સામાજિક જરૂરિયાત પૂરી થઈ શકે. જ્યારે લોકો સમૂહમાં વ્યાયામ કરે છે, તો આ વાતની સંભાવના વધી જાય છે કે તે વ્યાયામ કરવાનું બંધ નહીં કરે. આ રીત એટલી કારગર છે કે તમે તેને અપનાવીને આખા દેશનું સ્વાસ્થ્ય સુધારી શકો છો.'

અનુમાન-આધારિત વિશ્લેષણના વિશેષજ્ઞોનું માનવું છે કે તે દિવસ ખૂબ ઝડપથી આવશે જ્યારે કંપનીઓ આપણી પસંદ અને આદતોનું અનુમાન આપણા કરતાં પણ વધારે સારી રીતે લગાવી શકશે. જો કે કોઈ વ્યક્તિ એક ખાસ બ્રાન્ડનું પીનટ બટર પસંદ કરે છે, તે વાત જાણવા છતાં તમે એવું કશું જ કરી શકતા નથી કે તે એ પીનટ બટરને જઈને ખરીદી જ લે. વાત ભલે કરિયાણાનો સામાન ખરીદવાની હોય કે જિમમાં જઈને વ્યાયામ કરવાની, કોઈપણ નવી આદતને બજારમાં લોકપ્રિય બનાવવા માટે એ સમજ હોવી જરૂરી છે કે એક નવી વસ્તુને પણ કોઈ જાણીતી-ઓળખીતી વસ્તુની જેમ કેવી રીતે પ્રસ્તુત કરી શકાય છે.

એન્ડ્રયુ પોલ સાથે જ્યારે મારે છેલ્લી વાર વાતચીત થઈ, તો મેં તેને જણાવ્યું કે મારી પત્ની બીજી વાર ગર્ભવતી છે અને તેને સાતમો મહિનો ચાલી રહ્યો છે. પોલને પણ બાળકો છે તેથી અમે થોડા સમય સુધી બાળકો વિશે વાતચીત કરી. મેં તેને કહ્યું કે 'મારી પત્ની અને હું ક્યારેક-ક્યારેક ટારગેટ કોર્પોરેશનના સ્ટોર્સમાંથી ખરીદી કરીએ છીએ અને જો કે મેં કંપનીને મારા ઘરનું સરનામું પણ આપી રાખ્યું છે, તો કદાચ થોડા સમયમાં જ અમને પણ મેલ દ્વારા કંપનીના કૂપન મળવાનું શરૂ થઈ જશે. હમણાં જ મેં ધ્યાન આપ્યું કે જેમ-જેમ મારા બાળકના જન્મનો સમય નજીક આવતો જાય છે, એમ-એમ કંપની દ્વારા અમારા ઘરે મોકલવામાં આવતા વિજ્ઞાપનોમાં ડાઈપર્સ, લોશન અને નવજાત બાળકોના કપડાંના વિજ્ઞાપનોની સંખ્યા વધી ગઈ છે.

હું વિચારી રહ્યો છું કે જેવી મને થોડી કૂપન મળશે, હું એ જ અઠવાડિયે તેનો ઉપયોગ કરવાનું શરૂ કરી દઈશ. હું મારા બાળક માટે એક પારણું, થોડા રમકડાં અને નર્સરીના કેટલાક પડદાં ખરીદવાનું વિચારી રહ્યો હતો એટલે મને આનાથી ઘણી મદદ મળી.'

પોલે મને કહ્યું, 'બસ બાળકના જન્મ થવાની જ રાહ છે, પછી જોજો, અમે તમને એવી વસ્તુઓની કૂપન પણ મોકલીશું, જેના વિશે તમે જાણતા પણ નહીં હો કે તમે તેને ખરીદવા ઈચ્છો છો.'

ભાગ

3

સમાજની આદતો

8

સૈડલબેક ચર્ચ અને મોન્ટગોમેરી બસોનો બહિષ્કાર

આંદોલન કેવી રીતે શરૂ થાય છે

સાંજના છ વાગ્યે ઉપડનારી ક્લીવલેન્ડ એવેન્યુ બસ ફૂટપાથના કિનારે અટકી અને એક દુબળી-પાતળી આફ્રિકન-અમેરિકન મહિલા તેમાં ચઢી. તેણે પાતળા ફ્રેમના ચશ્મા અને એક સામાન્ય ભૂરા રંગનું જેકેટ પહેરી રાખ્યું હતું. બસની અંદર પહોંચતા જ તેણે પોતાના પર્સમાંથી દસ સેંટ કાઢીને ભાડા માટેની પેટીમાં નાખી દીધા.

આ અલ્બામા રાજ્યના મોન્ટગોમરી શહેરની વાત છે. તે દિવસે ગુરુવાર હતો, તારીખ 1 ડિસેમ્બર, ઈ.સ.1955. તે મહિલા મોન્ટગોમેરી સ્ટોર્સ નામના એક ડિપાર્ટમેન્ટ સ્ટોરમાં દરજી તરીકે કામ કરતી હતી અને આખો દિવસ પોતાનું કામ પૂરું કર્યા પછી બસમાં ઘરે પાછી ફરી રહી હતી. બસમાં ઘણી ભીડ હતી અને એ સમયના કાયદા અનુસાર આગળની ચાર સીટો શ્વેત (ગોરા) યાત્રીઓ માટે આરક્ષિત હતી. પાછળના જે ભાગમાં અશ્વેત (કાળા) યાત્રીઓને બેસવાની પરવાનગી હતી, તે પહેલેથી જ ભરાઈ ગયો હતો. તેથી રોજા પાર્ક્સ નામની તે મહિલા શ્વેત યાત્રીઓની બરાબર પાછળ આવેલી વચ્ચેવાળી પંક્તિની એક સીટ પર બેસી ગઈ. એ પંક્તિમાં દરેકને બેસવાની પરવાનગી હતી.

જેમ-જેમ બસ પોતાના માર્ગે આગળ વધી, કેટલાક બીજા યાત્રી પણ બસમાં ચઢ્યા. થોડા જ સમયમાં બસની બધી જ સીટો ભરાઈ ગઈ, જેના કારણે કેટલાક યાત્રીઓને ઊભા-ઊભા મુસાફરી કરવી પડતી હતી. તેમાં એક શ્વેત યાત્રી પણ હતો, જે બસની છત પર લાગેલા રૉડને પકડીને ઊભો હતો. જ્યારે બસના ડ્રાઈવર જેમ્સ એફ.બ્લેકે જોયું કે એક શ્વેત યાત્રી ઊભો છે, તો તેણે વચ્ચેવાળી પંક્તિની સીટો પર બેઠેલા અશ્વેત યાત્રીઓને બૂમો પાડીને ઉઠવાનું કહ્યું. આ અશ્વેત યાત્રીઓમાં એક રોજા પાર્ક્સ પણ હતી. ડ્રાઈવરના બૂમો

પાડવા છતાં પણ કોઈપણ અશ્વેત યાત્રીએ પોતાની સીટ છોડી નહીં. ભીડના કારણે બસમાં ઘણો અવાજ પણ હતો એટલે કદાચ અશ્વેત યાત્રીઓને ડ્રાઈવરનો અવાજ સંભળાયો નહોતો. અચાનક ડ્રાઈવરે મોન્ટગોમેરી માર્ગ પર એમ્પાયર થિએટરની સામેના બસ સ્ટોપ પર બસને અટકાવી અને ઉઠીને બસના પાછળના ભાગ તરફ ચાલી નીકળ્યો.

'તમને લોકોને શરમ નથી આવતી ? ઉઠો અહીંથી. દેખાતું નથી, તે વ્યક્તિ ઊભી છે ?' તેણે કહ્યું. એટલું સાંભળતા જ ત્રણ અશ્વેત યાત્રીઓએ તરત પોતાની સીટ છોડી દીધી અને ઊભા થઈ ગયા, પણ રોજા પાર્ક્સ પોતાની સીટ પર બેસી રહી. તેમણે ડ્રાઈવરને સ્પષ્ટ શબ્દોમાં કહ્યું કે આ પંક્તિની સીટો પર કોઈપણ બેસી શકે છે કારણ કે આ શ્વેત યાત્રીઓ માટે આરક્ષિત નથી અને આમ પણ માત્ર એક શ્વેત યાત્રી જ ઊભો છે.

'ચૂપચાપ ઉઠે છે કે પોલીસને બોલાવું !' ડ્રાઈવરે કહ્યું.

'જે કરવું હોય તે કરો' પાર્ક્સે શાંતિથી કહ્યું.

ડ્રાઈવર બસમાંથી નીચે ઉતર્યો અને બે પોલીસવાળાઓને બોલાવ્યા.

'શું વાત છે ? તું ઉઠી કેમ નથી જતી ?' એક પોલીસવાળાએ રોજા પાર્ક્સને પૂછ્યું.

'તમે લોકો અમારી સાથે જબરદસ્તી કેમ કરી રહ્યા છો ?' રોજાએ કહ્યું.

'બકવાસ ના કરશો. કાયદો તો કાયદો છે. અને હવે હું કાયદો તોડવાના આરોપસર તમારી ધરપકડ કરું છું,' પોલીસવાળાએ જવાબ આપ્યો.

એ સમયે કોઈને અંદાજ પણ નહોતો કે આ ક્ષણ સિવિલ રાઈટ્સ મૂવમેન્ટ (નાગરિક અધિકાર આંદોલન) ની શરૂઆત છે. રોજા પાર્ક્સે પોતાની સીટ છોડવાની ના પાડીને અજાણતાં જ ક્રાંતિનું બ્યુગલ વગાડી દીધું હતું. એ પછી ધીરે-ધીરે ઘણા અશ્વેત લોકોએ પોત-પોતાની રીતે અલગ-અલગ ક્ષેત્રોમાં અશ્વેતોની સાથે થનારા ભેદભાવ વિરુદ્ધ અવાજ ઉઠાવવાનું શરૂ કરી દીધું. અત્યાર સુધી આ લડાઈ સામાજિક કાર્યકરો દ્વારા અદાલતોમાં લડવામાં આવતી હતી પણ હવે આ એવી સ્પર્ધાના રૂપમાં આગળ આવવા માંડી હતી જેને આખા સમાજમાંથી અને મોટા પાયા પર થનારા વિરોધોમાંથી શક્તિ મળી રહી હતી. પછીના એક વર્ષમાં મોન્ટગોમેરીમાં અશ્વેતો (કાળા લોકો) ની જનસંખ્યા મોટી સંખ્યામાં વધી રહી હતી અને આ વસ્તી શહેરમાં ચાલનારી આ બસોનો બહિષ્કાર કરીને પોતાનો વિરોધ દર્શાવવાની હતી. આ બહિષ્કાર ત્યાં સુધી ચાલુ રહ્યો, જ્યાં સુધી સાર્વજનિક પરિવહનમાં ભેદભાવ કરનારા કાયદાનો અંત લાવવામાં ન આવ્યો. બહિષ્કારને કારણે થયેલા આર્થિક નુકસાનથી આ બસોનું સંચાલન કરનારા પરિવહન વિભાગની કમર તૂટી ગઈ. ધીરે-ધીરે હજારો પ્રદર્શનકારીઓએ ભેદભાવની વિરુદ્ધ રેલીઓ કાઢવાનું શરૂ કરી દીધું. આ રાજકીય ભૂકંપે દેશને માર્ટિન લ્યુથર કિંગ જેવો જાદુઈ નેતા પણ આપ્યો. ટૂંક સમયમાં જ આ આંદોલન લિટલ રોક, ગ્રીન્સબોરો, રાલેઘ અને બર્મિંઘમ જેવા વિસ્તારોમાં પણ ફેલાઈ ગયું અને આખરે કોંગ્રેસ પણ તેનો એક ભાગ બની ગઈ. રોજા પાર્ક્સ લોકોની

વચ્ચે નાયક બની ગઈ અને તેમને આઝાદીના રાષ્ટ્રપતિ પદકથી સમ્માનિત કરવામાં આવ્યા. તે આ વાતનું પ્રતીક બની ગઈ કે કેવી રીતે વિરોધનો એક એકલો સ્વર પણ દુનિયામાં મોટું પરિવર્તન લાવી શકે છે.

પણ આ કથા માત્ર અહીં સુધી જ સીમિત નથી. રોઝા પાર્ક્સ અને મોન્ટગોમેરી બસોનો બહિષ્કાર સિવિલ રાઈટ્સ કેમ્પેઈન (નાગરિક અધિકાર અભિયાન) નું કેન્દ્ર માત્ર એટલા માટે ન બન્યું કારણ કે અભિયાનની શરૂઆતમાં આ વિરોધનો એકલો સ્વર હતો બલકે તેને માટે સામાજિક પેટર્ન્સ પણ જવાબદાર હતા. પાર્ક્સના અનુભવથી જાણવા મળે છે કે સામાજિક આદતોમાં કેટલી શક્તિ હોય છે. સામજિક આદતો વાસ્તવમાં એવા ઘણા વ્યવહારોનો એક સમૂહ હોય છે, જે સેંકડો-હજારો લોકો દરરોજ સમજ્યા-વિચાર્યા વિના કરે છે. એના પર સહેલાઈથી ધ્યાન નથી જતું પણ તેમાં સંસારને બદલવાની શક્તિ હોય છે. સામાજિક આદતોના કારણે જ આવા પ્રસંગોએ રસ્તા પર પ્રદર્શનકારીઓની ભીડ ભેગી થાય છે. બની શકે કે આ પ્રદર્શનકારી એક-બીજાથી પરિચિત ન હોય અને અલગ-અલગ કારણોથી પ્રદર્શન કરી રહ્યા હોય, પણ એ બધાનું લક્ષ્ય એક જ હોય છે. સામાજિક આદતોના કારણે જ એક નાનકડી પહેલ પણ એવા આંદોલનમાં ફેરવાઈ જાય છે, જેનાથી દુનિયામાં મહત્ત્વપૂર્ણ પરિવર્તન આવે છે અને આ જ સામાજિક આદતોના કારણે જ જે પ્રસ્તાવ આંદોલનના પહેલા તબક્કા જેવા દેખાય છે, તે ક્યારેય આંદોલન બની શકતા નથી. સામાજિક આદતોની આટલી ઊંડી અસર એટલા માટે થાય છે કારણ કે આંદોલન મોટું હોય કે નાનું, તેના જન્મની પ્રક્રિયા ત્રણ તબક્કાઓમાં જ પૂરી થાય છે. ઈતિહાસકારો અને સમાજશાસ્ત્રીઓનું માનવું છે કે મોટાભાગના આંદોલનોમાં આ ત્રણ તબક્કા દેખાય છે, જે આ પ્રકારે છે :

-કોઈપણ આંદોલન નજીકના પરિચિતોની વચ્ચે દોસ્તી હોવી અને મજબૂત સંબંધ બનાવવા જેવી સામાજિક આદતોના કારણે જ વિકસિત થાય છે.

-દરેક આંદોલનનો વિકાસ સમાજની આદતો અને એ નબળા સંબંધોને કારણે હોય છે, જે પાડોશીઓથી લઈને આખા પંથને અંદર-અંદર જોડીને રાખે છે.

-આંદોલન એટલા માટે ટકી શકે છે કારણ કે દરેક આંદોલનના લીડર્સ એમાં સામેલ થનારા આંદોલનકારીઓમાં નવી આદતો વિકસિત કરે છે, જેનાથી તેમની અંદર પોતાની ઓળખ માટે એક નવી ભાવના પેદા થાય છે અને તેમની અંદર માલિકીપણાનો ભાવ આવે છે.

સામાન્ય રીતે જ્યારે આ પ્રક્રિયાના ત્રણે તબક્કા પૂરા થઈ જાય છે, ત્યારે કોઈ આંદોલન એટલું સશક્ત બની શકે છે કે તેને ઉત્તેજન મેળવવા માટે કોઈની મદદની જરૂર નથી પડતી અને ત્યારે તે મોટી સંખ્યામાં લોકો સુધી પહોંચે છે. જો કે એક સફળ સામાજિક પરિવર્તન લાવવાની બીજી પણ રીતો હોય છે અને અલગ-અલગ તબક્કા અને સંઘર્ષોમાં ઘણા ફેર

પણ હોય છે. પણ સામાજિક આદતો કેવી રીતે કામ કરે છે, એ સમજવાથી તમને જાણવા મળે છે કે મોન્ટગોમેરી અને રોજા પાર્ક્સ નાગરિક અધિકારની લડાઈના મુખ્ય સ્રોત કેવી રીતે બન્યા.

એ યોગ્ય નહોતું કે એ દિવસે પાર્ક્સ દ્વારા પોતાની સીટ ન છોડવાનો નિર્ણય તેમની ધરપકડનું કારણ બની જશે. પણ ત્યારે આદતોએ હસ્તક્ષેપ કર્યો અને પછી જે થયું તે અદ્ભુત હતું.

રોજા પાર્ક્સ એવી પહેલી વ્યક્તિ નહોતી, જેને નસ્લીય ભેદભાવને ઉત્તેજન આપનારા મોન્ટગોમેરી બસોના નિયમોને તોડવાને કારણે ધરપકડના ભોગ બનવું પડ્યું હોય. ત્યાં સુધી કે એ જ વર્ષે તેમના પહેલા ઘણા લોકોની એના માટે ધરપકડ થઈ ચૂકી હતી. ઈ.સ.1946માં જેનેવા જોનસનની માત્ર એટલા માટે ધરપકડ કરવામાં આવી હતી કારણ કે તેણે સીટોના મામલામાં વાદ-વિવાદ કરનારા મોન્ટગોમેરી બસના એક ડ્રાઈવરને એ જ લહેકામાં જવાબ આપી દીધો હતો. ઈ.સ.1949માં વોઈલા વ્હાઈટ, કેટી વિંગફીલ્ડ અને બે અશ્વેત બાળકોની એટલા માટે ધરપકડ કરવામાં આવી હતી કારણ કે તે શ્વેત યાત્રીઓ માટે આરક્ષિત સીટો પર બેઠા હતા અને તેમણે ત્યાંથી ઊભા થવાની ના પાડી દીધી હતી. એ જ વર્ષે ન્યૂજર્સીથી આવેલા બે અશ્વેત કિશોરોની એટલા માટે ધરપકડ કરવામાં આવી કારણ કે તેમણે એક શ્વેત વ્યક્તિ અને તેના બાળકની બાજુમાં બેસવાની હિંમત કરી. ઈ.સ.1952માં મોન્ટગોમેરીના એક પોલીસવાળાએ એક અશ્વેત વ્યક્તિ પર માત્ર એટલા માટે ગોળી ચલાવી દીધી કારણ કે તે એક બસ ડ્રાઈવરની સાથે વિવાદ કરી રહ્યો હતો. તે અશ્વેત વ્યક્તિ ગોળી વાગ્યા પછી એ જ સ્થળે મૃત્યુ પામ્યો. ઈ.સ.1955માં રોજા પાર્ક્સની ધરપકડના થોડા જ મહિના પહેલા ક્લાઉડેટ કોલ્વિન અને મેરી લૂસી સ્મિથની અલગ-અલગ ઘટનાઓમાં એટલા માટે ધરપકડ કરવામાં આવી કારણ કે તેમણે શ્વેત યાત્રીઓને પોતાની સીટ આપવાની ના પાડી દીધી હતી.

આમાંથી કોઈપણ ધરપકડનું પરિણામ બહિષ્કાર કે પ્રદર્શન સ્વરૂપે આગળ આવ્યું નહીં. જો કે પુલિત્ઝર પુરસ્કાર જીતી ચૂકેલા નાગરિક અધિકારોના ઈતિહાસકાર ટેલર બ્રાંચ કહે છે કે 'એ કાળમાં મોન્ટગોમેરીમાં વાસ્તવિક સામાજિક કાર્યકરો નહીં જેવા હતા. સામાન્ય લોકો ક્યારેય વિરોધ પ્રદર્શન કરતા નહોતા અને ક્યારેય મોરચા વગેરે કાઢતા નહોતા. સામાજિક કાર્યો માટે લડાઈ માત્ર અદાલતોમાં થતી હતી. આ એવી ચીજ નહોતી, જેમાં સામાન્ય વ્યક્તિ ભાગ લેતી હોય.'

ઉદાહરણ માટે રોજા પાર્ક્સની ધરપકડના લગભગ એક વર્ષ પહેલા ઈ.સ.1954માં જ્યારે યુવા માર્ટિન લ્યૂથર કિંગ જુનિયર મોન્ટગોમેરી આવ્યા, ત્યારે તેમણે જોયું કે શહેરના મોટાભાગના અશ્વેત નાગરિક પોતાની સાથે થનારા ભેદભાવને ચૂપચાપ સહન કરી લેતા હતા અને ક્યારેય વિરોધ પ્રદર્શન કરતા નહોતા. આ અશ્વેત નાગરિક ભેદભાવની વિરુદ્ધ ચૂપ રહેતા હતા એટલું જ નહીં બલકે પોતાની સાથે થનારા દુર્વ્યવહાર અને ભડકાવનારી

હરકતોનો પણ કશું બોલ્યા વિના સ્વીકાર કરી લેતા હતા.

તો શું રોઝા પાર્ક્સની ધરપકડથી ત્યાંની પરિસ્થિતિ બદલાઈ ?

તેનું એક સ્પષ્ટીકરણ એ છે કે એ કાળમાં ત્યાંનું રાજકીય વાતાવરણ પણ ઝડપથી બદલાઈ રહ્યું હતું. તેના પાછલા વર્ષે જ અમેરિકાની સુપ્રીમ કોર્ટે બ્રાઉન વી. બોર્ડ ઑફ એજ્યુકેશનના મામલામાં એ નિર્ણય સંભળાવ્યો હતો કે સાર્વજનિક સ્કૂલોમાં કોઈપણ પ્રકારનો ભેદભાવ ગેરકાયદેસર હશે. રોઝા પાર્ક્સની ધરપકડ થવાના છ મહિના પહેલા જ અદાલતે એ નિર્ણય સંભળાવી દીધો હતો, જેને 'બ્રાઉન-2' નામે ઓળખવામાં આવ્યો. સુપ્રીમ કોર્ટે આદેશ આપ્યો હતો કે શાળાઓમાં ભેદભાવ દૂર કરવા માટે ઝડપથી પગલાં ઉઠાવવામાં આવે. એ સમયે દેશમાં ચારે તરફ પરિવર્તનની લહેર હતી અને દરેક અમેરિકન નાગરિક તેને અનુભવી શકતો હતો.

પણ નાગરિક અધિકાર સંઘર્ષની શરૂઆતી જમીન મોન્ટગોમેરીમાં જ શા માટે તૈયાર થઈ, તેનો જવાબ આપવા માટે માત્ર એટલી જાણકારી આપવી પૂરતું નથી. ક્લાઉડેટ કોલ્વિન અને મેરી લૂસી સ્મિથની બ્રાઉન વી.બોર્ડ નિર્ણયના વાતાવરણમાં જ ધરપકડ કરવામાં આવી હતી, પણ ત્યારે કોઈ વિરોધ પ્રદર્શન શરૂ થયું નહોતું. ત્યાંના મોટાભાગના નિવાસીઓ માટે 'બ્રાઉન' દૂર-સુદૂરની અદાલતમાં બનેલી એક ઘટના માત્ર જ હતી અને એ કહેવું મુશ્કેલ છે કે તેની અસર સ્થાનિક રીતે અનુભવી શકાઈ હશે કે કેમ. મોન્ટગોમેરી શહેર વાસ્તવમાં એટલાન્ટા કે ઓસ્ટિન જેવા અન્ય શહેરો જેવું નહોતું, જ્યાં વિકાસ શક્ય જણાતો હોય. બ્રાંચ જણાવે છે, 'મોન્ટગોમેરી એક ખૂબ જ વાહિયાત જગ્યા હતી. જ્યાં નસ્લભેદ પોતાની મૂળો જમાવી ચૂક્યો હતો.'

રોઝા પાર્ક્સની ધરપકડથી શહેરમાં જે થયું, તે અહીં માટે સામાન્ય વાત નહોતી. ભેદભાવ વધારનારા કાયદા તોડવા માટે જે લોકો જેલમાં ગયા હતા, રોઝા પાર્ક્સ તેનાથી અલગ હતી. તે પોતાના સમુદાયમાં એક ખૂબ જ સમ્માનિત મહિલા હતી અને લોકો તેમને પસંદ કરતા હતા. તેથી જ્યારે તેમની ધરપકડ કરવામાં આવી, તો તેનાથી સામાજિક આદતો-દોસ્તીની આદતો-ની એક શૃંખલા શરૂ થઈ ગઈ, જેના કારણે વિરોધ પ્રદર્શન શરૂ થયું. પાર્ક્સ મોન્ટગોમેરીની ઘણી બધી સામાજિક મંડળીઓનો હિસ્સો હતી. જેના કારણે તેમની ધરપકડ પછી આ મંડળીઓના તેમના મિત્રોએ મામલા પ્રત્યે સમાજની સામાન્ય ઉદાસીનતા વધતા પહેલાં જ પ્રતિક્રિયા કરવાનું શરૂ કરી દીધી.

એ કાળમાં મોન્ટગોમેરીના સામાન્ય જીવન પર એવા સેંકડો નાના-નાના સમૂહોનું પ્રભુત્વ હતું, જેથી શહેરના સામાજિક તાણા-વાણા જળવાઈ રહેતા હતા. શહેરમાં સક્રિય નાગરિક અને સામાજિક સંગઠનોની નિર્દેશિકા શહેરની ફોનબુક જેટલી જ મોટી હતી. એવું લાગતું હતું કે દરેક વયસ્ક વ્યક્તિ - ખાસ કરીને દરેક અશ્વેત વયસ્ક વ્યક્તિ – કોઈ ને કોઈ ક્લબ, ચર્ચ, સામાજિક સમૂહ, સામુદાયિક કેન્દ્ર કે પાડોશના કોઈ સંગઠન સાથે જોડાયેલી

હતી. મોટાભાગના લોકો એક કરતાં વધારે સંગઠનોના સભ્ય હતા. આ સામાજિક મંડળીઓમાં રોજા પાકર્સને બધા જાણતા અને પસંદ કરતા હતા. બ્રાંચે નાગરિક અધિકાર આંદોલનોના ઈતિહાસની જાણકારી આપનારા પોતાના પુસ્તક 'પાર્ટિંગ ધ વોટર્સ'માં લખ્યું છે, 'રોજા પાકર્સ એ ચુનીંદા લોકોમાંથી હતી, જેના વિશે દરેક એમ માનતું હતું કે તે સમાજ પાસેથી જેટલી મદદ લે છે, તેનાથી ક્યાંય વધારે યોગદાન સ્વયં આપે છે. તે માનવીય સ્વભાવની એ ઉચ્ચતમ ખૂબીનું પ્રતિનિધિત્વ કરતી હતી, જે મનોરોગી પ્રકારના અસામાજિક તત્વોને મંજૂર નથી હોતી. તે દરેક જાતિ અને આર્થિક પૃષ્ઠભૂમિવાળા લોકોની સાથે દોસ્તી ધરાવતી હતી. તે સ્થાનિક એન.એ.એ.સી.પી. ચેપ્ટરની સચિવ હતી, મેથેડિસ્ટ ચર્ચમાં જતી હતી અને પોતાના ઘરની નજીક આવેલા લૂથરન ચર્ચમાં એક યુવા સંગઠનનું કામ પણ જોતી હતી. તે ઘણીવાર પોતાનો સપ્તાહાંત બેઘર લોકોને આશ્રય આપનારા શરણ સ્થળો અને બોટેનિકલ ક્લબમાં વીતાવતી હતી. સાથે જ ગુરુવારની રાત્રે હંમેશા સ્ત્રીઓના એ સમૂહની સાથે કામ કરતી હતી, જે એક સ્થાનિક હોસ્પિટલના ગરીબ દર્દીઓ માટે કામળા વણવાનું કામ કરતું હતું. તે ગરીબ પરિવારો માટે કપડાં બનાવવાના ઉપક્રમમાં જાતે યોગદાન આપતી હતી. તેની સાથે જ તે એવા પ્રસંગોએ અમીર શ્વેત પરિવારોની મહિલાઓના ગાઉનનું માપ પણ સુધારતી હતી. તે પોતાના સમાજનો એક અભિન્ન હિસ્સો હતી. તેમની આ વ્યસ્તતા જોઈને ક્યારેક-ક્યારેક તેમના પતિ ફરિયાદી લહેકામાં કહેતા હતા કે તે પરિવારની સાથે ઓછો અને બહારના લોકો સાથે વધારે સમય વીતાવે છે.

સમાજશાસ્ત્રીઓનું કહેવું છે કે સામાન્ય રીતે આપણા મોટાભાગના દોસ્ત અમારા જેવા જ હોય છે. બની શકે કે આપણા કેટલાક પરિચિત લોકો ઘણા અમીર હોય અને કેટલાક ઘણા ગરીબ. તે કોઈપણ જાતિના હોઈ શકે છે અને સંપૂર્ણતાથી જુઓ, તો આપણા સૌથી ઊંડા સંબંધ હંમેશા એ લોકો સાથે જ બંધાય છે, જે આપણા જેવા દેખાય છે, લગભગ આપણા જેટલું જ કમાય છે અને સમાન પૃષ્ઠભૂમિમાંથી આવે છે.

તેનાથી વિપરીત પાકર્સના દોસ્ત મોન્ટગોમેરીની દરેક પ્રકારની સામાજિક અને આર્થિક પૃષ્ઠભૂમિવાળા હતા અને અલગ-અલગ સ્તરના પદો પર કાર્યરત હતા. સમાજશાસ્ત્રી આવા સંબંધને 'મજબૂત સંબંધ' – ફર્સ્ટહેંડ રિલેશનશિપ(પ્રત્યક્ષ સંબંધ) – કહે છે. પાકર્સના આવા સંબંધ આખા મોન્ટગોમેરીના ઘણા લોકો સાથે હતા અને એવું પણ નહોતું કે તે તેમને નિયમિત રીતે હળતી-મળતી હોય. બ્રાંચ કહે છે, 'એ જ તો સૌથી ખાસ વાત હતી કે રોજા પાકર્સે અશ્વેત સમુદાય અને મોન્ટગોમેરીના અન્ય લોકોનું સામાજિક સ્તર ઊંચુ ઉઠાવ્યું. તે મજૂરોની દોસ્ત હતી અને કોલેજના પ્રોફેસરોની પણ.'

અને જેવી રોજા પાકર્સની ધરપકડ કરી તેમને જેલમાં પૂરવામાં આવ્યા, એ સાથે જ એ સ્પષ્ટ થઈ ગયું કે દોસ્તો સાથે તેમના સંબંધ કેટલા મજબૂત છે.

★★★

ધરપકડ પછી રોજા પાર્કર્સે પોલીસ સ્ટેશનમાંથી પોતાના માતા-પિતાને ફોન લગાવ્યો. એ સમયે રોજા ગભરાયેલી હતી. તેમની મા ને પણ સમજાયું નહીં કે એ સમયે તેમણે શું કરવું જોઈએ. તે રોજાના એવા મિત્રો વિશે વિચારવા લાગી, જે આ સ્થિતિમાં તેમની મદદ કરી શકે તેમ હતા. તેમણે મોન્ટગોમેરી એન.એ.એ.સી.પી.ના પ્રમુખ રહી ચૂકેલા ઈ.ડી.નિક્સનની પત્ની સાથે સંપર્ક કર્યો. સમાચાર મળતાંની સાથે જ નિક્સનની પત્નીએ નિક્સનને ફોન લગાવ્યો અને કહ્યું કે રોજાને જેલમાંથી જમાનત મેળવીને બહાર લાવવી પડશે. નિક્સન તરત માની ગયા અને તેમણે ક્લિફર્ડ ડોર નામના એક શ્વેત જાતિના વકીલ સાથે સંપર્ક કર્યો. આ વકીલ રોજા પાર્કર્સને જાણતો હતો કારણ કે તેમણે જ તેમની ત્રણ દીકરીઓના કપડાં પર ઝાલર અને ગોટા લગાવ્યા હતા.

નિક્સન અને ડોર એ રોજાની જમાનત ભરી અને તેમને ઘરે લઈ આવ્યા. તે કોઈ એવી જ ઘટનાની શોધમાં હતા જેથી મોન્ટગોમેરી બસોમાં જાતીય ભેદભાવને ઉત્તેજન આપનારા કાયદાને અદાલતમાં પડકારી શકે. જેવી તેમને આ તક હાથમાં આવતી જણાઈ તેમણે તરત રોજા પાર્કર્સને પૂછ્યું કે શું તે તેમને અદાલતમાં પોતાના તરફથી કેસ લડવાની પરવાની આપશે ? જો કે રોજાના પતિ તેની તરફેણમાં નહોતા, તેમણે તો રોજાને કહી દીધું હતું કે ‘આ શ્વેત લોકો તારું જીવવું હરામ કરી નાખશે, રોજા.’

પણ રોજાએ નિક્સનની સાથે એન.એ.એ.સી.પી.માં વર્ષો સુધી કામ કર્યું હતું. તે ડોરની દીકરીઓને નૃત્યની તૈયારી કરવામાં પણ મદદ કરી ચૂકી હતી. હવે તેમના મિત્ર તેમની પાસેથી મદદ માંગી રહ્યા હતા.

રોજાએ એ લોકોને કહ્યું,‘જો તમને લોકોને લાગતું હોય કે આનાથી મોન્ટગોમેરીનું કશું ભલું થશે તો હું તૈયાર છું.’

એ રાત્રે રોજાની ધરપકડના માત્ર થોડાક કલાકો પછી એ સમાચાર અશ્વેત સમાજમાં આગની જેમ ફેલાઈ ગયા. રાજકારણમાં દખલ ધરાવનારા સ્કૂલ ટીચર્સના એક સશક્ત સમૂહના પ્રમુખ જો.એન.રોબિન્સન, રોજા પાર્કર્સના મિત્ર હતા. તે પણ એ જ સંગઠનોના સભ્ય હતા, જેમાં રોજા સક્રિય હતી. તેમને અને તેમના સમૂહના સ્કૂલ ટીચર્સને પણ રોજાની ધરપકડ વિશે જાણ થઈ. સાથે જ તેમની સ્કૂલોમાં ભણનારા બાળકોના માતા-પિતાને પણ આ સમાચાર મળ્યા. લગભગ અડધી રાત્રે રોબિન્સને એક આકસ્મિક સભા બોલાવી અને બધાને એ સલાહ આપી કે સોમવારે દરેક વ્યક્તિ મોન્ટગોમેરી બસોનો બહિષ્કાર કરે કારણ કે આ જ દિવસે રોજા પાર્કર્સે અદાલતમાં હાજર થવાનું હતું.

તે પછી તરત જ રોબિન્સને પોતાના ઓફિસના એક ઓરડામાં બેસીને આ બહિષ્કાર સાથે સંબંધિત કાગળ તૈયાર કર્યા અને તેની ઘણી બધી પ્રતિલિપિઓ તૈયાર કરી લીધી.

આ કાગળમાં લખ્યું હતું, ‘વધુ એક નીગ્રો મહિલાને માત્ર એટલા માટે ધરપકડ કરીને જેલમાં પૂરી દેવામાં આવી કારણ કે તેણે એક શ્વેત યાત્રી માટે પોતાની સીટ છોડવાની ના

પાડી દીધી. આ મહિલાના મામલે અદાલતની સુનવણી સોમવારે થશે. તેથી અમારું દરેક નીગ્રો વ્યક્તિને આવાહન છે કે આ મહિલાની ધરપકડ અને તેના પર થનારી અદાલતની કાર્યવાહીના વિરોધમાં સોમવારે મોન્ટગોમેરી બસોનો બહિષ્કાર કરવો.'

બીજા દિવસે સવારે રોબિન્સને આ કાગળોનો એક-એક ડબ્બો સ્કૂલ ટીચર્સને આપ્યો અને કહ્યું કે તેને પોતાના બધા સહકર્મીઓ અને બધા વિદ્યાર્થીઓના માતા-પિતા સુધી પહોંચાડી દે. પાર્ક્સની ધરપકડના માત્ર ચોવીસ કલાકની અંદર તેમને જેલમાં પૂરવા અને અશ્વેત સમુદાય દ્વારા બસોનો બહિષ્કાર કરવાની જાણકારી શહેરના સૌથી પ્રભાવશાળી સમુદાયો સુધી પહોંચી ગઈ. તેમાં એક પ્રભાવશાળી રાજકીય સમૂહ એન.એ.એ.સી.પી., ઘણી બધી અશ્વેત સ્કૂલ ટીચર્સ અને તેમના વિદ્યાર્થીઓના માતા-પિતા સામેલ હતા. જે લોકોને પણ બસોના બહિષ્કારના આવાહનવાળું કાગળ મળ્યું હતું, તેમાંથી મોટાભાગના લોકો રોઝા પાર્ક્સ સાથે અંગત રીતે પરિચયમાં હતા. આ એ લોકો હતા, જે ચર્ચમાં કે સ્વયંસેવકોની કોઈ સભામાં તેમની સાથે બેસતા હતા અને તેમને પોતાના મિત્ર માનતા હતા. દોસ્તીમાં એક પ્રાકૃતિક વૃત્તિ હોય છે, જે આપણી અંદર એ સહાનુભૂતિ લાવે છે, જેના કારણે આપણે કોઈ મિત્રની સાથે ખરાબ વ્યવહાર થતા તેના માટે બીજા સાથે લડવા માટે પણ તૈયાર થઈ જઈએ છીએ. અભ્યાસોથી જાણવા મળ્યું છે કે લોકો અજાણ્યા લોકોની તકલીફો પ્રત્યે ખૂબ આરામથી આંખ આડા કાન કરી દે છે, પણ જ્યારે કોઈ મિત્રનું અપમાન થાય છે, તો આપણી અંદર તેનો વિરોધ કરવાનો ભાવ પેદા થાય છે. આ ભાવ જ આપણને આપણી એ જડતામાંથી બહાર કાઢવા માટે પૂરતો હોય છે, જે આપણા માટે વિરોધ કરવાનો મુશ્કેલ બનાવી દે છે. જ્યારે રોઝા પાર્ક્સના મિત્રોને તેમની ધરપકડ અને તેના વિરોધમાં બસોનો બહિષ્કાર કરવાની જાણકારી મળી, તો તેમની દોસ્તીની સામાજિક આદત – આપણે જેની ઈજ્જત કરીએ છીએ, તેની મદદ કરવાની નૈસર્ગિક પ્રવૃત્તિ તરત ઊભરી આવી.

નાગરિક અધિકારોના આધુનિક યુગનું આ પહેલું જન-આંદોલન હતું, જે પાર્ક્સના પહેલા થયેલી અશ્વેતોની કોઈપણ ધરપકડથી શરૂ થઈ શકે તેમ હતું. પણ આ રોઝા પાર્ક્સના મામલાથી એટલા માટે શરૂ થયું કારણ કે તેમના દોસ્તોનો સમૂહ ઘણો મોટો, વિવિધ અને અંદરો-અંદર ગાઢ મૈત્રી ધરાવતો હતો. આ બધાએ પાર્ક્સની ધરપકડ અંગે એક મિત્ર તરીકે સ્વાભાવિક પ્રતિક્રિયા આપી અને આ પ્રતિક્રિયા એટલા માટે આવી કારણ કે તેમના મિત્ર જે કંઈપણ કરી રહ્યા હતા, આંતરિક દોસ્તી અને સહયોગ દર્શાવવાની સામાજિક આદત અનુસાર કરી રહ્યા હતા.

તેમ છતાં ઘણા બધા લોકોને એવું પણ લાગતું હતું કે આ વિરોધ પ્રદર્શન એક દિવસથી વધારે નહીં ચાલે. દુનિયાના દરેક ભાગમાં આવા નાના-મોટા વિરોધ પ્રદર્શન થતા રહે છે અને તેમાંથી મોટાભાગના ખૂબ ઝડપથી ઠંડા પણ પડી જાય છે. કોઈપણ વ્યક્તિના મિત્રોની સંખ્યા એટલી વધારે નથી હોતી કે તે તેમના વિરોધ પ્રદર્શનના જોરે દુનિયામાં પરિવર્તન લાવી શકે.

તેથી આંદોલનોની સામાજિક આદતોનું બીજું પાસુ પણ ખૂબ મહત્ત્વપૂર્ણ થઈ જાય છે. મોન્ટગોમેરી બસોનો બહિષ્કાર ખૂબ ઝડપથી આખા સમાજમાં ફેલાઈ ગયો. અશ્વેત સમુદાયને એકબીજા પ્રત્યે પોતાની જવાબદારી પૂરી કરવાના ભાવને એકબીજા સાથે જોડી રાખતા હતા અને જ્યારે પાર્કર્સના મિત્રોએ બહિષ્કારનું આવાહન કર્યું, તો અશ્વેત સમુદાયે રોજા પાકર્સની મદદ કરવાને પોતાની જવાબદારીની જેમ જોયું. ત્યાં સુધી કે સમાજના જે લોકો રોજા પાકર્સથી પરિચિત નહોતા તે પણ સામાજિક દબાણ – એવી શક્તિ, જેને ‘નબળા સંબંધોની શક્તિ’ તરીકે ઓળખવામાં આવે છે – ના કારણે તેમાં સામેલ થવાને નજરઅંદાજ કરી શક્યા નહીં.

2

ક્ષણભર માટે જરા એ કલ્પના કરો કે તમે એક સમૃદ્ધ કંપનીમાં મધ્ય સ્તરના સ્થાપિત અધિકારી છો. તમે સફળ છો અને લોકો તમને પસંદ કરે છે. તમે આ કંપનીમાં વર્ષોની મહેનત પછી પોતાની પ્રતિષ્ઠા બનાવી છે અને એવા દોસ્તોનો એક સમૂહ બનાવ્યો છે, જેની મદદથી તમે ક્લાયન્ટ મેળવી શકો છો, તેમની પાસેથી સલાહ લઈ શકો છો અને પોતાના કાર્યક્ષેત્ર વિશે ગપ્પા પણ મારી શકો છો. તમે એક ચર્ચ, એક જિમ, એક કંટ્રી ક્લબ અને પોતાના કોલેજની એલુમની એસોસિએશનના સ્થાનિક સમૂહના સભ્ય છો. તમારું ઘણું માન છે અને તમને હંમેશા કોઈ ને કોઈ સમિતિના સભ્ય બનવાનું આમંત્રણ મળતું રહે છે. જ્યારે તમારા સમાજની કોઈ વ્યક્તિને કોઈ ઉત્તમ વ્યવસાયિક તક વિશે જાણવા મળે છે, તો તે તમને જરૂર જણાવે છે.

હવે કલ્પના કરો કે તમારી પર એક ફોન આવે છે. ફોન કરનાર એક અન્ય કંપનીનો મધ્ય સ્તરનો અધિકારી છે અને તે નવી નોકરીની શોધમાં છે. તે તમને પૂછે છે કે શું તમે તમારા બોસને મારી ભલામણ કરી શકો છો ?

જો તમે આ વ્યક્તિથી પૂર્ણપણે અપરિચિત છો, તો તમારા માટે આ અંગે નિર્ણય લેવો ખૂબ સહેલો હશે. ભલા તમે કંપનીમાં પોતાની પ્રતિષ્ઠા દાવ પર લગાવી કોઈ એવી વ્યક્તિની મદદ શા માટે કરશો, જેનાથી તમે પૂર્ણપણે અપરિચિત હો ?

જો ફોન કરનારી એ વ્યક્તિ તમારો નજીકનો મિત્ર હશે તો એ પણ તમારા માટે એક સહેલો નિર્ણય હશે. તમે તેની મદદ ચોક્કસ કરશો. આખરે મિત્ર શાના માટે હોય છે !

પણ ત્યાં સુધી શું, જ્યારે તે વ્યક્તિ ના તો તમારો સારો મિત્ર હોય અને ના પૂર્ણપણે પરિચિત હોય ? જો તે તમારા મિત્રોથી પરિચિત હોય, પણ તમે તેને બરાબર ઓળખતા ના હો, તો તમે શું કરશો ? જ્યારે તમારા બોસ તમને તેના વિશે પૂછશે, તો શું તમે તેની ગેરંટી લેશો ? બીજા શબ્દોમાં કહીએ તો તમે પોતાના મિત્રના મિત્રને નોકરી અપાવવા માટે કેટલી ઉર્જાનો ખર્ચ કરશો અને કઈ હદ સુધી પોતાની પ્રતિષ્ઠા દાવ પર લગાવશો ?

1960ના દાયકાના અંતમાં હાર્વર્ડ યુનિવર્સિટીના પી.એચ.ડી. વિદ્યાર્થી માર્ક ગ્રૈનોવેટરે આ પ્રશ્નનો જવાબ શોધવાના ઉદ્દેશથી 282 પુરુષોનો અભ્યાસ કર્યો અને જોયું કે તેમણે પોતાની વર્તમાન નોકરી કેવી રીતે પ્રાપ્ત કરી. માર્કે તપાસ કરી કે આ પુરુષોને કેવી રીતે જાણ થઈ કે તેમની કંપનીને એક નવા કર્મચારીની જરૂર છે. તેમણે એ પણ તપાસ કરી કે આ પુરુષોએ પોતાની ભલામણ કરાવવા માટે કોને ફોન કર્યો, તે પસંદગી પ્રક્રિયામાં ઈન્ટરવ્યૂ સુધી કેવી રીતે પહોંચ્યા અને સૌથી મહત્ત્વપૂર્ણ, આ બધી બાબતોમાં તેમની મદદ કોણે કરી. જેમ કે તેમને આશા હતી, માર્કને જાણવા મળ્યું કે જ્યારે આ પુરુષોએ કોઈ અજાણ વ્યક્તિની મદદ લેવાનો પ્રયત્ન કર્યો, તો તેમને રદ કરી દેવામાં આવ્યા. પણ જ્યારે તેમણે પોતાના મિત્રો સાથે સંપર્ક કર્યો, તો તેમને મદદ જરૂર મળી.

જો કે આશ્ચર્યની વાત તો એ હતી કે નોકરી શોધનારાને એ લોકો પાસેથી કેટલી વાર મદદ મળી રહી હતી, જેમને તેમનો માત્ર સામાન્ય પરિચય હતો, જેમ કે મિત્રના મિત્ર વગેરે. આ એવા લોકો હતા, જે ના તો પૂર્ણપણે અજાણ્યા હતા અને ના નજીકના મિત્ર હતા. ગ્રૈનોવેટર આ પ્રકારના સંબંધોને 'નબળા સંબંધ' કહે છે. કારણ કે આ એવા લોકોની વચ્ચેના સંબંધોનું પ્રતિનિધિત્વ કરે છે, જેમના પરિચિત સમાન લોકો છે, જે એક જ સામાજિક તાણા-વાણાનો હિસ્સો છે પણ સીધી રીતે એકબીજા સાથે નજીકના મિત્ર તરીકે જોડાયેલા નથી.

ગ્રૈનોવેટરે જોયું કે વાસ્તવમાં નોકરી પ્રાપ્ત કરવાના મામલામાં 'નબળા સંબંધ' નજીકના મિત્રો કરતા વધારે કામ લાગે છે. કારણ કે આ 'નબળા સંબંધ' એ લોકોને સામાજિક તાણા-વાણામાં આપણી પહોંચ બનાવી દે છે, જે આપણા કામના તો છે, પણ આપણાથી પરિચિત નથી. ગ્રૈનોવેટરે જે લોકોનો અભ્યાસ કર્યો, તેમાંથી ઘણાને તો નવી નોકરી વિશે એ જ લોકો પાસેથી જાણવા મળ્યું, જેમની સાથે તેમના 'નબળા સંબંધ' હતા, પણ નજીકના મિત્રો પાસેથી નહીં. આ વાત સમજાય પણ છે કારણ કે આપણે પોતાના નજીકના મિત્રો સાથે નિયમિત રીતે વાતચીત કરીએ છીએ અથવા પછી તેમની સાથે જ કામ કરીએ છીએ અથવા એવી વસ્તુઓ વાંચીએ છીએ. જ્યાં સુધી તેમને કોઈ નવી તક વિશે જાણવા મળે છે, ત્યાં સુધી આપણને પણ તેની જાણ થઈ ચૂકી હોય છે. જ્યારે બીજી તરફ જે લોકો સાથે આપણા 'નબળા સંબંધ' હોય છે, તેમને આપણે બે-ચાર મહિનામાં એકાદ વાર જ મળીએ છીએ. આ લોકો પાસેથી આપણને એવી નોકરીઓની તકો વિશે પણ જાણવા મળે છે, જેના વિશે આપણને બીજા કોઈ પાસેથી કશું જાણવા મળવાનું નથી.

જ્યારે સમાજશાસ્ત્રીઓએ આ તપાસ કરી કે કોઈ મત કે વલણ કોઈ એક સમુદાયમાંથી બીજા સમુદાયમાં કેવી રીતે ફેલાય છે, ગપશપ અફવા બનીને કેવી રીતે ફેલાય છે અને રાજકીય આંદોલન કેવી રીતે શરૂ થાય છે, તો તેમને દરેક મામલામાં એક પેટર્ન દેખાઈ : એવા લોકો જેમની સાથે આપણે 'નબળા સંબંધ' હોય છે, તે ભલે આપણા નજીકના જાણકારો

અને મિત્રો કરતાં વધારે પ્રભાવશાળી ન હોય, પણ તેમના જેટલા પ્રભાવશાળી ચોક્કસ હોય છે. જેમ કે ગ્રૈનોવેટર લખે છે, 'જેમના ખૂબ ઓછા લોકો સાથે 'નબળા સંબંધ' હોય છે, તેમને દૂર-સુદૂરના સામાજિક તાણાવાણાની જાણકારી સહેલાઈથી મળી શકતી નથી અને તે પોતાના નજીકના મિત્રો પાસેથી મળનારી સીમિત જાણકારીઓ અને મતોમાં જ અટકેલા રહે છે. નવી જાણકારીથી વંચિત રહેવાથી તે નવા વિચારો અને ફેશનથી વંચિત રહી જશે બલકે શ્રમ-બજારમાં તેમની સ્થિતિ પણ નબળી હોઈ શકે છે. કારણ કે ત્યાં કોઈની પ્રગતિ સામાન્ય રીતે એના પર નિર્ભર હોય છે કે તેને યોગ્ય સમયે નવી નોકરીની તક મળે.

'આ ઉપરાંત એવા લોકોને કોઈપણ પ્રકારના રાજકીય આંદોલનમાં એકીકૃત કરવા મુશ્કેલ હોઈ શકે છે....જ્યારે સંભવ છે કે કોઈ સમૂહના લોકોને સહેલાઈથી ભરતી કરી શકાય. બસ મુશ્કેલી એ છે કે નબળા-સંબંધો વિના સમૂહથી આગળ કોઈપણ વસ્તુનો પ્રસાર થઈ શકતો નથી અને બાકીની પ્રજા તેનાથી પૂર્ણપણે અજાણ જ રહે છે.'

નબળા સંબંધોની શક્તિ એ સમજવામાં મદદરૂપ છે કે કેટલાક દોસ્તોના એક સમૂહ દ્વારા શરૂ કરવામાં આવેલું એક નાનકડું આંદોલન એક મોટા સામાજિક આંદોલનમાં કેવી રીતે ફેરવાઈ જાય છે ? હજારો અલગ-અલગ લોકોને એક જ ઉદ્દેશ પૂરો કરવા માટે મનાવવા ખૂબ મુશ્કેલ હોય છે, ખાસ કરીને ત્યારે જ્યારે તેમાં ભાગ લેવાથી અસલી મુશ્કેલીઓનો સામનો કરવાનો હોય. જેમ કે બસને બદલે પગે ચાલીને કામ પર જવું અથવા જેલ જવું અથવા રોજ સવારે કોફી પીવાનું બંધ કરી દેવું કારણ કે કોફી વેચનારી કંપની ઓર્ગેનિક (જૈવિક) ખેતીનું સમર્થન નથી કરતી વગેરે. મોટાભાગના લોકો આવા કોઈ આંદોલનનું સમર્થન કરવાની અપીલોને મહત્ત્વ આપતા નથી, જેમાં તેમને બસની સવારી કે કોફીનું સેવન બંધ કરવું પડે. તે આવું ત્યારે જ કરે છે, જ્યારે આ મામલામાં તેમના કોઈ નજીકના મિત્રનું અપમાન થયું હોય અથવા પછી તે જેલમાં ગયો હોય. તેથી કોઈપણ આંદોલનને આગળ વધારવા માટે કાર્યકર્તા એક વિશિષ્ટ રીત પર નિર્ભર રહે છે, ભલે લોકો એ આંદોલનમાં ભાગ લેવા ન ઈચ્છતા હોય. આ લોકોને મનાવવાની એક રીત છે, જે પાછલા ઘણા સો વર્ષોથી કારગર સાબિત થઈ રહી છે. આ બીજું કશું નથી પણ પોતાના સમુદાય કે પોતાના પાડોશીઓ પ્રત્યે પોતાની ફરજ પૂરી કરવાની વિવશતા છે.

બીજા શબ્દોમાં તમે તેને સામાજિક દબાણ પણ કહી શકો છો.

સામાજિક દબાણ — અને કોઈ સમૂહની અપેક્ષાઓને અનુરૂપ કામ કરવા માટે ઉત્સાહિત કરનારી સામાજિક આદતોને પરિભાષિત કરવી મુશ્કેલ છે કારણ કે દરેક વ્યક્તિ તેની અભિવ્યક્તિ અલગ-અલગ રીતે કરે છે. આ સામાજિક આદતોની કોઈ સુસંગત પેટર્ન નથી હોતી કારણ કે આખરે દરેકને કોઈ એક જ દિશામાં આગળ લઈ જવામાં ઘણીબધી વ્યક્તિગત આદતોનો હાથ હોય છે.

જો કે પોતાના સામાજિક સમૂહના લોકો દ્વારા નાખવામાં આવતા આ દબાણની

આદતોમાં કશુંક સમાન હોય છે. આ આદતો નબળા સંબંધો દ્વારા ફેલાય છે અને લોકોની સામુદાયિક ભાવનાને કારણે મહત્ત્વપૂર્ણ બની જાય છે. જો તમે તમારા પડોશ કે સમુદાયની સામાજિક જવાબદારીઓને વણજોઈ કરશો, જો તમે તમારા સમુદાયની અપેક્ષાઓ પર ધ્યાન નહીં આપો તો સમાજમાં તમારી છબી બગડશે. આ રીતે તમે એ તમામ સામાજિક લાભોથી વંચિત થઈ શકો છો, જે કોઈ સામુદાયિક કેન્દ્ર, વિદ્યાર્થી સંઘ કે પછી કોઈ ચર્ચના સભ્ય બનવાથી મળે છે.

બીજા શબ્દોમાં જો કોઈ નોકરી શોધવામાં મદદની આશાએ તમને ફોન કરે છે અને તમે તેની મદદ નથી કરતા, તો બની શકે છે કે તે તમારી સાથે ટેનિસ રમનારા દોસ્તને ફરિયાદી સ્વરે તમારા વિશે જણાવે. પછી શક્ય છે કે તે ટેનિસવાળો મિત્ર કોઈ એવા સમૂહના લોકોને આ વિશે જણાવી દે, જેને તમે તમારા સંભવિત ગ્રાહકો તરીકે જોતા હતા. એ પછી બની શકે છે કે તે સંભવિત ગ્રાહક તમારો ફોન ન ઉઠાવે કારણ કે તેને લાગ્યું હોય કે તમે નોકરી શોધવામાં તેની મદદ ન કરી એટલે તમારી અંદર ટીમ ભાવના નથી. રમતના મેદાનમાં તો આ દબાણ જોખમી બની જાય છે. વયસ્ક જીવનમાં બધા કામ આ રીતે થાય છે અને બધા સમુદાય આ રીતે સ્વ-વ્યવસ્થિત થઈ જાય છે.

સામાજિક સમૂહોનું આ દબાણ પોતાનામાં કોઈ આંદોલનને ચલાવવા માટે પૂરતું નથી. પણ જ્યારે દોસ્તીના મજબૂત સંબંધો અને આંતરિક દબાણના નબળા સંબંધ એકબીજા સાથે જોડાઈ જાય છે, તો આનાથી એક અવિશ્વસનીય ગતિ પેદા થાય છે. ત્યારે કોઈ વ્યાપક સામાજિક પરિવર્તન શરૂ થઈ શકે છે.

★★★

નબળા સંબંધ અને મજબૂત સંબંધોનું સંયોજન કેવી રીતે કોઈ આંદોલનને પ્રેરિત કરે છે, તે સમજવા માટે તમારે રોઝા પાર્ક્સની ધરપકડ થયાના નવ વર્ષ પછી બનેલી એક ઘટના પર ધ્યાન આપવું પડશે, જ્યારે સેંકડો યુવાનોએ ખૂબ મોટું જોખમ ખેડી પોતાની જાતને નાગરિક અધિકારોની લડાઈમાં ઝૂકાવી દીધી હતી.

ઈ.સ.1964માં આખા દેશના વિદ્યાર્થીઓએ મિસીસિપી સમર પ્રોજેક્ટ માટે અરજી કરી. આમાંથી મોટાભાગના હાર્વર્ડ, યેલ અને અન્ય ઉત્તર યુનિવર્સિટીઝના શ્વેત વિદ્યાર્થી હતા. આ દક્ષિણમાં અશ્વેત વોટરોની નોંધણી કરવાનો દસ અઠવાડિયાનો લાંબો કાર્યક્રમ હતો. આ પ્રોજેક્ટ 'ફ્રીડમ સમર'ના નામથી ઓળખાવા લાગ્યો અને તેમાં સામેલ થવા માટે અરજી આપનારા મોટાભાગના વિદ્યાર્થીઓ જાણતા હતા કે આ તેમના માટે કેટલું જોખમી સાબિત થઈ શકે તેમ હતું. તેના શરૂ થતાં પહેલા ઘણા મહિનાઓ સુધી અખબાર અને સામાયિકો હિંસાની શંકા દર્શાવનારા લેખોથી ભરેલા પડ્યા હતા. (કમનસીબે આ આશંકા સાચી ઠરી અને આ કાર્યક્રમ શરૂ થવાના એક અઠવાડિયા પછી મિસીસિપીને લોંગડેલમાં શ્વેત વિજલાંટે એટલે કે અનધિકૃત નજર રાખનારા સમૂહોના સભ્યોએ ત્રણ સ્વયંસેવક

વિદ્યાર્થીઓની હત્યા કરી નાખી.) આ જ ડરથી અરજી આપ્યા પછી પણ ઘણા વિદ્યાર્થીઓએ મિસીસિપી સમર પ્રોજેક્ટમાં ભાગ લીધો નહોતો. ફ્રીડમ સમર માટે એક હજાર કરતાં પણ વધારે વિદ્યાર્થીઓની અરજીનો સ્વીકાર કરવામાં આવ્યો હતો, પણ જ્યારે જૂન મહિનામાં દક્ષિણની તરફ જવાની વાત આવી તો જાણવા મળ્યું કે લગભગ ત્રણસો કરતાં પણ વધારે વિદ્યાર્થીઓએ ત્યાં જવાને બદલે પોતાના ઘરે જ રહેવાનું યોગ્ય માન્યું.

યુનિવર્સિટી ઑફ એરિઝોનાના સમાજશાસ્ત્રી ડગ મૈકએડમ્સને ઈ.સ.1980માં એ તપાસ કરવાનો વિચાર આવ્યો કે શા માટે કેટલાક વિદ્યાર્થીઓએ આ કાર્યક્રમમાં ભાગ લીધો જ્યારે બાકીના કેટલાકે તેનાથી દૂર રહેવાનું યોગ્ય માન્યું ? તેમણે તેની શરૂઆત 720 આવેદકોની અરજી વાંચીને કરી, જે વર્ષો પહેલાં જમા કરવામાં આવ્યા હતા. દરેક અરજીપત્રક પાંચ પેજનું હતું. તેમાં અરજી કરનારને તેની પૃષ્ઠભૂમિ વિશે પૂછવાની સાથે-સાથે એ પણ પૂછવામાં આવ્યું હતું કે તે મિસીસિપી શા માટે જવા ઈચ્છે છે અને વોટરોની નોંધણીનો તેમને શું અનુભવ છે. તેમને એવા લોકોની સૂચિ આપવાનું પણ કહેવામાં આવ્યું હતું, જેનાથી તેમની ધરપકડ થવાની સ્થિતિમાં સંપર્ક કરી શકાય. તેમાં નિબંધ, સંદર્ભ અને કેટલાકના ઈન્ટરવ્યૂ પણ હતા. આ બાબતોથી સ્પષ્ટ થયું કે આ કાર્યક્રમ માટે અરજી આપવી એ કોઈ મજાક નહોતો.

શરૂઆતના સમયમાં મૈકએડમ્સને લાગતું હતું કે જે વિદ્યાર્થી મિસીસિપી ગયા હતા, તેમની પ્રેરણા ત્યાં ન જનારા વિદ્યાર્થીઓ કરતાં અલગ રહી હશે. પોતાની આ ધારણાને પરખવા માટે તેમણે અરજી કરનારા આવેદકોને બે સમૂહમાં વેંચી દીધા. પહેલા સમૂહમાં એ વિદ્યાર્થીઓને રાખવામાં આવ્યા, જેમનું કહેવું હતું કે તે પોતાના ફાયદાની આશાથી પ્રેરિત થઈને ત્યાં જઈ રહ્યા છે, જેમ કે 'પોતાને પરખવાની તક' કે 'દક્ષિણી જીવનશૈલીને સમજવાની તક' વગેરે. બીજા સમૂહમાં એ વિદ્યાર્થીઓની અરજીને મૂકવામાં આવી, જે 'બીજા માટે કશું કરવું' ના વિચારથી પ્રેરિત હતા, જેમ કે 'અશ્વેત લોકોની હાલત સુધારવી' અને 'સંપૂર્ણ લોકતંત્ર પ્રાપ્ત કરવામાં યોગદાન આપવું' કે 'સામાજિક પરિવર્તનના વાહકના રૂપમાં અહિંસાની શક્તિનું પ્રદર્શન કરવું' વગેરે.

મૈકએડમ્સની પરિકલ્પના પ્રમાણે ફ્રીડમ સમરના જોખમોનો અંદેશો આવ્યા પછી એ જ વિદ્યાર્થીઓએ ત્યાં જવાની ના પાડી હશે, જે આત્મકેન્દ્રિત હતા. જ્યારે ત્યાં જનારા વિદ્યાર્થીઓ મોટાભાગે એવા હશે જે બીજા માટે કશું કરવાના વિચારથી પ્રેરિત હતા.

પણ મૈકએડમ્સની આ પરિકલ્પના ખોટી હતી.

મૈકએડમ્સ લખે છે, 'ડેટા અનુસાર સ્વાર્થી વિદ્યાર્થી અને નિઃસ્વાર્થી વિદ્યાર્થી સરખી સંખ્યામાં દક્ષિણની તરફ ગયા હતા. કાર્યક્રમના વિદ્યાર્થી ભલે અલગ-અલગ કારણોથી પ્રેરિત રહ્યા હોય, પણ એનાથી કાર્યક્રમમાં ભાગ લેનારા અને ઘરે રોકાવાનો નિર્ણય કરનારા વિદ્યાર્થીઓની વચ્ચે કોઈ વિશેષ ફેર જણાયો નહીં.'

આ પછી મૈકએડમ્સે અરજી કરનારાને મળેલા આ અવસરના કિંમતની તુલના કરી. બની શકે કે જે વિદ્યાર્થીઓએ ઘરે રોકાવાનો નિર્ણય લીધો, તેમના પતિ કે ગર્લફ્રેન્ડે તેમને મિસીસિપી જતા રોક્યા હોય. એવું પણ બની શકે કે તેમાંથી ઘણાને એ જ સમયે નોકરી મળી ગઈ હોય અને તે બે મહિના સુધી મિસીસિપીમાં વેતન વિના કામ કરવા ન ઈચ્છતા હોય.

મૈકએડમ્સનું આ અનુમાન પણ ખોટું હતું.

મૈકએડમ્સનો નિષ્કર્ષ હતો,'લગ્ન કરેલા હોવા કે એક પૂર્ણકાલીન નોકરી હોવાથી અરજી કરનારાઓની દક્ષિણ જવાની સંભાવનાઓ ઘટવાને બદલે વધી હતી.'

હવે તેમની પાસે આની સાથે જોડાયેલી બસ એક જ પરિકલ્પના બચી હતી. દરેક અરજી કરનાર પાસે એ વિદ્યાર્થીઓ અને રાજકીય સંગઠનોની સૂચિ માંગવામાં આવી હતી, જેના તે સભ્ય હતા. સાથે જ ઓછામાં ઓછા એવા દસ લોકોના નામ પણ માંગવામાં આવ્યા હતા, જેમને તે આ કાર્યક્રમ દરમિયાન પોતાની બધી ગતિવિધિઓની જાણકારી આપવા ઈચ્છતા હતા. મૈકએડમ્સે આ બધી યાદીઓ લીધી અને તેનો ઉપયોગ કરીને તેમણે દરેક વિદ્યાર્થીના સામાજિક સમૂહનો એક ચાર્ટ બનાવ્યો. ક્લબોમાં વિદ્યાર્થીઓના સભ્યપણાની તુલના કરી મૈકએડમ્સ એ નિર્ધારિત કરવામાં સફળ રહ્યા કે ક્યા અરજી કરનારના મિત્રોએ પણ ફ્રીડમ સમર માટે અરજી આપી છે.

હવે તેમની પાસે એ વાતનો જવાબ હતો કે શા માટે કેટલાક વિદ્યાર્થી મિસીસિપી ગયા, પણ કેટલાકે ઘરે જ રોકાઈ જવું યોગ્ય માન્યું. વિદ્યાર્થીઓના આ નિર્ણયોનું કારણ હતું તેમની સામાજિક આદતો અથવા તો સ્પષ્ટ રીતે કહીએ તો આવું એટલા માટે થયું કારણ કે તેમના મજબૂત સામાજિક સંબંધો અને નબળા સંબંધો એકસાથે સક્રિય હતા. જે વિદ્યાર્થીઓએ ફ્રીડમ સમરમાં ભાગ લીધો હતો, તે એ પ્રકારના સમુદાયોમાંથી હતા, જ્યાં તેમના નજીકના લોકો અને થોડી-ઘણી ઓળખાણ-પિછાણ વાળા લોકો, બંને તેમની પાસેથી આશા રાખી રહ્યા હતા કે તે ફ્રીડમ સમરમાં જશે. જ્યારે જે વિદ્યાર્થીઓએ ઘરે રોકાવાનો નિર્ણય કર્યો, તે અલગ પ્રકારના સમુદાયોના ભાગ હતા, જ્યાં તેમના પર મિસીસિપી જવાનું સામાજિક દબાણ નહોતું અને ના તેમની સામાજિક આદતો તેમને ત્યાં જવા માટે લાચાર કરી રહી હતી.

'કલ્પના કરો કે તમે એ વિદ્યાર્થીઓમાંથી એક છો, જેમણે આ કાર્યક્રમ માટે અરજી આપી હતી,' મૈકએડમ્સે મને કહ્યું. 'જે દિવસે તમે ફ્રીડમ સમર માટે અરજી આપી, એ જ દિવસે તમારી સાથે તમારા પાંચ મિત્રોએ પણ આ જ અરજી ભરી અને તમે સૌ ખૂબ પ્રેરિત હોવાનો અનુભવ કરી રહ્યા હતા.'

'હવે આ વાતને છ મહિના વીતી ચૂક્યા છે અને મિસીસિપી જવાનો દિવસ આવવાનો જ છે. દરેક અખબાર અને સામાયિકમાં મિસીસિપીમાં હિંસા થવાની આશંકા પ્રગટ કરવામાં

આવી છે. તમે તમારા માતા-પિતાને ફોન કરો છો અને તે તમને સ્પષ્ટ કહે છે કે ક્યાંય જઈશ નહીં, ઘરે જ રોકાવ. આ સ્થિતિમાં તમે તમારા નિર્ણયના કારણે દુવિધામાં મૂકાઈ જાઓ તે સ્વાભાવિક છે.'

પછી એક દિવસ જ્યારે તમે તમારા પરિસરમાં ફરતા હો છો, તો તમને તમારા ચર્ચના સમૂહના કેટલાક લોકો દેખાય છે. તે તમને પૂછે છે, 'અમે મિસીસિપી જવા માટે ગાડીની વ્યવસ્થા કરી રહ્યા છીએ. તને લેવા માટે ગાડી કેટલા વાગ્યે મોકલીએ ? આ લોકો તમારા નજીકના મિત્ર નથી પણ તમે તેમને ક્લબની મીટિંગમાં અને છાત્રાલયમાં હંમેશા મળતા રહો છો અને તે તમારા સામાજિક સમુદાયના મહત્ત્વપૂર્ણ લોકો છે. તે બધા જાણે છે કે ફ્રીડમ સમર માટે તમારી અરજીનો સ્વીકાર થઈ ગયો છે. તેઓ એ પણ જાણે છે કે તમે કહ્યું હતું કે તમે ત્યાં જવા ઈચ્છો છો. તેથી હવે જો તમે ત્યાં જવાને બદલે ઘરમાં રોકાવાનો નિર્ણય લીધો તો ચોક્કસપણે સમાજમાં તમારી છબીને નુકસાન પહોંચશે. ભલે તમે તમારા નિર્ણય અંગે હજુ પણ દુવિધામાં હો, પણ તમારે તેના પરિણામ ચોક્કસપણે ભોગવવા પડશે. તમે એ લોકોનું સમ્માન ગુમાવી દેશો, જેના મતને તમે મહત્ત્વ આપો છો.

જ્યારે મૈકએડમ્સે અરજી કરનારાઓને ધાર્મિક ઝુકાવની સાથે જોયા, તો સ્પષ્ટ થયું કે જે વિદ્યાર્થીઓએ અરજી આપવા પાછળ પોતાની પ્રેરણાના રૂપમાં 'જરૂરિયાતમંદોની મદદ કરવી એક સાચા ખ્રિસ્તીનો ધર્મ છે,' જેવા વાક્યોનો હવાલો આપ્યો હતો, તેમની વચ્ચે મૈકએડમ્સને મિશ્રિત ભાગીદારી દેખાઈ. મૈકએડમ્સે જોયું કે જે વિદ્યાર્થીઓએ પોતાના ધાર્મિક ઝુકાવનો ઉલ્લેખ કરતા એ જણાવ્યું કે ક્યા ધાર્મિક સંગઠન સાથે જોડાયેલા છે, તે બધા મિસીસિપી ચોક્કસ ગયા હતા. જેવી તેમના સમુદાયને એ જાણ થઈ કે ફ્રીડમ સમર માટે તેમની અરજીનો સ્વીકાર કરી લેવામાં આવ્યો છે, તો તેમના માટે મિસીસિપી ન જવું અશક્ય બની ગયું.

હવે જરા એ અરજી કરનારાઓના સામાજિક સમૂહ પર ધ્યાન આપીએ, જેમની અરજીનો સ્વીકાર તો થયો, પણ તેમણે મિસીસિપી જવાને બદલે ઘરે જ રોકાવું શ્રેષ્ઠ માન્યું. તે પણ કેમ્પસના સંગઠનો સાથે જોડાયેલા હતા. તે પણ ક્લબોના સભ્ય હતા અને તેમને પણ આ સમુદાયોમાં પોતાની છબીની ચિંતા હતી. પણ તે જે સંગઠનો સાથે જોડાયેલા હતા, જેમ કે અખબાર, વિદ્યાર્થી-સરકાર, એકેડેમિક સમૂહ અને સમાજ, તેમની અપેક્ષાઓ બિલકુલ અલગ હતી. ફ્રીડમ સમર પ્રોગ્રામમાંથી ના પાછા લેવા છતાં આ સમુદાયોમાં સભ્યોને પોતાની છબી બગડવાનું જોખમ નહીં જેવું હતું.

જે વિદ્યાર્થીઓને એ જાણ થઈ કે તેમની મિસીસિપીમાં ધરપકડ (અથવા તેના કરતાં પણ કશું વધારે ખરાબ) થઈ શકે છે તો તેમનામાંથી મોટાભાગના લોકો આ કાર્યક્રમમાં સામેલ થવા અંગે દુવિધામાં પડી ગયા. જો કે આ વિદ્યાર્થીઓમાંથી કેટલાક એવા સમુદાયો સાથે જોડાયેલા હતા, જ્યાં સામાજિક દબાણ હતું અને મિત્રોની અપેક્ષાએ ખરા ઉતરવું

સામાજિક આદતોમાંથી એક હતું, તેથી આ કાર્યક્રમમાં સામેલ થવું તેમની મજબૂરી હતી. તેથી પોતાની દુવિધા છતાં તેમણે મિસીસિપી જવાની બસ ટિકિટ ખરીદી લીધી. જ્યારે અન્ય વિદ્યાર્થી એવા સમુદાયો સાથે જોડાયેલા હતા, જ્યાં સામાજિક આદતોને અલગ દૃષ્ટિકોણથી જોવામાં આવતી હતી, તેથી તેમણે મિસીસિપી જવાને બદલે ઘરે જ રોકાવાનો નિર્ણય લીધો. જો કે તેનો અર્થ એ નથી કે તેમને નાગરિક અધિકારોની કોઈ ચિંતા નહોતી.

★★★

જે દિવસે ઈ.ડી.નિક્સને રોજા પાર્કર્સને જામીન પર છોડાવી, એ જ દિવસે તેમણે ડેક્સટર એવૈન્યૂ બાપ્ટિસ્ટ ચર્ચના નવા મંત્રી માર્ટિન લ્યૂથર કિંગ જુનિયરને ફોન કર્યો. એ સમયે સવારના લગભગ પાંચ વાગ્યા હશે, પણ જેવો કિંગે ફોન ઉપાડ્યો, નિક્સને ના તો તેમને હેલો કર્યું અને ના તેમને એમ પૂછ્યું કે આટલી સવારે ફોનની ઘંટડી વાગવાથી ક્યાંક તેમની બે અઠવાડિયાની નાની દીકરીની ઊંઘ તો બગડી નથી ગઈને. તેમણે તો બસ સીધા પાર્કર્સને જેલ મોકલવા, અદાલતમાં તેમનો કેસ લડવા અને સોમવારે સિટી બસોના બહિષ્કાર વિશે જણાવવાનું શરૂ કરી દીધું. એ સમયે કિંગ માત્ર 26 વર્ષના હતા. તેમને મોન્ટગોમેરીમાં આવ્યે માત્ર એક વર્ષ થયું હતું અને તે હજુ પણ એ સમજવામાં રોકાયેલા હતા કે સમુદાયમાં તેમની પોતાની ભૂમિકા શું છે. નિક્સન માર્ટિન લ્યૂથર કિંગ પાસે તેમના સમર્થનની સાથે-સાથે એ રાત્રે બહિષ્કાર વિશે થનારી મીટિંગ માટે તેમના ચર્ચનો ઉપયોગ કરવાની અનુમતિ પણ માંગી રહ્યા હતા. કિંગ આ મામલામાં સામેલ થવાનું ટાળી રહ્યા હતા. તેમણે નિક્સનને કહ્યું, 'નિક્સન, મારા ભાઈ, મને આ વિશે વિચાર કરવા માટે થોડો સમય આપો અને પછી મને ફોન કરો.'

પણ નિક્સન અહીં અટક્યા નહીં. તેમણે કિંગના સૌથી નજીકના મિત્રોમાંથી એકનો સંપર્ક કર્યો, જે કિંગના મજબૂત સંબંધોમાંનો એક હતો. આ મિત્રનું નામ રાલ્ફ ડી. એબરનેથી હતું. નિક્સને રાલ્ફને વિનંતી કરી કે તે કિંગને બહિષ્કારનું સમર્થન આપવા માટે મનાવે. તેના થોડાક જ કલાકો પછી નિક્સને કિંગને ફરીથી ફોન કર્યો.

આ વખતે કિંગે કહ્યું, 'હું તેનું સમર્થન કરવા રાજી છું.'

'મને આનંદ છે કે તમે યોગ્ય નિર્ણય કર્યો છે કિંગ,' નિક્સને કહ્યું. 'કારણ કે મેં તમારા હા કહેવાના પહેલા જ 18 લોકોને ફોન કરીને આજે રાત્રે મીટિંગ માટે તમારા ચર્ચમાં આવવાનું કહી દીધું છે. જો તમે રાજી ન થાત, તો મીટિંગમાં અમને બધાને સારું ન લાગતું.' થોડા જ સમયમાં કિંગને એ સંગઠનના અધ્યક્ષ બનાવી દેવામાં આવ્યા, જે બહિષ્કારનો સમન્વય કરી રહ્યા હતા.

પાર્કર્સની ધરપકડના ત્રણ દિવસ પછી રવિવારે શહેરના અશ્વેત મંત્રીઓએ કિંગ અને નવા સંગઠનના અન્ય સભ્યો સાથે વાતચીત કર્યા પછી પોતાના સમૂહને જણાવ્યું કે શહેરનું

દરેક અશ્વેત ચર્ચ આ એક દિવસીય વિરોધ-પ્રદર્શન માટે તૈયાર થઈ ગયું છે. સંદેશ સ્પષ્ટ હતો : હવે કોઈપણ પાર્શદ માટે આ વિરોધ-પ્રદર્શનથી પોતાને દૂર રાખવા એ શરમજનક બાબત બની જાત. એ જ દિવસે શહેરના અખબાર એડવર્ટાઈઝરમાં એક લેખ પ્રકાશિત થયો, જેમાં મોન્ટગોમેરીના નીગ્રો લોકોની એક 'ગુપ્ત' મીટિંગનો ઉલ્લેખ હતો, જેમાં સોમવારે શહેરની બસોનો બહિષ્કાર કરવાનો નિર્ણય લેવામાં આવ્યો છે. અખબારના રિપોર્ટરને એક શ્વેત મહિલા પાસેથી આ વિશે એક કાગળ મળ્યો હતો, જે એ શ્વેત મહિલાએ પોતાના ઘરમાં કામ કરનારી નોકરાણીઓ પાસેથી મેળવ્યો હતો. લેખમાં જણાવવામાં આવ્યું હતું કે શહેરના અશ્વેત વિસ્તારો આ કાગળોની હજારો નકલોથી ભરેલા પડ્યા છે અને અનુમાન લગાવવામાં આવી રહ્યું છે કે બહિષ્કારમાં દરેક અશ્વેત નાગરિક ભાગ લેશે. જે સમયે આ લેખ લખવામાં આવી રહ્યો હતો, ત્યાં સુધી પાર્કર્સના મિત્રો, મંત્રીઓ અને બહિષ્કાર કરનારા સંગઠનના લોકોએ સાર્વજનિક રીતે એ નક્કી કર્યું હતું કે તે આ વિરોધમાં ભાગ લેશે. પણ જેવું શહેરના અશ્વેત લોકોએ અખબાર વાંચ્યું, શ્વેત વાચકોની જેમ જ તેમને પણ એમ જ લાગ્યું કે દરેક વ્યક્તિ આ બહિષ્કારનું સમર્થન કરી રહી છે.

અખબાર વાંચનારા ઘણા બધા લોકો રોજા પાર્કર્સને અંગત રીતે જાણતા હતા અને તેમની સાથે મૈત્રી હોવાને કારણે તે પોતે પણ શહેરની બસોનો બહિષ્કાર કરવા માટે તૈયાર હતા. અન્ય લોકો, જે પાર્કર્સને જાણતા નહોતા, તે અનુભવી શકતા હતા કે તેમનો સમુદાય પાર્કર્સ સાથે જોડાયેલા આ પવિત્ર કાર્યમાં ભાગ લઈ રહ્યો છે. તે જાણતા હતા કે જો તે સોમવારે બસની સવારી કરતા જોવામાં આવ્યા, તો એ સારું નહીં લાગે. ચર્ચમાં આપવામાં આવેલા એક કાગળમાં લખ્યું હતું, 'જો તમે નોકરી કરો છો અથવા કોઈ વ્યવસાય કરો છો, તો ઓફિસ જવા માટે બસમાં બેસવાને બદલે ટેક્સી લો અથવા કોઈ મિત્રની સાથે તેની ગાડીમાં ચાલ્યા જાઓ અથવા પછી ચાલીને જાઓ.' એ પછી એવી વાત સાંભળવા મળી કે કે બહિષ્કારનું આયોજન કરનારા મુખ્ય લોકોએ શહેરના બધા અશ્વેત ટેક્સી ડ્રાઈવરોને એ વાત માટે મનાવી લીધા છે – અથવા તેમના પર દબાણ નાખી તેમને રાજી કરી લીધા છે કે તે સોમવારે બસોના બહિષ્કારના દિવસે અશ્વેત યાત્રીઓ પાસેથી ભાડા પેટે માત્ર દસ-દસ સેંટ જ લે, જે બસોના ભાડા જેટલું જ થાય. આ રીતે સમુદાયના નબળા સંબંધ દરેકને એકસાથે લઈને આવી રહ્યા હતા. આ એવી તક હતી કે જો તમે આ બહિષ્કારનું સમર્થન નથી કરતા, તો એનો અર્થ છે કે તમે તેનો વિરોધ કરી રહ્યા છો એટલે કે તટસ્થ રહેવું શક્ય નહોતું.

બહિષ્કારના દિવસે સોમવારે માર્ટિન લ્યૂથર કિંગ જુનિયર સવાર પડતાં પહેલા જ જાગી ગયા. તેમણે કોફી પીધી અને તેમની પત્ની કોરેટા સામેની બારી પાસે બેસીને પહેલી બસ પસાર થાય તેની રાહ જોવા લાગી. જેવી તેમને સાઉથ જેક્સન લાઈનથી આવી રહેલી બસની હેડલાઈટ્સ દેખાઈ, તે બૂમ પાડી ઉઠ્યા. સામાન્ય રીતે આ બસ એ યાત્રીઓથી ભરેલી રહેતી હતી, જે લોકોના ઘરોમાં નોકરાણીનું કામ કરતા હતા. પણ આજે આ બસ

એકદમ ખાલી હતી. એ પછી ત્યાંથી પસાર થયેલી બીજી બસમાં પણ કોઈ યાત્રી નહોતું. ત્રીજી બસ પણ ખાલી જ હતી. કિંગે પોતાની કાર ગેરેજમાંથી બહાર કાઢી અને તેમાં બેસીને આસપાસના વિસ્તારો તરફ નીકળી ગયા જેથી અન્ય રૂટ્સ પર જઈને પરિસ્થિતિનો અંદાજ લઈ શકે. પછીના એક કલાકમાં તેમને કુલ આઠ અશ્વેત યાત્રી જ નજરે ચડ્યા. જો તે એક અઠવાડિયા પહેલા આવ્યા હોત, તો તેમને ત્યાં સેંકડો યાત્રી દેખાયા હોત.

'હું ખૂબ ઉત્સાહિત હતો,' તેમણે પાછળથી લખ્યું. 'આ ખરેખર કોઈ ચમત્કારથી ઓછું નહોતું....મેં લોકોને ઘોડેસવારી કરીને ઓફિસે જતા જોયા. મોન્ટગોમેરીના રસ્તાઓ પર મને ઘોડાગાડીઓમાં સવારી કરતા લોકો પણ દેખાયા...ઘણા બધો લોકો બસ સ્ટોપ પર એ જોવા માટે એકઠા થયા હતા કે આગળ શું થાય છે. પહેલા-પહેલા તો એ લોકો શાંતિથી ત્યાં ઊભા રહ્યા પણ જેમ-જેમ દિવસ વીતવા માંડ્યો, તે ખાલી બસોને જોઈ ખુશીથી બૂમો પાડતા, ખુશ થતા અને એક-બીજાને રમૂજો સંભળાવતા. 'આજે કોઈ બસને કોઈ મુસાફર નહીં મળે' યુવાનોને બૂમો પાડતા સાંભળી શકાતા હતા.

એ જ દિવસે બપોરે ચર્ચ સ્ટ્રીટની એક અદાલતમાં રોઝા પાર્ક્સને રાજ્યના ભેદભાવ કાયદાઓનું ઉલ્લંઘન કરવા બદલ દોષી ઠરાવવામાં આવ્યા. પાંચસો કરતાં પણ વધારે અશ્વેત નાગરિક અદાલતના રસ્તાઓ અને ઈમારતની સામે ભેગા થયા હતા અને અદાલતના નિર્ણયની રાહ જોઈ રહ્યા હતા. મોન્ટગોમેરીના ઈતિહાસમાં આ બહિષ્કાર અને અદાલતના પરિસરમાં અચાનક આવેલી આ રેલી અશ્વેતો દ્વારા ઉઠાવવામાં આવેલું સૌથી મહત્ત્વપૂર્ણ રાજકીય પગલું હતું અને એ માટે બધા લોકોને એકત્રિત થઈ સાથે આવવામાં માત્ર પાંચ દિવસનો સમય લાગ્યો હતો. આ પાર્ક્સના નજીકના મિત્રોથી શરૂ થયું હતું, પણ જેવું માર્ટિન લ્યૂથર કિંગ જુનિયર અને અન્ય લોકોએ પાછળથી કહ્યું કે આ રાજકીય પગલું સશક્ત તો ત્યારે થયું, જ્યારે લોકોને એ અનુભવ થયો કે આમાં સામેલ થવું પોતાના સમુદાય પ્રત્યે પોતાની ફરજ નિભાવવા જેવું છે. એને જ નબળા સંબંધોની સામાજિક આદતો કહે છે. સમાજના લોકો પર એકબીજાનો સાથ આપવાનું દબાણ હતું કે જે કોઈપણ આમાં ભાગ નહીં લે, તો તે એક એવી વ્યક્તિ માની લેવામાં આવશે, જેની સાથે સમાજનો કોઈપણ સભ્ય દોસ્તી કરવા નહીં ઈચ્છે.

એવા ઘણા લોકો હતા, જે આ પ્રકારના પ્રોત્સાહન વિના પણ આ બહિષ્કારનો ભાગ બની શકતા હતા. કિંગ, અશ્વેત ટેક્સીવાળા અને સમાજના અન્ય સભ્ય એવા લોકો હતા, જે નબળા સંબંધો અને મજબૂત સંબંધો વિના પણ એ જ કરતા, જે તેમણે એ સમયે કર્યું. પણ આખા શહેરમાં ફેલાયેલા હજારો લોકો સામાજિક આદતોમાંથી મળેલા પ્રોત્સાહન વિના બસોનો બહિષ્કાર કરી શકતા નહીં. આ અંગે પાછળથી કિંગે લખ્યું, 'એક સમયે નિષ્ક્રિય અને સુપ્ત રહેનારો અશ્વેત સમાજ હવે પૂર્ણપણે જાગી ચૂક્યો હતો.'

જો કે આ સામાજિક આદતો પોતાનામાં એટલી સશક્ત નહોતી કે એક દિવસના વિરોધને આખું વર્ષ ચાલનારા વિરોધમાં બદલી શકે. થોડા જ અઠવાડિયામાં કિંગ એ વાત

વિશે સ્પષ્ટ રીતે ચિંતિત દેખાયા કે લોકોનો સંકલ્પ નબળો પડી રહ્યો છે અને આ સંઘર્ષને ચાલુ રાખવાની નીગ્રો સમાજની ક્ષમતા શંકાસ્પદ જણાય છે.

પછી આ ચિંતાઓનો પણ અંત આવી ગયો. અન્ય હજારો આંદોલનોના નેતાઓની જેમ જ કિંગે પણ સંઘર્ષ માટે માર્ગદર્શન આપવાની જવાબદારી પોતાના ખભેથી ખસેડીને પોતાના સમર્થકોના ખભા પર મૂકી દીધી અને આ માટે તેમણે મુખ્યત્વે પોતાના સમર્થકોને નવી આદતો શીખવી. તેમણે આંદોલનની પદ્ધતિના ત્રીજા ભાગને સક્રિય કરી દીધો અને થોડા જ સમયમાં આ બહિષ્કાર આત્મનિર્ભર આંદોલનમાં ફેરવાઈ ગયું.

3

ઈ.સ.1979ના ઉનાળામાં એક યુવાન શ્વેત વિદ્યાર્થી, જે રોજા પાર્ક્સની ધરપકડના સમયે માત્ર એક વર્ષનો હતો, તેનું બધું જ ધ્યાન હમણાં એ વાત પર કેન્દ્રિત હતું કે તે પોતાનો વધતો પરિવાર કેવી રીતે ચલાવશે. તે પોતાના ટેક્સાસમાં આવેલા ઘરની દીવાલ પર એક નકશો લગાવીને સિએટલથી લઈને મિયામી સુધી અમેરિકાના બધા મોટા શહેરોના નામોની ચારેય તરફ વર્તુળ બનાવી તેમને ચિન્હિત કરી રહ્યો હતો.

રિક વોરેન વ્યવસાયે એક બેપટિસ્ટ પાદરી હતા. તેની પત્ની ગર્ભવતી હતી અને તેના બેંક ખાતામાં બે હજાર ડોલર કરતાં પણ ઓછી રકમ હતી. જે લોકો ચર્ચમાં જતા નહોતા, તે તેમનો એક સમૂહ બનાવવા ઈચ્છતો હતો પણ તે જાણતા નહોતા કે આ બધું ક્યા વિસ્તારમાં કરશે. તેણે મને કહ્યું, 'મેં નક્કી કર્યું કે હું ત્યાં જઈશ, જ્યાં આ જ વ્યવસાય સાથે જોડાયેલો મારો કોઈ મિત્ર જવા ઈચ્છતો નથી.' તેણે ઉનાળાનો આખો સમય પુસ્તકાલયોમાં જનગણના રેકોર્ડનો, ફોન બુક્સનો, અખબારના લેખોનો અને નકશાઓનો અભ્યાસ કરતા વીતાવ્યો. તેની પત્નીને નવમો મહિનો ચાલી રહ્યો હતો અને વોરેન થોડા-થોડા કલાકોના અંતરે ઘણીવાર ફોન-બુથ પર જઈને પોતાની પત્નીને કોલ કરીને પૂછતો હતો કે ક્યાંક તેને પ્રસવની પીડા તો શરૂ નથી થઈ ગઈને ? એ પછી તે પાછો પુસ્તકાલયમાં આવીને પોતાનો અભ્યાસ ફરીથી શરૂ કરી દેતો.

એક દિવસ વોરેનને પુસ્તકાલયમાં એક પુસ્તક મળ્યું, જેમાં કેલિફોર્નિયાના ઓરેન્જ કાઉન્ટી (જિલ્લા)ની સૈડલબેક ઘાટી વિશે જણાવવામાં આવ્યું હતું. આ પુસ્તકમાં લખ્યું હતું કે આ અમેરિકાના સૌથી ઝડપથી વધતા રાજ્યનું, સૌથી ઝડપથી વધતા જિલ્લાનું, સૌથી ઝડપથી વધતું ક્ષેત્ર હતું. આમ તો આ વિસ્તારમાં ઘણા ચર્ચ હતા, પણ તેમાંથી કોઈપણ ચર્ચ આટલું મોટું નહોતું, જે અહીંથી ઝડપથી વધતી જતી વસ્તી માટે પૂરતું હોય. આ જાણકારીથી ઉત્સાહિત થઈને વોરેને દક્ષિણ કેલિફોર્નિયાના ધાર્મિક નેતાઓનો સંપર્ક કર્યો. આ લોકોએ વોરેનને જણાવ્યું કે ઘણા સ્થાનિક લોકો પોતાને ખ્રિસ્તી તો માને છે, પણ ચર્ચની પ્રવૃત્તિઓમાં ભાગ લેતા નથી. વોરેને પછી આ વિશે લખ્યું, 'યુનિવર્સિટીના ધૂળ ખાતા બેઝમેન્ટમાં બનેલા પુસ્તકાલયના મંદ પ્રકાશમાં મેં ઈશ્વરને કહેતા સાંભળ્યા : હું ઈચ્છું છું કે તું ત્યાં જઈને એક

ચર્ચ બનાવ. બસ એ જ ક્ષણે મેં નક્કી કરી લીધું કે મારી મંઝિલ ક્યાં છે.'

ચર્ચ સાથે સંબંધ ન ધરાવનારા લોકો માટે એક સામુદાયિક સમૂહ તૈયાર કરવા પ્રત્યે વોરેનનું ધ્યાન પાંચ વર્ષ પહેલા આકર્ષિત થયું. આ ત્યારની વાત છે, જ્યારે જાપાનમાં મિશનરી તરીકે કામ કરતા એક જૂની ખ્રિસ્તી પત્રિકા તેમના હાથમાં આવી. આ પત્રિકામાં 'આ વ્યક્તિ ખતરનાક કેમ છે?' શીર્ષકથી એક લેખ છપાયો હતો. આ લેખ ડોનાલ્ડ મૈકગૈવરન નામના એક વિવાદાસ્પદ લેખક વિશે હતો, જેનું સંપૂર્ણ ધ્યાન દેશભરના એ વિસ્તારોમાં ચર્ચ બનાવવા પર કેન્દ્રિત હતું, જ્યાંના લોકોએ હજુ સુધી ઈશુ મસીહનો સ્વીકાર કર્યો નહોતો. મૈકગૈવરનના દર્શનનો કેન્દ્રીય વિચાર હતો કે મિશનરીઓએ અન્ય સફળ આંદોલનોની નકલ કરવી જોઈએ – તેમાં અમેરિકાનું નાગરિક અધિકાર આંદોલન પણ સામેલ હતું એટલે કે તેમની સામાજિક આદતો પ્રમાણે કામ કરવું જોઈએ. મૈકગૈવરને પોતાના એક પુસ્તકમાં લખ્યું હતું કે 'આપણો નિરંતર એ ઉદ્દેશ હોવો જોઈએ કે સમગ્ર સામાજિક તાણાવાણાને ખ્રિસ્તીયત તરફ કેવી રીતે ઝુકાવવામાં આવે. આ માટે આપણે એ ધ્યાન રાખવું પડશે કે સમાજમાં ખ્રિસ્તીયતના ભરપૂર પ્રસાર છતાં પણ કોઈ વ્યક્તિનું સામાજિક જીવન નષ્ટ ન થવું જોઈએ. ખ્રિસ્તી મતના પ્રચારક, જે લોકો ને તેમના સામાન્ય સામાજિક સંબંધોની વચ્ચે ઈશુ મસીહના અનુયાયી બનવામાં મદદ કરે છે, માત્ર તે જ લોકોને મોટી સંખ્યામાં આઝાદ કરી શકે છે.'

આ લેખ અને પછી મૈકગૈવરનના પુસ્તકો વાંચવા વોરેન માટે કોઈ મોટા ખુલાસાથી ઓછું નહોતું. તેને લાગ્યું કે કંઈ નહીં તો માત્ર એક વ્યક્તિ તો તેને આવા વિષય પર તર્કની સાથે કામ કરવાનું કહી રહી છે, જેના વિશે હંમેશા ચમત્કારની ભાષામાં વાત કરવામાં આવે છે. પહેલી વાર કોઈ વ્યક્તિ સ્પષ્ટ શબ્દોમાં કહી રહી હતી કે ધર્મનો પ્રસાર કરવા માટે પણ માર્કેટિંગની જરૂર છે.

મૈકગૈવરને એક રણનીતિ તૈયાર કરી હતી, જેના હેઠળ ચર્ચ બનાવનારા બધા લોકોને એ નિર્દેશ આપવામાં આવ્યો હતો કે તે લોકો સાથે સામાન્ય ભાષામાં વાતચીત કરે. તેમને એમ પણ કહેવામાં આવ્યું કે તે એવા પૂજા સ્થળ બનાવે, જ્યાં સમાજના લોકો પોતાના મિત્રોને મળી શકે, પોતાની પસંદગીનું સંગીત સાંભળી શકે અને સમજી શકાય તેવા પ્રતીકો દ્વારા બાઈબલના પાઠ સાંભળી શકે. મૈકગૈવરને સૌથી મહત્ત્વપૂર્ણ વાત એ કહી હતી કે ચર્ચના મિનિસ્ટરોએ એક-એક વ્યક્તિનું ધર્મ પરિવર્તન કરાવવાને બદલે આખા સમૂહનું ધર્મ પરિવર્તન કરવું જોઈએ જેથી પોતાના સમુદાયની સામાજિક આદતો તેમને ધર્મ અને સમાજથી દૂર કરવાને બદલે ધાર્મિક કાર્યક્રમોમાં ભાગ લેવા માટે પ્રોત્સાહિત કરે.

ડિસેમ્બર મહિનામાં વોરેનની પત્નીએ એક બાળકને જન્મ આપ્યો અને આ જ મહિનામાં તે સેમિનરીથી ગ્રેજ્યુએટ પણ થઈ ગયા. આ પછી તે બોરિયા-બિસ્તર લપેટીની પરિવાર સહિત ઓરેન્જ કાઉન્ટી આવી ગયા. અહીં તેમણે એક નાનકડું ઘર ભાડેથી રાખ્યું અને પોતાની પહેલી પ્રાર્થનાનું આયોજન પોતાના ઘરના એક નાનકડા ઓરડામાં જ કર્યું. આ

પ્રાર્થનામાં માત્ર સાત લોકોએ ભાગ લીધો હતો.

આજે ત્રીસ વર્ષ પછી સૈડલબેક ચર્ચ દુનિયાની સૌથી મોટી મિનિસ્ટ્રીઓમાંથી એક છે. આજે તેના 120 એકરમાં ફેલાયેલા મુખ્ય પરિસર અને આઠ સેટેલાઈટ પરિસરોમાં દર અઠવાડિયે વીસ હજાર કરતાં પણ વધારે શ્રદ્ધાળુ આવે છે. વોરેનના પુસ્તક 'ધ પરપઝ-ડ્રિવેન લાઈફ' (ઉદ્દેશપૂર્ણ જીવન) ની ત્રણ કરોડ કરતાં પણ વધારે નકલ વેચાઈ ચૂકી છે અને તે વિશ્વના સૌથી વધારે વેચાનારા પુસ્તકોમાંનું એક બની ચૂક્યું છે. આજે હજારો એવા ચર્ચ બની ચૂકયા છે, જે સૈડલબેક ચર્ચથી પ્રેરિત છે અને તેની જ રીતોનો ઉપયોગ કરીને સંચાલિત કરવામાં આવે છે. રાષ્ટ્રપતિ બરાક ઓબામાના ઉદ્‌ઘાટન સમારોહમાં પ્રાર્થના કરવા માટે વોરેનની જ પસંદગી કરવામાં આવી હતી. આજે વોરેનને વિશ્વના સૌથી પ્રભાવશાળી ધાર્મિક નેતાઓમાંથી એક માનવામાં આવે છે.

તેમની સફળતા અને તેમના ચર્ચના વિકાસનો મુખ્ય આધાર લોકોની સામાજિક આદતોની શક્તિ પર વિશ્વાસ કરવો તે જ છે.

વોરેન જણાવે છે, 'અમે ખૂબ ગંભીરતાપૂર્વક વિચાર કરીને વિશ્વાસને લોકોની આદત બનાવી છે. જો તમે લોકોને ઈશુ મસીહની સાથે થયેલા અત્યાચારનું ઉદાહરણ આપીને તેમને ખ્રિસ્તીયત સાથે જોડવાનો પ્રયત્ન કરશો, તો તે લાંબા સમય સુધી કારગર સાબિત નહીં થાય. લોકોને આધ્યાત્મિક પરિપક્વતા હાંસલ કરવાની જવાબદારી આપવાની એક જ રીત છે કે તેમની અંદર વિશ્વાસ કરવાની આદત વિકસિત કરવામાં આવે.

જ્યારે એવું થાય છે, તો લોકો આ મામલામાં આત્મનિર્ભર બની જાય છે. લોકો ઈશુ મસીહના અનુયાયી એટલા માટે નથી બનતા કારણ કે તમે તેને ધર્મના માર્ગે લાવ્યા છો. તે સ્વયં જે પ્રકારના વ્યક્તિ છે, તેના કારણે જ તે ઈશ્વરની શરણમાં જાય છે.'

★★★

જ્યારે વોરેન પહેલી વાર સૈડલબેક ઘાટીમાં આવ્યા હતા, તો તે 12 અઠવાડિયા સુધી લોકોના ઘરે-ઘરે જઈને પોતાનો પરિચય આપતા અને તેમને પૂછતા હતા કે તે ચર્ચમાં શા માટે નથી આવતા. તેના જવાબમાં લોકો ખૂબ સશક્ત તર્ક રજૂ કરતા હતા, જેમ કે ચર્ચમાં જવું ખૂબ જ કંટાળાજનક હોય છે....ચર્ચમાં વાગનારું સંગીત વાહિયાત હોય છે....ચર્ચના ઉપદેશોને વ્યવહારિક જીવનમાં લાગુ કરવું ઉપયોગી લાગતું નથી....ચર્ચમાં જઈએ ત્યારે બાળકોને કોણ સંભાળશે....ચર્ચમાં જવા માટે તૈયાર થવું અને એવા કપડાં પહેરવા ગમતા નથી....ત્યાં જવું ખૂબ અસહજ અનુભવ કરાવે છે વગેરે.

વોરેનના ચર્ચના લોકોએ આ બધી ફરિયાદોનું નિવારણ કર્યું. તેમણે લોકોને પોતાને ગમે તેવા કપડાં પહેરીને ચર્ચમાં આવવા માટે કહ્યું અને સંગીત માટે ચર્ચમાં એક ઈલેક્ટ્રિક ગિટાર લાવવામાં આવ્યું. વોરેનના ઉપદેશ શરૂઆતથી જ વ્યવહારિક વિષયો પર કેન્દ્રિત રહેતા, જેમ કે, 'નિરાશાનો સામનો કેવી રીતે કરવો', 'પોતાના વિશે સારો અનુભવ કેવી

રીતે કરવો', 'પરિવારને સ્વસ્થ કેવી રીતે રાખવો', 'તણાવ કેવી રીતે દૂર કરવો' વગેરે. તેમના ઉપદેશ સમજવામાં સરળ હતા, રોજબરોજના જીવનની સામાન્ય સમસ્યાઓ પર કેન્દ્રિત હતા અને એટલા વ્યવહારિક હતા કે તેમનો પોતાના જીવનમાં અમલ કરવો ખૂબ સહેલું હતું.

થોડાક જ સમયમાં લોકો પર તેનો સકારાત્મક પ્રભાવ જોવા મળ્યો. તેમના ઉપદેશ કારગર સાબિત થઈ રહ્યા હતા. વોરેન ચર્ચની પ્રવૃત્તિઓ માટે સ્કૂલોના ઓડિટોરિયમ અને પ્રાર્થના સભા માટે ઓફિસોની ઈમારતો ભાડા પર લઈ લેતા હતા. થોડા જ સમયમાં તેના આ સામાજિક સમૂહના સભ્યોની સંખ્યા પચાસ સુધી પહોંચી ગઈ અને એક વર્ષ કરતાં પણ ઓછા સમયમાં આ સંખ્યા વધીને બસો થઈ ગઈ. વોરેન અઠવાડિયાના સાતેય દિવસ દરરોજ અઢાર કલાક કામ કરતા હતા. તે સમૂહમાં આવનારા ફોન કોલ્સનો જવાબ આપતા, વર્ગો લેતા, લોકોના ઘરે-ઘરે જઈને તેમની લગ્નજીવનની સમસ્યાઓ ઉકેલવા માટે સલાહ આપતા અને આ બધી પ્રવૃત્તિઓ કર્યા પછી તેમની પાસે જે સમય વધતો તેમાં તે પોતાની ઝડપથી વધતી જતી ચર્ચની પ્રવૃત્તિઓના આયોજન માટે નવી અને શ્રેષ્ઠ જગ્યાઓ શોધતા રહેતા.

આ ડિસેમ્બર મહિનાના મધ્યની વાત છે, જ્યારે એક દિવસ વોરેન સવારે 11 વાગ્યે ચર્ચમાં ઉપદેશ આપવા માટે ઊભા થયા. અચાનક તેમના માથામાં પીડા થવા માંડી અને તેમને ચક્કર આવવા માંડ્યા. તે પોડિયમના સહારે ઊભા રહ્યા અને બોલવાનું શરૂ કર્યું, પણ તેમની સામે કાગળ પર જે ઉપદેશ લખી રાખ્યા હતા, તે તેમને ધૂંધળા દેખાવા લાગ્યા. તેમને લાગ્યું, જાણે તે પડી જશે, તે ધીરેથી પોતાના સ્ટાફના એકમાત્ર સભ્ય સહાયક પાદરીની તરફ વળ્યા અને પોતાની જગ્યાએ તેમને વ્યાખ્યાન આપવાનો ઈશારો કર્યો.

તેમણે પોતાની સામે બેઠેલા દર્શકોને કહ્યું, 'માફ કરજો, મારી તબિયત ઠીક લાગતી નથી. મને નથી લાગતું કે હું હજુ વધારે સમય ઊભો રહી શકીશ.'

વોરેન વર્ષોથી એંગ્ઝાઈટી એટેક્સનો સામનો કરતા હતા. એ ઉપરાંત ક્યારેક-ક્યારેક તે ખૂબ ઉદાસ થઈ જતા હતા, જેને જોઈને તેમના મિત્ર કહ્યા કરતા કે તે હળવા દુઃખથી ગ્રસ્ત લાગે છે. પણ આ બધી સમસ્યાઓ છતાં તેમની સ્થિતિ પહેલા ક્યારેય આટલી ગંભીર થઈ નહોતી. બીજા જ દિવસે વોરેન અને તેમનો પરિવાર એરિઝોના જવા માટે નીકળી ગયો, જ્યાં તેમની પત્નીના પરિવારવાળાનું એક ઘર હતું. તે અહીં સ્વાસ્થ્ય લાભ લેવા માંડ્યા. ક્યારેક-ક્યારેક તો તે બાર કલાક સુધી સૂતા રહેતા અને પછી રેગિસ્તાનમાં ટહેલવા માટે નીકળી જતા. તે પ્રાર્થના કરીને એ સમજવાનો પ્રયત્ન કરતા કે આખરે આ પેનિક એટેક્સ તેમની બધી મહેનત પર પાણી ફેરવવા કેમ તૈયાર છે. આ રીતે ચર્ચથી દૂર લગભગ એક મહિનો વીતી ગયો. તેમને ક્યારેક-ક્યારેક અનુભવાતી ઉદાસી ઊંડા

અવસાદમાં બદલાઈ ગઈ. તેમને આટલો અંધકારપૂર્ણ અનુભવ પહેલા ક્યારેય થયો નહોતો. તે જાણતા નહોતા કે ફરી ક્યારે તે આટલા સ્વસ્થ થઈ શકશે કે ચર્ચ તરફ પાછા ફરી શકશે.

એક પાદરીના રૂપમાં વોરેનને ઈશ્વરની તરફથી આકાશવાણીનો અનુભવ પણ મળ્યો. તેમને આ અનુભવ એકવાર ટેક્સાસના એક પુસ્તકાલયમાં થયો અને બીજી વાર મૈકગેવરનનો લેખ મળતા થયો. એવો જ ત્રીજો અનુભવ તેમને ત્યારે થયો, જ્યારે એક દિવસ તે રણમાં ફરી રહ્યા હતા.

ઈશ્વરે તેમને કહ્યું, 'તમે લોકોનું જીવન સુધારવા પર ધ્યાન કેન્દ્રિત કરો અને ચર્ચની ચિંતા મારી પર છોડી દો.'

પાછલી આકાશવાણીઓની જેમ આ વખતે પણ ઈશ્વરે તેમનો માર્ગ સ્પષ્ટ કર્યો નહોતો. પછીના ઘણા મહિનાઓ સુધી વોરેન અવસાદ સાથે સંઘર્ષ કરતા રહ્યા. તેમના જીવનમાં એવા ઘણા પ્રસંગો આવ્યા, જ્યારે તે અચાનક અવસાદથી ઘેરાઈ ગયા. પણ એ દિવસે તેમણે બે નિર્ણય લીધા કે તે પાછા સૈડલબેક જશે અને એ તપાસ કરશે કે ઓછા સક્રિય રહીને પણ ચર્ચ કેવી રીતે ચલાવવામાં આવે.

★★★

જ્યારે વોરેન સૈડલબેક પાછા આવ્યા, તો તેમણે પોતાના એક એવા પ્રયોગનો વિસ્તાર કરવાનું નક્કી કર્યું, જે તેમણે ચર્ચનું સંચાલન સરળ બનાવવાના ઈરાદાથી થોડા મહિના પહેલા શરૂ કર્યું હતું. તેઓ જાણતા નહોતા કે બાઈબલનો અભ્યાસ કરવા આવનારાઓ માટે તે પૂરતા વર્ગોની વ્યવસ્થા કરી શકશે કે નહીં. તેથી તેમણે ચર્ચના કેટલાક સભ્યોને આ વર્ગોનું આયોજન પોત-પોતાના ઘરમાં કરવા માટે કહી દીધું. જો કે તેમને આ વાતનો ડર હતો કે લોકોને ચર્ચના વર્ગને બદલે કોઈ બીજાના ઘરમાં ચાલી રહેલા બાઈબલના વર્ગમાં જવાનું ગમશે નહીં અને તે ફરિયાદ કરશે. પણ તેમના સામાજિક સમૂહને આ વ્યવસ્થા ખૂબ ગમી ગઈ. નાના-નાના સમૂહોના વર્ગમાં જવાથી લોકોને પોતાના પડોશીઓ સાથે મુલાકાત કરવાની તક પણ મળી જતી હતી. રજા પરથી પાછા ફર્યા પછી વોરેને સૈડલબેક ચર્ચના દરેક સભ્યથી માંડી, દર અઠવાડિયે મળનારા નાના-મોટા સમૂહો સુધી, બધાને આ કાર્ય આપી દીધું. આ તેમના દ્વારા લેવામાં આવેલા નિર્ણયોમાં સૌથી મહત્ત્વપૂર્ણ નિયમ સાબિત થયો. કારણ કે તેણે ચર્ચની પ્રવૃત્તિઓમાં ભાગ લેવાને એક સાપ્તાહિક નિર્ણયમાંથી બદલીને એક એવી આદત બનાવી દીધી, જે પહેલાથી રહેલા સામાજિક આગ્રહો અને પેટર્ન્સ પર આધારિત હતી.

વોરેન જણાવે છે, 'હવે જ્યારે લોકો સૈડલબેક ચર્ચ આવે છે અને સપ્તાહમાં અંતમાં શ્રદ્ધાળુઓની હાર લાગતી જુએ છે, તો એ તેમને પોતાની સફળતા જેવું લાગે છે. પણ આ તો બસ એક ઝલક છે. આ ચર્ચની મહત્તાનો 95 ટકા ભાગ નાના-નાના સમૂહોમાં આખા

અઠવાડિયા સુધી થનારી પ્રવૃત્તિઓથી બને છે.

'ચર્ચનો સામાજિક સમૂહ અને બાકી નાના-નાના સમૂહ તમને બે તરફથી લાભ આપે છે. લોકોની ભારે ભીડ જોઈને તમને અહેસાસ થાય છે કે તમે આ બધું શા માટે કરી રહ્યા છો અને તમારા મિત્રોથી બનેલો નાનો સમૂહ તમારો વિશ્વાસ ટકાવી રાખવામાં તમારી મદદ કરે છે. આ બંને એકસાથે ઘણો સકારાત્મક પ્રભાવ પાડે છે. હવે અમારી પાસે આવા પાંચ હજાર કરતાં પણ વધારે નાના-નાના સમૂહ છે. આટલા મોટા ચર્ચનું સંચાલન સુચારુ રૂપે કરવાનું શ્રેય આ જ સમૂહોને જાય છે. આટલું બધું કામ મારા એકલા માટે સંભાળવું અશક્ય છે અને જો મેં એકલાએ આ બધું કરવાનો પ્રયત્ન કર્યો તો, હું ચર્ચમાં આવનારા 95 ટકા લોકો પર ધ્યાન આપી શકીશ નહીં.'

વાસ્તવમાં વોરેને અજાણતાં જ પોતાના ચર્ચનો વિસ્તાર કરવા માટે એ રીતો અપનાવી, જેમણે મોન્ટગોમેરી બસ બહિષ્કારને પ્રેરિત કર્યો હતો. ફેર બસ એટલો જ છે કે તેમણે આ રીતોનો ઊંધી રીતે ઉપયોગ કર્યો. મોન્ટગોમેરી બસ બહિષ્કાર એ લોકોની વચ્ચે શરૂ થયો હતો, જે રોઝા પાર્કર્સને સારી રીતે ઓળખતા હતા. નાના સ્તર પર શરૂ થયેલો આ બહિષ્કાર એક મોટા આંદોલનમાં ત્યારે ફેરવાયો, જ્યારે 'નબળા સંબંધો'એ તેમના સમુદાયને આ આંદોલનમાં ભાગીદારી કરવા માટે મજબૂર કરી દીધા. જ્યારે સૈડલબેક ચર્ચમાં આનાથી બરાબર ઊંધુ થયું. લોકો સામૂહિક 'નબળા સંબંધો' અને સામુદાયિક અનુભવ મેળવવા માટે આ ચર્ચ તરફ આકર્ષિત થયા. ચર્ચનો હિસ્સો બન્યા પછી નજીકના સંબંધોને ઉત્તેજન આપવા માટે તેમને તેમના પડોશીઓના નાના-નાના સમૂહોનો ભાગ બનાવી દેવામાં આવ્યા. આ સમૂહોમાં ઈશ્વર પ્રત્યે તેમનો વિશ્વાસ તેમના રોજિંદા જીવન અને તેમના સામાજિક અનુભવનું એક મહત્ત્વપૂર્ણ પાસુ બની ગયા.

જો કે માત્ર નાના-નાના સમૂહ તૈયાર કરવા એટલું જ પૂરતું નથી હોતું. જ્યારે વોરેને લોકોને પૂછ્યું કે એક-બીજાના ઘરે જઈને તેમણે ક્યા વિષય પર ચર્ચા કરી, તો તેમને જાણવા મળ્યું કે લોકો બાઈબલ વિશે વાત કરી રહ્યા હતા અને સાથે જ દસ મિનિટ સુધી સામૂહિક પ્રાર્થના પણ કરવામાં આવી અને એ પછી બાકીનો સમય એમ જ બાળકો વિશે ચર્ચા કરીને અને આમ જ ગપ્પા મારીને વીતાવવામાં આવ્યો. જો કે વોરેનનો ઉદ્દેશ માત્ર નવા લોકોને એક-બીજા સાથે દોસ્તી કરવાની તક આપવાનો નહોતો. તેમનો ઉદ્દેશ તો એ હતો કે ઈશ્વર પર વિશ્વાસ કરનારા લોકોનો સમુદાય બનાવીને તેમને ઈશુ મસીહનું શિક્ષણ આપવા માટે પ્રોત્સાહિત કરવામાં આવે અને વિશ્વાસને તેમના જીવનનું કેન્દ્ર બનાવવામાં આવે. તેમના દ્વારા બનાવવામાં આવેલા નાના-નાના સમૂહોના સભ્યોના આંતરિક સંબંધ મજબૂત થઈ રહ્યા હતા પણ કોઈ નેતૃત્વ વિના આ સમૂહ એકસાથે કોફી પીનારાના સામાન્ય સમૂહો કરતાં વધારે કશું નહોતા. આ સમૂહ વોરેનની ધાર્મિક અપેક્ષાઓ પૂરી કરી શકતા નહોતા.

વોરેને એકવાર ફરી લેખક મૈકગેવરન વિશે વિચાર કર્યો. મૈકગેવરનના વિચાર હતા કે જો તમે લોકોને ખ્રિસ્તી આદતોની સાથે જીવન જીવવાનું શીખવશો, તો પછી તેમને એક ખ્રિસ્તી જેવું જીવન જીવવા માટે સતત માર્ગદર્શનની જરૂર નહીં પડે અને એના માટે સતત તેમના પર ધ્યાન પણ નહીં રાખવું પડે. વોરેન માટે દરેક સમૂહનું નેતૃત્વ પોતે કરવું શક્ય નહોતું. તે એકલા એ નક્કી કરી શકતા નહોતા કે લોકોની વચ્ચે થનારી ચર્ચાઓ અન્ય વિષયોને બદલે ઈશુ મસીહ પર કેન્દ્રિત હોય. તેમને અહેસાસ થયો કે જો તે લોકોની અંદર નવી આદતો વિકસિત કરી દે તો પછી તેમણે ચિંતા કરવાની કોઈ જરૂર નહીં પડે. કારણ કે પછી જ્યારે લોકો એકસાથે ભેગા થશે, તો બાઈબલ પર ચર્ચા કરવી, સામૂહિક પ્રાર્થના કરવી અને આંતરિક વિશ્વાસને વધારવો એ તેમની આદત બની ચૂકી હશે.

સૈડલબેક ચર્ચના એક કોર્સ મેન્યુઅલ પ્રમાણે, ‘જો તમે ઈશુ મસીહ જેવું ચરિત્ર મેળવવા માંગતા હો, તો તમારે બસ પોતાની અંદર એ આદતો વિકસિત કરવાની જરૂર છે, જે ઈશુ મસીહની અંદર હતી. આપણે બધા, બીજું કશું નહીં બલકે ઘણી બધી આદતોનું એક બંડલ છીએ....અમારો ઉદ્દેશ છે, તમારી કેટલીક ખરાબ આદતોને દૂર કરી તેમની જગ્યાએ એવી સારી આદતો વિકસિત કરાવવી, જે ઈશુ મસીહ જેવા બનવામાં તમારી મદદ કરી શકે.’ સૈડલબેક ચર્ચમાં દરેક સભ્યને એક ‘પરિપક્વતા કાર્ડ’ પર હસ્તાક્ષર કરવાનું કહેવામાં આવે છે, જેમાં ત્રણ મુખ્ય આદતો વિકસિત કરવાનું વચન આપવામાં આવે છે : પ્રાર્થના અને આત્મમંથન માટે દરરોજ સમય કાઢવો, પોતાની કમાણીના દસ ટકાનું દાન કરવું અને એક નાના સમૂહના સભ્ય બનવું. હવે આ ચર્ચનું ધ્યાન એ વાત પર કેન્દ્રિત રહે છે કે દરેક અંદર નવી આદતો વિકસિત કરી શકાય.

વોરેન જણાવે છે, ‘એકવાર એવું થયા પછી તમારો આધ્યાત્મિક વિકાસ કરવો મારા બદલે તમારી પોતાની જવાબદારી બની જાય છે. અમે તમને આધ્યાત્મિક વિકાસની રીત શીખવી દઈએ છીએ, એ પછી જે કરવાનું છે એ તમારે જ કરવાનું છે. પછી અમારે તમને માર્ગદર્શન આપવાની જરૂર પડતી નથી કારણ કે તમે જાતે જ પોતાનો માર્ગ શોધી લો છો. આ આદતો એક નવી આત્મ-ઓળખ બની જાય છે અને ત્યારે આપણે એ નક્કી કરવામાં તમારી મદદ કરીએ છીએ કે તમે પોતાના જ માર્ગનો અવરોધ પોતે ન બની જાઓ.’

વોરેન એ સારી રીતે જાણતા હતા કે તેમને પોતાના ચર્ચનો વિકાસ બરાબર એ રીતે જ કરવાનો છે, જેમ માર્ટિન લ્યૂથર કિંગ જુનિયરે બસોના બહિષ્કારનો વિસ્તાર કરતા એક મોટા આંદોલનમાં ફેરવી નાખ્યું હતું, જે વાસ્તવમાં નબળ સંબંધો અને મજબૂત સંબંધોના સંયોગ પર નિર્ભર રહીને શક્ય બન્યું હતું. જો કે વીસ હજાર અનુયાયીઓ અને હજારો અન્ય પાદરીઓના રૂપમાં ચર્ચનો વિસ્તાર કરી તેને એક આંદોલનમાં ફેરવી નાખવા માટે આત્મનિર્ભર બનાવવા ઉપરાંત બીજી પણ ઘણી બાબતોની જરૂર હતી. આ માટે જરૂરી હતું કે વોરેન લોકોને નવી આદતો શીખવે, જેમની મદદથી લોકો પોતાના સંબંધોના ભરોસે

નહીં બલકે તે સ્વયં જે પણ છે, તેના પર નિર્ભર થઈને વિશ્વાસથી ભરપૂર જીવન જીવી શકે.

સામાજિક આદતો કેવી રીતે કોઈ આંદોલનને આગળ વધારે છે, તેનું ત્રીજું પાસુ છે : કોઈ વિચારને એક સમુદાયના ક્ષેત્રથી આગળ લઈ જવા માટે જરૂરી હોય છે કે તે વિચાર પોતાના પ્રસાર માટે આત્મનિર્ભર હોય. તેની સૌથી કારગર રીત છે લોકોની અંદર એવી આદતો વિકસિત કરવી, જેની મદદથી તે સ્વયં જ એ જાણી શકે કે તેમણે ક્યા માર્ગ પર આગળ વધવાનું છે.

★★★

જેમ-જેમ બસોના બહિષ્કારની અવધિ એક દિવસથી વધીને કેટલાક અઠવાડિયા અને પછી બે મહિના થઈ ગઈ, એમ-એમ એના પ્રત્યે મોન્ટગોમેરી સમુદાયનો ઝુકાવ નબળો પડવા માંડ્યો.

પોલીસ કમિશ્નરે એ ટેક્સી ડ્રાઈવરોને ધરપકડની ધમકી આપવાનું શરૂ કરી દીધું, જે અશ્વેત લોકોને ભાડામાં રાહત આપતા હતા. આ માટે પોલીસ કમિશ્નરે તેમને એ અધ્યાદેશનો હવાલો આપ્યો, જેમાં દરેક યાત્રી પાસેથી ઓછામાં ઓછું એક નિશ્ચિત ન્યૂનતમ ભાડું લેવાનું દરેક ટેક્સી ડ્રાઈવર માટે અનિવાર્ય હતું. તેની પ્રતિક્રિયા રૂપે બહિષ્કારના લીડરોએ એવા 200 સ્વયંસેવકોના હસ્તાક્ષર લીધા, જે કારપૂલિંગમાં ભાગીદારી કરવા માટે તૈયાર હતા. આનાથી નિપટવા માટે પોલીસ લોકોને જબરદસ્તી ટિકિટ આપવા માંડી અને કારપૂલિંગ માટે થનારી મુલાકાતોની જગ્યાએ લોકોને હેરાન કરવા માંડી. જેના કારણે ડ્રાઈવરોએ ગાડી ચલાવવાથી બચવાનું શરૂ કરી દીધું. પાછળથી કિંગે આ વિશે લખ્યું, ‘ધીરે-ધીરે ક્યાંય પણ આવવા-જવા માટે ગાડીઓ મળવાનું મુશ્કેલ થઈ ગયું હતું. લોકોની ફરિયાદો વધવા માંડી. મારો ફોન વહેલી સવારથી વાગવાનું શરૂ થઈ જતું અને આ ક્રમ અડધી રાત પછી પણ ચાલુ રહેતો પણ મારા દરવાજે આવનારાઓની સંખ્યા નહીં જેવી હતી. આ સંઘર્ષને ચાલુ રાખવાની નીગ્રો સમુદાયની ક્ષમતા પર મને શંકા થવા માંડી હતી.’

એક રાત્રે જ્યારે કિંગ પોતાના ચર્ચમાં ઉપદેશ આપી રહ્યા હતા, ત્યારે અચાનક તેમનો સહાયક અકસ્માત સંદેશ લાવ્યો. વાસ્તવમાં કિંગના ઘરમાં બોમ્બ વિસ્ફોટ થયો હતો અને એ સમયે તેમની પત્ની અને નવજાત બાળકી ઘરે જ હતા. કિંગ દોડતાં-દોડતાં ઘરે પહોંચ્યા. તેમના ઘરની બહાર સેંકડો અશ્વેત લોકોની ભીડ ભેગી થઈ ગઈ હતી. શહેરના મેયર અને પોલીસ ચીફ પણ સ્થળ પર હાજર હતા. રાહતની વાત એ હતી કે તેમનો પરિવાર સુરક્ષિત હતો. બસ ઘરની સામેની બારી ટૂટીને ભૂકો થઈ ગઈ હતી અને તેમના વરંડામાં કાટમાળ ફેલાયેલો હતો. બોમ્બ વિસ્ફોટના સમયે જો કોઈ ઘરની સામેના ઓરડામાં હોત, તો તેનું મૃત્યુ થઈ જાત.

કિંગ આગળ વધીને પોતાના ક્ષતિગ્રસ્ત ઘરનું અવલોકન કરવા માંડ્યા. ધીરે-ધીરે ત્યાં

અશ્વેત લોકોની ભીડ એટલી વધારે વધી ગઈ કે તેને કાબૂમાં લેવા માટે પોલીસના જવાનોએ સખ્તીથી કામ લેવું પડ્યું. ભીડમાં કોઈએ પોલીસવાળાની સાથે ધક્કા-મુક્કી કરી દીધી અને એક અન્ય વ્યક્તિએ દૂરથી બોટલ ફેંકીને મારી દીધી. ગુસ્સામાં આવીને એક પોલીસવાળાએ કોઈ પર ડંડો ચલાવી દીધો. પોલીસ ચીફ, જેણે થોડા મહિના પહેલા નસ્લભેદી સંસ્થા વ્હાઈટ સિટીઝન્સ કાઉન્સિલને સમર્થન આપવાની ઘોષણા કરી હતી, તે કિંગને એક તરફ લઈ ગયો અને કહ્યું કે જો તેમણે આ ભીડને કાબૂમાં કરવા માટે કશું ન કર્યું, તો અહીં તોફાન-હુલ્લડ શરૂ થતાં વાર નહીં લાગે.

કિંગ પોતાના ઘરના વરંડાની તરફ આગળ વધ્યા અને પછી ભીડની તરફ વળી ગયા.

'આવેશમાં આવીને કશું ન કરશો,' તેમણે ભીડની તરફ જોતાં મોટા અવાજે કહ્યું, 'અને તમારા હથિયાર પણ ન કાઢશો કારણ કે જે તલવારના જોરે જીતે છે, તેનો અંત પણ તલવારથી જ આવે છે.'

જેવા તેમણે આ શબ્દ કહ્યા, ભીડ શાંત થઈ ગઈ.

'આપણે આપણા શ્વેત ભાઈઓ પ્રત્યે પ્રેમનો ભાવ રાખવો પડશે, ભલે તે આપણી સાથે ગમે તેવું વર્તન કરે,' કિંગે કહ્યું. 'આપણે તેમને જણાવવું પડશે કે આપણા મનમાં તેમના માટે માત્ર પ્રેમ છે. જિસસના આ શબ્દ આજે શતાબ્દીઓ પછી પણ પ્રાસંગિક છે : **જે તમારા પ્રત્યે નફરતનો ભાવ રાખીને તમારો ઉપયોગ કરે છે, તેના માટે પણ પ્રાર્થના કરો.'**

કિંગ ઘણા અઠવાડિયાઓથી પોતાના ઉપદેશોમાં અહિંસાનો પાઠ ભણાવી રહ્યા હતા. આ ઉપદેશોની થીમ ગાંધી અને ઈશુ મસીહના ઉપદેશો પર આધારિત હતી. કિંગના આ પાઠ વાસ્તવમાં એક પ્રકારના સવાલ-જવાબ હતા, જે તેમના શ્રોતાઓએ આ સંદર્ભમાં પહેલા ક્યારેય સાંભળ્યા નહોતા. આ બધા પાઠમાં અહિંસાની અપીલ કરવામાં આવી હતી, તેમાં પ્રેમ અને પોતાના પર હુમલો કરનારને પણ માફ કરવાનો સંદેશ હતો, સાથે જ એ વચન હતું કે વિજય આ રીતે જ પ્રાપ્ત થશે. નાગરિક અધિકાર આંદોલન વર્ષોથી એટલા માટે જીવંત હતો કારણ કે તેની ભાષા હંમેશા સંઘર્ષની રહી છે. એક તરફ જ્યાં આ આંદોલન સાથે જોડાયેલા લોકોને ઘણી વાર પ્રતિદ્વંદિતા અને હારનો સામનો કરવો પડ્યો, ત્યાં ઘણા પ્રસંગોએ તેમને જીત પણ પ્રાપ્ત થઈ અને આનાથી હંમેશા સંઘર્ષ કરવાની તેમની શક્તિ વધતી રહી.

કિંગે લોકોને એક નવો દૃષ્ટિકોણ આપ્યો. તેમણે કહ્યું કે આ કોઈ યુદ્ધ નથી. તેમનો સંદેશ તો એ હતો કે દરેક વ્યક્તિ બીજી વ્યક્તિને ગળે મળીને તેનો જેવી હોય તેવો જ સ્વીકાર કરે.

કિંગે આ બહિષ્કારને એક નવો અને અલગ માર્ગ દેખાડ્યો, જે ખૂબ જ મહત્ત્વપૂર્ણ સાબિત થયો. કિંગે કહ્યું, 'આ મામલો માત્ર સિટી બસોમાં યાત્રીઓની વચ્ચે સમાનતા

લાવવાનો નહોતો. આ તો ઈશ્વરની એ જ યોજનાનો હિસ્સો હતો, જેનાથી ભારતમાં અંગ્રેજોના શાસન અને અમેરિકામાં ગુલામ-પ્રથાનો અંત આવ્યો હતો. આ એ જ યોજના હતી જેના કારણે ઈશુ મસીહ આ સંસારને છોડી ગયા જેથી તે આપણા સૌના પાપોનું પ્રાયશ્ચિત કરી શકે. તે આ આંદોલનનો સૌથી નવો તબક્કો હતો, જે શતાબ્દીઓ પહેલા શરૂ થયો હતો અને તેના માટે નવી પ્રતિક્રિયાઓ, અલગ પ્રકારની રીતો અને વ્યવહારોની જરૂર હતી. જરૂર એ વાતની હતી કે જ્યારે આ આંદોલનના લોકોના એક ગાલ પર થપ્પડ પડ્યા તો તેમણે પોતાનો બીજો ગાલ આગળ ધરી દીધો. કિંગ જે આદતોની વકીલાત કરી રહ્યા હતા, તેને અપનાવીને કોઈપણ આ આંદોલનને પોતાનું સમર્થન આપી શકતું હતું.

જે દિવસે કિંગના ઘરે બોમ્બ વિસ્ફોટ થયો, એ જ રાત્રે તેમણે લોકોને કહ્યું, ‘આપણે નફરતનો સામનો પ્રેમથી કરવો પડશે. હું ભલે કોઈ કારણોસર અટકી જઉં, પણ આ આંદોલન નહીં રોકાય કારણ કે આપણે જે કંઈપણ કરી રહ્યા છીએ, યોગ્ય કરી રહ્યા છીએ અને ઈશ્વર આપણી સાથે છે.’

કિંગે પોતાની વાત પૂરી કરી અને એ પછી ધીરે-ધીરે ત્યાં ભેગી થયેલી બધી ભીડ વિખરાઈ ગઈ.

પછી એક શ્વેત પોલીસવાળાએ કહ્યું, ‘જો એ નિગર(અશ્વેતો માટે ઉપયોગમાં લેવામાં આવતો એક અપમાનજનક શબ્દ) એ ભીડને ઉપદેશ આપીને અટકાવી ન હોત, તો આપણે બધા ભીડના હાથે માર્યા જતા.’

બીજા અઠવાડિયે બે ડઝન નવા ડ્રાઈવરોએ કારપૂલિંગ માટે કરાર કર્યા. કિંગના ઘરમાં આખો દિવસ આવનારા ફોન કોલ્સ પણ ઓછા થઈ ગયા. લોકો પોતાની જાતે જ એકજૂથ થઈ બહિષ્કારની આગેવાની કરવા માંડ્યા અને આંદોલનને આગળ વધારવા માંડ્યા. જ્યારે આ બહિષ્કારનું આયોજન કરનારા અન્ય લીડરોના ઘરમાં બોમ્બ ફાટ્યા, ત્યારે પણ બરાબર આમ જ થયું. મોન્ટગોમેરીના અશ્વેત લોકોની ભીડ માર્ગો પર એકઠી થતી, પણ ત્યાં કોઈ હિંસા થતી નહીં, તે બસ પોતાનો વિરોધ વ્યક્ત કરતા અને ચૂપચાપ પોત-પોતાના ઘરે પાછા ફરતા.

એવું નહોતું કે આપોઆપ પેદા થયેલી આ એકતા માત્ર હિંસાની પ્રતિક્રિયા હતી. ચર્ચોમાં પણ દર અઠવાડિયે મીટિંગ થવા માંડી હતી, ક્યારેક-ક્યારેક તો રાત્રે મીટિંગ થતી. ટેલર બ્રાંચે મને જણાવ્યું, ‘આ મીટિંગ કિંગના એ ભાષણ જેવી થતી હતી, જે એ રાત્રે તેમણે પોતાના ઘરમાં વિસ્ફોટ પછી આપ્યું હતું. તેમાં ખ્રિસ્તી શિક્ષણ આપવામાં આવતું હતું, પણ તેનો સંદર્ભ રાજકીય રહેતો હતો. આંદોલન કોઈપણ હોય, હંમેશા વ્યાપક જ હોય છે. જો ખરેખર કોઈ આંદોલનને સફળ બનાવવું હોય, તો તેમાં ભાગ લેનારાઓએ પોતાની પૂરી ઓળખાણ, પૂરું અસ્તિત્વ રૂપાંતરિત કરવાનું હોય છે. મોન્ટગોમેરીના લોકોએ પણ નવી રીતો અપનાવવી પડી.’

જે રીતે એલ્કોઅલ એનોનમસ પોતાની એ મીટિંગિના કારણે સશક્ત બન્યો, જ્યાં દારૂના લતી નવી આદતો શીખતા હતા અને સ્વયં પર એટલા માટે વિશ્વાસ કરવા લાગતા હતા કારણ કે અન્ય લોકો તેમના પર પોતાનો વિશ્વાસ દેખાડતા હતા, એ જ રીતે મોન્ટગોમેરીના લોકો પણ એવી મીટિંગમાં નવી રીતે વ્યવહાર કરવાનું શીખ્યા, જેનાથી આંદોલનને આગળ વધારવામાં ઘણી મદદ મળી. બ્રાંચ કહે છે,'લોકો એ જોતા હતા કે બાકી લોકો આંદોલનમાં કઈ રીતે ભાગ લઈ રહ્યા છે. આ પ્રકારની વસ્તુઓથી લોકો સ્વયંને એક મોટા સામાજિક કાર્યના મહત્ત્વપૂર્ણ ભાગ તરીકે જોવા લાગે છે અને થોડા જ સમયમાં તે આના પર વિશ્વાસ પણ કરવા લાગે છે.'

★★★

બહિષ્કાર શરૂ થયાના ત્રણ મહિના પછી જ્યારે પોલીસે હજારો લોકોની ધરપકડ કરી તેના પર અંકુશ લગાવવાનો પ્રયત્ન કર્યો, તો આખા સમુદાયે આ સતામણીને એક રીતે સ્વીકારી લીધી. જ્યારે અદાલતે 90 લોકોને દોષી ઠરાવ્યા, તો આ બધા લોકો ધરપકડ વહોરી લેવા માટે જાતે અદાલતમાં પહોંચી ગયા. કેટલાક લોકો તો પોલીસના શેરિફ ઓફિસમાં એ જોવા માટે ગયા કે શું તેમનું નામ પણ આ સૂચિમાં છે અને જ્યારે તેમને પોતાનું નામ દેખાયું નહીં, તો તેમણે 'નિરાશા' અનુભવી. કિંગે પાછળથી લખ્યું, 'એ લોકો , જે એક યુગમાં ડરના ઓછાયા હેઠળ જીવતા હતા, હવે તે પૂર્ણપણે બદલાઈ ચૂક્યા હતા.'

આવનારા વર્ષોમાં જેમ-જેમ આ આંદોલન વધ્યું, તેમ-તેમ અશ્વેતો પર હુમલા વધ્યા, જેમાં ઘણા લોકો માર્યા ગયા. પોલીસ પણ તેમની ધરપકડ કરીને સતામણી કરવાની કોઈ તક છોડતી નહોતી. પણ આંદોલન કરનારા લોકોએ પોતે ક્યારેક બદલાના રૂપે કોઈ હિંસા કરી નહીં અને કોઈ શ્વેત વ્યક્તિની સતામણી કરવાની બીજી કોઈ રીત અપનાવી. તે તો બસ પોતાની વાત પર અડગ રહ્યા અને તેમને હેરાન કરનારા શ્વેત લોકોને કહેતા રહ્યા કે તે ભલે ગમે તેટલી નફરત કરે, અશ્વેત લોકો તેમને માફ કરતા રહેશે.

કિંગે લખ્યું,'આ આંદોલનના વિરોધીઓએ જે પણ રીત અપનાવી, તેનાથી આ આંદોલન નબળું પડવાને બદલે હજુ વધારે મજબૂત થતું ગયું. તેના કારણે અશ્વેત સમુદાયના લોકો એકબીજાની નજીક આવી ગયા. એ માની લેવામાં આવ્યું હતું કે તેમનો સામનો કરનારા લોકોનો વાસ્તવમાં તાકાતવર લોકો દ્વારા ઉપયોગ થઈ રહ્યો છે. તે નહોતા જાણતા કે તેમનો સામનો એવા નીગ્રો લોકોની સાથે થઈ રહ્યો છે, જે ડરથી મુક્ત થઈ ચૂક્યા છે.'

મોન્ટગોમેરી બહિષ્કારના સફળ થવા પાછળ અને આખા દક્ષિણી વિસ્તારમાં આંદોલન શરૂ થવા ઉપરાંત પણ તેના ઘણા કારણ હતા, જે ઘણા વધારે બારીક હતા. પણ સામાજિક આદતોનું આ ત્રીજુ પાસુ પણ તેનું એક મુખ્ય કારણ હતું. કિંગના દર્શનમાં એવા નવા વ્યવહારોનો સમાવેશ હતો, જેમણે આ આંદોલનમાં ભાગ લેનારા અનુયાયીઓને બદલે પોતાને નિર્ણય લેનારા નીડરોમાં બદલી નાખ્યા હતા. આ એ સામાન્ય આદતો નથી, જેને

આપણે રોજબરોજના જીવનમાં જોઈએ છીએ. જ્યારે કિંગે વિરોધીઓને એક નવી ઓળખ આપી મોન્ટગોમેરી સંઘર્ષને નવી દિશા આપી, તો આ આંદોલનના લોકો આ ઐતિહાસિક કાર્યના ભાગીદાર બની રહ્યા હતા. આ સામાજિક પેટર્ન સમયની સાથે આપોઆપ આગળ વધવા લાગી અને ઘણા અલગ-અલગ વિસ્તારોમાં ફેલાઈ ગઈ. ત્યાં સુધી કે તેમાં એ વિદ્યાર્થી પણ ભાગ લેવા માંડ્યા, જેમને કિંગ ક્યારેય મળ્યા પણ નહોતા. આ વિદ્યાર્થી આંદોલનમાં ભાગ લેનારાઓને જોઈ-જોઈને શીખતા રહ્યા અને તેમની રીતોને આત્મસાત કરતા પોતે લીડર્સની જેમ કામ કરવા લાગ્યા.

5 જૂન, 1956ના રોજ જજોની એક સમિતિએ નિર્ણય આપ્યો કે બસોમાં અશ્વેતોની સાથે ભેદભાવ કરનારો નિયમ સંવિધાનની વિરુદ્ધ છે. શહેરના અધિકારીઓએ તેની વિરુદ્ધ 17 ડિસેમ્બરે સુપ્રીમ કોર્ટમાં અરજી દાખલ કરી, જેને કોર્ટે નકારી દીધી. ત્યાં સુધી પાર્કર્સની ધરપકડ થયે એક વર્ષ વીતી ચૂક્યું હતું. ત્રણ દિવસ પછી શહેરના અધિકારીઓને તેનો અધિકારક આદેશ પણ મળી ગયો. હવે શહેરની બસોમાં દરેક નાગરિકની પાસે સમાન અધિકાર હતા. હવે શ્વેત-અશ્વેતના કોઈ ભેદભાવ રહી ગયા નહોતા.

બીજા દિવસે સવારે 5 વાગીને 55 મિનિટે કિંગ, ઈડી નિક્સન, રાલ્ફ એબરનૈથી અને અન્ય લોકો બાર મહિનાના બહિષ્કાર પછી સિટી બસમાં ચઢ્યા અને સૌથી આગળની સીટ પર બેઠા.

બસના શ્વેત ડ્રાઈવરે પૂછ્યું, 'આપ કદાચ આંદોલનના નેતા માર્ટિન લ્યૂથર કિંગ જુનિયર છો ?'

'જી હા.'

'આપનું સ્વાગત છે. આપને અહીં જોઈને અમને સારું લાગ્યું.' તેણે કહ્યું.

પછી એન.એ.એ.સી.પી.ના એટોર્ની અને સુપ્રીમ કોર્ટના ભવિષ્યના જજ થોરગુડ માર્શલે કહ્યું કે, 'બસોમાં થનારા જાતીય ભેદભાવના કાયદાનો અંત લાવવા સાથે આ બહિષ્કારનો સંબંધ નહીં જેવો હતો. તે તો સુપ્રીમ કોર્ટ હતી, જે કોઈપણ એક પક્ષના દબાણમાં આવી નહીં અને આખરે આ ભેદભાવપૂર્ણ કાયદાનો અંત લાવવામાં આવ્યો.'

રસ્તા પર રેલીઓ કાઢવાથી કશું નથી થતું. અશ્વેત લોકો ઈચ્છતા તો ઘરે આરામથી બેસી શકતા હતા અને કોર્ટમાં આ કેસ ચાલતો રહેતો. ત્યારે બહિષ્કારની કોઈ ચિંતા રહેતી નહીં કે બીજી કોઈ સમસ્યા રહેતી નહીં.'

જો કે માર્શલની આ વાત ખોટી હતી કારણ કે તે આનું એક ખૂબ જ મહત્ત્વપૂર્ણ પાસુ જોઈ શકતા નહોતા. મોન્ટગોમેરી બસોના બહિષ્કારે કેટલીક નવી સામાજિક આદતોને જન્મ આપ્યો, જે ટૂંક સમયમાં જ નોર્થ કૈરોલિનાના ગ્રીન્સબોરોથી લઈને અલ્બામાના સેલ્મા

અને અરકંસાસના લિટિલ રોક સુધી ફેલાઈ ગઈ. આ આંદોલન લોકોને મળવાનું અને શાંતિપૂર્વક પોતાનો વિરોધ વ્યક્ત કરવાનો એક માર્ગ બની ગયું હતું. તેમાં ભાગ લેનારાઓને હેરાન કરવામાં આવ્યા, મારવામાં આવ્યા છતાં પણ તે અડીખમ રહ્યા. 1960 શરૂ થતાં-થતાંમાં આ આંદોલન ફ્લોરિડા, કેલિફોર્નિયા, વોશિંગ્ટન ડી.સી.માં ફેલાવા ઉપરાંત કોંગ્રેસની નજરમાં પણ આવી ગયું. રાષ્ટ્રપતિ લિંડન જોન્સને 1964ના નાગરિક અધિકાર એક્ટ પર હસ્તાક્ષર કર્યા, જેમાં અલ્પસંખ્યકો અને મહિલાઓની વિરુદ્ધ થનારા દરેક પ્રકારના ભેદભાવનો અંત આવી ગયો. રાષ્ટ્રપતિએ આંદોલનના કાર્યકરોની સરખામણી દેશના પિતામહો સાથે કરી. જ્યારે જો આ જ તુલના એક દાયકા પહેલા કરવામાં આવતી, તો તે રાષ્ટ્રપતિ માટે રાજકીય આત્મહત્યા કરવા જેવું હોત. તેમણે કેમેરાની સામે આવીને કહ્યું, 'એકસો ઈઠ્યાશી વર્ષ પહેલા કેટલાક લોકોના એક નાનકડા સમૂહે આઝાદીનો લાંબો સંઘર્ષ શરૂ કર્યો હતો. હવે નવી પેઢીના અમેરિકન નાગરિકોને દેશમાં ન્યાયના શોધની પરંપરા ચાલી રાખવાની જવાબદારી આપવામાં આવી છે.'

કોઈપણ આંદોલન એટલા માટે શરૂ નથી થતું કારણ કે કેટલાક લોકોએ મળીને નક્કી કરી લીધું હોય છે કે હવે તેમણે એક દિશામાં આગળ વધવાનું છે. આંદોલન તો સામાજિક પેટર્ન પર આધારિત હોય છે, જે દોસ્તીની આદતથી શરૂ થાય છે અને સામુદાયિક ભાવનાને કારણે આગળ વધે છે અને નવી આદતો તથા તેમાં ભાગ લેનારાઓની આત્મ-ઓળખના વિકસિત થવાથી ચાલે છે.

કિંગે મોન્ટગોમેરીમાં આ આદતોની શક્તિને પહેલેથી જ ઓળખી લીધી હતી. લોકોથી ભરેલા ચર્ચમાં બહિષ્કાર સમાપ્તિની ઘોષણા કરતી વખતે તેમણે કહ્યું, 'હું લોકોને માત્ર સાવધાની રાખવાનો નિર્દેશ આપની ચૂપ બેસી શકું તેમ નહોતો.' એ પછી પણ આ આંદોલન બીજા દસ વર્ષ ચાલ્યું, પણ તે સમયે એ દેખાવા માંડ્યું હતું કે તેનો અંત ક્યારે આવશે અને તેનો પ્રભાવ સકારાત્મક હશે. કિંગે લોકોને કહ્યું, 'આટલા લોકોના બહિષ્કાર પછી જ્યારે અમે શહેરની બસોમાં પગ મૂકીશું, એ વખતે અમારે આ વિરોધનો અંત લાવી લોકોને ગળે લગાવવા પડશે...અમારે તેના પ્રત્યે પોતાનું સમર્પણ દેખાડવું પડશે. ત્યારે જ અમે માનવો દ્વારા માનવોની સાથે કરવામાં આવેલા અમાનવીય વ્યવહારના કાળા પડછાયાથી મુક્ત થઈ શકીશું અને આઝાદી અને ન્યાયના અજવાળા તરફ આગળ વધી શકીશું.'

9

મુક્ત ઈચ્છાનું તંત્રિકા વિજ્ઞાન

શું આપણી આદતો માટે આપણે પોતે જવાબદાર છીએ ?

1

એક દિવસ સવારે-સવારે તેની મુશ્કેલી શરૂ થઈ – પહેલી વાર આ મુશ્કેલીની અનુભૂતિ થવાના વર્ષો પહેલા – એંજી બૈચમેન તેના ઘરે એમ જ બેઠી હતી અને ટી.વી. તરફ જોઈ રહી હતી. તેને એટલી અકળામણ થઈ રહી હતી કે તે સમય વીતાવવા માટે વાસણ મૂકવાની છાજલીની ફરીથી સાફ-સફાઈ કરવાનું વિચારી રહી હતી.

તેની સૌથી નાની દીકરીએ થોડાક અઠવાડિયાં પહેલા જ શાળામાં જવાનું શરૂ કર્યું હતું. તેની બે મોટી દીકરીઓ મિડલ સ્કૂલમાં ભણતી હતી. બાળકો શાળાના સમય પછી તેમના મિત્રોની સાથે રમવા-કૂદવામાં અને ગપ્પા મારવામાં વ્યસ્ત રહેતા હતા. બાળકોના ગપ્પા ક્યારેય તેને સમજાતા નહોતા. એંજીના પતિ એક ભૂમિ સર્વેક્ષક(land surveyor) તરીકે કાર્યરત હતા. તે સામાન્ય રીતે સવારે આઠ વાગ્યે કામ પર જવા નીકળી જતા અને સાંજે છ વાગ્યા પછી જ ઘરે પાછા આવી શકતા. એંજીએ 19 વર્ષની નાની ઉંમરે લગ્ન કરી લીધા હતા અને 20 વર્ષની થતાંમાં તો તે ગર્ભવતી પણ થઈ ગઈ હતી. બાળકો થયા પછી તેનો સમય બાળકોનું લંચ તૈયાર કરવામાં, બધાને ખુશ રાખવામાં અને ઘર ચલાવવામાં વીતી રહ્યો હતો. પતિના ઓફિસ અને બાળકોના શાળાએ ગયા પછી એંજી આખો દિવસ ઘરે એકલી રહીને કંટાળી જતી હતી, પણ લગ્નના આટલા વર્ષો પછી પહેલીવાર તેને આટલી એકલતા અનુભવાતી હતી. જ્યારે તે હાઈસ્કૂલમાં ભણતી હતી ત્યારે તેની બહેનપણીઓ તેની પ્રશંસા કરતા કહેતી કે તે એટલી સુંદર છે કે ભવિષ્યમાં એક સફળ મોડેલ બની શકે છે. પણ સ્કૂલ પછી તરત જ તેણે એક ગિટારવાદકની સાથે લગ્ન કરી લીધા. પછી જ્યારે તેના પતિએ ગિટારનો શોખ છોડી એક વ્યવસ્થિત નોકરી શરૂ કરી, તો એંજી એક ગૃહિણી અને પછી એક માતા બનીને રહી ગઈ, અને મોડેલ બનવાની વાત તો

એકબાજુ જ મૂકાઈ ગઈ. હવે સવારના સાડા દસ વાગી ચૂક્યા હતા. તેની ત્રણે દીકરીઓ શાળાએ જવા માટે નીકળી ગઈ હતી, પતિ પહેલા જ ઓફિસે જવા નીકળી ગયા હતા અને હવે એંજી રસોડાની દીવાલ પર લગાવેલી ઘડિયાળને એક કાગળથી ઢાંકવામાં રોકાઈ ગઈ હતી જેથી તે દર ત્રણ મિનિટે ઘડિયાળની તરફ જોવાની પોતાની આદતથી બચી શકે. તેને સમજાતું નહોતું કે હવે પછી સમય વીતાવવા માટે તેણે શું કરવું જોઈએ.

તે દિવસે તેણે પોતાને એક વચન આપ્યું. જો તે બપોર સુધીમાં પાગલ નહીં થાય અથવા ફ્રિજમાં મૂકેલી કેક ખાતા પોતાને અટકાવવામાં તે સફળ રહી, તો તે ઘરમાંથી ક્યાંક નીકળી જશે અને કંઈક એવું કરશે, જેમાં તેને આનંદ મળે. પછીની 90 મિનિટ તેણે એ વિચારવામાં વીતાવી કે તેને શું કરવામાં સૌથી વધારે આનંદ મળશે. બપોરના બાર વાગતાં જ તેણે એક સારો પોશાક પહેર્યો અને હળવો મેકઅપ કરી તેના ઘરેથી 20 મિનિટના અંતરે આવેલા રિવરબોટ કેસિનોમાં જવા નીકળી ગઈ. એ દિવસે ગુરુવાર હતો અને બપોરના બાર વાગ્યે પણ કેસિનોમાં એવા લોકોની ઘણી ભીડ હતી, જે ઘરે ટી.વી. જોવું અને કપડાં ધોવા જેવા કામો છોડીને અહીં આવીને વિવિધ આનંદદાયક પ્રવૃત્તિમાં રોકાયેલા હતા. કેસિનોના પ્રવેશદ્વારની પાસે એક બેંડ મ્યુઝિક વગાડી રહ્યું હતું અને એક મહિલા બધાને મફતમાં કોકટેલ વહેંચી રહી હતી. એંજીએ કેસિનોના બુફેમાં ખૂબ શાંતિથી ઝીંગા માછલીનો સ્વાદ માણ્યો. આ આખો અનુભવ ખૂબ જ શાનદાર રહ્યો, જાણે તે હૂકી (સ્કૂલ કે ઓફિસ છોડીને ફરવા નીકળી જવું અને મજાથી સમય વીતાવવો) રમત રમી રહી હોય. એંજી બ્લેકજેક (એક પ્રકારની જુગારની રમત) ના ટેબલ તરફ વળી ગઈ, જ્યાં એ ટેબલના ડીલરે ખૂબ ધીરજની સાથે બધાને રમતના નિયમ સમજાવ્યા. એંજીએ જ્યારે જુગારમાં 40 ડૉલર ગુમાવી દીધા, ત્યારે તેણે પોતાના કાંડા પર બાંધેલી ઘડિયાળ તરફ જોયું. બે કલાક કેવી રીતે વીતી ગયા, તેને ખબર પણ ન પડી. તેને યાદ આવ્યું કે નાની દીકરીને શાળાએથી પાછી લાવવાનો સમય થઈ ગયો છે અને તેણે તરત જ નીકળવું પડશે. તે રાત્રે જમતી વખતે લગભગ મહિના પછી એવી તક મળી હતી, જ્યારે એંજી પાસે તેના પરિવારને જણાવવા માટે કશુંક હતું. નહીં તો તે દરરોજ રાત્રે જમતી વખતે ટી.વી. પર 'ધ પ્રાઈઝ ઈઝ રાઈટ' કાર્યક્રમ જોતી હતી. તે એ પ્રયત્નમાં રહેતી કે આ કાર્યક્રમમાં ભાગ લેનારા સ્પર્ધક જણાવે તે પહેલાં જ સામાનની યોગ્ય કિંમતનું અનુમાન તે લગાવી શકે.

એંજી બૈચમેનના પિતા વ્યવસાયે એક ટ્રક ડ્રાઈવર હતા. આધેડ અવસ્થામાં આવતાં સુધીમાં તે એક ગીતકાર બની ગયા અને થોડા-ઘણાં જાણીતા પણ થઈ ગયા હતા. એંજીનો ભાઈ પણ ગીતકાર બની ગયો હતો અને પોતાના ગીતો માટે તેણે કેટલાક પુરસ્કાર પણ જીત્યા હતા. બીજી તરફ એંજી બૈચમેનના માતા-પિતા તેનો પરિચય એમ કહીને આપતા હતા કે તેમની દીકરી એક ગૃહિણી છે અને ત્રણ બાળકોની માતા છે.

એંજીએ મને જણાવ્યું, 'મને હંમેશા એવું લાગતું હતું, જાણે આખા પરિવારમાં હું એકલી જ એવી છું જેનામાં કોઈ પ્રતિભા નથી. જો કે મારું માનવું છે કે હું માત્ર સ્માર્ટ જ

નહીં બલકે એક સારી મા પણ છું. પણ મારી પાસે કશું એવું ખાસ નથી, જેને હું મારી પોતાની વિશેષતાની જેમ બીજાની સામે રજૂ કરી શકું.'

માત્ર એકવાર કેસીનોનો અનુભવ લેવાથી જ એંજીને ત્યાં જવાનું ગમવા માંડ્યું અને તે અઠવાડિયામાં એકવાર દર શુક્રવારે બપોરના સમયે ત્યાં જવા માંડી. આ તેના માટે મજબૂરીથી આખો દિવસ ઘરમાં એકલા વીતાવવો અને ઘરની સફાઈથી માંડીને રસોઈ બનાવવા જેવા તમામ ઘરેલુ કામ આટોપવા માટે મળનારા પુરસ્કાર જેવું હતું. એંજી સારી રીતે જાણતી હતી કે જુગાર રમવો તેની લત પણ બની શકે તેમ છે, તેથી તેણે પોતાના પર નિયંત્રણ રાખવા માટે કેટલાક કડક નિયમ પણ બનાવ્યા હતા, જેમ કે દર અઠવાડિયે કેસીનોના બ્લેકજેકના ટેબલ પર એક કલાકથી વધારે સમય ન વીતાવવો અને માત્ર એટલા જ પૈસા દાવ પર લગાવવા જેટલા તેના પર્સમાં હોય. એંજીએ મને જણાવ્યું, 'હું આને કોઈ નોકરીની જેમ જ જોતી હતી. હું બપોર પહેલા કેસીનો જવા માટે નીકળતી હતી અને દીકરીને સ્કૂલેથી લાવવાનો સમય થાય ત્યાં સુધીમાં પાછી પણ આવી જતી હતી. હું આ બધું ખૂબ જ શિસ્તબદ્ધ રીતે કરતી હતી.'

અને તે ધીરે-ધીરે તેમાં પારંગત થવા માંડી. પહેલા શરૂઆતમાં તે એક કલાક પૂરો થતાં પહેલા જ પોતાના પર્સના બધા પૈસા જુગારમાં હારી જતી હતી. પણ માત્ર છ જ મહિનામાં એંજી એટલી ચાલ રમવાનું શીખી ગઈ કે હવે તે એક કલાકની સમયમર્યાદાવાળા પોતાના નિયમને બાજુમાં રાખી બે-ત્રણ કલાક જુગાર રમતી રહેતી અને જ્યારે કેસીનોમાંથી બહાર નીકળતી ત્યારે પણ તેના પર્સમાં થોડા પૈસા બચી જતા. એક દિવસ બપોરના સમયે તે બ્લેકજેકના ટેબલ પર 80 ડૉલર્સ લઈને બેઠી અને જ્યારે તે ત્યાંથી પાછી ફરી ત્યારે તેની પાસે કુલ 530 ડૉલર્સ હતા, જે ઘર માટે કરિયાણું ખરીદવા, ફોનનું બિલ ભરવા અને આખરે થોડા પૈસા પીગીબેંકમાં નાખવા માટે પૂરતા હતા. હવે તો કેસીનોને માલિકી હક ધરાવનારી કંપની હર્રાજ એન્ટરટેઈનમેન્ટ એંજીને મફતમાં બુફેનું ભોજન કરવાની કૂપન પણ મોકલવા લાગી હતી. હવે તે શનિવારે પોતાના પરિવારની સાથે એક શાનદાર ડિનરનો આનંદ ઉઠાવી શકતી હતી અને તે પણ બિલકુલ મફત.

એંજી બૈચમેન લોવા રાજ્યમાં જુગાર રમતી હતી, જ્યાં કેટલાક વર્ષ પહેલાં જ જુગારને કાયદેસર ગણવામાં આવ્યો હતો. 1989 પહેલા સુધી રાજ્યમાં કાયદા ઘડનારાઓને એ વાતનો ડર રહેતો હતો કે જો જુગારને કાયદેસર કરવામાં આવ્યો, તો લોકો કદાચ તેના પ્રલોભનથી પોતાને બચાવી શકશે નહીં અને જુગારના વ્યસની બની જશે. તેમની આ ચિંતા અમેરિકા દેશ જેટલી જ જૂની હતી. જ્યોર્જ વોશિંગ્ટને ઈ.સ.1783માં લખ્યું હતું કે 'જુગાર લાલચનો દીકરો, પાપનો ભાઈ અને સંકટનો પિતા હોય છે. આ ચરિત્રનો એવો દોષ છે, જે દરેક શક્ય વિપત્તિને લાવી શકે છે…ટૂંકમાં કહીએ તો તેનો ફાયદો ઘણા ઓછા લોકોને થાય છે, જ્યારે તેના કારણે નુકસાન ભોગવનારની સંખ્યા હજારોમાં છે.' લોકોને

ખરાબ આદતોથી બચાવવા એટલે એક રીતે એ નક્કી કરવું કે કઈ આદતોને ખરાબ માનવામાં આવે, કાયદા ઘડનારાઓ પોતાના આ વિશેષ અધિકારનો ઉપયોગ કરવા માટે હંમેશા ઉતાવળા રહેતા હતા. વેશ્યાવૃત્તિ, જુગાર, વિશેષ પ્રસંગોએ દારૂનું વેચાણ, પોર્નોગ્રાફી, વધારે પડતું દેવું, લગ્નેતર સેક્સુઅલ સંબંધ (અથવા જો તમારી પસંદ જરા અલગ છે, તો લગ્નના દાયરામાં રહીને જ બહારના લોકો સાથે સેક્સુઅલ સંબંધ) વગેરે એવી આદતો છે, જેને વિવિધ કાયદાઓએ હંમેશા નિયંત્રિત કરીને રાખી અથવા ગેરકાયદેસર જાહેર કરી દીધી કે પછી સખત (પણ હંમેશા અપ્રભાવી) કાયદો બનાવીને હતોત્સાહિત કરવાનો પ્રયત્ન કર્યો છે.

જ્યારે લોવા રાજ્યમાં કેસીનોને કાયદેસર જાહેર કરવામાં આવ્યો, તો કાયદા નિર્માતા એટલા ચિંતિત હતા કે તેમણે એના સાથે જોડાયેલી બધી પ્રવૃત્તિઓને રિવરબોટ્સ સુધી જ સીમિત કરી દીધી હતી અને એ નિયમ બનાવી દીધો કે કોઈપણ વ્યક્તિ એક દાવમાં 5 ડૉલરથી વધારે રકમ લગાવી શકે નહીં અને એક ક્રૂઝમાં એક વ્યક્તિને 200 ડૉલર્સથી વધારેનું નુકસાન થવું જોઈએ નહીં. આ પ્રતિબંધોને કારણે થોડા જ વર્ષોમાં લોવા રાજ્યના ઘણા કેસીનો પોતાનો વ્યાપાર સમેટીને મિસીસિપી રાજ્યમાં ચાલ્યા ગયા, જ્યાં આવો કોઈ પ્રતિબંધ નહોતો અને જુગારમાં અસીમિત ખર્ચ કરી શકાતો હતો. આ સ્થિતિને જોતાં જ રાજ્યના કાયદા ઘડનારાઓએ ટૂંક સમયમાં જ કેસીનો સાથે જોડાયેલા બધા જ પ્રતિબંધોને હટાવી દીધા. ઈ.સ.2010માં જુગારમાંથી મળનારા કર સ્વરૂપે 269 મિલિયન ડોલર્સની કમાણીથી રાજ્યનો ખજાનો ભરાઈ ગયો.

★★★

લાંબા સમયથી ધૂમ્રપાનના વ્યસની એંજી બૈચમેનના માતા-પિતાને ઈ.સ.2000માં ફેફસાંની બિમારીના લક્ષણ દેખાવા માંડ્યા. એ પછી એંજી દર અઠવાડિયે વિમાનથી ટેનેસી જવા માંડી જેથી ખાવા બનાવવા અને બજારમાંથી સામાન ખરીદવા જેવા કામોમાં માતા-પિતાની મદદ કરી શકે. જ્યારે એંજી માતા-પિતને મળીને પાછી પોતાના પતિ અને બાળકો પાસે આવતી ત્યારે તેને વધારે એકલતાનો અનુભવ થવા માંડતો. ક્યારેક-ક્યારેક તેનું ઘર આખો દિવસ ખાલી જ રહેતું હતું. આ કંઈક એવું હતું, જાણે તેની ગેરહાજરીમાં તેના મિત્ર તેને પોતાના ઘરના કાર્યક્રમોમાં આમંત્રિત કરવાનું પૂર્ણપણે ભૂલી ગયા હોય અને તેના પરિવારે તેના વિના જીવવાનું શીખી લીધું હોય.

એંજી બૈચમેન પોતાના માતા-પિતા માટે ચિંતિત રહેતી હતી અને એ વાતથી નારાજ રહેતી હતી કે તેના પતિને તેની ચિંતાથી વધારે રસ પોતાના કામમાં છે. તે પોતાના બાળકોથી એ વાત અંગે ચિડાયેલી હતી કે તેમને એ અંદાજ પણ નહોતો કે તેમનું સારી રીતે પાલન-પોષણ કરવા માટે ઘણી સમજૂતીઓ કરનારી તેમની મા ને આ સમયે તેમની કેટલી જરૂર છે. પણ જ્યારે પણ એંજી કેસીનોમાં જતી, તેની આ બધી ચિંતાઓ એક પળમાં જ અદશ્ય

થઈ જતી. જે અઠવાડિયે એંજી પોતાના માતા-પિતાને મળવા નહોતી જતી, એ અઠવાડિયે તે કેટલીક વાર કેસીનો ચોક્કસપણે જતી. એ પછી તે દર સોમવાર, બુધવાર અને શુક્રવારે કેસીનો જવા માંડી. જો કે તેણે પોતાને નિયંત્રણમાં રાખવા માટે હજુ પણ કેટલાક નિયમ બનાવી રાખ્યા હતા. પણ હવે જુગાર રમતા વર્ષો વીતી ગયા હતા અને હવે તે એ સ્વયંસિદ્ધ સિદ્ધાંતોથી સારી રીતે પરિચિત થઈ ચૂકી હતી, જેના આધારે મોટા જુગારી પોતાનું જીવન જીવતા હતા. એંજી ક્યારેય જુગારના એક દાવમાં 25 ડૉલરથી ઓછું લગાવતી નહોતી અને હંમેશા એકવારમાં બે દાવ રમતી હતી. તેણે મને જણાવ્યું, 'નાની રકમની સરખામણીએ મોટી રકમવાળા ટેબલ પર રમવાથી જીતવાની શક્યતા વધી જાય છે. જ્યાં સુધી ભાગ્ય તમને સાથ નથી આપતું, ત્યાં સુધી તમારામાં હાર સહન કરવાની ક્ષમતા હોવી જરૂરી છે. મેં એવા લોકો પણ જોયા છે, જે 150 ડૉલર્સ લઈને કેસીનો આવે છે અને પાછા ફરતી વખતે તેની પાસે 10 હજાર ડૉલર્સ હોય છે. હું જાણતી હતી કે જો હું પોતાના નિયમોનું પાલન કરું છું, તો હું પણ આ રીતે ઘણા બધા પૈસા જીતી શકું છું. મેં પોતાને કાબૂમાં રાખી હતી.'[1] હવે તે આમાં એટલી પારંગત થઈ ચૂકી હતી કે તેણે એ વિચારવાની જરૂર પડતી નહોતી કે તેણે એક બીજુ પત્તુ ઉઠાવીને જોવું જોઈએ અથવા પોતાના દાવની રકમ વધારીને બમણી કરી દેવી જોઈએ. હવે એંજી જાતે જ બધું કરતી હતી, બરાબર એવી જ રીતે જેમ એમનીશિયાના રોગી યુજીન પોલીએ આખરે યોગ્ય નિશાનીવાળું પૂઠું ઉઠાવવાનું શીખી લીધું હતું.

આ ઈ.સ. 2000ની વાત છે, જ્યારે એક દિવસ એંજી બૈચમેન કેસીનોથી ઘરે પાછી ફરી, તો તેના પર્સમાં 6000 ડૉલર્સ હતા, જે તે જુગારમાં જીતી હતી. આ પૈસા બે મહિના સુધી ઘરનું ભાડું ચૂકવવા અને બધા ક્રેડિટ કાર્ડના બિલોની ચૂકવણી કરવા માટે પૂરતા હતા. આ જ રીતે એક દિવસ તે 2000 ડૉલર્સ જીતીને ઘરે આવી. જો કે ક્યારેક-ક્યારેક એંજીને જુગારમાં હારનો સામનો પણ કરવો પડતો હતો, પણ રમતમાં હાર-જીત તો થતી જ રહે છે. બુદ્ધિશાળી જુગારીઓ સારી રીતે જાણતા હોય છે કે ઉપર ઉઠવા માટે ક્યારેક-ક્યારેક નીચે પણ પડવું પડે છે. આખરે હર્રાજ એન્ટરટેઈનમેન્ટે એંજીને ક્રેડિટની સુવિધા પણ આપી જેથી જુગાર રમવા માટે તેમને ઘણી બધી કેશ પોતે લઈને ન આવવું પડે. અન્ય જુગારી એંજીની સાથે રમવાની તક શોધતા રહેતા હતા અને પોતાનું ટેબલ છોડીને એ ટેબલ પર

1જુગારની રમતમાં કેસીનોને હરાવવાની વાત પર વિશ્વાસ કરવો એ કોઈપણ તર્કથી પરે લાગી શકે. જો કે નિયમિત રીતે જુગાર રમનારા જાણે છે કે સતત જીતવું શક્ય છે, ખાસ કરીને બ્લેકજેક જેવી રમતમાં. ઉદાહરણ માટે, પેન્સિલવેનિયા સ્થિત બેનસલેમના ડોન જોનસન બ્લેકજેકમાં જ ૨૦૧૦માં છ મહિનાની અવધિમાં કથિત રીતે ૧૫.૧ મિલિયન ડોલર્સ જીત્યા હતા. તેમ છતાં જુગારની રમતમાં એક રીતે હંમેશા કેસીનો જ જીતે છે કારણ કે મોટાભાગના જુગારી જે રીતે દાવ લગાવે છે, તેનાથી તેમના જીતવાની શક્યતા વધી શકતી નથી અને મોટાભાગના લોકોની પાસે એટલા પૈસા પણ નથી હોતા કે તે બે-ચાર દાવ હાર્યા પછી રમત ચાલુ રાખી શકે. જો કોઈ જુગારી આ રમતના એ જટિલ ફોર્મ્યુલા અને અંતરોને યાદ કરી લે, જે તેમને દાવ રમવાનું માર્ગદર્શન આપે છે, તો સમયની સાથે તે આમાં સતત જીત પણ હાંસલ કરી શકે છે. જો કે મોટાભાગના ખેલાડીઓમાં ના તો કેસીનોને માત આપવા લાયક શિસ્ત હોય છે અને ના તેમનામાં ગણિતની કુશળતા હોય છે.

આવી જતા હતા, જ્યાં એંજી રમતી હોય. કારણ કે એંજી આ રમતના દરેક પાસાને ઊંડાણથી સમજતી હતી અને તેની રમતમાં આત્મવિશ્વાસ સ્પષ્ટ દેખાતો હતો. જ્યારે એંજી લંચ માટે બુફેની તરફ જતી, તો બુફેનો હોસ્ટ તેને લાઈનમાં સૌથી આગળ બોલાવી લેતો. એંજીએ મને જણાવ્યું, 'હું આ રમતની દરેક બારીકાઈ જાણતી હતી. બની શકે કે મારી વાત સાંભળીને તમને એવું લાગે કે મને પોતાની જુગારની લતનો અંદાજ પણ નથી. પણ મારી માત્ર એક જ મુશ્કેલી હતી કે મેં જુગાર રમવાનું બંધ ન કર્યું, પણ મારી રમવાની રીતમાં કોઈ ઉણપ નહોતી.'

જેમ-જેમ એંજી બૈચમેન વધારે રકમ જીતવા કે હારવા માંડી, સ્વયંને નિયંત્રણમાં રાખવા માટે બનાવવામાં આવેલા તેના અંગત નિયમો બદલી શકાય તેવા થતા ગયા. એક દિવસ એંજી માત્ર એક કલાકમાં 800 ડૉલર્સ હારી ગઈ અને પછી એ પછીની 40 મિનિટોમાં તેણે 1200 ડૉલર્સ જીતી પણ લીધા. એ પછી એકવાર ફરી તેના ભાગ્યએ તેને સાથ ન આપ્યો અને થોડા જ સમયમાં તે 4000 ડૉલર્સ હારી ગઈ. એક અન્ય દિવસે એંજી સવાર-સવારમાં 3500 ડૉલર્સ હારી પણ બપોરનો એક વાગતામાં તો તેણે 5000 ડૉલર્સ જીતી લીધા અને બપોર પૂરી થતાંમાં તો એકવાર ફરી 3000 ડૉલર્સ હારી ગઈ. કેસીનોની પાસે આ વાતનો આખો રેકોર્ડ રહેતો હતો કે એંજીએ ક્યારે કેટલા પૈસા જીત્યા કે હાર્યા. એંજીએ પોતે તેનો હિસાબ રાખવાનું છોડી દીધું હતું. ફરી એકવાર એવો પ્રસંગ આવ્યો કે એંજીના બેંક એકાઉન્ટમાં વીજળીનું બિલ ભરવાના પણ પૈસા નહોતા. એ સમયે તેણે પોતાના માતા-પિતા પાસેથી થોડાક પૈસા ઉધાર લઈને કામ ચલાવી લીધું. થોડા દિવસો પછી એંજીએ એકવાર ફરીથી તેમની પાસેથી થોડા પૈસા ઉધાર લીધા. પહેલા મહિને તેણે 2000 ડૉલર્સ ઉધાર લીધા હતા અને બીજા મહિને 2500 ડૉલર્સ, પણ આ એંજી માટે કોઈ મોટી વાત નહોતી કારણ કે તેના માતા-પિતા પૈસાવાળા લોકો હતા.

એંજીને ક્યારેય દારૂ પીવો, ડ્રગ્સ લેવા કે જરૂર કરતાં વધારે ખાવા જેવી કોઈ લત નહોતા. તે એક સામાન્ય મહિલા અને એક સામાન્ય મા હતી. તેની જિંદગીની તકલીફો અને ખુશીઓ પણ બીજા જેવી જ હતી. તેથી ધીરે-ધીરે જુગાર રમવાનો તેનો અંગત આગ્રહ ખૂબ સશક્ત થઈ ગયો હતો. જે દિવસે તે કેસીનોમાં જઈને જુગાર રમતી નહીં તે દિવસે તે ચિડિયાપણું અનુભવતી હતી અને કોઈપણ કામમાં તેનું મન લાગતું નહીં. તે આખો વખત કેસીનોમાં જવા વિશે વિચારતી રહેતી હતી. જ્યારે પણ તે જુગારમાં પૈસા જીતતી તો તેને પોતાના વિશે સારી અનુભૂતિ થતી હતી. આ બધી બાબતો સતત તેને જુગાર તરફ ખેંચતી રહેતી. એંજી બૈચમેન માટે જુગાર રમવો એક નવા પ્રકારની સનસનાટી અનુભવવા જેવું હતું અને આ તેના માટે એટલું અણધાર્યું હતું કે તેને સમજાયું જ નહોતું કે આ સનસનાટી ક્યારે એક ગંભીર લતમાં બદલાઈ ગઈ. જ્યારે આ સમસ્યા તેની જિંદગીના દરેક પાસા પર હાવી થવા માંડી, ત્યારે તેને અનુભૂતિ થઈ કે તેને જુગારની લત લાગી ગઈ છે. હવે જ્યારે

તે પાછળ વળીને આના વિશે વિચારે છે, તો તેને લાગે છે કે જુગાર રમવાના તેના અલગ-અલગે અનુભવોમાં અંદરોઅંદર કોઈ ફેર નહોતો. ક્યારેક-ક્યારેક તેને એમાં ખૂબ મઝા આવતી હતી અને ક્યારેક-ક્યારેક આ લત તેના નિયંત્રણની બહાર જતી રહેતી.

ઈ.સ.2001 આવતા સુધીમાં તો એંજી બૈચમેન દરરોજ કેસીનો જવા માંડી. જ્યારે પણ તેને તેના પતિ સાથે અણબનાવ થતો કે જ્યારે પણ તેને લાગતું કે તેના બાળકોને તેની કોઈ ફિકર નથી, તો તે કેસીનોમાં ચાલી જતી. જુગાર રમતી વખતે તેને એક જ સમયે શૂન્યતા અને ઉત્સાહ બંને બાબતો એકસાથે અનુભવાતી હતી. હવે તેને પોતાની ચિંતાઓની પણ ફિકર રહેતી નહીં. જ્યારે પણ તે જુગારમાં જીતતી ત્યારે થોડા સમય માટે તેને ખૂબ સારો અનુભવ થતો અને જ્યારે હારતી ત્યારે તેને થોડી ક્ષણો સુધી જ હારનું દુઃખ થતું. એ પછી તે પછીનો દાવ રમવામાં વ્યસ્ત થઈ જતી.

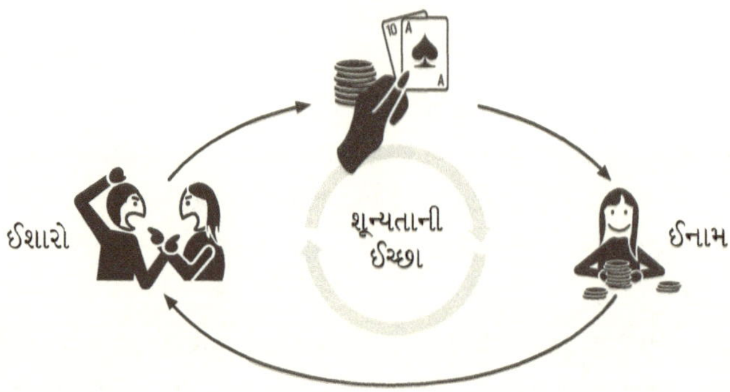

એક દિવસ જ્યારે એંજીએ પોતાની મા પાસે એકવાર ફરી થોડા પૈસા ઉધાર માંગ્યા, તો તેની મા એ તિરસ્કૃત લહેકાથી કહ્યું, 'તું જુગારના ભરોસે જિંદગીમાં કશુંક કરી દેખાડવા માંગે છે. તું હંમેશા જુગાર એટલા માટે રમતી રહે છે કારણ કે તું લોકોનું ધ્યાન આકર્ષિત કરવા ઈચ્છે છે.'

'એવું કશું નહોતું. હું તો બસ મારા વિશે સારું અનુભવવા ઈચ્છતી હતી,' એંજીએ મને કહ્યું. 'મારી જિંદગીમાં આ જ એક એવી બાબત હતી, જે કરવાથી મને લાગતું હતું કે મારી અંદર પણ કોઈ પ્રતિભા છે.'

ઈ.સ.2001નો ઉનાળો આવતા સુધીમાં એંજી બૈચમેન પર હર્રાજ એન્ટરટેઈનમેન્ટનું વીસ હજાર ડૉલર્સનું દેવું થઈ ગયું. તેણે પોતાના પતિથી દેવાની વાત છુપાવી રાખી હતી. પણ જ્યારે તેની મા એ તેને વારંવાર ઉધાર આપવાની ના પાડી દીધી, ત્યારે એંજી તૂટી ગઈ અને તેણે પોતાના પતિની સામે બધું જ કબૂલ કરી લીધું. તેમણે તરત જ એક વકીલની નિમણૂક કરી જેથી પોતાને દેવાળિયા ઘોષિત કરી શકે. તેની સાથે જ એંજીના બધા ક્રેડિટ

કાર્ડ બંધ કરાવી દેવામાં આવ્યા અને પછી બંને પતિ-પત્ની એક કાગળ પેન લઈને બેસી ગયા જેથી ભવિષ્યમાં એક જવાબદારીભર્યું જીવન જીવવાની રીતો પર ચર્ચા કરી શકે. આ જ સંદર્ભમાં એંજી એક દિવસ પોતાના બધા પોશાક લઈને જૂના કપડાં ખરીદનારી એક દુકાન પર પહોંચી, પણ ત્યાં એંજીએ અપમાનિત થવું પડ્યું કારણ કે એ દુકાનની 19 વર્ષની માલકણે એંજીના બધા પોશાકોને ચલણની બહાર થઈ ચૂકેલા પોશાકો કહી ખરીદવાની ના પાડી દીધી.

એવા જ ઘણા નકારાત્મક અનુભવો પછી આખરે એંજીને લાગ્યું કે તેના જીવનનો સૌથી ખરાબ તબક્કો પૂરો થવામાં છે. તેને લાગવા માંડ્યું કે તેણે પોતાની જુગારની લત પર કાબૂ મેળવી લીધો છે.

પણ વાસ્તવિકતા કંઈક જુદી જ હતી. આ લતના ચક્કરમાં બધું જ ગુમાવીને એંજીએ પોતાની અને પોતાના પતિની જિંદગી બરબાદ કરી નાખી હતી. તેને વકીલની ફીઝ ભરવામાં હજારો ડૉલર ખર્ચવા પડ્યા. તેના વકીલે એંજીના પક્ષમાં દલીલ કરી કે ‘જુગાર રમવો એંજીની પોતાની પસંદગી નહોતી. તેને જુગાર રમવાની લત કે આદત હતી, જેના પર તેનું કોઈ નિયંત્રણ નહોતું, તેથી તેણે જુગારમાં જેટલા પૈસા હાર્યા હતા તે ચૂકવવા માટે તેને મજબૂર ન કરવી જોઈએ.’ એ દરમિયાન એંજીનો મામલો ઈન્ટરનેટ પર જાણીતો થઈ ગયો અને થોડા જ સમયમાં તે લોકો માટે ઘૃણાનું પાત્ર બની ગઈ. લોકો એંજીની સરખામણી પોતાના બાળકો સાથે દુર્વ્યવહાર કરનારા માતા-પિતા સાથે કરવા માંડ્યા. કેટલાક લોકોએ તો તેની તુલના કુખ્યાત નરભક્ષી સીરિયલ કિલર જેફ્રી ડેહમર સાથે કરી નાખી. તેને આશ્ચર્ય થતું હતું કે તેને ક્યાં સુધી દોષી ઠરાવવામાં આવશે. એંજીએ મને કહ્યું, ‘મારું તો એ માનવું છે કે જો મારી જગ્યાએ કોઈ બીજું હોત, તો તે પણ એવું જ કરતી, જે મેં કર્યું.’

2

પશ્ચિમી કિનારા પર રજાઓ મનાવી રહેલી એક વ્યક્તિએ જુલાઈ 2008ના એક દિવસ સવાર-સવારમાં ઈમરજન્સી ઓપરેટરને મદદ માટે ફોન કર્યો. તે વ્યક્તિ ખૂબ ખરાબ રીતે ગભરાયેલી હતી.

‘મારા હાથે મારી પત્નીની હત્યા થઈ ગઈ છે. હે ભગવાન, મને લાગ્યું કે કોઈ ચોર અંદર ઘૂસી ગયો છે, જ્યારે મેં તેની પર હુમલો કર્યો, ત્યારે મને અનુભવ થયો કે તે કોઈ ચોર નથી, મારી પત્ની ક્રિસ્ટીન છે. હું જરૂર કોઈ સપનું જોઈ રહ્યો હતો. ઓહ, આ શું થઈ ગયું ? મેં શું કરી નાખ્યું ?’

માત્ર દસ મિનિટ પછી પોલીસ બ્રાયન થોમસની પાસે પહોંચી ગઈ. એ સમયે તે પોતાની વેનની બાજુમાં બેસીને આંસુ વહાવી રહ્યો હતો. તેણે સ્પષ્ટીકરણ આપતા કહ્યું કે પાછલી રાતે તેની પત્ની અને તે વેનમાં સૂઈ રહ્યો હતો. તેની વેન જે પાર્કિંગ લોટમાં ઊભી

હતી, તેની આસપાસ અચાનક કેટલાક યુવા બાઈક રેસિંગ કરવા લાગ્યા અને તેના અવાજથી બ્રાયન અને તેની પત્નીની ઊંઘ ઊડી ગઈ. એ યુવાઓના અવાજથી બચવા માટે બ્રાયન અને તેની પત્નીએ પોતાની વેનને પાર્કિંગ લોટના છેલ્લા છેડે લઈ જઈને ઊભી કરી દીધી અને ફરીથી સૂઈ ગયા. પછી થોડાક કલાકો પછી જ્યારે બ્રાયનની ઊંઘ ઊડી તો તેની નજર જીન્સ અને કાળા રંગના ઊનના કપડાં પહેરેલી એક વ્યક્તિ પર પડી. બ્રાયનને લાગ્યું કે આ એ જ યુવાનોમાંથી એક હશે, જે રેસિંગ કરી રહ્યા હતા. બ્રાયન તેના પર બૂમો પાડી ઉઠ્યા, ગળું પકડીને તેનું ગળું દબાવ્યું અને ઝડપથી ખેંચવા લાગ્યો. તેણે પોલીસને જણાવ્યું કે તે આ બધું અનાયાસે જ કરી બેઠો. એ વ્યક્તિએ પોતાને બ્રાયનની પકડથી છોડાવવાનો જેટલો પ્રયત્ન કર્યો, બ્રાયન તેટલી જ ઝડપથી તેનું ગળું દબાવતો રહ્યો. એ વ્યક્તિએ બ્રાયનના હાથ ખેંચીને પોતાને બચાવવાનો પ્રયત્ન કર્યો, પણ બ્રાયન તેનું ગળું વધારે જોરથી દબાવતો ગયો અને આખરે એ વ્યક્તિનું શરીર શિથલ પડી ગયું. ત્યારે જઈને બ્રાયનને અનુભવ થયો કે તે અત્યાર સુધી જે વ્યક્તિનું ગળું દબાવી રહ્યો હતો, તે કોઈ નહીં પણ તેની પોતાની પત્ની ક્રિસ્ટીન છે. એ અનુભૂતિ થતાં જ બ્રાયને તેને છોડી દીધી અને તેને પૂછવા લાગ્યો તે બરાબર તો છે. બ્રાયને તેના ખભા હચમચાવતા તેને ઉઠાડવાનો પ્રયત્ન કર્યો પણ ત્યાં સુધીમાં તો ઘણું મોડું થઈ ચૂક્યું હતું.

બ્રાયન થોમસે પોલીસને રડતાં-રડતાં જણાવ્યું, 'મને લાગ્યું કે કોઈ ચોર અંદર ઘૂસી આવ્યો છે અને એટલે મેં તેનું ગળું દબાવ્યું. મને ખબર જ ના પડી કે તે મારી પત્ની છે. ક્રિસ્ટીન જ મારી દુનિયા હતી. હવે મારું શું થશે ?'

પછીના દસ મહિનાઓ સુધી બ્રાયન થોમસ જેલમાં રહીને પોતાની સુનાવણીની રાહ જોઈ રહ્યો હતો. આ દસ મહિના દરમિયાન બ્રાયન વિશે એવી ઘણી વાતો જાણવા મળી, જે એને એક હત્યારો સાબિત કરી રહી હતી. તેને બાળપણથી જ ઊંઘમાં ચાલવાની ટેવ હતી. ક્યારેક-ક્યારેક તો તે એક જ રાતમાં ઘણીવાર ઊંઘમાંથી ઊઠીને ચાલવા માંડતો. દરરોજ રાત્રે તે પથારીમાંથી ઉઠતો, આખા ઘરમાં ફરતો, રમકડાં સાથે રમતો અને પોતાના માટે કશુંક ખાવાનું પણ બનાવી દેતો. આ બધું જ કરતી વખતે તે ઊંઘમાં જ હોય અને બીજા દિવસે સવારે તે બધું જ ભૂલી જતો. તેના પરિવારના સભ્ય પણ તેની આ ટેવ માટે મજાક કરતા હતા. અઠવાડિયામાં ઓછામાં ઓછું એકવાર બ્રાયન ઊંઘમાંથી ઉઠતો અને વરંડામાંથી લઈને બગીચા સુધી ફરી આવતો અથવા પરિવારના કોઈ સભ્યના ઓરડામાં આંટો મારી આવતો. જ્યારે પાડોશી આવીને તેની મા ને પૂછતા કે બ્રાયન અડધી રાત્રે ખુલ્લા પગે પાયજામો પહેરીને બગીચામાં શા માટે ફરી રહ્યો હતો, ત્યારે તેની મા પાડોશીઓને કહેતી કે બ્રાયનને ઊંઘમાં ચાલવાની આદત છે. જેમ-જેમ તે મોટો થયો, તેણે ધ્યાનથી જોયું કે ક્યારેક-ક્યારેક જ્યારે તે સવારે ઊંઘીને ઉઠે છે, ત્યારે તેના પગમાં છોલાઈ ગયાના નિશાન મળતા, જ્યારે તેને જરાપણ યાદ નહોતું રહેતું કે રાત્રે ઊંઘમાં ઉઠીને તે ક્યાં ગયો હતો. એકવાર તો હદ થઈ ગઈ, જ્યારે બ્રાયન અડધી રાત્રે એક નહેર (તળાવ)માં તરીને પાછો

આવી ગયો. આ બધું જ તેણે ઊંઘમાં કર્યું હતું. લગ્ન પછી તેની પત્ની તેની આ ટેવને કારણે ચિંતિત રહેવા માંડી હતી. તેને ડર હતો કે કોઈક દિવસ બ્રાયન ઊંઘમાંથી ઉઠીને ઘરમાંથી બહાર નીકળી રસ્તા પર ચાલ્યો જશે અને કોઈ ગાડી નીચે કચડાઈ જશે. એટલે રોજ રાત્રે તે ઘરના મુખ્ય દરવાજાને તાળું મારીને ચાવી પોતાના તકિયાની નીચે મૂકી દેતી હતી. બ્રાયને પોલીસને જણાવ્યું કે તે અને તેની પત્ની દરરોજ રાત્રે પથારીમાં જતા, એકબીજાને ચુંબન કરતા અને થોડો સમય વાતો કર્યા પછી બ્રાયન બીજા ઓરડામાં જઈને સૂઈ જતો. કારણ કે તે રાત્રે ઘણીવાર બેચેનીમાં પાસા ફેરવતો હતો, ક્યારેક બૂમ પાડી ઉઠતો અને ક્યારેક ઊંઘમાં ચાલવા માંડતો હતો, જેના કારણે તેની પત્નીની ઊંઘ બગડી જતી હતી.

યુનિવર્સિટી ઑફ મિનેસોટામાં તંત્રિકા વિજ્ઞાનના પ્રોફેસર અને ઊંઘમાં ચાલવાની ટેવના વિશેષજ્ઞ માર્ક મેહોવાલ્ડ જણાવે છે, 'ઊંઘમાં ચાલવાની આદતથી એ જાણવા મળે છે કે સૂવું અને જાગવું પારસ્પરિક રીતે અલગ-અલગ બાબતો નથી. તમારા મસ્તિષ્કને એ ભાગ, જે તમારા વ્યવહાર પર નજર રાખે છે, તે સૂતો હોય છે પણ એ ભાગ જાગી રહ્યા હોય છે જે જટિલ શારીરિક ગતિવિધિઓ કરવામાં સક્ષમ છે. મુશ્કેલી એ છે કે તમારા મસ્તિષ્કને તમારી બુનિયાદી પેટર્ન્સ એટલે કે તમારી સૌથી બુનિયાદી આદતો ઉપરાંત બીજે ક્યાંયથી કોઈ માર્ગદર્શન નથી મળું. તમે એ વસ્તુઓનું જ અનુસરણ કરી રહ્યા હો છો, જે તમારા મગજમાં પહેલેથી જ અંકિત છે કારણ કે તમારી અંદર સ્વયં પસંદગી કરવાની ક્ષમતા હોતી નથી.

કાયદા પ્રમાણે પોલીસે હત્યા માટે બ્રાયન થોમસ પર કેસ ચલાવવો જોઈતો હતો પણ બધા પુરાવા એ જ સંકેત આપી રહ્યા હતા કે એ કમનસીબ રાત પહેલા પોતાની પત્ની સાથે તેનું લગ્નજીવન આનંદથી વીતી રહ્યું હતું. તેમની વચ્ચે ઝઘડા થવા કે પત્નીને ત્રાસ આપવા જેવી કોઈ ઘટના બની નહોતી. તેમને કિશોર વયની બે દીકરીઓ પણ હતી. થોડા જ સમયમાં તેમના લગ્નની ચૌદમી વર્ષગાંઠ આવવાની હતી, જે મનાવવા માટે તેમણે હાલમાં જ ભૂમધ્ય સમુદ્રની યાત્રા માટે એક જહાજ પણ બુક કરાવ્યું હતું. સરકારી વકીલોએ ઊંઘના વિશેષજ્ઞ એડિનબર્ગ સ્લીપ સેન્ટરના ડૉ.ક્રિસ ઈડજિકોવ્સ્કી સાથે બ્રાયન થોમસની તપાસ કરી એ વાતનું મૂલ્યાંકન કરવાનું કહ્યું હતું કે જ્યારે તેણે તેની પત્નીને મારી નાખી, શું તે સમયે તે વાસ્તવમાં અચેતન અવસ્થામાં હતો ? સંશોધકોએ બે અલગ-અલગ જગ્યાએ – એકવાર ઈડજિકોવ્સ્કીની પ્રયોગશાળામાં અને બીજી વાર જેલની અંદર – બ્રાયન થોમસના શરીરના દરેક ભાગમાં સેન્સર લગાવ્યા. એ સેન્સર દ્વારા તેના મસ્તિષ્કના તરંગો, આંખોની ગતિવિધિઓ, દાઢી, પગની માંસપેશીઓ, નાકમાં વાયુનો પ્રવાહ, શ્વાસ લેવા માટે કરવામાં આવેલા પ્રયત્નો અને ઊંઘ દરમિયાન શરીરના ઓક્સિજન સ્તરની તપાસ કરી શકાય છે.

બ્રાયન થોમસ પહેલો એવો આરોપી નહોતો, જેણે આ તર્ક આપ્યો હતો કે તેણે જે અપરાધ કર્યો, તે ઊંઘમાં હતો ત્યારે કર્યો અને એટલા માટે જ તેને એ માટે દોષી ઠરાવવો

જોઈએ નહીં. આવા અપરાધીઓનો એક લાંબો ઈતિહાસ રહ્યો છે, જે સ્વયંને ઓટોમેટિઝમ (ઊંઘમાં ચાલવાની બીમારી અને અચેતનમાં કરવામાં આવેલી અન્ય ક્રિયાઓ) થી ગ્રસ્ત જણાવીને સજાથી બચવાનો પ્રયત્ન કરતા રહ્યા છે. પાછલા કેટલાક દાયકાઓમાં જેમ-જેમ આદતોનું તંત્રિકા વિજ્ઞાન અને મુક્ત ઈચ્છા વધારે જટિલ થઈ છે, તેમ-તેમ આરોપીઓ દ્વારા પોતાના બચાવમાં કરવામાં આવેલી આવી દલીલો પણ સામેવાળાને પથભ્રષ્ટ કરે છે. જેમાં આપણી અદાલતો અને ન્યાયપીઠ પણ આવે છે, આવા સમાજે એ વાત સાથે સહમતી દર્શાવી છે કે કેટલીક આદતો એટલી સશક્ત હોય છે કે આપણી પસંદગી કરવાની ક્ષમતા પર હાવી થઈ જાય છે અને આવી સ્થિતિમાં આપણે જે કંઈપણ કરીએ છીએ, તેના માટે આપણને જવાબદાર ઠેરવી શકાય નહીં.

★★★

ઊંઘમાં ચાલવું એ વાસ્તવમાં ઊંઘતી વખતે પણ આપણા મસ્તિષ્કમાં સક્રિય રહેવાનું એક અલગ પાસુ છે. મોટાભાગે, જ્યારે આપણું શરીર વિશ્રામના અલગ-અલગ તબક્કાઓમાં આવતું-જતું રહે છે, તો આપણી સૌથી પ્રાચીન તંત્રિકા-વિજ્ઞાન સંરચના એટલે કે બ્રેન સ્ટેમ (મસ્તિષ્ક નલિકા) આપણા અંગો અને નર્વસ સિસ્ટમને લકવાગ્રસ્ત કરી દે છે અને તેથી ઊંઘતી વખતે શરીર હલાવ્યા વિના આપણું મસ્તિષ્ક સ્વપ્ન જોવા લાગે છે. સામાન્ય રીતે લોકો દરેક રાત્રે ઘણીવાર આ લકવાગ્રસ્ત અવસ્થામાં આવતા-જતા રહે છે. તંત્રિકા વિજ્ઞાનના ક્ષેત્રમાં આ પ્રક્રિયાને 'સ્વિચ'ના નામે ઓળખવામાં આવે છે.

જો કે કેટલાક લોકોનું મસ્તિષ્ક સ્વિચિંગ પ્રક્રિયામાં ત્રૂટિઓનો અનુભવ પણ કરે છે. આવા લોકો સૂતી વખતે બિલકુલ એવા હોય છે, જાણે તેમને લકવો પડી ગયો હોય પણ તેમનું શરીર સપના જોતી વખતે કે વિશ્રામના અલગ-અલગ તબક્કામાં આવતી-જતી વખતે પણ સક્રિય રહે છે. ઊંઘમાં ચાલવાનું મૂળ આ જ છે અને આ આદતથી ગ્રસ્ત મોટાભાગના લોકો માટે આ એક નાની પણ હેરાન કરનારી સમસ્યા છે. ઉદાહરણ માટે કોઈ સપનામાં જુએ છે કે તે કેક ખાઈ રહ્યો છે અને સવારે તેને રસોડામાં ડોનટ્સનો એક ખુલ્લો ડબ્બો મળે છે. એ જ રીતે કોઈ સપનામાં જુએ છે કે તે બાથરૂમમાં જઈ રહ્યો છે અને બીજા દિવસે સવારે તેને ઓરડાનો એક ખૂણો ભીનો જોવા મળે છે. ઊંઘમાં ચાલનારા લોકો જટિલ રીતે વ્યવહાર કરે છે, જેમ કે તે પોતાની આંખો ખુલ્લી રાખે છે, જુએ છે, અહીં-તહીં ફરે છે, કાર ચલાવે છે અથવા રસોઈ બનાવવા જેવા કાર્યો માટે જવાબદાર હોય છે, તે ત્યારે પણ સક્રિય રહે છે, જ્યારે તે માનવી સૂતો હોય છે. તે સમયે તેમને પ્રીફંટલ કોર્ટેક્સ જેવા મસ્તિષ્કના ઉન્નત ક્ષેત્રોમાંથી કોઈ નિર્દેશ મળતો નથી. ઊંઘમાં ચાલનારા મોટાભાગના લોકો પાણી ઉકાળીને ચા બનાવવા માટે જાણીતા હોય છે. એક વ્યક્તિએ તો ઊંઘમાં મોટરબોટ પણ ચલાવી નાખી. એક અન્ય વ્યક્તિએ ઊંઘમાં જ વીજળીથી ચાલતો આરો ચાલુ કરીને ઘણાબધા લાકડાં કાપી નાખ્યા અને એ પછી ફરીથી પથારીમાં જઈને સૂઈ ગયો. જો કે આ

બધું હોવા છતાં ઊંઘમાં ચાલનારા પોતાની અચેતન અવસ્થામાં એવું કશું કરતા નથી, જેનાથી તેમને કે બીજાને કોઈ હાનિ પહોંચે. ઊંઘમાં હોવા છતાં તેમની અંદર જોખમથી બચવાની માનવીય પ્રવૃત્તિ સક્રિય રહે છે.

જો કે હવે વૈજ્ઞાનિકોએ ઊંઘમાં ચાલનારાઓના મસ્તિષ્કની તપાસ કરી તો તેમણે ઊંઘમાં ચાલવું અને સ્લીપ ટેરર એટલે કે ઊંઘમાં ગભરાવવામાં સ્પષ્ટ ફેર જણાયો. ઊંઘમાં ચાલતી વખતે લોકો પથારી છોડીને એ કરવા લાગે છે, જે તે સપનામાં જોતા હોય છે. જ્યારે કોઈ વ્યક્તિ ઊંઘમાં ગભરાય છે, ત્યારે તેના મસ્તિષ્કની પ્રવૃત્તિઓ જાગવા, અર્ધજાગ્રત હોવા અને ઊંઘમાં ચાલવા દરમિયાન થનારી મસ્તિષ્કની પ્રવૃત્તિઓ કરતાં બિલકુલ અલગ હોય છે. ઊંઘમાં ગભરાટનો અનુભવ કરતી વખતે લોકો ભયાનક ચિંતાઓની જાળમાં ફસાયેલા હોય છે પણ સામાન્ય અર્થોમાં જોઈએ તો તે સમયે પણ તે સપના જોતા હોતા નથી. આ સ્થિતિમાં 'સેન્ટ્રલ પેટર્ન જનરેટર્સ' જેવા મસ્તિષ્કના સૌથી આદિમ ન્યૂરોલોજિકલ (તંત્રિકા વિજ્ઞાની) ક્ષેત્રોને બાદ કરતાં બાકી આખું મસ્તિષ્ક બંધ પડી જાય છે. આદતોના ફંદાની ન્યૂરોલોજિકલ મશીનરીની શોધ કરનારા ડૉક્ટર લેરી સ્કાયર અને એમ.આઈ.ટી.ના વૈજ્ઞાનિકોએ મસ્તિષ્કના આ જ ક્ષેત્રોનો અભ્યાસ કર્યો હતો. જ્યારે એક ન્યૂરોલોજિસ્ટને ઊંઘમાં ગભરાટનો અનુભવ કરાવનારાનું મસ્તિષ્ક બિલકુલ એ વ્યક્તિના મસ્તિષ્ક જેવું દેખાય છે, જે કોઈ આદતનું ગુલામ છે.

ઊંઘમાં ગભરાનારાનું વર્તન સૌથી આરંભિક આદતો પર આધારિત હોય છે. ઊંઘમાં ગભરાટ દરમિયાન પણ સક્રિય સેન્ટ્રલ પેટર્ન જનરેટર્સ જ તે ક્ષેત્ર છે, જેમાં ચાલવું, શ્વાસ લેવો, અચાનક જોરથી અવાજ થતા ચોંકી ઉઠવું અને કોઈ આક્રમણનો સામનો કરવા જેવા વ્યવહાર સંબંધી પેટર્ન આવે છે. સામાન્ય રીતે આપણે આપણા આ વ્યવહારોને આદતોની જેમ જોતા નથી, જ્યારે વાસ્તવમાં તો તે આદતો જ છે : આપણી ન્યૂરોલોજીમાં સ્વચાલિત વ્યવહાર એટલા ઊંડાણ સુધી સમાયેલા છે તે અભ્યાસોથી જાણવા મળે છે કે આ વ્યવહાર મસ્તિષ્કના ઉચ્ચતમ ક્ષેત્રોમાંથી કોઈ નિર્દેશ મેળવ્યા વિના જ આગળ આવતા રહે છે.

જો કે જ્યારે આ આદતો ઊંઘમાં ગભરાટ દરમિયાન આગળ આવે છે, તો એક દૃષ્ટિએ બિલકુલ અલગ હોય છે : જો કે ઊંઘ પ્રીફંટલ કોર્ટેક્સ અને એવા જ અન્ય ઉચ્ચ બોધ સંબંધી ક્ષેત્રોને નિષ્ક્રિય કરી દે છે, તેથી જ્યારે સ્લીપ ટેરર એટલે કે ઊંઘમાં ગભરાટની આદત સક્રિય હોય છે, તો કોઈ સચેત હસ્તક્ષેપની કોઈ શક્યતા રહેતી નથી. જો મુશ્કેલીના સમયમાં તેનાથી ભાગવા કે તેનો સામનો કરવાની માનવીય પ્રવૃત્તિ (ફ્લાઈટ અને ફાઈટ રિસ્પોન્સ) ની આદત ઊંઘમાં ગભરાટને કારણે સમાપ્ત થઈ જાય છે, તો પછી એ વાતની શક્યતા રહેતી નથી કે કોઈ વ્યક્તિ તર્ક કે કારણ આપીને તેમાંથી છુટકારો મેળવી શકે.

તંત્રિકા વિજ્ઞાની મૈહોવાલ્ડ કહે છે, 'સ્લીપ ટેરર એટલે કે ઊંઘમાં ગભરાટ અનુભવી રહેલા લોકો વાસ્તવમાં સપનું જોતા હોતા નથી. લોકો પોતાના દુઃસ્વપ્નોને યાદ કરીને જે

કથાઓ ઘડે છે, એવું કશું વાસ્તવમાં ક્યાંય હોતું નથી. જો ઊંઘ ઊડી ગયા પછી તેમને કશું યાદ પણ રહે છે, તો કાં તો તે ડરની તસવીર હોય છે અથવા કોઈ તીવ્ર ભાવના, જેમ કે કયામતની શક્યતા, ભયાનક ડર અને સ્વયંને અથવા પછી બીજા કોઈને બચાવવાની જરૂરિયાતનો અનુભવ થવો.

'જો કે આ ભાવનાઓ ખૂબ સશક્ત હોય છે. આપણે આપણા જીવનમાં જેટલા પણ વ્યવહાર શીખ્યા હોઈએ છીએ, આ ભાવનાઓ એ વ્યવહારોનો સૌથી બુનિયાદી સંકેત હોય છે. કોઈ સંકટ સામે આવતા સ્વયંને બચાવવા માટે દોડવું અથવા એ સંકટનો સામનો કરવા જેવી બાબતોનો આપણને બધાને જ બાળપણથી ભરપૂર અભ્યાસ હોય છે. જ્યારે આ ભાવનાઓ જન્મે છે અને જ્યારે ઉચ્ચતમ મસ્તિષ્ક દ્વારા બાબતોને યોગ્ય સંદર્ભમાં જોવાની કોઈ શક્યતા બચતી નથી, ત્યારે આપણે એ જ પ્રતિક્રિયા આપીએ છીએ, જે આપણી સૌથી ગાઢ આદતો પર આધારિત હોય છે. સંકટની સ્થિતિમાં આપણા મસ્તિષ્ક માટે વ્યવહારના જે પેટર્નનું પાલન કરવું સૌથી સહેલું હોય છે, તે તરત તેને જ અપનાવી લે છે. પછી ભલે તે સંકટ જોઈને ભાગવાનું હોય, તેનો સામનો કરવાનો હોય કે પછી તેમાંથી બહાર નીકળવા માટે કોઈનું અનુસરણ કરવાનું હોય.'

ઊંઘમાં ગભરાટ થતા લોકોને બે સૌથી સામાન્ય બાબતોનો અનુભવ થાય છે, એક જોખમ અને બીજું યૌન ઉત્તેજના. જ્યારે એવું થાય છે, ત્યારે લોકોની પ્રતિક્રિયા આ બંને ઉત્તેજનાઓ સાથે જોડાયેલી આદતોનું અનુસરણ કરવાની હોય છે. ઊંઘમાં ગભરાટનો અનુભવ થતાં ઘણા લોકો તો છત પરથી કૂદી ચૂક્યા છે કારણ કે તેમને લાગ્યું કે કોઈ તેમના પર હુમલો કરવા માટે તેમનો પીછો કરી રહ્યું હતું અને તે તેમનાથી બચીને દોડી રહ્યા હતા. એવા પણ કિસ્સા પ્રકાશમાં આવ્યા છે, જ્યાં ઊંઘમાં ગભરાટ થતા લોકોએ પોતાના બાળકોનો જીવ લીધો કારણ કે તેમને લાગ્યું કે તે તેમના બાળકો નહીં બલકે જંગલી જાનવર હતા, જેમનો તે સામનો કરી રહ્યા હતા. કેટલાક કિસ્સામાં તો ઊંઘમાં ગભરાટ થતા લોકોએ પોતાના જીવન-સાથી પર બળાત્કાર પણ કરી નાખ્યો, ભલે પીડિત વ્યક્તિ તેમની પાસે દયાની ભીખ માંગી રહી હોય કારણ કે એકવાર જેવી તેમને ઊંઘમાં ગભરાટ દરમિયાન પેદા થનારી ઉત્તેજનાનો અનુભવ થયો, તો તે પોતાના આગ્રહને સંતુષ્ટ કરવા માટે પોતાની અંદર મજબૂત મૂળિયા જમાવી બેઠેલી આદતો પ્રમાણે ક્રિયા કરવા લાગ્યા. જ્યારે ઊંઘમાં ચાલવાની આદતથી ગ્રસ્ત લોકોના કિસ્સા જોઈને એવું લાગે છે, જાણે તે પોતાના ઉચ્ચતમ મસ્તિષ્કને થોડી-ઘણી દખલ આપવાની પરવાનગી આપી દે છે, જે તેમને છતના કિનારાઓથી દૂર રહેવાનો આદેશ આપી તેમને નીચે પડવામાંથી બચાવી લે છે એટલે કે જોખમી સ્થિતિઓથી દૂર રાખીને તેમનો બચાવ કરી લે છે. પણ જે માનવને ઊંઘમાં ગભરાટ જકડી લે છે, તે માત્ર પોતાની આદતોના ફંદા અનુસાર જ ક્રિયા કરે છે, પછી ભલે તેમાં તેમનો કે બીજા કોઈનો જીવ કેમ ન ચાલ્યો જાય.

કેટલાક વૈજ્ઞાનિકોને શંકા છે કે સ્લીપ ટેરર એટલે કે ઊંઘમાં ગભરાવવું આનુવંશિક હોઈ શકે છે. જ્યારે અન્ય વૈજ્ઞાનિક કહે છે કે પાર્કિન્સન જેવા રોગોથી ઊંઘમાં ગભરાવવાની શક્યતા વધી જાય છે. ઊંઘમાં ગભરાવાની પાછળ અસલી કારણ શું છે, એ વૈજ્ઞાનિક સમુદાય માટે આજે પણ એક રહસ્ય જ છે. પણ મોટાભાગના લોકોના કિસ્સામાં ઊંઘમાં ગભરાવવાના અનુભવ હિંસાત્મક આવેગોથી ભરેલા રહ્યા છે. ઈ.સ.2009માં સ્વિટ્ઝરલેન્ડના કેટલાક સંશોધકોના એક સમૂહે તેના વિશે લખ્યું હતું, 'ઊંઘમાં ગભરાટ સાથે જોડાયેલી હિંસા એ ઠોસ અને ભયાનક છબી પ્રત્યે, એ વ્યક્તિની પ્રતિક્રિયા જેવી લાગે છે, જેનું વર્ણન એ ઊંઘ ઊડી ગયા પછી કરે છે.' આંકડા જણાવે છે કે ઊંઘની આ બીમારીથી પીડિત લોકોની વચ્ચે 64 ટકા કિસ્સાઓમાં સાથે સૂનારા પર હુમલો કરવો અને 3 ટકા મામલામાં તેમને ઈજા પહોંચાડવાની ઘટનાઓ પ્રકાશમાં આવી છે.

અમેરિકા અને યુનાઈટેડ કિંગડમ, બંને જગ્યાઓ પર એવા ઘણા કિસ્સા સામે આવ્યા છે, જ્યાં હત્યારાઓએ પોતાના બચાવમાં તર્ક રજૂ કરતા કહ્યું કે તેમણે જે અપરાધ કર્યા છે, તે સ્લીપ ટેરર એટલે કે ઊંઘમાં ગભરાટને કારણે કર્યા અને જો તે સચેત અવસ્થામાં હોત તો આવા અપરાધ ક્યારેય ન કરતા. ઉદાહરણ માટે બ્રાયન થોમસની ધરપકડના ચાર વર્ષ પહેલા જુલ્સ લોવ નામની એક વ્યક્તિને માત્ર એટલા માટે પોતાના 83 વર્ષીય પિતાની હત્યાના દોષી માનવામાં ન આવ્યા કારણ કે તેનો તર્ક હતો કે તેણે ઊંઘમાં ગભરાટ દરમિયાન પોતાના પિતા પર હુમલો કર્યો હતો. જો કે સરકારી વકીલોએ તર્ક રજૂ કર્યો હતો કે જુલ્સ લોવની વાત પર વિશ્વાસ કરવો એ દૂરની વાત લાગે છે કારણ કે તેણે પોતાના વૃદ્ધ પિતાને 20 મિનિટ સુધી મુક્કા માર્યા હતા અને તેમને લાતો મારી હતી. આટલા સમય સુધી મારવાને કારણે તેના પિતાના શરીર પર 90 કરતાં પણ વધારે જગ્યાએ ઈજાઓ થઈ હતી. પણ જજોએ સરકારી વકીલોના આ તર્કને ખારીજ કરતા જુલ્સ લોવને મુક્ત કરી દીધો હતો. એ જ રીતે સપ્ટેમ્બર 2008માં 33 વર્ષીય ડોના શેફર્ડ-સોન્ડર્સે પોતાની માતા ના મોંઢા પર 30

સેકન્ડ સુધી તકિયો મૂકી રાખી લગભગ તેમનું ગળું જ રુંધી નાખ્યું હતું પણ પાછળથી ડોનાને હત્યાના પ્રયત્નના આરોપમાંથી એટલા માટે મુક્ત કરવામાં આવ્યો કારણ કે તેનો તર્ક હતો કે આવું કરતી વખતે તે ઊંઘમાં હતી. ઈ.સ.2009માં એક બ્રિટિશ સૈનિકે એક કિશોર છોકરી પર બળાત્કાર કરવાની વાતનો સ્વીકાર કર્યો હતો પણ સાથે એ પણ કહ્યું હતું કે જ્યારે તેણે એ છોકરી પર બળાત્કાર કરવા માટે પોતાના કપડાં ઉતાર્યા અને છોકરીનું પેન્ટ ઉતારીને તેની સાથે જબરદસ્તી સેક્સ કરવા માંડ્યો, ત્યારે તે ઊંઘમાં હતો અને થોડા સમય પછી જ્યારે સેક્સ દરમિયાન જ તેની ઊંઘ ઊડી, તો તેણે તરત જ તે છોકરીની માફી માંગી એટલું જ નહીં બલકે પોલીસને ફોન કરીને કહ્યું કે 'મેં હમણાં-હમણાં એક અપરાધ કર્યો છે. હું સાચું કહું છું, મને ખબર નથી કે શું થયું, પણ જ્યારે મારી ઊંઘ ઊડી ત્યારે હું એ છોકરી પર ચઢેલો હતો.' તે વ્યક્તિ પહેલાં પણ સ્લીપ ટેરર એટલે કે ઊંઘમાં ગભરાટથી પીડિત રહી ચૂક્યો હતો તેથી તેને દોષી જાહેર કરવામાં આવ્યો નહીં. છેલ્લા સો વર્ષોમાં લગભગ 150 હત્યારા અને બળાત્કારી અપરાધ દરમિયાન ઊંઘમાં હોવાનો તર્ક આપીને સજામાંથી બચવામાં સફળ રહ્યા છે. આ કિસ્સાઓમાં નિર્ણય સંભળાવનારા જજોએ જનતાનું પ્રતિનિધિત્વ કરતા કહ્યું છે કે 'આ કિસ્સાઓમાં અપરાધ કરવો અપરાધીની અંગત પસંદગી નહોતી અને હિંસા કરતી વખતે તે હોશમાં નહોતા, સચેત નહોતા તેથી તેમને અપરાધના દોષી ઠરાવી શકાય નહીં.'

બ્રાયન થોમસના મામલામાં પણ એવું જ લાગતું હતું કે તેના અપરાધની પાછળનું કારણ ઊંઘની બીમારી છે, તેની અંદરની હિંસા નહીં. તેણે એક સરકારી વકીલને કહ્યું હતું, 'હું મારી જાતને ક્યારેય માફ નહીં કરી શકું. આખરે મેં આવું શા માટે કર્યું ?'

★★★

ઊંઘના વિશેષજ્ઞ ડૉક્ટર ઈડજિકોવ્સ્કીએ પોતાની પ્રયોગશાળામાં બ્રાયન થોમસનું નિરીક્ષણ કર્યા પછી નિષ્કર્ષ આપ્યો હતો કે જ્યારે તેણે પોતાની પત્નીની હત્યા કરી, તે સમયે તે ઊંઘમાં હતો અને આ અપરાધ તેણે જાણી જોઈને કર્યો નથી.

જ્યારે કોર્ટમાં બ્રાયન થોમસનો કેસ શરૂ થયો તો સરકારી વકીલે જજોની સામે પોતાની સાક્ષી પ્રસ્તુત કરી. તેમણે જજોને જણાવ્યું કે બ્રાયન પોતાની પત્નીની હત્યાનો અપરાધ પહેલા જ સ્વીકાર કરી ચૂક્યો છે. તે જાણતો હતો કે તે ઊંઘમાં ચાલવાની બીમારીથી પીડિત છે. સરકારી વકીલનો તર્ક હતો કે પોતાની બીમારીની જાણકારી હોવા છતાં પણ રજાઓ વીતાવવા દરમિયાન બ્રાયને કોઈ સાવચેતી રાખી નહીં, તેથી પોતાના અપરાધનો જવાબદાર તે પોતે જ છે.

જેમ-જેમ બંને પક્ષોની વચ્ચે તર્ક-વિતર્ક આગળ વધ્યો, એ સ્પષ્ટ થઈ ગયું કે વકીલ એક એવી વાત સાબિત કરવાનો પ્રયત્ન કરી રહ્યા છે, જે અશક્ય છે. બ્રાયન થોમસના વકીલે તર્ક આપ્યો કે તેમનો અસીલ પોતાની પત્નીને મારવા ઈચ્છતો નહોતો, એટલું જ

નહીં, એ કમનસીબ રાત્રે તેનો પોતાના પર કોઈ અંકુશ નહોતો. તેને કોઈ કથિત જોખમનો અંદેશો આવી રહ્યો હતો એટલે તેણે સ્વચાલિત રીતે પ્રતિક્રિયા આપી. તે તો બસ એક એવી માનવીય આદત પ્રમાણે પ્રતિક્રિયા આપી રહ્યો હતો, જે માનવીય પ્રજાતિ જેટલી જ જૂની છે. તે આદત છે – જોખમનો અંદેશો મળતા જ હુમલાખોરનો સામનો કરવો અને પોતાના પ્રિયજનોને બચાવવાની સ્વાભાવિક પ્રવૃત્તિ અનુસાર ક્રિયા કરવી. એ રાત્રે તેના મસ્તિષ્કના સૌથી આરંભિક ભાગમાંથી એકમાં તેને એ અનુભવ થયો કે કોઈ તેની પત્નીનું ગળું દાબી રહ્યું છે. આ વિચાર આવતા જ તેની આદત તેની તર્ક શક્તિ પર હાવી થઈ ગઈ અને તે એ અજાણ્યા હુમલાખોરનો સામનો કરવા માંડ્યો. ત્યાં સુધી તેના મસ્તિષ્કના હાયર કોગ્નીશન (ઉચ્ચ સંજ્ઞાન) ની પાસે હસ્તક્ષેપ કરવાની કોઈ તક બચી નહીં. વકીલે તર્ક આપ્યો કે બ્રાયન થોમસની ભૂલ બસ એ જ છે કે તે એક માનવી છે અને તેણે એવી જ પ્રતિક્રિયા આપી, જેવી પ્રતિક્રિયા આપવા માટે તેની ન્યૂરોલોજી અને સૌથી આરંભિક માનવીય આદતોએ તેને મજબૂર કરી.

આ કેસ દરમિયાન અદાલતની સામે એવી પરિસ્થિતિ હતી કે સરકારી વકીલના સાક્ષી પણ બચાવ પક્ષને મજબૂત કરવામાં લાગ્યા હતા. જો કે બ્રાયન થોમસ જાણતા હતા કે તેને ઊંઘમાં ચાલવાની આદત છે, તેમ છતાં સરકારી વકીલોના મનોચિકિત્સકોએ કહ્યું કે તેમને એવું કોઈ કારણ દેખાતું નથી, જેના આધારે કહી શકાય કે બ્રાયન થોમસ પોતાની પત્નીનો જીવ લઈ શકે. કારણ કે આ ઘટના પહેલા તેણે ઊંઘમાં ક્યારેય કોઈની પર હુમલો નહોતો કર્યો અને ક્યારેય પોતાની પત્નીને કોઈપણ રીતે નુકસાન પહોંચાડ્યું નહોતું.

જ્યારે સરકારી વકીલની મુખ્ય મનોચિકિત્સક સાક્ષી આપવા આવી, તો બ્રાયન થોમસના વકીલે તેની પૂછપરછ (Cross examination) શરૂ કરી.

'શું તમને લાગે છે કે બ્રાયન થોમસને એક એવી હરકત માટે સજા આપવી યોગ્ય હશે, જેના વિશે તેને પોતાને ખબર નહોતી કે તેના હાથે તે ઘટના બનવાની છે ?'

મનોચિકિત્સક ડૉ.કૈરોલિન જૈકબે વકીલના સવાલનો જવાબ આપતા કહ્યું,'મારો વિચાર છે કે બ્રાયન થોમસથી જે અપરાધ થયો, તેને તેનું કોઈ અનુમાન નહોતું અને જો તેને પોતાની પત્નીની હત્યાનો દોષી ઠરાવીને બ્રોડમૂર હોસ્પિટલમાં મોકલવામાં આવે છે, જ્યાં બ્રિટનના સૌથી જોખમી અને માનસિક રીતે બીમાર અપરાધીઓને રાખવામાં આવે છે, તો એ યોગ્ય નહીં હોય કારણ કે તે જગ્યા બ્રાયન થોમસ જેવી વ્યક્તિ માટે નથી.'

બીજા દિવસે મુખ્ય વકીલે જ્યૂરીને સંબોધિત કરી.

'હત્યાના સમયે બ્રાયન થોમસ ઊંઘમાં હતો અને તેના શરીર પર તેના મસ્તિષ્કનું કોઈ નિયંત્રણ નહોતું. આપણે એ નિષ્કર્ષ પર પહોંચ્યા છીએ કે હવે આ કિસ્સામાં એક

વિશેષ નિર્ણય હાંસલ કરવાનો પ્રયત્ન કરવો જનતાના હિતમાં નહીં હોય. તેથી હવે અમે પોતાની તરફથી કોઈ સાક્ષી રજૂ નહીં કરીએ. અમારી વિનંતી છે કે તમે બ્રાયન થોમસને નિર્દોષ જાહેર કરીને પોતાના નિર્ણય પર અડગ રહો.' જ્યૂરીએ એવું જ કર્યું.

બ્રાયન થોમસને છોડતાં પહેલા જજે તેને કહ્યું, 'આપ એક સભ્ય પુરુષ અને એક સમર્પિત પતિ છો. મારો અંદેશો છે કે તમે અપરાધ-બોધથી ગ્રસ્ત હશો પણ કાયદાની નજરે આપ દોષી નથી. તમને સન્માન સહિત મુક્ત કરવામાં આવે છે.'

આ નિર્ણય યોગ્ય જ હતો. આખરે બ્રાયન થોમસથી જે અપરાધ થયો હતો, તેનાથી તેનું જીવન પણ બરબાદ થઈ ગયું હતું. તે જાણતો નહોતો કે તે શું કરી રહ્યો છે. તેણે તો બસ એ જ કર્યું, જે કરવા માટે તેની આદતે તેને મજબૂર કર્યો. તે સમયે તેનામાં નિર્ણય લેવાની શક્તિ જ નહોતી. આ કિસ્સાની એક ખાસ વાત એ પણ છે કે જેટલી સહાનુભૂતિ બ્રાયન થોમસને મળી, એટલી ભાગ્યે જ કોઈ બીજા હત્યારાને મળી હોય. તે પોતે પણ લગભગ એક પીડિત જેવો જ હતો અને તેથી સુનાવણી પૂરી થયા પછી જ્યારે તેને મુક્ત કરવામાં આવી રહ્યો હતો, ત્યારે જજે પોતે તેને સાંત્વના આપવાનો પ્રયત્ન કર્યો.

જુગારની લતથી ગ્રસ્ત એંજી બૈચમેનના કિસ્સામાં પણ એવા જ ઘણા બહાના બનાવી શકાય તેમ છે. તે પણ પોતાની હરકતોથી બરબાદ થઈ ચૂકી હતી. તેણે પણ પાછળથી કહ્યું હતું કે તે ઊંડા અપરાધ-બોઝ સામે ઝઝૂમી રહી છે અને જેમ કે સ્પષ્ટ હતું, તે જે કંઈપણ કરી રહી હતી, પોતાની અંદર ઊંડી ઉતરી ગયેલી આદતોને કારણે જ કરી રહી હતી. એ જ કારણ હતું કે તેના માટે પોતાના નિર્ણયો વિશે તાર્કિક રીતે વિચારવું મુશ્કેલ થઈ ગયું હતું.

પણ કાયદાની નજરમાં પોતાની આદતો માટે બૈચમેન પોતે જ જવાબદાર હતી, જ્યારે બ્રાયન થોમસના કિસ્સામાં કાયદાનું વલણ બિલકુલ વિપરીત હતું. શું એંજી બૈચમેન જેવી જુગારીને બ્રાયન થોમસ જેવા હત્યારાની સરખામણીએ વધારે દોષી માનવામાં આવે તે યોગ્ય છે ? એનાથી આપણને પોતાની ટેવો અને પોતાની પસંદગીની નૈતિકતા વિશે શું જાણવા મળે છે ?

3

એંજી બૈચમેને પોતાને દેવાળિયા જાહેર કર્યે ત્રણ વર્ષ જ થયા હતા ત્યાં તેના પિતાનું મૃત્યુ થઈ ગયું. આ પહેલાં તેના જીવનના લગભગ પાંચ વર્ષ નિયમિત રીતે પોતાના માતા-પિતાના ઘરે આવવા-જવામાં વીત્યા હતા. જેમ-જેમ તેના માતા-પિતાની ઉંમર વધી, તેમની બીમારીઓ વધી. એંજીએ એક દીકરી હોવાની ફરજ નિભાવતા તેમને પૂરતો સહારો આપ્યો અને તેમનો ખ્યાલ રાખ્યો. તેથી પિતાનું મૃત્યુ એંજી માટે એક ખૂબ મોટો ઝટકો હતો. તેના માત્ર બે મહિના પછી જ એંજીની મા નું પણ મૃત્યુ થઈ ગયું.

'મારી તો જાણે આખી દુનિયા જ વિખરાઈ ગઈ,' એંજી એ કહ્યું. 'દરરોજ સવારે જ્યારે મારી ઊંઘ ઊડી જતી, તો પળભર માટે હું ભૂલી જતી કે મારા માતા-પિતા મને છોડીને આ દુનિયામાંથી ચાલ્યા ગયા છે. પછી બીજી જ ક્ષણે જેવી મને હકીકત યાદ આવતી, તો મને મારી છાતી પર અસહનીય ભારનો અનુભવ થવા માંડતો. એવું લાગતું, જાણે કોઈ આવીને સીધું મારી છાતી પર આવીને ઊભું રહી ગયું હોય. હું કોઈ બીજી બાબત વિશે વિચારી જ શકતી નહોતી. મને સમજાતું નહોતું કે પથારીમાંથી ઉઠ્યા પછી મારે શું કરવાનું છે.

જ્યારે તેના સ્વર્ગવાસી માતા-પિતાની વસિયત વાંચવામાં આવી તો જાણવા મળ્યું કે તેને લગભગ દસ લાખ ડોલર્સની સંપત્તિ મળી છે.

આ પૈસામાંથી બે લાખ પંચોતેર હજાર ડોલર્સ ખર્ચ કરીને એંજીએ પોતાના પરિવાર માટે ટેનેસીમાં એક નવું ઘર ખરીદી લીધું. તેણે આ ઘર એટલા માટે પસંદ કર્યું કારણ કે થોડાક જ અંતરે એંજીના માતા-પિતાનું ઘર હતું અને મૃત્યુ પહેલા ઘણા વર્ષો સુધી તે એ જ ઘરમાં રહ્યા હતા. પછી જ્યારે એંજીની મોટી થઈ રહેલી દીકરીઓ માટે તેમને બીજા શહેરમાં મોકલવાની વાત આવી, તો એંજીએ તેમને નજીકના એક જ શહેરમાં મોકલી જેથી આખો પરિવાર આસપાસમાં રહી શકે. આ માટે પણ તેણે પોતાની સંપત્તિમાંથી કેટલાક પૈસાનો ખર્ચ કર્યો. ટેનેસીમાં જુગાર રમવો ગેરકાયદેસર હતું. 'હું ફરી એ ચક્કરમાં પડવા ઈચ્છતી નહોતી,' એંજીએ મને જણાવ્યું. 'હું એવી દરેક વસ્તુથી દૂર રહેવા ઈચ્છતી હતી, જે મને અનુભૂતિ કરાવે કે મારો પોતાના પર કોઈ અંકુશ નથી.' તેણે પોતાનો ફોન નંબર પણ બદલી નાખ્યો હતો અને પોતાના જૂના કેસીનોને એ વિશે કશું જ જણાવ્યું નહોતું. આ રીતે તે પોતાને સુરક્ષિત અનુભવ કરી રહી હતી.

પછી એક રાત્રે તે પોતાના પતિની સાથે પોતાના જૂના શહેરમાં જઈ રહી હતી જેથી પોતાના જૂના ઘરમાં મૂકેલા ફર્નિચરને નવા ઘરમાં લાવી શકે. રસ્તામાં ગાડી ચલાવતા તે પોતાના માતા-પિતા વિશે વિચારવા લાગી. તેને લાગ્યું કે તેમના વિના તે કેવી રીતે જીવી શકશે ? આખરે તે એક શ્રેષ્ઠ દીકરી કેમ બની શકી નહીં ? તે પોતાના આ વિચારોમાં ખરાબ રીતે અટવાઈ ગઈ અને તેને લાગ્યું જાણે તેને પેનિક એટેક આવવાનો છે. તેને જુગાર છોડ્યે વર્ષો વીતી ચૂક્યા હતા, પણ એ ક્ષણે તેને એવું લાગ્યું જાણે તેણે પોતાની આ ભાવનાત્મક પીડાથી છુટકારો મેળવવા માટે કોઈ બીજી બાબતમાં મન લગાવવું પડશે. તેણે પોતાના પતિની તરફ જોયું. તે ખૂબ હતાશ હતી. તે બસ એકવાર જુગાર રમવા ઈચ્છતી હતી.

'ચાલો, કેસીનો જઈએ,' તેણે કહ્યું.

જ્યારે તે બંને કેસીનો પહોંચ્યા, તો ત્યાંના એક મેનેજરે તેને તરત જ ઓળખી લીધી. તેણે એ બંનેને ખેલાડીઓના લાઉન્જમાં આમંત્રિત કર્યા. તેણે એંજીને તેના હાલચાલ પૂછ્યા

અને એંજીએ પળભરમાં તેને બધું જ જણાવી દીધું કે કેવી રીતે તેના માતા-પિતાનું મૃત્યુ થયું, કેવી રીતે તેમનું આ દુનિયામાંથી જવું એંજી માટે એક ખૂબ મોટો ઝટકો હતો, કેવી રીતે તે આખો સમય થાકેલી રહેતી અને હતાશાનો અનુભવ કરે છે અને કેવી રીતે તેને લાગવા માંડ્યું છે કે તે બસ તૂટવાને આરે ઊભી છે. તે મેનેજર સારો શ્રોતા હતો, તેણે ખૂબ ધીરજ સાથે એંજીની એક-એક વાત સાંભળી. એંજી આટલા દિવસોથી જે હતાશાના વિચારો સામે ઝઝૂમી રહી હતી, તેને વ્યક્ત કરીને તેને ખૂબ રાહતનો અનુભવ થયો. ખાસ કરીને તેને સૌથી સારું એ લાગ્યું કે તેની હતાશાભરી વાતો સાંભળવા છતાં અહીં કોઈએ તેને આંકવાનો પ્રયત્ન ન કર્યો બલકે એટલું જ કહ્યું કે આ બધો અનુભવ કરવો સામાન્ય વાત છે.

એ પછી તે બ્લેકબેજના ટેબલ પર બેસી ગઈ અને પછીના ત્રણ કલાક સુધી જુગાર રમતી રહી.

આજે મહિનાઓ પછી તેને લાગી રહ્યું હતું, જાણે કેસીનોના શોરબકોરમાં તેની બધી ચિંતાઓનો અંત આવી ગયો. તેને આ રમતમાં કુશળતા પ્રાપ્ત હતી, તે જાણતી હતી કે તેણે શું કરવાનું છે. તેમ છતાં એ રાત્રે જ્યારે તે કેસીનોથી પાછી ફરી ત્યારે કેટલાક હજાર ડૉલર હારી ચૂકી હતી.

આ કેસીનોને ચલાવનારી કંપની હર્રાજ એન્ટરટેઈનમેન્ટ ઈન્ડસ્ટ્રીમાં પોતાના આધુનિક ગ્રાહક ટ્રેકિંગ સિસ્ટમ માટે જાણીતી હતી. આ સિસ્ટમના મૂળમાં એવા જ કોમ્પ્યુટર પ્રોગ્રામ હતા, જેવા એન્ડ્ર્યુ પોલે ટારગેટ કોર્પોરેશન માટે બનાવ્યા હતા એટલે કે અનુમાન લગાવનારું કોમ્પ્યુટર એલ્ગોરિધમ, જે જુગારીઓની આદતોનો અભ્યાસ કરીને એ સમજાવવાનો પ્રયત્ન કરતી હતી કે તેમની પાસેથી વધારે ને વધારે પૈસા કેવી રીતે ખર્ચ કરાવી શકાય. કંપનીએ ખેલાડીઓને 'અનુમાન આધારિત આજીવન મૂલ્ય' આપી રાખ્યું હતું અને કોમ્પ્યુટર સોફ્ટવેર આ અનુમાન લગાવનારું કેલેન્ડર તૈયાર કરતું હતું કે ખેલાડી કેટલી વાર કેસીનોમાં આવશે અને કેટલા પૈસા ખર્ચ કરશે. કંપની પોતાના ગ્રાહકોને 'લોયલ્ટી કાર્ડ' દ્વારા ટ્રેક કરતી હતી અને તેમને ફ્રી લંચ-ડિનરની કૂપન અને કેશ વાઉચર્સ મેલ કરતી રહેતી હતી. ટેલીમાર્કેટિંગ કરનારા, લોકોના ઘરોમાં ફોન કરીને પૂછતા હતા કે તે ક્યાં-ક્યાં ગયા. કેસીનોના કર્મચારીઓને એ પ્રશિક્ષણ આપવામાં આવ્યું હતું કે તે પોતાના ગ્રાહકોને પોતાના જીવન વિશે વાત કરવા માટે પ્રોત્સાહિત કરે. કંપનીને આશા રહેતી હતી કે પોતાના જીવન વિશે વાત કરતા ગ્રાહક કેટલાક એવા ખુલાસા પણ કરી દેશે, જેમની મદદથી કંપની અનુમાન લગાવી શકશે કે તેની પાસે કેટલા પૈસા છે જેથી તે પૈસા જુગારમાં ખર્ચ કરાવી શકાય. હર્રાજ એન્ટરટેઈનમેન્ટના એક અધિકારીએ તેને 'પાવલોવિયન માર્કેટિંગ'નું નામ આપ્યું હતું. કંપની પોતાની આ અનુમાન પ્રણાલીને વધારે ચોક્કસ બનાવવા માટે દર વર્ષે લાખો પરીક્ષણ કરતી હતી. કસ્ટમર ટ્રેકિંગના કારણે કંપનીનો નફો કરોડો ડોલર વધી ગયો હતો. તેમની આ સિસ્ટમ એટલું ચોક્કસ પરિણામ આપતી હતી કે તેનાથી એ પણ જાણી શકાતું

હતું કે ગ્રાહક એક મિનિટમાં સરેરાશ કુલ કેટલા સેંટ ખર્ચ કરી રહ્યો છે.[2]

ચોક્કસ જ હર્રાજ એન્ટરટેઈનમેન્ટ એ વાત જાણતી હતી કે એંજી બૈચમેને થોડા જ વર્ષો પહેલાં પોતાને દેવાળિયા જાહેર કરી હતી, જેના કારણે તેણે 20 હજાર ડોલરનું દેવું ચૂકવવું પડ્યું નહોતું.. પણ એ મેનેજર સાથે વાતચીત થયા પછી થોડા જ સમય પછી તેને કેસીનો તરફથી ફોન આવવા માંડ્યા. તેને ઘરથી મિસીસિપીના કેસીનોમાં લાવવા માટે ફ્રી લિમોઝીન કારની સુવિધાનો પ્રસ્તાવ આપવામાં આવતો. આ ઉપરાંત તેને પોતાના પતિની સાથે તાહો સરોવરની વિમાન યાત્રાનો પણ પ્રસ્તાવ આપવામાં આવ્યો, જ્યાં તેને એક મોટી હોટલના સ્યૂટમાં ઉતારો મળતો અને સાથે જ ઈગલની કોન્સર્ટની ટિકિટ પણ આપવામાં આવતી. બૈચમેને જણાવ્યું કે જ્યારે તેમને આ પ્રસ્તાવ આપવામાં આવ્યો, તો તેમણે જવાબમાં કહ્યું, 'હું, મારા પતિ અને સાથે અમારી દીકરી પણ હશે અને તે પોતાના એક મિત્રને પણ સાથે લઈ જવા ઈચ્છે છે.' એંજીની આ માંગને પણ કંપનીએ તરત માની લીધી. કંપનીએ બધાનું વિમાન ભાડું અને હોટલમાં ઉતરવાનો ખર્ચ ઉપાડ્યો. ઈગલના કોન્સર્ટમાં એંજી બૈચમેન અને તેના પરિવારને સૌથી આગળની સીટ આપવામાં આવી. આ ઉપરાંત કંપનીની તરફથી તેને 10 હજાર ડોલર પણ આપવામાં આવ્યા જેથી તે જ્યારે ઈચ્છે ત્યારે જુગાર રમી શકે.

એંજી બૈચમેનની પાસે આવા પ્રસ્તાવ આવતા રહેતા હતા. દર અઠવાડિયે કોઈ ને કોઈ કેસીનો તરફથી ફોન આવતો અને એંજીને પૂછવામાં આવતું કે શું તે લિમોઝીન કારની સવારી કરવા, સંગીત કાર્યક્રમોમાં જવા કે કેસીનોના ખર્ચે વિમાન યાત્રા કરવાનું પસંદ કરશે કે કેમ. શરૂઆતમાં એંજીએ આ બધી બાબતોથી બચવાનો પ્રયત્ન કર્યો, પણ કેટલાક દિવસો પછી તેણે આ બધા પ્રસ્તાવોનો સ્વીકાર કરવાનું શરૂ કરી દીધું. એકવાર એંજીની એક બહેનપણીએ તેને કહ્યું કે તેનું સપનું છે કે તે પોતાના લગ્નનો કાર્યક્રમ કોઈ ગમે તેવી જગ્યાના બદલે લોસ વેગાસમાં આયોજિત કરે. એંજીએ તરત ફોન લગાવ્યો અને બીજા જ અઠવાડિયાના અંતે તે બધા લોસ વેગાસના સૌથી લકઝરી હોટલોમાંથી એક 'પલાજો' નામની હોટલમાં હતા. એંજીએ મને જણાવ્યું, 'એવું નહોતું કે કેસીનો ઈન્ડસ્ટ્રીના લોકો સાથે મારે કોઈ ઓળખાણ હતી. મેં તો જ્યારે ફોન કરીને એ વિશે તપાસ કરવાનો પ્રયત્ન કર્યો તો ટેલિફોન ઓપરેટરે મને કહી દીધું હતું કે લોકો ફોન પર હોટલ વિશે વિસ્તૃત જાણકારી આપતા નથી. આ હોટલના સ્યૂટ્સ બિલકુલ એવા જ હતા, જેવા ફિલ્મોમાં દર્શાવવામાં આવે છે. મારા સ્યૂટમાં છ બેડરૂમ અને એક ડેક હતું. આ ઉપરાંત દરેક ઓરડામાં રહેનારી વ્યક્તિના અંગત ઉપયોગ માટે હોટ ટબ પણ હતું અને એટલું જ નહીં પણ મારા માટે એક અલગ રસોઈયાની સુવિધા ઉપલબ્ધ હતી.

કેસીનો પહોંચતા જ એંજીની જુગાર રમવાની આદત તેના પર ફરીથી હાવી થઈ

2 હર્રાજ એન્ટરટેઈનમેન્ટ – જેને હવે સીઝર એન્ટરટેઈનમેન્ટના નામે ઓળખવામાં આવે છે – એ બૈચમેનના કેટલાક આરોપોને નિરાધાર ગણાવ્યા છે. તેમની ટિપ્પણીઓને નોટ્સમાં જોઈ શકાય છે.

ગઈ. તે કલાકો સુધી સતત જુગાર રમતી રહેતી. શરૂઆતમાં તેણે નાના દાવ લગાવ્યા અને માત્ર એ જ પૈસાથી જુગાર રમી, જે કેસીનોએ તેને આપ્યા હતા. પછી ધીરે-ધીરે એંજીએ મોટા દાવ લગાવવાના શરૂ કરી દીધા અને એ.ટી.એમ. માંથી પોતાના અંગત પૈસા ઉપાડીને જુગાર રમવા માંડી. તેને એકવાર પણ એવી અનુભૂતિ ન થઈ કે તે ફરીથી પહેલા જેવી ભૂલ કરી રહી છે. આખરે તે દરેક દાવ પર 200 થી 300 ડૉલર્સ લગાવવા માંડી. ક્યારેક-ક્યારેક તો તે એક દિવસમાં 12 કલાક સુધી સતત જુગાર રમતી રહેતી હતી. એક દિવસ તેણે કલાકો જુગાર રમ્યા પછી 60 હજાર ડૉલર્સ જીતી લીધા. બે અન્ય પ્રસંગોએ તે 40-40 હજાર ડોલર્સ જીતી. એકવાર તો તે એક લાખ ડૉલર્સ લઈને લાસ વેગાસ ગઈ અને બધું હારી ગઈ પણ એનાથી તેની જીવનશૈલીમાં જરાય ફેર પડ્યો નહીં. તેના બેંક એકાઉન્ટમાં હજુ પણ એટલા પૈસા હતા કે તેણે ચિંતા કરવાની કોઈ જરૂર નહોતી. આમ પણ તેના માતા-પિતા વારસામાં એટલી બધી સંપત્તિ એ માટે જ છોડી ગયા હતા જેથી તેમની દીકરી જીવનનો આનંદ ઉઠાવી શકે.

એંજી બૈચમેન ક્યારેક-ક્યારેક પોતાના તરફથી પ્રયત્ન કરતી કે જેટલું બની શકે, તેટલો ઓછો જુગાર રમે પણ કેસીનો તરફથી વારંવાર કંઈક ને કંઈક એવું કરવામાં આવતું કે તે ઈચ્છીને પણ જુગારથી દૂર રહી શકતી નહીં. એંજી જણાવે છે, 'એકવાર તો કેસીનોની એક હોસ્ટે મને કહ્યું કે જો હું પછીના અઠવાડિયે જુગાર રમવા ન આવી તો તેને નોકરીમાંથી કાઢી મૂકવામાં આવશે. તે લોકો તો ત્યાં સુધી કહી દેતા હતા કે અમે તમને આટલા મોટા સંગીત કાર્યક્રમમાં મોકલ્યા, આટલી સારી હોટલમાં ઉતારો આપ્યો પણ તેમ છતાં પણ તમે આજકાલ પૂરતો જુગાર રમતા નથી. જો કે એમાં કોઈ શંકા નથી કે તે લોકો મારા માટે આવી ઘણી શાનદાર વ્યવસ્થાઓ કરતા રહેતા હતા.'

ઈ.સ.2005માં તેના પતિના દાદીનું મૃત્યુ થઈ ગયું. તેમના અંતિમ સંસ્કાર માટે એંજી પોતાના પરિવાર સહિત તેના જૂના શહેરમાં આવી ગઈ. અંતિમ સંસ્કારના એક રાત પહેલા એંજી આ માટે પોતાને માનસિક રીતે તૈયાર કરવાના હેતુથી કેસીનોમાં પહોંચી ગઈ. ત્યાં તે લગભગ 12 કલાક સુધી સતત જુગાર રમતી રહી અને કમનસીબે અઢી લાખ ડૉલર્સ હારી ગઈ. એ રાત્રે જાણે એને એ વાતની અનુભૂતિ પણ ન થઈ કે થોડા જ કલાકોમાં તેનું કેટલું મોટું નુકસાન થઈ ગયું છે. પછીથી જ્યારે તેણે આ વિશે વિચાર કર્યો, તો તેને અનુભૂતિ થઈ કે તેણે એક મિલિયન ડૉલર્સની પોતાની વારસામાં મળેલી સંપત્તિમાંથી ચોથો ભાગ તો જુગારમાં જ ગુમાવી દીધો છે. ક્ષણભર માટે જાણે તેને એવું લાગ્યું કે જાણે આ બધું ખોટું છે. તે લાંબા સમયથી પોતાની સાથે જાત-જાતના જૂઠ્ઠા બોલી રહી હતી, જેમ કે તેનું લગ્નજીવન સારું ચાલી રહ્યું છે, ભલે તેના અને તેના પતિની વચ્ચે ઘણા-ઘણા દિવસો સુધી બોલચાલ બંધ રહે...તેના મિત્ર તેની સૌથી નજીક છે, ભલે તેમણે એંજીની સાથે લાસ વેગાસ ફર્યા પછી ક્યારેય પોતાનું મોંઢુ પણ ના દેખાડ્યું હોય...તે એક સારી મા છે, ભલે તેની દીકરીઓ પણ તેની જ જેમ નાની ઉંમરે ગર્ભવતી થવાની ભૂલ કરી રહી હોય...જો

તેના માતા-પિતા જીવતા હોત, તો તેને વારસામાં મળેલી સંપત્તિને આ રીતે બરબાદ કરતી જોઈને તેમને ખરાબ લાગતું નહીં...એને એવું લાગતું હતું, જાણે તેની પાસે બસ માત્ર બે જ વિકલ્પ બચ્યા છે, પહેલો કે તે પોતાની સાથે જૂઠું બોલતી રહે અને બીજો કે તે આ વાતનો સ્વીકાર કરી લે કે તેણે દરેક એ વસ્તુનો ખોટો ફાયદો ઉઠાવ્યો છે, જેના માટે તેના માતા-પિતાએ આખી જિંદગી સુધી આકરી મહેનત કરી હતી.

તેણે પોતાના પતિથી એ વાત છુપાવી કે તે એક મિલિયન ડૉલર્સનો એક ચતુર્થાંશ ભાગ જુગારમાં ગુમાવી બેઠી છે. એંજી જણાવે છે,'જ્યારે પણ મારી સાથે કોઈ મોટી ગડબડ થતી, તો હું તેમાંથી મારું ધ્યાન હટાવીને કોઈ નવી બાબત પર ધ્યાન કેન્દ્રિત કરી લેતી હતી.'

હર્રાજ એન્ટરટેઈનમેન્ટ તરફથી તેને હજુ પણ સતત ફોન આવતા રહેતા હતા.

એંજી જણાવે છે, 'આ હતાશા ત્યારે શરૂ થાય છે, જ્યારે તમને અનુભૂતિ થાય છે કે તમે ઘણું બધું ગુમાવી દીધું છે. ત્યારે તમને લાગે છે કે તમે હાલમાં થોભી શકતા નથી કારણ કે તમે જે કંઈપણ હારી ગયા છો, તેને તમારે ફરીથી જુગાર રમીને ફરી જીતવાનું છે. ક્યારેક-ક્યારેક હું ખૂબ વિચિત્ર જેવો અનુભવ કરતી અને કોઈપણ બાબત પર યોગ્ય રીતે વિચાર કરી શકતી નહીં. ત્યારે પણ મને જાણ રહેતી કે જો હું બધું ભૂલીને એકવાર ફરી કેસીનો જઈને જુગાર રમી લઉં, તો મારું મન શાંત થઈ જશે. પછી તેમની તરફથી ફોન આવી જતો અને હું એકવાર ફરી કેસીનો જવા માટે હા પાડી દેતી કારણ કે પોતાની ટેવોથી હાર માનવી એ સૌથી સહેલું હોય છે. મને ખરેખર વિશ્વાસ હતો કે હું જુગારમાં જેટલા પૈસા હારી છું, હું તેને ફરીથી જીતી શકું છું. કારણ કે જો જીતવું શક્ય ન હોત તો જુગાર રમવો કાયદેસર કેમ હોત ? આખરે આ રમત આ રીતે જ તો ચાલે છે, હેં ને ?

★★★

રેજા હબીબ નામની એક કોગ્નીટિવ ન્યૂરોલોજિસ્ટ (સંજ્ઞાત્મક તંત્રિકા વિજ્ઞાની) એ ઈ.સ.2010માં એક પ્રયોગ કર્યો. તેમણે બાવીસ લોકોને એમ.આર.આઈ. મશીનની અંદર ઊંઘાડીને ગોળ-ગોળ ફરતી એક સ્લોટ મશીનને સતત જોવાનું કહ્યું. એમાંથી અડધા લોકો જુગાર રમવાની ટેવ ધરાવતા હતા. આ લોકો જુગાર રમવાના ચક્કરમાં જીવનના દરેક ક્ષેત્રમાં ભૂલો કરી ચૂક્યા હતા. તે પોતાના પરિવાર સાથે જૂઠું બોલતા હતા, તેમના ચેક કેસીનોમાં બાઉન્સ થતા રહેતા હતા અને તે ઘણીવાર ઘરેથી નીકળીને ઓફિસ જવાને બદલે જુગાર રમવા ચાલ્યા જતા હતા. જ્યારે બાકી અડધા લોકો એવા હતા, જે કોઈ વિશેષ પ્રસંગે દોસ્તોની સાથે ક્યારેક-ક્યારેક જ જુગાર રમતા હતા પણ તે જુગારના વ્યસની નહોતા. આ બધા લોકોને એક સાંકડી ટ્યુબ જેવી મશીનમાં પીઠના આધારે ઊંઘાડી દેવામાં આવ્યા અને તેમને સામે લગાડેલી એક વીડિયો સ્ક્રીન પર દેખાડવામાં આવતા એક ચક્રને જોવાનું કહેવામાં આવ્યું. એ ચિત્રમાં સોનેરી સળિયા અને સફરજન દોરેલા હતા અને 7 નંબરની લોટરીનું ચિન્હ અંકિત હતું. આ સ્લોટ મશીન એક વારમાં ત્રણ પરિણામ આપતી

હતી. એક પરિણામ જીતનું રહેતું, બીજું હારનું અને ત્રીજું જીતની નજીક પહોંચી બાજી હાથમાંથી નીકળવાનું. આ ત્રણેય પરિણામ સ્લોટ મશીનમાં એક-બીજાની સાથે આવતા-આવતા રહી જતા હતા. તેમાંથી કોઈપણ એકપણ ડૉલર જીતી શક્યું નહીં અને કશું હાર્યા પણનહીં. તેમને તો બસ વીડિયો સ્ક્રીનને સતત જોતા રહેવાનું હતું અને એમ.આર.આઈ. મશીન તેમની તંત્રિકા સંબંધી પ્રવૃત્તિઓને રેકોર્ડ કરતું જતું હતું.

હબીબ જણાવે છે, 'અમારી રુચિ વિશેષ કરીને મસ્તિષ્કના એ ભાગને જોવામાં હતી, જે આદતો અને લતો સાથે સંબંધિત હોય છે. તંત્રિકા વિજ્ઞાનના દૃષ્ટિકોણથી વાત કરીએ તો અમે જોયું કે જે લોકોને જુગારની લત હોય છે, તે જુગારમાં જીત માટે વધારે ઉત્સાહિત હોય છે. જ્યારે પણ સ્લોટ મશીનના ત્રણે પરિણામ એકસાથે સામે આવતા, તો ભલે તે એકપણ ડૉલર જીતી ન રહ્યા હોય, પણ જો તેમની જીત થતી તો તેમના મસ્તિષ્કમાં ભાવના અને ઈનામ સંબંધિત ભાગ બાકી સહભાગીઓની સરખામણીએ ક્યાંય વધારે સક્રિય થઈ જતા હતા.

પણ સૌથી રસપ્રદ હતા જીતની નજીક પહોંચીને બાજી હાથમાંથી નીકળી જનારા પરિણામ. જુગારના વ્યસની લોકો તેને પોતાની જીતની જેમ જ જોતા હતા. તેમનું મસ્તિષ્ક આ પરિણામો પર પણ જીત જેવી જ પ્રતિક્રિયા આપતું હતું. પણ જે લોકોને જુગારની લત નહોતી, તે આ પરિણામોને પોતાની હારની જેમ જોતા હતા. તેમને જુગારની લત નહોતી એટલે તેમના માટે આ સમજવું વધારે સરળ હતું કે જીતની નજીક પહોંચીને બાજી હાથમાંથી નીકળી જવાનો અર્થ માત્ર હાર હોય છે, જીત નહીં.

આમાં ભાગ લેનારા લોકોના બે અલગ-અલગ સમૂહ સમાન ઘટનાના સાક્ષી બન્યા, પણ તંત્રિકા વિજ્ઞાનના દૃષ્ટિકોણથી એ ઘટનાને જોવાની તેમની રીત એક-બીજા કરતાં બિલકુલ અલગ હતી. જે સમૂહના સહભાગીઓને જુગારની લત નહોતી, તેમને જીતની નજીક પહોંચીને બાજી હાથમાંથી નીકળી જવા છતાં એક માનસિક સનસનાટીભરી અનુભૂતિ થતી હતી. હબીબનું માનવું હતું કે તેના કારણે જ જુગારના વ્યસની લોકો બાકીના લોકોની સરખામણીએ ક્યાંય વધારે સમય સુધી સતત જુગાર રમતા રહેતા હતા. કારણ કે જીતની નજીક પહોંચીને બાજી હાથમાંથી નીકળી જનારા પરિણામ તેમની એ આદતોને સક્રિય કરી દેતા હતા, જે તેમને આગલો દાવ રમવા માટે ઉત્તેજતી હતી. જ્યારે જેમને જુગારની લત નહોતી અને જે ક્યારેક-ક્યારેક જુગાર રમતા હતા, આ પરિણામોથી તેમની એ આદતો સક્રિય થઈ જતી હતી, જે તેમને એ વિચાર કરવા માટે મજબૂર કરતી હતી કે 'આ જુગારના ચક્કરમાં મને વધારે નુકસાન થાય, તેના કરતાં સારું એ જ છે કે હું રમવાનું બંધ કરી દઉં.'

જો કે એ સ્પષ્ટ ન થઈ શક્યું કે જુગારના વ્યસની લોકોનું મસ્તિષ્ક અલગ કેમ હોય છે ? શું એટલા માટે કારણ કે તે જન્મથી જ એવા હતા અથવા પછી સ્લોટ મશીન, ઓનલાઈન પોકર અને કેસીનો જવું જેવી જુગાર રમવાની વિવિધ પ્રવૃત્તિઓમાં સામેલ થતાં જ તેમના મસ્તિષ્કની કામ કરવાની રીત જ બદલાઈ જાય છે. જો કે આ પ્રયોગથી એક વાત સ્પષ્ટ થઈ

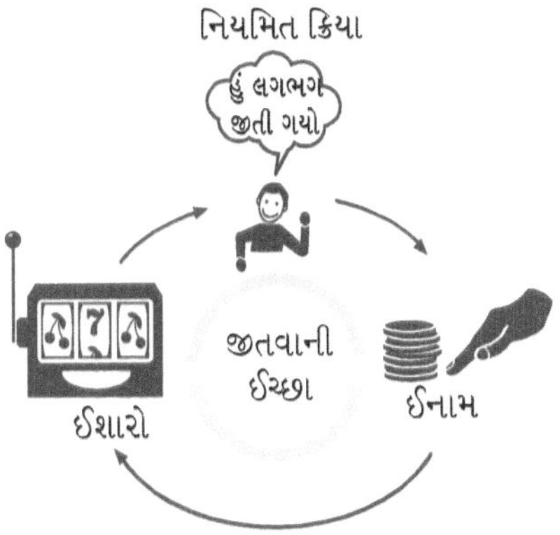

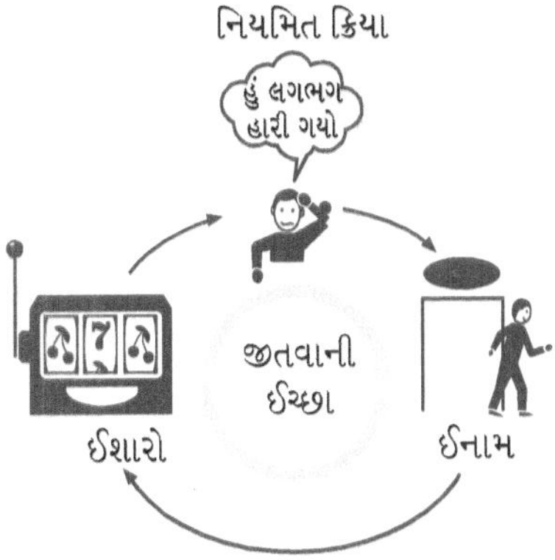

ચૂકી હતી કે જુગારના વ્યસની લોકો જે રીતે કોઈપણ સૂચના કે જાણકારીને ગ્રહણ કરતા હતા, તેના પર તંત્રિકા સંબંધિત અંતરોનો ઘણો પ્રભાવ પડતો હતો. આનાથી સ્પષ્ટ થઈ જાય છે કે કેસીનોમાં પગ મૂકતાં જ એંજી બૈચમેન આત્મ-નિયંત્રણ શા માટે ગુમાવી દેતી હતી. ગેમિંગ કંપનીઓ જુગારીઓની આ પ્રવૃત્તિથી સારી રીતે પરિચિત હોય છે. તેથી પાછલા કેટલાક દાયકાઓમાં સ્લોટ મશીનોને બીજીવાર એ રીતે પ્રોગ્રામ કરવામાં આવ્યો છે જેથી તે જીતની નજીક પહોંચીને બાજી હાથમાંથી નીકળી જનારા પરિણામ વધારે ને વધારે આપે.[3]

આ પરિણામો છતાં પણ જે જુગારી દાવ લગાવવાનું ચાલુ રાખે છે, તેમના કારણે જ કેસીનોથી લઈને રેસ ટ્રેક્સ અને સ્ટેટ લોટરી જેવા અલગ-અલગ જુગાર સંચાલકો માટે આટલા લાભદાયક હોય છે. પોતાની ઓળખ છુપાવવાની શરતે વાતચીત કરવા તૈયાર થયેલા એક સ્ટેટ લોટરી સલાહકારનું કહેવું છે કે 'જીતની લગભગ નજીક પહોંચીને બાજી હાથમાંથી નીકળી જનારા પરિણામને લોટરી સાથે જોડવું એ આગમાં ઘી નાખવા જેવું હોય છે. તમે જાણવા ઈચ્છો છો કે લોટરીના વેચાણમાં આટલો ઉછાળો શા માટે આવ્યો છે? કારણ કે દરેક ટિકિટને એ રીતે ડિઝાઈન કરવામાં આવે છે, જેના પર પોતાનો લકી નંબર છેકતા તમને લાગે કે તમે બસ લગભગ-લગભગ જીતી જ ગયા છો.'

હબીબે પોતાના પ્રયોગમાં માનવીય મસ્તિષ્કના જે ભાગની તપાસ કરી હતી, તે હતા

---

(૩)૧૯૯૦ના દાયકાના છેલ્લા તબક્કામાં સ્લોટ મશીનનું નિર્માણ કરનારી દુનિયાની સૌથી મોટી કંપનીઓમાંથી એકે નવી સ્લોટ મશીનોના નિર્માણમાં મદદ માટે એક ભૂતપૂર્વ વીડિયો ગેમ એક્ઝિક્યુટિવને નોકરી પર રાખ્યા. હવે લગભગ દરેક સ્લોટમાં ઘણા ટ્વિસ્ટ હોય છે, જેમ કે ફ્રી સ્પિન્સ અને આઈકોન્સ એક જગ્યાએ આવતા વાગતી ધ્વનિઓ. આ ઉપરાંત આમાં જુગારીને થોડી નાની-નાની ચૂકવણીઓ મળતી રહે છે જેથી તેને એવું લાગતું રહે કે તે જીતી રહ્યો છે. જ્યારે વાસ્તવમાં આના કારણે જ જુગારી જેટલા પૈસા જીતી રહ્યા હોય છે, તેનાથી ક્યાંય વધારે પૈસા જુગારમાં લગાવી રહ્યા હોય છે. ઈ.સ.૨૦૦૪માં કનેક્ટિકટ સ્કૂલ ઑફ મેડિસીનમાં વ્યસન સાથે જોડાયેલી બીમારીઓના સંશોધકે ન્યૂયોર્ક ટાઈમ્સના રિપોર્ટરને કહ્યું હતું, 'આ મશીનો માનવના મગજને ખૂબ સારી રીતે હેરફેરમાં ફસાવી દે છે. જુગારનો બીજો કોઈપણ પ્રકાર માનવ મગજની સાથે એટલી હેરફેર નથી કરતું, જેટલી આ મશીનો કરે છે.'

બેસિલ ગૈંગ્લિયા અને બ્રેન સ્ટેમ. આ એ જ હિસ્સા છે, જ્યાં માનવીની આદતો (સાથે જ ઊંઘમાં ગભરાટ સાથે જોડાયેલો માનવીય વ્યવહાર) નક્કી થાય છે. પાછલા એક દાયકામાં જેમ-જેમ મસ્તિષ્કના એ હિસ્સા પર પ્રભાવ પાડનારી દવાઓની એક નવી શ્રેણી આગળ આવી છે – જેમ કે પાર્કિન્સન નામના રોગની દવા – તેમ-તેમ આપણને આ વિશે ઘણું જાણવા મળ્યું છે કે કેટલીક આદતો બાહ્ય ઉત્તેજકો પ્રત્યે કેટલી સંવેદનશીલ હોય છે. અમેરિકા, ઓસ્ટ્રેલિયા અને કેનેડા જેવા દેશોમાં દવા નિર્માતાઓ પર કેસ ઠોકીને એ આરોપ લગાવવામાં આવ્યા છે કે તેમણે પોતાની દવાઓથી દર્દીઓના આદતરૂપી ફંદાને નિશાન બનાવીને તેમને વધારે ને વધારે જુગાર રમવા, ખાવા, ખરીદી કરવા અને હસ્તમૈથુન કરવા માટે બાધ્ય કર્યા. ઈ.સ.2008માં મિનેસોટાની ફેડરલ જ્યૂરીએ એક દવા નિર્માતા કંપનીને 8.2 મિલિયન ડૉલર્સની ભરપાઈ એક દર્દીને કરવી આપવાનો આદેશ આપ્યો. એ દર્દીનો આરોપ હતો કે કંપનીની દવાના સેવનથી તેના મસ્તિષ્ક પર એવી અસર થઈ કે તે સતત જુગાર રમવા બાધ્ય થઈ ગયો અને અઢી લાખ ડૉલર્સ હારી ગયો. અદાલતોમાં આવા સેંકડો કેસ ચાલી રહ્યા છે.

હબીબ કહે છે, 'આ કિસ્સાઓમાં નિશ્ચિત રીતે એમ કહી શકાય છે કે દર્દીઓનું પોતાના પર કોઈ નિયંત્રણ નથી હોતું. કારણ કે એવી દવાઓ ઉપલબ્ધ છે, જે દર્દીઓની ન્યૂરોકેમેસ્ટ્રીને પ્રભાવિત કરી શકે છે. પણ જ્યારે આપણે જુગારના વ્યસની લોકોના મસ્તિષ્ક પર નજર નાખીએ છીએ, તો તેમનામાં ઘણી સમાનતા દેખાય છે – બસ ફેર એ જ છે કે પોતાના કિસ્સામાં તે કોઈ દવાને દોષ આપી શકતા નથી. જુગારના વ્યસની ઘણા લોકોએ વિવિધ પ્રયોગો દરમિયાન સંશોધકોને જણાવ્યું કે વાસ્તવમાં તે જુગાર રમવા ઈચ્છતા નથી, પણ જ્યારે પણ જુગારની તલપ લાગે છે, તો તે પોતાને રોકી શકતા નથી. તો પછી આપણે એમ શા માટે કહીએ છીએ કે આ જુગારીઓનું પોતાના પર પૂર્ણ નિયંત્રણ હોય છે, જ્યારે પાર્કિન્સન રોગીઓનું પોતાના પર કોઈ નિયંત્રણ હોતું નથી ?

★★★

18 માર્ચ 2006ના રોજ એંજી બૈચમેન હર્રાજના નિમંત્રણથી વિમાનયાત્રા કરીને કંપનીના એક કેસીનોમાં પહોંચી. ત્યાં સુધી તેનું બેંક એકાઉન્ટ લગભગ ખાલી થઈ ગયું હતું. જ્યારે એંજીએ હિસાબ લગાવ્યો કે અત્યાર સુધી તે પોતાના જીવનમાં જુગારમાં કેટલા પૈસા હારી ચૂકી છે, તો આ આંકડો 9 લાખ ડૉલર સુધી પહોંચી ચૂક્યો હતો. તેણે હર્રાજના અધિકારીઓને સ્પષ્ટ જણાવી દીધું હતું કે તે લગભગ કંગાળ થઈ ચૂકી છે. તેમ છતાં હર્રાજના કર્મચારીએ તેને ફોન પર કેસીનો આવવાનું આમંત્રણ આપ્યું અને કહ્યું કે તેણે ચિંતા કરવાની કોઈ જરૂર નથી કારણ કે તે તેને જુગાર રમવા માટે ઉધાર આપવા માટે તૈયાર છે.

'હું ઈચ્છવા છતાં પણ ના કહી શકી નહીં. જ્યારે પણ તે મારી સામે આવો કોઈ પ્રસ્તાવ મૂકતા, તો મારું મગજ કામ કરવાનું બંધ કરી દેતું અને હું સાચા-ખોટા વચ્ચેનો ફેર

ભૂલી જતી. હું જાણું છું કે મારી વાત સાંભળીને તમને એવું લાગી રહ્યું હશે કે હું બહાના બનાવી રહી છું, પણ એ લોકો હંમેશા એ વચન આપતા હતા કે આ વખતે તમે જરૂર જીતશો. હું જાણતી હતી કે હું ભલે પોતાની જુગારની લત સાથે ગમે તેટલો પણ સંઘર્ષ કરી લઉં, પણ આખરે હું હાર માનીને તેની સામે નતમસ્તક થઈ જઈશ.'

આ વખતે એંજી પોતાની સાથે જે થોડા પૈસા લઈને કેસીનો આવી હતી, તે તેના ખાતાની છેલ્લી રકમ હતી. તેણે દરેક દાવ પર 400 ડૉલર્સ લગાવવાનું શરૂ કર્યું અને દરેક વખતે બે-બે દાવ લગાવ્યા. તે પોતાને સમજાવી રહી હતી કે જો આજે તેણે 10 હજાર ડૉલર્સ જેટલી નાની રકમ પણ જીતી લીધી, તો તે આગળ જુગાર નહીં રમે અને એ પૈસાથી પોતાના બાળકો માટે કોઈ સારી ભેટ ખરીદશે. થોડા સમય માટે એંજીનો પતિ પણ તેની સાથે કેસીનોમાં જુગારના ટેબલ પર બેઠો, પણ અડધી રાત થયા પછી તે પોતાના સ્યૂટમાં સૂવા માટે ચાલ્યો ગયો. રાતના લગભગ બે વાગ્યા સુધી એંજી તે બધા જ પૈસા હારી ચૂકી હતી, જે તે પોતાની સાથે લઈને આવી હતી. હર્રાજના કર્મચારીએ તેને એક વચન-પત્ર પર હસ્તાક્ષર કરાવ્યા અને તેને જુગાર રમવા માટે થોડા પૈસા ઉધાર આપી દીધા. તે રાત્રે તેણે અલગ-અલગ વચન-પત્રો પર હસ્તાક્ષર કરીને કુલ છ વાર પૈસા ઉધાર લીધા. સવાર થતાં સુધીમાં તે કેસીનો પાસેથી 1 લાખ 25 હજાર ડૉલર્સનું દેવું ઉધાર લઈ ચૂકી હતી.

સવારના લગભગ છ વાગ્યે ભાગ્યએ તેને સાથ આપવાનું શરૂ કર્યું અને તે જીતવા લાગી. તેની રમત જોઈને તેના ટેબલની ચારેય તરફ ઘણા લોકો એકઠા થઈ ગયા. તેણે ખૂબ ઝડપથી હિસાબ કર્યો. તે હજુ પણ એટલા પૈસા જીતી નહોતી કે આજે આખી રાતમાં લીધેલા 1 લાખ 25 હજાર ડૉલર્સનું દેવું ચૂકવી શકે. તેને અહેસાસ થયો કે જો તે થોડા વધારે સમય સુધી અને આ રીતે સમજદારીથી રમતી રહી, તો ટેબલ પર બેઠેલા અન્ય બધા જુગારીઓ કરતાં વધારે રકમ જીતી શકે છે. તે સતત પાંચ વખત જીતી. હવે તેણે કેસીનો પાસેથી ઉધાર લીધેલા પૈસા ચૂકવવા માટે માત્ર 20 હજાર ડૉલર્સ બીજા જીતવાના હતા, પણ ભાગ્યએ એકવાર ફરી પલટી મારી. તે પછીનો દાવ હારી ગઈ. તે પછી એક-એક કરીને બધા જ દાવ હારી ગઈ અને સવારે દસ વાગતામાં તેણે જેટલી પણ રકમ જીતી હતી, તે બધી જ હારી ગઈ. તેણે કેસીનો પાસેથી બીજા પૈસા ઉધાર માંગ્યા, પણ આ વખતે તેમણે ઉધાર આપવાની સ્પષ્ટ ના પાડી દીધી.

એંજી બૈચમેન મનમાં ગભરાટ સાથે જુગારના ટેબલ પરથી ઉઠી અને પોતાના સ્યૂટની તરફ ગઈ. તેને લાગતું હતું કે જાણે તેના પગ નીચેની જમીન સરકી ગઈ હોય. તેણે આશ્રય લેવા માટે પોતાના હાથનો દીવાલ પર ટેકો લીધો જેથી જો તે ચક્કર આવીને પડવા માંડે, તો પોતાની જાતને સંભાળી શકે. જ્યારે તે ઓરડામાં પહોંચી, તો તેનો પતિ પહેલેથી જ તેની રાહ જોતો હતો.

'બધું જ પૂરું થઈ ગયું,' એંજીએ પોતાના પતિને કહ્યું.

'કોઈ વાંધો નહીં. તું પહેલી વાર હારી નથી. જઈને નાહી લે અને થોડો સમય આરામ કર.'

'તું સમજતો નથી. બધું જ પૂરું થઈ ગયું. કશું જ બચ્યું નથી.' ઍંજીએ પોતાના શબ્દો પર ભાર આપતા કહ્યું.

'એટલે ? તું શું કહેવા ઈચ્છે છે ?'

'હું જેટલા પૈસા લાવી હતી, બધા જ હારી ગઈ.'

'કંઈ વાંધો નહીં. આપણી પાસે આપણું પોતાનું ઘર તો છે,' તેના પતિએ કહ્યું.

ઍંજીએ પોતાના પતિને એ નહોતું જણાવ્યું કે તે થોડા મહિના પહેલાં ઘર પણ ગીરવે મૂકીને ઉધાર લઈ ચૂકી છે અને તે બધા પૈસા તે આ પહેલાં જ હારી ચૂકી છે.

4

બ્રાયન થોમસે પોતાની પત્નીની હત્યા કરી નાખી. ઍંજી બૈચમેને પોતાને વારસામાં મળેલી બધી જ સંપત્તિને જુગારમાં ઉડાવી દીધી. આ બંનેના કિસ્સામાં સમાજને કઈ હદ સુધી જવાબદાર ગણવા જોઈએ ? શું સમાજે આ બંને કિસ્સાઓને અલગ-અલગ દૃષ્ટિકોણથી જોવા જોઈએ ?

બ્રાયન થોમસના વકીલનો તર્ક હતો કે તેનો અસીલ પોતાની પત્નીની હત્યાનો દોષી એટલા માટે નથી કારણ કે તેણે જે કંઈપણ કર્યું, પોતાના હોશો-હવાસમાં નથી કર્યું. તેણે પોતાની પત્નીની હત્યા કરી નહીં બલકે તેના હાથે હત્યા થઈ ગઈ અને તેની આ પ્રતિક્રિયાની પાછળ તેનો એ ભ્રમ હતો કે કોઈ ચોર અંદર ઘૂસી આવ્યો છે. પત્નીની હત્યા તેની અંગત પસંદગી નહોતી. તેથી બ્રાયન થોમસને હત્યારો ઠરાવી શકાય નહીં. હવે જો તમે આ જ તર્કને ઍંજી બૈચમેનના કિસ્સામાં લાગુ કરીને જુઓ – રેજા હબીબના સંશોધન પ્રમાણે, ઍંજી બૈચમેનની હરકતો પાછળ તેની સશક્ત ક્રેવિંગ (તૃષ્ણા) જવાબદાર હતી. જ્યારે તે પહેલીવાર કેસીનો ગઈ હતી, તો એ તેની પોતાની પસંદગી હતી, એ પછી આગલા કેટલાક અઠવાડિયા સુધી અને પછી આગલા કેટલાક મહિના સુધી નિયમિત રીતે કેસીનો જવું તે પણ તેની પોતાની પસંદગી હતી, પણ વર્ષો પછી જ્યારે તે એક રાતમાં અઢી લાખ ડૉલર્સ હારી, તેના થોડા સમય પહેલા તે પોતાની આ લત સાથે સંઘર્ષ કરવાનો પ્રયત્ન કરી રહી હતી અને તેનાથી પીછો છોડાવવા માટે એક એવા રાજ્યમાં જઈને વસી ગઈ હતી, જ્યાં જુગાર રમવો એ કાયદેસર નહોતું. અઢી લાખ ડૉલર્સની રકમ હારતી વખતે તે જે પણ નિર્ણય લઈ રહી હતી, તે તેના કાબૂમાં નહોતા. હબીબ કહે છે, 'ઐતિહાસિક રીતે તંત્રિકા વિજ્ઞાનના ક્ષેત્રમાં કહેવાય છે કે મસ્તિષ્ક ક્ષતિથી ગ્રસ્ત લોકો અમુક હદ સુધી પોતાની મુક્ત ઈચ્છા પણ ગુમાવી દે છે. પણ જ્યારે કોઈ જુગારની વ્યસની વ્યક્તિ કેસીનો જુએ છે, તો

તેને જુગારના પોતાના પાછલા અનુભવ જેવો જ અનુભવ થાય છે. પછી તે જે કંઈપણ કરે છે, તે તેની પોતાની પસંદગી નથી હોતી.'

બ્રાયન થોમસના વકીલે અદાલતમાં એવી દલીલો કરી કે દરેક વ્યક્તિએ માની લીધું કે તેના અસીલ સાથે જે કંઈ થયું, તે ભૂલથી થયું અને તે જીવનભર અપરાધબોધથી ગ્રસ્ત રહેશે. એંજીનો કિસ્સો પણ કંઈ અલગ નહોતો. તે પણ પોતાના કરેલા કામ માટે જીવનભર પસ્તાતી રહેશે. તેણે મને જણાવ્યું,'મેં જે કંઈપણ કર્યું, હું તેના માટે ખૂબ જ શરમનો અનુભવ કરું છું. હું પોતાને ક્યારેય માફ નહીં કરી શકું. મેં બધાને જ નિરાશ કર્યા છે અને હું જાણું છું કે હું ભલે જે કંઈપણ કરું, પણ હું જીવનભર તેની ભરપાઈ કરી શકીશ નહીં.'

તેમ છતાં આ બંને કિસ્સામાં એક મહત્ત્વનો ફેર એ છે કે બ્રાયન થોમસે એક નિર્દોષ વ્યક્તિનો જીવ લીધો હતો.

બ્રાયન થોમસે જે કંઈ કર્યું હતું, તે સૌથી મોટી ભૂલ હતી. જ્યારે એંજી બૈચમેને તો માત્ર પૈસા ગુમાવ્યા હતા. એંજીના કિસ્સામાં માત્ર તે, તેનો પરિવાર અને 27 બિલિયન ડૉલરવાળી તે કંપની શિકાર થઈ હતી, જેણે તેને 1 લાખ 25 હજાર ડૉલર ઉધાર આપ્યા હતા.

બ્રાયન થોમસને સમાજે આઝાદ કરી દીધો પણ એંજી બૈચમેનને તેના કર્મોની દોષી ઠરાવવામાં આવી.

એંજી બૈચમેન પોતાનું બધું જ ગુમાવી ચૂકી હતી. તેના દસ મહિના પછી હર્રાજે તેની બેંકમાંથી પોતાના પૈસા વસૂલ કરવાનો પ્રયત્ન કર્યો. ઉધાર લેતી વખતે એંજીએ જે વચન-પત્રો પર હસ્તાક્ષર કર્યા હતા, તે બેંકમાં બાઉન્સ થઈ ગયા. જેના કારણે હર્રાજે એંજી બૈચમેન વિરુદ્ધ કેસ દાખલ કરીને માત્ર તેને ઉધાર ચૂકવવાની માંગણી કરવાને બદલે તેના પર 3 લાખ 75 હજાર ડૉલર્સનો દંડ પણ ઠોકી દીધો. અપરાધ કરતાં આ દંડ નાગરિક દંડ તરીકે લગાવવામાં આવે છે. એંજીએ દાવો કર્યો કે કેસીનો અને તેની માલિક કંપની હર્રાજે તેને સતત ઉધાર આપ્યું, મોંઘી હોટેલોમાં મફત ઉતારો આપ્યો, મફત વિમાનયાત્રા કરાવી અને મોંઘી શરાબ ઉપલબ્ધ કરાવી કારણ કે કંપની જાણી જોઈને તેને પોતાનો શિકાર બનાવી રહી હતી અને તે સારી રીતે જાણતા હતા કે તે જુગારની લત સાથે સંઘર્ષ કરી રહી છે અને તેની આદતો તેના પોતાના નિયંત્રણમાં નથી. તેનો કિસ્સો સીધો રાજ્યના સુપ્રીમ કોર્ટમાં પહોંચી ગયો. એંજી બૈચમેનના વકીલે અદાલતમાં એવી જ દલીલો કરી, જે બ્રાયન થોમસના વકીલે કરી હતી. તેણે કહ્યું કે એંજીને દોષી ઠરાવી શકાય નહીં કારણ કે હર્રાજે જાણી જોઈને તેની સામે એવા પ્રલોભનો મૂક્યા, જેને તે સ્વચાલિત રીતે સ્વીકારતી રહી કારણ કે તેના પોતાના નિર્ણય તેના કાબૂમાં નહોતા. જ્યારે તે કેસીનોના પ્રલોભનોનો સ્વીકાર કરીને કેસીનોમાં પગ મૂકતી, તો તેની આદતો તેના પર હાવી થઈ જતી અને પછી તેને પોતાને નિયંત્રણમાં રાખવું અશક્ય બની જતું.

પણ સમાજના પ્રતિનિધિ બનીને બેઠેલા જજે આ દલીલનો સ્વીકાર કર્યો નહીં અને એંજી બૈચમેનને દોષી ઠરાવી દીધી. અદાલતે પોતાના નિર્ણયમાં લખ્યું, 'એવો કોઈ કાયદો નથી, જે કોઈ કેસીનોને જુગારના વ્યસની લોકો સાથે સંપર્ક કરવાથી કે તેમને લોભાવવાથી રોકતો હોય.' જસ્ટિસ રોબર્ટ રકરે પોતાના નિર્ણયમાં આગળ લખ્યું, 'રાજ્ય તરફથી એક 'સ્વૈચ્છિક બહિષ્કાર કાર્યક્રમ' પણ ચલાવવામાં આવે છે, જેની યાદીમાં પોતાનું નામ લખાવીને કોઈપણ વ્યક્તિ કેસીનોમાં જુગાર રમવાથી પોતાને બહિષ્કૃત કરાવી શકે છે. આ કાર્યક્રમનું અસ્તિત્વ એ ઈશારો કરે છે કે કાયદો જુગારના વ્યસની લોકોને એ વાતની અંગત જવાબદારી ઉઠાવવાનું કહે છે કે તે સ્વયંને જુગારની લતથી દૂર રાખે.'

બ્રાયન થોમસ અને એંજી બૈચમેનના કિસ્સાઓનું પરિણામ એક-બીજાથી બિલકુલ અલગ હતું, જે કદાચ ન્યાય સંગત પણ છે. કારણ કે પોતાના હાથે બધું જ લૂંટાવી દેનારી ગૃહિણીના બદલે, એક એવી વ્યક્તિ માટે સહાનુભૂતિ રાખવી ક્યાંય વધારે સહેલું હોય છે, જેણે પોતાની પત્નીને ગુમાવી દીધી હોય.

પણ એવું શા માટે છે કે પત્નીને ગુમાવનારી વ્યક્તિને પરિસ્થિતિની શિકાર માની લેવામાં આવે છે, જ્યારે એક દેવાળિયા જુગારી માટે કોઈને સહાનુભૂતિ નથી થતી ? એવી માન્યતા શા માટે છે કે કેટલીક આદતોને નિયંત્રણમાં રાખવી સરળ હોય છે, જ્યારે કેટલીક આદતો એવી હોય છે, જેના પર આપણું કોઈ નિયંત્રણ નથી હોતું ?

આના કરતાં પણ વધારે મહત્ત્વનો પ્રશ્ન એ છે કે શું બે અલગ-અલગ આદતોની વચ્ચે ફેર કરવો યોગ્ય છે ?

નિકોમાચિયન એથિક્સમાં અરસ્તુ લખે છે, 'કેટલાક વિચારકોનું માનવું છે કે લોકોનું સારું કે ખરાબ થવું પ્રાકૃતિક હોય છે. જ્યારે કેટલાક વિચારક માને છે કે લોકોને સારા કે ખરાબ બનાવવા પાછળ તેમની આદતો જવાબદાર હોય છે. ત્યાં જ કેટલાક વિચાર એવા પણ છે, જે માને છે કે લોકોને નિર્દેશો અનુસાર સારા કે ખરાબ બનાવી શકાય છે.' અરસ્તુ માટે આદતો જ બધું હતી. તેમનું કહેવું હતું કે આપણે સમજ્યા-વિચાર્યા વિના જે કંઈપણ કરીએ છીએ, તે આપણી અસલિયત હોય છે. અરસ્તુ પ્રમાણે, 'જે રીતે બીજને પોષણ આપવા માટે પહેલા જમીનને તૈયાર કરવી જરૂરી હોય છે, એ જ રીતે પોતાના શાર્ગિદોના મસ્તિષ્કને પણ આદતો દ્વારા તૈયાર કરવા પડે છે, જેથી તે યોગ્ય બાબતોને પસંદ અને ખોટી બાબતોને નાપસંદ કરે.'

આદતો જેટલી સહજ દેખાય છે, એટલી જ સહજ હોય પણ છે. મારા આ પુસ્તકમાં પણ મેં ઘણી જગ્યાએ દર્શાવ્યું છે કે ભલે આદતોએ તમારા મસ્તિષ્કમાં પોતાના મૂળ જમાવી દીધા હોય, પણ તેમ છતાં આદતો તમારી નિયતિ નથી. આપણે સ્વયં પોતાની આદતોની પસંદગી કરી શકીએ છીએ, બસ આપણે તેની રીત શીખવાની હોય છે. તંત્રિકા વિજ્ઞાનીઓ દ્વારા એમેન્સિયાના દર્દીઓની શોધથી માંડીને, સંગઠનાત્મક વિશેષજ્ઞો દ્વારા કંપનીઓની

કાયાપલટ કરવા સુધી, આપણને આદતો વિશે અત્યાર સુધી જે જાણવા મળ્યું છે, તેના આધાર પર એમ કહી શકાય કે કોઈપણ આદતને બદલવી શક્ય છે. બસ તેના માટે તમારે એ સમજવું પડશે કે તે કેવી રીતે સંચાલિત થાય છે.

આપણા રોજબરોજના જીવનમાં આપણી હજારો આદતો સતત પ્રભાવિત કરતી રહે છે. આદતોથી જ નક્કી થાય છે કે આપણે રોજ સવારે કેવી રીતે તૈયાર થઈશું, આપણા બાળકો સાથે કેવી રીતે વાતચીત કરીશું અને રાત્રે કેવી રીતે ઊંઘીશું. આદતો જ એ નક્કી કરે છે કે આપણે કેવી રીતે કામ કરીશું, ક્યારે આરામ કરીશું, શું ખાઈશું, શું પહેરીશું અને કામ પૂરું થયા પછી કસરત કરીશું કે પછી બીયર પીશું. દરેક ટેવનો પોતાનો એક અલગ ઈશારો અને એક અલગ ઈનામ હોય છે. કેટલીક આદતો ખૂબ સરળ હોય છે અને કેટલીક ખૂબ જટિલ, આદતો ભાવનાત્મક આવેગોથી સક્રિય થઈને તમને તંત્રિકા સંબંધિત નાના-નાના પુરસ્કાર આપતી રહે છે, પણ ભલે કોઈ આદત ગમે તેટલી પણ જટિલ હોય, તેને બદલવી શક્ય છે. આદતોમાં પરિવર્તન લાવીને દારૂના ભારે વ્યસની લોકોની શરાબ છોડાવી શકાય છે, સૌથી ખરાબ હાલતમાં આવી ગયેલી કંપનીઓને પણ સફળ બનાવી શકાય છે અને હાઈસ્કૂલમાં અભ્યાસ છોડી દેનાર પણ એક સફળ પ્રબંધક બની શકે છે.

જો કે કોઈપણ આદતને બદલવા માટે જરૂરી છે કે પહેલા તમે તેને બદલવાનો નિર્ણય લો. કોઈપણ આદતને બદલવા અને તેને સક્રિય કરનારા એ ઈશારાઓ અને ઈનામોને જાણવા માટે તમારે સચેત રૂપે મહેનત કરવી પડશે. પછી તમારે તેનો વિકલ્પ શોધવાનો પ્રયત્ન પણ કરવો પડશે. તમારે યાદ રાખવું પડશે કે તમારું બધું નિયંત્રણ તમારી પાસે જ છે. આ નિયંત્રણનો યોગ્ય ઉપયોગ કરવા માટે તમારે સ્વયં સચેત રહેવું પડશે. મારા આ પુસ્તકનું દરેક પ્રકરણ અલગ-અલગ પાસાઓનું જ ચિત્રણ કરે છે.

ભલે એંજી બૈચમેન અને બ્રાયન થોમસે પોતાના બચાવમાં એકસરખા તર્ક આપ્યા હોય કે તેમણે જે કર્યું, તે તેમની આદતોનું પરિણામ હતું અને પોતાના વ્યવહાર પર તેમનું કોઈ નિયંત્રણ નહોતું. કારણ કે તેમનું તે વર્તન સ્વચાલિત હતું – તેમ છતાં બંને કિસ્સામાં અલગ-અલગ નિર્ણય સંભળાવવામાં આવ્યો, જે ન્યાયસંગત જ લાગે છે કારણ કે એક રીતે જોવા જઈએ, તો આ બંને કિસ્સા એક-બીજા કરતાં અલગ છે. કારણ કે બ્રાયન થોમસને એ વાતનો કોઈ અંદાજ નહોતો કે પોતાની ઊંઘમાં ચાલવાની અને ગભરાવાની આદતને કારણે તે એક દિવસ કોઈની હત્યા કરી નાખશે. તેથી એ પ્રશ્ન જ ઊભો નથી થતો કે તેણે કોઈપણ પ્રકારની સાવધાની રાખવી જોઈતી હતી. જ્યારે એંજી બૈચમેનનો કિસ્સો અલગ હતો. એંજી પોતાની આદતોથી સારી રીતે પરિચિત હતી અને જ્યારે તમે જાણતા હો કે તમારી અંદર કોઈ મુશ્કેલી ઊભી કરનારી આદત છે, તો એ તમારી જવાબદારી છે કે તમે એ આદતને બદલો. જો એંજીએ થોડા વધારે પ્રયત્ન કર્યા હોત તો કદાચ તે પોતાની જુગારની લતમાંથી છુટકારો મેળવવામાં સફળ થઈ જાત. દુનિયામાં એવા લોકોની ઉણપ નથી,

જેમણે પોતાની ટેવથી છુટકારો મેળવ્યો હોય, ભલે તેમની લત ગમે તેટલી જૂની કેમ ન હોય.

એક રીતે આ જ આ પુસ્તકનો મુખ્ય મુદ્દો પણ છે. કદાચ ઊંઘમાં ચાલનારો એક હત્યારો એ તર્ક આપી શકે છે કે તે પોતાની આદતથી વાકેફ નહોતો અને તેથી તેને એ માટે દોષી પણ ઠરાવી શકાય નહીં. પણ અન્ય લોકોના જીવનમાં હાજર રહેલી બાકીની બધી પેટર્ન્સ – જેમ કે આપણે કેવી રીતે ખાઈએ અને ઊંઘીએ છીએ, કેવી રીતે પોતાના બાળકો સાથે વાત કરીએ છીએ, કેવી રીતે સમજ્યા-વિચાર્યા વિના પોતાનો સમય અને પૈસા ખર્ચ કરીએ છીએ અને કેવી રીતે કારણ વિના કોઈ બાબત પર ધ્યાન કેન્દ્રિત કરી લઈએ છીએ – એવી આદતો છે, જેના વિશે તે પહેલેથી જ જાણે છે. એકવાર જ્યારે તમે સમજી જાઓ છો કે આદતોને બદલી શકાય છે તો તમારી પાસે એ આઝાદી અને જવાબદારી પણ હોય છે કે તમે તેને બદલીને નવી અને શ્રેષ્ઠ આદતોને વિકસિત કરી લો. એકવાર જ્યારે તમે આ વાત સમજી જાઓ છો કે આદતોને ફરીથી વિકસિત કરી શકાય છે, તો આદતોની શક્તિને સમજવી સહેલી થઈ જાય છે અને એ પછી તમારી પાસે માત્ર એક જ વિકલ્પ બચે છે, એ આદતો પર કામ કરવાનો.

★★★

વિલિયમ જેમ્સે પ્રસ્તાવનામાં આપણને જણાવ્યું કે 'આપણું સમગ્ર જીવન બીજું કશું નથી પણ વ્યવહારિક, ભાવનાત્મક અને બૌદ્ધિક આદતોનો એક વ્યવસ્થિત સમૂહ છે જેથી આપણે દુ:ખ અને આનંદનો અનુભવ કરી શકીએ. આ આદતો જ આપણને આપણી નિયતિ સુધી લઈ જાય છે, ભલે તે નિયતિ ગમે તેવી હોય.'

ઈ.સ.1910માં વિલિયમ જેમ્સનું મૃત્યુ થઈ ગયું હતું. તે એક પ્રતિષ્ઠિત પરિવારમાંથી આવતા હતા. તેમના પિતા વ્યવસાયે એક મોટા થિયોલોજિસ્ટ (ધર્મવિજ્ઞાની) હતા અને ઘણા અમીર વ્યક્તિ હતા. તેમના ભાઈ હેનરી પણ એક બેહદ સફળ લેખક હતા, જેમની લખેલી નવલકથાઓને આજે પણ લોકો શોખથી વાંચે છે. પણ વિલિયમ પોતાના પરિવારના એક બેઢબ અને નિષ્ફળ વ્યક્તિ હતા. તે બાળપણથી જ મોટાભાગે બીમાર રહ્યા કરતા હતા. લગભગ ત્રીસ વર્ષની ઉંમરે પણ તેમણે પોતાના જીવનમાં અત્યાર સુધી કોઈ ઉલ્લેખનીય કાર્ય કર્યું નહોતું. પહેલા તે એક પેન્ટર બનવા ઈચ્છતા હતા. પછી તેમણે એક મેડિકલ સ્કૂલમાં પ્રવેશ મેળવી લીધો. થોડા દિવસો પછી તેમણે તેને પણ છોડી દીધી જેથી એમેઝોન નદીની જળયાત્રા-અભિયાનમાં સામેલ થઈ શકે. પછી તેમણે એ અભિયાનને પણ છોડી દીધું. પોતાની ડાયરીમાં તેમણે પોતાની જાતની એ વાત માટે ઘણી ટીકા કરી કે તે કોઈપણ બાબતમાં સારું પ્રદર્શન કરી શકતા નથી. આ ઉપરાંત તેમને એ ભરોસો પણ નહોતો કે તે પોતાની અંદર પરિવર્તન લાવી શકે છે. જ્યારે તે મેડિકલ સ્કૂલમાં ભણતા હતા, ત્યારે એકવાર તે પાગલોની હોસ્પિટલમાં ગયા, જ્યાં તેમણે એક માનસિક રોગીને દીવાલ પર

માથું પછાડી-પછાડીને પોતાને લોહીલુહાણ કરતો જોયો હતો. ડૉકટરે તેમને જણાવ્યું કે આ માનસિક રોગી વાસ્તવમાં હેલુસિનેશંસ (મતિભ્રમ) ના રોગથી પીડિત છે. પણ વિલિયમ ડૉકટરને એ ન જણાવી શક્યા કે તે પોતે પણ એક માનસિક રોગી જેવો અનુભવ કરે છે.

ઈ.સ.1870માં આડત્રીસ વર્ષની ઉંમરે વિલિયમે પોતાની ડાયરીમાં લખ્યું હતું, 'આજે હું મારા જીવનમાં ખૂબ નીચે ઉતરી ચૂક્યો છું અને આખરે મને અનુભૂતિ થઈ છે કે અત્યાર સુધી જીવનમાં મારી પસંદગી ભલે ગમે તેવી રહી હોય, પણ હવે મારે આંખો ખોલીને તેનો સામનો કરવો પડશે. શું હવે મારે નૈતિક કાર્ય (Moral Bussiness) કરવાની ચિંતા કરવાનું બંધ કરી દેવું જોઈએ કારણ કે તે મારો સ્વાભાવિક ગુણ નથી ?

બીજા શબ્દોમાં કહીએ, તો શું આત્મહત્યા એક શ્રેષ્ઠ વિકલ્પ છે ?

તેના બે મહિના પછી તેમણે નક્કી કર્યું કે કોઈપણ ગમે તેવું પગલું ઉપાડતાં પહેલા તે વર્ષભર સુધી એક પ્રયોગ કરશે. તેમણે નિર્ણય લીધો કે તે 12 મહિના સુધી આ વાત પર વિશ્વાસ કરશે કે તેમની અંદર આત્મ-નિયંત્રણ મેળવવાની ક્ષમતા છે અને તેમની નિયતિ પણ તેમનો સાથ આપી રહી છે. તેમને વિશ્વાસ હતો કે તે પોતાને શ્રેષ્ઠ બનાવી શકે છે અને તેમની અંદર બદલાવાની મુક્ત ઈચ્છા છે. જો કે આ વાતો પર વિશ્વાસ કરવા માટે તેમની પાસે કોઈ ઠોસ કારણ નહોતું. તેમ છતાં તે વિશ્વાસ કરી રહ્યા હતા કે તેમના જીવનમાં પણ પરિવર્તન લાવવું શક્ય છે. એ સમયે તેમણે પોતાની ડાયરીમાં લખ્યું હતું, 'મને લાગે છે કે કાલ સુધી મારું જીવન સંકટ ગ્રસ્ત હતું.' પરિવર્તન લાવવાની પોતાની ક્ષમતા વિશે તેમણે લખ્યું હતું, 'ઓછામાં ઓછું આવતા એક વર્ષ સુધી મારું એ અનુમાન છે કે આ મારો ભ્રમ નથી. પોતાની મુક્ત ઈચ્છાની સાથે મારી પહેલી જવાબદારી છે, આ મુક્ત ઈચ્છા પર વિશ્વાસ કરવો.'

આવનારા એક વર્ષમાં તેમણે દરરોજ તેનો અભ્યાસ કર્યો. તેમણે પોતાની ડાયરી લખવાની રીત પણ કંઈક એવી કરી નાખી, જાણે સ્વયં પર અને પોતાની પસંદગીઓ પર તેમનું પૂર્ણ નિયંત્રણ હોય. થોડા દિવસોમાં તે હાર્વર્ડ યુનિવર્સિટીમાં ભણાવવા માંડ્યા. થોડા જ સમયમાં તેમણે લગ્ન પણ કરી લીધા. પછી તે મેટાફિઝિકલ ક્લબ નામના એક સમૂહમાં સામેલ થઈ ગયા, જ્યાં તેમણે ઓલિવર વેંડલ હોમ્સ જુનિયરની સાથે સમય વીતાવવાનું શરૂ કરી દીધું, જે પાછળથી સુપ્રીમ કોર્ટના જસ્ટિસ બન્યા. આ ઉપરાંત તેમણે આ જ સમૂહમાં ચાર્લ્સ સૈંડર્સ પિયર્સની સાથે પણ ઘણો સમય વીતાવ્યો, જે સેમિઓટિક્સ (લાક્ષણિકતા) ના અભ્યાસમાં અગ્રેસર હતા. ડાયરીમાં સ્વયંને બદલવાની વાત લખ્યાના બે વર્ષ બાદ વિલિયમે દાર્શનિક ચાર્લ્સ રેનોવિયનને એક પત્ર મોકલ્યો, જેમણે વિસ્તારથી મુક્ત ઈચ્છાની વ્યાખ્યા કરી છે. વિલિયમે પોતાના પત્રમાં લખ્યું, 'તમારા નિબંધ વાંચીને હું આપના પ્રત્યે કૃતજ્ઞતા અને પ્રશંસાથી છલકાઈ ગયો. મેં મારા જીવનમાં આઝાદીની આટલી સ્પષ્ટ, સરળ અને તર્કશીલ સંકલ્પના પહેલા ક્યારેય વાંચી નહોતી. આ માટે હું આપનો ખૂબ આભારી

છું....આપના જણાવેલા દર્શનથી મારી નૈતિકતાને નવું જીવન મળ્યું છે અને હું પૂરા વિશ્વાસની સાથે કહી શકું છું કે આ કોઈ સામાન્ય વાત નથી.'

પછીથી તેમણે એવો વિચાર આપ્યો, જે ઘણો પ્રસિદ્ધ થયો કે 'પરિવર્તનમાં વિશ્વાસ કરવા માટે સૌથી જરૂરી છે, વિશ્વાસ કરવાની ઈચ્છા અને આ વિશ્વાસને પેદા કરવાની સૌથી મહત્ત્વની રીત આદત છે.' તેમણે આ વાતનો સ્પષ્ટ ઉલ્લેખ કર્યો કે 'જ્યારે આપણે કોઈ કામ પહેલી વાર કરીએ છીએ, તો તે આપણને ઘણું જ મુશ્કેલ લાગે છે, પણ પછી ધીરે-ધીરે તે આપણા માટે સરળ બની જાય છે. સાથે જ જ્યારે આપણે તે કામનો સારો અભ્યાસ કરી લઈએ છીએ, તો પછી આપણે તેને યંત્રવત રીતે અથવા સચેત થયા વિના પણ સરળતાથી કરી શકીએ છીએ. આવું આપણે પોતાની આદતોને કારણે જ કરી શકીએ છીએ.' એકવાર જ્યારે આપણે એ નક્કી કરી લઈએ છીએ કે આપણે શું બનવું છે, તો પછી આપણે તે જ બનીએ છીએ, જે બનવાનો અભ્યાસ કરીએ છીએ. બરાબર એ જ રીતે જેમ કોઈ કાગળ કે કોટને જે રીતે એકવાર વાળી દેવામાં આવે છે, તે હંમેશા એ જ રીતે વળવા માંડે છે.

જો તમે આ વાત પર વિશ્વાસ કરો છો કે તમે સ્વયંને બદલી શકો છો, તો તમે તેને પોતાની આદત બનાવી લો છો અને પછી પરિવર્તન શક્ય બની જાય છે. આદતોની વાસ્તવિક શક્તિ એ સમજ પ્રાપ્ત કરવી છે કે તમારી આદતો તમારી પોતાની પસંદગી હોય છે. એકવાર જ્યારે તમે પસંદગી કરી લો છો અને પછી જ્યારે આ પસંદગી સ્વચાલિત થઈ જાય છે, તો તે માત્ર સંભવ થઈ જાય છે એટલું નહીં બલકે આવશ્યક પણ લાગવા માંડે છે. વિલિયમ લખે છે કે 'આ એ જ બાબત છે, જે આપણને આપણી નિયતિની તરફ લઈ જાય છે, ભલે તે નિયતિ ગમે તે હોય.'

આપણે સ્વયંને અને પોતાની ચારેય તરફના વાતાવરણને ટેવવશ જે રીતે જોઈએ છીએ, તેનાથી જ આપણો સંસાર બને છે. લેખક ડેવિડ ફોસ્ટર વોલેસે ઈ.સ.2005માં સ્નાતકના એક વર્ગમાં વિદ્યાર્થીઓને જણાવ્યું, 'બે યુવાન માછલીઓ તરતી જઈ રહી હતી, ત્યારે જ તેમની નજર સામેથી તરતી આવતી એક વૃદ્ધ માછલી પર પડી. તેમણે એ યુવાન માછલીઓની પાસેથી પસાર થતા કહ્યું, 'નમસ્કાર બાળકો, પાણીના શું હાલ છે ?' તે બંને યુવાન માછલીઓ અટક્યા વિના તરતી રહી અને પછી તેમાંથી એક માછલીએ બીજી માછલીની તરફ જોઈ આશ્ચર્યથી પૂછ્યું, 'આ પાણી શું બલા છે ?'

અહીં પાણી કશું નથી પણ બલકે એક આદત છે, સમજ્યા-વિચાર્યા વિના એમ જ કરેલી પસંદગી છે અને તે નાના-મોટા અદશ્ય નિર્ણય છે, જે આપણે દરરોજ લઈએ છીએ. જો આપણે આ નિર્ણયો પર માત્ર એક નજર નાખી દઈએ, તો તે આપણને દેખાવા લાગે છે.

વિલિયમ જેમ્સે જીવનભર આદતો વિશે લખ્યું અને જણાવ્યું કે ખુશ રહેવા અને

સફળ થવામાં આદતો મુખ્ય ભૂમિકા ભજવે છે. પોતાની સૌથી મહાન કૃતિ 'ધ પ્રિન્સિપલ ઑફ સાઈકોલોજી' માં તેમણે આ વિષય એક આખો અધ્યાય લખ્યો છે. તેમનું કહેવું હતું કે 'આદતો કેવી રીતે કામ કરે છે, એ સમજવા માટે પાણીની એનોલોજી સૌથી ઉપયુક્ત છે. પાણી પોતાનો રસ્તો જાતે જ બનાવી લે છે અને સમયની સાથે-સાથે તેના વેગથી તે રસ્તો વધારે પહોળો અને ઊંડો થતો જાય છે. જ્યારે તેનું વહેણ અટકે છે, તો તે એ જ પાછલા રસ્તા પર ફરીથી વહેવાનું શરૂ કરી દે છે.'

હવે આપ જાણો છો કે તમારે આ રસ્તો કેવી રીતે બનાવવાનો છે અને તમારી પાસે આ રસ્તા પર ચાલવાની ભરપૂર ક્ષમતા છે.

આભાર

હું મારા જીવનમાં ખૂબ ભાગ્યશાળી રહ્યો, જે મને માત્ર સ્વયં કરતા વધારે પ્રતિભાશાળી લોકોની સાથે કામ કરવાની તક મળી બલકે તેમનું જ્ઞાન અને શાલીનતા ઉધાર લઈને તેમને બીજાની સામે પોતાના ગુણોની જેમ પ્રસ્તુત કરવાની તક પણ મળી.

એ જ કારણ છે કે આજે આ પુસ્તક આપની સામે છે અને તેથી આજે હું એ બધા લોકોનો આભાર માનવા ઈચ્છું છું, જેમણે મને સહકાર આપ્યો.

એંડી વોર્ડે રેન્ડમ હાઉસ પ્રકાશનમાં સંપાદક તરીકે કામ શરૂ કરતાં પહેલા જ આ પુસ્તકની જવાબદારી પોતાના ખભે લઈ લીધી હતી. તે સમયે હું જાણતો નહોતો કે તે આટલા સહૃદય, ઉદાર અને પ્રતિભાશાળી સંપાદક છે. હા, મેં મારા કેટલાક મિત્રો પાસેથી જરૂર સાંભળ્યું હતું કે એંડી આપના દ્વારા લખવામાં આવેલા લખાણને કોઈ જુદા જ સ્તર પર લઈ જાય છે અને એટલી શાલીનતા સાથે તમને સાથ આપે છે કે તમને એવું લાગે જ નહીં કે તમારે બીજાની મદદ લેવી પડી રહી છે. જો કે આ બધું કહેતી વખતે મારા મિત્ર દારૂના નશામાં હતા એટલે મને લાગ્યું કે તે કારણ વગર જ એંડીની આટલી પ્રશંસા કરી રહ્યા છે. પણ મારા પ્રિય વાચકો, મારા દોસ્તોએ એંડી વિશે જે પણ કહ્યું તે બિલકુલ સાચું હતું. એંડીની વિનમ્રતા, ધીરજ અને એનાથી આગળ વધીને એક સારા મિત્ર હોવાના તેમના ગુણ તેમની આસપાસની દરેક વ્યક્તિને એક શ્રેષ્ઠ માનવ બનવા માટે પ્રેરિત કરે છે. આ પુસ્તક જેટલું મારું છું, એટલું જ એંડીનું પણ છે અન હું એ બાબત માટે આભારી છું મને તેમને જાણવા, તેમની સાથે કામ કરવું અને તેમની પાસેથી શીખવાની તક મળી.

તેની સાથે-સાથે જ હું એ ઈશ્વરનો પણ આભાર માનું છું, જે મને રેન્ડમ હાઉસ સુધી લઈને આવ્યા જેથી અહીં હું સુઝાન કૈમિલના માર્ગદર્શનમાં, જીના સેંટ્રેલોના નેતૃત્વમાં અને

અવિદા બશિર્રાદ, ટોમ પેરી, સન્યૂ ડિલ્લન, સૈલી માર્વિન, બારબરા ફિલિઓન, મારિયા બ્રેકેલ, એરિકા ગ્રેવર અને હંમેશા ધીરજ રાખનારી કાએલા માયર્સની મહત્ત્વની સલાહ પર કામ કરી શકું.

બરાબર એ જ રીતે એ પણ ભાગ્યની જ રમત હતી, જે મને સ્કોટ મોયર્સ, એન્ડ્રયુ વાયલી અને જેમ્સ પુલેનની સાથે વાયલી એજન્સીમાં કામ કરવાની તક મળી. જેમ કે ઘણા લેખકો જાણે છે, સ્કોટની સલાહ અને દોસ્તી જેટલી અમૂલ્ય છે, એટલી જ ઉદાર પણ છે. એ વાચકોનું સૌભાગ્ય જ છે, જે સ્કોટ એકવાર ફરી સંપાદકીય દુનિયામાં પાછા ફર્યા છે. એન્ડ્રયુ વાયલી હંમેશા પોતાના લેખકોનું જીવન સરળ બનાવવામાં રોકાયેલા રહે છે, જેના માટે હું તેમનો ખૂબ આભારી છું. ત્યાં જ જેમ્સ પુલેને એ સમજવામાં મારી મદદ કરી છે કે હું એ ભાષાશૈલીમાં કેવી રીતે લખું, જેનાથી હું પૂર્ણપણે અજાણ છું.

તેની સાથે જ હું 'ધ ન્યૂયોર્ક ટાઈમ્સ' નો પણ ખૂબ આભારી છું. હું ધ ટાઈમ્સના બિઝનેસ સંપાદક લૈરી ઈંગ્રેસિયાનો હૃદયપૂર્વક આભાર માનવા ઈચ્છીશ, જેમની મિત્રતા, સલાહ અને જ્ઞાનની મદદથી જ મારા માટે આ પુસ્તક લખવાનું શક્ય બની શક્યું. લૈરીની મદદથી જ હું ઘણા બધા અન્ય પ્રતિભાશાળી રિપોર્ટરોની સાથે એક એવા વાતાવરણમાં પત્રકારત્વ કરી શક્યો, જે તેમના જણાવેલા ઉદાહરણોથી સતત શ્રેષ્ઠ થતું રહ્યું છે. વિકી ઈંગ્રેસિયા પણ મારા માટે સહકારનો એક અદ્ભુત સ્રોત રહીછે. જેમ કે એડમ બ્રાયંટથી પરિચિત બધા લેખક જાણે છે કે તે એક શાનદાર વકીલ અને મિત્ર છે અને તેમની અંદર ઘણીબધી ખૂબીઓ છે. તેની સાથે જ હું ભાગ્યશાળી છું કે મને બિલ કેલર, જિલ અબ્રામસન, ડીન બાક્કેટ અને ગ્લેન ક્રેમો જેવા શાનદાર લોકોની સાથે કામ કરવાની અને પત્રકારત્વના ક્ષેત્રમાં તેમના પદચિન્હો પર ચાલવાની તક મળી.

આ ઉપરાંત બીજા પણ કેટલાક લોકો છે, જેમનો હું આભાર માનવા ઈચ્છું છું. હું ડીન મર્ફી, વિની ઓ'કેલી, જેની એંડરસન, રિક બર્ક, એન્ડ્રયુ રોસ સોર્કિન, ડેવિડ લિયોનહાર્ટ, વોલ્ટ બોગડાઈનિસ, ડેવિડ ગિલન, એડુઆર્ડો પોર્ટર, જોડી કેંટર, વેરા ટાઈટુનિક અને એમી ઓ'લેરી, પીટર લૈટમેન, ડેવિડ સેગલ, ક્રિસ્ટીન હાઉની, જેની શસલર, જો નોસેરા અને જિમ શેક્ટેર (બંનેએ મારા માટે પ્રકરણો વાંચવાનું કામ કર્યું), જેફ કૈને, માઈકલ બારબેરો જેવા ટાઈમ્સના મારા સહકાર્યકરોનો ખૂબ ઋણી છું, જેમણે મારી સાથે ઘણું જ ઉદાર વર્તન કર્યું.

હું એલેક્સ બ્લમબર્ગ, એડમ ડેવિડસન, પાઉલા સુઝુચમૈન, નિવી નોર્ડ, એલેક્સ બેરેંસન, નાઝનીન રફસંજાની, બ્રેંડન કોએર્નેર, નિકોલસ થોમ્પસન, કેટ કેલી, સારા એલિસન, કેવિન બેલર, અમાંડા શોફર, ડેનિસ પોતામી, જેમ્સ વાયન, નોઅન નો પણ આભારી છું. હું કોટ ગ્રેગ નેલ્સન, કેટલિન પાઈક, જોનાથન ક્લેન, અમાંડા ક્લેન, ડોનાનેલ સ્ટીલ, સ્ટેસી સ્ટીલ, બેસ્લે મોરિસ, એડિર વાલ્ડમેન, રિચ ફ્રેંકેલ, જેનિફર કૌઝીન, આરોન

બેન્ડિક્સન, રિચર્ડ રેમ્પેલ, માઈક બોર, ડેવિડ લેવેકી, બેથ વાલ્ટેમનાથ, એલ્ટન રસ ઉમાન, એરિન બ્રાઉન, જેફ નોર્ટન, રાજ ડી દત્તા, રુબેન સિગાલા, ડૈન કોસ્ટેલો, પીટર બ્લેક, પીટર ગુડમૈન, એલિક્સ સ્પીગલ, સુસાન ડોમિનસ, જેની રોસેનસ્ટ્રેચ, જેસન વુડાર્ડ, ટેલર નોગુએરા અને મેથ્યુ બર્ડનો પણ આભાર માનવા ઈચ્છું છું, જેમણે મને પોતાનું ભરપૂર સમર્થન અને માર્ગદર્શન આપ્યું. હું આ પુસ્તકના મુખપૃષ્ઠ અને અદ્‌ભુત આંતરિક ગ્રાફિક્સ તૈયાર કરનારા બેહદ પ્રતિભાશાળી એન્ટોન લૂકોનોવેટ્સનો પણ હૃદયપૂર્વક આભારી છું.

હું બીજા પણ ઘણા લોકોનો ઋણી છું, જેમણે આ પુસ્તકના રિપોર્ટિંગ માટે પોતાનો કિંમતી સમય આપ્યો. એસવાય પાર્ટનર્સના ટોમ એન્ડ્રયુઝની સાથે-સાથે હું ટોની ડૂંગી અને ડીજે સ્નેલ, પોલ ઓ'નીલ, વોરેન બેંસ, રિક વારેન, એની ક્રુમ, પૈકો અંડરહિલ, લૈરી સ્કવાયર, વોલ્ફ્રામ શુલ્ત્સ, એન ગ્રેબિલ, ટોડ હીથરન, જે સ્કોટ ટોનિગન, ટેલર શાખા, બોબ બોમન, ટ્રેવિસ લીચ, હોવર્ડ શુલ્ત્સ, માર્ક મુરાવેન, એંજેલા ડકવર્થ, જેન્ના બ્રૂનો, રેજા હબીબ, પૈટ્રિક મુલ્કી અને ટેરી નોસિંગરનો પણ આભાર માનવા ઈચ્છું છું. તેની સાથે જ હું ડૈક્સ પ્રોક્ટર, જોશ ફ્રીડમેન, કોલ લુઈસન, એલેકઝેંડર પ્રોવન અને નીલા સલ્ડાન્હા જેવા સંશોધકો અને તથ્યોની તપાસ કરનારાઓનો પણ આભારી છું, જેમણે મને ખૂબ સહકાર આપ્યો.

પત્રકારત્વના ક્ષેત્રમાં મને પહેલી નોકરી આપનારા બોબ સિપ્ચનનો હું હંમેશા આભારી રહીશ. મને ખેદ છે કે હું મારા પુસ્તકની ખુશી મારા બે મિત્રો, બ્રાયન ચિંગ અને એલકે કેસની સાથે વહેંચી શક્યો નહીં, જે આપણને સૌને છોડી આ દુનિયાને અલવિદા કરી ગયા.

અંતે હું સૌથી વધારે મારા પરિવારનો આભારી છું. કૈટી ડુહિગ, જૈકી જેન્કુસ્કી, ડેવિડ ડુહિગ, ટોની, માટોરેલી, ડેનિયલ ડુહિગ, એલેકઝેન્ડ્રા અલ્ટર અને જેક ગોલ્ડસન જેવા મારા મિત્રોએ પણ મરે ખૂબ સહકાર આપ્યો છે. મારા દીકરા ઓલિવર અને જોન હેરી મારા માટે પ્રેરણાનો સ્રોત રહ્યા છે. મારા માતા-પિતા જોન અને ડોરિસે મને મારી યુવાવસ્થાથી જ લખવા માટે ખૂબ પ્રોત્સાહિત કર્યો, જ્યારે હું એટલો તોફાની છોકરો હતો, જેનું ભવિષ્ય માત્ર જેલમાં જ દેખાતું હતું.

અને ચોક્કસપણે હું મારી પત્ની લિઝનો પણ હૃદયપૂર્વક આભાર માનવા ઈચ્છીશ, જેના પ્રેમ, સહકાર, માર્ગદર્શન, દોસ્તી અને જ્ઞાનને કારણે જ મારા માટે આ પુસ્તક લખવાનું શક્ય બની શક્યું.

મહાઆસમાની પરમ જ્ઞાન

શિબિર પરિચય અને ફાયદા (નિવાસી)

તેજજ્ઞાન ફાઉન્ડેશન આત્મવિકાસથી આત્મસાક્ષાત્કાર પ્રાપ્ત કરવાનો એક માર્ગ છે. એ માટે સરશ્રી દ્વારા એક અનોખી બોધ પદ્ધતિ (System for Wisdom)નું સર્જન થયું છે. આ પદ્ધતિને આંતરરાષ્ટ્રીય માપદંડ ISO 9001:2015 ની આવશ્યકતાઓ અને નિર્દેશો અનુરૂપ ઢાળીને સરળ, વ્યવહારિક અને અસરકારક બનાવવામાં આવી છે.

આ સંસ્થાની બોધ પદ્ધતિને વિવિધ પાસાઓ (શિક્ષણ, નિરીક્ષણ અને ગુણવત્તા) ના સ્વતંત્ર ગુણવત્તા પરીક્ષકો (Quality Auditors) દ્વારા ક્રમબદ્ધ રીતે તપાસવામાં આવી છે. એ પછી આ પાસાઓને ISO 9001:2015ને અનુરૂપ મેળવી, આ બોધ પદ્ધતિને પ્રમાણિત કરવામાં આવી છે.

ફાઉન્ડેશનનું લક્ષ્ય આપને નકારાત્મક વિચારથી સકારાત્મક વિચાર તરફ આગળ વધારવાનું છે. સકારાત્મક વિચારથી શુભ વિચાર એટલે કે હેપી થૉટ્સ (વિધાયક આનંદપૂર્ણ વિચાર) અને શુભ વિચારથી નિર્વિચાર તરફ આગળ વધી શકાય છે. નિર્વિચારથી જ આત્મસાક્ષાત્કાર શક્ય છે. શુભ વિચાર (Happy Thoughts) એટલે કે એ વિચાર કે 'હું દરેક વિચારમાંથી મુક્ત થઈ જાઉં.' શુભ ઈચ્છા એટલે કે એ ઈચ્છા કે 'હું દરેક ઈચ્છાથી મુક્ત થઈ જાઉં.'

જ્ઞાનનો અર્થ છે સામાન્ય જ્ઞાન પણ તેજજ્ઞાન એટલે એ જ્ઞાન જે જ્ઞાન અને અજ્ઞાનથી પર છે. ઘણા લોકો સામાન્ય જ્ઞાનની જાણકારીને જ જ્ઞાન સમજી લે છે પણ અસલી જ્ઞાન અને જાણકારીમાં ઘણું અંતર છે. આજે લોકો સામાન્ય જ્ઞાનના જવાબોને વધારે મહત્ત્વ આપે છે. ઉદાહરણ તરીકે – કર્મ અને ભાગ્ય, યોગ અને પ્રાણાયામ, સ્વર્ગ અને નર્ક વગેરે. આજના યુગમાં સામાન્ય જ્ઞાન પ્રદાન કરનારા લોકો અને શિક્ષક ઘણા મળી જશે પણ આ જ્ઞાનને પામીને જીવનમાં કોઈ મોટું પરિવર્તન આવતું નથી. આ જ્ઞાન તો માત્ર બુદ્ધિ વિલાસ છે અથવા પછી અધ્યાત્મના નામ પર બુદ્ધિનો વ્યાયામ છે.

બધી સમસ્યાઓનું સમાધાન છે તેજજ્ઞાન. ભયથી મુક્તિ, ચિંતારહિત અને ક્રોધથી આઝાદ જીવન છે તેજજ્ઞાન. શારીરિક, માનસિક, સામાજિક, આર્થિક અને આધ્યાત્મિક ઉન્નતિ માટે છે તેજજ્ઞાન. તેજજ્ઞાન આપની અંદર છે, આવો અને તેને મેળવો.

જો આપ એવું જ્ઞાન ઈચ્છો છો, જે સામાન્ય જ્ઞાનથી પર હોય, જે દરેક સમસ્યાનું સમાધાન હોય, જે બધી માન્યતાઓથી આપને મુક્ત કરે, જે આપને ઈશ્વરનો સાક્ષાત્કાર કરાવે, જે આપને સત્ય પર સ્થાપિત કરે તો સમય આવી ગયો છે તેજજ્ઞાનને જાણવાનો. સમય આવી ગયો છે શબ્દોવાળા સામાન્ય જ્ઞાનથી પર ઉપર ઉઠીને તેજજ્ઞાનનો અનુભવ કરવાનો.

અત્યાર સુધી અધ્યાત્મના અનેક માર્ગ દર્શાવવામાં આવ્યા છે. જેમ કે જપ, તપ, મંત્ર, તંત્ર, કર્મ, ભાગ્ય, ધ્યાન, જ્ઞાન, યોગ અને ભક્તિ વગેરે. આ માર્ગોના અંતે જે સમજ, જે બોધ

પ્રાપ્ત થાય છે, તે એક જ છે. સત્યના દરેક શોધકને અંતે એક જ સમજ મળે છે અને આ સમજને સાંભળીને પણ પ્રાપ્ત કરી શકાય છે. એ જ સમજને સાંભળવી એટલે કે તેજજ્ઞાન પ્રાપ્ત કરવું છે. તેજજ્ઞાનના શ્રવણથી સત્યનો સાક્ષાત્કાર થાય છે, ઈશ્વરનો અનુભવ થાય છે. આ જ તેજજ્ઞાન સરશ્રી મહાઆસમાની શિબિરમાં પ્રદાન કરે છે.

સરશ્રીની આધ્યાત્મિક શોધની યાત્રા તેમના બાળપણથી જ પ્રારંભ થઈ ગઈ હતી. આ શોધ દરમિયાન તેમણે અનેક પ્રકારના પુસ્તકોનો અભ્યાસ કર્યો. પોતાના આધુનિક અનુસંધાન દરમિયાન તેમણે લગભગ બધી ધ્યાન પદ્ધતિઓનો પણ અભ્યાસ કર્યો. તેમની આ જ શોધે તેમને ઘણી વૈચારિક અને શૈક્ષણિક સંસ્થાઓ તરફ આગળ વધાર્યા. જીવનનું રહસ્ય સમજવા માટે તેમણે **એક લાંબા ગાળા સુધી મનન કરતા પોતાની શોધ ચાલુ રાખી, જેના અંતે તેમને આત્મબોધ પ્રાપ્ત થયો.** આત્મસાક્ષાત્કાર પછી તેમણે જાણ્યું કે **અધ્યાત્મનો દરેક માર્ગ જે કડી સાથે જોડાયેલો છે તે છે – સમજ(અન્ડરસ્ટેન્ડિંગ).** તે પછી તેમણે પોતાના તત્કાલીન અધ્યાપન કાર્યને વિરામ આપતા, લગભગ બે દાયકા કરતાં પણ વધારે સમય પોતાનું સમસ્ત જીવન માનવ કલ્યાણના આધ્યાત્મિક વિકાસ હેતુ અર્પણ કર્યું છે.

સરશ્રી કહે છે,'સત્યના બધા માર્ગોની શરૂઆત અલગ-અલગ પ્રકારથી થાય છે, પણ બધાના અંતે એક જ સમજ પ્રાપ્ત થાય છે. **'સમજ' જ બધું છે અને આ 'સમજ' પોતાનામાં પૂર્ણ છે.** આધ્યાત્મિક જ્ઞાન પ્રાપ્તિ માટે આ 'સમજ'નું શ્રવણ જ પર્યાપ્ત છે.' આ જ સમજને ઉજાગર કરવા માટે તેમણે આજ સુધી **ત્રણ હજાર કરતાં વધારે આધ્યાત્મિક વિષય પર પ્રવચન આપ્યા છે,** જેના દ્વારા તે અધ્યાત્મની ઊંડી સંકલ્પનાઓ સીધી અને વ્યવહારિક રૂપે સમજાવે છે. સમાજના દરેક સ્તરના વ્યક્તિ સરશ્રી દ્વારા દર્શાવવામાં આવતી સમજનો લાભ લઈ શકે છે.

આ સમજ દરેકને પોતાના અનુભવથી પ્રાપ્ત થાય તે માટે સરશ્રીએ **'મહાઆસમાની પરમ જ્ઞાન શિબિર'** અને તેના માટે આવશ્યક કાર્યપ્રણાલી (સિસ્ટમ) ની રચના કરી છે, **જેનો લાભ લાખો ખોજી (સાધકો) લઈ રહ્યા છે.** આ વ્યવસ્થા આય.એસ.ઓ. (ISO 9001:2015) પ્રમાણિત છે, જેણે અનેક લોકોને સત્યના માર્ગે ચાલવાની પ્રેરણા આપી છે. આ જ સમજના પ્રચાર અને પ્રસાર માટે તેમણે 'તેજજ્ઞાન ફાઉન્ડેશન' નામની આધ્યાત્મિક સંસ્થાનો પાયો મૂક્યો છે. આ સંસ્થાનો મુખ્ય ઉદ્દેશ છે – **'હૅપી થૉટ્સ દ્વારા ઉચ્ચતમ વિકસિત સમાજનું નિર્માણ'.**

વિશ્વની દરેક વ્યક્તિ આજે સરશ્રીના માર્ગદર્શનનો લાભ લઈ શકે છે, જેના માટે કોઈપણ ધર્મ, જાતિ, ઉપજાતિ, વર્ણ, પંથ, રંગ કે લિંગનું બંધન નથી. વિશ્વના દરેક ખૂણામાં વસતા લોકો આજે તેજજ્ઞાનની આ અનોખી જ્ઞાન પ્રણાલી (System for Wisdom) નો લાભ લઈ રહ્યા છે. આ વ્યવસ્થાના એક ભાગ તરીકે **લાખો લોકો રોજ સવારે અને રાત્રે ૯ વાગીને ૯ મિનિટે વિશ્વ શાંતિ માટે પ્રાર્થના કરે છે.**

શું આપને ઉચ્ચતમ આનંદ પામવાની ઈચ્છા છે ? એવો આનંદ, જે કોઈ કારણ પર નિર્ભર નથી, જેમાં સમયની સાથે માત્ર વધારો જ થાય છે. શું આપ આ જ જીવનમાં પ્રેમ, વિશ્વાસ, શાંતિ, સમૃદ્ધિ અને પરમ સંતુષ્ટિ પામવા ઈચ્છો છો ? શું આપ શારીરિક, માનસિક, સામાજિક, આર્થિક અને આધ્યાત્મિક આ બધા સ્તરો પર સફળતા પ્રાપ્ત કરવા ઈચ્છો છો ? શું આપ 'હું કોણ છું' આ સવાલનો જવાબ અનુભવથી મેળવવા ઈચ્છો છો ?

જો આપની અંદર આ સવાલોના જવાબ જાણવાની અને 'અંતિમ સત્ય' પ્રાપ્ત કરવાની તરસ જાગી છે તો તેજજ્ઞાન ફાઉન્ડેશન દ્વારા આયોજિત 'મહાઆસમાની પરમ જ્ઞાન શિબિર'માં આપનું સ્વાગત છે. આ શિબિર પૂર્ણતઃ સરશ્રીના શિક્ષણ પર આધારિત છે. સરશ્રી આજના યુગના આધ્યાત્મિક ગુરુ અને 'તેજજ્ઞાન ફાઉન્ડેશન' ના સંસ્થાપક છે, જે અત્યંત સરળતાથી આજની લોકભાષામાં આધ્યાત્મિક સમજ પ્રદાન કરે છે.

મહાઆસમાની પરમ જ્ઞાન શિબિરનો ઉદ્દેશ :

આ શિબિરનો ઉદ્દેશ છે, 'વિશ્વની દરેક વ્યક્તિ 'હું કોણ છું' આ પ્રશ્નનો જવાબ જાણીને સર્વોચ્ચ આનંદમાં સ્થાપિત થઈ જાય.' તેને એવું જ્ઞાન મળે, જેનાથી તે દરેક ક્ષણે વર્તમાનમાં જીવવાની કલા પ્રાપ્ત કરે. ભૂતકાળનો બોજ અને ભવિષ્યની ચિંતા આ બંનેથી મુક્ત થઈ જાય. દરેક વ્યક્તિના જીવનમાં સ્થાયી આનંદ, યોગ્ય સમજ અને સમસ્યાઓને વિલીન કરવાની કળા આવી જાય. મનુષ્ય જીવનનો ઉદ્દેશ પૂર્ણ થાય.

'હું કોણ છું ? હું અહીં શા માટે છું ? મોક્ષનો અર્થ શું છે ? શું આ જન્મમાં મોક્ષ પ્રાપ્તિ સંભવ છે ?' જો આ સવાલ આપની અંદર છે તો મહાઆસમાની પરમ જ્ઞાન શિબિર તેનો જવાબ છે.

મહાઆસમાની પરમ જ્ઞાન શિબિરના મુખ્ય લાભ :

આ શિબિરના લાભ તો અગણિત છે પરંતુ મુખ્ય લાભ આ રીતના છે –

-જીવનમાં દમદાર લક્ષ્ય પ્રાપ્ત થાય છે.

-'હું કોણ છું' આ અનુભવથી જાણવું (સેલ્ફ રિયલાઈઝેશન) હોય છે.

-મનના બધા વિકાર વિલીન થાય છે.

-ભય, ચિંતા, ક્રોધ, બોરડમ, મોહ, તણાવ જેવી ઘણી નકારાત્મક વાતોમાંથી મુક્તિ મળે છે.

-પ્રેમ, આનંદ, મૌન, સમૃદ્ધિ, સંતુષ્ટિ, વિશ્વાસ જેવા ઘણા દિવ્ય ગુણોથી યુક્ત થાય છે.

-સીધું, સરળ અને શક્તિશાળી જીવન પ્રાપ્ત થાય છે.

-દરેક સમસ્યાનો ઉકેલ પ્રાપ્ત કરવાની કલા મળે છે.

-'દરેક ક્ષણે વર્તમાનમાં જીવવું' એ આપનો સ્વભાવ બની જાય છે.

-આપની અંદર છુપાયેલી બધી સંભાવનાઓ ખૂલી જાય છે.

-આ જ જીવનમાં મોક્ષ (મુક્તિ) પ્રાપ્ત થાય છે.

મહાઆસમાની પરમ જ્ઞાન શિબિરમાં ભાગ કેવી રીતે લેશો ?

આ શિબિરમાં ભાગ લેવા માટે તમારે કેટલીક ખાસ માંગણીઓ પૂરી કરવાની હોય છે. જેમ કે –

૧.આપની ઉંમર ઓછામાં ઓછી અઢાર વર્ષ અથવા તેનાથી વધારે હોવી જોઈએ.

૨.આપે સત્ય સ્થાપના શિબિર (ફાઉન્ડેશન ટ્રુથ રિટ્રીટ) માં ભાગ લેવો પડશે, જ્યાં આપ શીખશો – વર્તમાનમાં દરેક ક્ષણને કેવી રીતે જીવવી જોઈએ અને નિર્વિચાર અવસ્થામાં કેવી રીતે પ્રવેશ મેળવશો.

૩.આપે કેટલાક પ્રાથમિક પ્રવચનોમાં ભાગ લેવાનો છે, જ્યાં આપ બુનિયાદી સમજને આત્મસાત કરી, મહાઆસમાની પરમ જ્ઞાન શિબિર માટે તૈયાર થાઓ છો.

આ શિબિર એક અથવા બે મહિનાના અંતરે આયોજિત કરવામાં આવે છે, જેનો લાભ હજારો ખોજી (સાધકો) મેળવે છે. આ શિબિરની તૈયારી આપ બે રીતે કરી શકો છો. પહેલી રીત – મનન આશ્રમ (પૂના) માં ૫ દિવસીય નિવાસી શિબિરમાં ભાગ લઈને, બીજી રીત – તેજજ્ઞાન ફાઉન્ડેશનના નજીકના સેન્ટર પર સત્ય શ્રવણ દ્વારા. જેમ કે – પુણે, મુંબઈ, દિલ્હી, સાંગલી, સાતારા, જળગાંવ, અમદાવાદ, કોલ્હાપુર, નાસિક, અહમદનગર, ઔરંગાબાદ, સુરત, બરોડા, નાગપુર, ભોપાલ, રાયપુર, ચેન્નઈ, વર્ધા, અમરાવતી, ચંદ્રપુર, યવતમાળ, રત્નાગિરી, લાતૂર, બીડ, નાંદેડ, પરભણી, પનવેલ, ઠાણે, સોલાપુર, પંઢરપુર, અકોલા, બુલઢાણા, ધુળે, ભુસાવળ, બેંગ્લોર, બેલગામ, ધારવાડ, ભુવનેશ્વર, કોલકત્તા, રાંચી, લખનઉ, કાનપુર, ચંદીગઢ, જયપુર, પણજી, મ્હાપસા, ઈંદોર, ઈટારસી, હરદા, વિદિશા, બુરહાનપુર.

આ ઉપરાંત આપ મહાઆસમાની ની તૈયારી ફાઉન્ડેશનમાં ઉપલબ્ધ સરશ્રી દ્વારા રચિત પુસ્તકો અથવા યુ-ટ્યુબના સંદેશ સાંભળીને પણ કરી શકો છો. પણ યાદ રાખો, આ પુસ્તકો, યુ-ટ્યુબના પ્રવચન એ શિબિરનો પરિચય માત્ર છે, તેજજ્ઞાન નહીં. આપ મહાઆસમાની પરમ જ્ઞાન શિબિરમાં ભાગ લઈને જ તેજજ્ઞાનનો આનંદ લઈ શકો છો. આગામી મહાઆસમાની પરમ જ્ઞાન શિબિરમાં પોતાનું સ્થાન આરક્ષિત કરવા માટે સંપર્ક કરો – ૦૯૯૨૧૦૦૮૦૬૦-૭૫, ૯૦૧૧૦૧૩૨૦૮

સરશ્રીના મુખ્ય પુસ્તકો પૈકીના આ ત્રણ પુસ્તકો છે –

-વિચાર નિયમ - આપકી કામયાબી કા રહસ્ય

'વિચાર નિયમ' પુસ્તક દ્વારા – તમારા આંતરિક અને બાહ્ય જીવનમાં તાલ-મેળ બેસાડો. – પોતાની ઈચ્છાનુસાર શાંત અને સ્થિરતા અનુભવો. – વિચારોની પાર જઈને પોતાના 'અસલી અસ્તિત્વ'ને ઓળખો, જે તમારી મૂળ અવસ્થા છે. – વિચાર નિયમોને પોતાના જીવનમાં ઉતારો જેથી તમે પોતાની ઉચ્ચતમ સંભાવનાની તરફ સહજતાથી આગળ વધી શકો. –મૌનાયામની અવસ્થામાં રહીને પ્રેમ, આનંદ, કરુણા, ભરપૂરતા અને રચનાત્મકતા જેવા ગુણોનો પોતાની અંદરથી પ્રગટ થવાની તક આપો.

આવો, વીસ લાખ કરતાં પણ વધારે વાચકોના સમૂહમાં સામેલ થઈ જાઓ, જેમણે વિચારોના સાત શક્તિશાળી નિયમો તથા મંત્રો દ્વારા આંતરિક શાંતિ અને સફળતા પ્રાપ્ત કરી છે.

સ્વયંનો સામનો

વ્યક્તિત્વનો વિકાસ જીવનની મહત્ત્વપૂર્ણ આવશ્યકતા છે. પ્રાયઃ એ જોવા મળ્યું છે કે અજ્ઞાનતાથી અભિશપ્ત વ્યકિત ક્ષુદ્ર વિચારધારા તેમજ સમજથી ઊપર નથી ઊઠી શકતો. ફલતઃ તે ચેતનાના ઉચ્ચ સ્તર સુધી પહોંચી શકવાથી વંચિત રહીને તમામ દુઃખો અને કષ્ટોથી ઘેરાયેલો રહે છે. આવાઆ વખતમાં તે સ્વતઃ આત્મપરીક્ષણ કરી આવા દુઃખોથી છુટકારો મેળવવાનો સહજ અને સુગમ ઉપાય પ્રાપ્ત કરી શકે છે.

પુસ્તક 'સ્વયંનો સામનો' આ મહત્ત્વપૂર્ણ વિષય પર કેન્દ્રિત છે, જે મૂળ જીવનમાં ન્યાય, સ્વાસ્થ્ય, ખુશી અને સંબંધોની અનોખી સમજથી પરિચિત કરાવવાના ઉદ્દેશ્યથી લખવામાં આવ્યું છે.

સ્વસંવાદનો જાદૂ

સ્વસંવાદ એટલે સ્વયં સાથે વાતચીત કરવી જેને એકાંતમાં, મનમાં કે ગ્રુપમાં બોલવાથી અપ્રત્યાશિત પરિવર્તનનો આભાસ થઈ શકે છે. આ ત્યારે કારગર થાય છે જ્યારે વ્યક્તિ જીવનના રિમોટ કન્ટ્રોલ દ્વારા પોતાના મન, શરીર, બુદ્ધિ, ચેતના અને લક્ષ્ય પર નિયંત્રણ રાખે છે. આ વિષય પર સરશ્રી દ્વારા લખવામાં આવેલું પુસ્તક 'સ્વસંવાદનો જાદૂ' સ્વસંવાદના માધ્યમથી ઉત્તમ જીવન મેળવવા માટેના રહસ્ય સાથે પરિચિત કરાવે છે.

આ પુસ્તક વાંચ્યા પછી આપ પોતાનો અભિપ્રાય (વિચાર સેવા) આ સરનામા પર મોકલી શકો છો.....

Tejgyan Global Foundation, Pimpri Colony Post Office, P.O.Box 25, Pune – 411 017. Maharashtra (India).

લેખકનો પરિચય

ચાર્લ્સ ડુહિગ એક અન્વેષણાત્મક પત્રકાર છે અને ધ ન્યૂયોર્ક ટાઈમ્સમાં કાર્યરત છે. તેમણે આ સંસ્થાના અખબારની સાથે-સાથે સામાયિક માટે પણ લખ્યું છે. તે ગોલ્ડન અપોર્ચ્યુનિટીઝ (2007) શીર્ષકથી પ્રકાશિત પુસ્તકમાં પણ લેખક તરીકે પોતાનું પ્રદાન આપી ચૂક્યા છે. આ એવા લેખોની એક શ્રેણી છે, જેમાં દર્શાવવામાં આવ્યું છે કે કેવી રીતે ઘણી અલગ-અલગ કંપનીઓ વૃદ્ધ અમેરિકન્સનો ફાયદો ઉઠાવવાનો પ્રયત્ન કરી રહી છે. આ ઉપરાંત તેમણે ધ રેકનિંગ (2007) અને ટોક્સિક વોટર્સ (2009) જેવા પુસ્તકોમાં પણ પોતાનું યોગદાન આપ્યું છે. ધ રેકનિંગ આર્થિક સંકટના કારણો અને પરિણામોનું વિવેચન કરે છે અને ટોક્સિક વોટર્સ અમેરિકામાં વધતા જતા જળ-પ્રદૂષણ અને નિયામક સંસ્થાઓની લાપરવાહી પર પ્રકાશ પાડે છે.

તેમને પોતાના ક્ષેત્રમાં મહત્ત્વપૂર્ણ પ્રદાન બદલ નેશનલ એકેડમીઝ ઑફ સાયન્સિઝ, નેશનલ જર્નાલિઝમ, જોર્જ પોલ્ક, ગેરાલ્ડ લોએબ જેવા ઘણા પ્રતિષ્ઠિત પુરસ્કારોથી સમ્માનિત કરવામાં આવ્યા છે. તે ઈ.સ.2009ના પુલિત્ઝર પુરસ્કારના અંતિમ તબક્કામાં પહોંચનારી ટીમના પણ સભ્ય રહી ચૂક્યા છે. તેઓ ધ અમેરિકન લાઈફ, ધ ડૉ.ઓજ શો, એનપીઆર, ધ ન્યૂઝ ઓવર વિથ જિમ લેહરર અને ફ્રંટલાઈનમાં પણ પોતાની ઉપસ્થિતિ નોંધાવી ચૂક્યા છે.

ચાર્લ્સ ડુહિગ હાર્વર્ડ બિઝનેસ સ્કૂલ અને યેલ યુનિવર્સિટીમાંથી ગ્રેજ્યુએટ થયેલા છે. પત્રકાર બનતા પહેલાં તે પ્રાઈવેટ ઈક્વિટીના ક્ષેત્રમાં કામ કરી ચૂક્યા છે. આ ઉપરાંત તે સાન ફ્રાંસ્સિકોમાં એક દિવસ માટે બાઈક પર સવાર સંદેશવાહક તરીકે પણ કામ કરી ચૂક્યા છે, જે તેમના માટે એક જોખમી દિવસ હતો.

તેમનામાં કેટલીક ખરાબ આદતો પણ છે, જેમાં સૌથી મુખ્ય છે તળેલા ભોજનની આદત. આ ટેવ તેમને ક્ષણભરમાં લાગી જાય છે. તે બ્રુકલિનમાં પોતાની પત્નીની સાથે રહે છે, જે વ્યવસાયે એક મરીન બાયોલોજિસ્ટ છે. તેમને બે દીકરા પણ છે, જેમની આદતોમાં મુખ્ય છે રોજ સવારે પાંચ વાગ્યે ઉઠી જવું, ડિનરના સમયે ભોજન પર ટૂટી પડવું અને ચહેરા પર હંમેશા હાસ્ય રાખવું.

ચાર્લ્સ ડુહિગ વિશિષ્ટ વ્યાખ્યાનો અને રીડિંગ માટે પણ ઉપલબ્ધ છે. આ વિશે વધારે જાણકારી મેળવવા માટે રેન્ડમ હાઉસ સ્પીકર્સ બ્યુરોમાં 212-572-2013 પર અથવા rhspeakers@randomhouse.com પર સંપર્ક કરો.

www.ingramcontent.com/pod-product-compliance
Lightning Source LLC
Chambersburg PA
CBHW031320230926
51848CB00001B/32
* 9 7 8 8 1 9 4 7 8 0 1 6 8 *